''आपला श्वास रोखून धरायला लावणारी करेन रोझची रहस्यमय कादंबरी''

- करेन रॉबर्ड्स

एखाद्या कथेला वेगळेच, अनपेक्षित वळण देणे हे रोझ यांच्या लेखनाचं वैशिष्ट्य आहे. अनाकर्षक घटक घेऊन बांधेसूद थरारक कथा लिहिण्यात त्या अग्रगण्य आहेत. विशेष म्हणजे त्या खलनायकाच्या तोडीस तोड असा सशक्त नायक किंवा नायिका रंगवतात. हे याही कादंबरीचे वैशिष्ट्य आहे.

– जिल एम. स्मिथ, आरटी बुक रिव्ह्यूज

गुंतागुंत व अनेक स्तर असलेल्या या कादंबरीत अनेक ताणतणाव असले, तरी त्यांचा समतोल सत्प्रवृत्तीने, मित्रत्वाने व आपुलकीने, तसेच सोफी आणि व्हिटो यांच्यातल्या वाढत जाणाऱ्या जवळिकीने साधला आहे.

– जेन बाउहर्ज, रोमॅन्स रिव्ह्यूज टुडे

डाय फॉर मी

लेखक
करेन रोझ

अनुवाद
प्रा. पुरुषोत्तम देशमुख

मेहता पब्लिशिंग हाऊस

Please contact us at **Mehta Publishing House,** 1941, Madiwale Colony, Sadashiv Peth, Pune 411030.

✆ +91 020-24476924 / 24460313

Email : info@mehtapublishinghouse.com
production@mehtapublishinghouse.com
sales@mehtapublishinghouse.com

Website : www.mehtapublishinghouse.com

- *या पुस्तकातील लेखकाची मते, घटना, वर्णने ही त्या लेखकाची असून त्याच्याशी प्रकाशक सहमत असतीलच असे नाही.*

DIE FOR ME by KAREN ROSE

Translated into Marathi Language by Prof. Purushottam Deshmukh

डाय फॉर मी / अनुवादित कादंबरी

अनुवाद : प्रा. पुरुषोत्तम देशमुख
३, दुर्वांकुर अपार्टमेंटस्, नंदिग्राम कॉलनी,
गारखेडा परिसर, औरंगाबाद.

मराठी अनुवादाचे व प्रकाशनाचे हक्क मेहता पब्लिशिंग हाऊस, पुणे.

प्रकाशक : सुनील अनिल मेहता, मेहता पब्लिशिंग हाऊस,
१९४१, सदाशिव पेठ, माडीवाले कॉलनी, पुणे - ४११०३०.

मुद्रक : सीएमएस आयटी सर्व्हिसेस प्रा. लि., सर्व्हे नं. २६/५
नऱ्हे इंडस्ट्रिअल एरिया, झील कॉलेज रोड, नऱ्हे, पुणे - ४१.

मुखपृष्ठ : चंद्रमोहन कुलकर्णी

प्रथमावृत्ती : मे, २०१३

किंमत : ₹ ५००

P Book ISBN 9788184984835

डॉ. झेल्टन जे. कॉझ्टोलनिक,
प्रोफेसर इमेरिटस ऑफ मिड्ईव्हल हिस्टरी,
टेक्सास ए अँड ए युनिव्हर्सिटी
यांच्या स्मृतीला अर्पण!

माझी त्यांच्याशी कधी व्यक्तिशः भेट झाली नसली, तरी
त्यांच्या कन्येला भेटण्याचा मान, विशेषाधिकार आणि आनंद
मला नक्कीच मिळाला आहे.

आणि नेहमीप्रमाणेच माझं सर्वस्व असलेल्या
माझ्या पतीला, मार्टिनलाही अर्पण!
तू दररोज तुझ्या विद्यार्थ्यांच्या जीवनाला स्पर्श करतोस,
उत्कटता, बुद्धिमत्ता आणि बोचणारे विनोद
यांच्या संयोगानं इतिहास जिवंत करतोस,
त्यामुळे मी तुझ्या प्रेमात पडले
पंचवीस वर्षांपूर्वीच....
तू क्लिओपात्रासारखा पोशाख केलेला असो,
स्वातंत्र्याच्या उद्घोषणेचं सोदाहरण वर्णन करताना
८०च्या हेअरबँड्सच्या रॉकम्यूझिक व्हिडिओज्चा उपयोग
करत किंवा "बॅजर-बॅजर-मशरूम" डान्सद्वारे
मन्रोचा सिद्धान्त स्पष्ट करत असो,
तुझ्या वर्गात येणारा एकही विद्यार्थी तुला कधी
विसरणार नाही असा विश्वास तू दिलास.
तूच मला स्फूर्ती देतेस. मी तुझ्यावर प्रेम करते.

अनुवादकाचे मनोगत

जगातल्या सर्वश्रेष्ठ रहस्यकथालेखकांपैकी एक करेन रोझ ही एक लेखिका आहे, असं जरी म्हणता आलं नाही, तरी ती एक अतिशय लोकप्रिय अशी अमेरिकन लेखिका आहे, हे निश्चित! आजच्या जगात आणि अमेरिकेत राहूनही मध्ययुगीन काळात गुन्हेगारांना कशा प्रकारचं शासन केलं नाही जाई, कुठली साधनं त्यासाठी वापरली जात याचा तिनं सखोल अभ्यास केलाय. त्या आणि तशा इतर काल्पनिक साधनांद्वारे आजचे काही क्रूरकर्मा कशा प्रकारे वागू शकतात, याचं विदारक चित्रण करेन रोझ 'डाय फॉर मी'मध्ये करते. फरक एवढाच आहे की, मध्ययुगात अशा प्रकारचं क्रौर्य गुन्हेगारांबाबत दाखवलं जात असेल, तर ते आज निष्पाप, निरागस तरुण-तरुणींना आणि वृद्ध स्त्री-पुरुषांना अनुभवावं लागतंय; अर्थात या कादंबरीत!

मेहता पब्लिशिंग हाऊसनं या कादंबरीचा मराठी अनुवाद करण्याची संधी मला दिली, याबद्दल मी त्यांचे शतशः आभार मानतो.

करेन रोझला, तिच्या या कादंबरीला मी कितपत न्याय दिला आणि मेहता पब्लिशिंग हाऊसच्या अपेक्षा मी कितपत पूर्ण केल्या, हे वाचकांनीच ठरवायचं आहे.

—प्रा. पुरुषोत्तम देशमुख

प्रस्तावना

फिलाडेल्फिया, शनिवार, ६ जानेवारी

वॉरन कीझला पहिल्यांदा जाणवला तो वास. अमोनिया, जंतुनाशक... आणि दुसरंच काहीतरी. 'दुसरं काहीतरी काय? तुझे डोळे उघड कीझ!' त्याचा स्वतःचाच आवाज त्याला मेंदूत ऐकू आला आणि त्यानं पापण्या उघडण्याचा आटोकाट प्रयत्न केला, पण त्या इतक्या जड झाल्या होत्या की, त्या उघड्या राहण्यासाठी त्याला बरीच धडपड करावी लागली. अंधार पडला होता. नाही. तसा अजून अंधूकसा प्रकाश होता. वॉरननं एकदा डोळ्यांची उघडझाप केली; लुकलुकता प्रकाश स्पष्ट दिसेपर्यंत पुन्हा पुन्हा डोळ्यांची उघडझाप केली.

तो भिंतीवर अडकवलेला टॉर्च होता. त्याच्या हृदयाची धडधड वेगानं सुरू झाली. ती भिंत म्हणजे एक खडकच होता. 'मी गुहेमध्ये आहे.' त्याची धडधड आणखी वाढली. हे काय आहे? तो पुढे वाकला आणि त्याच्या दंडांमधून पाठीपर्यंत त्याला तीव्र वेदना झाल्या. श्वास घेण्यासाठी धडपडत असतानाच कोणत्यातरी सपाट आणि कडक पृष्ठभागावर तो आदळला.

त्याला बांधून टाकलेलं होतं. 'अरे देवा!' त्याचे हात-पाय बांधलेले होते आणि त्याच्या अंगावर एकही कपडा नव्हता. त्याला जाळ्यात अडकवलं होतं. त्याच्या पोटात भीतीचा गोळा उठला. भीती त्याला आतून कुरतडू लागली. जंगली जनावरासारखा तो वळवळू लागला, पुन्हा खाली पडला आणि धापा टाकत त्या हवेतलं जंतुनाशक हुंगू लागला. जंतुनाशक आणि....

त्या जंतुनाशकाचा तो उग्र वास त्याला जाणवला तसा त्याचा श्वास अडकला. तिथे काहीतरी मरून पडलेलं होतं. सडायला लागलं होतं. तिथे काहीतरी मरून पडलेलं होतं. घाबरून जाऊ नये म्हणून त्यानं त्याचे डोळे बंद केले. 'हे काही खरं नाही. हे फक्त एक स्वप्न आहे; दुःस्वप्न! एखाद्या मिनिटात मला जाग येईल....' तो स्वतःला समजावत होता.

पण तो स्वप्नात नव्हता. ते जे काय होतं, ते खरं होतं. थोड्याशा उतरत्या

पृष्ठभागावर त्याचं शरीर ताणून बांधलेलं होतं, त्याचे हात त्याच्या डोक्यामागे एकत्र बांधलेले होते. कशासाठी? त्यानं विचार करण्याचा, आठवण्याचा प्रयत्न केला. काहीतरी कारण होतं... त्याच्या मनात एक दृश्य तरळलं, पण त्याला ते कळेना. त्याने आपल्या स्मरणशक्तीला ताण दिला आणि आपलं डोकं दुखत असल्याचं त्याला जाणवलं. वेदनेमुळे त्याच्या डोळ्यांसमोर काळे ठिपके नाचू लागले, तसा त्याचा चेहरा आक्रसला. 'अरे देवा!' खूप दारू प्यायल्यावर येतो, तसा तो हँगओव्हर होता. पण तो दारू प्यायलेला नव्हताच.

कॉफी. त्याला कॉफी घेतल्याचं आठवलं. हातांना ऊब मिळावी म्हणून त्यानं तो कप दोन्ही हातांनी घट्ट धरला होता. त्याला खूप थंडी वाजत होती. तो बाहेरच होता. पळत होता. का पळत होता तो? त्यानं त्याची मनगटं गोल फिरवली. त्याच्या खरखरीत त्वचेची आग होऊ लागली. ती आग दोरखंड धरलेल्या बोटांच्या टोकापर्यंत पोहोचली.

"तू एकदाचा जागा झालास तर!"

तो आवाज त्याच्या पाठीमागून आला. कोण बोललं हे पाहण्यासाठी त्यानं मान तिरकी केली. मग त्याला आठवलं आणि त्याच्या छातीवरचं दडपण किंचितसं कमी झालं. तो सिनेमा होता. 'मी एक अभिनेता आहे आणि आम्ही सिनेमा तयार करत होतो. इतिहासावरची डॉक्युमेंटरी! मी पळत होतो हातात घेऊन... काय हातात घेऊन?' नाराजीनंच त्यानं आठवण्याचा प्रयत्न केला. 'तलवार, हां तलवारच.' त्यानं मध्ययुगीन पोशाख केला होता. लष्करातल्या नाइटसारखा; हेल्मेट आणि ढाल हातात घेतलेला. अगदी चिलखतसुद्धा घातलं होतं, कारण ते आवश्यकच होतं. आता ते संपूर्ण दृश्य त्याच्या डोळ्यांसमोर आलं. त्यानं त्याचे कपडे बदलले होते; अगदी अंतर्वस्त्रंही आणि कुठलीतरी ओबडधोबड, बेढब चड्डी घातली होती आणि ती त्याच्या जांघेत काचत होती. त्याच्या हातामध्ये तलवार होती. मंचच्या स्टुडिओच्या बाहेरच्या जंगलातून पळत, ओरडत जाताना त्यानं ती हातात धरली होती. आपण हे अगदी मूर्खासारखंच वागतोय असं त्याला वाटलं होतं, पण काय करणार? त्या पटकथेतच तसंच सुचवलं गेलं होतं.

'पण हे...' त्यानं त्या दोरखंडाला हिसका देण्याचा अयशस्वी प्रयत्न केला. हे मात्र त्या पटकथेत सुचवलेलं नव्हतं.

"मंच!" वॉरनचा आवाज घोगरा झाला होता. त्याच्या कोरड पडलेल्या घशाला घासून आल्यासारखा तो वाटत होता. "हे सगळं काय चाललंय?"

एड मंच त्याला त्याच्या डाव्या बाजूला दिसला. "तू कधी जागा होशील, असं मला वाटलं नव्हतं."

वॉरननं डोळ्यांची उघडझाप केली तेव्हा त्या टॉर्चचा अंधूक प्रकाश त्या

माणसाच्या चेहऱ्यावर पडलेला त्याला दिसला. त्याच्या हृदयाचा एक ठोका चुकला. मंच बदलला होता. त्याला म्हातारपण येण्याआधीच त्याचे खांदे झुकले होते. केस पांढरे झाले होते आणि मिशा ओघळलेल्या होत्या . वॉरननं आवंढा गिळला. तो जोरजोरात श्वास घेत होता. आता मंच सरळ उभा राहिला. त्याच्या मिशा गेल्या होत्या आणि त्याच्या डोक्याचे केसही! अगदी तुळतुळीत टक्कल दिसत होतं.

मंच म्हातारा नव्हता. त्याच्या पोटात भीतीचा गोळा उठला. तो रागानं फणफणत होता. त्या डॉक्युमेंटरीसाठी पाचशेचा करार झाला होता. त्याच दिवशी आला तर रोख! वॉरनला शंका होती, तो जर नशीबवान असता, तर पी.बी. एसवर दाखवल्या जाणाऱ्या इतिहासावरच्या डॉक्युमेंटरीच्या मानाने ती बरीच मोठी रक्कम होती. पण आता तो सावरला होता. एका फालतू म्हाताऱ्या माणसाला घाबरण्याचं कारण नव्हतं.

पण मंच म्हातारा नव्हता. त्याचं पित्त खवळलं. त्याला गुदमरल्यासारखं वाटलं. मी काय केलंय? त्या प्रश्नाच्या पाठोपाठ दुसरा प्रश्न आला, अधिकच घाबरवणारा. तो मला काय करणार आहे?

"तू कोण आहेस?" वॉरननं कर्कशपणे विचारलं आणि मंचनं पाण्याची बाटली त्याच्या ओठांशी लावली. वॉरननं तोंड फिरवलं, पण मंचनं त्याची हनुवटी आश्चर्यकारक शक्तीनं पकडली. त्याचे काळे डोळे किलकिले झाले आणि वॉरन भीतीनं गारठला.

"या वेळी फक्त पाणी आहे." दात-ओठ खात मंच म्हणाला. "पिऊन टाक."

वॉरननं तोंड भरून पाणी घेतलं आणि त्या माणसाच्या चेहऱ्यावर चूळ फेकली. मंचनं मूठ उगारली तेव्हा त्यानं शरीर आक्रसून घेतलं, पण मंचनं मूठ खाली घेतली आणि खांदे उडवले.

"तुला अखेरीस प्यावंच लागेल. तुझा लागेल. तुझा घसा ओला असणं माझ्यासाठी आवश्यक आहे."

वॉरननं ओठांवरून जीभ फिरवली. "का?"

मंच पुन्हा मागे दिसेनासा झाला आणि काहीतरी गरगरण्याचा आवाज वॉरनला ऐकू आला. मंच त्याच्यामागे गेला आणि साधारण पाच फूट अंतरावर त्याला एक व्हिडिओ कॅमेरा दिसला. कॅमेरा त्याच्या चेहऱ्यावरच रोखलेला होता. "कशासाठी?" वॉरन पुन्हा जोरात ओरडला.

मंचनं भिंगातून पाहिलं आणि मागे सरकला. "कारण तू ओरडावंस असं मला वाटतं." त्यानं एक भुवई उंचावली. त्याचा चेहरा अगदीच निर्विकार होता. "ते सगळेच ओरडले. तूसुद्धा ओरडशील."

वॉरनच्या मनात भीती दाटून आली, पण त्यानं मनाला आवर घातला. 'शांत राहा. त्याच्याशी चांगलं वाग आणि कदाचित त्याच्याशी बोलल्यावर तू यातून मार्ग काढू शकशील.' त्यानं आपले ओठ दुमडले. "हे बघ मंच, मला जाऊ दे. आपण सगळं व्यवस्थित करू. मी आधीच केलेली तलवारीची दृश्यं तू तशीच ठेवू शकतोस. त्यांचा वेगळा मोबदला नको."

मंचनं त्याच्याकडे नुसतंच पाहिलं. त्याचा चेहरा अजूनही निर्विकारच होता. "नाहीतरी तुला काही मोबदला देण्याचा माझा विचार नव्हताच." तो पुन्हा दिसेनासा झाला आणि आणखी एक व्हिडिओ कॅमेरा घेऊन पुन्हा आला.

वॉरनला आधी प्यायलेली कॉफी आठवली. मंचनं ती पिण्याचा त्याला आग्रह केला होता. ते आठवलं. या वेळी फक्त पाणी होतं. त्याच्या मनात राग उसळला, त्यामुळे क्षणभर त्याची भीती कमी झाली. "तू मला काहीतरी विषारी द्रव्य पाजलंस." तो धुसफुसला आणि त्यानं खोल श्वास घेतला. "कुणीतरी मला वाचवा रे!" शक्य तेवढ्या मोठ्या आवाजात तो ओरडला, पण त्याच्या घशातून निघालेला तो आवाज केविलवाणेपणे घशाशीच अडखळला.

मंच काहीच बोलला नाही. तो तिसरा कॅमेरा खाली रोखल्यावर ताठ राहील असा त्यानं ठेवला. त्याची प्रत्येक हालचाल पद्धतशीर, नेमकी होती. ती संथपणे, अलिप्तपणे आणि निर्भयपणे केलेली होती.

आणि मग आपला आवाज कुणीच ऐकत नाही हे वॉरनला समजलं. त्याचा राग ओसरला; उरली फक्त भीती, थंडगार आणि सर्वंकष! वॉरनचा आवाज थरथरला. काहीतरी घडायला हवं होतं. काहीतरी मार्ग सापडायला हवा होता. त्याला काहीतरी बोलता यावं. करता यावं. सुचवता यावं. विनवणी करता यावी. मग त्यानं विनवणी केली असती, कृपा कर, मंच, मी काहीही करायला तयार आहे..." मंचचे शब्द त्याच्या मनात घुमू लागले, तसे त्याचे स्वतःचे शब्द विरत गेले.

'ते सगळेच ओरडले.' एड मंच! वॉरनची छाती आक्रसली. नैराश्यामुळे त्याला श्वास घेणंही अवघड झालं. त्याला आधीचा प्रसंग आठवला. "मंच हे तुझं खरं नाव नाही, कलावंत एडवर्ड मंच!" असह्य वेदनांनी विव्हळणाऱ्या पिशाच्चानं आपला चेहरा हातात धरलेलं पेंटिंग त्याच्या मनात तरळलं. 'किंकाळी!'

"खरंतर त्याचा उच्चार 'मूंक' आहे, 'मंच' नाही; पण अचूक उच्चार कुणीच करत नाही. बारीक-सारीक गोष्टींचा कुणीच विचार करत नाही." तो वैतागानं पुढे म्हणाला.

'बारीक-सारीक गोष्टी!' वॉरननं त्या खरबरीत चड्डीबद्दल कुरकुर केली होती तेव्हा त्या माणसानं बऱ्याच बारीक-सारीक गोष्टींबद्दल तपशीलवार सांगितलं होतं. 'ती तलवारही खरी होती. तेव्हा संधी चालून आली होती या हरामखोराला

भोसकण्याची!' "अस्सलपणा." वॉरन पुटपुटला. डोकं फिरलेल्या म्हाताऱ्यानं करावी तशी ती बडबड त्याच्या मनात घोकत राहिली. मंचनं मान डोलवली. "आता तुला कळलं."

"तू काय करणार आहेस?" त्याच्या स्वत:च्याच आवाजात भीतियुक्त थंडपणा होता.

मंचच्या ओठांचा एक कोपरा उचलला गेला. "लवकरच तुला कळेल."

वॉरन एकेक श्वास खेचून घेऊ लागला. "प्लीज, प्लीज, मी वाट्टेल ते करेन. फक्त मला जाऊ दे."

मंच काही बोलला नाही. त्याच्या पायाशी असलेल्या कॅमेऱ्याच्या थोडी पुढे टेलिव्हिजन असलेली गाडी त्यानं ढकलत आणली. मग सगळ्या कॅमेऱ्यांचा फोकस त्यानं शांतपणे निश्चित केला.

"तुझी यातून सुटका नाही." वॉरन हताशपणे स्वत:शीच म्हणाला. पुन्हा एकदा त्यानं तो दोर ओढण्याचा प्रयत्न केला. इतका की, त्याच्या मनगटांची आग होऊ लागली आणि त्याचे दंड खांद्याजवळ ताणले गेले. ते दोर जाडजूड होते. गाठी सुटत नव्हत्या. तो बंधमुक्त होणं शक्य नव्हतं.

"इतर सगळ्यांनी असंच म्हटलं होतं. पण मी प्रयत्न केलाय आणि करत राहीन."

तिथे इतरही होते. मृत्यूचा वास भोवताली पसरला होता. तो त्याला वाकुल्या दाखवत होता. इतरांनी इथेच प्राण सोडले होते. तोही इथेच मरणार होता. त्याच्या आत खोल कुठेतरी त्याचं धैर्य उसळून आलं. त्यानं त्याची हनुवटी वर उचलली. "माझे मित्र मला शोधायला येतील. मी तुला भेटायला येणार आहे, असं मी माझ्या प्रेयसीला सांगितलंय."

कॅमेऱ्यांची नीट रचना केल्यावर मंच वळला. त्याच्या नजरेतल्या तुच्छतेवरून त्याला हे सुचवायचं होतं की, हा शेवटचा, निराशेतून झालेला त्याचा भास होता. "नाही, तू तसं काही सांगितलं नाहीस. संवाद कसे म्हणायचे हे मित्राला शिकवण्यासाठी तू जाणार आहेस, असं तू तुझ्या प्रेयसीला सांगितलंस. आज दुपारी आपण भेटलो तेव्हा तू मला असंच सांगितलंस. तिच्या वाढदिवसानिमित्त तिला प्रेझेंट देण्यासाठी या पैशांचा उपयोग होईल असं तू म्हणालास. तुला ते गुपित ठेवायचं होतं. ते गुपित आणि तुझ्या अंगावरचा टॅटू यामुळेच मी तुझी निवड केली." त्यानं एक खांदा उंच केला. "शिवाय, तुला तो पोशाखही शोभून दिसतो. प्रत्येकालाच ते चिलखत व्यवस्थित घालता येत नाही. त्यामुळे तुला शोधायला कुणी येणार नाही. आणि कुणी आलंच, तर त्याला तू सापडणार नाहीस. म्हणून तू हे लक्षात घे, तू माझाच आहेस."

त्याच्या शरीरातला कणन् कण मेल्यासारखा झाला. ते खरंच होतं. ते पैसे

शेरीला प्रेझेंट देण्यासाठीच होते, असं त्यानं मंचला सांगितलं होतं. तो कुठे होता हे कुणालाच ठाऊक नव्हतं. त्याला कुणीच वाचवणार नव्हतं. सगळ्यांचा विचार त्याच्या मनात आला. शेरी, त्याची आई, त्याचे वडील. तो इथे असल्याबद्दल त्यांना आश्चर्यच वाटेल. त्याच्या घशात हुंदका दाटून आला. "हरामखोरा!" तो पुटपुटला. "मला तुझा तिरस्कार वाटतोय."

मंचच्या चेहऱ्याची एक बाजू मजेशीर दिसू लागली, पण त्याच्या डोळ्यांत दिसणारी चमक त्याच्या हसण्यापेक्षा जास्त भयानक होती. "इतर लोकसुद्धा तसंच म्हणाले." त्यानं वॉरनच्या तोंडाकडे पुन्हा पाण्याची बाटली ढकलली. त्याचा श्वास अडेपर्यंत त्यानं वॉरनचं नाक दाबलं. वॉरननं खूप धडपड केली, पण मंचनं त्याच्या घशात पाणी ओतलंच. "मि. कीझ, आता आपण सुरुवात करतोय. किंकाळी फोडायला विसरू नकोस."

प्रकरण १

फिलाडेल्फिया, रविवार, १४ जानेवारी सकाळी १०-२५ वा.

डिटेक्टिव्ह व्हिटो चिकोटेली त्याच्या ट्रकमधून बाहेर आला. त्याची त्वचा अजूनही थरथरत होती. गुन्हा घडला त्या ठिकाणाकडे जाणारा रस्ता फारच जुना आणि खराब झालेला असल्यानं त्याचं आधीच बिघडलेलं पोट अधिकच ढवळून निघालं होतं. त्यानं श्वास घेतला आणि लगेच त्याला वाटलं, 'आपण श्वास घ्यायलाच नको होता.' कारण चौदा वर्षं पोलीस दलात काम करूनही मृत्यूचा उग्र दर्प त्याला अजूनही कुजका आणि नकोसा वाटत होता.

"या रस्त्यानं माझ्या गाडीचे तीन-तेरा वाजवले." निक् लॉरेन्सनं चेहरा कसनुसा केला आणि त्याच्या देखण्या सेडनचं दार धाडकन आपटलं. "शिट्!" त्यानं त्याच्या कॅरोलिना बोलीच्या शैलीत चीड व्यक्त केली.

बर्फाच्छादित शेताच्या मध्यभागी असलेल्या एका खोल खड्ड्याकडे दोन गणवेश एकटक पाहत उभे होते. हातरुमालांनी त्यांचे चेहरे झाकलेले होते. त्या खड्ड्यात एक स्त्री बसली होती. तिच्या डोक्याचा वरचा भाग ओझरता दिसत होता. "सी.एस.यू.नं आधीच ते प्रेत बाहेर काढलेलं आहे, असं वाटतंय." व्हिटो रूक्षपणे म्हणाला.

"तुला असं वाटतंय?" निक्नं खाली वाकून खालच्या बाजूनं पँट त्याच्या चमकदार काऊबॉय बुटांमध्ये अडकवली. "ठीकय चिक्, हे सगळं आपण रस्त्यावर आणू."

"एका मिनिटात!" व्हिटोनं त्याच्या सीटच्या मागे ठेवलेले त्याचे स्नो-बूट बाहेर काढले. त्या वेळी त्याच्या अंगठ्यामध्ये काटा घुसला म्हणून तो एकदम मागे सरकला. "च्यायला!" काही क्षण त्यानं तो अंगठा रक्तप्रवाह थांबवण्यासाठी तोंडात धरला. मग अतिशय काळजीपूर्वक गुलाबांचा गुच्छ बाजूला करून त्यानं बूट बाहेर काढले. डोळ्यांच्या कोपऱ्यातून त्यानं निक्कडे पाहिलं. तो शांत होता आणि काही बोलला नाही.

"दोन वर्षं झालीयेत आज." व्हिटो कडवटपणे म्हणाला. "काळ कसा भुर्रकन उडून जातो!"

निक्‌चा आवाज शांतपणे आला. "तो जखमा भरूनही काढतो."

आणि निक्‌चं म्हणणं बरोबर होतं. या दोन वर्षांनी व्हिटोचं दुःख बोथट केलं होतं, पण अपराधीपणाची भावना... ती संपूर्णपणेच वेगळी गोष्ट होती. "आज दुपारी मी स्मशानभूमीवर जाणार आहे."

"मी तुझ्यासोबत यावं, असं तुला वाटतं का?"

"धन्यवाद, पण नको." व्हिटोनं पायात बूट घातले. "त्यांना काय सापडलंय् ते आपण बघू या."

मनुष्यवधाचे गुन्हे शोधण्यात सहा वर्षं घालवल्यामुळे हे साधे खून नसतात, तर क्रौर्याच्या वेगवेगळ्या पद्धती वापरल्या जातात हे व्हिटो शिकला होता. एका थडग्याच्या काठापाशी पोहोचल्याबरोबर तिथे काम करणाऱ्या एका गटानं बर्फाच्छादित शेतातून एक प्रेत बाहेर काढलं. त्यावरून तोसुद्धा अतिशय क्रूरपणे केलेला खून असल्याचं त्यानं ताडलं.

त्या प्रेताकडे निरखून पाहिल्यावर व्हिटो किंवा निक् एक शब्दही बोलले नाहीत. एक वयस्क माणूस आणि त्याचं धातू-शोधक यंत्र तिथे नसतं, तर ते प्रेत कायमच जमिनीखाली राहिलं असतं. ती गुलाबाची फुलं, ती स्मशानभूमी आणि इतर सारं बाजूला सारून त्या खड्ड्यातल्या प्रेतावर व्हिटोनं आपलं लक्ष केंद्रित केलं. तिच्या हातांवरची नजर काढून तिच्या चेहऱ्याचा जो काही भाग शिल्लक होता, तिकडे तो पाहत राहिला.

त्यांची जेन डो लहानखुरी होती. पाच फूट-दोन इंच किंवा पाच फूट-तीन इंच आणि तरुण भासत होती. आखूड, काळेशार केस डोक्यावर असलेला तो चेहरा इतका कुजलेला होता की, तो ओळखू येणंच शक्य नव्हतं. मग ती तिथे किती काळापासून असावी याचा तो विचार करू लागला. तिची कुणाला आठवण तरी होती की नाही असा प्रश्न त्याला पडला. 'ती घरी परत येईल अशी कुणी वाट तरी पाहतंय की नाही कुणास ठाऊक?'

नेहमीसारखीच कणव आणि दुःख त्याच्या मनात दाटून आलं. आणि त्याला ज्या काही गोष्टी विसरायच्या होत्या, त्यांच्याबरोबर तेही त्यानं बाजूला सारलं. कारण त्याला आता तिच्या शरीराकडे निरखून पाहायचं होतं, पुरावा शोधायचा होता. नंतर त्यानं आणि निक्‌नं त्या स्त्रीचा विचार केला असता. ती कोण होती आणि कुणाला ओळखत होती, हे शोधून काढलं असतं. तिचं नग्न शरीर तिथेच, त्या उघड्या जागेवर सडायला टाकून देणाऱ्या आणि तिच्या मृत्यूनंतरही तिची अब्रू लुटणाऱ्या त्या अधम माणसाला पकडण्यासाठी हे सगळं करणं आवश्यक होतं.

त्या स्त्रीच्या हाताकडे त्याची परत नजर गेल्यावर त्याला वाटलेल्या दयेची जागा संतापानं घेतली.

"तिला मुद्दाम तसं बसवलंय त्यानं." निक् त्याच्याजवळ येऊन पुटपुटला आणि त्या अस्पष्ट शब्दांतून व्हिटोलाही तो संतापही ऐकू आला. "त्या हरामखोरानं मुद्दामच तिला तशी पोझ दिली." खरोखरच मुद्दाम ती पोझ दिली होती. तिच्या वक्षस्थळावर तिचे हात जोडलेले होते आणि तिची बोटं हनुवटीजवळ आली होती. "जणूकाही ती कायम प्रार्थना करत होती."

"धर्मवेडा खुनी?" निकूनं गंभीरपणे विचारलं.

"नाही, नाही, तसं नसावं." भीतीचे भुंगे त्याच्या शेवटच्या मणक्यापर्यंत भिरभिरत गेले. "धर्मवेडे खुनी फक्त एक खून करून थांबत नसतात. कितीही करू शकतात."

"शक्य आहे." साधारणपणे तीन फूट खोल असलेल्या त्या खड्ड्यात आणखी निरखून पाहण्यासाठी निक् उतरला. "तिचे हात त्यानं कायमचे असे कसे ठेवले असतील जेन?"

सी. एस. यू. सार्जन्ट जेन मॅक्फेननं वर पाहिलं. तिचे डोळे गॉगल्सनी, तर तिचं नाक आणि तोंड मास्कनं झाकलेलं होतं. "वायर!" ती म्हणाली. "स्टीलची वायर असेल, पण अतिशय बारीक. ती तिच्या बोटाभोवती गुंडाळलेली आहे. एमईनं तिला स्वच्छ केलं की, तुला ती स्पष्ट दिसेल."

व्हिटोच्या कपाळावर आठ्या उमटल्या. "ही वायर फार बारीक नसावी. कारण अगदी इतक्या खोल चिखलात असली, तरी धातू-शोधक यंत्रानं ती शोधलीच असती."

"तू बरोबर सांगतोयस. ती वायर सापडलीच नसेल. त्या स्त्रीच्या दंडांच्या खालून त्या गुन्हेगारानं गज घातले ते बरंच केलं म्हणायचं." हातमोजा घातलेल्या हाताचं एक बोट जेननं तिच्या मनगटापर्यंत फिरवलं. "त्या बारीक आहेत आणि वाकवण्यासारख्या आहेत आणि धातूशोधक यंत्राला सापडण्याइतके त्यांचे वेढेही आहेत. अशा प्रकारे त्यानं तिचे दंड पक्के बांधून ठेवले आहेत."

व्हिटोनं मान हलवली. "का?" त्यानं विचारलं आणि जेननं खांदे उडवले.

"या प्रेताच्या तपासणीतून कदाचित आणखी काही धागेदोरे मिळू शकतील. या खड्ड्यात फारसंकाही मिळालं नाही आतापर्यंत. फक्त...." चपळाईनं ती खड्ड्यातून बाहेर आली. "तिचा एक दंड त्या म्हाताऱ्यानं बागेत वापरायच्या फावड्याच्या साहाय्यानं बाहेर काढला. आता, तो म्हातारा तब्येतीनं मजबूत होता म्हणून, पण बागेतल्या फावड्यानं मलासुद्धा या दिवसात काही खणून काढता आलं नसतं."

निक्नं खड्ड्यात निरखून पाहिलं. “ही जमीन नक्कीच गोठली नसणार.”

जेननं होकारार्थी मान हलवली. “अगदी बरोबर. त्याला तो दंड सापडला आणि त्यानं खोदणं थांबवलं आणि ९११ला फोन केला. आम्ही इथे पोहोचल्यावर काय सापडलं ते पाहण्यासाठी चिखल बाजूला करू लागलो. खड्ड्याची भिंत हाताला लागेपर्यंत सगळा भराव बाजूला करणं सोपं होतं. नंतर मात्र खडकासारखा कठीण भाग लागला. ते कोपरे पहा ना! जणूकाही टी-स्क्वेअरचा उपयोग करून ते कोरले आहेत. गोठल्यामुळे ते दगडासारखे भक्कम झालेयत.”

आपल्या पोटात चमक आल्यासारखं व्हिटोला वाटलं. “जमीन गोठण्यापूर्वीच त्यानं खड्डा खणला. ही सगळी योजना त्यानं आधीच करून ठेवली होती.”

निक्च्या कपाळावर आठ्या उमटल्या. “आणि एवढा मोठा खड्डा कुणालाच दिसला नाही?”

“त्या खुन्यानं तो कशानंतरी झाकला असेल” जेन म्हणाली. “आणि दुसरं असं की, खड्ड्यात टाकलेला भराव या शेतातला असेल असं मला वाटत नाही. निश्चित काय ते तुम्हाला सांगण्यासाठी मी या मातीची परीक्षा करणार आहे. सध्यातरी मला एवढंच सुचतंय. एम. ई. इथे येईपर्यंत मी दुसरं काही करू शकत नाही.”

“धन्यवाद जेन!” व्हिटो म्हणाला. “या जमीनमालकाशी आपण बोलू या.” तो निकला म्हणाला.

हार्लन विन्चेस्टर सत्तरीच्या घरातला होता, पण त्याची दृष्टी स्वच्छ आणि तीक्ष्ण होती. तो पोलीस क्रूझरच्या मागच्या सीटवर बसून वाट पाहत होता आणि ते आलेले दिसल्यावर तो बाहेर आला. “मी अधिकाऱ्यांना जे सांगितलं, तेच तुम्हा डिटेक्टिव्हज्नासुद्धा सांगावंसं मला वाटतं.”

व्हिटोनं जराशा सहानुभूतीनं मान हलवली. “मलाही तसंच वाटतं. मी डिटेक्टिव्ह चिकोटेली आणि हा माझा जोडीदार डिटेक्टिव्ह लॉरेन्स. सगळा तपशील तुम्ही आम्हाला सांगू शकाल का?”

“अहो, मला ते दरिद्री धातू-शोधकसुद्धा नको होतं. माझ्या बायकोनं ते मला सप्रेम भेट म्हणून दिलं. मी सेवानिवृत्त झाल्यापासून माझा पुरेसा व्यायाम होत नाही म्हणून ती काळजी करत होती.”

“म्हणून तुम्ही आज सकाळी फिरायला बाहेर पडलात?” व्हिटोनं कारण सुचवलं तसं विन्चेस्टरनं कपाळावर आठ्या आणल्या.

“ ‘हार्लन पी. विन्चेस्टर,’ ” तो मोठ्या अनुनासिक आवाजात बायकोची नक्कल करत म्हणाला, ‘गेल्या दहा वर्षांपासून त्या बिनकामाच्या खुर्चीत तू बसून असतोस. तुझ्या शरीराचा थैला उचल आणि चालत राहा.’ म्हणून मी तसं केलं,

कारण मला तिची कुरकुर ऐकणं असह्य झालं होतं. जिनीचं तोंड बंद करण्यासाठी काहीतरी चांगलं सापडेल असं वाटलं. पण... अशी कुणी व्यक्ती भेटेल असं नव्हतं वाटलं.''

''तुमच्या धातू-शोधक यंत्राला सापडलेली पहिली वस्तू म्हणजे हे प्रेतच होतं का?'' निक्नं विचारलं.

''हां.'' तो गंभीरपणे म्हणाला. ''मी माझं फावडं बाहेर काढलं, तेव्हा मला वाटलं की, जमीन फार घट्ट असेल. जमिनीचा पृष्ठभाग मला खणता येईल किंवा फार खोल खणता येईल असं वाटलं नव्हतं. काम सुरू करण्यापूर्वीच मी फावडं बाजूला ठेवून दिलं; पण घरून निघून फार तर पंधराच मिनिटं झाली होती आणि जिनीनं पुन्हा कुरकुर सुरू केली असती, म्हणून मी खणायला सुरुवात केली.'' त्यानं त्याचे डोळे बंद केले आणि मोठा आवंढा गिळला. त्याचं धैर्य वाफेसारखं उडून गेलं. ''माझं फावडं... तिच्या दंडाला लागलं. मग मी खणायचं थांबवलं आणि ९११ला फोन केला.''

''या जमिनीबद्दल आणखी काही तुम्ही सांगू शकता का?'' व्हिटोनं प्रश्न केला. ''इथे कोण-कोण येऊ शकतं?'''

''ए. टी. व्ही किंवा ज्याच्याकडे कार असेल तो कुणीही येऊ शकतो असं मला वाटतं. हाय-वेवरून हे शेत दिसत नाही आणि मुख्य रस्त्याला जोडणारा जो छोटा रस्ता आहे तो चांगला नाही.''

व्हिटोनं मान हलवली. 'आपण आपली मस्तांग बाइकच्या शेजारी गॅरेजमध्येच ठेवून ट्रकच इथे आणला हे चांगलंच केलं.' असं त्याला वाटलं. ''हा रस्ता खरोखरच फार खराब आहे. तुम्ही इथे कसे आलात?''

''आज तर मी पायीच आलो.'' त्यानं झाडांच्या रांगेकडे हात दाखवला. तिकडे रस्त्यावर त्याची पावलं उमटली होती. ''पण इथे आज मी पहिल्यांदाच परतलोय. महिन्याभरापूर्वीच आम्ही राहायला आलो. ही माझ्या मावशीची जमीन.'' त्यानं स्पष्ट केलं. ''ती वारली आणि तिनं ही जमीन मला दिली.''

''अच्छा! तुमची मावशी इथे नेहमी येत होती का?''

''मला नाही तसं वाटत. ती एकान्तप्रिय होती. घराबाहेर कधी पडत नसे. एवढंच मला ठाऊक आहे.''

''तुमची आम्हाला खूप मदत झाली.'' व्हिटो म्हणाला. ''तुमचे आभार!''

विन्चेस्टरचे खांदे पडले. ''मग मी घरी जाऊ शकतो?''

''नक्कीच. हे अधिकारी तुम्हाला तुमच्या घरी घेऊन जातील.''

विन्चेस्टर क्रूझरमध्ये बसला आणि ती निघाली. विरुद्ध दिशेनं एक व्हॉल्व्हो येत होती. निक्च्या सेडनच्या मागे ती थांबली आणि नीटनेटकी दिसणारी,

पन्नाशीच्या आसपासची स्त्री शेतातून तिकडेच येताना त्यांना दिसली. एम. ई कॅथरिन बॉवर आली होती. जेन डो.चा सामना करण्याची वेळ आली होती.

व्हिटो खड्ड्याकडे जायला निघाला, पण निक् जागेवरून हलला नाही. त्या सी. एस. यू. व्हॅनमध्ये ठेवलेल्या धातू-शोधकाकडे तो बघत होता. "आपण सगळ्या शेताची तपासणी करायला हवी चिक."

"आणखी काही असतील, असं तुला वाटतं?"

"निदान आणखी काही नाहीत अशी खात्री पटेपर्यंत आपण इथून जाऊ नये असं मला वाटतं."

व्हिटोच्या पाठीतून आणखी एकदा भीतीचा शहारा वरून खाली गेला. आपल्याला काय सापडणार आहे हे त्याच्या लक्षात आधीच आलं होतं. "तू म्हणतोस ते बरोबर आहे. आणखी काय-काय इथे दडलंय हे बघू या तरी."

रविवार, १४ जानेवारी, सकाळी १० : ३० वा.

"सगळ्यांनी डोळे मिटलेयत?" सोफी जोहान्सन तिच्या पदवी-वर्गाच्या विद्यार्थ्यांवर अंधारातच खेकसली. "ब्रूस, तू बारीक डोळे करून पाहतोयस." ती म्हणाली.

"नाही, मी पाहत नाहीये." तो कुरकुरला. "शिवाय, अंधार इतका आहे की, पाहायचं म्हटलं, तरी काही दिसत नाहीये."

"चला, आटपा," मार्टा अधीरपणे म्हणाली. "लाइट्स चालू करा."

सोफीनं लाईट्स चालू केले. ती मजा घेत होती. "तुम्हाला मी आता दाखवते... ग्रेट हॉल!"

क्षणभर कुणीच एक शब्द बोललं नाही. मग स्पँडननं हलकीशी शीळ वाजवली. त्यांच्या डोक्यांपासून वीस फूट उंच असलेल्या छतावरून ती प्रतिध्वनीसारखी ऐकू आली.

ब्रूस तुच्छतेनं हसला. "तू केलंस ते. तू अखेरीस संपवलंस ते."

मार्टा तोंड भरून हसली. "छान आहे!"

त्या तरुण स्त्रीच्या संक्षिप्त उद्‌गाराकडे सोफीनं डोळे मिचकावत लक्ष दिलं, पण ती काही बोलणार तेवढ्यात जॉनच्या व्हीलचेअरचा हलकासा आवाज आला. तो तिच्याजवळून दूरवरच्या भिंतीकडे टक लावून पाहत चालला होता. "हे सगळं तू स्वतःच केलंयस." तो पुटपुटला. "भयंकर आहे!"

सोफीनं मान हलवली. "मी अगदी एकटीनंच नाही. तुम्ही सर्वांनीच मदत

केलीये. तलवारी आणि चिलखत स्वच्छ करणं आणि तलवारींची मांडणी करणं, हे सांघिक प्रयत्नांनीच शक्य आहे.''

गेल्या पावसाळ्यात ऑलब्राईट म्यूझियम ऑफ हिस्टरीमध्ये ती काही दिवस राहिली होती. तिथे तिचे वेपन्स अँड वॉरफेअर ग्रॅज्युएट सेमिनारचे पंधरा सदस्य उत्साहानं स्वयंसेवक म्हणून काम करत होते. आता या वेळी हे चार निष्ठावंत विद्यार्थी तिच्यासोबत होते. अनेक महिन्यांपासून दर रविवारी ते आपला बराच वेळ देत होते. त्यांना त्यामुळे वरची श्रेणी तर मिळालीच, पण त्याहीपेक्षा, त्यांच्या वर्गमित्रांना जे मध्ययुगीन खजिने काचेतून पाहायला मिळाले, ते प्रत्यक्ष हाताळण्याची संधी या चौघांना मिळाली होती, हे विशेष होतं.

त्यांना वाटणारं आकर्षण सोफी समजू शकली. तिला हेही माहीत होतं की, एखाद्या निर्जीव म्यूझियममधली पंधराव्या शतकातली तलवार हातात धरणं हे स्वतः जमिनीतून तलवार बाहेर काढणं, ती स्वच्छ करणं, पाचशे वर्षांनंतर जगापुढे सादर करणं या आनंदापुढे काहीच नव्हतं. सहा महिन्यांपूर्वी दक्षिण फ्रान्समध्ये पुराण वस्तुशास्त्रज्ञ म्हणून काम करताना त्या दिवशी तिनं तो अनुभव घेतला होता. रोज सकाळी झोपेतून उठल्यावर होणाऱ्या उत्खननात काय सापडेल याची उत्सुकता तिला कायम असे. आता ऑलब्राइट म्यूझियमची प्रमुख क्युरेटर असताना इतरांनी खणून बाहेर काढलेल्या खजिन्याला ती फक्त स्पर्श करू शकत होती. सध्यातरी त्याला स्पर्श करणं, त्याची जपणूक करणं एवढंच तिच्यासाठी पुरेसं होतं.

तिच्या स्वप्नातल्या फ्रेंच उत्खननापासून दूर जाणं तिला जेवढं अवघड होतं, तेवढंच नर्सिंग होममध्ये असलेल्या तिच्या आजीजवळ बसलेली असताना तिथून जाणंही तिला अवघड होतं. आपण योग्य तेच करतो आहोत हे तिला माहीत होतं.

आपल्या विद्यार्थ्यांच्या चेहऱ्यांवर असा अभिमान पहिल्यावर अशा क्षणांमुळे असे निर्णय घेणं आणि अमलात आणणं तिला अधिकच सोपं वाटत असे. स्वतःला वाटणाऱ्या अभिमानाबरोबरच त्यांनी मिळवलेल्या यशाबद्दल ती त्यांचं कौतुक करत असे. तीस किंवा त्याहूनही जास्त विद्यार्थ्यांना सामावून घेणारा तो नवा ग्रेट हॉल प्रेक्षणीय होता. पलीकडच्या भिंतीवर शंभर तलवारी आणि चिलखतांचे तीन सेट्स टांगलेले होते. त्याभोवती जाळ्या विणलेल्या होत्या. डावीकडच्या भिंतीवर युद्धाचे फलक लावलेले होते आणि उजव्या भिंतीवर हुआर्नोऊ पडदा चढवला होता आणि पहिल्या थिओडोर ऑलब्राईटनं आपल्या तेजस्वी पुराणवस्तुसंशोधन कार्यात मिळवलेल्या मौल्यवान रत्नांपैकी एक रत्न त्या पडद्यावर चमकत होतं.

त्या पडद्यासमोर उभी राहून, त्याकडे पाहत सोफी क्षणभर तो आनंद अनुभवत होती. बाराव्या शतकातला तो हुआर्नोऊ पडदा, ऑलब्राईट संग्रहातल्या इतर मौल्यवान वस्तूंप्रमाणेच तिचा श्वास नेहमीच रोधून धरत असे. ''वॉव!'' ती

पुटपुटली.

"वॉव?" हसून ब्रूसनं मान हलवली. "डॉ. जे, डझनभर भाषांतून यापेक्षा एखादा चांगला शब्द तुम्ही शोधायला हवा."

"फक्त दहा," तिनं त्याची चूक सुधारली आणि हे ऐकून तिनं त्याला डोळे गरागरा फिरवताना पाहिलं. भाषेचा अभ्यास सोफीला नेहमीच आनंद देणारा होता. प्राचीन भाषांचा तिनं अभ्यास केलेला असल्यानं त्याचा तिला संशोधनात फायदा तर होताच, पण त्याहीपेक्षा शब्दांची ओघवती लयबद्धता आणि अर्थच्छटा तिला फार प्रिय होत्या. घरी परतल्यापासून तिचं हे कौशल्य वापरायच्या संधी तिला फारश्या मिळत नव्हत्या आणि म्हणून तिला चुकल्याचुकल्यासारखं वाटत होतं.

तर त्या पडद्याचं मनापासून कौतुक करण्यात ती गढून गेली, "Cest incroyable." एखाद्या गाण्याच्या गोड ओळीसारखी फ्रेंच भाषा तिच्या मनात झुळूझुळू वाहत होती. त्याचं तिला कधी आश्चर्य वाटलं नाही. फिलीला अधूनमधून मारलेल्या चकरा सोडल्या, तर गेल्या पंधरा वर्षांत फ्रान्स हेच तिचं घर झालं होतं. इतर भाषा शिकायच्या, तर जाणीवपूर्वक प्रयत्नांची आवश्यकता असे; पण तरी, ती सहजपणे त्या आत्मसात करत असे. ग्रीक, जर्मन, रशियन... एखाद्या बागेतली फुलं तोडावीत तसे ती ते शब्द ग्रहण करत होती. "Katapliktikos. Hat was Omau bog".

मार्टानं भुवया उंचावल्या. "आणि त्याचा अर्थ काय?"

सोफीनं ओठ धनुष्यासारखे केले. "म्हणजे, खरंतर... वॉव!" तिनं समाधानानं सगळीकडे नजर फिरवली. "आपल्या प्रेक्षकांच्यामध्ये फार लोकप्रिय झालंय हे." तिचं स्मित मंदावलं. प्रेक्षकांचा विचार करता-करता किंवा जास्तच स्पष्ट म्हणायचं, तर प्रेक्षकांच्या गाइड्सचा विचार करता-करता तिचा या दिवसाचा आनंदच नाहीसा झाला.

त्या तलवारींच्याकडे नीट पाहता यावं म्हणून जॉननं त्याची खुर्ची वळवली. "तू हे काम फारच झपाट्यानं केलंस."

तिनं त्या तापदायक टूर्सचा विचार बाजूला सारला. "ब्रूसनं कम्प्यूटरवर तयार केलेल्या डिझाइनप्रमाणे ते तयार केलंय. तलवारींना कसं ठेवायचं हे त्यावरून समजलं की, त्या तशा ठेवणं हे काम सोपं होतं. आतापर्यंत जेवढे किल्ले पाहिले, तिथे तलवारी अशाच ठेवलेल्या आहेत." तिनं ब्रूसकडे कौतुकानं पाहून स्मित केलं. "थँक यू!"

ब्रूसही छानसं हसला. "आणि पॅनेलिंग? मला वाटलं तुम्ही भिंती रंगवणार होता."

पुन्हा तिचं स्मित मावळलं. "त्या बाबतीत माझं काही चाललं नाही. लाकडी

पॅनेल्समुळ हा खराखरा हॉल वाटेल; म्यूझियम वाटणार नाही, असं टेड् ऑलब्राईटचं ठाम मत होतं.''

''त्याचं मत योग्यच होतं.'' मार्टा म्हणाली आणि तिनं तिचे ओठ पर्ससारखे घट्ट मिटले. ''हे जास्त छान दिसतंय्.''

''हं छान दिसत असेलही, पण त्यामुळं माझं या वर्षाचं बजेट मात्र त्यांनी संपवून टाकलं.'' सोफी चिडून म्हणाली. ''मला काही नव्या वस्तू मिळवायच्या होत्या, पण ते आता मला शक्य नाही. आता ते पॅनेलिंगसुद्धा आपल्याला परवडणार नाही.'' तिनं तिच्या खरखरीत आणि अस्वच्छ हातांकडे पाहिलं. ''तुम्ही सगळे घरी जाऊन जेव्हा दुपारपर्यंत झोपत होता आणि जेवणावर ताव मारत होता तेव्हा मी दररोज इथे टेड् ऑलब्राईटबरोबर पॅनेलिंगचं काम करत होते. अरे देवा, किती त्रास सहन केला! या भिंती किती उंच आहेत याची तुम्हाला कल्पना तरी आहे का?''

हा सगळा पॅनेलिंगचा वैताग हेच टेड् ऑलब्राईट 'तिसरा' याच्याशी झालेल्या वादावादीचं मूळ होतं. त्या थोर पुराणवस्तू संशोधकाचा टेड् हा एकुलता एक नातू आणि दुर्दैवानं तोच ऑलब्राईट संग्रहाचा एकमेव मालक झाला आणि दुर्दैवानंच तो सोफीचा बॉस झाला. टेड् ऑलब्राईटचं नाव आणि म्यूझियम चालवण्यासाठी तो करत असलेला बार्नम् आणि बेले पद्धतीचा उपयोग या विषयी तिनं ज्या दिवशी ऐकलं त्या वेळी तिला तिथे काम करत असल्याचा पश्चात्तापच झाला, पण इतर म्युझियम्समध्ये जागा निर्माण होईपर्यंत या नोकरीशिवाय तिला गत्यंतरच नव्हतं.

तिच्याकडे पाहण्यासाठी मार्टा वळली. तिची नजर थंड आणि निराश दिसत होती. ''दोन आठवडे एकटीनं टेड् ऑलब्राईटबरोबर राहणं म्हणजे काही कठीण वाटत नाही. त्याचं व्यक्तिमत्त्व आकर्षक आहे.'' ती पुढे म्हणाली. तिचा सूर खटकणारा होता. ''तरीसुद्धा तुम्ही इतकं काम करून दाखवलं याचं मला नवलच वाटतं!''

त्या खोलीत अस्वस्थ शांतता पसरली. सोफीला याचा धक्काच बसला. ती उभी राहिली आणि त्या स्त्रीकडे पाहतच राहिली. सोफीनं गेले चार महिने तिला घडवलं होतं. असं पुन्हा होता कामा नये. आता मात्र तसं झालं होतं.

तिथे असलेल्या पुरुषांनी एकमेकांकडे गोंधळलेल्या नजरेनं, पण सावधपणे पाहिलं; पण मार्टाला नेमकं काय म्हणायचं होतं ते सोफीला समजलं, कारण तेच तिनं ऐकलं होतं. मार्टाच्या डोळ्यांत अशी निराशा का होती ते तिला आता समजलं. सोफीच्या मनात संताप आणि नकारघंटा घणघणू लागली, पण मार्टाच्या आताच्या खोचक बोलण्याचा समाचार घ्यायचा आणि तूर्त तरी भूतकाळ तसाच झाकून ठेवायचा असं तिनं ठरवलं.

“मार्टा, टेड् विवाहित आहे. आणि तुझ्या माहितीसाठी सांगते, तिथे फक्त आम्ही दोघंच नव्हतो. टेड्ची बायको, मुलगा आणि मुलगीसुद्धा आमच्याबरोबर पूर्ण वेळ काम करत होती.”

आपली गोठलेली नजर मार्टानं तशीच रोखून ठेवली, पण काहीच बोलली नाही. अवघडलेल्या ब्रूसनं शीळ वाजवली. “तर,” तो म्हणाला. “गेल्या सेमिस्टरमध्ये आपण ग्रेट हॉलचं नूतनीकरण केलं. यानंतर काय डॉ. जे?”

पोटातल्या अस्वस्थतेकडे दुर्लक्ष करत सोफीनं सगळ्यांना ग्रेट हॉलच्या पलीकडे असलेल्या प्रदर्शन परिसराकडे नेलं. “शस्त्रांचं प्रदर्शन व्यवस्थित करणं हे आपलं यानंतरचं प्रोजेक्ट.”

“हांऽ-” स्पँडन एकदम उद्गारला. “हांऽ, हेच. याचीच तर मी प्रतीक्षा करत होतो.”

“तर मग तुझी प्रतीक्षा संपली!” अर्ध्या डझन मध्ययुगीन तलवारी ठेवलेल्या काचेच्या कपाटाजवळ सोफी थांबली. तो हुआर्नोऊ पडदा अप्रतिमच होता, पण संपूर्ण ऑलब्राईट संग्रहातली ही शस्त्रं तिची सर्वांत आवडती होती.”

“मला नेहमी प्रश्न पडतो, ही शस्त्रं कुणाच्या मालकीची असावीत?” ब्रूसनं हलक्या आवाजात विचारलं.

“ही शस्त्रं घेऊन कोण लढलं असेल?”

जॉननं त्याची खुर्ची जवळ आणली. आणि तो पुटपुटला. “आणि त्यांच्या अणकुचीदार टोकांमुळे किती जण मारले गेले असतील?” त्यानं वर मान करून पाहिलं, त्याच्या कपाळावर नेहमीच येणाऱ्या केसांनी त्याचे डोळे झाकले होते. “सॉरी.”

“ठीक आहे.” सोफी म्हणाली. “मलाही नेहमी तोच प्रश्न पडलेला असतो.” एकदम झालेल्या आठवणीमुळे तिच्या ओठांची मजेशीर हालचाल झाली. “क्युरेटर म्हणून मी इथे आले त्याच दिवशी पंधराव्या शतकातली बॅस्टर्डसोअर्ड म्हणजे ती तलवार भिंतीवरून काढून एका मुलानं शौर्य दाखवण्याचा प्रयत्न केला. माझा तर हार्टफेलच व्हायची वेळ आली होती.”

“त्या तलवारी तेव्हा काचेच्या कपाटात नव्हत्या?” घाबरल्यामुळे ब्रूसचा श्वासच थांबल्यासारखा झाला. स्पँडन आणि जॉन दोघंही सारखेच भयचकित झाले.

मार्टा मागेच रेंगाळली. तिनं हातांची घडी घातली आणि चेहरा एका बाजूला झुकवला. ती काही बोलली नाही.

तिच्याशी खासगीमध्ये बोलायचं असं सोफीनं ठरवलं. “नाही. प्रेक्षक आणि कलाकृती यांच्या दरम्यान काच आली तर ‘मनोरंजनाच्या अनुभवाचं’ अवमूल्यन

होतं.'' या मुद्यावरच त्यांच्यात पहिल्यांदा वाद निर्माण झाला. ''कमी मूल्य असलेल्या तलवारी आम्ही ग्रेट हॉलमध्ये उघड्या जागी मांडल्या, तरच या तलवारी काचेच्या कपाटात ठेवायची त्यानं संमती दिली.'' सोफीनं उसासा टाकला. ''आणि या दुर्मीळ तलवारी आम्ही 'आकर्षकपणे' मांडल्या, तरच त्या मांडण्यासाठी केलेलं कपाट ही तात्पुरती तडजोड होती; ग्रेट हॉलचं काम पूर्ण होईपर्यंतची. तर हे नंतरचं प्रोजेक्ट.''

'' 'आकर्षकपणे' म्हणजे नेमकं काय?'' स्पँडननं विचारलं.

सोफीच्या कपाळावर आठ्या उमटल्या. ''माणसांचे पुतळे आणि पोशाख!'' ती तुटकपणे म्हणाली. टेड्ला वेगवेगळ्या पोशाखांचं वेडच होतं आणि जेव्हा त्याला पुतळ्यांना पोशाख घालावेसे वाटत तेव्हा सोफी निवान्त असे, पण दोन आठवड्यांपूर्वी त्यानं त्याची नवी योजना अमलात आणली तेव्हा सोफीनं त्या कामाचं वर्णन केलं आणि त्यानं नवीनच सुधारणा सुचवली. नव्या ग्रेट हॉलचं उद्घाटन करण्यासाठी त्या त्या काळातले पोशाख करायचं ठरवलं. विशेष करून सोफी आणि थिओ, टेडचा एकोणीस वर्षांचा मुलगा यांनी टूरमध्ये नेतृत्व करायचं आणि सोफीनं काहीही म्हटलं, तरी टेडचं मत बदलत नसे. अखेरीस तिनं स्पष्टपणे ते नाकारलंच आणि रागाच्या भरात टेड् ऑलब्राईटनं तिला नोकरीवरून काढण्याची धमकी दिली.

सोफीनं नोकरी जवळपास सोडलीच होती. त्या रात्री ती घरी गेली आणि आलेलं टपाल पाहिलं. ज्या नर्सिंग होममध्ये ॲना होती तिथे तिच्या रूमचे चार्जेस वाढवायचा निर्णय झाला होता. म्हणून सोफीनं आपला अहंकार गिळला, नरमाईचं धोरण स्वीकारलं आणि दिवसा टेडच्या सूचनेप्रमाणे ते दूर करायचं मान्य केलं. मात्र प्रत्येक संध्याकाळी नवी नोकरी शोधण्याचे प्रयत्न दुप्पट वेगानं सुरू केले.

''त्या मुलानं ती तलवार खराब केली का?'' जॉननं विचारलं.

''तसं काही केलं नाही, हे नशीबच! या तलवारी हाताळताना तुम्ही हातमोजे वापरायला विसरू नका.'' तहाचा झेंडा फडकवावा तसं ब्रूसनं त्याचे पांढरे हातमोजे हवेत फडकवले. ''आम्ही नेहमीच तसं करतो.'' तो खुशीत येऊन म्हणाला.

''आणि मला त्याबद्दल कौतुक वाटतं.'' तो तिचा मूड चांगला ठेवण्याचा प्रयत्न करत होता आणि ती त्याबद्दलही कौतुक करत होती. ''तुमचं काम असं आहे – तुमच्यापैकी प्रत्येकानं प्रदर्शित करावयाच्या वस्तूंबद्दल प्रस्ताव तयार करायचे. त्यासाठी आवश्यक असलेली जागा आणि ती बांधण्यासाठी लागणाऱ्या साहित्यासाठी होणारा खर्च काढातचा. तीन आठवड्यांत ते काम पूर्ण व्हायला हवं. त्यात साधेपणाच हवा. काही भव्य-दिव्य करण्याइतकं बजेट माझ्याकडे नाहीये.''

त्या तिघांना तिनं कामाला लावलं आणि निर्विकारपणे बसलेल्या मार्टीकडे

गेली. "मग, आता काय?" सोफीनं विचारलं.

लहानखुऱ्या, नीटनेटकी दिसणाऱ्या मार्टानं सोफीकडे मान तिरकी करून बघितलं. "काय म्हणालीस?"

"मार्टा, तू नक्कीच ऐकलंयस. तुझा त्यावर नुसता विश्वासच बसला असं नाही, तर तू मला त्याबद्दल जाहीर आव्हानही दिलंस. माझ्या मते आता दोन पर्याय तुझ्यासमोर आहेत, एकतर तू माझा अनादर केलायस म्हणून माझी माफी मागायची आणि काम सुरू करायचं, नाहीतर असंच वर्तन चालू ठेवायचं."

मार्टाच्या कपाळावर आठ्या पडल्या. "आणि मी असंच चालू ठेवलं तर?"

"मग दरवाजा उघडा आहे. हा स्वतःहून घ्यायचा अनुभव आहे, आपल्या दोघींसाठीसुद्धा." सोफीच्या चेहऱ्यावरचे भाव मृदू झाले. "हे बघ, तू चांगली मुलगी आहेस आणि या म्यूझियमसाठी अतिशय महत्त्वाची आहेस. तू इथून गेलीस, तर मला चुकल्या-चुकल्यासारखं होईल. पहिल्या क्रमांकाचा दरवाजा तू निवडावास असं मला मनापासून वाटतं."

मार्टा उदास झाली. "मी माझ्या मैत्रिणीकडे गेले होते. शेल्टन कॉलेजमध्ये. ती पदवी वर्गात शिकते आहे."

शेल्टन. शेल्टन कॉलेजमध्ये ती काही महिने शिकत होती; दहा वर्षांपूर्वी. तेवढ्या आठवणीनंच तिला आतासुद्धा आजारी पडल्यासारखं वाटलं. "तो काळाचा महिमा होता."

मार्टाची हनुवटी थरथरली. "माझ्या मैत्रिणीकडे मी तुझी तारीफ करत होते. तू माझ्यापुढे एक आदर्श आहेस, माझी विश्वासू मार्गदर्शक आहेस, स्वतःच्या बुद्धीच्या जोरावर या क्षेत्रात प्रसिद्ध झालेली स्त्री आहेस, वगैरे. माझी मैत्रीण हसायलाच लागली आणि म्हणाली की, पुढे-पुढे जाण्यासाठी तू तुझ्या शरीराचे इतर अवयव वापरलेस! ती म्हणाली की, तू डॉ. ब्रूस्टरबरोबर झोपलीस आणि त्यामुळे ऑव्हिग्ननमध्ये होणाऱ्या उत्खनन संघात तुला प्रवेश मिळाला आणि तुझ्या कामाची सुरुवात अशीच झाली. नंतर तू फ्रान्समध्ये गेल्यावर डॉ. मोरॉक्सबरोबर झोपलीस. म्हणून एवढ्या लवकर तुझी प्रगती झाली. त्यामुळेच एवढ्या कमी वयात तुझा स्वतःचा उत्खनन संघ तू तयार करू शकलीस. हे काहीच खरं नाही असं मी तिला म्हणाले; तू असं काही करणार नाहीस असं मी म्हणाले. बरोबर आहे ना?"

मार्टाचा या कशाशीच संबंध नाही असं आपण म्हणू शकतो, हे सोफीला ठाऊक होतं; पण मार्टाचा गैरसमज हेतुपुरस्सर करून देण्यात आला होता आणि ती दुखावली होती. म्हणून कधी भरून न निघालेल्या जखमेची खपली सोफीनं उकरून काढली. "मी ब्रुस्टरबरोबर झोपले का? होय." आणि तिला त्याची

अजूनही लाज वाटत होती. "त्याच्या उत्खनन संघात मला त्यानं घ्यावं म्हणून मी तसं केलं का? नाही."

"मग तसं का केलंस?" मार्टा हळूच म्हणाली. "त्याचं लग्न झालंय."

"ते आता मला माहीत झालंय्. तेव्हा माहीत नव्हतं. मी लहान होते वयानं. तो वयस्क होता आणि त्यानं मला फसवलं. मी मूर्खासारखी वागले मार्टा, त्याची किंमत मी अजून मोजतेय. सध्या मी जिथे आहे ते डॉ. ॲलन ब्रूस्टरच्या मदतीशिवाय, हे मी तुला ठामपणे सांगू शकते." त्याचं नाव ऐकलं तरी तिच्या जिभेवर घाणेरडी चव रेंगाळत असे, पण मार्टाच्या चेहऱ्यावरचे भाव बदलत असलेले तिनं पाहिले, कारण आपली मार्गदर्शक हीसुद्धा एक माणूस आहे हे तिनं मान्य केलं होतं.

"पण इटियन मोरॉक्सबरोबर मी कधीच झोपले नाही." ती संतापून बोलत राहिली. "आणि आज मी जिथे आहे ते रात्रंदिवस मेहनत करून. इतर कुणापेक्षाही माझे जास्त पेपर्स प्रसिद्ध झाले आणि मी मला स्वतःला सिद्ध केलं. तूसुद्धा असंच करायला हवंस. आणि मार्टा, टेड्बद्दल काहीच बोलायचं कारण नाही. या म्यूझियमच्या बाबतीत आपले कितीही मतभेद असले, तरी टेड् त्याच्या बायकोशी एकनिष्ठ आहे. आत्तापर्यंत मला भेटलेल्या लोकांपैकी डार्ला ही एक सगळ्यात चांगली व्यक्ती आहे. अशा अफवांमुळे लग्नं मोडतात. आलं लक्षात?"

मार्टानं होकारार्थी मान हलवली. तिच्या चेहऱ्यावरचा ताण गेला आणि डोळ्यांत आदरभाव परतला. "होऽ..." तिनं विचारपूर्वक मान तिरकी केली. "तू मला सहजच हाकलून देऊ शकली असतीस." ती म्हणाली.

"मी तसं करू शकले असते, पण मला तुझी गरज आहे, याची मला जाणीव आहे, विशेषतः या प्रदर्शनासाठी." सोफीनं स्वतःच्या जाड्या-भरड्या जीन्सकडे नजर वळवली. "मला फॅशनमधलं कळत नाही. एकविसावं शतक असो की पंधरावं, टेड्च्या त्या पुतळ्यांना तुलाच पोशाख चढवावे लागतील."

मार्टा हलकंसं हसली. "ते मी करेन ना! थँक्स डॉ. जे. मला नोकरीवर ठेवून घेतल्याबद्दल. आणि मी केव्हा दरवाजाबाहेर जाणार हेही सांगितल्याबद्दल. त्या मैत्रिणीची अन् माझी पुन्हा भेट होईल तेव्हा तुझ्याबद्दलची माझी मूळ मतं कायम असल्याचं तिला आवर्जून सांगेन." तिचे ओठ मोहकपणे दुमडले गेले. "मोठी झाल्यावर मला अजूनही तुझ्यासारखंच व्हायला आवडेल."

सोफीनं तिची मान अवघडल्यासारखी हलवली. "खरंच सांगते, माझ्यासारखी होऊ नकोस. आता कामाला लाग."

रविवार, दुपार, १४ जानेवारी, दुपारी १२ : २५ वा.

बर्फामध्ये जिथे जिथे निक्‌ला धातूच्या वस्तू आढळल्या, तिथे-तिथे व्हिटोनं लाल झेंडा रोवला होता. आता निक् आणि व्हिटो जेनसोबत त्या पाच लाल झेंड्यांकडे गोंधळलेल्या नजरेनं पाहत उभे होते.

"यातल्या कुणीही किंवा सगळ्याच आणखी जेन डो असू शकतील." जेन शांतपणे म्हणाली. "आपल्याला माहीत व्हायला हवं."

निक्‌नं उसासा टाकला. "या सगळ्याच परिसरात फिरून आपल्याला शोधावं लागणार आहे."

"त्यासाठी बरीच माणसं लागतील." व्हिटो कुरकुरला. "त्यासाठी सी.एस.यू.कडे काही व्यवस्था आहे का?"

"नाही. मदतीसाठी मला विनंती करावी लागेल; पण हे झेंडे म्हणजे नुसतीच बाणाची टोकं आहेत की त्याखाली कोकचे डबे आहेत याची खात्री झाल्याशिवाय मदतीसाठी विनंती करत मी वरपर्यंत जाणार नाही."

"या झेंड्यापैकी एखाद्या ठिकाणी आपण खोदणं सुरू करायला काय हरकत आहे?" निक् म्हणाला. "खाली काय निघतंय बघू तरी."

"खोदकाम सुरू करू की," जेनच्या कपाळावर आठ्या पडल्या. "पण त्या आधी आपल्या पायांखाली काय आहे ते बघू. आपण फार घाई केली किंवा चुकीच्या मार्गानं गेलो असं होऊ नये."

"प्रेतं शोधणारी कुत्री?" व्हिटोनं सुचवलं.

"शक्य आहे, पण मला असं वाटतं की, या प्रॉपर्टीचीच तपासणी करायला हवी. मी हिस्टरी चॅनलवर एकदा पाहिलं होतं. एका प्राचीन भिंतीचे अवशेष शोधण्यासाठी जमिनीच्या आत घुसणारे रडार त्या पुराणवस्तू-संशोधकांनी बसवले होते. ते खूप खात्रीचं असतं;" जेननं उसासा टाकला. "पण एखाद्या कंत्राटदाराला देण्यासाठी मला कधीच पैसा मिळणार नाही. आपण कुत्रीच आणू आणि काम करून घेऊ."

निक्‌नं बोट वर करून हलवलं. "इतकी घाई नको. तो शो पुराणवस्तुशास्त्रज्ञांचा होता ना? मग झालं तर! आपण एखाद्या पुराणवस्तुशास्त्रज्ञाला बोलावलं, तर तो ते इथेही करू शकेल... रडारचा उपयोग."

जेनचे डोळे चमकले. "तुला असा कुणी पुराणवस्तुशास्त्रज्ञ माहीत आहे?"

"नाही." निक् म्हणाला, "पण शहरात पुष्कळ विद्यापीठं आहेत. कुणालातरी माहीत असेलच एखादा."

"त्यांना कमी मानधनावर काम करावं लागेल" व्हिटो म्हणाला. "आणि ते

विश्वसनीयही असायला हवेत.'' व्हिटोला त्या प्रेताची आठवण झाली. ते हात कसे उभे होते ते आठवलं. ''ही बातमी जर फुटली तर पत्रकारांना पर्वणीच मिळेल.''

''आणि आपण होरपळून निघू!'' निक् पुटपुटला.

''कुणावर विश्वास ठेवणार?''

व्हिटोनं मागे वळून एम. ई.कडे पाहिलं. ''हाय कॅथरिन, झालं तुझं काम?''

कंटाळलेल्या कॅथरीन बॉवरनं मान हलवत हातमोजे काढले. ''ते प्रेत बसमध्ये ठेवलंय.''

''कारण समजलं मृत्यूचं?'' निक्नं विचारलं.

''अजून काहीच नाही. किमान दोन-तीन आठवड्यांपूर्वी तिचा मृत्यू झालाय असं मला वाटतं. माझ्या मायक्रोस्कोपमधून काही टिश्यू सँपल्स तपासल्याशिवाय मी तुला काहीच सांगू शकणार नाही. म्हणून'' तिनं मान कलती करत विचारलं, ''तू कुणावर विश्वास ठेवणार?''

''मला या सगळ्या प्रॉपर्टीचीच तपासणी करायचीये.'' जेन म्हणाली. ''इथल्या स्थानिक विद्यापीठांमधल्या पुराणवस्तुशास्त्र विभागातल्या एखाद्या प्रोफेसरशी कुणाची ओळख असेल, तर मला माहिती हवीये.''

''माझी आहे ना ओळख!'' कॅथरीन म्हणाली आणि त्या तिघांनीही तिच्याकडे टक लावून पाहिलं.

जेनचे डोळे विस्फारले. ''तुझी ओळख आहे? खरा पुराणवस्तुशास्त्रज्ञ?''

''तो मेलेला असेल तर आपल्याला काय उपयोग?'' निक् रूक्षपणे म्हणाला आणि जेनचे गाल लाल झाले.

कॅथरिन मंद हसली. ''हो, एक खराखुरा पुराणवस्तुशास्त्रज्ञ माझ्या ओळखीचा आहे. ती सध्या घरीच आहे प्रदीर्घ सुटीवर. तिच्या क्षेत्रात ती निष्णात समजली जाते. ती मदत करेल असं मला वाटतं.''

''आणि ती जबाबदारीनं वागणारी आहे?'' निक्नं गांभीर्यानं विचारलं आणि एखाद्या आईनं मुलाच्या दंडावर थोपटावं तसं तिनं त्याच्या दंडावर थोपटलं.

''अगदी जबाबदारीनं वागणारी! गेल्या पंचवीस वर्षांहून अधिक काळ मी तिला ओळखते. तुम्हाला हवं असलं, तर मी तिला आता बोलावू शकते.'' तिच्या भुरकट भुवया उंचावून ती त्यांच्या उत्तराची वाट पाहत राहिली.

''निदान आपल्याला समजेल तरी!'' निक् म्हणाला. ''मी तयार आहे.''

व्हिटोनं मान हलवली. ''बोलवू या तिला!''

रविवार, दुपार, १४ जानेवारी, दुपारी १२ : ३० वा.

''अरे देवा, खरंच वाटत नाही.'' पाचशे वर्षांपूर्वीची ती बॅस्टर्डसोअर्ड तलवार आपले हातमोजे घातलेल्या हातात स्पँडननं अतिशय आदरपूर्वक आणि काळजीपूर्वक घेतली. ''भिंतीवरून त्या मुलानं ती काढली तेव्हा त्याचा जीव घ्यावा असंच तुला वाटलं असणार.''

ती दोन मुठींची लांबलचक तलवार म्यानातून काढून सोफी तिच्याकडे पाहतच राहिली. 'सोपवलेलं काम' अतिशय उत्कृष्टपणे करता यावं यासाठी विद्यार्थी जराशी विश्रांती घेत होते. त्यांना त्या तलवारी हाताळाव्यात असं मनापासून वाटत असल्याचं सोफीला जाणवलं, म्हणून ती त्यांना दोष देऊ शकत नव्हती. इतकं प्राचीन शस्त्र आणि तेही इतकं प्राणघातक, हाताळायचं म्हणजे जन्मजात सामर्थ्याचीच आवश्यकता असते.

''मी त्याच्या आईवर जास्त रागावले होते, कारण ती तिच्या सेल फोनवर बराच वेळ बोलत होती आणि तिचं मुलाकडे लक्षच नव्हतं.'' ती मंद हसली. ''योगायोगानं माझा मेंदू इंग्लिशवर पुरेसा स्थिरावला नव्हता म्हणून मी तिच्यावर फ्रेंचमधून ओरडले. ओह, पण काही गोष्टी भाषेच्या पलीकडे असतात.''

''मग तिनं काय केलं?'' मार्टानं विचारलं.

''ती टेड्कडे रडत गेली. त्यानं तिचे पैसे परत केले. मग तो माझ्याकडे आला. ''प्रेक्षकांना असं घाबरवून टाकायचं नसतं सोफी!'' त्याची नक्कल करत ती म्हणाली. ''त्या मुलाला तिच्याकडे मी फरफटत आणलं तेव्हाचा तिचा चेहरा माझ्या अजून लक्षात आहे. त्या मुलापेक्षा ती फारशी उंच नव्हती. माझ्याकडे पाहताना तिची मान नक्कीच मोडली असणार. जास्त उंची असल्याचे जे काही फायदे असतात, त्यापैकी हा एक.''

''या ठिकाणी जास्त सुरक्षा-व्यवस्था असणं गरजेचं आहे.'' जॉननं त्याचं मत सांगितलं. त्याच्या हातातल्या व्हायकिंग युगामधल्या तलवारीकडे त्याचं लक्ष होतं. ''इथली एखादी वस्तू कुणी पळवली नाही, हेही एक आश्चर्यच!''

सोफीनं नकारार्थी मान हलवली. ''इथे आमच्याकडे अलार्म सिस्टिम आहे; पण तुला वाटतं ते बरोबर आहे. आम्ही इथे होतो हे आधी माहीत नसायचं, पण आता एवढे प्रेक्षक इथे येतात; आता मात्र आम्हाला गार्डची आवश्यकता आहेच.'' आगामी वर्षासाठी तिनं गार्डच्या वेतनाची बजेटमध्ये तरतूद केलेली होती; पण नाही ऽऽऽ... टेड्ला पॅनेलिंग हवं होतं. तिला झटका यायला तेवढं कारण पुरेसं होतं. ''प्राचीन काळातल्या पवित्र व्यक्तींचे अवशेष ठेवण्यासाठी इथे किमान दोन इटालियन पेट्या होत्या. आता त्या दिसत नाहीत त्यांच्या जागेवर. ई-बेवर मी त्यांचा नेहमी

शोध घेत राहते.''

"मध्ययुगीन न्याय-पद्धतीचा विचार करावा लागेल त्यासाठी.'' स्पँडननं नाराजी दाखवली.

"त्या काळी चोरी झाल्यावर काय दंड लावला जात असे?'' तिच्याकडे पाहण्यासाठी जॉननं मान कलती करून विचारलं.

ती लांब तलवार सोफीनं काळजीपूर्वक काचेच्या कपाटात ठेवून दिली. "चोरीला गेलेली वस्तू मध्ययुगातल्या नेमक्या कोणत्या काळातली होती यावर ते अवलंबून आहे. अगदी सुरुवातीच्या काळातली, मधल्या काळातली की शेवटच्या- आणि ती कोणती वस्तू होती, यावरही, आणि ती बळजबरीनं नेली की गुपचूप पळवली आणि कुणाची वस्तू चोरीला गेली आणि चोर कोण होता हेही तितकंच महत्त्वाचं होतं. अट्टल चोरांना फासावर लटकवलं जाई, पण लहान-सहान चोऱ्यांबद्दल नुकसान-भरपाई द्यावी लागे.''

"मला वाटलं होतं, हात कापला जाई किंवा डोळा फोडला जाई.'' ब्रूस म्हणाला.

"तसं नेहमीच होत नसे!'' त्याच्या चेहऱ्यावर उमटलेल्या निराशेमुळे बोलता-बोलता सोफीचे ओठ दुमडले गेले. जमीनदाराकडे काम करणाऱ्या लोकांना विद्रूप करणं त्याला योग्य वाटत नसे. शिवाय, मजुराला हात किंवा पाय नसेल, तर मालकाला पैसाही कमीच मिळाला असता ना!''

"त्याला काही अपवादही नसत?'' ब्रूसनं विचारलं तेव्हा सोफीनं त्याच्याकडे मजेशीरपणे पाहिलं.

"आपण रक्तपिपासू झालो आहोत, नाही? हंऽऽऽ अपवाद.'' तिनं त्यावर विचार केला.

"युरोपबाहेरच्या देशात अशा काही संस्कृती होत्या की, तिथे निश्चितच असा न्याय होता. चोराचा एक हात आणि दुसरा पाय कापला जाई. युरोपिअन संस्कृतीमध्ये दहाव्या शतकात शिक्षा म्हणून ज्या हातानं चोरी केली असेल तो हात अँग्लो-सॅक्सन्स कापून टाकत; पण तो गुन्हेगार चर्चमध्ये चोरी करताना पकडला गेला तरच!''

"तुमच्या त्या पवित्र अवशेष ठेवण्याच्या पेट्या त्या काळी चर्चमध्येच ठेवलेल्या असाव्यात.'' स्पँडन्नं अंदाज व्यक्त केला.

सोफीला हसू आलं. "होय, तशाच त्या ठेवल्या असतील, म्हणून त्या इथूनच चोरल्या गेल्या. आणि त्या आताच चोरल्या गेल्या, हे फारच बरं झालं. आता तुमची विश्रांतीची वेळ संपली. तलवारी जागेवर ठेवा आणि कामाला लागा.''

त्यांनी धापा टाकत तिनं सांगितल्याप्रमाणे केलं. आधी स्पँडन्, नंतर ब्रूस आणि मार्टानं. शेवटी फक्त जॉन राहिला. देवाला नैवेद्य दाखवावा, तशी जॉननं त्याच्याकडची तलवार दोन्ही हातांनी वर धरली आणि सोफीनंही ती दोन्ही हातांनी

धरली. तिनं तलवारीची गोल मूठ आदरपूर्वक निरखून पाहिली. “अशीच एक तलवार एकदा मला डेन्मार्कमधल्या उत्खननात सापडली होती, पण ती इतकी चांगली आणि अखंड नव्हती. तिचं पातं संपूर्णपणे गंजलेलं होतं; अगदी मध्यभागी. पण पहिल्यांदाच ती बाहेर काढली तेव्हा मला किती आनंद झाला होता! जणूकाही इतकी वर्षं भूगर्भात ती झोपून होती आणि तिला जाग आली, ती केवळ माझ्यासाठी!” त्याच्याकडे खाली पाहून ती गोंधळल्यासारखी हसली. “असं बोलणं वेडगळपणाचं वाटतं, हो मला ठाऊक आहे ना ते.”

त्यानं गंभीरपणे स्मित केलं. “नाही, वेडगळपणा नाही. त्याच क्षेत्रात असूनही आता तुला तसा अनुभव घेता येत नाहीये.”

सोफीनं ते सगळं साहित्य कपाटात व्यवस्थित मांडलं आणि कुलूप लावून टाकलं. “सगळेच दिवस सारखे नसतात. आज मला ते सगळं आठवतंय.” ‘उद्या जेव्हा मी ‘समकालीन पोशाखात’ टूरवर जाईन, तेव्हा ते मला जास्तच आठवायला लागेल.’ तिच्या मनात आलं. ती उघडपणे म्हणाली, “चला, निघू या-”

तिचा सेल फोन वाजला तेव्हा ती चकितच झाली. टेड्‌नंसुद्धा तिला एका दिवसाची सुटी दिली. “हेलो?”

“सोफी, मी कॅथरिन बोलतेय. एकटीच आहेस?”

कॅथरीनच्या आवाजातली निकड सोफीनं ओळखली. “नाही. काही खाजगी आहे का?”

“होय. तुझ्याशी बोललं पाहिजे. महत्त्वाचं आहे.”

“बरं थांब. जॉन, मला एक फोन आलाय. तुला आणि इतरांना थोड्या वेळानं हॉलमध्ये भेटले तर चालेल ना?” त्यानं ‘हो’ म्हटल्यावर त्याची खुर्ची ग्रेट हॉलमध्ये असलेल्या इतरांच्याकडे तिने वळवली. तो गेल्यावर तिनं दार बंद केलं. “हं बोल कॅथरिन, काय झालंय?”

“मला तुझी मदत हवीये.”

कॅथरिनची मुलगी त्रिशा किंडरगार्टनपासून सोफीची सगळ्यात चांगली मैत्रीण होती आणि आई नसलेल्या सोफीला आई मिळाली होती. “सांग काय ते.”

“आम्हाला एका शेतात खोदकाम करायचंय आणि ते कुठे करावं हे माहीत करून घ्यायचंय.”

“वैद्यकीय परीक्षा.” आणि “उत्खनन” या दोन्ही गोष्टींची सांगड सोफीच्या मनानं एका क्षणात घातली आणि सामूहिक थडग्याची कल्पना तिला सुचली. गेल्या अनेक वर्षांत तिनं अशी अनेक थडगी खणून काढली होती, त्यामुळे अशा ठिकाणी नक्की काय करायला हवं असतं हे तिला माहीत झालेलं होतं. प्रत्यक्ष उत्खनन करायला पुन्हा मिळणार या विचारानं तिच्या नाडीचा वेग वाढल्याचं तिला जाणवलं.

"कुठे आणि केव्हा माझी गरज पडणार आहे?"

"शहराच्या उत्तरेला अर्ध्या तासाच्या अंतरावर असलेल्या एका शेतात आणि एका तासाच्या आत."

"कॅथरिन, माझी साधनं घेऊन तिथे यायला मला किमान दोन तास तरी लागतील."

"दोन तास? का?" सोफीला आणखी काही जणांचे चिडून बोलण्याचे आवाज फोनमधून येत होते.

"कारण मी सध्या म्यूझियममध्ये आहे आणि माझ्याजवळ बाइक आहे. ती सगळी साधनं मी बाइकच्या सीटला बांधू शकत नाही. मला आधी घरी जावं लागेल आणि आजीची कार घ्यावी लागेल. शिवाय, आज दुपारनंतर मी तिच्याजवळ थांबणार होते. मला नर्सिंग होमपाशी थांबून, तिची तब्येत कशी आहे याची निदान चौकशी तरी करावी लागेल."

"मी स्वत:च ॲनाला भेटणार आहे. तू कॉलेजला जा आणि ती साधनं घे. एक डिटेक्टिव्ह तुला तिथेच भेटेल आणि तुझ्या साधनांसह तुला साइटवर पोहोचवेल."

"व्हिटमन कॉलेजच्या ह्युमॅनिटीज् बिल्डिंगसमोर त्याला मला भेटायला सांग. तिथे समोरच एका घाबरलेल्या माकडाचं शिल्प आहे. दीड वाजण्याच्या सुमारास मी तिथे असेन."

आणखी काही कुजबुज, चिडलेले आवाज ऐकू येत होते. "ओ.के!" कॅथरिन संतप्त आवाजात म्हणाली.

"डिटेक्टिव्ह चिकोटेलीची इच्छा आहे की, ही गोष्ट अतिशय गुप्त आहे, हे तुला समजलेलं आहे. अतिशय जबाबदारीनं हे काम व्हावं आणि इतर कुणालाही तू याबद्दल काहीही सांगू नयेस."

"मला समजलं." ती ग्रेट हॉलकडे परतली. "मित्रांनो, मला आता निघावं लागणार आहे."

विद्यार्थ्यांनी त्यांचं सामान आवरायला सुरुवात केली. "तुझी आजी ठीक आहे ना डॉ. जे?" ब्रूसनं विचारलं. त्याच्या कपाळावर काळजीच्या रेषा वाढत होत्या.

सोफी विचारात पडली. "ती ठीक होईल." संपूर्ण सत्यही नाही आणि ॲनाच्या बाबतीत हे खोटंही नव्हतं. "आजच्या दिवस दुपारचे काही तास मोकळे मिळतील तुम्हाला. फारशी मजा नाही करता येणार."

ते गेल्यावर तिनं कुलूप लावलं, अलार्म लावून ठेवला आणि कायद्याच्या मर्यादेत, शक्य तितक्या वेगानं व्हिटमन कॉलेजकडे निघाली. तिच्या छातीतली धडधड वाढली होती. कितीतरी महिन्यांपासून तिनं असं फील्डवर्क केलं नव्हतं. आता तिला ते करायला मिळेल असं दिसत होतं.

प्रकरण २

रविवार, १४ जानेवारी , दुपारी २:०० वा.

तो त्याच्या खुर्चीत टेकून बसला आणि त्याच्या कम्प्यूटर स्क्रीनकडे पाहत त्यानं मान डोलवली. त्याच्या ओठांवर समाधानाचं स्मित झळकलं. 'खूप छान झालं! खूप, खूप छान झालं!' म्हणायचं असलं, तर मीच स्वत: ते असं म्हणेन. आणि खरंच त्यानंच ते म्हटलं.

त्यानं वॉरन् कीझच्या व्हिडिओमधून घेतलेल्या स्थिर फोटोंकडे नजर टाकली. त्यानं त्याचं सावज चांगलं निवडलं होतं – उंची, वजन, बळकट स्नायू. त्या तरुण माणसाचा टॅटू म्हणजे त्याचं दैवच होतं. त्या दैवानंच तो सौदा पक्का केला होता. वॉरन् त्याची शिकार होणार होता. त्यानं तेजस्वीपणे सहन केलं होतं. त्याच्या चेहऱ्यावरची पराकोटीची वेदना कॅमेऱ्यानं अचूकपणे टिपली होती; पण त्याच्या किंकाळ्या!

त्यानं एका ऑडिओ फाइलवर क्लिक केलं, तशा स्पीकर्समधून त्या किंकाळ्या अगदी स्पष्टपणे ऐकू आल्या. त्यामुळे त्याच्या कमरेपर्यंत आनंदाचा शहारा आला. वॉरनच्या किंकाळ्या अगदी परिपूर्ण होत्या. परिपूर्ण फेक! परिपूर्ण तीव्रता! परिपूर्ण उत्स्फूर्तता.

त्याच्या स्थिर चित्रांच्या शेजारी त्यानं जे कॅनव्हासेस टांगलेले होते तिकडे त्याची नजर वळली. त्याच्या पेंटिंग्जची ही मालिका आतापर्यंतच्या पेंटिंग्जमध्ये सर्वोत्कृष्ट ठरावी, अशी त्याची इच्छा होती. 'वॉरन डाईज्' असं शीर्षक त्यानं त्या मालिकेला दिलं होतं. ती अर्थातच तैलरंगात होती. भावनांच्या आविष्कारासाठी त्याला तैलरंगाचं माध्यम अगदी उपयुक्त वाटत होतं. असह्य वेदना होत असताना बाहेर पडणाऱ्या परिपूर्ण किंकाळ्यांमुळे सावजाचा जबडा हुबेहूब ताणलेला दिसत होता.

आणि ते डोळे! छळणुकीमुळे येणारं मरण टप्प्या-टप्प्यानं येतं, असं त्यानं ऐकलं होतं. ते सगळे टप्पे सावजाच्या डोळ्यांतून स्पष्टपणे व्यक्त होत होते.

पहिल्यांदा भीती, नंतर प्रतिकार आणि आता सुटका नाही हे सावजाला दिसल्यावर येणारं नैराश्य! वेदना सहन करण्याच्या सावजाच्या क्षमतेवर अवलंबून असलेली नंतरची स्थिती म्हणजे आशावाद. वेदनेच्या पहिल्या लाटेला सावज थोपवून धरू शकलं, तर त्या लाटा थांबूही शकतात आणि मग बराच वेळ आशावाद पृष्ठभागावर तरळत राहतो. वॉरन् कीझची सहनशीलता विलक्षण होती.

मग सगळ्या आशा मावळल्यावर पाचवी स्थिती – मरण यावं आणि सुटका व्हावी म्हणून करुणार्द्र नजरेनं याचना! शेवटी-शेवटी, सहावी स्थिती, प्रतिकाराची जबरदस्त लाट! आधुनिक माणसाला अस्वस्थ करणारी प्राचीन काळापासून चालत आलेली अस्तित्वाची लढाई.

पण सातवी स्थिती सर्वांत उत्तम आणि अतिशय निसटती – साक्षात मृत्यूचाच क्षण. स्फोट! आत्म्यानं शरीराचा त्याग करताना झालेला ऊर्जेचा चमचमाट! तो क्षण इतका संक्षिप्त की, कॅमेऱ्याचं लेन्ससुद्धा तो पकडण्यासाठी असमर्थ ठरावं! इतका निसटता की, माणसाचे डोळेसुद्धा तो पाहू शकणार नाही. अर्थातच माणसाचं लक्ष विचलित झालेलं असलं तर; पण तो पाहत होता, अनिमिष नेत्रांनी!

त्याला त्याचा लाभ झाला होता. सातव्या पेंटिंगवर त्याचे डोळे रेंगाळले. त्या मालिकेतलं ते शेवटचं पेंटिंग असलं, तरी त्यानं ते पहिल्यांदा केलं होतं. वॉरन्नं प्राण सोडला होता, तरी त्याच्या प्रत्येक धमनीत अजून थरथर होती आणि वॉरन्ची अंतिम, परिपूर्ण किंकाळी त्याच्या कानात घुमत होती, तेव्हाच तो त्याच्या इझलजवळ पोहोचला होता.

त्यानं ते वॉरन्च्या डोळ्यांत पाहिलं होतं. ते शब्दातीत असं काहीतरी त्याला एकट्यालाच मृत्यूच्या त्या क्षणी सापडलं होतं. एका वर्षाच्याही पूर्वी त्यानं ते क्लेअर डाईज्मध्ये पहिल्यांदा मिळवलं होतं. ते खरोखरच इतकं पूर्वी घडलं होतं का? 'आपण मौजमजा करत असताना काळ कसा उडून गेला ते आपल्याला समजतच नव्हतं.' एकदाची त्याला मौजमजा करायला मिळाली तर होती! त्या शब्दातीत काहीतरीचा तो आयुष्यभर पाठलाग करत राहिला होता. ते त्याला आता पुन्हा गवसलं होतं.

प्रतिभा! त्या कलाकृतीला यॅगर व्हॅन झॅण्ड्टनं तेच म्हटलं होतं. क्लेअरमुळेच त्यानं पहिल्यांदा त्या मनोरंजन सम्राटाचं लक्ष वेधून घेतलं होतं आणि त्याला स्वत:ला त्याच्या झॅकरी आणि जॅरेड मालिका जास्त चांगल्या वाटत होत्या, तरी क्लेअर हीच व्ही झेड्ची आवडती होती.

अर्थात, व्हॅन झॅण्ड्टनं त्याची पेंटिंग्ज कधीच पाहिली नव्हती. फक्त त्याची कम्प्यूटर ॲनिमेशन्स पाहिली होती. त्यात त्यानं क्लेअरला 'क्लॉथिल्ड' केलं होतं. ही क्लॉथिल्ड एक फ्रेंच वेश्या होती. दुसऱ्या महायुद्धाच्या काळात राजद्रोहाबद्दल

एका सैनिकानं गळा दाबून तिचा खून केला होता. ही ॲनिमेशन फिल्म जिथे-जिथे दाखवली गेली तिथे-तिथे प्रेक्षक खूश झाले होते. व्हॅन झॅण्ड्टच्या बिहाइंड एनिमी लाइन्स या ताज्या मनोरंजक चित्रपटाची क्लॅथिल्ड स्टार झाली होती.

खूप लोक त्यांना व्हिडिओ गेम्स म्हणत. आपण मनोरंजनाचं साम्राज्य उभं करतो आहोत असा विचार करायला व्हॅन झॅण्ड्टला आवडत असे. बिहाइंड एनिमी लाइन्सच्या प्रती संपल्या होत्या. क्लॉथिल्ड आणि त्याच्या इतर ॲनिमेशन्समुळे त्याला भरघोस यश मिळालं होतं. 'माझ्या कलाकृती!' तो मनात म्हणत होता.

व्हॅन झॅण्ड्टलाही ते समजलं आणि त्यानं बिहाइंड एनिमी लाइन्सच्या बॉक्सला सजविण्यासाठी मृत्यूच्या दारी पोहोचलेल्या क्लॉथिल्डला निवडलं होतं. त्याला ती ॲनिमेशन क्लिप पाहायला फारच आवडत असे. 'क्लॉथिल्ड'चा गळा आवळणारे हात आपलेच आहेत असं त्याला वाटे.

व्ही झेड्नं त्याच्यामधली प्रतिभा ओळखली होती, पण त्याला त्याच्या कलेतलं वास्तव हाताळता येईल याची खात्री त्याला नव्हती, पण क्लॉथिल्ड हे काल्पनिक पात्र आहे आणि त्याचं स्वत:चं नाव फ्रेझियर लुई आहे असं व्ही झेडला पटावं असा प्रयत्न तो करत राहणार होता. अखेरीस, तो आणि व्हॅन झेड या दोघांनाही जे हवं ते मिळणार होतं. व्ही झेड्ला 'मनोरंजन उद्योगा'तून चिक्कार पैसा मिळणार होताच आणि लाखो लोक त्याच्या कलाकृती पाहणार होतेच.

अंतिम ध्येय तेच होतं. त्याला मिळालेली ती नैसर्गिक देणगी होती. त्या देणगीचं प्रदर्शन थोड्या वेळात जास्तीत जास्त लोकांसमोर करण्यासाठी व्ही झेड्चा व्हिडिओ गेम हे केवळ एक प्रभावी माध्यम होतं. एकदा त्याचा जम बसला की, त्याला ॲनिमेशन्सची गरज पडणार नव्हती. स्वत: होऊनच त्याच्या पेंटिंगची मागणी वाढणार होती. पण सध्या तरी त्याला व्हॅन झॅण्ड्टची आणि व्हॅन झँड्टला त्याची गरज होती.

त्याचं ताजं काम पाहून व्ही झेड्ला खूपच आनंद होणार होता. त्यानं त्याचा माऊस क्लिक केला आणि पुन्हा एकदा त्यानं केलेलं वॉरन् कीझचं ॲनिमेशन बघितलं. अगदी उत्कृष्ट झालं होतं ते! कोठडीतल्या इतर कैद्यांशी झगडताना त्या माणसाचा प्रत्येक स्नायू आणि धमनी थरथरत होती, वेदनांनी वाकत आणि वळवळत होती, खोबणीतून त्याची हाडं सावकाश बाहेर काढली जात होती, तेव्हा रक्तही चांगलं ठसठशीतपणे दिसत होतं. फार लाल नव्हतं ते. अगदी खरं वाटावं असंच होतं. त्या व्हिडिओचं काळजीपूर्वक निरीक्षण केल्यामुळे वॉरन्च्या शरीराचं प्रत्येक वैशिष्ट्य तो पुन:पुन्हा नव्या आवृत्तीमध्ये चित्रित करू शकला; अगदी ओठ दुमडण्याची साधी लकबसुद्धा!

त्यानं वॉरन्च्या चेहऱ्याच्या बाबतीत स्वत:चं संपूर्ण कौशल्य वापरलं होतं.

त्याला वाटलेली भीती आणि त्याला पकडणाऱ्या माणसानं केलेल्या मागण्यांना त्यानं केलेला प्रतिकार अगदी स्पष्टपणे त्यात उमटलेला होता. 'तो मी असेन. तो चौकशी अधिकारी!' त्यानं स्वत:ला वृद्ध म्हणून रंगवलं होतं. ज्यानं वॉरनला त्या अंधारकोठडीमध्ये आमीष दाखवून नेलं होतं, तो वृद्ध.

अशा गोष्टी बोलत असताना आणि आता वॉरन् डाईज् पूर्ण झालेलं असताना दुसरं सावज आमिष दाखवून आणण्याची वेळ आली होती. त्यानं 'यूकॅनमॉडेल' वेबसाइट उघडली. ही एक चांगली वेबसाइट होती. तिच्याद्वारे त्याला योग्य असे चेहरे मिळवण्यात यश आलेलं होतं. थोडीशी फी भरून नट-नट्या आणि मॉडेल्स स्वत:बद्दलची माहिती यूकॅनमॉडेलवर देत. त्यामुळे हॉलिवूडचे दिग्दर्शक त्यांच्या फोटोवर क्लिक करून त्यांना चटकन प्रकाशझोतात आणू शकत.

नट-नट्या आणि मॉडेल्स अगदी हवी तशा मिळत. ते चेहरे देखणे असत, भावाविष्कार करणं त्यांना शक्य असे आणि फिल्म आणि कॅन्व्हासवर त्यांचे चेहरे दिसतही चांगले. प्रसिद्धी मिळवण्यासाठी ते आतुरसुद्धा असत आणि आर्थिकदृष्ट्या गरीब असल्यानं कुठलीही भूमिका करण्यास ते तयार असत. एखाद्या डॉक्युमेंटरीमध्ये एखादी भूमिका देण्याचं आमिष त्यांना दाखवलं की, प्रत्येक वेळी त्याचं काम सोपं होई आणि इतिहासाचा सरळमार्गी, जुना प्रोफेसर एड् मंच असल्याचं त्यांना भासवणंही त्याला शक्य होई. पण तरीसुद्धा, त्याला एडवर्ड मंच होण्याचा कंटाळा आला होता. पुढल्या वेळी, कदाचित हायरोनिमस बॉश होणं त्याला आवडलं असतं. आता तिथेच कलावंताची प्रतिभा होती.

त्याच्या सध्याच्या शोधमोहिमेतून मिळालेल्या रचनेचा तो विचार करू लागला. त्यानं पंधरा संभाव्य उमेदवार आधी शोधले, पण त्यांपैकी दहा रद्द केले आणि पाच शिल्लक ठेवले. सहज गळाला लागतील इतके ते गरीब नव्हते. पाचांपैकी फक्त तीन खरेखुरे गरीब होते. त्यानं त्यांच्या आर्थिक परिस्थितीचा विचार केला तेव्हा ते कंगाल तरी होते किंवा त्या मार्गावर तरी होते.

आठवडाभरासाठी त्यानं हे तिघंही जण बाजूला ठेवले आणि एकच एकाकी आणि गुपितं राखेल असा उमेदवार निवडला. चूक झाली असं नंतर वाटू नये, म्हणून ती एक महत्त्वाची गोष्टी होती. त्याच्या सावजांना कुणी नातेवाइक, मित्र असायला नको होते. त्यांचा शोध घेणारं कुणी नको होतं. पळून आलेल्या आणि हात जोडून बसलेल्या त्या देखण्या ब्रिटॅनीसारखी किंवा त्याच्यासमोर असलेल्या वॉरन् आणि बिलीप्रमाणे त्यांना गुपितं राखण्याची इतकी सवय असावी की, त्यांना कुणी भेटल्याचंही इतरांना कळू नये, अशी त्याची अपेक्षा होती.

तो पाहत असलेल्या सर्व उमेदवारांमध्ये ग्रेगरी सँडर्स हाच एक सर्वाधिक योग्य उमेदवार होता. त्याच्या कुटुंबानं नाकारलेला, बहिष्कृत सँडर्स एकटाच होता.

सँडर्सच्या आवडत्या बारमध्ये तो आदल्या रात्री जात असताना त्याचा पाठलाग करताना त्याला हे समजलं होतं. परगावचा व्यापारी असल्याचं भासवून त्यानं सँडर्सला बरीच दारू पाजली आणि तो बरळायला लागेपर्यंत त्याची दु:खी कहाणी ऐकत तो तिथेच थांबला होता. सँडर्सला कुणीच नव्हतं. म्हणजे तो अगदी योग्य होता!

ग्रेगरीचं कॉंटॅक्ट बटन क्लिक करताना त्यानं त्याची स्टँडर्ड इ-मेल उघडली. आपली स्वत:ची वैयक्तिक आणि इलेक्ट्रॉनिक अशी दोन्हीही प्रकारची ओळख लपवून ठेवण्यासाठी उचललेली पावलं योग्यच असल्याची त्याला खात्री होती. दुसऱ्या दिवसापर्यंत ग्रेगरीने त्याची ऑफर स्वीकारण्याची शक्यता होती. महणजे मंगळवारपर्यंत त्याला नवीन सावज आणि एक नवी किंकाळी मिळणार होती!

तो त्याच्या डेस्कपासून दूर झाला आणि उजवी मांडी चोळत पायावर ताठ उभा राहिला. फिलाडेल्फियाचे हे त्रासदायक हिवाळे होते आणि त्या दिवशी त्याला असह्य वेदना होत होत्या. शुद्ध आनंदाव्यतिरिक्त त्याला त्याच्या कलेनं आणखी एक महत्त्वाचा फायदा मिळवला होता. पेंटिंग करत असताना उपचार नसलेल्या त्याच्या या वेदना तो विसरून जात असे. उपायही नव्हता आणि आरामही नव्हता.

तो त्याच्या स्टुडिओच्या दाराशी पोहोचला होता तेव्हा त्याला आठवलं. मंगळवार! त्या म्हाताऱ्या माणसाची बिलं मंगळवारी द्यायची होती. ती देणं आवश्यक होतं. जोपर्यंत गहाणखताची आणि वापराची बिलं वेळेवर दिली जाणार होती, तोपर्यंत तो म्हातारा आणि त्याची बायको कुठे गेली होती, असा कुणाला प्रश्न पडणार नव्हता. त्यांचा शोध कुणी घेणार नव्हतं आणि त्याला तेच हवं होतं. तो त्याच्या कम्प्यूटरजवळ परत गेला. त्याच्या नव्या सावजामुळे त्याला मंगळवारी वेळ मिळणार नव्हता, म्हणून तो आताच ती बिलं देऊन टाकणार होता.

डटन, जॉर्जिया, रविवार, १४ जानेवारी, दुपारी २:१५ वा.

"डॅनिअल, तू इतक्या लवकर आलास हे फार चांगलं केलंस." समोरचं दार उघडण्यासाठी वळण्यापूर्वी शेरीफ फ्रँक लूमिसनं त्यांच्याकडे पाहिलं. "ताबडतोब येशील असं मला वाटलं नव्हतं."

त्याला तसं वाटणं बरोबरच होतं, हे डॅनिअलला ठाऊक होतं. "ते माझे वडील आहेत अजूनही फ्रँक."

"हो, हो." ते कुलूप उघडेना म्हणून फ्रँक जरासा चिडला. "हीच ती किल्ली असल्याची मला खात्री आहे. तुझ्या घरचे लोक सुट्टीवर गेल्यापासून माझ्याकडेच

ही किल्ली आहे.''

पाच वेगवेगळ्या किल्ल्या फ्रँक लावून पाहत होता, तिकडे डॅनिअलचं लक्ष होतं. त्याच्या पोटात भीतीचा गोळा उठू लागला. ''माझ्याकडेपण एक किल्ली आहे.''

फ्रँक पाऊल मागे घेत त्याच्याकडे बघितलं. ''मग तू हे आधीच का नाही सांगितलंस बेट्या?''

डॅनिअलनं भुवया उंचावल्या. ''तू तिथे उभा असताना मला उभं राहायला जागा नव्हती ना!'' तो तिरकसपणे म्हणाला. ''प्रत्येकाचं काम ठरलेलंय ना!'' हे फ्रँकचेच शब्द होते. आदल्या रात्रीच डॅनिअलच्या आई-वडलांचा शोध लागत नाही हे कळवण्यासाठी त्यानं फोन केला, तेव्हा तो तसं म्हणाला होता.

''ती जी. बी. आय.ची काठी तू ओढून काढ. स्पेशल एजन्ट व्हॅर्टनिअन. नाहीतर मीच काढेन ती आणि तिनंच मी तुला बडवेन.'' त्याची ही धमकी पोकळ नव्हती. या ना त्या चुकीबद्दल फ्रँकनं त्याला यापूर्वीही बऱ्याचदा मारलं होतं, पण त्याच्या वडलांपेक्षाही जास्त फ्रँकला त्याच्याबद्दल आपुलकी वाटत होती, हे त्याला माहीत होतं. न्यायाधीश आर्थर व्हॅर्टनिअनला मात्र त्याच्यासाठी वेळही नव्हता.

''त्या जी. बी. आय. काठ्यांबद्दल पुन:पुन्हा बोलू नकोस.'' डॅनिअल सौम्यपणे म्हणाला, पण त्याच्या हृदयाची धडधड वाढू लागली होती. ''आपल्या सगळ्या खेळण्यांसारखं ते नवंकोरं तंत्रज्ञान आहे. तुलाही ते आवडेल.''

''सगळे नोकरशहा सारखेच!'' फ्रँक पुटपुटला. ''ते 'तंत्रज्ञान' आणि 'प्रावीण्य' पुरवतात, पण फक्त ते काम करतात, तेव्हाच. बोट दिलं की, ते मनगट पकडतात आणि मग त्यांची टोळधाडच येते.''

हे निरीक्षणसुद्धा योग्यच होतं, पण जॉर्जिया ब्यूरो ऑफ इन्व्हेस्टिगेशनमधल्या त्याच्या वरिष्ठांना ते पटलं असतं की नाही या विषयी डॅनिअलला शंकाच होती. त्याला किल्ली सापडली होती, पण आता त्याला त्याचा थरथरणारा हात स्थिर करायचा होता. ''मी त्या टोळधाडीतलाच एक टोळ आहे फ्रँक!'' तो म्हणाला.

फ्रँक चिडून गुरगुरला. ''जाऊ दे डॅनिअल, मला काय म्हणायचं होतं ते तुला समजलं. आर्ट आणि कॅरोल तुझे आई-वडील आहेत. मी तुला फोन केला, जी.बी.आय.ला नाही. नोकरशहांनी माझ्या गावावर अतिक्रमण करावं, असं मला वाटत नाही.''

डॅनिअलच्या किल्लीनंही कुलूप उघडलं नाही; पण खूप वेळ झाला होता, त्यामुळे तेच काही काळजीचं कारण नव्हतं. ''तुझी-त्यांची शेवटची भेट कधी झाली होती?''

''नोव्हेंबर. थँक्स गिव्हिंगच्या जवळपास दोन आठवडे आधी. तुझी ममा

ॲजीजकडे निघाली होती आणि तुझे डॅडी कोर्टहाउसच्या जवळ होते.''

''मग तो बुधवार असला पाहिजे.'' डॅनिअल म्हणाला आणि फ्रँकनं मान हलवली. ॲजीज् हे शहरातलं ब्युटी शॉप होतं. तिथे त्याच्या जन्माआधीपासून ती दर बुधवारी जात असे. ''पण डॅड कोर्टहाउसच्या जवळ कसे काय गेले?''

''तुझ्या वडलांना सेवानिवृत्ती कठीण जात होती. त्यांना काम नसल्यानं, भोवती लोक नसल्यानं करमत नव्हतं.''

त्या छोट्याशा जॉर्जिया शहरातल्या सर्किट कोर्ट जज्जला असलेले अधिकार आर्थर व्हॅर्टनिअनना आता राहिलेले नव्हते, असं डॅनिअलला जाणवलं; पण तो गप्प राहिला. ''तू म्हणालास की, माझ्या आईच्या डॉक्टरांनी तुला फोन केलाय.''

''होय. ते केव्हा, तर त्या दोघांनाही भेटून मला खूप दिवस झाले हे लक्षात आलं तेव्हा.'' फ्रँकनं उसासा टाकला. ''सॉरी मुला, तुला आणि सुसानाला तरी किमान तिनं सांगितलं असेल, असं मला वाटलं होतं.''

ही गोष्ट तिनं आपल्या मुलांपासूनही लपवून ठेवली होती, हे समजून घेणं अवघड होतं. ब्रेस्ट कॅन्सर! तिची सर्जरी आणि केमोही झाली होती आणि तरी तिनं एक शब्दही उच्चारला नव्हता.

''होय, ठीक आहे. काही काळ आमचे संबंध तितकेसे चांगले नव्हते.''

''तुझी ममा बऱ्याचदा बोलावूनही आली नव्हती, म्हणून नर्स काळजीत पडली आणि मला तिनं फोन केला. मी आजूबाजूला चौकशी केली, तेव्हा समजलं की, तुझ्या आईनं अँजीला सांगितलं की, ती आणि तुझे वडील मेम्फिसमधल्या तुझ्या आजीकडे जाणार होते त्याच दिवशी तिनं डिसेंबरमधली हेअर ट्रीटमेंटची अपॉइंटमेंट रद्द केली होती.''

''पण ती दोघंही मेम्फिसला गेलीच नाहीत.''

''नाही. तुझ्या बहिणीकडे सुट्या घालवणार असं तुझ्या आईनं तुझ्या आजीला सांगितल्याचं ती मला म्हणाली, पण मी सुसानाला फोन केला तेव्हा तुझ्या आई-वडलांची खबरबात कळाल्याला एक वर्ष होऊन गेलंय, असं ती म्हणाली. तेव्हा मग मी तुला फोन केला.''

''या सगळ्याच गोष्टी खोट्या आहेत फ्रँक.'' डॅनिअल म्हणाला. ''आपण आत जाऊच. काहीतरी करू या.'' दाराच्या बाजूच्या छोट्या खिडकीची काच त्यानं त्याच्या कोपरानं फोडली, हात आत घातला आणि आतून दार उघडलं. घर थडग्यासारखं शांत होतं आणि कुबट वास येत होता.

उंबरठ्यावर उभं राहणं म्हणजे भूतकाळात जाण्यासारखं होतं. जिन्याच्या शेवटच्या खालच्या पायरीपाशी त्याचे वडील उभे आहेत. त्यांच्या बोटांची हाडं मोडलेली आणि रक्ताळलेली आहेत, असा त्याला भास झाला. त्यांच्या शेजारी ममा

उभी आहे, तिच्या डोळ्यांतून अश्रू ओघळतायत, सुसाना एकटीच लांब उभी आहे, 'त्यानं त्यांच्याशी झगडा टाळावा आणि तिला काहीच माहीत नाहीये.' असं ती डोळ्यांनीच त्याला खुणावतेय, विनवणी करतेय असं त्याला वाटलं. तो पूर्वीचा प्रसंग त्याला पुन्हा आठवला होता. सुसानाला काहीच कळलं नाही तर बरंच, म्हणून त्यानं तिला काहीच सांगितलं नव्हतं.

कधीच परत येऊ नये या विचारानं तो निघून गेला होता. सगळ्यात योग्य विचार... "तू वरच्या मजल्यावर जा फ्रँक. मी इथेच आणि बेसमेंटमध्ये शोधतो."

पहिल्या दृष्टिक्षेपातच डॅनिअलची खात्री पटली की, त्याचे आई-वडील ट्रिपवर गेले होते. पाण्याचे सगळे नळ बंद होते आणि विजेच्या प्रत्येक उपकरणाचे प्लग्ज काढलेले होते. टोस्टर ओव्हनही जळून जाईल अशी त्याच्या आईला भीती वाटत होती, असं त्याला आठवलं.

त्यानं पहिल्या मजल्यावर सगळीकडे शोध घेतला आणि मग धडधडत्या हृदयानं तो बेसमेंटमध्ये उतरला. पोलिसात असतानाच्या काळात त्यानं पाहिलेल्या प्रेतांची दृश्य त्याच्या डोळ्यांसमोर तरळली, तसे त्याच्या मनात बॉंबस्फोट सुरू झाले, पण त्या बेसमेंटमध्ये मृत्यूचा वास कुठेही नव्हता आणि पूर्वीप्रमाणेच तिथल्या सगळ्या वस्तू जशाच्या तशाच होत्या. पायऱ्या चढून तो वर आला तेव्हा फ्रँक हॉलमध्ये समोरच्या दाराशी त्याची वाट पाहत बसला होता.

"त्यांनी आपल्या बरोबर खूप कपडे नेले आहेत." फ्रँक म्हणाला. "त्यांच्या सुटकेसेस दिसत नाहीत."

"काय झालंय, नेमकं काहीच कळत नाही." डॅनिअल पुन्हा प्रत्येक खोलीत गेला आणि त्याच्या वडलांच्या ऑफिसात थबकला. "वीस वर्षं ते न्यायाधीश होते फ्रँक. त्यांनी बरेच शत्रू निर्माण केले होते."

"मी त्याचाही विचार केला. त्यांच्या जुन्या केसेसची रेकॉर्डस् शोधायला मी थँडाला सांगितलंय."

चकित झालेल्या आणि ऐकून बरंही वाटलेल्या डॅनिअलनं फ्रँककडे पाहून उदासवाणं स्मित केलं. "थँक्स!"

फ्रँकनं खांदे उडवले. "मिळणाऱ्या ओव्हरटाईममुळे पँडा खूश होईल. चल डॅनिअल, शहरात परत जाऊ. काहीतरी खाऊ-पिऊ आणि त्यानंतर काय करायचं ते ठरवू."

"एक मिनिट! मला त्यांचं डेस्क तपासू दे." त्यानं ड्रॉवर बाहेर ओढला. इतक्या सहज तो उघडल्याचं त्याला आश्चर्य वाटलं. तो उघडल्याबरोबर त्याला ग्रँड कॅन्यनबद्दलचं माहितीपत्रक समोरच दिसलं आणि त्याच्या घशाला कोरड पडली. ग्रँड कॅन्यन बघण्याची त्याच्या आईची खूप दिवसांची इच्छा होती, पण

त्याचे वडील नेहमीच कामात दंग असत, म्हणून ते कधीच जाऊ शकले नव्हते. त्यांनी त्यासाठी बहुतेक आता वेळ काढला असावा.

त्याच्या आईच्या कॅन्सरची वस्तुस्थिती अचानकच त्याच्या अंगावर आदळली. तिला ते रहस्य जेवढं जपायचं होतं तेवढं अकस्मात ते त्याच्यासमोर आलं. 'माझी आई लवकरच मरणार आहे!' तो जोरातच खाकरला. "बघ फ्रँक." त्यानं ती माहितीपत्रकं पंख्यासारखी हलवली.

"ग्रँड कॅन्यन, लेक टॅहो, माउंट रशमोअर." फ्रँकनं उसासा टाकला. "इतकी वर्षं तुझे वडील तुझ्या आईला आश्वासन देत होते त्या ट्रिपवर एकदाचे घेऊन गेले वाटतं."

"पण ते कुठे जाणार होते ते त्यांनी सांगितलं का नाही? हा सगळा खोटेपणा कशासाठी?"

फ्रँकनं त्याचा खांदा दाबला. "तुझी आई आजारी असल्याचं कुणाला समजू नये असं तिला वाटत असावं, असा माझा अंदाज आहे. कॅरोलसाठी ते स्वाभिमान जपणं आहे. तिला तिची प्रतिष्ठा महत्त्वाची आहे. चल, आपण जेवण करून घेऊ."

जड अंत:करणानं तो उठायला लागला, तेवढ्यात एका आवाजानं तो थबकला. "कसला आवाज झाला?"

"काय?" फ्रँकनं विचारलं. "मला काही ऐकू आलं नाही."

डॅनिअलनं ऐकण्याचा प्रयत्न केला आणि त्याला तो पुन्हा ऐकू आला. भिरभिरण्याचा मोठा आवाज. "त्यांचा कम्प्यूटर चालू आहे."

"ते शक्य नाही. तो बंद केलेला आहे."

मॉनिटरवर अंधार होता, पण डॅनिअलनं त्याचा हात कम्प्यूटरवर ठेवला आणि त्याचा श्वास थांबला. "तो गरम आहे आणि चालू आहे. कुणीतरी हा कम्प्यूटर वापरतंय. अगदी सध्या." त्यानं मॉनिटरचं बटन दाबलं आणि त्या दोघांनी ऑनलाइन बँकिंग स्क्रीन उमटलेला पाहिला. अद्‌भुत चमत्कारानं कर्सर फिरत राहिला; त्या दोघांपैकी कुणीही त्याला स्पर्शही न करता.

"शिट्, हे तर 'वीजा-बोर्ड' पाहण्यासारखं आहे!" फ्रँक कुजबुजला.

"ही डॅडची ऑनलाइन बिल पे सिस्टिम आहे. कुणीतरी इतक्यात डॅडचे तारणाचे पैसे दिलेयत्."

"तुझे डॅडी?" फ्रँकनं विचारलं. त्याच्या आवाजात अविश्वास स्पष्ट जाणवत होता.

"मला माहीत नाही," डॅनिअलचा जबडा ताठरला. "पण मी ते शोधून काढतो की नाही बघ!"

फिलाडेल्फिया, रविवार, १४ जानेवारी, दुपार २ : १५ वा.

त्या 'घाबरलेल्या माकडाच्या शिल्पा'कडे व्हिटो पाहत राहिला, तसा त्याचा संताप वाढतच गेला. तो तिथे अर्ध्या तासापेक्षा जास्त वेळ वाट पाहत होता, पण कॅथरिनच्या त्या मैत्रिणीचा अजून पत्ता नव्हता. तो निराश आणि निरुत्साही झाला. मोकळ्या हवेसाठी त्याच्या खिडकीची काच त्यानं खाली केली. जेन डोचा वास त्याच्या केसात आणि नाकपुड्यांत भरून राहिला होता आणि त्याला तो असह्य झाला होता.

त्यानं कॅथरिनला पाच-सहा वेळा तरी फोन केला असेल, पण उपयोग झाला नाही. त्याच्या नजरेतून ती सुटली तर नसेल? तो तिथे बराच आधी आलेला होता आणि त्यानं तिथे पाहिलेली एकमेव व्यक्ती म्हणजे एक कॉलेजची मुलगी होती. त्याच्या ट्रकच्या मागे साधारण पंधरा फूट अंतरावर असलेल्या बसस्टॉपच्या बाकड्यावर ती बसलेली होती.

ती मुलगी विशीच्या आसपास असल्यासारखी दिसली आणि तिचे लांब लांब सोनेरी केस ती उभी राहिल्यावर तिच्या नितंबावर रुळत होते. तिनं माथ्यावर लाल रंगाचा बॅन्डॅना बांधलेला होता आणि दोन पातळशा वेण्या तिच्या कपाळावर दोन्ही बाजूंनी खाली आल्या होत्या, पण तिचे बाकीचे सगळे केस मोकळेच होते. तिने अंगावर केप घातल्यासारखं वाटत होतं. भल्यामोठ्या आकाराच्या सोन्याच्या रिंग्ज तिच्या कानात होत्या आणि तिचा अर्धाअधिक चेहरा जांभळ्या काचांच्या आणि गोल फ्रेम असलेल्या गॉगल्सनी झाकलेला होता आणि या सगळ्यापेक्षाही विशेष म्हणजे तिनं जुन्या वळणाचं, तिच्या मापापेक्षा चौपट मोठं आर्मी सरप्लस जॅकेट घातलं होतं.

कॉलेजची मुलगी असावी, असं मनाशी म्हणत त्यानं मान हलवली. तिनं रस्त्याकडे पाहिलं, मग खाली पाहिलं आणि अंगावरच्या त्या पायघोळ कोटाखाली आपले पाय दुमडून घेतले. त्यामुळे जाड सोल असलेले तिचे आर्मी बूट बाकड्यावर दोन्ही बाजूंनी दिसत होते. थंडीमुळे ती गारठली असावी. तो ट्रकमध्ये बसून होता आणि ट्रकचं हीटर चालू होतं, ही त्याला देवाचीच कृपा वाटली.

एकदाचा त्याचा सेल वाजला. "काय कॅथरिन? कुठे होतीस आतापर्यंत?"

"शवागारात. एका रात्रीपुरती तुझ्या जेन डो ची सोय लावतेय. तुला काय हवंय?"

"तुझ्या मैत्रिणीचा सेल नंबर." त्याच्या ट्रकच्या पॅसिंजर-विंडोवर टक-टक आवाज झाला तेव्हा त्याचं लक्ष तिकडे गेलं. तीच ती कॉलेज-कन्यका होती. "थांब कॅथरिन." त्यानं खिडकीची काच खाली केली. "काय आहे?"

त्या मुलीचे रसरशीत ओठ थरथरत होते. "अंऽ... मी कुणाचीतरी वाट पाहतेय आणि मला वाटतं तो तूच असशील."

जवळ आल्यावर ती अधिकच सुंदर दिसली. अशा वातावरणात अनोळखी पुरुषांशी बोलल्यावर आणखी संकटांना आमंत्रण देण्यासारखंच होतं. "मला तुझ्यामध्ये इंटरेस्ट नाही. तुझ्या वयाच्या दुसऱ्या कुणावर तरी तू हा प्रयोग कर."

"थांब!" ती ओरडली, पण त्यानं खिडकीची काच पुन्हा बंद केली.

"कोण होतं ते?" कॅथरिननं विचारलं. तिच्या आवाजात चेष्टेचा सूर होता.

व्हिटोला त्यात गंमत नाही वाटली. "कॉलेजची एक मुलगी एका वयस्क पुरुषावर जाळं टाकण्याचा प्रयत्न करतेय. तुझी मैत्रीण इथे नाहीये."

"तिथे असेल असं जर ती म्हणाली असेल, तर ती तिथे नक्की असेल व्हिटो. सोफी अतिशय विश्वासू आहे."

"आणि मी तुला सांगतोय् - ती नाहीच आहे इथे." ती मुलगी पुन्हा त्याच्या खिडकीशी आली. "हे बघ," तो त्या मुलीला म्हणाला, "मला इंटरेस्ट नाहीये. म्हणजे तू इथून चालती हो." त्यानं खिडकी बंद करायला सुरुवात केली, पण तिनं तिचे तळहात काचेच्या काठावरच ठेवले आणि त्यानं खिडकी बंद करू नये, म्हणून बोटं काचेच्या आत सरकवली. तिनं घातलेले हातमोजे इतके पातळ होते की, तिचं प्रत्येक बोट इंद्रधनुष्याच्या वेगवेगळ्या रंगाचं दिसलं. तिच्या त्या पायघोळ कोटाच्या रंगापेक्षा अगदी वेगळं!

तिनं तिचे गॉगल्स डोळ्यांवरून काढले तेव्हा व्हिटोचा हात त्याच्या बॅजकडे चालला होता. तिनं डोळे विस्फारले तेव्हा ते त्याला हिरवे दिसले. "तू कॅथरिनला ओळखतोस?" असं तिनं विचारलं तेव्हा ती कॉलेजची पोरगी नसल्याचं त्याच्या ध्यानात आलं. तिचं वय किमान तीस वर्षं असावं, कदाचित जरासं जास्तच.

त्यानं स्वतःचे दात चावले. "कॅथरिन," तो हलकेच म्हणाला. "तुझी मैत्रीण कशी दिसते?"

"तुझ्या खिडकीपाशी उभी आहे तशीच." कॅथरिन हसत म्हणाली. "लांब केस, सोनेरी, तिशीच्या घरातली, चांगल्यात चांगली फॅशन करणारी. सॉरी व्हिटो."

त्यानं आगाऊपणानं काढलेल्या उद्‌गाराबद्दल स्वतःची जीभ चावली. "मला वाटलं होतं ती तुझ्याच वयाची असावी. तू तिला पंचवीस वर्षांपासून ओळखतेस असं म्हणाली होतीस."

"खरंतर अठ्ठावीस. मी किंडरगार्टनमध्ये होते तेव्हापासून." ती धीटपणे म्हणाली आणि तिनं आपला रंगीबेरंगी हात दाखवला. "सोफी जोहान्सन. हेलो कॅथरिन!" ती रिसीव्हरमध्ये बोलली. "तू आम्हाला सेल फोन नंबर्स द्यायला हवे होतेस." वरवर ती किणकिणत्या आवाजात म्हणाली, पण त्या आवाजात अधीरपणाही

भरलेला होता.

कॅथरिननं उसासा टाकला. "सॉरी व्हिटो, मला आता निघायलाच हवं. डिनरसाठी माझ्याकडे पाहुणे येणार आहेत आणि घरी जाण्यापूर्वी सोफीच्या आजीची तब्येत कशी आहे, तेही पाहायला हवंय."

व्हिटोनं त्याचा फोन बंद केला आणि त्या बाईच्या किलकिल्या हिरव्या डोळ्यांमध्ये पाहिलं. आपण अगदीच मूर्ख ठरल्याची जाणीव त्याला झाली. "सॉरी, तू वीस-एक वर्षांची आहेस असं मला वाटलं."

तिच्या भरलेल्या चेहऱ्यावर तिनं ओढून-ताणून हसू आणलं आणि आपण आणखी एक चूक केल्याची त्याला खात्री पटली. जवळून पाहिल्यावर ती केवळ आकर्षकच नव्हती, तर ती अप्रतिम सुंदर होती. तिच्या ओठांना स्पर्श करण्यासाठी त्याची बोटं शिवशिवत असल्याचं त्याला जाणवलं. 'असा चेहरा असलेली स्त्री चमत्कार घडवू शकते.' त्यानं एकदम ओठ आवळले. त्याच्या मनात जे कल्पनांचे वारू उधळले होते त्यामुळे तो स्वत:वरच रागावलाही होता आणि त्याला आश्चर्याचा धक्काही बसला होता. 'घोड्यांना लगाम घाल चिक्! आताच.' मनातल्या मनात तो स्वत:ला बजावत होता.

"मला वाटतं माझी फारच तारीफ चाललीये. मी कॉलेजची मुलगी आहे असं समजून माझ्याशी कुणी तसं वागत असत, याला बराच काळ लोटलाय." तिनं आपलं गोरंपान बोट एका बिल्डिंगकडे रोखलं. "आपल्याला हवं असलेलं एक उपकरण त्या बिल्डिंगमध्ये आहे. एका ट्रिपमध्ये सगळंकाही नेता येण्यासारखं नाही आणि उरलेल्या साधनांसाठी हे उपकरण फूटपाथवर ठेवण्याची माझी तयारी नव्हती. फारच महागडं आहे हे. तू मला हात देशील का?"

मोठ्या मुश्किलीनं आपल्या विचारांवर ताबा ठेवत तो तिच्यामागून त्या बिल्डिंगकडे गेला. "आम्ही तुझ्या सहकार्यबद्दल तुझे आभार मानतो डॉ. जोहान्सन!" दाराचं कुलूप ती काढत असताना तो म्हणाला.

"मला त्यात आनंदच आहे. कॅथरिन माझ्यासाठी खूपकाही करत असते. आणि प्लीज मला सोफी म्हण. मला कुणीच डॉ. जोहान्सन म्हणत नाही. माझे विद्यार्थीसुद्धा मला डॉ. जे-- म्हणतात, पण मला वाटतं मी उंच असल्यामुळे तो बास्केट बॉलचा संदर्भ असावा."

हे शेवटचं वाक्य बोलताना तिच्या चेहऱ्यावर नापसंती दर्शवणारं स्मित दिसलं आणि व्हिटो तिच्या चेहऱ्यावरून नजर हलवू शकला नाही. एवढासाही मेक-अप नसून तिच्या हिप्पीसारख्या इअर-रिंग्ज, आर्मीचे ढगळ कपडे आणि इंद्रधनुष्यी रंगाची बोटं असूनही तिच्या चेहऱ्यावर नैसर्गिक आणि परिपूर्ण तेज होतं. त्याला तिच्याबद्दल इतकी जबरदस्त अभिलाषा निर्माण झाली की, त्याचा श्वासच जणू

थांबला. आधी... ती वासना होती. ते काहीतरी वेगळंच होतं. त्यासाठी त्यानं शब्द शोधण्याचा प्रयत्न केला, पण फक्त एकच शब्द त्याच्या मनाला भावला. 'घर' तिच्या चेहऱ्याकडे पाहत राहणं म्हणजे स्वत:च्या घरी परतण्यासारखंच होतं.

तिच्या गालांवर लाली पसरली आणि आपण तिच्याकडे एकटक पाहतोय हे व्हिटोच्या ध्यानात आलं. त्याच्या हृदयाचे तीन ठोके पडेपर्यंत तीही त्याच्याकडे पाहत राहिली. मग ते वजनदार दार घट्ट धरण्यासाठी ती अचानक वळली आणि ते उघडल्यावर अडखळतं पाऊल टाकून त्याच्या अंगावर जवळपास आदळलीच. तिला सरळ बसवण्यासाठी त्यानं तिचे खांदे पकडले आणि तिला स्वत:जवळ ओढलं. 'सोड तिला!' त्याच्या मेंदूनं आज्ञा दिली, पण त्याच्या हातांनी त्याची आज्ञा झिडकारली. उलट त्यांची पकड घट्ट झाली आणि क्षणभरासाठी ती त्याच्या शरीरावर रेलून विश्रब्ध झाल्यासारखी वाटली.

दार पुन्हा बंद होण्याआधी ते पकडण्यासाठी दंश झाल्यासारखी ती एकदम पुढे वाकली. तेवढ्यामुळे ती त्याच्यापासून दूर होऊ शकली आणि तो क्षण संपला.

त्यानं तिला काही सेकंदच पकडलं होतं, पण ते वीजवाहक तारेला स्पर्श करण्यासारखं होतं आणि तो एक पाऊल मागे सरकला; शरीरानं आणि मनानंही. तो थरारला आणि ते न आवडल्यानं त्यानं जोराचा श्वास घेतला. 'हे आज घडलं हे ठीक आहे.' तो स्वत:शीच बोलला. 'पकड घट्ट कर चिक्; पुन्हा तुझी फसगत होण्याआधीच.' पण त्याच्या ओठातून पुढील शब्द उमटत असताना त्यानं आश्चर्यानं डोळे मिचकावले.

"मला व्हिटो म्हण." तो कामावर असताना सर्वांनी त्याला "डिटेक्टिव्ह" म्हणावं असं त्याला नेहमी वाटे. त्यामुळे कसं छान आणि वेगळंच वाटत असे; पण आता फार उशीर झाला होता.

"ओ. के." सोडलेल्या श्वासाबरोबर हा एकच शब्द तिच्या तोंडून बाहेर आला. जणू तिनं आत्तापर्यंत श्वास रोधून धरला होता. "या वस्तू आपल्याबरोबर घेणं आवश्यक आहे." ती पुढे म्हणाली.

चार सुटकेसेस दाराजवळ ठेवलेल्या होत्या आणि व्हिटोनं त्यापैकी सर्वांत मोठ्या दोन उचलल्या. दुसऱ्या दोन तिनं घेतल्या आणि दार लावून घेतलं. "आज रात्री या मला परत युनिव्हर्सिटीत आणाव्या लागतील." ती लगेच म्हणाली. "उद्याच्या फील्ड-ट्रिपसाठी एका प्रोफेसरांनी जी.पी.आर.वर जायचं कबूल केलं आहे."

तिनं तो क्षण टिचकी मारून उडवून लावला असं वाटलं आणि व्हिटोनंही तसंच करायचं ठरवलं, पण त्याच्या डोळ्यांनाही त्यांचं स्वत:चं मन होतं. तिच्या चेहऱ्याकडे पाहणं तो टाळू शकत नव्हता. त्याच्या ट्रककडे ती दोघं जात असताना

त्याचे डोळे तिच्या चेहऱ्याच्या एका बाजूकडेच रोखलेले होते. थंडीमुळे त्याचे ओठ अजूनही थरथरत होते आणि त्याला अपराधीपणाची टोचणी लागली होती. ''तू माझ्याकडे आधीच का आली नाहीस?'' त्यानं विचारलं.

''तूच मला सभ्यपणे वाग असं म्हणाला होतास.'' समोर पाहत ती म्हणाली. ''तू कॅथरिनचा डिटेक्टिव्हच असशील असं मला वाटलं नाही आणि तू पोलिसांच्या कारमध्येही नव्हतास. तू जर तो नसशील, तर तुझं नाव उघडपणे घेणं तुला आवडलं नसतं असा मी विचार केला. तू दिसायला कसा आहेस हे मला कॅथरिननं सांगितलेलं नव्हतं आणि तुला ओळखण्याची काही खूणही तिनं मला सांगितली नव्हती. म्हणून मी वाट पाहत राहिले.''

ती गारठलेली असताना तिच्या त्या पायघोळ कोटात तिनं स्वत:ला कसं झाकून ऊब मिळवण्याची धडपड केली हे त्याला आठवलं. त्या दोन मोठ्या सुटकेसेस त्यानं ट्रकच्या डिकीत ठेवल्या आणि कुलूप लावून टाकलं. तिच्या हातातल्या छोट्या सुटकेसेससाठी त्यानं हात पुढे केले, तेव्हा तिनं मान हलवून नकार दिला. ''या नाजूक आहेत. तुझी हरकत नसेल, तर मीपण डिकीत बसेन आणि माझ्या सीटला त्या बांधून ठेवेन.''

''तुझ्यासाठी आणि सुटकेसेससाठीही मी चांगली जागा देऊ शकतो.'' ट्रकच्या मधल्या भागात त्यानं त्या व्यवस्थित ठेवल्या. मग दार उघडलं. ''तुझ्यानंतर...'' ती त्याच्यामागे गेली तेव्हा त्याचं मन रुळावरून घसरलं. त्याच्या सीटच्या मागे त्यानं फेकलेल्या गुलाबांसारखा तिचा सुगंध दरवळला, उन्मादक आणि मधुर!

तो स्तब्ध उभा राहिला; तिचा गंध श्वासात भरून घेत. त्याच्या अँड्रीसारखी ती नव्हती, काळी आणि लहान चणीची. सोफी जोहान्सन ॲमेझॉनची होती, उंचीपुरी, सोनेरी केसांची, आणि... रसरसलेली! 'ती रसरसलेली आहे चिक् आणि आज तुला अस्वस्थ करायला तितकंच पुरेसं आहे.' उद्यापर्यंत तो पुन्हा नरम होऊन जाईल.

''सोफी,'' ती सावधपणे म्हणाली. ''मी सोफी आहे.''

''सॉरी!'' डोकं ठिकाणावर ठेव चिक्. एक अनोळखी देह, कदाचित आणखी काही हेच त्याच्या डोक्यात असायला हवं होतं; सोफी जोहान्सनचा मादक गंध नव्हे. त्यानं फ्रंटसीटकडे इशारा केला. त्यांचा संवाद त्यानं व्यावसायिक पातळीवर नेण्याचा पुन्हा निश्चय केला. ''प्लीज.''

''थँक्स.'' ती चढून आत बसली आणि तिच्या कोटाच्या आतून आलेली धातूच्या वस्तूंची किणकिण त्याला ऐकू आली.

''तुझ्या खिशात काय आहे?''

''ओह्! सगळंकाही आहे. हे माझं फिल्ड जॅकेट आहे.'' तिनं एका खिशातून

मूठभर गार्डन स्टेक्स काढून दाखवले. “आपल्याला एखाद्या ठिकाणी काही सापडलंच, तर त्यासाठी मार्कर्स.”

‘तू बरंच काही आणलेलं दिसतंयस हे नक्की!’ असा विचार त्याच्या मनात आला. ते तिथं पोहोचण्यापूर्वी तिथं लावलेले लाल झेंडे निक् काढून टाकेल की काय अशी त्याला शंका आली. तिनं काम सुरू करण्यापूर्वी तज्ज्ञांमध्ये कसलाही पूर्वग्रह निर्माण होऊ न देता त्यांना संपूर्ण तपास करायचा होता. “चला, निघू या.” तो म्हणाला.

ती दोघं निघाल्यावर सोफीनं तिची गारठलेली बोटं ट्रकमधल्या हीटरसमोर धरली. काही न बोलता व्हिटोनं पुढे वाकून एक नॉब फिरवून तापमान वाढवलं.

तिच्या बोटांना पुरेशी ऊब मिळाल्यावर ती आरामात सीटवर बसली आणि व्हिटोकडे निरखून पाहू लागली. त्याच्याकडे पाहताना तिला आश्चर्यच वाटलं. व्हिटो हे नाव ऐकल्यावर तिला वाटलं होतं की, तो पिळदार स्नायू असलेला, हिंस्र स्वभावाचा, गुन्हेगारी वृत्तीचा आणि रागीट असावा. त्याच्याबद्दल तसा ग्रह करून घेणं ही तिची चूकच झाली होती. म्हणूनच ती त्याच्याकडे निरखून बघत होती, पण ते त्याच्या लक्षात आलं होतं. ‘तसा विचार तू करतेस हे बरंच आहे.’ त्याच्या मनात आलं.

तो कमीत कमी सहा फूट दोन इंच होता. ती स्वत: पाच फूट अकरा इंच असूनही त्याच्या डोळ्यांत पाहण्यासाठी तिला चवड्यांवर उभं राहावं लागलं, पण ते नेहमीच शक्य झालं नसतं. त्याच्या लेदर जॅकेटमधून त्याचे रुंद खांदे दिसत होते, पण त्यात सडपातळ काटकपणा होता. त्यामुळे तो हिंस्र बुलडॉग दिसण्याऐवजी मोठ्या मांजरासारखा दिसत होता. त्याचा चेहरा फॅशन मॅगेझीन्स मधल्या मॉडेलप्रमाणे मजबूत, पण रेखीव वाटत होता. अर्थात, ती स्वत: फॅशन मॅगेझीन्स कधी वाचत होती असं नाही. तो आँट फ्रेयाचा छंद होता.

व्हिटो चिकोटेली बऱ्याच स्त्रियांना अतिशय देखणा वाटत असणार आणि त्याच्या पायांवर लोळण घ्यायला त्या उत्सुक असणार हे सोफीनं ओळखलं. त्यामुळेच कदाचित त्यानं तिला पहिल्यांदा ‘तुझ्यात इंटरेस्ट नाही’ असं म्हणून उडवून लावलं असणार. बायका त्याच्यासमोर कदाचित नेहमीच गोंडा घोळवत असणार. आपण सगळ्या बायकांसारख्या नाही आहोत, असा तिनं विचार केला. त्याच्या पायांवर असाहाय्यपणे लोळण घेण्याचा तिच्या बाबतीत प्रश्नच नव्हता.

पण तरी तिनं जवळपास तसंच केलं होतं. किती विचित्र! पण त्यानं ज्या क्षणी तिला जवळ घेतलं तेव्हा तिला त्यानं तिचं स्वागत केल्यासारखं छान वाटलं होतं. त्याच्या खांद्यावर मान टेकवून जणू तिला निवान्त वाटलं होतं. ‘वेडेपणा करू

नकोस सोफी! नजरेच्या एका इशाऱ्यावर हवं ते मिळवण्याची व्हिटोसारख्या दिसणाऱ्या पुरुषांची सवय असते; पण का कुणास ठाऊक, असा निष्कर्ष काढणंही अन्यायाचं होईल.' असं तिला वाटलं. अर्थात त्याला काही महत्त्व होतं असं नाही. तिच्या जी. पी. आर.साठी तो आला होता. दुसरं काही नाही. 'म्हणून, ज्या कामासाठी तू इथे आलीयेस त्यावर लक्ष केंद्रित कर. काम करण्याची पुन्हा संधी मिळालीये! काहीतरी महत्त्वाचं काम!' तिचं मन तिला इशारा देत होतं. तरीसुद्धा तिचे डोळे त्याच्या चेहऱ्यावरच खिळलेले होते.

त्यानं सनग्लासेस घातलेले होते, पण त्याच्या डोळ्याच्या काळ्या कोपऱ्यावर छोट्या-छोट्या पांढऱ्या रेषा तिला दिसत होत्या. जणू तो हसत होता; पण तो त्या वेळी हसत नव्हता. त्या क्षणी त्याच्या चेहऱ्यावरचे भाव सौम्य होते. तो विचारात मग्न होता. त्यामुळे तिच्या इतक्या उत्तेजित आणि उत्साहित असल्याबद्दल तिला थोडासा अपराधीपणा वाटू लागला.

गेल्या अनेक महिन्यानंतर पहिल्यांदाच ती तिच्या क्षेत्रात काही काम करायला निघाली होती. त्यामुळेच तर तिच्या हृदयात रक्त उसळत होतं आणि अंगावर रोमांच उभे राहत होते. त्यानं तिच्या खांद्यावर हात ठेवल्याच्या आठवणीनं नव्हे, तर जमिनीच्या पृष्ठभागाखाली दडलेली गुपितं बाहेर काढण्यातला थरार ती अनुभवत होती. 'तो फक्त तुला पडण्यापासून सावरत होता.' पुन्हा मनानं तिला सांगितलं. एखाद्या पुरुषाचा कोणत्याही कारणासाठी तिला स्पर्श होऊन बराच काळ लोटला होता. तिनं कपाळावर आठ्या घालून लक्ष केंद्रित केलं. "तर व्हिटो, या थडग्यांच्या जागेबद्दल मला सांग."

"थडग्यांबद्दल तुला कुणी काय सांगितलंय?" त्यानं अगदी सहजपणे विचारलं. तिनं नजर फिरवण्याची उर्मी टाळण्याचा प्रयत्न केला. "मी मूर्ख नाहीये. एक एम. ई. आणि एक डिटेक्टिव्ह जमिनीखाली काहीतरी शोधण्याचा प्रयत्न करतायत. तर आपण किती थडग्यांचा विचार करतोय?"

त्यानं खांदे उडवले. "बहुतेक एकही नाही."

"पण तुम्हाला निदान एकतरी सापडलंय."

"असं तू कशावरून म्हणतेस?"

तिनं नाक मुरडलं. "L' odeur de la mort. सहज लक्षात येतं."

"तू फ्रेंच बोलतेस? मी फ्रेंच हायस्कूलमध्ये शिकलो, पण फक्त शिव्याच."

आता तिनं डोळे गरगरा फिरवले. तिला एकदम राग आला. "मला दहा भाषा चांगल्या प्रकारे बोलता येतात, त्यापैकी तीन भाषा तू आत्ता ज्या शरीरातून बाहेर आलायस त्यापेक्षाही प्राचीन म्हणजे मृत भाषा आहेत." ती ताडकन बोलली. तो गप्प झाला, तरी तिला वाटलं की, आपण आपले शब्द मागे घ्यावेत. त्याच्या

गालावरचे स्नायू तडतडताना तिनं पाहिले.

"मी ज्या शरीरातून आता बाहेर आलो ते शरीर कुणाच्यातरी मुलीचं किंवा बायकोचं होतं." तो शांतपणे म्हणाला.

तिचा तापलेला चेहरा, तिचा राग मानसिक गोंधळात आणि शरमेत रूपांतरित झाला. 'तुझेच दात तुझ्याच घशात घातले!' "सॉरी!" तितक्याच शांतपणे ती म्हणाली, "मला अनादर करायचा नव्हता. मी जी प्रेतं पाहते, ती माणसं शेकडो वर्षांपूर्वी गेलेली असतात, पण ती सबब होऊ शकत नाही. मी जराशी.... काहीतरी इंटरेस्टिंग करायला मिळणार आहे म्हणून उत्तेजित झाले होते. वाहवत गेले होते. मी दिलगिरी व्यक्त करते. मी जरा कोरडेपणानंच बोलले."

तो समोर पाहत म्हणाला, "ठीक आहे."

नाही, ते ठीक नव्हतं, पण यावर काय बोलावं तेही तिला सुचलं नाही. तिनं हातातले मोजे काढले आणि विस्कटलेल्या केसांची वेणी घातली. हा डिटेक्टिव्ह तिला जिथे घेऊन चालला होता तिथे काम करणं सोपं होणार होतं. तिच्या वेण्या घालून झाल्या तेव्हा तो बोलला त्यामुळे ती चकितच झाली.

"तर," तो म्हणाला. "तू फ्रेंच बोलतेस? मी ती हायस्कूलमध्ये असताना शिकलो, पण...."

त्याच्या चेहऱ्यावर पश्चात्तापाचं स्मित उमटलं आणि तीही परत हसली. त्यानं तिच्यावर परत हल्ला केला होता. या वेळी ती स्वतःचे दात स्वतःच्या घशात घालून घेणार नव्हती. "पण तू फक्त शिव्याच शिकलास. होय, मी फ्रेंच बोलते आणि इतर अनेक भाषाही. जुन्या पुस्तकांचं भाषांतर करणं आणि मी जिथे काम करते तिथल्या लोकांशी संभाषण करणं त्यामुळं सोपं जातं." ती पुन्हा केसांची वेणी घालू लागली. "तुला हवं असेल, तर इतर भाषातल्याही काही शिव्या मी तुला शिकवीन."

त्यानं ओठ दुमडले. "ठरलं तर मग! कॅथरिन म्हणाली, तू सॅबॅटिकल सुटीवर आहेस."

"हां, थोडंसं तसंच." तिनं तिच्या वेणीचा अंबाडा बांधून मानेकडे वळवला. "माझ्या आजीला अॅटॅक आला होता, म्हणून तिची शुश्रूषा करणाऱ्या माझ्या मावशीला मदत करण्यासाठी फिलीला परतले."

"मग सुधारतेय तिची तब्येत?"

"कधी वाटतं, सुधारतेय. कधी वाटतं..." तिनं उसासा सोडला. "कधी वाटतं तेवढीशी चांगली नाहीये."

"अरेरे!" तो मनापासून म्हणाला.

"थँक यू!"

“आणि तू इथे कुठून आलेयस?”

“दक्षिण फ्रान्स. तिथे आम्ही तेराव्या शतकातल्या एका किल्ल्यात उत्खनन करत होतो.”

तो प्रभावित झाल्यासारखा दिसला. “अंधार कोठडी असणाऱ्या?”

ती हसली. “एके काळी असण्याची शक्यता आहे. त्या किल्ल्याच्या बाहेरच्या भिंती आणि पाया शोधता आला, तर आम्ही स्वतःला नशीबवान समजू. म्हणजे ते नशीबवान ठरतील.” तिनं वाक्य दुरुस्त केलं. “ऐक, व्हिटा मी थोडं विषयांतर करतीये, पण मी काम सुरू करण्यापूर्वी मी काय करावं हे मला समजलं, तर बरं होईल.”

त्यानं खांदे उडवले. “खरोखरच सांगण्यासारखं फारसं काही नाही. आम्हाला एक प्रेत सापडलंय.”

पुन्हा पहिल्याच ठिकाणी ते आले. “पण तुम्हाला वाटतंय की, आणखी काही प्रेतं असतील?”

“असू शकतील.”

पुन्हा बोलण्यात अडकायचं नाही म्हणून ती थोडीशी गमतीनं म्हणाली. “मला जर आणखी काही सापडलं, तर तुमची रहस्यं मला कळतील. ‘मला तुमचा बदला घ्यायचाय’ असं मला म्हणायचं नाहीये. माझा दिवस वाया जाऊ नये, इतकंच.”

त्याच्या ओठांच्या कडा दुमडल्या. “तुला ठार करणं बेकायदेशीर ठरेल डॉ. जोहान्सन.”

त्या दोघांच्या बोलण्यात पुन्हा औपचारिकपणा आला. हे बरं झालं नव्हतं. ती त्याला अजूनही व्हिटो म्हणत होती. “ठीक आहे तर! व्हिटो, माझ्या जुन्या आठवणी पुसून टाकण्याचा प्रयत्न तू करणार नाहीस, तोपर्यंत मी तुमची गुपितं फोडणार नाही, यावर तुला विश्वास ठेवावा लागेल. मेन इन ब्लॅकमध्ये ते जसं आठवणी नाहीशा करण्यासाठी गन्स वापरतात तशी एखादी तुझ्याकडे नाहीये नाही ना?”

पुन्हा त्याचे ओठ दुमडले गेले. “माझी गन दुसऱ्या सूटमध्ये राहिलीये.”

“आधीच कल्पना असली म्हणजे तयारी करता येते, असं म्हणतात. कोणता सूट आहे तो? मी कुणाला सांगणार नाही असं आश्वासन देते.”

अचानक तो दात विचकत हसला आणि त्याच्या उजव्या गालावरची खळी तिला दिसली. ‘वाऽ’ तिच्या मनात आलं. ‘वाऽ, वाऽ. मॅगेझिनमध्ये दिसणाऱ्या देखण्या नटासारखा दिसणारा व्हिटो चिकोटेली सिनेमातल्या नायकासारखा दिसला त्या स्मितामुळे. आँट फ्रेयाचं हृदय जोरात धडधडायला लागेल असं स्मित पाहून, जसं सध्या तुझं धडधडतंय!’

मग तो बोलला. "ती माहिती सध्याच नाही देता येणार." तो म्हणाला आणि सोफी गप्प बसली.

"चला, संवाद सुरू व्हायला एवढं पुरेसं आहे."

त्याचं स्मित मावळलं. "डॉ. जोहान्सन, माझा तुझ्यावर विश्वास नाही असं नाही. मी इथे नसतो, तर तूही आली नसतीस. कॅथरिननं तुझ्याबद्दल खात्री दिलीये आणि माझ्या दृष्टीनं तेवढं पुरेसं आहे."

"मग...."

त्यानं नकारार्थी मान हलवली. "तुझे निष्कर्ष पूर्वग्रहदूषित असू नयेत यासाठी मी तुला काही माहिती देऊ इच्छित नाही. तुझी पाटी कोरी ठेव आणि तुला काय वाटतं ते आम्हाला सांग. हे एवढंच आम्हाला हवं आहे."

तिनं विचार केला. "मला वाटतं, हेच योग्य आहे."

"देवाचे आभार!" तो पुटपुटला आणि ती गालातल्या गालात हसली.

"हा परिसर केवढा आहे ते तरी मला कळेल?"

"जास्तीत जास्त एक-दोन एकर."

तिचा चेहरा पडला. "ओह! त्याला बराच वेळ लागेल."

त्याने आपल्या काळ्या भुवया उंचावल्या. "बराच वेळ म्हणजे किती?"

"चार-पाच तास. कदाचित त्याहून जास्त. व्हिटमनचं भू-गर्भशोधक रडार छोटंसं असतं. शिकवताना आम्ही ते वापरतो. विद्यार्थ्यांबरोबर सगळ्यात मोठा प्लॉट आम्ही शोधतो, तो फार तर दहा चौरस मीटर्सचा असेल. सॉरी!" त्याच्या चेहऱ्यावर राग दिसल्यावर ती म्हणाली. "त्यापेक्षा मोठा परिसर तुम्हाला तपासायचा असेल, तर त्यासाठी मी जिओ-फिजिकल सर्व्हे कंपन्यांची शिफारस करेन. ट्रॅक्टरच्या साहाय्यानं ओढता येतील अशी मोठी यंत्रं त्यांच्याकडे असतात."

"त्यांच्या किमतीही जास्त असणार." तो म्हणाला. "एखाद्या कॉंट्रॅक्टरला त्यासाठी नेमणं आम्हाला परवडणार नाही. आमच्या डिपार्टमेंटच्या बजेटमध्ये बरीच कपात झालेली आहे. आमच्याकडे पैसाच नाही." त्यानं तिच्याकडे सावधपणे पाहिलं. "तू आमच्यासाठी चार-पाच तास देऊ शकशील?"

तिनं तिच्या घड्याळाकडे पाहिलं. तिच्या पोटात आधीच आवाज सुरू झाले होते. "तुझं डिपार्टमेंट पिझ्झा तरी देऊ शकेल का? माझं जेवण झालेलं नाही."

"तेवढं आम्ही करू शकतो."

प्रकरण ३

फिलाडेल्फिया, रविवार, १४ जानेवारी, दुपारी २ : ३० वा.

सी. एस. यू. व्हॅनच्या मागे व्हिटोनं ट्रक थांबवली. "हीच ती जागा."

"मला वाटलंच की, हीच ती जागा असणार." ती पुटपुटली. "पोलिसांची पिवळी टेप आणि सी.एस.यू. व्हॅन पाहिल्याबरोबर माझ्या ते लक्षात आलं." तो आणखी काही बोलणार, एवढ्यात तिनं तिच्या बाजूचं दार उघडलं आणि खाली उडी मारली. ती एकदम मागे सरकली. मग तिनं मोठ्ठा आवंढा गिळला.

"फार उग्र आहे!" तो सहानुभूतीनं. म्हणाला, "Eau de.... तू काय नाव सांगितलंस?"

"L' Ordeur de la mort." ती शांतपणे म्हणाली, "ते प्रेत अजून इथे आहे?"

"नाही, पण प्रेत हलवल्यानं ती दुर्गंधी लगेच जात नाही. मी तुला एक मास्क देतो, पण त्याचा फारसा उपयोग होईल, असं मला वाटत नाही."

तिनं मान हलवली आणि तिच्या कानांभोवती मास्कचे दोन मोठे कडे लोंबकळू लागले. "मला फक्त आश्चर्य वाटलं. मला काही त्रास झाला नाही." तिनं तिचे ओठ निर्धारानं आवळले. तिनं दोन छोट्या सुटकेसेस हातात घेतल्या. "मी तयार आहे." ती म्हणाली.

मोठ्या मुश्किलीनं तिनं मान थोडीशी हलवली; इतर कुणाची खात्री पटवण्यापेक्षा स्वत:चीच खात्री पटवण्यासाठी!

सी.एस.यू. व्हॅनमधून निक् खाली उतरला आणि आपल्या पार्टनरचा चेहरा निर्विकार झाल्याचं पाहून व्हिटोला समाधान वाटलं. जेन मॅक्फेनची प्रतिक्रियाही जवळपास तशीच होती.

जोहान्सननं घातलेल्या तिच्या केसांच्या वेण्या तिच्या नितंबाच्याही एक इंच खाली आल्यामुळे निक् आणि जेन यांना नेमकं काय वाटलं होतं, ते व्हिटोला कळू शकलं नाही.

"जेन, निक्, ही डॉ. जोहान्सन."

जेन हसत पुढे आली. जोहान्सनकडे पाहण्यासाठी तिनं मान उंच केली. त्या दोघींच्या उंचीमधला फरक मजेशीर दिसत होता. "मी जेनिफर मॅक्फेन, सी.एस.यू. आमच्या मदतीसाठी बोलावल्यावर इतक्या ताबडतोब आल्याबद्दल थँक्स डॉ. जोहान्सन."

"ते ठीकंय. आणि प्लीज मला सोफी म्हणा." ती म्हणाली.

"मग मी जेन." तिने त्या छोट्या सुटकेसेसकडे पाहिलं. "अशी छोटी सूटकेस मला नेहमीच चांगली वाटते. तुझी हरकत नसेल, तर तुझ्या त्या इअररिंग्ज काढतेस?" जोहान्सननं लगेच त्या इअररिंग्ज काढून तिच्या जॅकेटच्या खिशात टाकल्या. "सॉरी, त्या घातल्याचंच मी विसरून गेले होते." तिनं जेनच्या खांद्यावरून निक्कडे नजर टाकली.

"तूऽऽ?"

"निक् लॉरेन्स." निक् म्हणाला. "व्हिटोचा पार्टनर. आल्याबद्दल थँक्स!"

"मलाही बरं वाटलं. काम कुठे सुरू करायचंय तिथे मला नेलं तर बरं होईल. मला पुढची व्यवस्था करता येईल."

ते सगळे जणं शेतातून निघाले. जेन आणि जोहान्सन पुढे, तर व्हिटो आणि निक् त्यांच्या खूपच मागे रेंगाळले; आपलं बोलणं ऐकू जाऊ नये म्हणून.

"मला वाटली तशी ती दिसत नाही." निक् पुटपुटला.

व्हिटोनं हसू दाबलं. त्यानं शांत, थंड आणि एकाग्र राहण्याचा प्रयत्न केला आणि त्याला तसंच राहायचं होतं. "तेवढंच म्हणता येणार नाही."

"ती कॅथरिनची मैत्रीण आहे, हे तुला नक्की माहीत आहे? ती खूपच तरुण दिसते."

"मी कॅथरिनशी बोलून खात्री करून घेतलीये. जोहान्सनची निवड अगदी योग्य आहे."

"आणि ती हे कुठे बोलणार नाही, याची तुला खात्री आहे?"

आठवणी नष्ट करणाऱ्या गनचा उल्लेख व्हिटोला आठवला आणि अखेर त्याला हसू आलंच.

"होय." मग ते त्या खड्ड्यापाशी आले आणि तो गप्प झाला. जेन डो एकटीच होती की आणखी किती आहेत हे त्यांना आता समजू शकणार होते.

जोहान्सन त्या खड्ड्याकडे एकटक पाहत होती. तिनं खाली वाकून पाहिलं. तिनं त्या प्रेताचा अनादरानं उल्लेख केल्यावर ती कशी शरमिंदी झाली आणि तिनं नजर खाली झुकवली हे त्याला आठवलं. तिला तसं म्हणायचं नव्हतं, हे त्याला पटलं होतं. तिनं चटकन दिलगिरी व्यक्त केल्यानं तिच्याबद्दल त्याला आदरच

वाटला होता. तिनं त्याच्याकडे वळून पाहिलं आणि दोघांची नजरानजर झाली.

"तुम्हाला ती बाई इथे सापडली?"

"हो."

"हे शेत मोठं आहे. मी पहिल्यांदा कुठे काम सुरू करावं असं तुम्हाला वाटतं?"

"सगळ्या शेताची पाहणी करायला चार-पाच तास लागतील, असं जोहान्सनला वाटतं." व्हिटो म्हणाला. "या खड्ड्याच्या डाव्या-उजव्या बाजूचा परिसर शोधावा आणि काय सापडतं ते बघावं."

"ही योजना चांगली वाटते." जेन म्हणाली. "सगळी व्यवस्था करायला तुला किती वेळ लागेल?"

"फारसा नाही." सोफी गुडघ्यांवर बर्फात बसून त्यांनी सोबत आणलेल्या सुटकेसेस उघडू लागली. यंत्राचे भाग एकमेकांना कसे जोडायचे, हे जेनला दाखवू लागली आणि जेन ख्रिसमसच्या उत्साहानं ते बघू लागली. "हे युनिट सगळी माहिती लॅपटॉपला वायरलेसच्या माध्यमातून पाठवतं आणि लॅपटॉप ती स्टोअर करतं." एका सूटकेसवर तिनं लॅपटॉप ठेवला, त्याला इलेक्ट्रिक करंट जोडला, स्कॅन केलेली माहिती हातात घेऊन ती उभी राहिली.

निक् पुढे झुकून, निरखून पाहत म्हणाला, "हे कार्पेट-स्वीपरसारखं दिसतंय."

"पंधरा हजार डॉलर्सचं कार्पेट-स्वीपर!" जोहान्सन म्हणाली आणि व्हिटोनं शीळ वाजवली.

"याची किंमत पंधरा हजार डॉलर्स? ते छोटं आहे असं तू म्हणाली होतीस."

"हे छोटंच आहे. मोठ्याची किंमत पन्नास हजारांपासून पुढे. जमिनीच्या आत जाणाऱ्या रडारची तुम्हा सर्वांना माहिती आहे?"

"जेनला आहे." व्हिटो म्हणाला. "प्रेतं शोधणाऱ्या कुत्र्यांना बोलवायचा आमचा विचार होता."

"त्यांचा उपयोग होतो, पण जमिनीखाली काय आहे ते तुम्हाला जी. पी. आर.मुळे दिसतं. एक्स-रे सारखं ते स्पष्ट चित्र नसतं, पण एखादी वस्तू जमिनीखाली कुठे आणि किती खोल आहे हे जी.पी.आर. सांगतं. स्क्रीनवरच्या रंगांमुळे वस्तूचं आकारमान समजतं. रंग जेवढे स्पष्ट तेवढं मोठं आकारमान!"

जेननं समजल्यासारखी मान हलवली. "जेवढे स्पष्ट रंग तेवढं आकारमान मोठं आणि तेवढीच वस्तूही मोठी."

"किंवा प्रतिबिंब तेवढंच रेखीव. धातूंचं स्पष्ट आकारमान दिसतं. हवं असेल तर प्रतिबिंब आणखी स्पष्ट होतं. तुम्ही काय शोधताय यावर प्रतिबिंब अवलंबून असतं."

"हाडांबद्दल काय?" निक्नं विचारलं.

"तितकी स्पष्ट दिसत नसली, तरीपण दिसतात. हाडं जेवढी जुनी, तेवढी जास्त अस्पष्ट. प्रेतं कुजायला लागली की, त्यांची माती व्हायला लागते आणि प्रतिबिंब धूसर व्हायला लागतात."

"किती जुन्या काळातली हाडं दिसूच शकत नाहीत?" जेननं विचारलं.

"पंचवीसशे वर्षांपूर्वीच्या नेटिव्ह अमेरिकन माणसाचे अवशेष केन्टुकीमधल्या स्मशानात माझ्या एका सहकाऱ्यानं ओळखले." तिनं वर पाहिलं. "ते प्रेत कुठल्या काळातलं आहे याचा तुम्ही विचार करायची गरज नाही असं मला वाटतं." ती उभी राहिली आणि तिनं तिचे तळहात स्वत:च्या जॅकेटवर पुसले. तिची जीन्स ओली कच्च झाल्याचं दिसत होतं, पण ते तिच्या लक्षातही आलं नव्हतं. ती 'उत्तेजित' झाली होती, असं तिनं सांगितलं होतं, तेव्हा व्हिटोला तिच्या हिरव्या डोळ्यांत ती ऊर्जा नक्कीच दिसली होती. "चला, निघू या."

पहिल्या खड्ड्याच्या उंचीच्या बाजूनं सावकाश आणि नेमकेपणानं स्कॅनिंग करत ती कामाला लागली. संपूर्ण शेताचं स्कॅनिंग करायला खूप वेळ का लागणार होता, ते व्हिटोच्या लक्षात आलं; पण असं करताना त्यांना काही सापडलंच असतं, तर त्यापेक्षा कितीतरी अधिक मानवी तास त्यांना खर्च करावे लागणार होते.

जेन स्तब्ध झाली. "सोफी," ती म्हणाली. तिच्या आवाजात उत्कंठा होती.

स्क्रीन चेक करण्यासाठी जोहान्सननं काम थांबवलं. "इथे काहीतरी आहे, पण त्यात कुठलातरी धातू असल्यासारखं वाटतं. इथे मातीचा रंग एकदमच बदललाय. तो बहुतेक तीन फूट खालपर्यंत गेलाय. आणखी काही रांगा मला पाहू देत."

तिनं ते केल्यावर तिच्या कपाळावर रेषा उमटल्या. "इथे काहीतरी आहे आणि त्यात कुठलातरी धातू असावा असं वाटतं. खूप जुन्या, आतून शिसाचा थर असलेल्या कॉफिन्स स्मशानात अजूनही आढळतात. हा कॉफिनचा नेहमीचा आकार नाही, पण यात इथे नक्कीच धातू वापरलेला आहे." तिनं वर पाहिलं आणि विचारलं. "काही अर्थ लागतोय का?"

व्हिटोनं जेन डोच्या हातांचा विचार केला. "होय." तो गंभीरपणे म्हणाला. "अर्थ लागतोय."

जोहान्सननं मान हलवली आणि यापेक्षा आणखी काही उत्तर असू शकत नाही हे तिनं ओळखलं. "ओके." तिच्या गार्डन स्टेक्सच्या साहाय्यानं तिनं कोपऱ्यांवर खुणा केल्या. "हे साडेसहा फूट बाय तीन फूट आहे."

"म्हणजे पहिल्याइतकंच." जेन म्हणाली.

"मीच बरोबर असेन असं मला म्हणायचं नव्हतं व्हिटो." निक्नं नकारार्थी मान हलवली.

जेन उभी राहिली. ''मी माझी साधनं आणि कॅमेरा आणते. मग ती टीम परत येईल आणि आम्ही फ्लडलाइट्स लावू. निक् तू मला मदत करशील? व्हिटो, तू कॅथरिनला फोन कर.''

''चालेल. आणि मी लिझ्‌ला फोन करते.'' लेफ्ट. लिझ् सॉयर पहिल्या प्रेताबद्दल ऐकून खूश झालेली नव्हती. खुणा न केलेले अनेक खड्डे ही तिच्यासाठी बातमी नव्हती.

निक् जेनबरोबर गेला. व्हिटो जोहान्सनसोबत थांबला. ''सॉरी!'' एवढंच ती म्हणाली. तिच्या डोळ्यांत निराशा दाटून आली.

त्यानं मान हलवली. ''होय मलासुद्धा वाईट वाटतंय. दुसरी बाजू तपासू या.''

जोहान्सननं तिचं काम सुरू केल्यावर, व्हिटोनं त्याच्या सेलवरून लिझचा नंबर डायल केला. ''लिझ्, व्हिटो बोलतोय. आमच्याबरोबर पुराणवस्तुशास्त्रज्ञ आहे. आणखी एक सापडलंय.''

''हे काही चांगलं झालं नाही.'' लिझ् रागात म्हणाली. ''एकच की जास्त?''

''सध्यातरी एकच. ती काम सुरू करतेय आणि ते बराच वेळ चालेल. जेन तिच्या टीमला बोलावतेय आणि आज आम्ही रात्रीपर्यंत शक्य तितकं काम पूर्ण करू.''

''मला माहिती देत चला.'' तिनं आदेश दिला. ''मी कॅप्टनला फोन करून महत्त्वाच्या बातम्या देईन.''

''ठीक आहे.'' व्हिटोनं त्याचा फोन बंद करत खिशात ठेवला.

खोदकामाची हत्यारं आणि कॅमेराही घेऊन जेन आणि निक् परतले, तेव्हा शेजारच्या थडग्याचा काठ जोहान्सनला सापडला होता. ''तेवढीच लांबी अन तेवढीच खोली.'' तिनं पाहिलं तेव्हा वीस मिनिटं झाली होती. ''आणखी एक प्रेत; पण यात कुठे धातूचा वापर केलेला नाही.''

''आमच्या डिटेक्टरला इथे धातू सापडला नाही.'' निक् म्हणाला.

व्हिटोनं सगळ्या शेतावर नजर फिरवली. ''मला ठाऊक आहे. याचा अर्थ असा की, इथे आणखी जास्त असू शकतील.''

पहिल्यांदा सापडलेल्या नव्या थडग्याभोवती जेन प्लॅस्टिक शीट्स अंथरत होती. ''एक फावडं घ्या मुलांनो.''

त्यांनी फावडं घेतलं आणि ती चौघं शांतपणे काम करू लागली, तेव्हा जोहान्सन दुसऱ्या प्लॉटवर खुणा करत डाव्या बाजूला काम सुरू करण्यासाठी वळली. निक्, व्हिटो आणि जेन खणू लागले. निकच्या हाताला पहिल्यांदा प्रेत लागलं. जेननं पुढे वाकून आणि तिच्या छोट्या ब्रशच्या साहाय्यानं प्रेताच्या चेहऱ्यावरची कोरडी घाण काढून टाकली.

तो पुरुष होता, तरुण आणि सोनेरी केसांचा. ते प्रेत फारसं कुजलेलं नव्हतं. तो देखणाही असला पाहिजे, असं त्या प्रेतावरून वाटत होतं. "याला मरून फार काळ झाला नसावा." निक् म्हणाला. "फार तर एक आठवडा."

"तसं असेल, तर" व्हिटो म्हणाला. "त्याचे हात उघडे कर जेन." तिनं तसं केलं आणि त्याला जे समजलं नाही ते समजण्यासाठी मान वळवून तो प्रेत जवळून निरखू लागला. "तो काय करतो आहे?"

"तो जे काय करतो आहे," जेन म्हणाली, "त्याचे हात जेन डो सारखे वायरनं बांधले आहेत."

या सावजाच्या हातांच्या मुठी वळलेल्या होत्या आणि दोन्ही त्याच्या नग्न धडाजवळ बांधलेल्या होत्या. डाव्या मुठीवर उजवी मूठ. उजवी मूठ त्याच्या हृदयाच्या जवळ होती आणि त्याचं कोपर खालच्या बाजूला होतं. दोन्ही मुठी इंग्रजी 'ओ' अक्षरासारख्या मध्यभागी पोकळ होत्या. "त्यानं काहीतरी धरलेलं होतं." व्हिटो म्हणाला.

"तलवार." हा कुजबुजल्यासारखा शब्द त्यांच्या डोक्यावरून आला. तिथे सोफी उभी होती. तिचा चेहरा पांढरा फटक पडलेला होता आणि तिच्या डोक्यावर लाल बँडना होता. तिचे डोळे विस्फारलेले, घाबरलेले, आणि सावजावर खिळलेले होते. आपल्या छातीशी तिला कवटाळावं, कुजायला लागलेल्या त्या प्रेतापासून तिची नजर वळवावी अशी व्हिटोला तीव्र इच्छा झाली होती.

त्याऐवजी तो उभा राहिला आणि तिच्या खांद्यावर त्यानं हात ठेवले. "तू काय म्हणालीस?"

ती हलली नाही. तिचे डोळे अजूनही त्या मृत पुरुषावर खिळलेले होते.

त्यानं तिला किंचितसं हलवलं आणि तिच्या हनुवटीला स्पर्श केला. बळेच तिचा चेहरा स्वत:कडे वळवला. "डॉ. जोहान्सन, तू काय म्हणालीस?"

तिनं आवंढा गिळला. निस्तेज झालेली नजर वर केली. "तो एखाद्या पुतळ्यासारखा दिसतोय."

"पुतळा?" व्हिटोनं तो शब्द पुन्हा उच्चारला. "जाळतात किंवा लटकवतात तसा?"

जणू स्वत:ला सर्वांपासून लपवण्यासाठी तिनं डोळे मिटले. आणि व्हिटोला आठवलं की, तिनं पाहिलेली प्रेतं शेकडो वर्षांपूर्वी मेलेल्या माणसांची होती. "नाही!" ती म्हणाली, तिच्या आवाजात कंप होता. "थडगं किंवा चर्चखालच्या भुयारामध्ये असतो तसा. बऱ्याचदा थडग्यांमध्ये मृत व्यक्तींच्या प्रतिमा असतात; पाषाणात किंवा संगमरवरात कोरलेल्या. हे पुतळे त्यांच्या पाठीवर, भुयाराच्या वर ठेवलेले असतात."

ती आता शांत झाली होती. एखाद्या शिक्षकाप्रमाणे व्याख्यान देत होती. स्वत:शीच सामना करण्याची तिची ही पद्धत होती, हे व्हिटोला आता समजलं होतं. "स्त्रियांचे हात असे जोडलेले असतात." तिनं स्वत:चे हात जोडून तिच्या हनुवटीखाली धरले; जेन डो सारखे.

व्हिटोनं निक्‌कडे रोखून बघितलं. त्यानं मान हलवली.

"तू बोलत राहा सोफी!" निक् शांतपणे म्हणाला. "छान सांगतेस."

"पण... पण कधीकधी त्यांच्या हातांची घडी छातीवर असते." पुन्हा तिनं तसं करून दाखवलं. "कधीकधी पुरुषाचे हात प्रार्थना करत असल्यासारखे जोडलेले असतात; पण कधी तो चिलखत घातलेला असतो, हातात तलवार असते. तलवार नेहमी त्याच्या बाजूला असते, पण कधी पुतळा अशा प्रकारे कोरलेला असतो." तिनं थरथरत्या हातांच्या मुठी वळल्या आणि स्वत:च्या छातीवर ठेवल्या; हुबेहूब त्या पुतळ्यासारख्या! "तलवारीची मूठ तो हातात धरत असे आणि तिचं पातं त्याच्या धडाला लागून सरळ त्याच्या शरीराच्या मध्यभागी! पण अशी पोझ नेहमीच नसते. याचा अर्थ, तो युद्धात कामी आला. तो कोण आहे, तुला माहीत आहे?"

त्यानं नकारार्थी मान हलवली. "अजून नाही."

"कुणाचातरी मुलगा किंवा पती." ती पुटपुटली.

"माझ्या ट्रकमध्ये जाऊन का बसत नाहीस तू? या चाव्या घे."

तिनं त्याच्याकडे पाहिलं. तिच्या डोळ्यांत अजूनही अश्रू चमकत होते. "नाही, मी अगदी ठीक आहे. ह्या दुसऱ्या प्लॉटच्या डाव्या बाजूला मला काही मिळालं नाही हे तुला सांगायलाच मी आले. मी परत त्या झाडांकडे चाललेय." रंगीबेरंगी हातमोजे घातलेल्या तिच्या बोटांनी तिनं तिचे डोळे टिपले. "मला काही झालं नाही."

निक् उभा राहिला. "सोफी, आता तू आम्हाला जे सांगितलंयस, त्यावरून जुन्या इतिहासाच्या पुस्तकात पाहिलेली चित्रं मला आठवतात. ही मध्ययुगीन प्रथा होती, नाही? थडग्यावर पुतळा ठेवण्याची?"

तिनं होकारार्थी मान हलवली, पण अजूनही तिचा चेहरा उदासच होता. "होय, सर्वांत प्राचीन शिल्पकृती ११ व्या शतकातल्या आहेत आणि रिनेसान्सच्या काळातही त्या प्रचलित होत्या."

"मित्रांनो," खड्ड्याच्या काठावर जेन वाकून बसली होती. "या माणसाच्या तलवारीपेक्षा मोठ्या समस्या आपल्यासमोर आहेत." उभं राहून तिनं आपल्या कपड्यांवरची, बुटांवरची धूळ झटकली.

व्हिटो आणि निक्‌ने खड्ड्यामध्ये खाली पाहिलं, पण जोहान्सन मागेच राहिली. त्यानं तिला दोष दिला असं व्हिटो म्हणू शकत नव्हता. त्यानं जे पाहिलं त्यामुळे

त्याला तोंड फिरवावंसं वाटलं, पण त्यानं तसं केलं नाही. जेननं त्या प्रेताच्या पोटाच्या खालचा भाग उघडा केला. त्याच्या पोटाच्या खाली एक मोठं छिद्र होतं. ''च्यायला!'' तो पुटपुटला.

''काय?'' पाच फूट अंतरावरून जोहान्सननं विचारलं.

जेननं उसासा सोडला. ''या माणसाची आतडी काढून टाकलेली आहेत.''

''आतडी काढलेली आहेत!'' जोहान्सन् म्हणाली. ''अशा प्रकारच्या यातना इतिहास काळात दिल्या जात होत्या; पण मध्ययुगात तर हमखास दिल्या जात होत्याच.''

''छळवणूक!'' निक् पुटपुटला. ''बदमाश साले! व्हिटो, असं करणारा माणूस किती विकृत असेल?''

व्हिटोनं सगळ्या शेतावरून नजर फिरवली. ''आणि आणखी किती अशी प्रेतं आहेत इथे कुणास ठाऊक!'' तो उद्गारला.

न्यूयॉर्क सिटी, रविवार, १४ जानेवारी, संध्याकाळी ५ : ०० वा.

शँपेनची बाटली उघडल्यावर जो 'पॉप' असा आवाज आला त्यामुळे त्या खोलीतल्या गोंगाटाची पातळी खाली आली. यॅगर व्हॅन झँड्ट त्याच्या भारी सूटपासून ती फसफसणारी बाटली दूर धरत होता आणि सगळे तरुण, उत्सुक चेहरे 'चिअर्स' करत होते, हे खोलीच्या मागच्या भागातून डेरेक हॅरिंग्टन बघत होता.

''वातावरण थंड होतं, तोपर्यंत आपण सिक्स पॅकमध्ये खूश होतो.'' डेरेकनं टोनी इंग्लंडकडे पाहिलं. त्याच्या हसण्यात खिन्नपणा होता. ''ओह्, गेले ते दिवस!''

पण टोनी हसत नव्हता. ''डेरेक, ते दिवस मला चांगले आठवतात. तुझं ते जुनं बेसमेंट आणि रात्रभर काम करणं आणि... टी-शर्ट्स आणि जीन्स. तेव्हा फक्त तू आणि मी आणि यॅगर होतो.''

''माझ्याही लक्षात आहे. आता आपली संख्या खूप वेगानं वाढतेय. या नव्या लोकांपैकी अर्धेसुद्धा ओळखीचे नाहीत.'' त्यापेक्षा विशेष म्हणजे, त्याचा मित्र आता नाही. प्रसिद्धी आणि डॉलरच्या मागे धावणारा यॅगर व्हॅन झँड्ट आता बदलला होता आणि त्याला आपण ओळखतोय की नाही याची डेरेकला खात्री नव्हती. ''यशाचीही किंमत मोजावी लागते, असं मला वाटतं.''

टोनी क्षणभर गप्प होता. ''डेरेक, आपण आय. पी. ओ.ला जातोय, हे खरंय का?''

"मी अशा अफवा ऐकल्यायत."

टोनीला राग आला. "अफवा? अरे, तू व्हाइस प्रेसिडेंट आहेस. तुला अफवांपेक्षा जास्त काही माहिती असू नये?"

डेरेकला माहिती असायला हवी होती, पण नव्हती. यॅगरमुळे त्याला उत्तर द्यायचं काम पडलं नाही. तो हातात शँपेनची बाटली उंच धरून खुर्चीवर उभा होता. "सभ्य स्त्री-पुरुषहो, आपण आनंद साजरा करायला इथे जमलो आहोत. एका प्रदीर्घ समारंभामुळे तुम्ही सगळे थकलेले आहात, हे मला ठाऊक आहे; पण आता तो संपलाय आणि आपण यशस्वी झालो आहोत. आपल्या 'बिहाइंड एनिमी लाइन्स' या प्रॉडक्शनचा प्रत्येक भाग स्वीकारला गेला आहे. आपल्या प्रत्येक व्हिडिओ गेमसाठी आपल्याला ऑर्डर्स मिळाल्या आहेत. पुन्हा एकदा आपली चांगली विक्री झाली आहे."

सगळे तरुण खूश झाले, पण डेरेक गप्प होता.

"तो विकला गेलाय, छान झालं!" टोनी पुटपुटला.

"टोनी," डेरेक कुजबुजला. "इथे नको. ही जागाही नाही आणि वेळही नाही त्यासाठी."

"मग कुठली जागा आणि वेळ योग्य आहे डेरेक?" टोनीनं विचारलं. "आपण दोघंही यॅगरचे 'होयबा' असताना? का मी एकटाच होयबा असल्याची काळजी करतोय?" गर्दी झालेल्या त्या खोलीमधून मान हलवत टोनी रस्ता काढत बाहेर निघून गेला.

टोनी पहिल्यापासून असाच नाटकी होता हे डेरेकला ठाऊक होतं. कलावंताची प्रतिभा असली की, चिडचिड होतेच; पण तो खराच चिडला होता की काय याची डेरेकला खात्री नव्हती. किंवा त्याच्या प्रतिभेबद्दल किंवा कलेबद्दलही त्याला पुरेशी खात्री नव्हती.

"तुम्हा सर्वांना आपल्या प्रचंड विक्रीनिमित्त बोनस चेक्सच्या रूपात एक छान, मोठ्ठं बक्षीस मिळणार आहे." यॅगर बोलत होता आणि लोक जल्लोष करत होते. "पण सध्या, एक गोड बक्षीस!" दोन वेटर्सनी एक लांबट चौकोनी टेबल तिथे ढकलत आणलं. तिथे सहा फूट रुंद आणि तीन फूट लांब असा केक ठेवला होता. तो 'ओ-आर-ओ'च्या लोगोनं सजविलेला होता. एक सोनेरी ड्रॅगन आणि त्याच्या छातीवर प्रचंड मोठ्या आकारातलं 'आर' हे अक्षर. त्या ड्रॅगननं आपल्या दोन्ही पंजांत दोन 'ओ' ही अक्षरं पक्की धरली होती.

त्यानं आणि यॅगरनं हा लोगो विचारपूर्वक निवडला होता. डेरेकनं तो सोनेरी ड्रॅगन तयार केला होता आणि यॅगरनं कंपनीचं नाव निवडलं होतं. 'ओ-आर-ओ' ही अक्षरं प्रतीकात्मक होती; यॅगरच्या डच जन्मभूमीशी संबंधित. त्यातलं 'आर' हे

अक्षर दोन्ही 'ओ' या अक्षरांच्या पाचपट मोठं असल्याची फिकीर डेरेकनं कधी केली नव्हती; पण आता मात्र त्याला ते खटकलं. डेरेकला आता बऱ्याच गोष्टी खटकत होत्या, पण सर्व कर्मचाऱ्यांच्या भल्यासाठी स्वत:च्या चेहऱ्यावर उसनं हसू आणून त्यानं ती शँपेनची बाटली स्वीकारली.

" 'ओ-आर-ओ' च्या विकासाच्या नव्या पर्वात आपण प्रवेश करत आहोत!'' यॅगर म्हणाला, ''आणि त्या दृष्टीनं आपल्याला काही बदलांची घोषणा करायची आहे. डेरेक हॅरिंग्टनला बढती देण्यात येत आहे.''

चकित झालेला डेरेक सरळ होऊन बसला आणि त्यानं हसणाऱ्या यॅगरकडे पाहिलं. चटकन त्यानं चेहऱ्यावर पुन्हा हसू आणलं. आपण सहमत नसल्याचं कुणाला कळू नये अशी त्याची इच्छा होती.

''डेरेक आता एक्झिक्युटिव्ह आर्ट डिरेक्टर होईल.'' तिथला जल्लोष आणखी वाढला. डेरेकनं मान हलवली, पण त्याच्या चेहऱ्यावरचं स्मित मावळलं होतं. यॅगरनं काय केलं होतं हे त्याला आता समजलं होतं आणि यॅगरच्या नंतरच्या शब्दांनी त्याचा अंदाज खरा ठरला. ''आणि 'बिहाइंड एनिमी लाइन्स'साठी दिलेल्या योगदानाबद्दल फ्रेझिअर लुईला आर्ट डिरेक्टर करण्यात येत आहे.''

सर्व कर्मचाऱ्यांनी टाळ्यांचा कडकडाट केला, तसं डेरेकच्या पायांमधलं बळच संपलं.

''फ्रेझिअर आज रात्री इथे येऊ शकला नाही, पण त्यानं नव्या उपक्रमासाठी शुभेच्छा पाठविल्या आहेत. त्यानं त्याला झालेला आनंद व्यक्त केला आहे. त्यानं त्याच्या पत्रात लिहिलंय, एनिमी लाइन्सनं आपल्याला प्रकाशाच्या झोतात आणलंय. 'द इनक्विझिटर' 'ओ-आर-ओ' चंद्रावर घेऊन जावो!'' यॅगरनं त्याचा ग्लास उंच धरला. ''ओ-आर-ओ आणि आपल्या यशासाठी!''

त्याचा हात थरथरत होता. डेरेक त्या खोलीमधून निसटला. जल्लोष एवढा वाढला होता की, तो तिथून गेला होता, हे कुणाच्या लक्षातही आलं नाही. हॉलमध्ये भिंतीच्या आधारानं तो उभा राहिला. त्याच्या पोटात खळबळत होतं. बढती हा चक्क खोटारडेपणा होता. डेरेकला बढती मिळालीच नव्हती. त्याला बाजूला केलं गेलं होतं. फ्रेझिअर लुईनं 'ओ-आर-ओ'ला पैसा आणि यश मिळवून दिलं होतं, पण त्याच्या कुटिल वर्तनानं डेरेकला भयभीत केलं होतं. 'ओ-आर-ओ'ला उंचीवर नेऊन यॅगरला थांबवण्याचा प्रयत्न केला होता.

पण आता खूप उशीर झाला होता. यॅगरच्या होयबानंच त्याला बाजूला फेकलं होतं.

फिलाडेल्फिया, रविवार १४ जानेवारी, संध्याकाळी ५:०० वाजता

तिला वाटलं होतं त्यापेक्षा ते फारच भयंकर होतं. ती पहिल्यांदा तिथे आली होती तेव्हा तिला खूप उत्सुकता वाटत होती; पण त्या मृत माणसाचा चेहरा पाहिल्यावर तिला आता प्रचंड भीती वाटत होती. ती दुपार जशी संपत आली तसतशी तिची भीती वाढत गेली. तिनं स्कॅनिंग चालू ठेवलं आणि लावलेल्या मार्कर्सचा विचार मनातून काढून टाकला; आणि सापडलेल्या त्या माणसाचाही. कुणीतरी त्या माणसाचा छळ करून त्याला ठार केलं होतं आणि इतरांनाही. आणखी किती जण तिथे होते कुणास ठाऊक!

कॅथरिन त्या प्रेताला पाहण्यासाठी तिथे परतली होती आणि ती आणि सोफी एकमेकींना खाणाखुणा करत होत्या, पण काही बोलत नव्हत्या. त्या ठिकाणी एक विचित्र शांतता पसरली होती. पोलिसांचा एक गट तत्परतेनं तिथे फिरत होता आणि शांतपणे आपापली कामं करत होता.

जमिनीखाली असलेल्या वस्तूंची नोंद सोफी एकाग्रतेनं करत होती; पण त्या वस्तू नव्हत्या. ती माणसं होती आणि ती मेलेली होती. त्याचा विचार मनात येऊ न देण्याचा तिनं प्रयत्न केला. स्कॅनिंगच्या नेहमीच्या पद्धतीवर लक्ष ठेवलं. प्रत्येक स्टेक नेमकेपणानं त्या-त्या जागी ती ठेवत राहिली.

तिनं तिच्या खिशात हात घातला, तर खिसा रिकामाच होता. व्हिटोला भेटण्यापूर्वी तिनं इक्विपमेंट रूममधून स्टेक्सचे दोन पॅक्स घेतले होते. एका पॅकमध्ये एक डझन. चोवीस स्टेक्स. सहा खड्डे. तिला आत्तापर्यंत सहा खड्डे सापडले होते. ती तिथे पोहोचण्यापूर्वी पोलिसांना सापडलेला धरून सात आणि तरी तिचं काम अजून संपलंच नव्हतं. 'अरे देवा. सात माणसं!'

तिला डोळ्यांनी धूसर दिसू लागलं आणि रागातच तिनं डोळ्यांतले अश्रू हातांनी पुसले. 'आणखी खड्ड्यांच्या खुणा करण्यासाठी उपयोगी पडेल असं सी. एम. यूकडे काहीतरी असेल.' जेन मॅक्फेनला शोधण्यासाठी तिनं नजर वर केली, पण तिच्या मागून एक आवाज आला त्यामुळे ती थिजल्यासारखी झाली. तो झिपरचा आवाज होता. त्यामुळे एक विचित्र शांतता पसरली. तिची आणि कॅथरिनची नजर तिनं नुकतीच झिप लावलेल्या ह्या प्रेताच्या बॅगवर एकाच वेळी पडली आणि तिचं मन सोळा वर्षं मागे गेलं. तेव्हा कॅथरिनचे केस बरेच काळे होते, जरासे लांबही.

झिप लावून बंद केलेली ती प्रेताची बॅग बरीच लहान होती.

शांतता बरीच विरली. सोफीला तिच्या नाडीचे ठोके फक्त ऐकू आले. काहीतरी भयंकर समजल्यासारखं कॅथरिनचे डोळे विस्फारले गेले. ती तेव्हाही अगदी अशीच दिसत होती.

सोफीनं तिचं नाव ऐकलं, पण तिला दिसलं ते फक्त त्या ट्रॉलीवरचं प्रेत, त्या दिवशी दिसलं होतं तसं. अगदी खूपच लहान. त्या दिवशी तिला बराच उशीर झाला होता आणि ते तिला घेऊन जात असताना तिला फक्त धक्का बसला होता. दु:खाची प्रभावी लाट अचानक उसळून आली. त्यामुळे प्रचंड संतापही आला. एली गेली होती आणि कुठल्याही उपायांनी ती परत येणार नव्हती.

"सोफी."

तिच्या हनुवटीला अचानक चिमटा जाणवला, तेव्हा सोफीनं डोळ्यांची उघडझाप केली. तिनं कॅथरिनच्या चेहऱ्याकडे पाहिलं. सोळा वर्षं झरझर निघून गेली आणि शहारे आणणारा श्वास तिनं सोडला. आपण कुठे आहोत हे तिला आठवलं आणि गोंधळून जाऊन तिनं डोळे मिटले. "सॉरी!" ती पुटपुटली.

डोळे पूर्ण उघडेपर्यंत तिच्या हनुवटीवरचं वजन वाढलं. कपाळावर आठ्या घालून कॅथरिन तिच्याकडे बघत होती. "माझ्या कारमध्ये जाऊन बस. तुझा चेहरा पांढरा फटक पडलाय."

सोफीनं तिचा हात झटकला. "मी ठीक आहे." प्रेताच्या एका भल्या मोठ्या बॅगच्या शेजारी व्हिटो चिकोटेली उभा असल्याचं तिनं पाहिलं. तिच्याकडे पाहत असताना त्याचे डोळे बारीक झाले होते. ती उद्धट आणि कोरड्या स्वभावाची होती, असं त्याला आधी वाटलं होतं. ती चंचल, किंबहुना दुबळ्या मनाची होती असं त्याला बहुधा वाटलं असावं. तिनं हनुवटी वर केली आणि खांदे सरळ केले आणि आव्हानात्मक नजरेनं त्याच्या चिंतातुर डोळ्यांत थेट पाहिलं. 'ती उद्धट असती, तर बरं झालं असतं.'

पण त्यानं नजर हटवली नाही. तिच्या डोळ्यांकडेच तो एकटक पाहत राहिला. विचलित झालेली सोफी नजर वळवून दुसरीकडे बघू लागली आणि एक पाऊल मागे सरकली. "मी खरोखरच ठीक आहे."

"नाही." कॅथरिन पुटपुटली. "तू अजिबात ठीक नाहीयेस. आज तुझं खूप काम झालंय. एखाद्या ऑफिसरला तुला घरी पोहोचवायला सांगते."

सोफीनं ओठ आवळले. "सुरू केलेलं काम संपवल्याशिवाय मी थांबत नसते." भूतकाळात जराशी गेलेली असताना जी. पी. आर.चं हँडल तिच्या हातातून निसटलं होतं ते तिनं पुन्हा हातात घेतलं. "इतरांसारखं माझं नाही." ती वळणार, तेवढ्यात कॅथरिननं तिचा दंड पकडला.

"तो एक अपघात होता." कॅथरिन हलक्या आवाजात म्हणाली आणि तेच सत्य होतं, असा तिला विश्वास होता, हे सोफी ओळखून होती. "इतका काळ लोटल्यावर तरी तू ते मान्य केलं असशील असं मला वाटतं."

सोफीनं मान हलवली. तिचा राग गेला नव्हता. काही वेळ ती आतल्या आत

संतापाने जळत होती, पण जेव्हा ती बोलली तेव्हा तिचा आवाज थंड होता. "तू तिच्याशी नेहमीच नरमाईनं वागायचीस. मला नाही वाटत मी तितकी---"

"क्षमाशील?" कॅथरिन मध्येच चटकन बोलली.

सोफीनं अगदीच रूक्षपणे हसू दाबलं. "आंधळी! तू मला सांगितलेलं काम मी पूर्ण करेनच." तिनं कॅथरिनच्या पकडीतून स्वत:ची सुटका करून घेतली आणि आपल्या रिकाम्या खिशात हात घातला. मग तिला आठवलं. स्टेक्स. तिनं जेनला शोधलं, पण पोलिसांची ती टीम स्तब्धपणे आणि उत्सुकतेनं तिची आणि कॅथरिनची झटापट पाहत होती.

त्यांनी आपल्या कामात लक्ष घालावं असं तिला त्यांना ओरडून सांगावंसं वाटलं, पण तिनं स्वत:वर नियंत्रण ठेवलं. ती जेनला शोधत राहिली. पुन्हा एकदा व्हिटो चिकोटेलीच्या काळ्या डोळ्यांशी तिची गाठ पडली. त्यानं नजर मुळीच हलवली नव्हती. "माझ्या जवळचे स्टेक्स संपले आहेत. तुझ्याकडे काही मार्कर्स आहेत का?"

"मी काहीतरी शोधून काढेन." सी. एस. यू. व्हॅनकडे वळण्यापूर्वी तिचा अंदाज घेण्यासाठी त्यानं पुन्हा एकदा एक प्रदीर्घ कटाक्ष टाकला. त्याची नजर तिच्याकडून दुसरीकडे वळली, तेव्हा तिनं दीर्घ उसासा टाकला आणि बराच वेळ आपण श्वास रोधून धरल्याचं तिला जाणवलं. तिनं उसासा टाकला, तसा तिला आलेला रागही निघून गेला. आता तिला फक्त खेद आणि शरम वाटली.

"सॉरी कॅथरिन, मी रागवायला नको होतं." ती कॅथरिनशी कधीच खोटं बोलली नव्हती आणि पुढेही कधी तसं करणार नव्हती.

सोफीला काय म्हणायचं होतं, ते ओळखून कॅथरिननं ते मान्य केलं तेव्हा तिच्या ओठांचे कोपरे हलले. "मला माहीत आहे, प्रेत पाहिल्यावर वाईटच वाटणार; पण त्याहीपेक्षा जास्त म्हणजे तुला धक्काच बसला. तू प्रेतं पाहावीस असं मला कधीच वाटलं नव्हतं. तू स्कॅन करून घरी निघून जाशील असाच माझा अंदाज होता. मला वाटतं, मी त्याच्यावर पुरेसा विचारच केला नव्हता."

"ठीक आहे. मला तू मदतीला बोलावलंस, त्याचा मला आनंद झाला." सोफीनं कॅथरिनचा दंड प्रेमानं दाबला आणि त्यांच्यामधले गैरसमज दूर झाले हे तिनं ओळखलं. 'कॅथरिन माझ्यापेक्षा जास्त क्षमाक्षील आहे, ही चांगली गोष्ट आहे.' असा विचार तिच्या मनात आला. 'शिवाय, नुकसानीचा फारसा विचार केला नाही, तर क्षमा करणं जास्त सोपं असतं. एली कॅथरिनची मुलगी नव्हती. ती माझी होती.' सोफीनं घसा मोकळा केला आणि जेव्हा ती बोलली तेव्हा ती धिटाईनं बोलली. "आत्ता मला माझं काम करू दे, म्हणजे सगळे पोलीस आपल्याकडे पाहायचं थांबवतील."

कॅथरिननं मागे वळून पाहिलं. त्यांचं बोलणं कुणी ऐकत असेल, असं जणू तिला पहिल्यांदाच जाणवलं होतं. एकच भुवई उंचावून त्या बाईनं सगळ्या पोलिसांना आपापल्या कामावर पाठवलं. "चोंबडेपणा करण्यात पोलिसांचा नंबर पहिला!" ती कुजबुजत म्हणाली. "बायकांपेक्षाही जास्त गॉसिप्स करतात."

"हे फारच खालच्या पातळीवरचं झालं."

त्यांच्यामागे उभा असलेल्या व्हिटोकडे एकदम सोफीची नजर गेली. हातात फुलं धरावीत तसे रंगीबेरंगी झेंडे त्याच्या हातात होते.

कॅथरिननं त्याच्याकडे पाहून स्मित केलं. "नाही, ते खरंच आहे आणि तुलाही ते ठाऊक आहे."

त्याच्या ओठांचा एक कोपरा वर गेला. " 'चोंबडेपणा' म्हणण्यापेक्षा 'बारकाईनं निरीक्षण' म्हणा, म्हणजे आपली फिट्टंफाट होईल." त्याचं बोलणं कॅथरिनला उद्देशून होतं, पण त्यानं सोफीकडे पाहिलं. आधीच्या इतकीच त्याची नजर सहेतुक होती. त्यानं तिच्यासमोर झेंडे धरले. "तुझ्यासाठी हे मार्कर्स!" तो म्हणाला. त्याच्या हातातून ते घेण्यास ती कचरू लागली. त्याला स्पर्श करण्याच्या विचारानं ती थिजली होती, हे विचित्रच होतं. ती एक व्यावसायिक होती आणि तिला इथे ज्या कामासाठी आणलं होतं, ते काम तिनं करायलाच हवं होतं.

तिनं ते झेंडे घेतले आणि तिच्या खिशात ठेवले. "इतके लागतील असं मला वाटत नाही."

व्हिटोनं सगळ्या शेतावरून नजर फिरवली. त्याच्या चेहऱ्यावरचं पुसटसं स्मित नाहीसं झालं. "अरे, आपण दोघंच राहिलो इथे."

कॅथरिननं नि:श्वास टाकला. "आमेन."

डटन, जॉर्जिया, रविवार, १४ जानेवारी, रात्री ९:४० वा.

डॅनिअल स्वत:चं कपाळ चेपत व्हॅर्टनिअन हॉटेलमधल्या त्याच्या बेडवर बसला होता. अर्धशिशी सुरू होतेय की काय अशी शंका त्याला आली. "तर अशी परिस्थिती आहे." असं म्हणून तो थांबला आणि त्याचा बॉस काय म्हणतोय त्याची वाट पाहत राहिला.

चेस व्हॅर्टननं उसासा टाकला. "तुला गोंधळात टाकणारं एक कुटुंबही आहे, माहीत आहे, नाही का?"

"मला माहीत आहे, खरं आहे ते. ठीक आहे, मला रजा मिळू शकेल का?"

"ते प्रवासात आहेत, हे तुला नक्की माहीत आहे? कशासाठी इतक्या

खोट्या गोष्टी?''

''माझे आई-वडील वेगवेगळी कारणं सांगत असतात आणि त्यातलं काहीतरी खरं असतं.'' आपल्या कुटुंबाची 'प्रतिष्ठा' टिकवण्यासाठी त्याच्या आई-वडलांनी कुटुंबातल्या कितीतरी गोष्टी लपवून ठेवल्या होत्या. पण लोकांना सत्य काय ते कळायला हवं. ''माझ्या आईच्या आजाराबद्दल कुणालाच काही कळू नये, असं त्यांना वाटणं योग्यच आहे.''

''पण कॅन्सर आहे डॅनिअल, पेडोफिलिया किंवा इतर काही मानसिक विकृती नाही. मग कशाला लपवायचं?''

डॅनिअल विचारात पडला. ''कॅन्सरसुद्धा पुरेसा आहे लोकांना विषय चघळण्यासाठी. माझे वडील काँग्रेससाठी निवडणुकीला उभे राहायला तयार झाल्यामुळे विशेषत: त्यांना तेही सहन होणार नाही.''

''तुझे वडील राजकारणात आहेत, हे तू कधीच बोलला नाहीस.''

''जन्माला आल्यापासून ते राजकारणात आहेत.'' डॅनिअल कडवटपणे म्हणाला. ''फक्त कोर्टातूनच आधी ते राजकारण करत, पण आता ते निवडणूक लढवतायत हे मला ठाऊक नव्हतं. निघण्यापूर्वी नुकतंच त्यांनी ते मान्य केलं होतं.'' हे त्याच्या आणि फ्रँकच्या डिनरची ऑर्डर दिली तेव्हा त्यानं टॉनी हॉवर्डकडून ऐकलं होतं. टॉनीनं कार्ल सार्जन्टच्या सेक्रेटरीकडून ऐकलं होतं. त्याचे वडील आदल्या वेळी शहरात आले होते तेव्हा त्या सेक्रेटरीकडे गेले होते. ''माझ्या आईचा कॅन्सर हा विरोधी पक्षाच्या चर्चेचा विषय होईल असं त्यांना वाटतं, याची मला खात्री आहे. ते जे काय सांगतील ते माझ्या आईला मान्य असतं.''

चेस् गप्प होता. त्याला वाटणाऱ्या काळजीची डॅनिअलला कल्पना होती.

''चेस्, मला माझ्या आई-वडलांना शोधून काढायचं आहे. माझी आई आजारी आहे. मी...'' डॅनिअलनं श्वास सोडला. ''मला तिला भेटलंच पाहिजे. मला तिला काही सांगायचं आहे आणि ते मी सांगितल्याशिवाय तिला मरण येऊन चालणार नाही. आमच्यात वाद झाला होता आणि मी तिला कडक भाषेत बोललो होतो.'' खरंतर तो ते सगळं त्याच्या वडलांना बोलला होता, पण त्या बोलण्यातला राग, उद्वेग आणि शरम ह्या सगळ्याचा त्याच्या आईवरही मारा झाला होता. ते बोलणंच तिलाही लागलं होतं.

''तुझी चूक झाली होती?''

''नाही. पण... आमच्या मनात या गोष्टी इतकी वर्षं राहायला नको होत्या.''

''मग तू रजा घेऊन जा, पण त्यांच्या नेहमीच्या सुटीच्या ऐवजी दुसरंच काही आहे, अशी तुला शंका आली, तर तू ताबडतोब निघून ये आणि मग आपण तपास करण्याची योग्य व्यवस्था करू. एक सेवानिवृत्त जज्ज हरवले आहेत आणि मी

शोधण्यासाठी योग्य कार्यपद्धती अवलंबली नाही म्हणून माझे हात मला पोळून घ्यायचे नाहीत.'' चेस भांबावून गेला. ''काळजी घे डॅनिअल. मलाही तुझ्या आईबद्दल काळजी वाटतेय.''

''थँक्स!'' कुठून सुरुवात करावी, डॅनिअलला समजेना, पण त्याच्या वडलांच्या कम्प्यूटरमधूनच काही सुगावा लागेल याची त्याला खात्री होती. वडलांची कम्प्यूटर रेकॉर्ड्स तपासून पाहण्यासाठी त्याचा एक मित्र दुसऱ्या दिवशी जी.बी.आय.मधून येणार होता. त्यात जे काय सापडणार होतं, त्यावरूनच पुढे काहीतरी ठरवता आलं असतं, अशी डॅनिअलला आशा होती.

न्यूयॉर्क सिटी, रविवार, १४ जानेवारी, रात्री १० वा.

हॉटेल स्वीटच्या अंधाऱ्या सीटिंग रूममध्ये खुर्चीवर बसलेल्या डेरेकला तोल सावरत यॅगर दारातून येताना दिसला. ''किती प्यालायस!'' डेरेक तिटकाऱ्यानं म्हणाला.

यॅगर एका झटक्यात ताठ उभा राहिला. ''ते जाऊ दे रे डेरेक, तू मला घाबरवूनच टाकलंस.''

''मग हिशेब पूर्ण झाला!'' डेरेक कडवटपणे म्हणाला. ''ते सगळं काय चाललं होतं?''

''काय?'' हा शब्द तिरस्कारानं म्हटला गेला होता आणि आपलं रक्त उकळतंय असं डेरेकला वाटलं.

''काय ते तुला माहीत आहे. लुईला आर्ट डिरेक्टर करण्याचा अधिकार तुला कोणत्या गाढवानं दिला?''

''अरे, ते फक्त नावापुरतं डेरेक.'' कॉलरमधून टाय ओढून काढत यॅगरनं त्याच्याकडे जळजळीत नजरेनं पाहिलं. ''इथे अंधारात लहान मुलासारखं रुसून बसण्यापेक्षा आमच्या आनंदात सहभागी झाला असतास, तर ही बातमी तुलाच पहिल्यांदा कळली असती. आपल्याला पिनॅकलमध्ये एक बूथ मिळालंय.''

''पिनॅकल?'' पिनॅकल, त्या वर्षाचं गेम कन्व्हेन्शन, क्रीडा परिषद. प्लॅनेटवर. हे प्रचंड मोठं आहे. सिनेमाच्या निर्मात्यांसाठी जसं कान्स, तसं पिनॅकल हे गेम डिझाइनर्ससाठी अत्यंत महत्त्वाचं! पाहण्यासाठी आणि पाहणाऱ्यांसाठी सर्वांत महत्त्वाची घटना! सगळ्या इंडस्ट्रीनंच तुमच्या कलेचं कौतुक करण्यासाठी हे उत्तम ठिकाण असतं. तिकीट मिळण्यासाठी दिवस-दिवस लोक रांगेत उभे असतात. निमंत्रण देऊनच बूथचं वितरण केलं जातं. पिनॅकल हे... पिनॅकलच आहे. त्यानं

हळूच, हलकासा श्वास सोडला. ते खरं होतं यावर विश्वास बसणंच कठीण होतं. ते फक्त त्याच्या अफलातून स्वप्नातच होता. "तू चेष्टा करतोयस."

यॅगर हसला, पण त्याच्या हसण्याचा आवाज विकट होता. "अशा बाबतीत मी कधी चेष्टा करणार नाही. तो साइडबोर्डकडे गेला आणि त्यानं स्वत:साठी ग्लासात आणखी ड्रिंक ओतलं.

"यॅगर, तू आधीच खूप प्यालायस." डेरेक म्हणाला, पण यॅगरनं त्याच्याकडे रागानं पाहिलं.

"गप्प बस. अगदी गप्प बस. मी तुला आणि तुझ्या 'हे करू नकोस' आणि 'ते करू नकोस' अशा उपदेशाला भयंकर कंटाळून गेलोय." त्यानं मागे झुकून एक घोट घशात ओतला. "मी रिस्क घेतलीये म्हणून आपण पिनॅकलला जातोय. कारण धोका पत्करण्याची हिंमत माझ्यामध्ये आहे. यश मिळवण्यासाठी जे लागतं ते माझ्यामध्ये आहे."

डेरेकनं चेहरा वर करून त्याच्याकडे पाहिलं. यॅगरनं स्पष्ट न बोलता जे सुचवलं होतं त्याबद्दल त्याला प्रचंड संताप आला. "आणि माझ्यामध्ये नाहीये."

यॅगरनं दोन्ही हात पसरले. "खरं बोललास." त्यानं नजर दुसरीकडे वळवली. "पार्टनर!" तो पुटपुटला.

"मी आहेच. तुला माहीत आहे." डेरेक शांतपणे म्हणाला.

"काय?"

"तुझा पार्टनर."

"मग तसा वागायला लाग." यॅगर स्पष्टपणे म्हणाला. "आणि एखाद्या धर्मवेड्यासारखं वागणं बंद कर. फ्रेझिअर लुईची कला मनोरंजनात्मक आहे डेरेक. काळाचा विचार कर."

यॅगर त्याच्या रूमकडे जायला लागला तशी डेरेकनं मान हलवली. "तिच्यात असभ्यपणा आहे. काळाचा विचार कर."

यॅगर दाराच्या गोल मुठीवर हात ठेवून थांबला. "तिलाच बाजारात किंमत आहे."

"ते खरं नाही यॅगर."

"पगाराचे चेक्स नाकारताना मी तुला कधी पाहिलं नाही. हिंसा तुला अनैतिक वाटते अशा तिटकाऱ्यानं तू वागतोस, पण मला जेवढा पैसा हवा असतो तेवढाच तुलाही हवा असतो आणि तुला जर पैसा नको असेल, तर तू यातून बाहेर पडणं चांगलं."

"ही धमकी आहे?" डेरेकनं हलकेच विचारलं.

"नाही. हे वास्तव आहे. फ्रेझिअरला लगेच भेट. महिन्यापासून हाणामारीची

दृश्यं शूट करण्याची आश्वासनं तो देतोय. ती त्याला लवकर शूट करायला सांग. मंगळवारी सकाळी नऊ वाजेपर्यंत ती मला हवी आहेत. मला इनक्विझिटरमधल्या हाणामारीची दृश्यं पिनॅकलमध्ये दाखवायची आहेत म्हणून त्यानं लगेच कामाला लागलं पाहिजे.''

स्तंभित झालेला डेरेक पाहतच राहिला. ''तू त्याला आधीच नवा गेम दिला आहेस!''

यॅगर वळला. त्याची नजर थंडगार होती. ''तो मनोरंजनाचा उपक्रम आहे.'' तो तोंडातल्या तोंडात बोलला, ''आणि होय, इनक्विझिटरसाठी मी फ्रेझिअरला डिझाइन देऊन बरेच महिने झाले आहेत. मी जर ते तुझ्यावर सोपवलं असतं, तर वर्षानुवर्षं जी भिकार ग्राफिक्स आपण देत आलो, तीच तू दिली असतीस. तो सतत संशोधन करतोय आणि अनेक महिन्यांपासून त्या डिझाइनवर काम करतोय. आणि तू मात्र एका ठिकाणी बसून कार्टून्स गिरवतोयस.'' या शेवटच्या वाक्यात तिरस्कार भरलेला होता. ''हे मान्य कर डेरेक, मी 'ओ-आर-ओ' वरच्या पातळीवर नेऊन ठेवलेय. ती पातळी कायम ठेव किंवा चालायला लाग.'' त्यानं सटकन दार लावून घेतलं.

बराच वेळ डेरेक त्या दाराकडे एकटक पाहत स्तब्ध उभा होता. 'पातळी कायम ठेव किंवा चालायला लाग.' चालायला लाग. तो असा कुठे जाऊ शकत नव्हता. कुठे जाणार तो? त्यानं त्याची सगळी कलात्मकता, त्याचं मन 'ओ-आर-ओ'मध्ये ओतलं होतं. तो असा कुठेही निघून जाऊ शकत नव्हता. त्याला त्याचा पगार हवा होता. त्याच्या मुलीच्या कॉलेजची ट्यूशन फी कमी नव्हती. 'मी दांभिक माणूस आहे.' फ्रेझिअर लुईची दृश्यं त्यानं निकरानं नाकारली होती. कारण त्यातले मृत्यू रक्त गोठविण्याइतके खरे होते; पण यॅगरचंही बरोबर होतं. 'मी पैसे घेतो. मला पैसा आवडतो.'

त्याला निवड करायची होती. 'ओ-आर-ओ' मध्येच राहायचं असेल, तर फ्रेझिअर लुईच्या 'कले'बद्दलच्या त्याच्या नापसंतीशी त्याला जुळवून घ्यावं लागणार होतं. 'एकतर मी नैतिक दृष्टीनं त्याच्या विरोधात आहे किंवा मी विरोधात नाही.'

त्यानं उसासा सोडला. यॅगर त्याला सत्य सांगत होता की नाही हे त्याला तपासून पाहणं आवश्यक होतं, कारण ते स्वीकारणं अवघड होतं. तेच भिकार ग्राफिक्स. त्यामुळे तो दुखावला गेला. 'मला मत्सर वाटतोय का? लुई खरोखर चांगला कलावंत आहे का? तसं असेल, तर ते मला मान्य आहे का आणि त्याहीपेक्षा महत्त्वाचं म्हणजे त्याच्याबरोबर मी काम करू इच्छितो का?'

डेरेक उठला आणि खोलीत येरझारा घालत बारपाशी थांबला. त्यानं स्वत:साठी ड्रिंक ओतलं. मग पुन्हा अंधारात जाऊन बसला. त्याच्या समोरच्या पर्यायांचा विचार त्याच्या मनात फेर धरून नाचत होता.

प्रकरण ४

फिलाडेल्फिया, रविवार, १४ जानेवारी, रात्री १०:३० वा.

एका बॅगमध्ये आणखी एक प्रेत घालून गाडीवर ठेवून कॅथरिन घेऊन गेली, ते व्हिटो बघत होता. आतापर्यंत सापडलेलं ते तिसरं प्रेत होतं. तो पुरुष होता. पहिल्यांदा सापडलेल्या पुरुषाच्याच वयाचा-त्याला 'नाइट' हे नाव दिलं होतं. त्याला ते नाव देणं अपरिहार्य होतं, कारण त्या टीममध्ये एकदा बातमी पसरली की, त्या पुरातत्व शास्त्रज्ञानं सांगितलं की, हातात तलवार धरल्यावर माणसाची तशी पोझ होते म्हणून तो 'नाइट'. त्या सकाळी ज्या स्त्रीचं प्रेत सापडलं ती 'लेडी' झाली.

या तिसऱ्या प्रेताला ते काय नाव देणार असा प्रश्न त्याला पडला. या प्रेताचे हात त्याच्या बाजूलाच होते. जवळपास तसेच. एक हात सरळ ठेवलेला होता, पण दुसरा खांद्याजवळच तोडून ठेवलेला होता आणि तळहात उघडा होता. त्या माणसाचं डोकं छिन्न-विच्छिन्न झालेलं होतं. बाकीचं जे शिल्लक होतं ते ओळखू न येण्यासारखंच होतं.

"उशीर झालाय आता." व्हिटो म्हणाला. "ड्युटीवरच्या गार्ड्सना आपण युनिफॉर्मस् दिलेले आहेत. आता आपण काम थांबवू या."

"तर, उद्या सकाळी सूर्योदयाच्या वेळी भेटायचं इथेच?" निक्नं विचारलं.

व्हिटोनं मान हलवली. "मग प्रेतांची ओळख पटवण्याचा प्रयत्न करू. सकाळपर्यंत प्रेतांची प्राथमिक तपासणी कॅथरिन पूर्ण करेल. त्यांच्या मृत्यूची कारणं शोधायला बरेच दिवस लागतील."

जेननं भोवताली पाहिलं. "सोफी कुठे आहे?"

व्हिटोनं त्याच्या ट्रककडे बोट दाखवलं. तिथे ती जोहान्सन पॅसेंजरच्या सीटवर बसलेली होती. तिच्या बाजूचं दार उघडं होतं. जवळपास अर्ध्या तासापासून ती तिथेच होती. ती गारठून जाते की काय असं त्याला वाटलं होतं, पण तो विचार

त्यानं मनातून काढून टाकला, कारण तिला खूप थंडी जाणवली असती, तर तिनं दार बंद केलं असतं; पण तो तिचा विचार मनातून काढू शकला नाही की तिच्याकडे पाहणंही टाळू शकला नाही. त्यांचं काम चालू असतानाही त्याचं तिच्याचकडे लक्ष होतं. नाइटला पाहिल्यावर ती मनातून हादरलीच होती. तरी ती सतत काम करतच राहिली होती.

पण आणखी काहीतरी घडलं होतं. कॅथरिननं ते प्रेत बॅगमध्ये घालून झिप लावली तेव्हा तर सोफीनं भूत पाहिलं असावं अशीच ती दिसली होती. ते प्रेत पाहिल्यावर तिला जे काय आठवलं असेल, त्यामुळे कॅथरिनला तिच्याजवळ पाठवणं आवश्यकच होतं आणि मग त्या दोघींमध्ये वादावादी झाली, एवढं मात्र स्पष्ट होतं.

तेव्हापासून मग त्यानं आणखीच बारकाईनं तिचं निरीक्षण सुरू केलं होतं. त्यानं स्वत:ला बजावलं की, ती केवळ उत्सुकता होती. किंवा कॅथरिननं अचूकपणे म्हटल्याप्रमाणे, ती केवळ जिज्ञासा होती. काय घडलं होतं, आज किंवा कुठल्या तरी दिवशी जे तिला आठवत होतं, ते त्याला जाणून घ्यायचं होतं.

पण त्याला ते कदाचित कधीच समजणार नव्हतं. त्यानं तिला परत नेऊन पोहोचवलं की, सगळंच थांबणार होतं. तरीही त्याच्या ट्रकमध्ये बसलेल्या तिच्याकडे त्याचं लक्ष जातच होतं. त्या सकाळी आपल्या पायघोळ कोटामध्ये ती जशी पाय दुमडून बसली होती, तशीच जवळपास आताही बसली होती. तरुण आणि बरीचशी एकाकी दिसत होती ती.

"आपलं तिच्याकडे असलेलं काम झालंय?" व्हिटोनं विचारलं.

जेननं होकारार्थी मान हलवली. सोफीनं केलेल्या स्कॅनची छापील प्रत ती पाहत होती. "तिनं अगदी उत्कृष्ट काम केलंय." चार प्लॉट्सच्या चार रांगांमध्ये स्टेक्स आणि झेंडे लावलेले होते. प्रत्येक प्लॉट अगदी एकसारख्या आकाराचा, रांगा आणि स्तंभ सारख्या अंतरावर. अगदी लष्करी शिस्तीमध्ये. "आता आपल्याला फक्त खोदकाम सुरू करायचंय."

व्हिटो ट्रकजवळ गेल्यावर त्याच्या लक्षात आलं की, दोन्ही मोठ्या सुटकेसेस ट्रकच्या डिकीमध्ये तिनं स्वत:च सुरक्षितपणे ठेवून दिल्या होत्या. त्यानं जेव्हा त्या इथे आणल्या तेव्हा त्या वजनदार होत्या. 'तिच्या फील्ड-जॅकेटच्या आतलं तिचं शरीर अगदी मजबूत असलं पाहिजे.' काही सेकंद ती त्याच्या खांद्यावर रेललेली होती तेव्हा तिला कसं वाटलं असेल असा विचार त्याच्या मनात आला आणि तिच्या जॅकेटच्या आत आणखी काय-काय असेल असाही प्रश्न त्याला पडला, पण हेही त्याला कदाचित कधीच कळणार नव्हतं.

व्हिटो सोफीच्या जवळ गेला तेव्हा त्याचं हृदय द्रवलं. तिच्या डोळ्यांतून अश्रू

वाहत होते. स्टेक्स आणि झेंडे लावलेल्या शेताच्या भागाकडे ती पाहत होती. तिनं अशा काही गोष्टी पाहिल्या होत्या ज्यामुळे अगदी अनुभवी पोलीससुद्धा थरारले असते; पण तिनं रडणं थांबवलं. त्याला तिच्याबद्दल आदर वाटला.

त्यानं घसा खाकरला आणि त्याच्याकडे पाहण्यासाठी तिनं मान वळवली. तिच्या बाहीनं तिनं तिचे गाल कोरडे केले, पण अश्रू लपवण्याचा किंवा दिलगिरी व्यक्त करण्याचा तिनं प्रयत्नही केला नाही. त्यामुळेही व्हिटोला तिच्याबद्दल आदर वाटला. "ठीक आहेस ना तू?" त्यानं हळूच विचारलं.

तिनं मान हलवली आणि शहारा आल्यासारखा श्वास घेतला. "हो."

"तू आज खूप चांगलं काम केलंस."

ती नाक चोंदल्यासारख्या आवाजात बोलली. "जेननं तुला स्कॅन दाखवलं?"

"हो. त्याबद्दल थँक्स! ते खूप तपशीलवार आणि कौशल्यानं केलं आहे; पण मला ते म्हणायचं नव्हतं. तू फारच तणावात काम केलंस. बरेच लोक इतका तणाव सहन करू शकत नाहीत."

तिचे ओठ थरथरले आणि पुन्हा एकदा भरून आले. मोठ्या मुश्किलीनं तिनं आवंढा गिळला आणि शेताकडे पाहण्याच्या मिषानं तिनं पाठ फिरवली. खरंतर मनाची स्थिरता परत मिळवण्यासाठीच तिनं ते केलं होतं. शांतपणे तो वाट पाहत राहिला आणि जेव्हा ती बोलली तेव्हा घोगऱ्या आवाजात कुजबुजल्यासारखी बोलली. "सकाळी कॅथरिनचा फोन आला. तेव्हा असं काही काम असेल अशी मला कल्पना नव्हती. नऊ माणसं! अरे देवा! विश्वासच बसत नाही."

"सात प्लॉट्स रिकामे असलेले पाहिलेस. तुला नक्की तसं वाटतं?"

ती हो म्हणाली. तिचे अश्रू कमी झाले. "जे सात रिकामे आहेत ना, ते एअर-पॉकेट्स आहेत; पण त्यापैकी प्रत्येक प्लॉट जाड आणि घन पदार्थानं झाकलेला आहे. बहुतेक लाकूड असावं." तिनं त्याच्याकडे पाहिलं. तिचे डोळे भीती आणि वेदनेनं भरून आले. "अरे देवा, व्हिटो! त्याला आणखी सात जणांना मारायचं होतं!"

"मला कल्पना आहे." त्या स्कॅनमुळे त्यांना जमिनीचा विस्तारच कळला होता असं नाही, तर मारेकऱ्याच्या मनातले हेतूही समजले होते. पुरेशी झोप मिळाल्यावर मारेकऱ्याच्या उद्दिष्टाचा आपण विचार करू शकू हे व्हिटोला माहीत होतं. "मी थकलोय." तो म्हणाला. "तूपण थकली असशीलच. मी तुला तुझ्या घरी सोडतो."

तिनं मानेनंच नकार दिला. "मला ही सगळी साधनं युनिव्हर्सिटीत परत घेऊन जायचीयेत आणि माझी बाइक घ्यायचीये. शिवाय, तुझे स्वत:चे रात्रीचे प्लॅन्स असतील. तुझे कुटुंबीय तुझी वाट पाहत असतील."

सुकलेल्या गुलाबांची त्याला आता आठवण झाली. आणखी एक गुच्छ घेऊन

पुढच्या आठवड्यात तो दफनभूमीवर जाऊ शकला असता. आता काय किंवा नंतर काय, अँड्रीला त्यामुळे काहीच फरक पडणार नव्हता. ती फुलं आणि दफनभूमीला भेट, केवळ त्याच्यासाठी महत्त्वाची होती, हे त्याला माहीत होतं. "माझे असे काही प्लॅन्स नाहीत." तो जरासा घुटमळला आणि मग त्याच्या तोंडातून शब्द उमटले. "किंवा माझी कुणी वाटही पाहत नाहीये."

त्यांची नजरानजर झाली आणि त्याच्या अपेक्षेप्रमाणेच तिनं त्याच्या बोलण्याचा अर्थ घेतल्याचं त्याच्या लक्षात आलं. तिनं आवंढा गिळण्याचा प्रयत्न केला, तेव्हा तिच्या घशात हालचाल झाल्याचं त्यानं पाहिलं. "ठीक आहे, तू जायला निघशील तेव्हा मीपण येईन तुझ्याबरोबर." तो स्टिअरिंग व्हीलच्या मागे बसला. तिनं बकल्स लावली. खिशात हात घालून जे बाहेर काढलं ते कॅबच्या सावलीत सिगारसारखं दिसत होतं. "हवीये?"

कपाळावर आठ्या घालून त्यानं इंजीन सुरू केलं. "मी सिगार ओढत नाही."

"मीपण ओढत नाही." ती निराशेत म्हणाली. "निदान आतातरी; पण ही पेटवताना थोडंसं अवघड जाईल. ही बीफ जर्की आहे. शेतामध्ये असताना चांगली असते. तिचं व्यसन लागत नाही आणि आश्चर्य म्हणजे दिवसभर तोंडात असलेली चव यामुळे नाहीशी होते." तिनं खांदे उडवले. "निदान थोडा वेळ तरी."

त्यानं त्यापैकी एक स्टिक घेतली. "थँक्स."

तो ती चघळू लागला, तेव्हा तिनं पुन्हा तिच्या खिशात हात घातला. या वेळी तिनं एक ड्रिंक बॉक्स काढला. त्याचे पुतणे त्यांच्या लंच बॉक्सेसमध्ये असाच ड्रिंकबॉक्स ठेवत असत. त्यानं तिकडे ओझरता दृष्टिक्षेप टाकला आणि त्यावरच्या लेबलवरची अक्षरं वाचली. "चॉकलेट मिल्क? आणि बीफ जर्कीमध्ये?"

छोट्याशा स्ट्रॉच्या साहाय्यानं तिनं बॉक्सच्या तोंडाला छिद्र पाडलं. "हाडांसाठी कॅल्शियम चांगलं असतं. हवंय?"

"नाही." तो ठामपणे म्हणाला. "ते हलक्या दर्जाचं आहे डॉ. जोहान्सन."

"ते घेऊन पाहिल्याशिवाय त्याला नावं ठेवू नकोस." ती मुद्दामच थबकली बोलताना आणि म्हणाली, "व्हिटो."

घोट घेत घेत ती खिडकीबाहेर बघू लागली. तिचं घोटं घेणं थांबल्यावर तिनं तो बॉक्स छोट्याशा बॅगमध्ये ठेवला, त्याला सील केलं आणि पुन्हा खिशात ठेवून दिला.

"तर तुझं फील्ड जॅकेट म्हणजे सर्वसमावेशक पोतडीच दिसतीये."

तिनं त्याच्याकडे चमकून बघितलं. "सवयीचा भाग आहे ना! भोवताली पसारा करणं चालत नाही."

"मग खाण्या-पिण्याचे आणखी कोणते पदार्थ ठेवतेस तू तुझ्या खिशामध्ये?"

"काही हो-हो आहेत, पण त्यांचा थोडासा लगदा झालाय. त्यांची चव अर्थातच अजूनही चांगली आहे."

"तुला चॉकलेट आवडतं. मी ते घेईन."

"हंऽ-" ती सावध झाली. "तुला तेही आवडत नाही असं म्हणू नकोस. तू मला आवडायला लागला आहेस." ती म्हणाली.

तो हसला आणि त्या आवाजाचं त्यालाच आश्चर्य वाटलं. हसण्याइतकी शक्ती आपल्यात शिल्लक आहे, असं त्याला वाटलं नव्हतं. "मी ते घेईन किंवा घेणार नाही, पण माझा भाऊ टिनो त्यातला दर्दी आहे. दूध, डार्क, व्हाइट चॉकलेट चिप्स ते ईस्टर बनीज, टिनोला त्याचा वास फार आवडतो."

ती त्याच्याकडे हसून पाहत होती आणि त्याला मंत्रमुग्ध झाल्यासारखं वाटलं. रडल्यानं तिचे डोळे लाल झाले होते, तरी ती त्याला मोहक वाटली. "तुला टिनो नावाचा भाऊ आहे? खरंच?"

त्यानं ड्रायव्हिंगवर लक्ष केंद्रित केलं. "मला तीन भाऊ आहेत, पण तू हसणार नाहीस असं वचन दे."

तिचे डोळे हसत होते, पण तिनं आपले ओठ गच्च बंद केले. "मी वचन देते."

"माझा मोठा भाऊ डिनो आहे आणि माझे दोन धाकटे भाऊ टिनो आणि जिनो आहेत. आमची बहीण काँटेसा मारिआ टेरेसा, पण आम्ही तिला फक्त टेस म्हणतो. ती शिकागोमध्ये राहते."

तिनं ओठ दुमडले. "मी हसत नाही. मी माफिया जोक्स ही करणार नाहीये."

"थँक यू!" तो शुष्कपणे म्हणाला. "तुझ्याबद्दल काय? या भागात कुटुंबातले कुणी?"

ती गप्प झाली आणि तिच्या भावनांना स्पर्श झाल्याचं त्याला जाणवलं. "माझी फक्त आजी आणि माझा काका हॅरी. आणि अर्थातच माझी मावशी फ्रेया!" तिनं नंतर विचार करूनच मावशीचं नाव घेतलं. "आणि काही मोजके मावस, चुलत भाऊ; पण आमच्यात फारशी जवळीक नाही." ती पुन्हा हसली, पण त्या हसण्यात अतृप्ती दिसली. "तुझं कुटुंब आहे असं दिसतंय. म्हणजे आपुलकी असलेलं. छान आहे."

ती कुठेतरी हरवल्यासारखी वाटली आणि पुन्हा एकदा त्याच्या हृदयाला पीळ पडला. "चांगलं कुटुंब आहे हे खरंय, पण कधीकधी फार गोंगाट चालतो. ग्रँड सेंट्रल स्टेशनवर जसे लोक येतात नि जातात, तसं माझं कुटुंब घरातून सतत जात-येत असतं. माझ्या बेसमेंटमध्ये टिनो खरंतर भाड्यानं राहतो, म्हणून तो कायम तिथेच चिकटलेला असतो. कधीकधी मला शांततेसाठी प्रार्थना करावी लागते."

“मला वाटतं, तुला जर खरंच शांतता मिळाली, तर तुला गोंगाट असता तर बरं झालं असतं, असं होऊन जाईल.” ती म्हणाली.

त्यानं तिच्याकडे चोरून पाहिलं. त्या कॅबच्या अंधारातही त्याला तिच्या चेहऱ्यावरचा कंटाळवाणा एकाकीपणा जाणवला, पण तो काही म्हणणार तेवढ्यात ती ताठ होऊन बसली आणि आणखी बीफ जर्की शोधण्यासाठी तिने आपल्या खिशात हात घातला.

“अजून किती काळ थांबू शकते... ती आणखी खाल्ल्याशिवाय?” तिनं विचारलं.

“कदाचित आणखी काही तास. बहुतेक उद्यापर्यन्त.”

“तुला आणखी एक हवाय?”

त्यानं नापसंती व्यक्त केली. “नको, थँक्स! बर्गर किंवा फ्राईज तुझ्या एखाद्या खिशात नसतील, नाही?” त्यानं सहजपणे पुस्ती जोडली आणि ती हसल्याचं पाहून त्याला बरं वाटलं.

“नाहीये. पण माझ्याकडे सेलफोन, कॅमेरा, कंपास, पेंट ब्रशेसचा बॉक्स, फूटपट्टी, चमकणारे दोन सिग्नल्स, एक फ्लॅश लाइट आणि एक मॅचबॉक्स आहे. मी कुठेही राहू शकते.”

त्याला हसू आवरलं नाही. “तू पायी चालू शकतेस हे आश्चर्यच आहे. तुझ्या कोटाचं वजन पन्नास पाऊंड तरी असेलच.”

“जवळपास. बऱ्याच वर्षांपासून मी हा कोट वापरते आहे. मला वाटतं हा आता स्वच्छ धुवून घ्यायला हवा.” तिचं हसू मावळलं आणि ती अस्वस्थ मुद्रा पुन्हा एकदा परतली. “L’odeur de la mort” ती हळूच पुटपुटली. तिला बरं वाटण्यासाठी काहीतरी बोलावं असं त्याला वाटलं, पण त्याला काही सुचेना, म्हणून मग तो काहीच बोलला नाही.

रविवार, १४ जानेवारी, रात्री ११:१५ वा.

व्हिटोनं त्याचा ट्रक घाबरलेल्या माकडाच्या शिल्पकृतीसमोर थांबवला. “डॉ. जोहान्सन!” त्यानं हलकेच तिचा खांदा हलवला. “सोफी.”

ती दचकून जागी झाली आणि तिच्या डोळ्यांत त्याला क्षणभर अनामिक भीती दिसली आणि मग ती कुठे होती हे तिला समजलं. “मला झोप लागली होती. सॉरी!”

“त्याची काही आवश्यकता नाही. शक्य असतं तर मीही झोपलो असतो.”

ती पूर्ण जागी झाल्यावर तो उतरण्यासाठी तिला मदत करायला येण्याआधीच ती ट्रकमधून खाली उतरली, पण तिचे खांदे गळाले होते. तिच्या सीटमागच्या दोन छोट्या सुटकेसेस त्यानं उचलल्या. "तू वर जा आणि दार उघड. ह्या मी आणतो."

"नेहमी माझं सामान मीच उचलते, पण आज मी तुला 'थँक यू' म्हणते." तो तिच्यामागून घरापर्यंत गेला. त्या दिवशी दुपारी ती दोघं एकमेकांकडे किती वेळ पाहत होती हे त्याला आठवलं. दाराचं कुलूप उघडताना तिचे हात थरथरत होते आणि तिलाही तेच आठवलं असेल असं त्याला वाटलं; पण या वेळी तिने दार सहजपणे उघडलं आणि लाइट लावला. "या सुटकेसेस इथेच ठेवल्या तरी चालेल. मी स्वतःच त्या खाली घेऊन जाईन."

"त्या कुठे ठेवायच्या आहेत ते मला सांग सोफी" तो म्हणाला. "आणि मग मी बाकीच्या दोन आणतो."

स्वातंत्र्य आणि दुराग्रह यांच्यामध्ये एक पुसटशी रेषा असते, असं ट्रकच्या डिकीमध्ये ठेवलेल्या दोन मोठ्या सुटकेसेस आणायला तो गेला तेव्हा त्याच्या मनात आलं. सोफी जोहान्सनचं म्हणणं बरोबर होतं, पण केवळ थकव्यामुळे ती तसं म्हणाली असेल असं त्याला वाटलं. बेसमेंटमधल्या स्टोअररूममध्ये त्या दोन छोट्या सुटकेसेस ठेवायला तिनं त्याला परवानगी दिली होती; पण ती उपकरणं त्याच रात्री स्वच्छ करून ठेवण्याबाबत ती ठाम होती.

ट्रकच्या मागच्या बाजूला ठेवलेल्या त्या मोठ्या सुटकेसेस उचलून त्यानं बाजूच्या पायवाटेवर ठेवल्या. ती साधनं स्वच्छ करायला किती वेळ लागेल याची त्याला कल्पना नव्हती, पण सगळा कँपस निर्जन होता आणि तो तिला एकटीलाच तिथे सोडून नक्कीच जाणार नव्हता. शिवाय, सोफी जोहान्सनला निरखून पाहत राहण्यापेक्षा बरीच दुर्दैव आजूबाजूला होती, म्हणून त्याला आवश्यक वाटेल तितका वेळ तो तिथं थांबणार होता.

चिखलानं भरलेल्या त्याच्या बुटांकडे त्यानं पाहिलं. त्याला इथे थांबावंच लागलं असतं, तर त्याला निदान आराम तरी मिळायला हवा होता. त्याच्या सीटच्या मागे त्याच्या शूजसाठी त्यानं चाचपून पाहिलं आणि पुन्हा एकदा त्याच्या हाताला गुलाबाच्या फुलांचा स्पर्श झाला. त्यामुळे तो थबकला. या वेळी तरी त्यांचे काटे त्याला निदान टोचले नव्हते.

आपण जिच्यावर कायम प्रेम करत राहू असं त्याला वाटलं होतं, पण जी दोन वर्षांपूर्वी आजच्या दिवशी त्याला कायमची सोडून गेली होती, तिच्यासाठी त्यानं ही फुलं खरेदी केली होती. तो दोन वर्षं थांबला होता. त्याला आता बराच काळ झाला होता. पण....

व्हिटोनं उसासा सोडला. सोफी जोहान्सनकडे तो आकर्षित झाला होता.

कोणताही पुरुष तिच्याकडे आकर्षित झाल्याशिवाय राहिला नसता; पण या आकर्षणामुळे तो बेचैन झाला होता असं नाही. तर त्याला ती हवी होती; दिवसभरापासून, शेतावर असताना, ट्रकमध्ये असताना, म्हणून तो अस्वस्थ होता. त्यानं तिला पाहिलं होतं. काम करताना आणि रडताना आणि त्याला ती हवीशी वाटली होती. तशी इच्छा अचानक तीव्र झाली, ती कदाचित तो 'तो' दिवस असल्यामुळे. त्याला असा विचार करायचा नव्हता, पण व्हिटो जबाबदारीनं वागणारा पुरुष होता. त्यानं पूर्वी असा प्रयत्न केला होता, पण त्याचे परिणाम भयंकर झाले होते. त्यानं एकच चूक दुसऱ्यांदा केली नाही.

व्हिटोनं गुलाबाची फुलं पॅसेंजर सीटच्या मागे टाकून दिली आणि पायात शूज घातले. तो सोफीला घरी घेऊन जाऊ इच्छित होता. मग काही आठवड्यांनी परत आल्यावरही ती त्याला हवीशी वाटते का ते तो बघणार होता. त्याला तसं वाटलं असतं आणि तिलाही तेच वाटलं असतं, तर कशानंही तो मागे हटणार नव्हता.

''मला वाटलं तू निघून गेलायस.'' त्या दोन मोठ्या सुटकेसेस आणून त्यानं स्टोअररूममध्ये ठेवल्या तेव्हा ती म्हणाली. टेबलावर ओणवी होऊन ती एक यंत्र टूथब्रशनं घासत होती. ''याला बराच वेळ लागेल. तू घरी जा व्हिटो. मी इथे ठीक आहे.''

व्हिटोनं नकारार्थी मान हलवली. तिच्याकडे कार नव्हती म्हणून तर त्यानं तिला कॉलेजमधून आणलं होतं. ती बाइक वापरते असं कॅथरिननं सांगितलं होतं त्याला. दिवसभर काम झाल्यावर अशा रात्रीच्या वेळी तिला तो बाइकवरून घरी जाऊ देणार नव्हता. ''नाही, मी तुला सुरक्षित घरी पोहचवेन. तेवढंच मी करू शकतो.'' तिनं ओठ गच्च आवळले, तेव्हा तो म्हणाला. मग त्यानं वेगळीच शक्कल लढवली. ''हे बघ, मला एक बहीण आहे आणि तिला घरी जाण्यासाठी कुणाचीतरी सोबत हवीये.'' तिचे हिरवे डोळे किलकिले झाले आणि तिनं चिडून त्याच्याकडे पाहिलं, म्हणून त्यानं पुन्हा तेच सांगितलं आणि उसासा सोडला. ''मी थकलोय. प्लीज, वाद नकोस घालू माझ्याशी.''

तिची मुद्रा सौम्य झाली आणि ती गालात हसली. ''आता तू कॅथरिनसारखा बोलतोयस.''

त्या दुपारी त्या दोघींमध्ये झालेली तिखट शब्दांची देवघेव त्याला आठवली. नंतर स्कॅन पूर्ण करण्यासाठी सोफीला परत पाठवण्यापूर्वी तिच्या कपाळावर आलेले केस कॅथरिननं कसे सावरले ते त्याला आठवलं. त्यांच्यामधलं नातं खूप गहिरं होतं. ''तू लहान होतीस तेव्हापासून ओळखतेस तिला?''

''मला कधीच नव्हती अशी ती आई आहे.'' थोडंसं हसून तिनं तिचं वाक्य दुरुस्त केलं. ''ती अशी आई आहे, जशी मला कधीच नव्हती.''

तिचा चेहरा घामेजला होता आणि अश्रूंचे ओघळही त्यावर दिसत होते. तिचे केस विस्कटले होते. मानेवर बांधलेल्या घट्ट अंबाड्यातून केसांच्या काही बटा निसटल्या होत्या. कॅथरिननं सावरले होते तसे आपणही तिच्या चेहऱ्यावर आलेले केस सावरावेत असा त्याला मोह झाला.

त्याच कारणासाठी नाही, पण त्यानं त्याचे हात त्याच्या खिशात घातले.

उंच आणि बांधेसूद, हिरवे डोळे आणि सोनेरी केस असलेली सोफी जोहान्सन ही सुंदर स्त्री होती. ती प्रसन्न मनाची आणि शीघ्रकोपी होती, पण तिच्या हृदयात मार्दव होतं. इतर कोणत्याही स्त्रीनं निर्माण केलं नसेल इतकं कुतूहल तिनं त्याच्या मनात निर्माण केलं होतं. 'दोन आठवडे!' त्यानं स्वत:ला बजावलं. 'तू दोनच आठवडे थांब चिकोटेली.'

पण त्याच्या मनानं लगेच त्या दोन आठवड्यांचा एक आठवडा केला. विचारांचा मार्ग त्यानं बदलला. प्रेताची बॅग पाहिल्यावर तिनं तीव्र प्रतिक्रिया व्यक्त केली होती. तिनं असं काही पूर्वी पाहिलं होतं हे ओळखण्यासाठी कुणा डिटेक्टिव्हची गरज नव्हती.

"तुझी आई केव्हा वारली?" त्यानं विचारलं, तसे तिचे हात थांबले आणि तिने ओठ आवळले.

"ती अजून आहे." एकदाचं ती बोलली आणि तिनं पुन्हा काम सुरू केलं.

चकित झालेल्या व्हिटोच्या कपाळावर रेषा उमटल्या. "पण... माझ्या लक्षात नाही आलं."

ती चटकन हसली आणि निर्विकार झाली. "ठीक आहे ना! माझ्याही लक्षात येत नाही."

त्यानं त्याच्या कामावर लक्ष ठेवावं, असं सांगण्याचा हा चांगला मार्ग होता. तिनं काम थांबवलं आणि अंगातला कोट ती काढू लागली तेव्हा तिच्याबद्दल आणखी चौकशा कशा कराव्यात याचा तो विचार करू लागला. त्याच्या मेंदूनं मंथन थांबवलं आणि त्याचा श्वासोच्छ्वासही थांबल्याचं त्याला जाणवलं आणि तिच्या भल्यामोठ्या कोटाच्या आत काय काय दडलं होतं, इकडे त्याचं लक्ष गेलं. त्याची निराशा झाली. ती कोटातून बाहेर आली आणि अतिशय मुलायम वीण असलेला स्वेटर तिच्या कमनीय शरीराला ठिकठिकाणी बिलगलेला त्याला दिसलं. शक्य तेवढ्या हळुवारपणे त्यानं श्वास सोडला. सोफी जोहान्सनचा देह फारच आकर्षक होता.

दाराच्या मागे असलेल्या हूकला तिनं तिचा कोट टांगला. मग ती पुन्हा कामाच्या टेबलाकडे वळली, बाह्या वर केल्या आणि त्यानं त्याचे हात त्याच्या खिशात घातले. तिच्यापासून दूर राहण्यासाठी तिनं काम सुरू करण्यापूर्वी त्याच्याकडे नजर

टाकली. "आता तू खरंच जाऊ शकतोस. मी इथे एकटी ठीक आहे."

त्याला राग आला, त्यामुळे त्याच्या मनातले सगळे मृदू भाव पुसले गेले. "मग तुझी आई जिवंत आहे, तर ती कुठे असते?"

पुन्हा तिचे हात थांबले आणि त्याच्याकडे पाहण्यासाठी तिनं फक्त मान वळवली. तिच्या नजरेत थंड कुतूहल आणि अविश्वास यांचं मिश्रण होतं. "कॅथरिन बरोबर म्हणाली होती. तुम्ही डिटेक्टिव्ह लोक सतत हुंगत राहता." ती जास्त काही बोलली नाही. मेंदूवर शस्त्रक्रिया करावी तेवढ्या एकाग्रतेनं ते यंत्र स्वच्छ करण्याचा ती प्रयत्न करू लागली.

तिनं पुढे बोलणं टाळल्यानं त्याला जास्तच राग आला. "बरं, कुठे असते ती?"

त्याच्याकडे इशारेवजा पाहून तिनं एक मोठ्ठा श्वास सोडला. "चॉकलेटचा वास घेणाऱ्या तुझ्या भावाबद्दल आणखी काही सांग. तो मला आवडू शकेल."

तो फारच खोलात शिरू पाहत होता आणि तो असं का करत होता, हे त्यालाही खरंच कळत नव्हतं. नेहमी तो असा असभ्यपणे वागत नसे. "याचा अर्थ तू यात नाक खुपसू नकोस." तो खेदानं म्हणाला.

ती चटकन हसली. "तुम्ही डिटेक्टिव्हज फार स्मार्ट असता." दुसऱ्या सुटकेसेस उघडता उघडता तिनं एक भुवई उंच केली. "म्हणजे तुम्ही दोघंही ब्रह्मचारी भाऊ लोकांवर फक्त बळजबरी करता?"

"तूसुद्धा चांभारचौकशा करतेस, फक्त जराशा कौशल्यानं." तो म्हणाला आणि तिच्या गोड हसण्यानं तो बरोबर होता, हे सांगून टाकलं. त्यानं असा टँगो डान्स करून बरेच दिवस झाले होते, पण त्याला अजून स्टेप्स आठवत होत्या. ती सीमारेषा आखत होती, म्हणजे तिलाही यात इंटरेस्ट होता.

"टिनो, अधूनमधून जॉब करत असतो. तो कमर्शियल आर्टिस्ट होता, आकर्षक जाहिरात कंपनीत; पण ती कंपनी असे क्लायंट्स् आणि प्रोजेक्टस घ्यायला लागली जे नैतिकदृष्ट्या त्याला मान्य नव्हतं. म्हणून त्यानं कंपनी सोडली. सेंटर सिटीमधलं अपार्टमेंट त्याला परवडेनासं झालं, म्हणून...."

"म्हणून तुझं घर तू त्याला उघडून दिलंस." ती शांतपणे म्हणाली. "हे तू फार चांगलं केलंस व्हिटो."

तिच्या बोलण्यानं त्याच्या रागावर फुंकर घातली गेली. त्यानंही तो जणू तसाच झटकून टाकला, जसा काही त्याला राग आलाच नव्हता. "तो माझा भाऊ आहे आणि माझा मित्रही." आणि व्हिटोसाठी ते खूप महत्त्वाचं होतं.

क्षणभर विचार करून ती म्हणाली, "मग तो भाग्यवान माणूस आहे."

तो आणखी काही बोलला नाही. इतक्या सहजपणे तिनं केलेल्या प्रशंसेमुळे त्याला आनंद झाला आणि मग एक आठवडासुद्धा अचानक मोठा वाटू लागला.

आता इच्छा अधिकच तीव्र झाली. त्याला वेगानं पुढे जायचं होतं. जे हवं होतं ते अदृश्य होण्यापूर्वी काबीज करायचं होतं. 'एक दिवस चिक! किमान एक रात्र तर वाट पाहा!' तेवढा प्रयत्न तो करायला तयार होता.

ती तिचं काम करत असताना तिला पाहत राहण्याचं समाधान तो मिळवत होता. अखेरीस ती उभी राहिली आणि तिच्या जीन्सला तिनं हात पुसले. ''झालं माझं काम.''

तिला स्पर्श करायला त्याचे हात अधीर झाले होते, म्हणून त्यानं ते खिशात ठेवले. कोट घालतानासुद्धा तिला मदत देऊ केली नाही. ''चल मग, तुझी बाइक आणायला जाऊ.''

त्याच्या मूडमध्ये झालेला बदल तिच्या लक्षात आल्यावर तिला एक प्रश्न विचारावासा वाटल्यानं तिच्या भुवया आक्रसल्या, पण ती त्याच्याइतकी नक्कीच चौकस नव्हती. ''मी ती मागच्या बाजूला पार्क केली आहे.'' ती म्हणाली.

रविवार १४ जानेवारी, रात्री ११:५५ वा.

ह्यूमॅनिटीज बिल्डिंगच्या दाराला कुलूप लावताना सोफीनं व्हिटो चिकोटेलीकडे एक सावध दृष्टिक्षेप टाकला आणि त्याला पार्किंग लॉटकडे नेलं. त्यानं तिच्याकडे इतकं उत्कटतेनं पाहिलं होतं आणि ती इतकी नर्व्हस झाली होती की, पंधरा मिनिटांच्या स्वच्छतेला अर्धा तास लागला होता.

वाघानं आपल्या सावजाकडे बघावं, सावध आणि सहेतुकपणे, तसं त्यानं तिला बघितलं होतं. ते का, असा प्रश्न तिला पडला. तो इतका सावध होता, ते का. ती सावज का होती हे तिला ठाऊक होतं. पुरुषांच्या अशा नजरांची तिला सवय होती. त्यांनी असं पाहिलं की, त्यांना सेक्स हवा असतो, हे तिला माहिती होतं.

कधी कधी त्यांना तो मिळत असे. पण फक्त जेव्हा तिला हवं असे, तेव्हाच.

तेही नेहमी नाही आणि अशात तर निश्चित तसं काही झालं नव्हतं. गेल्या सहा महिन्यांत ती एकतर कामात तरी असे किंवा ॲनाशेजारी, आणि पूर्वी... रस्त्यावर कुणी भेटणं अवघडच होतं आणि उत्खननाच्या ठिकाणी ती कधी डेटिंग करत नसे. राजकीयदृष्ट्या तसं करणं मूर्खपणाचंच ठरलं असतं; तिच्या करिअरचा शेवटच! तिला हे कळणं आवश्यकच होतं. एक प्रकरण मात्र गाढवपणाचं, मूर्खपणाचं, वेडपटपणाचं होतं तिच्या बाबतीत.

आणि अनेक वर्षांनंतर नुसती चर्चाच होती. सोपी, गरजेतून, निराशेतून उद्भवलेली. तेव्हापासून पुढची सर्व वर्षं तिनं तिचं लक्ष करिअरवरच केंद्रित केलं

होतं. तिला शक्य होतं तेवढं शरीरसंबंधांपासून दूर राहण्याची ती धडपड करत होती; पण तीही माणूस होती. तिच्या सहकाऱ्यांच्या संपर्कात येणार नाहीत असे पुरुष तिला शोधावे लागत आणि त्याला वेळ लागे. म्हणून तिच्या आयुष्याचा बराच काळ तिनं एकाकीपणातच घालवला होता. मात्र आयुष्यात एकमेव दु:खद क्षण येऊन गेला होता. जिवश्च कंठश्च वाटणाऱ्या तिच्या मित्राच्या खोटारडेपणावर तिनं विश्वास ठेवला होता तो क्षण!

सगळेच पुरुष डुक्कर नसतात, हे तिला ठाऊक होतं. तिचा काका हॅरी म्हणजे मूर्तिमंत प्रेमळ, सज्जन माणूस! व्हिटो चिकोटेलीसुद्धा तसाच चांगला माणूस असल्याचं तिला आत कुठेतरी जाणवलं होतं. तो माणसांची कदर करतो, मग ते जिवंत असोत की मृत! तिला तो आदरणीय वाटला होता.

किल्ली खिशात ठेवून तिनं त्याच्याकडे पाहिलं. तो सरळ समोर अंधारात बघत होता. त्याचं मन दुसरीकडेच कुठेतरी गुंतलेलं होतं. तोही एकाकीच असावा, असं तिला वाटलं. सध्या तर तो अगदीच एकाकी दिसला.

'दोन एकाकी माणसं एकाकीपण घालवण्याचा प्रयत्न करू शकतील. निदान काही काळ तरी. याचा विचार व्हायला हवा.' "तू ठीक आहेस ना?" तिनं विचारलं. "तू गंभीर... दिसतोस."

"सॉरी. माझं मन भरकटत गेलं." त्यानं आजूबाजूला पाहिलं. "आपण तुझी बाइक उचलून ट्रकच्या मागच्या बाजूला ठेवू या. मग मी तुला घरी पोहोचवतो."

सोफीनं भुवया उंचावल्या. "माझी बाइक तुझ्या ट्रकमध्ये? ते जमेलसं मला वाटत नाही." तिनं पायी चालायला सुरुवात केली आणि तो तिच्या मागे. त्याच्या गप्प राहण्यातून निराशेचा सूर ऐकू येत होता.

ती तिच्या बाइकच्या शेजारी थांबली आणि रस्त्यावरच्या दिव्यांच्या प्रकाशात तिला त्याच्या चेहऱ्यावर आश्चर्य दिसलं. "ही तुझी आहे?"

"होय." सीटच्या हूकला लटकावलेलं हेल्मेट तिनं काढलं. "का?"

त्याचा गंभीरपणा जाऊन त्याच्यात उत्साह संचारला हे पाहून सोफीला हायसं वाटलं. त्यानं मोटरसायकलभोवती एक प्रदक्षिणा घातली. "कॅथरिन म्हणाली, तुझ्याकडे बाइक आहे. मला वाटलं तिला बायसिकल म्हणायचं होतं. ही तर..." त्यानं तिच्या इंजीनवरून आदरपूर्वक हात फिरवला. "ही तर खरी ब्युटी आहे!"

"तू चालवतोस?"

"हो. हार्ले ब्यूल."

वेगवान आणि चमकदार. "व्वा! रेसर."

बारकाईनं निरीक्षण केल्यावर त्यानं वर पाहिलं आणि हसला. "माझ्या आईला तर मरणाची भीती वाटते."

त्याला झालेला आनंद संसर्ग देणारा होता, म्हणून तीही हसली. "अगदी वात्रट मुलगा आहेस तू!"

त्या बाइकभोवती त्यानं आणखी एक चक्कर मारली. समोरच्या टायरच्याजवळ तो थांबला त्यामुळे तो तिच्याही समोर आला. "हे बी. एम. डब्ल्यू मॉडेल मी पूर्वी कधीच पाहिलं नव्हतं."

"ते क्लासिक आहे १९७४. मी युरोपमध्ये काम करत होते तेव्हा मला ही मिळाली. शून्यापासून शंभरपर्यंत अगदी दहा सेकंदात!" ती हसली. "ही म्हणजे एक तुफान आहे!"

तो एकदमच सौम्य झाला. "मी पोलीस आहे सोफी. स्पीड नकोस वाढवू, बरं का?"

तिचं हसू मावळलं. तो ते गंभीरपणे म्हणाला की काय याची तिला खात्री नव्हती, पण चूक होऊ नये म्हणून त्यानं सावध करण्यासाठी ते म्हटलं असावं असं तिला वाटलं. "नाही, म्हणजे, एक तासात शंभर किलोमीटर्स. म्हणजे फार तर साठ."

आणखी एक सेकंदभर त्याच्या कपाळावर आठ्या राहिल्या आणि मग त्याचे ओठ दुमडले गेले. "चांगली बचत आहे. मला ते लक्षात ठेवावं लागेल."

तिचं हसणं थरथरल्यासारखं वाटलं. "तू ते लक्षात ठेव व्हिटो." डोक्यावर हेल्मेट घट्ट बसवत तिनं तिचे खिसे चाचपले. मग तिच्याही कपाळावर आठ्या उमटल्या. "ओह, शिट!" उद्वेगानं तिनं सगळ्या खिशात हात घालून पाहिलं. सगळ्या वस्तू होत्या. फक्त तिला हव्या असलेल्या त्या किल्ल्याच नव्हत्या. "माझ्या किल्ल्या हरवल्या."

"इतक्यात तू ती खिशात ठेवलीस."

"ती युनिव्हर्सिटीची किल्ली होती. मी ती वेगळ्या रिंगला लावलेली आहे. मी इथे आठवड्यातून फक्त एकदा येते." तिनं डोळे मिटले. "माझ्या किल्ल्या जर त्या खोदकामाच्या म्हणजे गुन्ह्याच्या ठिकाणी गेल्या असतील तर...."

व्हिटोचा हात तिच्या खांद्यावर आला आणि हलकेच त्यानं थोपटलं. "शांत हो सोफी! गुन्ह्याच्या जागी जर त्या पडल्या असतील, तर त्या अगदी सुरक्षित जागी आहेत. त्या जमिनीचा इंचन् इंच आपण पिंजून काढणार आहोत. आपल्याला त्या नक्की सापडतील."

तिनं श्वास घेण्याचा प्रयत्न केला. "ते ठीक आहे, पण मला त्या आत्ता हव्या आहेत. माझ्या बाइकच्या किल्ल्या, माझ्या घराच्या किल्ल्या... आणि ऑलब्राईटच्याही. च्यायला, तो तिसरा टेड् आता मला रिंग करणार."

"ऑलब्राईट?"

"ज्या म्यूझियममध्ये मी काम करते ते. तिसरा टेड् माझा बॉस आहे. आमचं फारसं जमत नाही."

"का बरं?"

"तो स्वत:ला इतिहासतज्ज्ञ समजतो." ती म्हणाली, आणि तिचा आवाज नाट्यपूर्ण रितीनं खाली आला. "मला प्रवाशांबरोबर प्रवास करायला लावतो." ती चिडून म्हणाली. "मला तसे पोशाख घालायला लावतो."

"आणि तुला ते आवडत नाही?"

"मीसुद्धा इतिहासतज्ज्ञ आहे. तसा नुसता आव आणत नाही. निदान मी तरी नाही."

"मग तो जॉब तू का स्वीकारलास?"

तिनं उदासपणे श्वास सोडला. "माझ्या आजीच्या नर्सिंग होमच्या खर्चासाठी मला पैसे हवे होते आणि पहिला टेड् पुरातत्त्वशास्त्रातली चालती-बोलती दंतकथा होता."

"पहिला टेड् तुझ्या बॉसचा आजोबा आहे?"

"हंऽ, त्याच्या संग्रहातल्या नव्वद टक्के वस्तू आमच्या म्यूझियममध्ये आहेत." तिनं खांदे उडवले. "ऑलब्राईट फाउंडेशनबरोबर काम करणं माझ्या करिअरसाठी फायदेशीर ठरेल असं मला वाटलं. दुसरं काही चांगलं मिळेपर्यंत मी सध्या वेळ घालवते आहे." ती म्लानपणे हसली. "फिलीमध्ये मध्ययुगीन किल्ले फारसे नाहीत आणि माझा अहंकार मला मॅक्डोनल्ड्समध्ये बर्गर भाजू देणार नाही."

"बरं, तुझ्या हातात किल्ल्या केव्हा होत्या?" त्यानं हळूच विचारलं.

तिनं डोळे मिटले आणि त्या किल्ल्या हातात घेतल्याचं दृश्य तिच्या डोळ्यांसमोर आलं. तिनं डोळे उघडले, तर तो तिच्याचकडे बघतोय असं तिला दिसलं. "हे एक बरं झालं. तू माझी भीती घालवलीस आणि माझ्या मनातल्या शंका दूर केल्यास. मी पहिल्यांदा तुझ्या ट्रकमध्ये आले तेव्हा त्या किल्ल्या माझ्या हातात होत्या. गार्डन स्टेक्सवर त्याच तर खणखणत होत्या. बहुतेक त्या तुझ्या ट्रकमध्येच मी टाकल्या."

त्यानं स्वत:च्या किल्ल्या त्याच्या खिशातून बाहेर काढल्या. मग तिच्याकडे पाहून हसला आणि तिचं हृदय नाचायला लागलं. "चल, बघून येऊ."

सोफीच्या तोंडाला कोरड पडली आणि तिच्या मनाच्या सगळ्या तारा झंकारल्या आणि आपण जर सावध नाही राहिलो, तर त्याला हवं असलेलं आपण त्याला देऊन टाकू हेही तिच्या लक्षात आलं. कारण या क्षणी, कधी नव्हे एवढी तिलाही ती गरज होती. बऱ्याच काळानंतर पहिल्यांदाच, तिला ते खरोखरच हवं होतं. तिनं त्याच्या किल्ल्या घेतल्या आणि मागे सरकली, त्याला जागा देण्यासाठी. "नाही, मी जाईन. तू इथेच थांब आणि माझ्या गाडीवर लक्ष ठेव."

ती बिल्डिंगच्या भोवती आणि घाबरलेल्या माकडाच्या पुतळ्याच्या पलीकडे पळत-पळत ट्रककडे ती गेली. पॅसेंजर सीटवर तिनं थोपटलं, फ्लोअरबोर्डवर चाचपलं, पण किल्ल्या कुठे सापडल्या नाहीत. थडग्यांकडे जाणारा रस्ता कसा खाचखळग्यांचा होता हे तिला आठवलं आणि तिचा हात सीटखाली अडकला. तिला वाटलं किल्ल्या तिथे उडून गेल्या असतील. तिथे तिला काहीतरी जाणवलं तेव्हा तिला हायसं वाटलं आणि तिनं उसासा टाकला; पण त्या आणखी कुठेतरी अडकल्या असाव्यात.

तिनं सीटच्या मागे हात घालून पाहिलं. तिच्या तळहाताला काटे टोचले. सुकलेल्या गुलाबांचा गुच्छ तिनं बाहेर काढला. तिच्या कपाळावर आठ्या उमटल्या. त्यानं कुणासाठीतरी ती फुलं आणली होती हे स्पष्टच होतं, कारण त्या फुलांमध्ये एक पांढरं कार्ड अडकवलेलं होतं. तिचं लक्ष सहज तिकडे गेलं, तर हातानं लिहिलेली अक्षरं तिला दिसली.

A– I'll always love you – V

ते गुलाब त्याच्या आईसाठी असावेत, असं तिला वाटलं, पण I'll always love you असं आईला उद्देशून कुणी पुरुष लिहीत नाहीत आणि अशा प्रकारे तर नाहीच. काहीही असलं तरी तिला कोणत्याच पुरुषांबद्दल काही जाणून घ्यायचं नव्हतं.

खरंतर तो आकर्षक होताच. पुरेसा देखणा; पण त्याचं खरं स्वरूप तिला आता बोचलं. दिवसभर त्यानं तिला न्याहाळलं होतं आणि तो... 'तो काय सोफी? त्याच्या घरी कुणीच नाही असं तो म्हणाला होता; पण ते काही निमंत्रण नव्हतं. घट्ट पकड ठेव. तुला जे ऐकायचं होतं ते तू ऐकलंस, कारण तू दुःखी आणि गरजू होतीस. निराश!' तिला आपले कान झाकावेसे वाटले; पण त्या शब्दांचे प्रतिध्वनी तिच्या डोक्यात घुमू लागले; पण तिनं समंजसपणा दाखवण्याचं ठरवलं. तो माझ्याशी चांगलं वागला आणि अखेरीस, त्यानं तेवढंच तर केलं होतं. त्यानं आगाऊपणा, असभ्यपणा केला नव्हता. तो अगदी सभ्य पुरुषच होता. म्हणून तो अर्थातच आकर्षक होता. सगळेच चांगले पुरुष आकर्षक असतात.

ती परत आली तेव्हा तो घोड्यावर मांड ठोकून बसावं, तसा तो तिच्या बाइकवर बसला होता, विचारात गढून गेल्यासारखा. ती जवळ आली, तेव्हा त्यानं डोळे मिचकावले. "मिळाल्या का किल्ल्या?"

तिनं तिच्या किल्ल्यांचं रिंग दाखवलं आणि त्याच्या किल्ल्या त्याच्याकडे फेकल्या. "सीटच्या खाली पडल्या होत्या."

"ओ.के." तो तिच्या बाइकवरून खाली उतरला. "सोफी, थँक्स! आज तुझी खूप मदत झाली. तू खर्च केलेल्या तुझ्या वेळेबद्दल तुला मी पैसे द्यायला हवेत,

पण मी तुला पिझ्झा प्रॉमिस केला होता.'' त्यानं भुवया उंचावल्या. ''तुला जर आत्ता पिझ्झा हवा असेल, तर इतक्या उशिरा एक हॉटेल उघडं असतं, हे मला ठाऊक आहे.''

सोफीनं आवंढा गिळला. तो आकर्षक होताच. तिला अजूनही तो हवाच होता. 'मग मी कुठल्या प्रकारची बाई आहे?' तिनं चेहऱ्यावर हसू आणलं. ''तुझं डिपार्टमेंट मला खरंच पैसे देऊ इच्छित असेल, तर एकच कर. माझ्या बाइकवरून पुढल्या वेळी मी खूप वेगानं गेले, तर मला तुरुंगात टाकू नकोस.''

व्हिटोच्या कपाळावर आठ्या उमटल्या. ''डिपार्टमेंट तुला डिनरसाठी घेऊन जाणार असल्याबद्दल मी तुझ्याशी बोललो नाही. मी माझ्याबद्दल बोलत होतो.'' त्यानं खोल श्वास घेतला. ''माझ्याबरोबर डिनरला येण्याबद्दल मी तुला विचारतोय.''

हेल्मेटच्या पट्ट्याचं तिच्या हनुवटीखालचं बक्कल तिनं टच्कन मोठा आवाज करून लावलं. तिचं हृदय वेगानं धडधडायला लागलं. 'प्लीज, मला डेटवर बोलावू नकोस. तू चांगला माणूस आहेस, या माझ्या विश्वासाप्रमाणेच राहा. प्लीज!' ''डेट स्-स-स सारखं?'' तिनं विचारलं. देवा रे! तिची बोबडीच वळली होती.

त्यानं होकारार्थी मान हलवली, पण संयमानं. ''होय. डेटसारखंच.'' तो पुढे आला आणि त्यानं एका बोटानं तिची हनुवटी वर उचलली. ती त्याच्या डोळ्यांत बघू लागली. ''बऱ्याच दिवसांत तुझ्यासारखी कुणी मला भेटलेली नाही. मला तसंच नुसतं निघून जायचं नाहीये.''

ती काहीच हालचाल करू शकली नाही की श्वास घेऊ शकली नाही. फक्त त्या काळ्या डोळ्यांत एकटक पाहत राहिली. त्याच्या बोलण्यावर विश्वास ठेवण्याचा मनापासून प्रयत्न करत, तिला आतापर्यंत मिळालेलं नव्हतं, ते मिळण्याची मनापासून कामना करत ती स्तब्ध राहिली. त्याच्या अंगठ्याचा तिच्या खालच्या ओठाला ओझरता स्पर्श झाला आणि तिच्या शेवटच्या मणक्यापर्यंत शहारे आले. ''तुझं काय म्हणणं आहे?'' तो कुजबुजला. त्याचा स्वर मुलायम आणि सुखद होता. ''मी तुझ्या घरापर्यंत येऊ शकतो, तू घरी सुखरूप पोहोचलीस की नाही याची खात्री होण्यासाठी. जाताना आपण पिझ्झा घेऊ आणि आपण आणखी काही वेळ गप्पा मारू.''

आणि तो एक केसभर तिच्याजवळ सरकला आणि तो आता आपलं चुंबन घेणार हे तिनं ओळखलं. तिच्या आयुष्यातला कदाचित धरणी दुभंगणारा तो एक क्षण असणार हे तिला माहीत होतं.

''मग काय करायचं?'' तो कुजबुजला आणि त्याच्या शरीराची ऊब तिच्या त्वचेला जाणवली.

“होय, होय.” हे शब्द तिच्या जिभेच्या टोकावर आले होते, पण मग तिचा मेंदू मध्येच टपकला आणि ॲलन ब्रूस्टरच्या आवाजात त्यानं तेच शब्द उच्चारले. डोक्यावर हातोडा आदळावा, तसं तिचं शहाणपण परत आलं आणि त्यानं चुंबन घेण्यासाठी त्याचा चेहरा तिच्याजवळ आणला तशी ती पाऊल मागे सरकली. “नाही.” जोरानं श्वास घेत तिचे पाय तिच्या बाइकला लागेपर्यंत ती मागे-मागे गेली. ती बाइकवर रागातच बसली, पण तो राग त्यानं चुंबन घेण्याचा प्रयत्न केला म्हणून त्याच्यावर होता की आणखी एक पुरुषावर विजय मिळवायचा राहिला म्हणून स्वत:वरच होता, हे ती स्वत:ला सांगू शकली नाही. “नको. थँक्स. आता मला जायची परवानगी....”

काही न बोलता तो बाजूला सरकला आणि तिनं बाइकला किक मारून तिचे एकशेदहा घोडे दामटले. रस्त्यातून वळण्यापूर्वी तिनं तिच्या साइड-मिररकडे नजर टाकली तेव्हा तो तिथून हलला नव्हता हे तिला दिसलं. ती जात असताना पाहण्यासाठी तो पुतळ्यासारखा निश्चल उभा होता.

प्रकरण ५

रविवार, १४ जानेवारी, रात्री ११:५५ वा.

त्याच्या सेलच्या रिंगमुळे त्याला गाढ झोपेतूनही जाग आली. रागातच त्यानं तो उचलला आणि कॉलर आयडीकडे नजर टाकली. हॅरिंग्टन. त्या ढोंगी माणसाला चीड आली. "काय?"

"हॅरिंग्टन बोलतोय."

तो उठून बसला. "मला ठाऊक आहे. इतक्या मध्यरात्री कशाला फोन केलास?"

"अजून मध्यरात्रसुद्धा झालेली नाही. तू नेहमी रात्रभर काम करत असतोस लुई."

ते एरवी खरं होतं. तो हॅरिंग्टनला खरं कारण सांगणार नव्हता. त्याला त्या माणसाबद्दलच्या आणि जगाबद्दलच्या रंगीबेरंगी आणि नागमोडी वळणाच्या दृष्टिकोनाबद्दल फक्त तिरस्कारच होता. त्या कुत्तरड्याचा गळाच दाबावा असं त्याला वाटलं असावं. त्यानं क्लेअर रेनॉल्डस्‌चा गळा दाबला होता. हॅरिंग्टनचा रडका आवाज ऐकला की, अजूनही तो तसंच करत होता. एक वर्षापूर्वीच्या क्लेअर डाइज या ॲनिमेशन फिल्मपासून पावलोपावली हॅरिंग्टननं त्याच्या कलानिर्मितीत अडथळेच आणले होते. अतिशय गूढ, अतिशय हिंसा असलेलं असह्य वास्तव! पण व्हॅन झॅण्ड्‌टला धंदा काय असतो आणि काय खपतं हे समजत होतं. हॅरिंग्टननं कितीही आरडा-ओरड आणि कुरकुर केली, तरीही बिहाइंड एनिमी लाइन्समधल्या 'क्लॉथिल्ड'चा गळा दाबून केलेला खून कायम राहिला; पण आता मात्र फार काळ हॅरिंग्टन आरडा-ओरड आणि कुरकुर करणार नव्हता.

व्हॅन झॅण्ड्‌ट अतिशय पद्धतशीरपणे हॅरिंग्टनला दूर ठेवत होता आणि त्या मूर्खाला ते कळतही नव्हतं. "जाऊ दे हॅरिंग्टन, मी स्वप्न पाहत होतो." त्याच्या मनात आलं, 'अर्थातच ग्रेगरी सॅंडर्सचं!' ते त्याचं नंतरचं सावज होतं. "आता सांग मला, काय महत्त्वाचं काम आहे, म्हणजे मी परत स्वप्न पाहू शकेन."

बराच वेळ कुणीच काही बोललं नाही.

"हेल्लो. ए गृहस्था? तू मला उगाचच झोपेतून उठवलंस बघ!"

"मी इथेच आहे." हॅरिंग्टन म्हणाला. "ती हाणामारीची दृश्यं यॅगरनं तुला लवकरात लवकर आटोपायला सांगितलीयेत."

म्हणजे व्हॅन झॅण्ड्टनं हॅरिंग्टनला एकदाचा दरवाजा दाखवला म्हणायचा. हे होणारच होतं.

"त्याला ती मंगळवारपर्यंत हवी आहेत." हॅरिंग्टन पुढे म्हणाला. "सकाळी ९ पर्यंत."

सुखाची जाणीव धुक्यासारखी विरून गेली. "मंगळवार? तो कुठल्या नशेत आहे?"

"यॅगर फार सीरिअस आहे त्या बाबतीत." आणि हॅरिंग्टनसुद्धा. प्रत्येक शब्द त्याच्या तोंडातून ओढून काढल्यासारखा वाटत होता. "एक महिना उशीर झालाय असं तो म्हणतोय."

"प्रतिभावंताच्या मागे घाई करून चालत नसतं."

आणखी एकदा दोघंही गप्प झाले आणि त्याला वाटलं, हॅरिंग्टन दात विचकून हसत होता आणि ते त्याला ऐकू येत होतं. एखाद्याच्या स्वातंत्र्यावर बंधनं आणण्यात काही लोकांना मजा वाटत असते. "त्याला मारामारीची दृश्यं आणि इन्क्विझिट्‌मधली कापलेली दृश्यं पिनॅकलमध्ये दाखवायची आहेत." आणखी एकदा ताण निर्माण करणारी शांतता. "आपल्याला बूथ मिळालाय."

"पिनॅकल?" पिनॅकलमध्ये बूथ मिळणं म्हणजे प्रतिस्पर्ध्यांच्या मते प्रतिष्ठेचंच! आदराचंही. व्यवहाराच्या भाषेत बोलायचं, तर ते राष्ट्रीय पातळीवरचं वितरण! म्हणजे त्याच्या प्रेक्षकांची संख्या लक्षावधींच्या घरात पोहोचली याचं द्योतक होतं. त्याचे डोळे अचानक बारीक झाले. यामुळे परिस्थितीच बदलली सगळी. पिनॅकल काही थांबणार नव्हतं. ती खरी अंतिम कालमर्यादा होती! "तू माझी चेष्टा तर करत नाहीस ना हॅरिंग्टन?"

"ते खरं आहे." हॅरिंग्टन निराश झाल्यासारखा वाटला. "आजच रात्री यॅगरला निमंत्रण मिळालं. मंगळवारपर्यंत ती दृश्यं पूर्ण करून घ्यायला मी तुला सांगावं, असं तो म्हणाला."

ते फाइट सीन्स त्यानं नुकतेच सुरू केले असले, तरी तो ते पूर्ण करून घेणार होता. अंधाऱ्या कोठडीचे सीन्स तयार करण्यात तो गुंतला होता. "बरं, तू आता मला सांगितलंयस. आता मला झोपू दे."

"यॅगरसाठी तू फाइट सीन्स करशील ना?" हॅरिंग्टननं पुन्हा विचारलं.

"ती आम्हा दोघांमधली गोष्ट आहे; पण मी मंगळवारी येतोय हे तू त्याला सांगू शकतोस." त्याला शक्य तितक्या खालच्या आवाजात त्यानं सांगितलं आणि फोन

ठेवून दिला. हॅरिंग्टन ढुंगणावर लाथ मारून हाकलून देण्याच्याच लायकीचा होता. तो मंदबुद्धी आणि जुनाट विचारांचा होता.

हॅरिंग्टनला मनातून काढून टाकल्यावर त्यानं त्याचा पाय त्याच्या बेडच्या एका बाजूवर टाकला. त्याच्या उरलेल्या पायावर लुब्रिकंट चोपडल्यावर तो पाय त्याने धरला आणि इतक्या वर्षांच्या सवयीनुसार जागेवर बसवला. व्हीझेडला भेटायला जाणं म्हणजे त्याच्या नेहमीच्या वेळापत्रकात व्यत्यय येणारच होता. ग्रेग सँडर्सला मंगळवारी सकाळच्या ऐवजी दुपारनंतर ढकलावं लागणार होतं त्याला, पण तरी त्याची नंतरची किंकाळी मंगळवारी मध्यरात्री ऐकू येणार होती. तो त्याच्या कम्प्यूटरसमोर बसला आणि त्यानं ग्रेग सँडर्सला बदललेली वेळ कळविण्यासाठी इ-मेल टाइप केला आणि खाली सही केली, "सप्रेम सादर, इ. मंच."

पिनॅकलसाठी फाइट सीन्स करायचे म्हटल्यावर व्हॅन झॅण्ड्टच्या सहनशीलतेचा अंत पाहून चालणार नव्हतं, हे त्याला ठाऊक होतं. व्हॅन झॅण्ड्टनं त्याच्या प्रतिभेची दखल घेतली होती, पण व्हीझेड्सुद्धा पिनॅकलसाठी वेळेच्या आत काम करायचं म्हणून ॲनिमेशनसाठी कलेचा त्याग करायला मागेपुढे पाहणारा नव्हता. मंगळवारी व्हीझेडला दाखवण्यासाठी काहीतरी करणं त्याला आवश्यकच होतं; मग ते अर्धवट का असेना. व्हीझेडला समाधान वाटलच असतं, कारण 'फ्रेझिअर लुई'नं केलेली अर्धवट निर्मितीसुद्धा हॅरिंग्टननं केलेल्या कोणत्याही कलाकृतीपेक्षा लाख पटींनी चांगलीच असणार होती.

वॉरन् कीझनं हातात तलवार घेतल्याचं आणि बिल् मेलव्हिलनं हातात दंडुका घेतल्याचं जे व्हिडिओ शूटिंग यानं केलं होतं त्याचा त्यानं विचार केला. बिल्चं मार्शल आर्दसमधलं कसब कितीही वाखाणलं गेलं असलं, तरी त्या दंडुक्याची लयबद्धता तो कधीही दाखवू शकला नव्हता आणि अखेरीस ती त्यालाच दाखवावी लागली होती. तो दंडुका बिल्च्या मानवी डोक्याच्या संपर्कात आणणं हे त्यानं डुकरांच्या डोक्यांवर जी प्रॅक्टिस केली होती त्यापेक्षा खूपच वेगळं होतं. ती डुकरं फार पूर्वीच मेली होती, पण बिल्... शेल्फवर ठेवलेल्या त्याच्या संग्रहातून त्यानं तो व्हिडिओ काळजीपूर्वक आणि सस्मित चेहऱ्यानं बाहेर काढला. बिल्च्या माथ्याचे केस अगदी पूर्ण कापले गेले होते. तोही एक श्रेष्ठ 'मनोरंजनाचा उपक्रम' ठरला असता.

खाण्यासाठी काहीतरी शोधून, लक्ष विचलित होऊ नये म्हणून फोन आणि इंटरनेट कनेक्शन काढून तो फाइट सिक्वेन्सच्या कामाला लागत असे. 'त्यामुळे व्हीझेड् खूश होईल आणि हॅरिंग्टन कसा किरकोळ मजुरी करणारा कामगार आहे, हेच सिद्ध होईल.'

सोमवार, १५ जानेवारी, सकाळी १२:३५ वा.

प्रचंड थकलेला, भुकेलेला आणि पार्किंग लॉटमध्ये सोफीच्या प्रतिक्रियेमुळे अजूनही गोंधळलेला व्हिटो त्याच्या समोरच्या दारातून आत गेला, तर त्याच्या घराची युद्धभूमी झाल्याचं त्याला दिसलं. क्षणभर तो उभाच राहिला आणि त्याच्या लिव्हिंग रूममध्ये पडलेले कागदी बोळ्यांचे ढीग त्याला सर्वत्र दिसले. सोफा जागचा हलवल्यामुळे कोपऱ्यातल्या टेबलावर असलेली किमती फुलदाणी खाली पडते की काय अशा अवस्थेत होती. त्याच्या घरावर हल्ला झाला होता, हे कळण्यासाठी त्याला इतर कुठल्या पुराव्याची गरज नव्हती.

मग कागदाचा एक बोळा त्याच्या कानशिलावर आदळला. त्याच्या डोळ्यांची उघडझाप झाली आणि तो थरारला. त्यानं तो कागदाचा बोळा रागानंच उचलला, कारण त्याला त्यामध्ये त्याचंच फिशहूक दिसलं. त्या पोरांनी अशात त्यांचं युद्धसाहित्य नक्कीच अद्ययावत केलेलं होतं. "अरे पोरांनो," त्या रूममध्ये कागदाचे बोळे अजूनही फेकले जातच होते. "कॉनर! डान्टे! थांबा, थांबा. ताबडतोब!"

"अरे, तू आलास." त्याच्या किचनमधून शब्द आले आणि त्यांच्या पाठोपाठ त्याचा अकरा वर्षांचा पुतण्या कॉनर रागावलेल्या आणि थोडासा धास्तावलेल्याही अवस्थेत तिथे आला. "तू घरी आलास?"

"बहुतेक रोज रात्री मी घरी येतोच." व्हिटो शुष्कपणे म्हणाला. मग निळ्या फ्लॅनेलचा गोळा त्याच्या पायांवर पडला, तसा त्याचा चेहरा पडला. "काळजी घे." तो खाली वाकला आणि त्याच्या पायांना मिठी मारलेल्या पाच वर्षांच्या पिअर्सला त्यानं उचलून कडेवर घेतलं आणि त्याला विचारलं, "तुझ्या तोंडाला काय लागलंय पिअर्स?"

"चॉकलेट फ्रॉस्टिंग!" पिअर्स अभिमानानं म्हणाला आणि व्हिटोला हसू आलं. त्याचा बराचसा थकवा नाहीसा झाला. त्यानं पिअर्सच्या कमरेला धरून खालीवर केलं आणि छातीशी घट्ट धरलं.

कॉनरनं मान हलवली. "ते खाऊ नकोस म्हणून मी त्याला सांगण्याचा प्रयत्न केला, पण मुलं कशी असतात तुला ठाऊकच आहे."

व्हिटोनं होकार देण्यासाठी मान हलवली. "हो ना, मुलं कशी असतात ते मला ठाऊकच आहे. तुझ्याही हनुवटीवर फ्रॉस्टिंग चिकटलेलं आहे कॉनर."

कॉनरचे गाल काळवंडले. "आम्ही केक तयार केला."

"माझ्यासाठी थोडासा ठेवलाय की नाही?"

पिअर्सनं चेहरा कसनुसा केला. "फारसा नाही."

"अरेरे, हे काही बरं नाही केलंत. मला तर इतकी भूक लागलीय!" व्हिटोनं

पिअर्सकडे पाहिलं. "--की एक लहान मुलगाही चालेल. तू खूप चविष्ट असशील."

पिअर्स खळखळून हसला. त्याला ही गंमत माहीत होती. "मी तर कडक-कडक, चिवट-चिवट आहे अगदी, पण डान्टेकडे खूप मांस आहे."

डान्टेनं सोफ्यामागून डोकं वर काढलं. त्यानं त्याचे दंड फुगवले. "हे स्नायू आहेत, मांस नाही."

"मला वाटतं ती डुकराची तंगडी आहे." व्हिटो मोठ्या आवाजात कुजबुजला आणि पिअर्स पुन्हा खळखळून हसला. "डान्टे, आजच्या रात्रीची लढाई संपली! आता तुम्ही सगळ्यांनी झोपायला जायचं."

"का बरं?" त्यानं कुरकुरत म्हटलं. "आम्ही फक्त मजा करत होतो." नऊ वर्षांचा असूनही तो मोठा दिसत होता, कॉनरपेक्षाही मोठा. तो सोफ्याच्या पाठीवर वळला आणि ती फुलदाणी हेलकावे खाऊ लागली. त्यामुळे व्हिटोला वाटलं की, ती खाली पडून फुटणारच; पण डान्टे उठला आणि त्यानं ती फुटबॉलसारखी झेलली. "चिकोटेलीनं टच डाउन केलं!" असं म्हणून मोठ्ठी आरोळी ठोकली. "आणि प्रेक्षकांनी जल्लोष केला."

"प्रेक्षक आता झोपणार आहेत." व्हिटो म्हणाला. "आणि आता एक्स्ट्रॉ पॉइंटचा विचारही करू नका."

डान्टेनं हसून ती फुलदाणी टेबलाच्या मध्यभागी ठेवली आणि म्हणाला की, ती ठेवण्याचाच तो विचार करत होता. "जरा हस अंकल व्हिटो!" तो रागावून बोलला. "तू आज फारच चिडलायस."

पिअर्स त्याला हुंगत म्हणाला, "आज तुझा फार घाण वास येतोय. कुत्रा घाणीत लोळल्यावर येतो तसा. मॉम नेहमी आम्हाला त्याला अंघोळ घालायला लावते बाहेर, असं काही झालं म्हणजे."

त्या प्रेतांचं दृश्य त्याच्या डोळ्यांसमोर तरळलं आणि त्यानं त्यांना बाजूला सारलं. "मीही आता अंघोळ करतो; पण आत. इथे बाहेर खूप थंड आहे. तुम्ही तरी इथे काय करता?

"डॅडनं मॉमला हॉस्पिटलमध्ये नेलं." एकदम गंभीर होत कॉनर म्हणाला. टिनोनं आम्हाला इथे आणलं. आम्ही आमच्या स्लीपिंग बॅग्ज आणल्यायत."

"पण..." कॉनरनं आपल्या दोन भावांकडे पाहून इशारा केल्याचं व्हिटोनं पाहिलं आणि प्रश्न गिळून टाकला. त्याला तपशील नंतर समजून घ्यावा लागणार होता. "तुम्हाला उद्या शाळा नाही?"

"नाही, कारण उद्या मार्टिन ल्यूथर किंग डे आहे!" पिअर्सनं माहिती सांगितली. "अंकल टिनो म्हणाला, आम्ही रात्रभर जागे राहू शकतो."

"नाही, तसं जमणार नाही." व्हिटोनं त्या मुलाचे काळे केस विस्कटून

टाकले. "मला उद्या सकाळी लवकर उठायचंय आणि आता झोपायचंय. तेव्हा तुम्हालाही झोपावं लागेल."

"शिवाय," कॉनर म्हणाला. "सबंध रात्र असं टिनो म्हणाला नाही. तो म्हणाला मध्य रात्रीपर्यंत."

"आता मध्यरात्र होऊन गेलीच आहे." व्हिटो म्हणाला. "जा, दात ब्रश करा आणि तुमच्या स्लीपिंग बॅग्ज उघडा आणि अंथरा लिव्हिंग रूममध्ये. उद्या तुमचे हे तोफगोळे आवरून टाका आणि माझे फिशिंग हूक्स माझ्या टॅकल बॉक्समध्ये ठेवून द्या. ओके?"

डान्टे दात विचकत हसला. "ओके, पण त्या हुक्समुळे आम्हाला कागदाचे बोळे जोरात फेकता आले."

आपलं अजून थडथडणारं कानशील व्हिटोनं चोळलं. "हो, मला ठाऊक आहे. टिनो कुठे आहे?"

"खाली गुसला झोपवण्याचा प्रयत्न करतोय." असं म्हणून कॉनरनं पिअर्सला दात ब्रश करायला बळेच पाठवलं. "त्याची छोटी कॉट त्याच्या लिव्हिंग रूममध्ये ठेवलीय आणि डॉमिनिक खालीच आहे. मॅथ टेस्टसाठी अभ्यास करतोय. डॉम म्हणतोय तो टिनोच्या काऊचवर झोपेल, गुसची काळजी घेण्यासाठी."

डॉमिनिक हा डिनोचा सगळ्यात मोठा आणि अतिशय जबाबदारीनं वागणारा मुलगा. याच वयात व्हिटो होता, त्यापेक्षा नक्कीच जास्त जबाबदारीनं वागणारा.

"मी शॉवर घ्यायला चाललोय आणि मी बाहेर येईन तेव्हा मला तिन्ही गोळे स्लीपिंग बॅगमध्ये झोपलेले दिसायला हवेत आणि मला घोरणंही ऐकू यायला हवं, ओके?"

"आम्ही शांत राहू." डान्टेनं मान खाली घातली. तो आता हुतात्मा झाला होता. "आम्ही वचन देतो."

ते प्रयत्न करतील हे व्हिटोला ठाऊक होतं, पण त्याच्या भावाची मुलं त्याच्याकडे बऱ्याचदा आली असल्यानं त्यांचे चांगले हेतू फार काळ टिकत नाहीत, हेही त्याला ठाऊक होतं. त्यानं स्वत:च्या खांद्याचा वास घेतला आणि चेहरा कसनुसा केला. त्याचा त्यालाच घाण वास आला. त्याला शॉवर घेणं आवश्यकच होतं, नाहीतर रात्रभर त्या वासानं त्याला जागं ठेवलं असतं.

आणि सोफी जोहान्सनला डिनरला बोलावण्याची इच्छा असल्यानं तोपर्यंत झोपायचं नाही, असं ठरवलं, तरी त्याला झोपावंच लागलं असतं. येत्या सात तासांच्या आत त्याला खड्ड्यांच्या चार-बाय-चारच्या चौरसांच्या ठिकाणी परतावं लागणार होतं.

सोमवार, १५ जानेवारी, सकाळी १२:४५ वा.

सोफी तिच्या अंकल हॅरीच्या घरात शिरली आणि तिनं दार हळूच लावून घेतलं. लिव्हिंग रूममधला टेलिव्हिजन चालूच होता आणि तिच्या अपेक्षेप्रमाणेच त्याचा आवाज खाली होता.

"हॉट चॉकलेट स्टोव्हवर आहे सोफ."

हसत ती आरामखुर्चीच्या हातावर टेकली आणि खाली वाकून हॅरीच्या टक्कल पडत चाललेल्या डोक्याचं चुंबन घेतलं. "हे तुला नेहमीच कसं लक्षात राहतं? मी येणार आहे हे काही तुला सांगितलं नव्हतं."

तिचा काही इकडे यायचा विचार नव्हता. शॉवर घेऊन जेवायचं आणि झोपून जायचं असा तिचा बेत होता, पण ॲनाच्या घरात खूपच सामसूम होती आणि नवी-जुनी भुतं नको इतकी जवळ होती.

"मी मनकवडा आहे असं म्हणायला हरकत नाही." हॅरी म्हणाला. त्याचे डोळे चालू असलेल्या टी.व्ही.वरच खिळलेले होते. "पण खरं सांगायचं, तर तू मलबेरीकडे वळलीस की मला तुझ्या बाइकचा आवाज ऐकू येतो."

सोफीचा चेहरा पडला. "मिस स्पार्क्स् नक्कीच तक्रार करत असणार."

"ती तक्रार करतेच. तिनं तक्रार करणं थांबवलं, तर मला वाटतं ती मरूनच जाईल आणि तुझं आजच्या दिवसातलं ते सत्कृत्य समज."

सोफी सौम्यपणे हसली. "तू असा विचार करतोस ते मला आवडतं अंकल हॅरी."

त्यानं हसू आवरलं. मग विचारात पडल्यासारखं तिच्याकडे पाहिलं. "तू परफ्यूम लावलायस का?"

"आजीचा आहे. जास्त झालाय का?" तिनं विचारलं आणि त्यानं मान हलवूनच होकार दिला.

"शिवाय. तू ऐंशी वर्षांची असल्यासारखा वास येतोय. ॲनाचा परफ्यूम तू का लावलास?"

"खरोखर वाईट अशा गोष्टींच्या संपर्कात आले एवढंच मी सांगू शकते. माझे केस मी धुतले, तरी तो दुर्गंध केसात होताच. अगदी चार वेळा धुतले मी. हैराण झाले होते मी." तिनं खांदे उडवले. "सॉरी, पण माझ्यावर विश्वास ठेव. त्या दुर्गंधीपेक्षा हा परफ्यूम बरा."

वळवून मागे बांधलेले तिचे केस त्यानं पकडले आणि पिळले. "सोफी, तुझे केस अजून ओले गच्च आहेत. सर्दी होऊनच तू मरशील."

ती त्याच्याकडे पाहून हसली. "माझा वास ग्रॅनसारखा येत असेल, पण तू तर

तिच्यासारखाच बोलतोयसही!'' ती म्हणाली.

तो नाराज झाल्यासारखा दिसला; पण मग तो हसला. ''तू म्हणतेस ते बरोबर आहे. मी तसाच बोलतोय. मग तू इतके ओले केस घेऊन इतकी लांब का आलीस सोफी? तुला झोप येत नाहीये का?''

''हां. तू जागाच असशील असं मला वाटलं.''

''मी आणि बेटी डेव्हिस. आता व्हॉयेजर. मस्त सिनेमा आजकाल ते बनवत नाहीत!''

''असे सिनेमा,'' तिनं त्याचं वाक्य पूर्ण केलं. आतापर्यंतच्या तिच्या आयुष्यात तिनं आपुलकीनं ते वाक्य शंभरदा तरी ऐकलं होतं. तिचा हा अंकल निद्रानाश झालेला जुनाट रोगी असल्याचं आणि टेलिव्हिजनसमोर आरामखुर्चीत बसून जुने सिनेमा पाहताना डुलक्या घेत असल्याचं सोफीनं लहानपणापासूनच ऐकलं होतं. तिला जेव्हा जेव्हा त्याची गरज पडेल तेव्हा-तेव्हा तिचं बोलणं ऐकायला, सल्ला द्यायला, तो प्रत्येक रात्री त्याच्या आरामखुर्चीत बसलेला असणं ही तिच्यासाठी अत्यंत समाधानाची बाब होती. कधी-कधी त्याचं तिथं नुसतं असणंसुद्धा तिला पुरेसं असायचं.

आणि तो तिथे तिच्यासाठी नेहमीच असायचा. ''पहिल्यांदा मी इथे आले तेव्हा तू इथेच बसून बेटी डेव्हिसच बघत होतास. तेव्हा जेझबेल चालू होता. अगदी मस्त सिनेमा!'' तिनं त्याला चिडवलं, पण त्याचा चेहरा बदलला होता, शांत होता.

''माझ्या लक्षात आहे.'' तो शांतपणे म्हणाला. तू तेव्हा चार वर्षांची होतीस आणि तुला वाईट स्वप्न पडलं होतं. पायघोळ पायजमा घालून तू पायऱ्या उतरून येत होतीस, तेव्हा तू किती गोड दिसायचीस!''

तिला ते स्वप्न स्पष्टपणे आठवलं. अनोळखी बेडवर जाग आल्यानं वाटलेलं भयही आठवलं. तिच्या आयुष्यात तोपर्यंत सगळेच बेड्स नेहमीच अनोळखी होते. हॅरी, ग्रॅन आणि कॅथरिननं ते सगळं बदलून टाकलं. त्याचं तिच्यावर मोठंच ऋण होतं.

''ते पायघोळ पायजमे मला फार आवडायचे.'' ते तिला तिच्या चुलतबहिणी पॉला आणि नीनानं दिले होते. ते दुरुस्त केलेले असत आणि फ्लॅनेल शंभरदा तरी धुतलेले असत; पण सोफीला मात्र तोपर्यंत वापरलेल्या कपड्यांपैकी ते सर्वांत मौल्यवान वाटत. ''ते किती मऊ-मुलायम होते! तेवढी ऊब नंतर मला कधीच मिळाली नाही.''

हॅरीचे डोळे चमकले, ओठ आवळले गेले आणि सोफीनं ओळखलं की, आपल्याला विरलेल्या सुती कापडाच्या पायजम्यात अपमानित करून हॅरीच्या उंबरठ्यावर आणून टाकल्याचं दृश्य त्याला आठवत असणार. ती अशीच थंडीची

रात्र होती आणि हॅरी खूप संतापला होता. अनेक वर्षांनी तिला समजलं होतं की, त्याचा राग पूर्णपणे तिच्या आईवर होता.

"तू रडत होतास हे पहिल्यांदा माझ्या लक्षातच आलं नव्हतं; तुझा चेहरा पाहीपर्यंत."

त्या रात्री ती पहिल्यांदा जिना उतरून खाली आली होती. ती रात्र तिला आठवली. स्वप्नामुळे ती घाबरली होती, थरथरत होती; पण त्याहीपेक्षा जास्त ती आवाज करण्यानं घाबरली होती. कुणाची झोपमोड होऊ नये म्हणून ती भीत होती. रात्रीच्या वेळी आईला कधीच त्रास देऊ नये हे ती शिकली होती. "तुला वेड लागेल आणि तू मला हाकलून देशील, अशी मला भीती वाटत होती." हॅरीच्या कपाळावरच्या आठ्या काढून टाकण्यासाठी तिनं त्याच्या कपाळावरून तिचा अंगठा घासला.

"पण तू तसं केलं नाहीस. उलट तू मला उचललंस आणि तुझ्या मांडीवर मला बसवलंस आणि मग आपण जेझबेल बघितला." आणि त्याच वेळी सोफीला तिच्या आयुष्यात पहिल्यांदाच सुरक्षित ठिकाण मिळालं होतं.

"कशाला जुन्या आठवणी सोफी? आज काय घडलं?"

कुठून सुरुवात करावी? "कॅथरिनला मदत करण्यात आजचा दिवस घालवला. मी तुला तपशील सांगू शकत नाही, पण ते 'व्यावसायिक स्वरूपा'तून." तिनं बोटांची विचित्र हालचाल केली, हवेचे तुकडे करत असल्यासारखी.

"तू एक प्रेत पाहिलंस." त्याचा आवाज कठोर झाला. "आता मला त्या परफ्यूमचं कारण कळलं. कॅथरिनचा तो फार मोठा बेजबाबदारपणा होता. तू झोपू शकली नाहीस यात काही नवल नाही."

"आता मी मोठी झालेय अंकल हॅरी. मी प्रेत हाताळू शकते. दुसरं असं की, मला प्रेत खरोखरच दिसेल असं कॅथरिनला वाटलंही नव्हतं. तिला त्याबद्दल वाईटच वाटलं." त्याच्या डोळ्यांकडे पाहता यावं म्हणून ती वळली आणि तिनं खोल श्वास घेतला.

"ते प्रेत बॅगमध्ये घालून झिप ओढताना तिला मी बघितलं. तिला खूप वाईट वाटत होतं."

हॅरीचे खांदे पडले आणि त्याच्या डोळ्यांत वेदना दाटून आली. "बेटा, असं व्हायला नको होतं."

ती बळेच हसली. "मी ठीक आहे. फक्त आजची रात्र मी त्या घरात राहू शकले नाही."

"मग तू इथेच राहशील, तुझ्या जुन्या रूममध्ये. मी उद्या नाहीचंय इथे. मी तुझ्यासाठी वॅफल्स बनवेन."

त्याचं स्वतःचंच बोलणं तिला लहान मुलासारखं वाटलं आणि तिचं या वेळचं

हसणं मात्र खरं होतं. ''मला मोह होतोय अंकल हॅरी, पण मला उद्या लवकर निघायचंय. मला ग्रॅनकडे परत गेलंच पाहिजे आणि त्या कुत्र्यांना बाहेर सोडायचं आहे आणि मग दिवसभर म्यूझियममध्ये काम केलं पाहिजे; पण रात्रीच्या जेवणाचं काय?''

''माझ्यासारख्या म्हाताऱ्याबरोबर तू डिनर घेऊ नयेस. तू डेटिंगला जावंस सोफी. सहा महिन्यांपासून तू घरी आहेस. तुला आवडेल असा तुला कुणी भेटला नाही?''

व्हिटो चिकोटेलीचा देखणा चेहरा तिच्या मनात तरळला आणि ती लाजली. तिला तो आवडला होता, हे खरं होतं; पण त्याहीपेक्षा तिला तो आदरणीय वाटला होता. पण सर्वांत विशेष म्हणजे तो तिला मिळणार नाही हे माहीत असूनही तिला तो हवा होता. त्या शेतातल्या प्रेतांच्यामुळे तिच्या तोंडाची चवच जशी काही गेली होती. जवळपास तसाच त्याचा विचार तिच्या मनात आल्यानंही ती गेली होती.

''नाही. मला भेटलेला प्रत्येक जण एकतर लग्न झालेला आहे, नाहीतर डेटिंग करणारा तरी आहे, नाहीतर उंदीर तरी आहे.'' विचारात पडल्यासारखे तिचे डोळे बारीक झाले. ''आणि कधीकधी ते स्वत:ला फारच सभ्य समजतात आणि तुमच्या बीफ जर्कीसाठी ते तुमच्याजवळ येतात.''

त्यानं चमकून तिच्याकडे पाहिलं. ''बीफ जर्की हा सेक्ससाठी नवा पर्यायी शब्द तर नाही ना?''

ती गोंधळली. तिनं त्याच्याकडे एक कटाक्ष टाकला. मग ती इतकी हसली की, खुर्चीच्या हातावरून खाली पडता पडता राहिली. आँट फ्रेया झोपेतून उठेल की काय या शंकेनं तिनं चटकन् स्वत:चं तोंड झाकलं. ''नाही अंकल हॅरी, बीफ जर्की हे अजूनही बीफ जर्कीच आहे, असं मला वाटतं.''

''तू भाषाप्रभू आहेस. तुला ते माहीत असणार.''

ती उभी राहिली. ''मग डिनरचं काय? मी तुला लाऊंजला घेऊन जाईन.''

''लाऊंज?'' मान खाली वळवून तो विचार करू लागला. ''चीझ-स्टेकसाठी?''

''नाही, व्हीट-जर्मसाठी.'' तिनं डोळे फिरवले. ''अर्थातच! चीझ-स्टेकसाठी.''

त्याचे डोळे चमकले. ''चीझ-व्हिझसोबत?''

तिनं त्याच्या माथ्याचं चुंबन घेतलं. ''नेहमीच! मी तुला सात वाजता भेटेन. उशीर करू नकोस.''

तिच्या जुन्या रूमकडे जाण्यासाठी ती अर्धा जिना चढली, तोच त्याच्या खुर्चीचा कर-कर असा आवाज तिनं ऐकला. ''सोफी!'' ती खाली येण्यासाठी वळली, तर तो तिच्याकडेच एकटक बघत होता. त्याच्या चेहऱ्यावर तिला निराशा दिसली. ''सगळेच पुरुष उंदीर नसतात. तुला नक्कीच कुणीतरी भेटेल आणि तो

सभ्य-सुसंस्कृतच असेल. तुला सगळ्यात चांगला पुरुष भेटेल.''

सोफीनं तोंड मिटलं आणि निश्चयपूर्वक आवंढा गिळला. ''मला खूप उशीर झालाय अंकल हॅरी. आँट फ्रेयाला सगळ्यात चांगला पुरुष भेटलाय. आम्हा बाकीच्यांना फक्त संसार उभे करायचे आहेत. उद्या रात्री भेटते.''

सोमवार, १५ जानेवारी, सकाळी १२:५५ वा.

व्हिटो शॉवर घेऊन आला तेव्हा टिनो किचन टेबलपाशी बसला होता. लिंग्विनी आणि ग्रँड्मा चिकचा रेड सॉस असलेल्या प्लेटकडे त्यानं त्याच्या भावाचं लक्ष वेधलं. ''मी तयार केलंय हे.''

व्हिटो उसासा सोडत एका खुर्चीत धपकन बसला. ''मला खायला वेळच नाही मिळाला.''

टिनोचे डोळे काळजीनं बारीक झाले. ''स्मशानभूमीत गेला होतास?''

आज कोणता दिवस होता हे निकशिवाय फक्त टिनोला ठाऊक होतं आणि अँड्री कशी वागली होती, हेही निकला माहीत होतं. कारण तो तेव्हा तिथेच होता. टिनोला माहीत होतं कारण एक वर्षांपूर्वी आजच्या दिवशी व्हिटो खूप प्यायलेला होता आणि त्यानं त्याला सगळं काही सांगून टाकलं होतं, पण त्याचं हे गुपित निकजवळ जसं सुरक्षित होतं, तसंच ते टिनोजवळही होतं.

''हो, पण तू विचारतोस तिथे नाही.'' आज तो ज्या शेतात गेला होता, ती व्यवस्थित निगा राखलेली स्मशानभूमी होती. तिथे दोन वर्षांपूर्वी अँड्री आणि तिच्या छोट्या भावाला त्यानं दफन केलं होतं.

टिनोच्या भुवया उंचावल्या गेल्या. ''काय? तुला आज थडगी सापडली?''

व्हिटोनं सभोवताली पाहिलं. लिव्हिंग रूमच्या कोपऱ्यात झोपलेल्या मुलांकडे त्याची नजर गेली. ''श्-श्.''

टिनोनं चेहरा कसनुसा केला. ''सॉरी! काही दुर्घटना?''

''हं.'' काही न बोलता त्याने दोनदा वाढलेले ते पदार्थ खाऊन टाकले. मग तिसऱ्यांदा त्याच्या प्लेटमध्ये त्यानं ते वाढून घेतले.

आश्चर्यानं टिनो त्याच्याकडे पाहतच राहिला. ''यापूर्वी तू कधी जेवला होतास गृहस्था?''

''ब्रेकफास्ट.'' एक दृश्य त्याच्या मनात तरळलं – सोफी जोहान्सन, अश्रूंनी भिजलेला तिचा चेहरा, तिचं ते चॉकलेट घातलेलं दूध, बीफ जर्की आणि 'हो-हो' घेण्याचा त्याला आग्रह करणं. ''खरंतर मी एक-दीड तासापूर्वी थोडंसं बीफ

जर्की खाल्लं होतं.''

टिनो मोठ्यानं हसला. ''बीफ जर्की खाल्लंस? आणि तू? एवढा चोखंदळ असूनही?''

''मला भूकच खूप लागली होती.'' आणि तेही सोफीच्या हातून घेण्यामुळं ते आणखीच चविष्ट झालं होतं. घरी जाईपर्यंत ती त्याच्या विचारांवर टीका करत होती, पण आता तातडीच्या काही गोष्टी करणं आवश्यक होतं. त्यानं त्याचा आवाज खाली आणला. ''मी दिनोला फोन करण्याचा प्रयत्न केला, पण त्याचा सेल थेट व्हॉइस मेलकडे गेला. आज रात्री काय घडलं?''

टिनो पुढे वाकला. ''दिनोचा सहाच्या आसपास फोन आला.'' तो कुजबुजत बोलला. ''मॉलीला चक्कर आली होती आणि मग ती लगेच कोसळलीच. तिला सौम्य हार्टअटॅक आला होता असं ते म्हणतात.''

सुन्न झालेला व्हिटो एकटक पाहत राहिला. ''ती फक्त सदतीस वर्षांचीच आहे.''

''माहितीये मला.'' टिनो आणखी पुढे सरकला. ''अँब्युलन्समधून तिला घेऊन चाललेत हे मुलांनी पाहू नये म्हणून डिनोनं डॉमिनिकबरोबर मुलांना एका शेजाऱ्याकडे पाठवलं. मग त्यानं आपल्याला शोधण्यासाठी इकडे फोन केला; मुलांना आपल्याकडे घेऊन येण्यासाठी. तो खूपच घाबरलेला होता. मग मी मुलांना आणण्यासाठी तिकडे गेलो.''

व्हिटोनं प्लेट सरकवली. त्याचं पोट भरलं होतं. ''आता कशी आहे ती?''

''दोन तासांपूर्वी डॅडचा फोन आला. तिची प्रकृती स्थिर आहे.''

''आणि डॅड?'' मायकेल चिकोटेलीचं हृदय फारच कमजोर होतं. त्याच्यावर असा ताण पडणं योग्य नव्हतं.

''मॉली ओके असल्याचं कळल्यावर त्यांना खूप आनंद झाला आणि मॉम त्यांना सारखी शांत राहण्याबद्दल रागावू लागली.'' टिनो त्याच्याकडे क्षणभर पाहत राहिला. ''म्हणजे तू आज स्मशानभूमीत गेलाच नाहीस?''

''नाही, पण मी ठीक आहे. मागच्या वर्षीसारखं नाही.'' व्हिटो आणखी म्हणाला. ''मी अगदी व्यवस्थित आहे. खरोखरच.''

''तू अगदी व्यवस्थित आहेस म्हणूनच रोज रात्री तुझ्या बेडरूममध्ये सारखा येरझारा घालीत होतास गेला आठवडाभर.'' व्हिटो काही बोलणार, तेवढ्यात त्याला खोडून काढण्यासाठी टिनोनं भुवया उंचावल्या. ''तुझी बेडरूम माझ्या बेडरूमच्या अगदी वरच असल्यानं तुझ्या प्रत्येक पावलाचा आवाज मला ऐकू येतो.''

''मग ते चांगलंच आहे की! मलाही प्रत्येक वेळी 'ओह् टिनो' ऐकू येतंच की!''

गोंधळल्याचा अभिनय करण्यात टिनो प्रवीणच होता. "गेल्या कित्येक आठवड्यापासून माझ्या बेडवर कुणी बाई झोपलेली नाही आणि इतक्यात कुणी येईल असं वाटत नाही; पण ते ठीक आहे. मला एक कस्टम पोर्ट्रेट पूर्ण करायचं होतं. तुझ्या येरझारा घालण्यामुळे मी मिसेस सॉरेलचं पेंटिंग मुदतीच्या आत पूर्ण केलंय." त्यानं त्याच्या भुवया खाली वर हलवल्या. "मी कुठल्या पेंटिंगबद्दल म्हणतोय ते तुला ठाऊक आहे."

"मला ठाऊक आहे." व्हिटो शुष्कपणे म्हणाला. त्या स्त्रीनं बेडरूममधल्या तिच्या फोटोवरून तिचं पोर्ट्रेट नवऱ्याला सप्रेम भेट म्हणून देण्यासाठी टिनोशी करार केला होता. "तीच ती अतिशय सुंदर..." त्यानं लिव्हिंग रूममध्ये कसलीतरी सळसळ ऐकली. "स्वेटर्स घातलेली." त्यानं वाक्य ठामपणे पूर्ण केलं आणि टिनो हसला.

"ही मुलं इथे येण्यापूर्वी मी पोर्ट्रेट संपवलं याचा मला आनंद आहे. ते काम निश्चितच परिपूर्ण होतं. मिस्टर सॉरेल हा भाग्यवान माणूस आहे."

व्हिटोनं मान हलवली. घट्ट स्वेटरमधल्या सोफी जोहान्सनची प्रतिमा त्याच्या मनात तरळली होती, ती पुसून टाकण्यासाठी. तो म्हणाला, "टिनो, सध्या इतरांच्या बायकांची खट्याळ चित्रं तू काढतोयस त्यामुळे तू एक दिवस गोत्यात येशील."

टिनो हसला. "डान्टेचं म्हणणं बरोबर आहे. तू सध्या फारच तणावाखाली वावरतोयस. मिसेस सॉरेलची एक बहीण आहे."

व्हिटोनं पुन्हा मान हलवून नकार दिला. "नको. थँक्स."

टिनो अचानक शांत झाला. "अँड्री जाऊन दोन वर्षं झालीयेत." तो सौम्यपणे म्हणाला.

अँड्री जाऊन हा शब्दप्रयोग फारच संयमित होता, पण व्हिटोला आज रात्री वाद घालायला उत्साह नव्हता. "किती काळ गेलाय हे मला माहीत आहे; अगदी मिनिटंसुद्धा."

एका प्रदीर्घ क्षणापर्यंत टिनो गप्प होता. "म्हणजे तू किती काळ सोसलंयस हे तुला माहीत आहे."

व्हिटोनं त्याच्याकडे पाहिलं. "किती काळ म्हणजे किती काळ टिनो?"

"दु:ख करण्यासाठी? मला माहीत नाही, पण स्वत:ला दोष देण्यासाठी पाच मिनिटांचा काळही खूप मोठा असतो. जाऊ दे व्हिटो. ते घडून गेलं. तो एक अपघात होता; पण तू ते मान्य करायलाच तयार नाहीस. तू ते लगेच मान्य करायला हवंस. नाहीतर आयुष्यभर तुला एकाकी राहावं लागेल."

व्हिटोला यावर काहीच म्हणायचं नव्हतं. टिनो उठला आणि त्यानं फ्रीजमधून एक प्लेट बाहेर काढली. "मुलांनी बनवलेल्या केकचा एक पीस मी तुझ्यासाठी

राखून ठेवलाय. तो तयार करताना तिकडे माझं लक्ष होतं, म्हणून तो खायला हरकत नाही.''

व्हिटोनं गंभीरपणे प्लेटकडे पाहिलं. ''याचं तर फ्रॉस्टिंग झालंय. केक कुठे आहे?''

टिनोनं ओठ दुमडले. ''केकसाठी केलेलं मिक्श्चर कमी पडलं.'' त्यानं खांदे उडवले. ''ही मुलं इथे आली तेव्हा मॉलीबद्दलच्या काळजीत होती. काय झालं असेल याचा मला अंदाज आला.''

त्याच्या डोळ्यांची आग झाली. त्याचं त्याला नवल वाटलं. व्हिटोनं नजर खाली करून केकवरचं प्लास्टिक रॅपर काढण्याकडे लक्ष दिलं. त्यानं घसा साफ केला. ''ते चांगलं केलंस तू टिनो.''

टिनोनं पुन्हा खांदे उडवले. व्हिटोनं केलेल्या कौतुकामुळे तो बावरला. ''आपलीच मुलं आहेत ती! आपल्याच कुटुंबातली.''

सोफीनं केलेल्या प्रशंसेचा व्हिटो विचार करू लागला; प्रामाणिक आणि कुठलाही परिणाम होऊ न देता. त्याला बावरल्यासारखं झालं नाही. बऱ्याच दिवसांत त्याला असं प्रेम आणि आपुलकी मिळाली नव्हती. टिनोला खुर्चीतून उठताना त्यानं डोळ्याच्या कोपऱ्यातून बघितलं.

''मी झोपायला जातोय. उद्याचा दिवस चांगला असेल, सर्वच बाबतीत.''

काठीचा प्रहार व्हावा तशी त्याला अचानक बोलण्याची गरज वाटायला लागली. ''आज मला कुणीतरी भेटलं.''

टिनो परत खुर्चीत बसत असल्याचं त्यानं डोळ्याच्या कोपऱ्यातूनच पाहिलं. ''ओह! आणखी एखादा पोलीस?''

नाही. आणखी एखादा पोलीस नाही. आता लक्षावधी वर्षं गेली तरी नाही. ''नाही. एक पुरातत्त्व संशोधक.''

आता टिनोनं डोळे मिचकावले. ''पुरातत्त्व संशोधक? इंडियाना जोन्समधल्यासारखा?''

धुळकट फेडोरा हॅट घालून चाबकाचे फटकारे मारत चाललेली सोफी जोहान्सन त्याच्या डोळ्यासमोर तरळली. ''नाही. उलट त्यापेक्षा...'' तंतोतंत तुलना शक्य नाही हे त्याच्या लक्षात आलं.

''तिनं फ्रान्समधल्या किल्ल्यांमध्ये उत्खनन केलंय. तिला दहा भाषा येतात.'' आत्ता तू जे प्रेत सोडून दिलंस त्यापेक्षाही त्यापैकी तीन भाषा मृत झालेल्या आहेत. ती म्हणाली होती. नंतर स्वत:मध्ये संवेदनशीलता नसल्याबद्दल तिला लाज वाटत होती. त्याचे विचार सुरू होते. मग त्या शेवटच्या काही क्षणांत नेमकं काय घडलं होतं?

"म्हणजे तिला बुद्धी आहे. तिच्याकडे आणखी काही वैशिष्ट्यं आहेत का?"

"ती जवळजवळ सहा फूट उंच आहे. अँजेलिनासारखे ओठ. नितंबापर्यंत लांब सोनेरी केस."

"मला वाटतं मी तिच्या प्रेमात आधीच पडलोय." टिनोनं चिडवलं. आणि तिचे... ते स्वेटर्स?"

मंद स्मित उमटल्यानं त्यांचे ओठ वक्र झाले. "खूप खूप सुंदर!" मग तो शांत झाला. "आणि तशीच तीही."

"अगदी योग्य वेळ साधली!" टिनो साधेपणानं म्हणाला. "म्हणजे, इतक्या दिवसांत तुझी आणि तिची आजच भेट झाली."

व्हिटोनं नजर चुकवली. "आजचा दिवस असल्यामुळेच मला इंटरेस्ट निर्माण झाला की काय असं मला वाटलं. पुढची पावलं टाकणं आजच्या दिवशी तरी योग्य नाही, असं मी स्वत:ला बजावलं. ती माझी अतृप्तता दिसली असती किंवा माझा अपमान झाला असता किंवा असंच काहीतरी, असं मला वाटलं."

"व्हिटो, दोन वर्षं झाल्यानंतर त्यात अपमान वगैरे कुणाला वाटण्याचं कारण नाही."

व्हिटोनं खांदे उडवले. "काही आठवडे उलटल्यावर मी पुन्हा जाईन आणि तेव्हा आतासारखंच वाटलं, तर बघता येईल, असा मी विचार केला; पण मग..." त्यानं मान हलवली.

"मग?"

व्हिटोनं उसासा सोडला. "मग मी तिच्याबरोबर पार्किंग लॉटपर्यंत गेलो. डॅम टिनो, ती तिच्या बाइकवर बसली. बीमर आणि दहा सेकंदांमध्ये शून्य ते शंभर."

टिनोनं ओठांचा चंबू केला. "उंचीपुरी पोरगी फास्ट बाइकवर! आता मात्र मी खरंच तिच्या प्रेमात पडलोय."

"एकदम असं काही करणं अविचाराचं ठरलं असतं." वैतागून व्हिटो म्हणाला.

टिनोचे डोळे विस्फारले. "मग तू तिला बाहेर जाण्याबद्दल विचारलंस? व्वा!"

व्हिटोच्या कपाळावर रेषा उमटल्या. "मी प्रयत्न केला, पण मला वाटतं, मला ते जमलं नाही व्यवस्थित."

"शांतपणे धुडकावून लावलं तुला? हं?"

"हो. मग ती तिच्या बाइकवरून वेगात निघाली; अंधारातून झेपावणाऱ्या वटवाघळासारखी."

टिनो टेबलावर वाकला आणि व्हिटोच्या जवळ नाक नेऊन त्यानं जोरात श्वास घेतला. चेहरा कसनुसा करत तो म्हणाला, "तुझा तो विशिष्ट वास असेल. कुठल्यातरी स्मशानभूमीमधला."

"तो होताच आणि उद्या परत मला तिकडेच दुसऱ्या राऊंडवर जायचंय."

टिनोनं प्लेट्स् सिंकमध्ये ठेवल्या. "मग तू जराशी झोप घ्यायला हवीस."

"झोपतो ना!" पण तो जागेवरून उठला नाही. "थोडा वेळ. पहिल्यांदा मी थोडा वेळ शांत बसतो इथेच. डिनरबद्दल थँक्स."

टिनो गेल्यावर व्हिटोनं मागच्या भिंतीवर डोकं टेकवलं, डोळे मिटले आणि सोफीबरोबर घालवलेल्या शेवटच्या काही क्षणांचा तो विचार करू लागला. एखाद्या तरुणीला डिनरला बोलावण्याचा त्याला अनुभव नव्हता, असं नाही आणि खरं सांगायचं, तर त्याला कुणी कधी नकारही दिलेला नव्हता याआधी. असा तर कधीच नाही. या वेळी त्याच्या स्वाभिमानाला धक्का बसला होता, हे त्याला मान्य करावंच लागलं.

ती तिची बायकी लहर होती असं समजून ते विसरून जाणं सोपं होतं, पण वारा फिरला की, लहर फिरेल अशा प्रकारची सोफी असेल असं त्याला वाटलं नव्हतं. ती समंजस असेल असं वाटत होतं. म्हणजे काहीतरी झालं होतं. कदाचित त्याच्या वागण्यात किंवा बोलण्यात त्याची काही चूक झाली असण्याची शक्यता होती, पण त्याबद्दल जास्त विचार करणं आज रात्री खूप थकल्यामुळे त्याला शक्य नव्हतं. उद्या तो तिला याबद्दल विचारू शकणार होता. एखाद्या तरुणीच्या मनाचा थांग लावण्याचा प्रयत्न करण्यापेक्षा तेच शहाणपणाचं ठरलं असतं. मग ती तरुणी कितीही समंजस असली तरी!

लाइट्स बंद करण्यासाठी तो उठला, तेव्हा त्याला आवाज ऐकू आला; कुजबुजल्यासारखा. नाक चोंदलेलं असताना बोलण्याचा आवाज. पिअर्सचा स्लीपिंग बॅगमधून आवंढा गिळण्याचा आवाज. व्हिटोचं मन पिळवटून निघालं. ती छोटी मुलंच होती खरीखुरी. त्यांची आई अशी कोसळलेली त्यांनी पाहिली तेव्हा ती खूप घाबरली असणारच. पिअर्सच्या स्लीपिंग बॅगजवळ तो गुडघे टेकून खाली बसला आणि त्या मुलाच्या पाठीवरून त्यानं प्रेमानं हात फिरवला.

व्हिटोनं पिअर्सच्या बॅगचं झिप उघडून बघितलं, तर त्याचा चेहरा अश्रूंनी भिजलेला दिसला. "तुला भीती वाटतेय?"

पिअर्सनं जोरजोरात मान हलवली, पण व्हिटो तिथंच थांबला आणि दहा सेकंदानंतर त्यानं होकारार्थी मान हलवली.

कॉनर उठून बसला. "तो अजून लहानच आहे. लहान मुलं कशी असतात तुला ठाऊकच आहे."

व्हिटोनं सुज्ञपणे होकार भरला. कॉनरचेही डोळे रडून-रडून किंचितसे सुजलेले त्याला दिसले.

"हो, मला ठाऊक आहे. डान्टेही जागाच आहे का?" त्यानं डोकावून

पाहण्यासाठी डान्टेची बॅग अलीकडे ओढली आणि डान्टेनं त्याच्याकडे पाहून डोळे मिचकावले. "म्हणजे कुणीच झोपलेलं नाही. हो ना? कशामुळे झोप येईल? गरम दूध?"

कॉनरनं चेहरा विचित्र केला. "तू आमची चेष्टा करतोयस ना?"

"टीव्हीवर असंच असतं ना." पिअर्स आणि डान्टे यांच्यामध्ये तो जमिनीवर बसला. "मग काय करावं बरं, कारण मी तर रात्रभर तुमच्याबरोबर जागू शकत नाही. थोड्या वेळानं मला कामावर जावं लागणार आहे आणि तुम्ही तिघंही जागे राहिलात, तर मी झोपू शकणार नाही. मग तुम्ही भांडायला सुरुवात कराल आणि मला जागं कराल. मग हा प्रश्न कसा सोडवणार आहोत आपण?"

"पिअर्सला झोपवण्यासाठी" डान्टे पुटपुटला. "मॉम गाणं म्हणते."

'हो' म्हटल्यासारखं पिअर्सनं व्हिटोकडे पाहिलं. "आम्हाला सगळ्यांनाच झोपवण्यासाठी."

मॉलीचा आवाज चांगला असल्यानं ती गाऊ शकते, विशेषत: अंगाई गीतं. "कोणतं गाणं ती म्हणते?"

"ते चौदा देवदूतांचं गाणं!" कॉनर हळूच म्हणाला, आणि ते गाणं म्हणजे जणूकाही मॉलीच इथे त्यांच्याबरोबर आहे असं वाटण्यासारखं अंगाई गीतच होतं, हे व्हिटोला माहीत होतं.

"हॅन्सेल आणि ग्रेटेलमधलं. ते त्याच्या आवडत्या अनेक ऑपेरांपैकी एक होतं, त्याच्या आजोबांचं, सुद्धा. "ठीक आहे, मी काही तुमची मॉम नाही, पण तुम्ही झोपायच्या तयारीला लागा. मी गाणं म्हणण्याचा प्रयत्न करतो." ते एकमेकांना बिलगण्याची वाट पाहत तो थांबला. "मी आणि तुमचा डॅड तुमच्याएवढे होतो तेव्हा ग्रँडपा चिक हे चौदा देवदूतांचं गाणं म्हणत असत." तो पुटपुटला. त्याचा एक हात डान्टेच्या पाठीवर आणि दुसरा पिअर्सच्या पाठीवर होता आणि ते गाणं म्हणताना त्याच्या खूप आवडत्या आजोबांच्या गोड आठवणी त्यांच्या मनात जाग्या झाल्या. त्यांच्यामुळेच अगदी लहान वयातच त्याला सगळ्या प्रकारचं संगीत आवडायला लागलं होतं.

When at night I go to sleep, Fourteen angels watch do keep;
Two my head are guarding, Two my feet are guiding;
Two are on my right hand, Two are on my left hand,
Two who warmly cover, Two who o'ver me hover,
Two to whom 'tis given To guide my steps to heaven.

"तू हे छान म्हणतोस!" त्यानं पहिलं कडवं म्हटल्यावर पिअर्स पुटपुटला.

व्हिटो हसला. "थँक यू!" तो पुन्हा पुटपुटला.

"त्यांनी हे आँट टेस्च्या लग्नाच्या वेळी आणि नंतर तुझं नाव ठेवण्याच्या कार्यक्रमात म्हटलं होतं." कॉनर कुजबुजला. त्यानं आवंढा गिळला. "मॉम रडली त्या वेळी."

"इतकं काही वाईट नव्हतं ते!" व्हिटोनं चिडवलं आणि कॉनरचे ओठ हसल्यासारखे हलले तेव्हा त्याला हलकं-हलकं वाटलं. "मला वाटतं, तुझी मॉम सध्या तुझाच विचार करतेय. तू आता झोपावंस असं तिला वाटत असेल." त्यानं दुसरं कडवं आणखीच हलक्या आवाजात म्हटलं कारण डान्टेला केव्हाच झोप लागली होती. त्याचं गाणं संपलं तेव्हा कॉनरसुद्धा झोपला होता. फक्त पिअर्स जागा होता. तो त्याच्या त्या मोठ्या स्लीपिंग बॅगमध्ये तो एवढासा दिसत होता. व्हिटोनं उसासा सोडला. "माझ्याजवळ झोपतोस तू?"

पिअर्स चटकन 'हो' म्हणाला. "मी लाथा मारत नाही. किंवा सगळं पांघरूण माझ्या अंगावर ओढून घेत नाही. शप्पथ!"

व्हिटोनं त्याच्या बॅगसह त्याला मिठीत घेतलं ओढून. "किंवा अंथरूण ओलंही करत नाही?"

पिअर्स गडबडला. "अशात नाही."

व्हिटो हसला. "सांगितलंस ते बरं झालं."

सोमवार, १५ जानेवारी, सकाळी ७:४५ वा.

बेडजवळचा फोन वाजला आणि ग्रेग सँडर्सला व्हिस्की पिऊन लागलेली गाढ झोप मोडली. दारूचा अंमल अजून शिल्लक असल्यानं दोनदा प्रयत्न करूनही त्याला काही ऐकू आलं नाही.

"होय."

"मिस्टर सँडर्स," तो आवाज थंडपणे धमकावणारा होता. "कोण बोलतंय हे ओळखलं का?"

ग्रेग पाठीवर वळला. त्याची बेडरूम त्याच्याभोवती अजूनही गरगरत होती. त्यानं त्याच्या कण्हण्याचा आवाज दडपला. हे वैतागवाणे हँग ओव्हर्स! आत्तापर्यंत त्यानं हे शक्य तेवढं टाळलं होतं; पण आता त्याची परतफेड करण्याची वेळ आली होती. ती "परतफेड" कशा स्वरूपात करायची ते त्याला अजून सुचलं नव्हतं, पण त्यामुळे खूप वेदना होणार याची त्याला खात्री होती. त्यानं आवंढा गिळला, पण त्याचं तोंड कोरडं पडलं होतं. "होय."

"तू आम्हाला टाळतोयस सँडर्स्."

ग्रेगनं उठून बसण्याचा प्रयत्न केला आणि गरगरणारं डोकं भिंतीवर टेकलं. "सॉरी. मी..."

"तू काय?" त्या आवाजानं त्याची नक्कल केली. "तुझ्याकडे आमचे पैसे आहेत."

"नाही. सगळे नाहीत."

"हे योग्य नाही, सँडर्स्."

थडथडणाऱ्या कानशिलांवर ग्रेगनं त्याची बोटं दाबली. निराशेमुळे त्याची नाडी वेगानं उडत होती. "थांब. बघ, मला नोकरी मिळालीये. उद्यापासून. पाचशे मिळतील. ते सगळे मी तुला देईन."

"प्लीज मिस्टर सँडर्स्, तेवढंच देणं म्हणजे वणवा विझवण्यासाठी मुतण्यासारखंच आहे. फारच कमी आणि फारच उशिरा! आज संध्याकाळी पाच वाजेपर्यंत आमचे पैसे आम्हाला परत हवेत. ते मिळवण्यासाठी तुला काय करावं लागेल याची आम्हाला पर्वा नाही. सगळेच्या सगळे किंवा असं म्हणावं का, मुतण्यासाठी जे लागतं ते तुझ्याकडे नसल्यानं तू कुठे मुतणारच नाहीस? कळतंय ना?'

ग्रेगच्या पोटात डुचमळलं. त्यानं होकार दिला. त्याला मळमळलं. "हो. म्हणजे, होय, होय, सर."

"छान! मजेत राहा मिस्टर सँडर्स!"

ग्रेग उशीवर घसरला. मग पुन्हा नीट बसला आणि त्यानं टेलिफोन भिंतीवर फेकला. भिंतीचं प्लास्टर उडालं. फोन फोटोफ्रेमवर आदळला, काच फुटली आणि फोटो जमिनीवर पडला.

बेडरूमचं दार धाडकन उघडलं. "काय झालंय काय?"

ग्रेग उशीमधूनच कण्हला. "चालती हो!" पण तो पाठीवर ओढला गेला आणि त्याच्या गालाला एक तळहाताचा स्पर्श झाला तसा त्यानं एक हिसका दिला. आपल्या डोक्यात स्फोट झाला होता असं ग्रेगला वाटलं. आज पाच वाजेपर्यंत तो स्फोट व्हावा असं त्याच्या मनात आलं.

"तुझे डोळे उघड हरामखोरा!"

डोळे किलकिले करत ग्रेगनं ती आज्ञा पाळली. जिल त्याच्याकडे डोळे वटारून पाहत होती. एका हातानं तिनं त्याचा टी-शर्ट पकडला आणि दुसरा त्याच्यावर उगारला.

"पुन्हा मारू नकोस मला!" ते त्याचं बोलणं रडण्यासारखंच होतं.

"तू..." जिलनं संतापानं मान हलवली. "माझी इच्छा नसताना मी तुला इथे राहू दिलं कारण एकदा मी तुझ्यावर मूर्खासारखं प्रेम केलं; पण आता तू पूर्वीचा राहिला नाहीस. हा फोन त्याचा होता ना? धमक्या देणाऱ्या आवाजात तुला नेहमी

फोन करतो त्याचाच हा फोन होता. तू त्याचे पैसे देणं लागतोस, होय ना?''

''हो,'' तो फुसफुसला. ''मी त्याला पैसे देणं लागतो. मी तुला पैसे देणं लागतो. मी माझ्या आई-वडलांना पैसे देणं लागतो.'' त्यानं डोळे मिटले. ''क्रेडिट कार्ड कंपन्यांना आणि बँकेलाही पैसे देणं लागतो.''

''तू तेव्हा कुणीतरी होतास!'' तिनं तिरस्कारानं त्याला हिसका देऊन त्याचा शर्ट सोडला आणि ती रूम पुन्हा गोलगोल फिरू लागली. ''आता तू पक्का दारुडा झालायस. गेल्या वर्षभरात तू काही काम केलं नाहीयेस.''

त्यानं डोळ्यांवर हात ठेवले. ''असं माझा एजंट मला सांगतोय.''

''माझ्याशी शहाणपणानं बोलू नकोस. तुझं चांगलं करिअर होतं. ग्रेग, तुझे फोटो शहरातल्या जवळपास प्रत्येक लिव्हिंग रूममध्ये लावलेले होते, पण तू जुगारात सगळं घालवून बसलास.''

''आणि असं तुझं आयुष्य होतं, ग्रेग सँडर्स!'' तो तुच्छतेनं बोलला.

हुंदका दिल्यासारखा जिलनं श्वास सोडला आणि त्यानं डोळे उघडले, तर तिच्या डोळ्यांत त्याला अश्रू दिसले. ''ते तुझी तंगडी मोडणार आहेत ग्रेग!'' ती पुटपुटली.

''ते फक्त सिनेमातच दिसतं. प्रत्यक्षात ते खूप भयंकर असतं.''

ती एक पाऊल मागे सरकली. ''मला सगळ्या जुन्या गोष्टी काढायच्या नाहीत आता आणि माझ्या घरात आणखी काही तोडफोड व्हायला नको आहे मला.'' ती वळली आणि जायला निघाली, पण दाराशी थबकून म्हणाली, ''शुक्रवारपर्यंत तू इथून निघून जायला हवंस. समजलं?'' मग ती निघून गेली.

खरंतर आपल्याला राग यायला पाहिजे, असं ग्रेगला वाटलं; पण त्याला राग आला नाही. 'तिचं बरोबर आहे. माझ्याकडे सगळंकाही होतं, पण मी ते घालवून बसलो. मला ते परत मिळवायला हवं. ते कर्ज फेडून नव्यानं सुरुवात करायला हवी.' त्याच्याकडे एक पैसा शिल्लक नव्हता, पण त्याचा तो चेहरा होता. त्यामुळेच त्याला पूर्वी एकदा चांगलं आयुष्य जगायला मिळालं होतं. 'पुन्हा ते तसंच मिळवून देईल हा चेहरा!'

अतिशय काळजीपूर्वक तो बेडवरून उतरला आणि त्याच्या कम्प्यूटर-समोरच्या खुर्चीवर बसला. दुसऱ्या दिवशी त्याला पाचशे डॉलर्स मिळणार होते, पण ही रक्कम म्हणजे मुद्दलाचा फारतर दहावा हिस्सा एवढी होती. त्यानं त्यात व्याज मिळवलं तेव्हा... त्याला आणखी पैसे हवे होते आणि तेही ताबडतोब. पण ते त्याला कसे आणि कुणाकडून मिळणार होते? यांत्रिकपणे त्यानं त्याच्या इ-मेलवर क्लिक केलं. मग नाराजीनंच इ. मंचकडून आलेला मेसेज उघडला.

तो जॉब किमान रद्द तरी झाला नव्हता. फक्त काही तास पुढे सरकला होता.

'तोपर्यंत मी कुठेतरी लपून बसेन.' पण तो काळजी का करत होता? पाचशे म्हणजे खरोखच वणव्यामध्ये मुतण्यासारखं होतं. त्यापेक्षा त्यानं कॅनडामध्ये पळून जाणं, केस रंगवणं, नाव बदलणं चांगलं होतं!

किंवा... आणि त्याला एक कल्पना सुचली. मंच त्याला पाचशे द्यायला तयार होता, रोख आणि पहिल्या इ-मेलनं त्याला कळवलं होतं की, त्याला दहा भूमिका करायच्या होत्या. हँग ओव्हर अजून चालू असला, तरी तेवढं गणित तो करू शकत होता. चाळीस वर्षांहून अधिक काळ त्यानं सिनेमात काम केलं होतं, असं मंचच्या वैयक्तिक माहितीवरून समजलं होतं त्याला. तो आता म्हातारा झालेला असणार होता. 'म्हातारी माणसं पैसे कुठेही लपवून ठेवतात. म्हाताऱ्या माणसांना हाताळणं सहज शक्य असतं!'

नाही. तो तसं करू शकत नव्हता. मग त्यानं त्याच्या मुतण्याच्या त्या साधनाला धोका असल्याबद्दल विचार केला. आणि मंचकडे सगळे पैसे रोख नसले तर... पुढचा विचार पुढे करता येईल.

प्रकरण ६

सोमवार, १५ जानेवारी, सकाळी ८:१५ वा.

लेफ्टनंट लिझ् सॉयर तिच्या डेस्कपाशी बसून थडग्यांच्या चार-बाय-चार चौरसांच्या नकाशाकडे एकटक पाहत होती. तिच्या कपाळावर आठ्या उमटल्या होत्या. ''यावर विश्वासच बसत नाही.''

''आम्हाला कल्पना आहे,'' व्हिटो म्हणाला. ''पण पुरातत्त्व संशोधक म्हणते की, त्या शेतामध्ये नऊ प्रेतं पुरलेली आहेत. आत्तापर्यंत तिचं म्हणणं खरं ठरलेलं आहे, प्रत्येक बाबतीत.''

लिझ्नं वर पाहिलं. ''ही सात रिकामी आहेत याची तुम्ही खात्री करून घेतलीये?''

''रिकामीच आहेत, पण सोफी म्हणते त्याप्रमाणे ती प्लायवूडनं झाकलेली आहेत.'' निक्नं उत्तर दिलं.

''तर सध्या आपलं काय काम झालंय?''

''प्रेतागारात तीन प्रेतं ठेवलीयेत.'' व्हिटो म्हणाला. ''एक लेडी, एक नाइट आणि एक माणूस; त्याचं अर्धं डोकं गायब झालेलं आहे. चौथं प्रेत नेलं जातंय, जेन पाचव्यावर काम करतेय.''

निक् सांगत राहिला. ''चौथं प्रेत पुरुषाचं आहे, वयस्कर. पहिली तीन प्रेतं विशीतल्या व्यक्तींची असावीत. हा माणूस मात्र साठीचा असावा. स्पष्ट दिसणारे विरोधाभास काहीच नाहीत.''

''पोझ घेतलेले हात, गायब झालेली आतडी, कापून टाकलेले हात?'' लिझनं तिरकसपणे विचारलं.

व्हिटोनं मान हलवली. ''चौथं प्रेत मात्र सामान्य माणसाचं आहे.''

लिझ् मागे टेकून बसली. तिच्या खुर्चीचा कर्र-कर्र असा आवाज आला. ''मग आता आपली पुढची पावलं काय असणारायत?''

''आम्ही आता शवागारात जाणार आहोत.'' निक् म्हणाला. ''कॅथरिननं काम आधी करून द्यायचं आश्वासन दिलंय आणि या प्रेतांची ओळख पटवण्याची गरज

आहे. त्यांची नावं कळल्यावर आपल्याला खुन्यांची खून करण्याची पद्धती समजू शकेल.''

''जेनच्या प्रयोगशाळेत मातीचं पृथ:क्करण करता येतं.'' व्हिटोनं सांगितलं. ''ती माती कुठून आली ते कळेल असं तिला वाटतं. थडग्यात भरलेल्या सगळ्या घाण मातीतून ती प्रयोगशाळा खुन्याबद्दल काही माहिती शोधून काढण्याचा प्रयत्न करेल, पण मागे त्यानं काही पुरावे सोडले असतील असं वाटत नाही.''

लिझ्नं खाली नकाशाकडे पाहिलं. ''ही रिकामी थडगी कशासाठी? म्हणजे, त्याची जी योजना होती, ती अजून पूर्ण झालेली नाही असा अंदाज आपण करू शकतो. पण ही दोन रिकामी का सोडावीत?'' दुसऱ्या रांगेतल्या अगदी शेवटच्या दोन थडग्यांकडे तिनं लक्ष वेधलं. ''पहिली संपूर्ण रांग त्यानं भरून काढली, मग दुसऱ्या रांगेतली पहिली दोन. मग तो तिसऱ्या रांगेकडे वळतो.''

''त्याचं काही कारण असेल यावर आपण विश्वास ठेवायला हवा.'' व्हिटो म्हणाला. ''त्यानं अगदी शेवटच्या डिग्रीपर्यंत नियोजन केलं आहे. केवळ थ्रिलसाठी त्यानं दोन थडगी सोडून दिली, असं मला वाटत नाही. कुठलाही निष्कर्ष काढण्यापूर्वी आपण सगळी प्रेतं तिथून बाहेर काढणं आवश्यक आहे.''

लिझ्नं तिच्या ऑफिसच्या दाराकडे पाहिलं. ''मला माहिती कळवत चला. तुम्हाला जी काही माहिती होत जाईल तिच्या अनुषंगानं काम करण्यासाठी मी दुसऱ्या टीमला तयार करण्याचे प्रयत्न करते. इथला महापौर माहिती मिळवण्यासाठी उतावीळ झालाय, हे सांगण्याची आवश्यकता नाहीच. मित्रांनो, मी मूर्ख ठरणार नाही, याची काळजी घ्या.''

व्हिटोनं तो नकाशा घेतला. ''तुला मी याची कॉपी करून देतो. हा महापौर लगेच वृत्तपत्रांकडे जाणार नाही, इकडे लक्ष ठेव. ओके?''

''आत्तापर्यंत तरी नशीब आपल्या बाजूनं आहे.''लिझ् म्हणाली. ''आपल्या गुप्त उद्यानाचा वास वार्ताहरांना अजून तरी आलेला नाही, पण काही काळाचा हा प्रश्न आहे. बरीच प्रेतं प्रेतागाराकडे येतायत आणि बरेच सी.एस.यू. तंत्रज्ञ ओव्हरटाइमसाठी येतायत. एखाद्या वार्ताहराला याचा वास येऊ शकतो. तसं कुणी काही विचारलंच, तर 'नो कॉमेंट्स' असं उत्तर द्या आणि बाकी सगळं माझ्यावर सोडून द्या.''

व्हिटो गंभीरपणे हसला. ''तुझी ही आज्ञा पाळण्यात आम्हाला आनंदच आहे.''

सोमवार, १५ जानेवारी, सकाळी ८:१५ वा.

पूर्वी एक चॉकलेट फॅक्टरी होती, त्याच इमारतीत आता ऑलब्राईट म्यूझियम

आलं होतं. सहा महिन्यांपूर्वी तिसऱ्या टेड्ची जॉब ऑफर सोफीनं जशी विचारपूर्वक स्वीकारली होती तसंच म्यूझियमच्या बाबतीत झालं होतं. तो नशिबाचा भाग होता, असं सोफीला वाटलं. मध्ययुगीन युरोपच्या कलाकृतींचा सर्वांत मोठा खाजगी संग्रह उत्तर अमेरिकेत, आणि तोही चॉकलेट फॅक्टरीमध्ये, असा त्याचा अभिमानपूर्वक उल्लेख केला जात असे. असं असताना ती नोकरी स्वीकारण्यात तिची काय चूक होती?

म्यूझियमच्या प्रवेशद्वारातून आत शिरताना अनेक अप्रिय प्रश्नांपैकी हाही प्रश्न तिच्या मनात नेहमी उभा राहत असे. जीवनाचं रहस्य काय किंवा टूट्सी रोल पॉपच्या मध्यापर्यंत पोहोचवायला तो किती वेळ चोखावा लागेल असाच हा प्रश्नही होता. जगाला त्याचं उत्तर कधीच सांगता येणार नव्हतं.

कारण अर्थातच, तिची चूक झाली होती. तिसऱ्या टेड्ची ती जॉब ऑफर स्वीकारणं ही तिनं आयुष्यात केलेली सर्वांत मूर्खपणाची चूक होती. आणि 'मी खरोखरच काही गोष्टी मूर्खासारख्या केल्या आहेत.' असा अतिशय अप्रिय विचार तिच्या मनात आला. व्हिटो चिकोटेलीचा देखणा चेहरा तिच्या डोळ्यांसमोर तरळला आणि तो तिनं बाजूला सारला. त्याच्याबरोबर झोपण्यासारख्या खरोखरच मूर्खपणाच्या गोष्टी करण्यापूर्वी निदान त्याच्या फसवेगिरीची कल्पना आधीच तिला आली होती.

"हेल्लो?" तिनं फोन केला.

"ऑफिसमध्ये आहे." टेड्ची बायको डार्ला पसाऱ्यानं भरलेल्या भल्या मोठ्या टेबलामागे बसली होती. करड्या होत चाललेल्या केसात तिनं पेन्सिल अडकवलेली होती. अलीकडे पुस्तकांचं व्यवस्थापन होतं, म्हणजे त्या म्यूझियमचं सर्वांत महत्त्वाचं कार्य- तिच्या पगाराचा चेक- योग्य व्यक्तीच्या हातात होता. "तुझा वीक-एन्ड कसा झाला, डिअर?"

सोफीनं मान हलवली. "तुला त्याबद्दल खरोखर काही जाणून घ्यायचं नाहीये."

डार्लानं वर पाहिलं. तिच्या डोळ्यांत काळजी दिसली. "तुझी आजी ठीक आहे ना?"

सोफीला डार्ला आवडण्याच्या अनेक कारणांपैकी हे एक कारण होतं. खरीखुरी आपुलकी दाखवणारी ती एक चांगली व्यक्ती होती आणि ती खूपच साधी वाटत होती त्यामुळे ती ऑलब्राईट कुटुंबात वेगळीच वाटत होती. डार्लाचा एक अपवाद सोडला, तर टेड्चं कुटुंब अगदीच विचित्र होतं.

हिस्टरी म्यूझियम चालवण्याचा टेड्चा स्वतःचा दृष्टिकोन जगावेगळाच होता. त्याचा मुलगा थिओ एकोणीस वर्षांचा चिडखोर, रागीट मुलगा होता. तो बऱ्याचदा जागेवरच नसायचा. तो तसा काही मोठा प्रश्न नव्हता, पण नाइट टूर चालवणं ही

थिओची नवी जबाबदारी होती आणि जेव्हा तो बेपत्ता असे तेव्हा ते काम सोफीवर येऊन पडे, कारण थिओ अशा वेळी जो सूट घालत असे तो फक्त सोफीलाच व्यवस्थित येत असे. डार्ला फार तर पाच-दोन होती आणि ऑलब्राईटची मुलगी, पॅटी ॲन् तर तिच्याहूनही ठेंगणी होती.

पॅटी लेडीज-रूममधून बाहेर आली. तिनं अगदी जुन्या फॅशनचा निळा सूट घातला होता आणि सोफीनं तिच्याकडे डोळे बारीक करून साशंकपणे पाहिलं. "पॅटी ॲन् आज छान दिसतेय. कसं काय?"

वर न पाहताच डार्ला हसली. "आज बुधवार नाही, ही चांगली गोष्ट आहे."

बुधवार हा पॅटी ॲन्चा गॉथ-डे होता. इतर कुठल्याही दिवशी ती कुठल्या रंगाचे कपडे घालेल याचा काही नेम नसे. एक धडपडणारी अभिनेत्री, पॅटी ॲनला अजून अभिनयात सूर गवसला नव्हता, म्हणून ती प्रत्येकीचीच नक्कल करत असे; पण तिला तीही म्हणावी तशी जमत नसे.

रिसेप्शन डेस्कची जबाबदारी तिच्यावर सोपवण्यामागचं कारण काय असं सोफीनं विचारलं आणि किती प्रेक्षक पॅटी ॲन्कडे एक नजर टाकून फ्रँकलिन इन्स्टिट्यूट किंवा आणखी कुठल्यातरी खऱ्या म्यूझियमकडे जातील, विशेषत: बुधवारी, असा प्रश्न तिला पडला; पण सोफीनं तिचं तोंड बंदच ठेवलं, कारण तिला टूरवर जाण्याचा जसा तिटकारा होता, त्याहीपेक्षा जास्त प्रेक्षकांचं हसून स्वागत करण्याचा होता. 'माझं उत्खननाचं काम मागेच पडलं.'

डार्लानं अनिच्छेनं वर पाहिलं. "थिओला पडसं झालंय."

सोफीनं डोळे फिरवले. "आणि आमची तर नाइट-टूर ठरलीये. हे तर विशेषच! जाऊ दे डार्ला, सॉरी. मला आज खरोखर काम करायचं होतं."

डार्ला नाराज झालेली दिसली. "या टूर्समुळे खूप पैसे मिळणार आहेत सोफी."

"मला कल्पना आहे." इतिहासाचं अवमूल्यन करणाऱ्या अशा उद्योगात ती सहभागी झाली होती, ते काय फक्त पैसे मिळवण्यासाठीच की काय, असा तिला प्रश्न पडला; पण ॲना जोपर्यंत जिवंत होती तोपर्यंत तिला पैसा हवाच होता आणि अशी पैशांची आवश्यकता प्रदीर्घ काळ जाणवत राहील, अशी तिला आशा होती.

"मग, मी केव्हा येऊ?"

"ही नाइट टूर बारा-तीसला आहे. व्हायकिंग तीन वाजता."

"अरे वा, वा! मी बरोब्बर वेळेवर येते."

सोमवार, १५ जानेवारी, सकाळी ८:४५ वा.

"तुम्ही नशिबवान आहात मित्रांनो!" शीतगृहातून नाइटचं प्रेत बाहेर काढताना कॅथरिन म्हणाली. "या माणसाच्या शरीरावर गोंदलेलं आहे. त्यामुळे त्याची ओळख पटणं जरासं सोपं जाईल." तिनं त्याच्या अंगावरचं पांघरूण बाजूला केलं, त्यामुळे त्याचा खांदा दिसला. "तुम्हाला ओळखू येतंय हे काय आहे?"

व्हिटो खाली वाकला आणि बारीक डोळे करून तो टॅटूकडे निरखून बघू लागला. "हा तर पुरुष आहे!"

"फक्त एक पुरुष नाही. तू काल सोफीकडे जसं बारीक नजरेनं एकटक पाहत होतास, तसं पाहिलंस, तर तुला ओळखू येईल."

व्हिटोची कानशिलं तापली. त्यानं केलेलं सोफी जोहान्सनचं निरीक्षण कुणाच्या लक्षात येईल, असं त्याला वाटलं नव्हतं. ओशाळल्यासारखा तो त्या प्रेताच्या खांद्याकडे पुन्हा वळला, पण त्यापूर्वीच निक् त्याच्याकडे मजेनं पाहत होता, हे त्याच्या लक्षात आलं. सोफीनं काल रात्री असं थंडपणे नाकारलं नसतं, तर तेवढं विशेष वाटलं नसतं. त्याची टोचणी अजूनही होतीच. "हा पिवळा माणूस आहे." व्हिटो ठामपणे म्हणाला.

निक्नं व्हिटोच्या खांद्यावरून पाहिलं. "हा ऑस्कर आहे. सिनेमाच्या अॅवॉर्डचा पुतळा माहितेय ना!"

व्हिटोनं डोळे बारीक करून पाहिलं. "अगदी हुबेहूब तसा नाही, पण असू शकतो." सरळ होऊन त्यानं निक्कडे पाहिलं. "आपला हा नाइट 'अभिनेता' होता की काय?"

निकनं खांदे उडवले. "इथून तर सुरुवात होतेय. हळूहळू आपण हरवलेल्या व्यक्तींच्या अहवालापर्यंत पोहोचू."

व्हिटोनं त्याच्या खिशातून नोटबुक काढलं. "मृत्यूचं कारण त्याच्या आतड्यामध्ये छिद्र हे होतं का?"

"शक्य आहे. मी शवविच्छेदन आजच सुरू करते. कालपासून आत्तापर्यंत मी तीन प्रेतांची बाहेरूनच तपासणी केली." तिनं त्या नाइटकडे पुन्हा बघितलं आणि उसासा सोडला. "पण याचे फार हाल झाले, हे मी आत्ताच सांगू शकते."

"आतडीच काढून घेतली म्हटल्यावर थोडाफार त्रास होणारच!" निक् तिरकसपणे म्हणाला.

"तेवढ्या भागापुरता तो मेला होता असं मला वाटतं, पण तो पूर्णपणे मेलेला नव्हता. त्याचं महत्त्वाचं प्रत्येक हाड खिळखिळं केलं गेलं तेव्हा तो नक्कीच जिवंत होता, याची मला खात्री आहे."

व्हिटो आणि निक् हळहळले. "माय गॉड!" व्हिटो पुटपुटला. "हे कसं काय? तो तर धिप्पाड दिसतोय."

"सहा फूट तीन इंच, दोनशे पंचवीस किलो!" कॅथरिननं मान्य केलं. "आणि त्यानं जोरदार प्रतिकार केला. त्याच्या मनगटांवर आणि घोट्यांवर जिथे त्याला दोरखंडानं बांधलं होतं तिथे खोल जखमा झाल्या आहेत. आणि हो, त्या दोरखंडाचे नमुने मी प्रयोगशाळेत पाठवले, पण त्याला वेळ लागेल मुलांनो. त्याची सरकलेली हाडं आणि पोटाची पोकळी सोडली, तर त्याची बाह्य आकृती व्यवस्थित दिसते." तिनं एक हात वर केला. "आणि हं, मी यूरिन टॅक्सही आधीच सुरू केलं आहे. त्याला ड्रग्ज् दिल्याशिवाय त्याला काबूत ठेवणं कसं शक्य झालं हे मला समजत नाही. त्याच्या डोक्यालाही मार लागलेला नाहीये."

निक्नं शीळ वाजवली. " त्या बाईच्या शरीरावर काही सापडलं?"

"तिची मान मोडली हे मृत्यूचं अधिकृत कारण." तिनं आणखी एक ड्रॉवर उघडला; त्या बाईच्या प्रेताचा. तिच्यावर टाकलेल्या पांघरुणाचा तिच्या जोडलेल्या हातांमुळे तंबू झाला होता.

"तुम्ही तिची पाठ पाहायला हवी." कॅथरिननं ते पांघरूण काढलं आणि काळजीपूर्वक तिच्या नितंबाला ढकललं. त्यामुळे तिच्या मांडीचा मागचा भाग दिसला. "छिद्रांचं एक डिझाइन ठरावीक अंतरावर आणि अगदी खोल." तिनं वर पाहिलं. तिचा चेहरा गंभीर झाला. "मला वाटतं, ही छिद्रं खिळ्यांनी पाडली असावीत."

व्हिटोच्या डोळ्यात पाणी तरळू लागलं. डोळ्यांची उघडझाप करत त्यानं त्या स्त्रीच्या कातडीवरच्या डिझाइनवर लक्ष केंद्रित केलं. प्रत्येक छिद्र गोल आणि छोटंसं होतं. "हे फक्त तिच्या पायांवरच आहे?"

"नाही." कॅथरिननं ड्रॉवर परत भिंतीमध्ये ढकलला. "मांड्यांच्या मागच्या भागात ही छिद्र अगदी खोल आहेत, पण असंच डिझाइन तिच्या पाठीवर, पोटऱ्यांवर आणि दंडांच्या मागच्या भागावर आहे. मांडीवर असलेल्या छिद्रांची खोली पाहिल्यावर मला वाटतं, तिच्या शरीराच्या संपूर्ण वजनासह ती बसलेली असल्यानं ते खिळे तिच्या शरीरात ठिकठिकाणी घुसले."

निक्च्या चेहऱ्यावर विचित्र ताण पसरला. "खिळ्यांची खुर्ची?"

"किंवा तसंच काहीतरी. तिच्या नितंबाचे स्नायू अगदी जळल्यासारखे झाले होते. कातडीच शिल्लक नाही राहिली." ती बोलता-बोलता थांबली. तिच्या डोळ्यात राग मावत नव्हता. "आणि हे सगळं होत असताना ती जिवंत होती."

या मारेकऱ्याचं क्रौर्य कळत गेलं, तसं व्हिटोच्या पोटात डुचमळलं "आपण एका सर्जनशील, पण विकृत माणसाचा विचार करत आहोत. म्हणजे खिळ्यांच्या

खुर्चीची कल्पनाच कुणी सामान्य माणूस कशी करू शकतो?''

निक् कॅथरिनच्या कम्प्यूटरशेजारी बसला. ''इकडे ये. क्लिक कर. इकडे बघ.''

व्हिटोनं रागातच स्क्रीनकडे पाहिलं. अणकुचीदार खिळे असलेली त्याच्या कल्पनेतली खुर्ची. खुर्चीच्या हातांना आणि समोरच्या पायांना ते सरकू नयेत म्हणून रिस्ट्रेन्ट्स जोडलेले होते. ''हे किती भयंकर आहे!''

''काल रात्री मी झोपू शकले नाही. त्यानं त्याचे हात जसे धरले होते पोझ घेऊन, त्याचा विचार करत राहिले. म्हणून मी उठले आणि गुगलवर मध्ययुगीन प्रतिमा बघितल्या. म्हणजे एका परीनं सोफीचं म्हणणं बरोबरच होतं. मला ऑलाइन थडग्यांवरच्या ज्या प्रतिमा दिसल्या अगदी तश्शाच या प्रेतांच्या पोझेस आहेत.''

व्हिटोला सोफीचा विचार सध्याच करायची इच्छा नव्हती. रात्रभर या कुशीवरून त्या कुशीवर होत त्यानं तेच केलं होतं. ''ते ठीकच आहे,'' तो रागात म्हणाला. त्याचं लक्ष स्क्रीनवर होतं. ''पण त्या खुर्चीचं काय? ती इ-वेबवर उपलब्ध आहे, असं कृपा करून सांगू नकोस.''

निक्नं परत अस्वस्थपणे स्क्रीनकडे पाहिलं. ''असेलही उपलब्ध, पण ही साइट युरोपमधल्या एका म्यूझियमची आहे आणि ते मध्ययुगीन यातनांसाठी सुविख्यात आहे.''

''यातनांचं म्यूझियम?'' म्हणजे मग ते खरं आहे. ती खुर्ची एका म्यूझियममध्ये अस्तित्वात होती. तशीच एक या इथे फिलीमध्येही होती. ''तिनं किती यातना सहन केल्या असतील याची मी कल्पनाही करू शकत नाही. दोघांनीही किती सोसलंय! आणि आपण इतरांचा तर विचारही सुरू केला नाही.'' त्यानं त्याची बोटं त्याच्या डोक्याच्या मागच्या बाजूला दाबली. तिथे दुखायला लागलं होतं. ''ही साइट तुला कशी सापडली?''

''मध्ययुगीन काळात यातना देण्यासाठी आतडी काढून टाकण्याच्या पद्धतीबद्दल सोफीनं जे सांगितलं त्याचा मी विचार केला. '' 'मध्ययुगीन यातनां'बद्दल मी गुगलवर शोध घेतला आणि त्याचा हा एक टॉप रिझल्ट आहे. या खुर्चीला तेराशेहून जास्त खिळे आहेत.''

''त्यामुळे प्रेतांवरच्या जखमांचं डिझाइन कळायला मदत होईल.'' कॅथरिननं ठामपणे एकमत व्यक्त केलं.''

व्हिटोनं केसातून त्याचा हात फिरवला. ''म्हणजे आपल्याकडे मध्ययुगीन चर्चखालच्या दफनाच्या खोलीतल्या पुतळ्यांसारख्या पोझेस, खिळे असलेली खुर्ची, आतडी काढून घेणं आणि काय, खोड्यात अडकवून होणारा छळ...? हे सगळं जगावेगळंच आहे मित्रांनो.''

"कथानक निर्माण करणारा मारेकरी!" निक विचारात मग्न झाला. "फक्त त्या एका प्रेताचा अपवाद. भेसूर म्हणावं असं काही त्याच्या बाबतीत नव्हतं."

कॅथरिन कम्प्यूटरपासून मागे सरकली. "आतापर्यंत मी सगळे प्रकार पाहिले असं मला वाटलं, पण प्रत्येक वेळी माझा अंदाज चुकतोय." तिनं तिचे खांदे सरळ केले. "आत्तापर्यंत दोन वेगळ्या गोष्टी मला सापडल्या." व्हिटोच्या हातात तिनं काचेचा एक जार दिला. त्यात छोटेसे पांढरे तुकडे होते. "त्या पुरुषाच्या प्रेताच्या हातांना बांधलेल्या वायरवर खरवडल्यानं हे तुकडे निघाले. त्या स्त्रीच्या प्रेताला बांधलेल्या वायर्सवरही तशीच खरवड निघाली."

व्हिटोनं तो प्रकाशात वर धरला, मग निक्च्या हातात दिला. "काही अंदाज येतो करता?"

कॅथरिन गंभीरपणे म्हणाली, "याचं सॅम्पल मी प्रयोगशाळेत पाठवलंय, पण ते सिलिकॉनसारखं काहीतरी दिसतंय. त्याचा रिझल्ट कळला की, मी तुला सांगेन."

"दुसरी कुठली वस्तू तू आम्हाला दाखवणार आहेस?" निक्नं विचारलं.

"ही तिन्ही प्रेतं पूर्णपणे स्वच्छ धुतली गेलीयेत. या तिन्ही प्रेतांवर रक्ताचे थर असायला हवे होते, पण तसं अजिबात काही नव्हतं. त्यावरून मला असं वाटतं की, पोझ घेतलेल्या त्या दोन प्रेतांवर त्या जारमधला पदार्थ आधीच भरपूर प्रमाणात असला पाहिजे."

"त्या नाइटच्या शरीरावर दिसतो तसा टॅटू हरवलेल्या व्यक्तींवरही दिसतो काय ते शोधण्याचा आपण प्रयत्न करू." व्हिटो म्हणाला. "थँक्स कॅथरिन!"

"मग आपण सोफीला फोन करू." ते बाहेरच्या हॉलमध्ये आल्यावर निक् म्हणाला. "यातना देण्याच्या त्या पद्धतींची मला माहिती करून घ्यावी असं वाटतं. त्यानं जर त्यांचा उपयोग केला असेल, तर त्यानं त्या कुठूनतरी मिळवल्या असतील आणि कदाचित त्यांच्याबद्दलची माहिती ती आपल्याला देऊ शकेल. कॅथरिनकडून आपण तिचा नंबर घ्यायला हवा होता."

ही कल्पना चांगली होती, हे व्हिटोला मान्य करावंच लागलं. पोझ घेतलेल्या हातांबद्दलचं तिचं मत योग्य होतं. त्या विषयातला तिचा अभ्यास चांगलाच होता. ती निघून जाण्यापूर्वी तिच्या डोळ्यांत जो राग दिसला होता त्याचं कारण काय होतं हे कळण्याची संधीही त्याला यामुळे मिळाली असती. त्याहीपेक्षा जास्त म्हणजे, तिला पुन्हा एकदा भेटण्याची त्याला इच्छा होती. "ती ऑलब्राईट म्यूझियममध्ये काम करते. हरवलेल्या माणसांचा शोध लागला की, आपण तिच्याकडे जाऊ शकू." तो म्हणाला.

डटन, जॉर्जिया, सोमवार, १५ जानेवारी, सकाळी १०:१० वा.

"आल्याबद्दल थँक्स!" डॅनिअल म्हणाला. "विशेष म्हणजे, तुला आज सुटी असूनसुद्धा!" डॅनिअलच्या वडलांच्या कम्प्यूटर स्क्रीनवर ल्यूकचे डोळे खिळलेले होते. "मित्रासाठी काहीही करावं."

"आणि हा रस्ता जिथे संपतो तिथे एक तलाव आहे. त्या तलावात एक मौल्यवान मासा आहे आणि वस्तुस्थिती अशी असूनही त्याला काही इजा झाली नाही." डॅनिअल रूक्षपणे म्हणाला आणि ल्यूक त्यावर हसला. "तुला काही माहिती मिळाली?"

ल्यूकनं खांदे उडवले. "म्हटलं तर मिळाली. नोव्हेंबरच्या मध्यापूर्वी एकही इ-मेल आलेली नाही."

"म्हणजे काय, एकही नाही? म्हणजे एकही आली नाही की सगळ्या पुसून टाकल्या?"

"पुसून टाकल्या. आता आपल्याकडे नोव्हेंबरपासूनच्या ई-मेल्स आहेत. इलेक्ट्रॉनिक बिल्स मिळाल्याबद्दलच्या बऱ्याचशा पावत्या आहेत. या व्यतिरिक्त नेहमीचं जाहिरातींचं मटेरिअल! तुझ्या डॅडच्या बऱ्याचशा ई-मेल्स कार्ल सार्जंट नावाच्या माणसाला पाठवलेली उत्तरंच आहेत. अर्ध्या गावाला नोकऱ्या देणाऱ्या पेपर मिलच्या युनियन चालवणरा हा सार्जंट. डॅड निघून जाण्यापूर्वी ते त्याला भेटले होते. काल मला समजलं की, डॅड काँग्रेससाठी निवडणूक लढवणार होते."

ल्यूकनं उरलेल्या ई-मेल्स वाचल्या. "सार्जंट तुझ्या वडलांना त्यांची उमेदवारी जाहीर करण्याचा सतत आग्रह करतोय आणि तुझे वडील ते सतत पुढे ढकलतायत. या इ-मेलमध्ये म्हटलंय की, ते बांधले गेलेयत. या दुसऱ्या इ-मेलमध्ये त्यांचं तातडीचं काम आटोपलं की, ते प्रेस कॉन्फरन्स बोलावतील, असं त्यांनी म्हटलंय."

"हे तातडीचं काम म्हणजे आईचं." डॅनिअल पुटपुटला. "तिला कॅन्सर आहे."

ल्यूकचा चेहरा पडला. "हे ऐकून मला वाईट वाटतं डॅनिअल."

तिला आणखी एकदा भेटण्याची त्याला पुन्हा एकदा प्रबळ इच्छा झाली. "थँक्स! त्यांच्या प्रवासाचं एखादं वेळापत्रक कुठं दिसतंय? ते सध्या कुठे असतील याची मला कल्पना येईल असं काही सापडतंय?"

"नाही." ल्यूकनं की-बोर्डवरून ऑनलाइन बँकिंग स्क्रीन आणला. "तुझे वडील भेटल्यावर त्यांच्या हार्ड-ड्राइव्हवरच्या वर्ड-फाइलमध्ये त्यांचे पासवर्ड्स सेव्ह करू नका म्हणून त्यांना सांग. कारण तसं कारण म्हणजे चोरीसाठी समोरच्या दाराची किल्ली चांदीच्या तबकात ठेवण्यासारखं आहे."

"असं काहीच मी त्यांना सांगू शकत नाही." डॅनिअल पुटपुटला. ल्यूकच्या चेहऱ्यावर स्पष्ट सहानुभूती उमटली.

"माझ्या वडलांचंही असंच आहे. तुझ्या वडलांनी फार मोठ्या रकमा बँकेतून काढल्यात असं दिसत नाही; निदान गेल्या नव्वद दिवसांमध्ये तरी. ऑनलाइन रेकॉर्ड एवढंच ठेवलं जातं."

"मला हे समजत नाही की, ते त्यांची ई-मेल्स आणि बँकिंग दूर अंतरावरून का करतात. ते जिथे कुठे असतील, तिथे कम्प्यूटर उपलब्ध आहे. मग तिथूनच ते हे का करत नाहीत.?"

"कदाचित त्यांना ते त्यांच्या हार्ड-ड्राइव्हवर रस्त्यावरूनच घ्यायचं असेल." ल्यूक की-बोर्डवर काम करत राहिला. "हे मला मजेशीर वाटतंय."

"काय?"

"त्यांची इंटरनेट हिस्टरी पुसून टाकली गेलीये."

"पूर्णपणे पुसली गेलीये?"

"नाही, पण ती फारच गुंतागुंतीची झालीये." आणखी एक मिनिट तो टाइप करत राहिला. "हे पुसून टाकणं अगदीच चकित करणारं आहे. बऱ्याच कम्प्यूटर तंत्रज्ञांना याच्या पलीकडे कसं जायचं हे कळणार नाही." त्यानं वर पाहिलं. त्याचे डोळे गंभीर झाले. "डॅनी, कुणीतरी घुसलंय् तुझ्या डॅडच्या सिस्टीममध्ये."

बेचैनीची एक नवीन लाट त्याच्यामध्ये उसळली. "असेलही; नसेलही. बऱ्याच वर्षांपासून माझे डॅड कम्प्यूटर वापरतायत. सुरक्षिततेच्या बाबतीत ते जरा जास्तच जागरूक होते आधीपासूनच. आपला पत्ता कुणाला सापडतो की काय याची त्यांना नेहमीच काळजी असे."

ल्यूकच्या कपाळावर आठ्या उमटल्या. "सुरक्षिततेची त्यांना एवढी चिंता असती, तर त्यांनी त्यांच्या हार्ड-ड्राईव्हवर त्यांचे पासवर्ड्स ठेवलेच नसते. शिवाय, मला वाटतं तुझे डॅड जज्ज होते."

"ते होतेच. इलेक्ट्रॉनिक्स हा त्यांचा छंद होता – हॅम रेडिओज्, रिमोट-कंट्रोल असलेले रॉकेट्स, पण विशेषत: कम्प्यूटर्स! त्याचे सुटे भाग वेगळे करून ते कम्प्यूटरची कार्यक्षमता वाढवत. आपली सिस्टीम स्वच्छ कशी ठेवायची हे जर कुणाला समजत असेल, तर ते माझे वडील!"

ल्यूक पुन्हा स्क्रीनकडे वळला. "आई-वडलांच्या काही गोष्टी मुलांमध्ये झिरपतात आणि काही झिरपत नाहीत ही एक गंमतच आहे. तुझ्यामध्ये कम्प्यूटरसाठी अवयवच नाही." तो म्हणाला.

"नाही, माझ्यात नाही." डॅनिअल पुटपुटला. ते सगळं नैपुण्य वंशवृक्षाच्या दुसऱ्याच फांदीकडे वळवलं गेलं होतं; पण ती अप्रिय आठवण त्याला नको होती,

म्हणून त्यानं आठवणींच्या अंधाऱ्या कोपऱ्याचं दार बंद करून टाकलं. "मग काय-काय पुसून टाकलंय ते सांगू शकशील?"

ल्यूक दुखावल्यासारखा दिसला. "अर्थातच! हे मजेशीरच आहे. प्रवासासाठीच्या माहितीपत्रकांबरोबरच प्रवासाविषयी माहिती देणाऱ्या काही वेबसाइट्स असतील अशी माझी अपेक्षा होती, पण या गुप्त ठिकाणी तसं काहीच नाहीये."

"कुठल्या साइटवर ते गेले होते?"

"थँक्सगिव्हिंगच्या दोन आठवडे आधी फिलाडेल्फियामध्ये हवामान खात्याचा अंदाज काय आहे आणि फिलाडेल्फियाच्या परिसरात ऑंकॉलॉजिस्ट डॉक्टरांचा शोध. फिली हे एखादं माहितीपत्रक होतं का?"

डॅनिअल स्क्रीनकडे जवळून पाहण्यासाठी वाकला. "नाही. तसं काही नव्हतं."

"मी जर तुझ्या ठिकाणी असतो, तर तिथूनच मी सुरुवात केली असती. तुझ्या आईला डॉक्टरांची गरज पडली असती, तर त्यांना त्यासाठी तयार राहायचं होतं." त्याला वाटलेली सहानुभूती दिसू नये म्हणून त्यानं नजर खाली वळवली. "लेक अँड फिशबरोबर माझी एक मीटिंग आहे. तुला यायचंय?"

"नाही, पण थँक्स. मला वाटतं, मी याच भागात आणखी शोधण्याचा प्रयत्न करावा. ही फिलीची शक्यता तपासून बघावी. तू केलेल्या मदतीबद्दल थँक्स ल्यूक!"

"पुन्हा भेटू या कधीही. गुड लक दोस्ता!"

फिलाडेल्फिया, सोमवार १५ जानेवारी, सकाळी १०:१५ वा.

"अरे देवा!" मेरिलीन कीझ रंग उडालेल्या पैझली सोफ्याच्या काठावर वाकली. तिच्या चेहऱ्यावरचाही रंग उडून तो पांढरा फटक पडला. "ओह्, वॉरन!" एक हात तिच्या पोटावर दाबत दुसरा थरथरणारा वर करून तिनं तोंडावर धरला आणि तिचं सगळं शरीरच थरथरायला लागलं.

"मग हा तुमचाच मुलगा आहे मॅडम?" व्हिटोनं हळुवारपणे विचारलं. हरवलेल्या व्यक्तींच्या फाइलमधून त्यांना लगेच ती महत्त्वाची माहिती मिळाली. नाइट वॉरन कीझ एकवीस वर्षांचा होता. तो हरवल्याची तक्रार त्याचे आई-वडील आणि प्रेयसी शेरी यांनी आठ दिवसांपूर्वी दिली होती.

"होय." तिनं होकार दिला. तिचा श्वास वरवरच येत होता. "तो वॉरनच आहे. तो माझाच मुलगा आहे."

निक् तिच्याशेजारी बसला. "तुमच्यासाठी कुणाला बोलावू का मिसेस कीझ?"

"माझे पती." तिनं तिची बोटं तिच्या कानशिलांवर दाबली. "माझ्या पर्समध्ये एक पुस्तक आहे." तिनं डायनिंग रूममधल्या टेबलाकडे बोट दाखवलं आणि निक् फोन करायला गेला.

व्हिटोनं सोफ्यावर निक्ची जागा घेतली. "मिसेस कीझ, मला दुःख होतंय, पण तुम्हाला काही प्रश्न विचारणं आवश्यक आहे. तुम्हाला पाणी वगैरे हवंय?"

तिनं खोलवर श्वास घेतला. "नको, पण थँक्स. तुम्ही विचारण्यापूर्वीच सांगते, काही काळापूर्वी वॉरन्‌ला ड्रग्जचं व्यसन लागलं होतं, पण गेल्या दोन वर्षांपासून तो स्वच्छ आणि शांत झाला होता."

व्हिटोनं त्याच्या खिशातून नोटबुक काढलं. हा प्रश्न विचारायचं त्यानं ठरवलेलं नव्हतं. प्रवाहाबरोबर केव्हा जायचं हे तो फार पूर्वीच शिकला होता. "कोणते ड्रग्ज मिसेस कीझ?"

"बहुतेक कोकेन आणि अल्कोहोल. हायस्कूलमध्ये असताना काही वाईट मुलांची संगत त्याला लागली. ड्रग्ज घ्यायला लागला, पण नंतर त्यानं ते सोडून दिलं आणि शेरी भेटल्यापासून तो बदलला."

"मिसेस कीझ, वॉरन् कोणता व्यवसाय करत होता?"

"तो अभिनेता आहे." तिनं आवंढा गिळला. "तो अभिनेता होता."

"बरेच अभिनेते दुसरा धंदाही करतात. वॉरन् करत होता?"

"सेंटर सिटीच्या बारमध्ये तो वेटर म्हणून कामाला होता. कधीकधी तो मॉडेलिंगही करत होता. उपयोग होणार असेल, तर त्याचा पोर्टफोलिओही तुम्हाला मिळवून देईन."

"होईल बहुतेक." ती उठायला लागली, तर त्यानं तिचा दंड हलकेच धरला. "आणखी काही प्रश्न मला विचारायचेत तुम्हाला. वॉरन् कुठे राहत होता?"

"इथेच. तो आणि शेरी." व्हिटो शांत बसला. तिनं ओंजळीत स्वत:चा चेहरा धरला आणि ती रडू लागली. "हे कुणी केलं असेल?" तिनं रडत-रडत विचारलं. तिच्या ओंजळीमुळे तिचे शब्द स्पष्ट ऐकू येत नव्हते. "माझ्या मुलाला कुणी मारलं असेल?"

"तेच आम्ही शोधण्याचा प्रयत्न करतोय मॅडम!" व्हिटो आणखीच हळुवारपणे म्हणाला. किचनमधून निक् बाहेर आला. त्याच्या एका हातात टिश्यूचा बॉक्स होता आणि दुसऱ्या हातात फ्रेम केलेला फोटो होता.

"मिस्टर कीझ यायला निघालेयत." तो पुटपुटला.

त्या स्त्रीच्या हातात व्हिटोनं एक टिश्यू कोंबला. "मिसेस कीझ, तो आणि शेरी काय करत होते?

तिनं डोळे पुसले. "लग्न करण्यासाठी ते पैसे साठवत होते. ती चांगली मुलगी आहे."

"वॉरन् काळजीत असल्याची किंवा त्याला कुणाची भीती वाटत असल्याची तुम्हाला काही कल्पना होती?" निक्नं विचारलं.

"तो फक्त पैशांच्या काळजीत होता. बरेच दिवसात त्याला ॲक्टिंगची कामं मिळालेली नव्हती." वेदना होत असताना हसल्यासारखे तिचे ओठ वक्र झाले. "त्याच्या एजंटनं त्याला सांगितलं की, तो जर न्यूयॉर्कला गेला, तर त्याला भरपूर कामं मिळू शकतील आणि तो तिला सोडून जायला तयार नव्हता."

मिसेस कीझसमोर निक्नं तो फोटो धरला. "हेच वॉरन् आणि शेरी आहेत?"

तिच्या डोळ्यात नव्यानं अश्रू भरून आले. "हो," ती कुजबुजली. "त्यांच्या एंगेजमेंट पार्टीच्या वेळचा हा फोटो आहे."

व्हिटोनं त्याचं नोटबुक परत खिशात ठेवलं. "आम्हाला त्याच्या रूममध्ये जावं लागेल" व्हिटो म्हणाला. "आणि आम्हाला बोटांचे ठसे घेण्यासाठी यंत्र आणावं लागेल."

तिनं उदासपणे मान हलवली. "चालेल ना! तुम्हाला काय हवं ते घ्या."

तो उभा राहिला. तिचं सांत्वन करायला त्याच्याकडे पुरेसे शब्द नसल्याची त्याला जाणीव होती. अँड्रीच्या आधी, ती ठीक आहे ना असं तो विचारू शकला असता. पण ही दुःखात बुडालेली आई! तिला वेदना होत होत्या आणि काही काळ त्या असणारच होत्या. तो हॉलच्या एका टोकाला गेला होता तेव्हा त्यानं मागे वळून पाहिलं. पुढे वाकून तिनं तिच्या मुलाचा फोटो छातीशी धरला होता आणि ती थरथरत रडू लागली होती.

"चिक्," निक् हळूच म्हणाला. "इकडे ये."

व्हिटोनं निःश्वास सोडला. "मला ठाऊक आहे." त्यानं वॉरन्च्या रूमचं दार उघडलं. "चल, कामाला लागू या."

त्यांनी वॉरन्च्या वस्तूंची तपासणी सुरू केली. "खेळाचं साहित्य." कपाटाजवळून निक् बोलला. "हॉकी, बेसबॉल." धातूचा खणकन आवाज आला. "वेट-लिफ्टिंग करत होता बहुतेक."

व्हिटोला वॉरन्चा पोर्टफोलिओ मिळाला. "देखणा होता." तो फोटोग्राफ्स आणि मॅगेझिन क्लिपिंग्ज चाळू लागला. "मॅगेझिनसाठीच बहुतेक तो जाहिराती करत असावा. ही जाहिरात मी पाहिलीये. इथल्याच एका जिमसाठी केलेली होती. कीझ उंच, धिप्पाड तरुण होता. तो असा सहजपणे मारला जाऊ शकतो याची मी कल्पनाच करू शकत नाही."

"चिक्, बघ." निक्नं वॉरन्चा कम्प्यूटर चालू केला होता. "इकडे येऊन बघ.'

व्हिटो रिकाम्या स्क्रीनकडे पाहत त्याच्या मागे उभा राहिला. "काय? मला तर काहीच दिसत नाही."

"मी तेच तर म्हणतोय. इथे काहीच नाहीये. मी त्याची 'माय डॉक्युमेंट्स' उघडली, तिथे काहीच नाही. त्याच्या इ-मेलमध्ये काही नाही. री-सायकल बिनमध्येही काही नाही.'' निक्नं भुवया उंचावून वळून त्याच्याकडे बघितलं. ''या कम्प्यूटरमधलं सगळंकाही पुसून स्वच्छ केलंय.''

सोमवार, १५ जानेवारी, दुपारी १२:२५ वा.

"सोफी इथेच काम करते याची तुला खात्री आहे?'' निक्नं गंभीरपणे विचारलं. म्यूझियममधल्या समोरच्या डेस्कशेजारी उभा राहून तो अधीरपणे भोवताली पाहत होता. ''इथे कुणी काम करतंय असं वाटत नाही मला.''

व्हिटोनं मान हलवली. त्याचं लक्ष लॉबीच्या भिंतीवर लावलेल्या म्यूझियमच्या संस्थापकांच्या फोटोग्राफ्सवर होतं. ''होय, ती इथेच काम करते. पार्किंग लॉटच्या शेवटी तिची बाइक पार्क केलेली होती.''

"ती सोफीची होती?''

निक्च्या चेहऱ्यावर अचानक दिसलेल्या उत्सुकतेमुळे व्हिटो थोडासा चिडलेला होता. ''हो. मग?''

"ती बाइक छान आहे इतकंच! आणखी काही नाही चिक्.'' निक्चे ओठ आखडले. ''शांत हो मुला.''

व्हिटोनं डोळे फिरवले, तेवढ्यात त्याचा सेल वाजल्यामुळे त्याला उत्तर द्यावं लागलं नाही.

निक् शांत झाला. ''शेरीचा फोन होता का हा?'' कीझच्या अपार्टमेंटमधून निघाल्यापासून त्याच्या प्रेयसीशी संपर्क साधणं त्यांना जमलेलं नव्हतं. तिच्या स्वतःच्या अपार्टमेंटमध्येही ती नव्हती किंवा सात वाजेपर्यंत ज्या फॅक्टरीत ती काम करते तिथेही ती येणार नव्हती.

व्हिटोनं तो नंबर कुठला आहे ते बघितलं आणि त्याच्या नाडीचे ठोके वाढले. ''नाही, हा माझ्या डॅडचा आहे.'' त्यानं त्याचा फोन उघडला. चांगली बातमी यावी म्हणून मी प्रार्थना केली. ''डॅड, मॉली कशी आहे?''

"स्थिर आहे. तिच्या पायात थोडी शक्ती आलीये आणि अधून-मधून कंपही होतोय. हा अटॅक कशामुळे आला असावा याचा अंदाज घेण्याचा डॉक्टर प्रयत्न करतायत.''

व्हिटोला राग आला. ''तिला मिनी-स्ट्रोक आल्याचं डॉक्टर म्हणाले, असं मला वाटतं.''

"त्यांनी त्यांचं मत बदललंय. तिच्या सिस्टीममध्ये त्यांना फार मोठ्या प्रमाणात पारा आढळला."

"पारा?" आपण काहीतरी चुकीचं ऐकलं याची त्याला खात्री पटली. "तिचा पाऱ्याशी कसा संबंध आला?"

"ते त्यांना ठाऊक नाही. घरातच कशामुळे तरी ते झालं असावं, असं त्यांना वाटतं."

त्याच्या काळजाचा एक ठोका चुकला. "मुलांच्याबद्दल काय?"

"त्यांना तशी काही लक्षणं दिसत नाहीत, पण त्या सर्वांना तपासलं पाहिजे असं डॉक्टरांचं मत आहे. म्हणून तुझी आई आणि टिनो त्यांना घेऊन इथे आलेयत. मुलं पार घाबरली होती; विशेषत: पिअर्स."

व्हिटोचं हृदय पिळवटून निघालं. "बिच्चारं छोटं पिल्लू! मुलं ओके आहेत हे आपल्याला केव्हा कळेल?"

"उद्या सकाळपर्यंत; पण मॉलीला संसर्ग कशामुळे झाला हे स्पष्ट झाल्याशिवाय एकाही मुलाला घरी जाऊ द्यायला डॉक्टर तयार नाहीत. डिनोनं मला विचारायला सांगितलंय की, तुझी...."

"असं का विचारता डॅड?" व्हिटो मध्येच बोलला. "मुलांना जितका काळ माझ्याकडे राहावं लागेल, तितकी ती राहू शकतात हे तुम्हाला ठाऊक आहे."

"हो, मी त्याला तेच सांगितलं; पण मॉलीला वाटतं मुलं तुला त्रास देत असतील."

"तिला सांगा मुलं मजेत आहेत. काल रात्री त्यांनी केक बनवला आणि माझ्या लिव्हिंग रूममध्ये लढाया खेळले."

"त्यांची काळजी घेण्यात तुला आणि टिनोला मदत करण्यासाठी टेस येतेय." त्याचे वडील म्हणाले आणि तो काळजीमध्ये असूनही त्याला आनंदाचं भरतं आलं. गेले कित्येक महिने त्याची आणि त्याच्या बहिणीची भेट झाली नव्हती. "तसं म्हटलं, तर तुझी आई आणि मी डिनोसाठी इथे राहू शकतो. टेसची फ्लाईट इथे सात वाजता येईल. टेस कार भाड्यानं घेऊन इथे पोहोचेल. तिला घ्यायला तू एअरपोर्टवर जायची गरज नाही."

"आपण आणखी काही करू शकतो का?"

"नाही." मायकेल चिकोटेलींनी एक खोलवर श्वास घेतला. "तिच्यासाठी फक्त प्रार्थना करण्याशिवाय आपल्या हातात काही नाही."

त्यानं प्रार्थना करून बराच काळ लोटला होता, पण तसं म्हटलं असतं, तर त्याच्या वडलांना वाईट वाटलं असतं. म्हणून व्हिटो खोटंच बोलला. "तुम्हाला ठाऊक आहे मी ती करीनच." त्यानं त्याचा फोन बंद करून खिशात ठेवला.

"मॉली ओके होईल ना?" निक्‌नं हळूच विचारलं.

"कल्पना नाही. माझ्या डॅडनी प्रार्थना करायला सांगितलंय. माझ्या अनुभवावरून त्याचा काही फायदा नसतो."

"तुला जायचं असलं... तर तू जा. ओके?"

"जाईन. बघू." कामातून लक्ष दुसरीकडे वळविल्याबद्दल बरं वाटल्यावर व्हिटोनं मागच्या भिंतीकडे बोट केलं. तिथे एक उंच दार उघडत होतं. तिथून एक स्त्री बाहेर पडून त्यांच्याच दिशेनं येत होती. ती सडपातळ होती, चाळिशीच्या आतली वाटत होती. तिनं चांगला निळ्या रंगाचा सूट आणि गुडघ्यापर्यंतचा स्कर्ट घातला होता आणि काळे केस वळवून मागे बांधले होते, त्यामुळे ती अनुभवी वाटत होती; आणि रूक्षही, असं व्हिटोला जाणवलं. तिनं कानात मोठाले इअररिंग्ज घातले होते आणि लाल रंगाचा बँडना डोक्यावर बांधला होता. ती डेस्कच्या मागे जाऊन त्यांना निरखून बघू लागली.

"तुम्हाला काही मदत हवीये का मित्रांनो?" तिनं विचारलं. तिचा आवाज स्वच्छ आणि शैली ब्रिटिश होती.

व्हिटोनं त्याचा बॅज दाखवला. "मी डिटेक्टिव्ह चिकोटेली आणि हा माझा पार्टनर, डिटेक्टिव्ह लॉरेन्स. आम्ही इथे डॉ. जोहान्सनला भेटण्यासाठी आलो आहोत."

त्या स्त्रीच्या डोळ्यातून काही संशय व्यक्त झाला. "तिच्याकडून काही अपराध घडलाय का?"

निक्‌नं मान हलवली. "आम्ही त्यांना भेटू शकतो का?"

"आता?"

व्हिटोनं जीभ चावली. "आता भेट झाली असती, तर चांगलं झालं असतं," त्याचं लक्ष नेमप्लेटकडे गेलं. "मिस ऑलब्राईट." तिला जवळून पाहिल्यावर त्याच्या लक्षात आलं की, ती त्याला वाटलं होतं त्यापेक्षा वयानं बरीच लहान होती, बहुतेक विशीतच असावी. त्यानं कुणाच्याही वयाविषयी व्यवस्थित अंदाज करायला हवा होता.

तिनं तिचे ओठ आवळले. "ती सध्या प्रेक्षकांबरोबर टूरमध्ये आहे. तुम्ही इकडून या."

ती त्यांना त्या उंच दरवाजातून एका मोठ्या रूममध्ये घेऊन गेली. तिथे पाच-सहा कुटुंबांचा एक गट दिसला. तिथल्या भिंती काळ्या लाकडाच्या होत्या. एका भिंतीवर रंग उडालेला एक पडदा लावलेला होता. दुसऱ्या भिंतीवर मोठे बॅनर्स लावलेले होते. पलीकडची भिंत पाहणाऱ्यांच्या ठळकपणे लक्षात येत होती. तिथे एकमेकींना छेदणाऱ्या तलवारी अडकवलेल्या होत्या. त्या तलवारींच्या खाली

चिलखतांचे तीन सूट्स टांगलेले होते. ते एकूणच दृश्य लक्षवेधक होतं.

''व्वा! फारच छान!'' व्हिटो पुटपुटला. ''माझ्या पुतण्यांना हे फारच आवडेल.'' 'इथे आल्यावर त्यांना मॉलीचा विसर नक्कीच पडेल.' शक्य तितकं लवकर त्यांना इथे आणण्याचं त्यानं मनोमन ठरवलं.

''ते बघ!'' हॉलच्या उजव्या बाजूला उभ्या असलेल्या चिलखताच्या चौथ्या सूटकडे निक्नं बोट दाखवलं. डान्टेच्या वयाचा एक चिडखोर मुलगा त्या चिलखतापासून फूटभर लांब उभा होता. फार वेळ थांबावं लागल्यानं त्याची कुरकूर सुरू होती. तो रागानं पाय आपटू लागला.

''हे किती बोअरिंग आहे! भिकार चिलखतांचे सूट! यापेक्षा चांगले मी भंगारवाल्यांकडे पाहिलेत. त्यानं त्या चिलखताला लाथा मारायला सुरुवात केली आणि ते अचानक कमरेत वाकलं आणि त्याचा खणखण असा आवाज झाला. त्यामुळे तो मुलगा घाबरला आणि मागे सरकला. त्याचे डोळे विस्फारले आणि चेहरा पांढरा फटक पडला. त्या गर्दीतले लोक एकदम शांत झाले आणि निकला थोडंसं हसू आलं. ''एक सेकंदापूर्वी मी ते हलताना पाहिलं. बरं झालं, त्या खोडकर मुलाला अद्दल घडली.''

व्हिटोलाही ते पटलं; पण तेवढ्यात त्या चिलखतामधून एक खणखणीत आवाज ऐकू आला. तो नाइट फ्रेंच बोलत होता, हे त्याला कळायला एक सेकंदही पुरेसा होता; पण त्या शब्दांचा अर्थ समजण्यासाठी भाषातज्ज्ञांची गरज नव्हती. तो नाइट फारच संतापला होता.

भीतीमुळे त्या मुलाची मान थरथरू लागली आणि तो आणखी दोन पावलं मागे सरकला. नाट्यपूर्ण अभिनिवेशात त्या नाइटनं त्याची तलवार उपसली आणि त्या मुलाच्या बरोबरीनं तोही पावलं टाकू लागला. आणखी मोठ्या आवाजात त्यानं पुन्हा प्रश्न उच्चारला आणि तो आवाज पुरुषाचा नसून स्त्रीचा होता, हे व्हिटोच्या ध्यानात आलं. त्याच्या ओठांवर हसू आलं. ''ती सोफीच आहे. ती म्हणाली होती, तिला तसा पोशाख करावा लागतो.''

निक् हसायला लागला. ''मी हायस्कूलमध्ये शिकलेली फ्रेंच आता मला नीटशी आठवत नाही, पण बहुतेक ती असं म्हणाली, ''उद्धट मुला, तुझं नाव काय आहे रे?'' ''

त्या मुलानं बोलण्यासाठी तोंड उघडलं, पण त्याचा आवाजच फुटला नाही.

बाजूच्या दारातून एक माणूस आला. तो फुटबॉल खेळातल्या लाइन बॅकरसारखा होता. त्यानं गडद निळा सूट घातला होता आणि टाय बांधलेला होता. तो जोरजोरात मान हलवत होता. घोड्याला कमांड द्यावी, तसं त्यानं विचारलं, ''काय भानगड काय?''

चिलखत घातलेल्या व्यक्तीनं रुबाबात त्या मुलाकडे बोट दाखवलं आणि त्याला लागेल असं काहीतरी बोलली.

त्या माणसानं त्या मुलाकडे पाहिलं. ''ती म्हणते की, तू उद्धट आहेस आणि तूच नियम मोडलायस.''

कावराबावरा झाल्यामुळे त्या मुलाचा चेहरा लाल झाला आणि इतर मुलं हसू लागली.

त्या माणसानं मान हलवली. ''जोन, जोन. मुलांना घाबरवू नकोस असं मी तुला किती वेळा सांगितलंय? तिला वाईट वाटलं.'' तो त्या मुलाला म्हणाला.

नाइटनं जोरजोरात मान हलवली. ''नाही.''

मुलांचं हसणं आणखी वाढलं आणि सगळी मोठी माणसंही स्मित करू लागली. माणसानं साभिनय उसासा सोडला. ''होय, तू त्यांना घाबरवतेस. चला, आपण आपली टूर परत सुरू करू. S'il vous plait''

नाइटनं त्या माणसाला तिची तलवार दिली आणि तिच्या डोक्यावरचं चक्र उचललं तेव्हा तिची लांब सोनेरी केसांची वेणी आणि सोनेरी मुकुट तिच्या डोक्यावर दिसला. तिनं ते चक्र एका काखेत अडकवलं आणि दुसरा हात भिंतींकडे दाखवला.

''Bienvenue au musee d'Albright de I'histoire. Je m'appelle Jeanne d'Arc.''

''जोन,'' तो माणूस मध्येच बोलला. ''ते फ्रेंच बोलत नाहीत.''

तिनं डोळे मिचकावले आणि मुलांकडे एकटक बघू लागली आणि मुलंही तिच्याकडे मंत्रमुग्ध होऊन पाहू लागली. तो उद्धट मुलगासुद्धा ऐकू लागला. ''नाही?'' तिनं अविश्वासानं विचारलं.

''नाही.'' तो माणूस म्हणाला आणि तिनं दुसरा प्रश्न विचारला.

''तुम्ही कोणती भाषा बोलता असं ती विचारतेय.'' त्यानं त्यांना सांगितलं, ''कोण सांगू शकतं तिला?''

सोनेरी कुरळे केस असलेल्या पाच-एक वर्षांच्या एका मुलीनं हात वर केला आणि सोफीचा चेहरा किंचित आखडल्याचं व्हिटोनं बघितलं. इतका किंचित की, त्याचं जर लक्ष नसतं, तर त्याला ते जाणवलंही नसतं; पण तिनंही तेव्हा तिच्या चेहऱ्यावरचा अविर्भाव चटकन बदलला. ती मुलगी बोलली ''इंग्लिश. आम्ही इंग्लिश बोलतो.''

सोफीनं घाबरल्याचा अभिनय केला. हा तिच्या कामाचा भाग नव्हता हे व्हिटोला नक्की माहीत होतं आणि त्याची उत्सुकता पुन्हा एकदम वाढली. आणि त्याच्याबरोबर इतरांचीसुद्धा. तलवार घेतलेली स्त्री अशी कुणाला उत्तेजित करेल

असं त्याला वाटलं नव्हतं.

"अँग्लॅस?" सोफीनं विचारलं आणि खोटं-खोटं रागावून तिनं तिची तलवार पकडली. त्या छोट्या मुलीचे डोळे आणखीच विस्फारले आणि त्या माणसानं पुन्हा उसासा सोडला.

"जोन, आपलं याबद्दल यापूर्वीही बोलून झालंय. पाहुण्यांना घाबरवू नकोस. अमेरिकन मुलं येतील, तेव्हा तू इंग्लिशच बोल. आणि प्लीज, या वेळी अपमान नको. नीट वाग."

सोफीनं उसासा सोडला. "हे मला केलंच पाहिजे." ती म्हणाली, प्रत्येक शब्दावर तिनं जोर दिला. "पण... पोटापाण्याचा प्रश्न आहे. मलासुद्धा मी जोन ऑफ आर्क असले, तरी बिलं द्यावीच लागतात." तिनं पालकांकडे पाहिलं. "बिलं म्हणजे काय हे तुम्हाला समजलंच असेल, नाही? घरभाडं असतं अणि खाण्यापिण्याचा खर्च असतो." तिनं खांदे उडवले. "आणि केबल टी.व्ही. जीवनावश्यक बाबी, नाही?"

पालक माना हलवत हसतही होते आणि पुन्हा एकदा व्हिटोचं कुतूहल जागं झालं.

तिनं मुलांकडे बघितलं. "हं, ते तसंच असतं. हे बघा, आमचं इंग्लिश लोकांशी युद्ध चालू आहे. तुम्हाला युद्ध या शब्दाचा अर्थ कळतो ना छोट्या मुलांनो?"

मुलांनी होकार भरला. "तुमचं युद्ध का चालू आहे मिस ऑफ आर्क?" एका मुलाच्या वडलांनी विचारलं.

त्या वडलांकडे पाहून ती गोड हसली. "Sil vous plait, मला जोन म्हणा." ती म्हणाली. "हं, त्याचं असं आहे---" आता कुठे तिनं व्हिटो आणि निक् यांना बाजूला उभं असलेलं पाहिलं. तिच्या चेहऱ्यावरचं स्मित टिकलं, पण डोळ्यातलं विरून गेलं आणि अर्ध्या रूममधलं धुकं नाहीसं झाल्यासारखं व्हिटोला वाटलं. सूट घातलेल्या, टाय बांधलेल्या त्या माणसाकडे तिनं बघितलं. "मस्य ऑलब्राईट, आपल्याकडे पाहुणे आलेयत. त्यांना तुम्ही भेटू शकता का?"

"तू तिच्यावर काय जादू केलीस चिक्?" निक् हळूच म्हणाला.

"मला ठाऊक नाही," तिनं मुलांना गोळा करून बॅनर्स लावलेल्या भिंतीकडे नेलं आणि तिचा टूर सुरू केला, तशी व्हिटोची नजर तिच्याकडे वळत राहिली. "पण मी आठवण्याचा प्रयत्न करतोय."

सूट घातलेला माणूस हसत जवळ आला. "मी टेड् ऑलब्राईट. मी तुमच्यासाठी काय करू शकतो?"

"मी डिटेक्टिव्ह लॉरेन्स आणि हा डिटेक्टिव्ह चिकोटेली. डॉ. जोहान्सनला शक्य तेवढ्या लवकर भेटू इच्छितो. तिचा टूर केव्हा पूर्ण होईल?"

ऑलब्राईट काळजीत पडला. "काही झालंय का?"

"नाही," निकूनं त्याची काळजी दूर करत म्हटलं. "तसं अजिबात काही नाही. आम्ही एका केसवर काम करत आहोत आणि तिला काही प्रश्न विचारायचे आहेत. हिस्टरी-टाइप प्रश्न." तो पुढे म्हणाला.

"ओह्!" ऑलब्राईटचा चेहरा उजळला. "ते मीसुद्धा करू शकतो."

ऑलब्राईट इतिहासाचा जाणकार असल्याचा नुसता आव आणतो, असं सोफी म्हणाल्याचं व्हिटोला आठवलं. "ते छानच आहे," तो म्हणाला, "पण डॉ. जोहान्सनशीच आम्ही बोलू इच्छितो. या टूरला पंधरा मिनिटांपेक्षा जास्त वेळ लागणार असेल, तर आम्ही जेवण करून परत येऊ." भिंतीवर अडकवलेल्या तलवारींबद्दल सोफी मुलांशी जिथे बोलत होती तिकडे ऑलब्राईटनं बघितलं. हा टूर तासभर चालेल. त्यानंतरच ती मोकळी होऊ शकेल."

निकूनं त्याचा बॅज परत खिशात ठेवला. "मग आम्ही परत येऊ. थँक्स!"

प्रकरण ७

डटन, जॉर्जिया, सोमवार १५ जानेवारी, दुपारी १:१५ वा.

डॅनिअल त्याच्या आई-वडलांच्या बेडवर बसला होता. एक तासापासून तो तिथे बसून तिथल्या तक्तपोशीकडे टक लावून पाहत होता. वरचं आच्छादन ओढून काढावं असं तो स्वत:ला सुचवत होता, कारण त्यांच्या वडलांची गुप्त ठेवण्यासारखी कागदपत्रं आणि इतर मौल्यवान वस्तू त्यांनी तिथल्या चोरकप्प्यात लपवून ठेवली असल्याचं त्याला माहीत होतं. त्यानं तो काल पाहिला नव्हता. त्या चोरकप्प्याबद्दलच काय, त्यातल्या वस्तूंबद्दलही फ्रँकला काही कळावं असं त्याला वाटत नव्हतं.

आज तिथे काय सापडेल याबद्दल त्याला खात्री नव्हती. त्याला ते जाणून घ्यायची इच्छा नव्हती, हेही त्याला माहीत होतं. तो ते सारखं पुढे ढकलत होता. या चोरकप्प्याबद्दल घरातल्या कुणालाच काही माहिती नव्हतं, असं त्याच्या वडलांना वाटे. त्यांच्या मुलांनाच काय, त्यांच्या बायकोलासुद्धा!

पण ते डॅनिअलला माहीत होतं. गुपितं कुठे लपवलेली होती, हे अशा कुटुंबातल्या एखाद्या व्यक्तीला माहीत असणं फायद्याचं असतं आणि बंदुका कुठे ठेवल्या हेसुद्धा. त्याच्या वडलांच्या बंदुका पुष्कळ कपाटात होत्या आणि पुष्कळ चोरकप्पेही होते, पण त्यांचा बंदुकांचा चोरकप्पा हाच एकमेव होता. इथेच ते त्यांची शस्त्रं ठेवत असावेत आणि त्यांचे सीरिअल नंबर्स फाइलमध्ये असतील, अशी डॅनिअलला शंका होती. त्यांची अधिकृत नोंदणी नक्कीच झालेली नव्हती.

आर्थरच्या अनधिकृत नोंदणी नसलेल्या बंदुकांचा संबंध ते फिलाडेल्फियाला किंवा तिथे पोहोचल्यावर आणखी कुठे ते गेले असतील याच्याशी मुळीच नव्हता. म्हणून तो इथेच बसला होता. नाहीतरी तो दुसरं काय करणार होता?

त्यानं तख्तपोशीवरचं लाकडी आच्छादन ओढून काढलं आणि खालच्या चोरकप्प्याकडे पाहिलं. त्याच्या वडलांच्या रोलोडेक्समध्ये फार पूर्वीच वारलेल्या आत्याची जन्मतारीख त्यांनी अतिशय चातुर्यानं कॉंबिनेशन करून वापरलेली त्यानं पाहिली होती. डॅनिअलला ती आत्या आणि तिची जन्मतारीखही आठवली, कारण

ती त्याच्या स्वत:च्या जन्मतारखेच्या जवळचीच होती.

त्यानं कॉंबिनेशनचं डायल फिरवलं आणि क्लिक असा आवाज झाला. तो चोरकप्पा उघडला.

पण तिथे बंदुका नव्हत्या. फक्त चेक-रजिस्टर कम्प्यूटरसाठीची एक मेमरी स्टिक होती.

व्हॅर्टनिअन कुटुंब पिढ्यान्‌पिढ्या ज्या बँकेशी संबंधित होतं त्या बँकेचं ते चेक-रजिस्टर नव्हतं. त्यात काय असेल ते डॅनिअलनं ते उघडण्यापूर्वीच ओळखलं होतं.

वारंवार बँकेतून पैसे काढल्याच्या नोंदी तिथे सापडल्या आणि त्या सगळ्या वडलांच्या हस्ताक्षरात होत्या. प्रत्येक नोंद 'रोखीनं' अशी केलेली होती आणि ती पाच हजार डॉलर्सची होती.

तो ब्लॅकमेलचा प्रकार निश्‍चितच नव्हता आणि डॅनिअलला त्याचं मुळीच आश्‍चर्य वाटलं नव्हतं.

आर्थरच्या भूतकाळाचा कोणता भाग त्या सगळ्यांचा पाठलाग करत असावा, असा त्याला प्रश्‍न पडला. जी मेमरी स्टिक कुणीच पाहू नये अशी वडलांची इच्छा होती त्या मेमरी स्टिकवर असं विशेष काय असेल असाही प्रश्‍न त्याला पडला. नंतरची फ्लाइट फिलाडेल्फियाला कधी गेली असेल, असाही विचार त्याच्या मनात आला.

सोमवार, १५ जानेवारी, दुपारी १:४० वा.

चिलखत घट्ट आवळून धरणारं वेलक्रो सोफीनं ओढून काढलं. "टेड्, या लोकांना माझ्याशी काय बोलायचंय मला कळत नाहीये. हे तिसऱ्यांदा होतंय." ती ताडकन बोलली. टेड् ऑलब्राईटचे आजोबा पुरातत्त्वशास्त्रातील चालती-बोलती दंतकथा होते; पण का कुणास ठाऊक, ती तेजस्वी अनुवांशिकता टेड्मध्ये कणभरही आलेली नव्हती. "हे ऐतिहासिक म्यूझियम आहे. त्यांना कदाचित इतिहासाशी संबंधित प्रश्‍न विचारायचे असतील. यांना इथेच थांबवून तू त्यांच्यापासून माझी सुटका करशील? हे विचित्र ओझं मला एक टनाचं वाटतंय."

तिच्या छातीवरचं ते अवजड कवच त्यानं तिच्या डोक्यावरून काढून घेतलं. "ते मलाही विचारू शकले असते."

तिच्या मनात आलं, 'जसंकाही तुला नेपोलिअन आणि लिंकनमधला फरक सांगता आला असता!' वरवर तिनं तिच्या मनाचा तोल सांभाळला आणि शांतपणे उत्तर दिलं. "टेड्, मी त्यांच्याशी बोलते आणि त्यांना काय हवंय ते पाहते. ओके?"

"ओके." तिच्या पोटऱ्यांवरचं कवच काढायला त्यानं तिला मदत केली आणि स्वत:च्या शूजवरून घातलेले बूट्स तिनं खाली बसून ओरबाडून काढले. व्हिटो नावाचा तो 'उंदीर' चिकोटेली बाहेर वाट बघत होता. टेड् ऑलब्राईटनं हे सगळं म्हटल्यामुळे त्याला भेटण्याची तिला इतकीशीही इच्छा नव्हती. पूर्वीच्या काळातला पोशाख तिनं घातलेला त्यांनी बघितला हे तर आणखीच चुकलं होतं. ते अपमानास्पद होतं.

"पुढल्या वेळी टूर ठरवताना थिओ इथे असायला हवाच. ते चिलखत खरोखरच एक टन वजनाचं असेल." उभं राहून तिनं हात-पाय ताणले. "आणि त्यामुळे उकडतंय तरी किती!"

"अस्सलपणाचा आग्रह धरणाऱ्या तुझ्यासारख्या व्यक्तीनं अशा तक्रारी करणं शोभत नाही." टेड्नं कुरकुर केली. "तू इतिहासतज्ज्ञ आहेस."

त्याला चांगलाच झोंबेल असा टोमणा ती मारणार होती, पण गप्प बसली. "जेवण करून येते टेड्."

"जास्त उशीर करू नकोस." ती जाताना तो म्हणाला. "तीन वाजता तुला व्हायकिंग व्हायचंय."

"तू तुझ्या व्हायकिंगचं पाहा आणि..." ती पुटपुटली. मग तिनं समोरच्या डेस्कवर आळसावून डोकं टेकवलेल्या पॅटी ॲनकडे डोळे गरगरवून पाहिलं. त्या दोन डिटेक्टिव्हज्शी ती लाडिकपणे बोलत होती.

ते दोन्ही पुरुष देखणे होते हे तिला मान्य करावंच लागलं होतं. दोघंही उंच, खांदे रुंद असलेले, कोणतेही निकष लावले तरी आकर्षक असेच होते. वाळूसारखे तांबूस केस आणि आस्थेवाईक चेहरा असलेला निक् लॉरेन्स साधा-सुधा वाटत होता, पण व्हिटो चिकोटेली मात्र... 'कबूल कर सोफी, तूही तोच विचार करतेस.' थकून गेल्यासारखी तिनं उसासा टाकला. 'ऐटबाज! जोमदार! ओके? तो जोमदार आहे आणि तो उंदीर आहे, इतर सर्वांसारखाच.'

ती मग त्या डेस्कजवळ थांबली. "सभ्य गृहस्थांनो, आज तुम्हाला माझ्याकडून काय मदत हवीय?"

सुटका झाल्यासारखं निक्नं तिच्याकडे बघितलं. "डॉ. जोहान्सन!"

पॅटी ॲननं जास्तच प्लकिंग केलेल्या भुवया वक्र केल्यानं ती निश्चितच जास्त भीतिदायक वाटली. "ते डिटेक्टिव्हज आहेत सोफी!" ती म्हणाली आणि सोफीनं उसासा टाकण्याचा विचार बदलला. पॅटी ॲन्नं आज एकदम ब्रिटिश व्हायचं ठरवलं होतं. तिचा निळाशार सूट आता जास्त अर्थपूर्ण वाटत होता. "मानवी हत्येचा शोध लावणारे डिटेक्टिव्हज!" धमकावणाऱ्या सुरात ती म्हणाली. "त्यांना तुला काही प्रश्न विचारायचे आहेत."

निक्नं त्याची मान हलवली. "आम्हाला तुझ्याशी फक्त बोलायचंय डॉ. जोहान्सन."

तो उंदीर नसल्यामुळं तिनं त्याच्याकडे पाहून स्मित केलं. "मी इतक्यात जेवायला जाणार होते. मी तुम्हाला तीस मिनिटं देऊ शकते."

व्हिटोनं तिच्यासाठी दार उघडं ठेवलं. तो आत्तापर्यंत एक शब्दही बोलला नव्हता, पण त्याची ती भेदक नजर तिच्या चेहऱ्यावर खिळलेलीच होती. तिनं त्याच्याकडे टाकलेला कटाक्ष पॅटी ॲन्नं तिच्याकडे टाकलेल्या कटाक्षाइतकाच भिववणारा होता असं तिला वाटलं. त्याला राग आलेला पाहून तिचा उद्देश साध्य झाला असंही तिला वाटलं.

बाहेरच्या हवेमुळे तिला एकदम छान वाटलं. "आपण जर लवकर काम उरकलं, तर मला बरं वाटेल. टेड्नं आणखी एक टूर ठरवला आहे आणि मला पोशाख करून तयार राहायचंय." ती पायवाटेच्या एका टोकाला थांबली. "तर बोला लवकर."

व्हिटो रस्त्याच्या दोन्ही बाजूंनी पाहत राहिला. दुपार झाली होती आणि वाहनांची आणि पादचाऱ्यांची खूपच गर्दी रस्त्यावर होती. "थोडंसं खासगी बोलायचं असल्यानं आपण दुसरीकडे कुठे जाऊ या का?" त्याच्या चेहऱ्यावरचा राग त्याच्या आवाजातही उतरला होता. "आपलं बोलणं कुणाच्या कानावर पडू नये."

"माझ्या कारमध्ये काय हरकत आहे?" निक्नं सौम्यपणे विचारलं आणि तो तिकडे जायला निघाला. मग कारचं समोरचं पॅसेंजर दार उघडून तो उभा राहिला. "तू मागच्या सीटवर बसल्यामुळे कुणाचा गैरसमज होऊ नये, असं वाटतं." तो सहजपणे हसत म्हणाला आणि स्वत: चटकन मागच्या सीटवर बसला. तिच्या शेजारी ड्रायव्हरच्या सीटवर बसण्यापूर्वी व्हिटोनं निक्कडे घाणेरडी नजर फेकली आणि ते तिनं बघितलं. प्रतिसाद म्हणून निक्नं फक्त भुवया उंचावल्या आणि आपल्या बाबतीत काही चलाखी चालू असल्याचं सोफीला जाणवलं.

रागातच तिनं दाराचं हँडल पकडलं. "सभ्य गृहस्थहो, खेळ खेळायला मला वेळ नाही."

व्हिटोनं तिच्या खांद्यावर हात ठेवला. त्याच्या स्पर्शात सभ्यपणा होता; पण तिला एका ठिकाणी खिळवून ठेवण्याइतका निग्रह होता. "हा खेळ नाहीये." तो गंभीरपणे म्हणाला. "प्लीज सोफी."

नाइलाजानंच तिनं हँडल सोडलं आणि व्हिटोनं तिच्या खांद्यावरचा हात काढला. "हे काय चाललंय?"

"सर्वप्रथम, तू काल आम्हाला केलेल्या मदतीबद्दल तुझे आम्हाला आभार मानायचेयत."

“पण आत्तापर्यंत आपण बाहेर काढलेल्या प्रेतांचं निरीक्षण केल्यावर आणखी प्रश्न उभे राहिले आहेत.” ड्रायव्हर-सीटच्या पाठीवर त्यानं एक खांदा टेकवला आणि आवाज खाली आणला. “एका प्रेतावर आम्हाला अनेक छिद्रांचं एक विचित्र डिझाइन दिसलं. ती छिद्रं खिळ्यांमुळे किंवा अणकुचीदार लोखंडी कांबींच्यामुळे पडली असावीत असं कॅथरिनला वाटतं. ही छिद्रं मानेपासून सुरू होतात आणि पाठीवरून तिच्या पोटऱ्यांच्या मध्यापर्यंत दिसतात. अशीच छिद्रं तिच्या दंडांच्या मागच्या बाजूलापण आहेत. खिळे ठोकलेल्या खुर्चीवर त्या व्यक्तीला जबरदस्तीनं बसवलं असावं असं आम्हाला वाटतं.”

नकार देण्यासाठी तिच्या नकळतच तिची मान हलली. “तू विनोद करतोयस, होय ना? विनोद करतोयस, असं तू प्लीज कबूल कर.” पण त्या मेलेल्या माणसाचा चेहरा, जोडलेले हात आणि आतडी काढून टाकलेलं शरीर यांची आठवण झाल्यावर नकार देण्याचा तिचा विचार बदलला. “तुला खरंच तसं वाटतं?”

व्हिटोनं एकदा होकार दिला. “खूप.”

तिच्या अंगावर शहारा आला. “छळ करण्यासाठी वापरली जाणारी खुर्ची!” ती थंडपणे म्हणाली.

“म्यूझियमच्या वेबसाइटवर निकूला एक फोटो दिसला.” व्हिटो म्हणाला. “म्हणजे अशा खुर्च्या अस्तित्वात होत्याच.”

तिला भयंकर प्रसंगांची कल्पना आली, म्हणून तिनं मानेनं होकार दिला. “होय, अशा खुर्च्या अस्तित्वात होत्या असं म्हटलं जातं.”

“त्याबद्दल काही सांग ना,” व्हिटो म्हणाला. “प्लीज!”

तिनं खोल श्वास घेतला. त्यामुळे तरी पोटात शांत वाटेल, असं तिला वाटलं. “असं बघा हं, पहिल्यांदा, अशा अनेक साधनांपैकी खुर्ची हे एक साधन म्हणून ते छळ करणारे अधिकारी वापरत असत.”

“स्पॅनिश इन्क्विझिशनबद्दल माहिती नकोय आम्हाला.” निकू थोडंसं गंभीरपणे म्हणाला.

“स्पॅनिश इन्क्विझिशनबद्दल बऱ्याच लोकांना माहिती आहे, पण अशी आणखी अनेक इन्क्विझिशन्स झालीयेत.” त्या प्रेतांचा विचार करण्यापेक्षा लेक्चर देणं जास्त सोपं होतं. “अगदी पहिलं म्हणजे मध्ययुगीन-मिड्ईव्हल इन्क्विझिशन. नंतरच्या स्पॅनिश पीरिअडमध्ये तशी खुर्ची अस्तित्वात होती आणि म्हणून ती मध्ययुगीन कालखंडात अस्तित्वात असू शकते, पण तिच्या वापराबद्दल इतिहासकारांत वाद आहेत. जरी ती वापरली गेली असेल, तरी छळासाठी वापरल्या जाणाऱ्या इतर साधनांइतकी किंवा पद्धतींइतकी ती वापरली गेली नाही.”

तो वहीत करत असलेल्या नोंदीकडे पाहत असताना त्यानं नजर वर केली. "का नाही?"

"मूळ दस्तऐवजांनुसार, तशी खुर्ची आरोपीला त्या अधिकाऱ्यांनी नुसती दाखवली, तरी त्यांचा बराचसा उद्देश साधला जात असे. ती दिसायलासुद्धा भयंकर होती! चित्रातल्यापेक्षाही प्रत्यक्षात पार भयंकर!"

"तू पाहिलीयेस अशी एखादी खुर्ची?" निक्नं विचारलं.

"कुठे?" व्हिटोनं विचारलं.

"म्यूझियम्समध्येच. युरोपमध्ये तसे अनेक नमुने चांगल्या अवस्थेत आहेत."

"मग, आज अशी छळासाठी वापरली जाणारी खुर्ची कुठे मिळेल?" व्हिटोनं प्रश्न लावून धरला.

"कुणाला जर अशी खुर्ची हवीच असेल, तर ती करवून घेणं फारसं अवघड जाणार नाही. अर्थात उत्कृष्ट दर्जाच्या खुर्च्या अगदी मध्ययुगातही होत्या. बऱ्याचशा खुर्च्यांना सीटबेल्टसारखे साधे रिस्ट्रेन्ट्स असत; पण काहींना क्रँक्स किंवा हँड्ल्स असत, त्यामुळे रिस्ट्रेन्ट्स घट्ट होऊ शकत आणि शरीरात खिळे खोलवर घुसत. आणि..." तिनं उसासा टाकला. "काही खुर्च्यांना धातूचे पत्रे ठोकलेले असत. ते गरम केले की, आरोपीचं शरीर जळत असे आणि सहजपणे छिद्रंही पडत असत." व्हिटो आणि निक्ची नजरानजर झाली आणि तिनं तिचा हात तिच्या तोंडाकडे नेला. ती घाबरून गेली. "नाही, नको."

"अशी खुर्ची कुठे मिळेल?" व्हिटोनं पुन्हा प्रश्न केला. "प्लीज सोफी."

त्यांच्या आग्रहातला सच्चेपणा तिच्या दृष्टीनं कमी होत चालला होता आणि त्याऐवजी तिच्या मनात भीती वाढत चालली होती. तो मारेकरी शोधण्यासाठी ते तिच्या ज्ञानावर विसंबून होते आणि तिचं ज्ञान अगदी अपुरं होतं, अशी तिला अचानक जाणीव झाली. "हे बघा मित्रांनो, मध्ययुगीन तटबंदी, किल्ले वगैरे आणि लष्करी व्यूहरचना हे माझे अभ्यासाचे विषय आहेत. छळासाठी वापरल्या जाणाऱ्या साधनांबद्दलचं माझं ज्ञान अगदीच प्राथमिक स्वरूपाचं आहे. त्यासाठी एखाद्या तज्ज्ञ व्यक्तीलाच का बोलावू नये? सॉरबॉनचे डॉ. फोनिअर हे त्यासाठी जगप्रसिद्ध आहेत."

दोन्ही पुरुषांनी माना हलविल्या. "असतीलही, " व्हिटो म्हणाला, "आम्ही ते मान्य करायचं असेल, तर ते असतीलही; पण आम्हाला हे शक्य तेवढ्या कमी लोकांपर्यंत मर्यादित ठेवायचं आहे. तुझं प्राथमिक ज्ञानही आम्हाला सध्या पुरेसं आहे." त्यानं त्याची नजर तिच्या नजरेत मिसळली आणि तशीच रोखून धरली. तिच्या मनातला गोंधळ शमला. "तुला जेवढं ठाऊक आहे तेवढंच सांग."

तिनं होकारार्थी मान हलवली. कुठल्याही वेबसाइटवरून मिळेल त्याच्या

पुढची माहिती आठवण्यासाठी तिनं तिच्या मेंदूला ताण दिला. आपल्या कानशिलांवर तिनं बोटं दाबली. "ओके. मला विचार करू द्या. त्यानं एकतर त्याची साधनं स्वत: बनवली असतील किंवा तयार असलेली मिळवली असतील. जर ती आधीच बनवलेली असतील, तर ती मूळ वस्तूंची ओबडधोबड नक्कल असू शकते. तुम्हाला काय वाटतं?"

"आम्हाला सांगता नाही येणार." निक् म्हणाला. "तू बोलत राहा."

"खिळ्यांनी पाडलेल्या छिद्रांचं डिझाइन किती प्रमाणात समान होतं?"

"खूपच समान!" व्हिटो गंभीरपणे म्हणाला.

"म्हणजे तो नीट विचार करणारा आहे. त्यानंच जर ती छिद्रं पाडली असतील, तर तो तपशीलाची काळजी घेईल. त्याला ड्रॉइंग्जची किंवा अगदी ब्ल्यू-प्रिंट्सचीही कदाचित गरज पडली असेल."

तिला वाटलं त्याप्रमाणे निक् चकित झालेला दिसला. "ब्ल्यू-प्रिंट्सही आहेत?"

व्हिटो पुढे वाकला. त्याच्या भुवया आक्रसल्या. "या ब्ल्यू प्रिंट्स् त्याला कुठून मिळाल्या असतील?"

तो इतका जवळ होता की, त्याच्या आफ्टरशेव्हचा गंध तिच्या नाकाला जाणवला आणि त्याच्या डोळ्यांच्या काळ्याशार पापण्याही तिला दिसल्या. मग त्यानं डोळे बारीक केले, त्याची नजर अधिक भेदक झाली आणि ती त्याच्याकडे झुकल्याचं तिच्या ध्यानात आलं. ज्योतीकडे पतंगानं झेप घ्यावी तशी ती बावरली आणि तिला तिचाच तिरस्कार वाटला. एका झटक्यात ती मागे सरकली; दोघांच्यामध्ये जास्त अंतर ठेवण्यासाठी. "तू म्हणालास बोलत राहा. काही महत्त्वाचं सांगायचं मी कबूलच केलं नव्हतं."

"सॉरी!" मागे सरकत व्हिटो पुटपुटला. "त्याला ब्लू प्रिंट्स कुठे मिळाल्या?"

सोफीनं जाणीवपूर्वक श्वास घेतला. "कदाचित इंटरनेटवर. मी कधी बघितलं नाही. अशा खुर्च्या असलेल्या म्युझियम्सनीच ते डिझाइन प्रकाशित केलं असेल किंवा... मला वाटतं, जुन्या ग्रंथांतून त्यानं ते शोधून काढलं असेल. काही अधिकाऱ्यांनी काही नियतकालिकं ठेवलीयेत. त्यामध्ये ड्रॉइंग्ज असतील. जुन्या ग्रंथांचा त्याला उपयोग झाला असणंही शक्य आहे."

"आणि त्याला ते कसे मिळाले असतील?"

"दुर्मीळ ग्रंथांच्या संग्रहालयातून आणि त्याला ते वाचताही यायला हवेत. त्यापैकी बरेच मध्ययुगीन लॅटिनमध्ये लिहिलेले आहेत. काही तर जुन्या फ्रेंच किंवा ऑक्सिटॅनमध्येही आहेत."

निक्नं त्याच्या नोटबुकात तशी नोंद केली. "तुला या भाषा वाचता येतात?"

"होऽ अर्थातच!"

"अर्थातच!" निक् पुटपुटला.

व्हिटो अजूनही तिच्याकडेच पाहत होता. आधीपेक्षाही जास्त भेदकपणे. "आणि त्यानं ती विकतच घेतली असतील तर?"

"त्यानं त्यांच्या प्रती विकत घेतल्या असतील किंवा खऱ्याखुऱ्या खुर्च्याच घेतल्या असतील. नकली चिलखतं आणि इतर शस्त्रं विक्रीला असल्याचं नकली मालाच्या कारखानदारांच्या वेबसाइटवर आपण सतत पाहत असतो. मध्ययुगीन सणांच्या काळात वेगवेगळ्या दर्जाच्या शस्त्रांची दुकानं लागलेली असतात. त्यातली काही शस्त्रं हातांनी बनवलेली असतात, तर काही यंत्रांच्या मदतीनं, पण सगळी शस्त्रं नकलीच असतात."

"कुठल्या प्रकारची शस्त्रं?" निक्नं विचारलं.

"खंजीर, तलवारी; कोयती आणि कुऱ्हाडी; पण छळासाठी वापरली जाणारी शस्त्रं विकली जाताना मी कधी पाहिली नाहीत. आता त्या जर अधिकृत वस्तू असतील तर..." तिनं खांदे उडवले. "तुम्ही खासगी संग्राहकांबद्दल बोलत असाल."

"त्यांच्याबद्दल तुला काय माहिती आहे?"

"तसं प्रत्येक बाबतीत चांगलं आणि वाईट असतं. कायदा पाळणारे संग्राहक त्या वस्तू इतर संग्राहकांकडून खासगीमध्ये खरेदी करतात किंवा ख्रिस्तीज्सारख्या लिलावातून त्यांची खरेदी होते. कधीकधी कायदेशीर मार्केटमध्ये नवा-जुना माल दिसतो, पण ते अगदी क्वचित."

"उदाहरणार्थ?" निक्नं सुचवलं.

"उदाहरणार्थ डॉरडॉन तलवारी. पूर्वी माहीत नसलेल्या पंधराव्या शतकातल्या सहा तलवारी ख्रिस्तीज्मध्ये १९७७ साली लिलावासाठी आल्या. नंतर असं समजलं की, त्या अगदी दुर्मीळ होत्या. पंधराव्या शतकातल्याच ऐंशी तलवारी फ्रान्सच्या डॉरडॉन नदीच्या तळाशी १९७०च्या मध्यात सापडल्या. शंभर वर्षं युद्ध चालू होतं, तेव्हा सैन्यासाठी पडावावरून त्या पाठवण्यात आल्या होत्या. तो पडाव बुडाला आणि त्या तलवारी नदीमध्ये पाचशे वर्षं पडून राहिल्या; पण अशा गोष्टी क्वचित घडतात. साधारणपणे, नोंदणी केलेल्या वस्तूंचे मालक बदलतात. आमच्या म्यूझियममधल्या बऱ्याचशा वस्तू पहिल्या थिओडोर ऑलब्राईटच्या खासगी संग्रहातून आलेल्या आहेत."

निक्च्या कपाळावर रेघा उमटल्या. "तिथे आपण ज्या माणसाशी बोललो त्याचे वडील?"

"आजोबा. पहिला टेड् हा विसाव्या शतकातला एक सुप्रसिद्ध पुरातत्त्व संशोधक होता. त्यानं इतर संग्राहकांकडून असंख्य वस्तू मिळवल्या, पण..." तिनं एक खांदा उचलला. "पहिल्या टेड्नं त्याच्या वयाच्या विशी-पंचविशीच्या आतच

उत्खनन सुरू केलं. कुणाला नक्की ठाऊक नाही, पण खात्रीनं सांगता येईल की, त्याच्या संग्रहातल्या काही वस्तू त्यानं केलेल्या उत्खननात सापडलेल्या आहेत. ते जर सिद्ध होऊ शकलं, तर ऑलब्राईट कुटुंबाला त्या वस्तू परत करणं भाग पडेल.''

निक्नं पुन्हा मान हलवली. ''म्हणजे तो नेहमीच कायद्याला अनुसरून वस्तू जमवत होता असं नाही.''

''तसं नाही, पहिला ऑलब्राईट हा सज्जन माणूस होता. बघा, पूर्वी हे असंच होत असे. तुम्ही आलात, तुम्ही पाहिलंत, तुम्ही खोदलंत आणि सापडलेल्या वस्तू तुम्ही घेऊन गेलात. वस्तुस्थिती अशी आहे, म्युझियम्समध्ये आज वस्तू आहेत त्याचं कारण कुणीतरी त्या घरी आणल्या होत्या, पूर्वीच्या काळी.''

''आणि आता?''

''आज बऱ्याच देशांनी अशा वस्तूंच्या निर्यातीवर बंदी घातलीये. अशा निर्यातीला चोरी म्हटलं जातं आणि ती करणाऱ्यांवर खटले भरले जातात.''

''म्हणून मग त्या काळ्या बाजाराच्या मार्गानं जातात.'' व्हिटो म्हणाला.

''काळा बाजार तर पूर्वापार चालत आलेला आहे. अशी बंदी घातल्यामुळे वस्तूंच्या किमती वारेमाप वाढतायत. कलाकृती, मातीची भांडी, दस्तऐवज खरेदी करणाऱ्या खासगी संग्राहकांबद्दल मी ऐकलं आहे. अगदी रोमन मोझेईक फरशासुद्धा घेणारे आहेत; पण शारीरिक यातना देणाऱ्या साधनांबद्दल नाही.''

''पण तेही होत असेलच.'' व्हिटोनं आपला मुद्दा रेटला.

''अर्थातच तेही होत असेल. मी त्या क्षेत्रात शिरले नाही, म्हणून मला ते ठाऊक नाही.'' काही संशयास्पद पुरातत्वसंशोधकांची तिला आठवण झाली. ''पण मी त्याबद्दल माहिती मिळवू शकते.''

व्हिटोनं मान हलवून तसं सुचवलं. ''आम्ही प्रश्न विचारू.'' तो ठामपणे म्हणाला. तिनं झटक्यात तिची हनुवटी वर केली तेव्हा त्यानंही त्याचा हात काढून घेतला. ''ती आमच्या कामाची पद्धत आहे सोफी!'' त्यानं कंटाळल्यासारखा सुस्कारा सोडला, ''काल जसं आम्ही तू थडगी शोधून काढण्यापूर्वी तुला त्याबद्दल काहीच सांगितलं नव्हतं तसंच हे आहे.''

''पण ते पूर्वग्रह निर्माण होऊ नयेत यासाठी होतं.'' तिनं खुलासा केला. ''आता मला सगळं समजलंय.''

''याचं कारण याचा तुला त्रास होऊ नये म्हणून आहे.'' व्हिटोनं प्रत्युत्तर दिलं. '' हा काही शैक्षणिक विषयावर प्रबंध लिहिण्याचा विषय नाही. इथे अनेक खून झालेले आहेत आणि खुन्यानं सात जादा थडगी खोदून ठेवली आहेत. त्यापैकी एका थडग्यात तू जावंस असं मला वाटत नाही.''

सोफीनं थरथरत श्वास सोडला. ''हा चांगला मुद्दा आहे. मी तुझ्यासाठी यादी करते.''

व्हिटोच्या ओठांचा एक कोपरा वर गेला आणि त्याच्या काळ्या डोळ्यांत आपुलकी दाटून आली. "थँक यू!"

त्यानं तिला पुन्हा एकदा माशासारखं हूकला अडकवल्याचं तिच्या लक्षात येण्यापूर्वीच तिच्या चेहऱ्यावर हसू उमटलं. 'मी माश्यासारखीच भोळसट आहे!' चेहऱ्यावरचं हसू पुसून टाकत तिची नजर तिच्या हातावरच्या घड्याळाकडे गेली. "आता मला खरंच जायला हवं."

ती कारमधून बाहेर आली. मग तिनं उघड्या दारातून आत पाहिलं. व्हिटो तिला पुन्हा न्याहाळत होता. त्याचे डोळे बारीक झाले आणि... तो दुखावला गेला. तिच्या हृदयात काहीतरी टोचलं, पण तिनं तिकडे दुर्लक्ष केलं. मुद्दामच ती निक्कडे वळली. "मला मिळतील त्या मार्गांनी ती माहिती माझ्याकडे आली की, मी ती यादी तुला इ-मेल करीन. गुडलक!" ती म्यूझियमच्या समोरच्या दारापर्यंत पोहोचणार तेवढ्यात तिनं कारचं दार आपटल्याचा आवाज ऐकला आणि त्यापाठोपाठ व्हिटोनं तिला मारलेली हाकही ऐकली. ती चालत राहिली. तो त्यावरून काही समजून घेईल आणि तिच्यामागे येणार नाही असं तिला वाटलं होतं, पण तो जसजसा जवळ येत राहिला तसतसा त्याच्या पावलांचा आवाज वाढत गेला.

"सोफी, थांब!" त्यानं तिचा दंड पकडून तिला ओढलं आणि तिला थांबावंच लागलं.

"आणखी काय हवंय तुला डिटेक्टिव्ह?"

त्यानं तिच्या दंडाला हिसका दिला. "तू मागे वळून माझ्याकडे बघावंस, असं मला वाटतं."

तिनं तसं केलं. त्याचा चेहरा तिच्यापासून काही इंचांच्याच अंतरावर होता. त्याच्या भुवया गोंधळल्यामुळे आक्रसल्या होत्या. डोळ्याच्या कोपऱ्यातून तिनं पाहिलं. निक् त्याच्या गाडीला टेकून तसाच गोंधळल्या नजरेनं पाहत होता आणि तीही तशीच गोंधळून गेली; पण गुलाबांच्या सोबत सापडलेल्या त्या कार्डावरचे शब्द तिच्या मनात घुमले. अँ - मी तुझ्यावर नेहमीच प्रेम करत राहीन. व्ही. "सोड माझा दंड." त्यानं तिला सोडलं, पण मागे सरकला नाही. म्हणून तीच मागे सरकली. "तुला माझ्याकडून काय हवंय डिटेक्टिव्ह?"

"काय झालं? काल रात्री आपण बोलत होतो आणि तू हसत होतीस. मग तुला पिझ्झा हवाय का म्हणून मी तुला विचारलं आणि संतापानं तुझं डोकं फिरलं. असं का झालं ते मला कळायला हवं."

"मला तुझ्यासोबत जेवण घ्यावंसं वाटलं नसेल कदाचित."

"नाही. एखाद्या व्यक्तीच्या सौंदर्यानंच माणसं मरत असती, तर काल तुला मी पाहताच माझा प्राण गेला असता. असं का घडलं ते मला कळलं तर बरं होईल

आणि मला हेही जाणून घ्यायचंय की, मी काल रात्री व्हिटो होतो, तर आता मी डिटेक्टिव्ह का झालो?''

उगाच हसायचं म्हणून ती हसली. तिनं आपला खिमा केला, हे त्याला झोंबलं. ''तुम्ही सगळे पुरुष अगदी एका माळेचे मणी असता, नाही का? हे बघ व्हिटो, तुझ्या स्वाभिमान दुखावला गेला, त्याबद्दल सॉरी; पण याच वेळी तू हेही ध्यानात घ्यायला हवंस की, सगळ्याच स्त्रिया तुझ्या पायांवर लोळण घेतील असं नाही. जितक्या लवकर मला माहिती मिळेल तितक्या लवकर मी तुला ती देईन; पण ती मागणारा 'तू' आहेस म्हणून नाही, हे तू समजून घे.'' तिनं पाऊल उचललं, पण ती थांबली. तो अजूनही तिथेच उभा होता. त्याचे काळे डोळे रागानं थरथरत होते आणि अचानक स्वत:लाच तिनं जे प्रश्न अनेकदा विचारले होते त्यांची उत्तरं द्यायची वेळ आली होती.

''मला सांग व्हिटो, जेव्हा तू पैसे मिळवण्यासाठी धडपडतोस तेव्हा तू घरच्या बाईचा विचार करतोस?''

''कोणाबद्दल बोलतेस तू?'' प्रत्येक शब्दावर जोर देत त्यानं विचारलं.

''म्हणजे माझ्या प्रश्नाचं उत्तर नाही असं आहे. तुझ्या लक्ष्याबद्दल काय? ती मूर्ख आहे असं तुला वाटतं का? आपण फक्त साध्य होतो हे तिला कधीच कळणार नाही का? आपल्याशी प्रतारणा झालीये हे घरच्या बाईला कधीच कळणार नाही असं तुला वाटतं का?''

''तुला ती माहिती कुठून मिळणार आहे मला ठाऊक नाही, पण माझ्या घरी कुणी बाई नाही.''

तिनं पाय आपटले. '' 'घरची बाई' हे रूपक आहे. त्याचा अर्थ तू पकडला गेलायस.''

त्याच्या चेहऱ्यावरचे भाव बदलले नाहीत. ''मला कुणीच नाहीये सोफी.''

तिनं त्याच्या डोळ्यांत रोखून पाहिलं. ''मग तुझ्या ट्रकमधले ते गुलाब... ते तुझेच नव्हते का?''

त्याचे डोळे लुकलुकले. त्यानं बोलण्यासाठी तोंड उघडलं, पण या वेळी एक शब्दही बाहेर पडला नाही.

ती हसली, पण त्या हसण्यात छद्मीपणा होता. ती वळली आणि म्यूझियमचा उरलेला रस्ता चालून गेली, काहीच न बोलता; पण ती दाराशी पोहोचली तेव्हा त्याचं प्रतिबिंब तिला खिडकीत दिसलं. ती जिथून निघाली तिथेच तो उभा होता; तिला जाताना बघत. अगदी आदल्या रात्रीसारखाच!

सोमवार, १५ जानेवारी, दुपारी २:१५ वा.

निक्च्या उत्सुक कटाक्षाकडे दुर्लक्ष करत व्हिटो पॅसेंजर सीटवर धपदिशी बसला आणि म्हणाला, "चल, चालू कर."

फूटपाथच्या बाजूनं गाडी काढून निक्नं ती वाहतुकीच्या गर्दीत घातली. "कुठे जायचं?"

"शवागाराकडे जाऊ या. जेननं आणखी काही प्रेतं आतापर्यंत तिथे पाठवली असतील."

"आनंदी आनंद गडे..." निक् पुटपुटू लागला. व्हिटो खिडकीतून बाहेर पाहत असताना नाइट्स आणि त्यांच्या यातना आणि गुलाबांचा विचार करत होता, तेव्हा निक् बराच वेळ गप्प होता.

"आपण आणखी एका प्रोफेसरांशी संपर्क साधू शकतो." न राहवून निक् हळूच म्हणाला. "इतर युनिव्हर्सिटीजमध्येही पुरातत्त्व विभाग आहेत. काल रात्री मी वेबवर बघितलं."

"काल रात्री तू बरंच काही वेबवर पाहिलंस." व्हिटो उपरोधिकपणे म्हणाला आणि त्याच्या स्वरातला तिरस्कार त्यालासुद्धा जाणवला. "सॉरी!"

"ओके, ओके. घरातली शांतता खायला उठलीये!" तो नाराजीनं म्हणाला. "मेसी रात्रभर जागत ढणढण आवाज ठेवून तिचं म्यूझिक ऐकत राहते म्हणून मला तिचा राग येई, पण आता ती नाहीये तर... मला चुकल्या चुकल्यासारखं वाटतंय."

त्याच्या पार्टनरकडे पाहण्यासाठी व्हिटोनं फक्त मान वळवली. "तिच्याशिवाय तुला करमत नाही?"

त्याच्या मनाचा कप्पा उघडला गेला होता हे व्हिटोनं ओळखलं. आपल्या खासगी आयुष्याबद्दल बोलणं निकला आवडत नसे. त्याला सोडून गेलेल्या बायकोनं त्याला लुबाडल्याची घटना ही बराच काळपर्यंत त्याच्यासाठी अपमानास्पद बाब होती, पण त्यानंच आता तो कप्पा उघडला असल्यानं व्हिटो बोलू शकत होता.

"तिनं गुलाब पाहिले."

निक्चा चेहरा उतरला. "ते कसं काय?"

"होय. त्यातच सगळं आलं."

"ते गुलाब कुणासाठी होते हे तू तिला सांगितलंस?"

"तसं करणं म्हणजे फारच तर्कदुष्टपणा झाला असता." व्हिटोनं निराशपणे सुस्कारा सोडला. "नाही, मी नाही सांगितलं. मी सांगूच शकलो नाही. म्हणून मग तिची खात्रीच पटली. हे होणार नाही असा मला अंदाज होताच."

"काय मूर्खपणा आहे हा! व्हिटो, तुला ती आवडलीये का?"

"तुला नाही आवडली?"

"हं, मला अर्थातच आवडलीये. ती ऑक्सिटॅन ही जी काय भाषा बोलत असली, तरी ती मजेशीर आणि सुंदर आहे आणि..." निराशपणे हसत त्यानं खांदे उडवले.

"तिखट!" व्हिटोनं उदासपणे विशेषण सुचवलं.

"यातच सगळं आलं; पण विशेष महत्त्वाचं हे की, आपल्या या केसमध्ये ती आपल्याला मदत करू शकेल." त्यानं त्याच्याकडे ओझरती नजर टाकली आणि तो पुन्हा गंभीर झाला. "तुला तिच्याशी काही खासगी बोलायचं नसलं, तरी तिला हे सत्य सांग म्हणजे आपण तिच्या प्राथमिक ज्ञानाचा उपयोग करून घेऊ शकू."

"हे सत्य तिला सांगायची माझी इच्छा नाही. कुणालाच हे सत्य सांगायची माझी इच्छा नाही."

"नाहीतर मग एखादा बहाणा कर. कारण आणखी एखाद्या तज्ज्ञ व्यक्तीला यासाठी पैसे देणं आपल्याला भाग पडलं, तर असं का, असं लिझ् विचारेल आणि तुला तिच्याबद्दल जे वाटतं त्यावर मी विश्वास ठेवणार नाही चिक्."

व्हिटोनं स्वत:चेच दात-ओठ चावले. निक्चं म्हणणं अर्थातच योग्य होतं. पैसे खर्च न करता मिळणारी माहिती वैयक्तिक कारणावरून नाकारणं अधिकच महाग पडणार होतं. "ठीक आहे. उद्या इकडे येताना मी म्यूझियममध्ये चक्कर टाकीन."

"आज रात्रीच जाणं चांगलं. उद्या मला कोर्टात जावं लागणार आहे. म्हणजे उद्या तू एकटाच असशील."

व्हिटोनं चकित होऊन डोळे मिचकावले. "मला हे आधी माहीत होतं?"

"मी तुला हे दोनदा सांगितलंय आणि शिवाय तुला चिठ्ठीही पाठवली होती. या आठवड्यात तुझं मन स्थिर नाहीये."

अँड्रीमुळे. व्हिटोनं शीळ वाजवली. "सॉरी. उद्या कोर्टात कशासाठी?"

निकनं ओठ आवळले. "डायॅन सीव्हर."

व्हिटोचा चेहरा पडला. तीन वर्षांपूर्वी डेलावेअरची डायॅन नावाची तेरा वर्षांची मुलगी हरवली होती. निक् तेव्हा व्हाईस असताना हेरॉईनच्या अड्ड्यावर त्यानं छापा घातला आणि निक्च्या दुर्दैवानं तो तिच्या प्रेताला अडखळला. "तिच्या लोकांकडून तुला अजून कार्ड्स येतात?"

निक्नं आवंढा गिळण्याचा प्रयत्न केला. "अगदी प्रत्येक ख्रिसमसला. त्यांनी एवढी कृतज्ञता दाखवायला नको होती असं मला वाटतं."

"तू तिच्या आई-वडलांचं सांत्वन केलंस. त्यांनी त्याबद्दल जाणीव तरी ठेवलीये. कुणी जाणीव न ठेवण्याची मी कल्पनाच करू शकत नाही."

"एखाद्याच्या मुलीचा खून करणारा हरामखोर कोर्टाच्या कठड्यात मोरासारखा रुबाबात उभा राहू शकतो याची मीही कल्पनाच करू शकत नाही." निक्नं कारचं स्टिअरिंग व्हील घट्ट पकडल्यामुळे त्याच्या बोटांचे सांधे पांढरट झाले होते. "डिस्ट्रिक्ट अॅटर्नींशी सौदे करतातच. ते आपल्या बाजूनं आहेत असं प्रत्येक वेळी वाटतं, पण ते त्या हरामखोराकडे जाऊन सौदेबाजी करतात. मला चीड येते असल्या लोकांची!"

तो 'हरामखोर' खुनी म्हणजे एक व्यसनी माणूस. त्याची गाडी त्याच्या पार्टनरच्या अंगावरून गेली. हा पार्टनर नव्यानंच उदयाला आलेला ड्रग्-लॉर्ड. त्या डी.ए.ला त्या व्यसनी माणसापेक्षा त्या ड्रग्-लॉर्डमध्ये जास्त इंटरेस्ट, म्हणून त्याच्याशी सौदा करून त्याला गप्प केलं. "सौदेबाजी करणारा डी.ए. कोण आहे?"

"लोपेझ." थुंकल्यासारखं निक्नं नाव उच्चारलं.

व्हिटोनं आश्चर्यानं विचारलं. "मॅगी लोपेझ? आपली मॅगी लोपेझ?"

"ती आणि तीच."

लिझ् सॉयरच्या मानव-हत्येच्या टीममध्ये मॅगी लोपेझचा नुकताच समावेश झाला होता, पण प्रत्येक वेळी तिनं त्यांची एखादी केस घेतली की, चर्चा करायला व्हिटोलाच निक् पाठवत होता. आता त्याचा उलगडा झाला. "यापूर्वी तू तिच्याबद्दल एक शब्दही बोलला नव्हतास."

निक्नं रागानंच खांदे उडवले. "आत्ताही बोलायला नको होतं. प्रयोगशाळेत, फोनवर आणि कीझच्या कम्प्यूटरवर त्यांना काही मिळालंय का ते विचार."

"ओके." व्हिटोनं फोन केला तेव्हा पलीकडून जेफ रोझेनबर्ग बोलला. "आज सकाळी वॉरन कीझच्या घरून आम्ही जो कम्प्यूटर घेतला त्याच्यावर तुम्हा लोकांना काही मिळालं का?"

"स्वप्नं पाहत राहा चिक्. दाराबाहेर आम्ही एक लाइन शोधलीये." जेफ नेहमीच असं म्हणत असे.

"तुम्हाला काही दिसतंय का? ते महत्त्वाचं आहे."

"महत्त्वाचं," उपरोधानं जेफनं वाक्य संपवलं. "काय नाहीय्? जरासा थांब...?" एक मिनिटानं तो परत आला. "तू नशिबवान आहेस चिक्." हेही जेफ नेहमीच म्हणत असे. "आम्ही तिथपर्यंत पोहोचलोय, पण एक टेक्निशिअन सगळं ड्राईव्ह पुसून टाकण्याच्या मोहिमेवर काम करतोय, म्हणून."

"म्हणजे तुला असं म्हणायचंय का की, कीझचा सगळा ड्राईव्ह पुसून टाकलाय?"

"सगळा नाही. सगळा ड्राईव्ह पुसून टाकायला खूपकाही लागतं, पण आव्हानात्मक वाटावं असं बरंचकाही गेलंय. ती मेथड खूपच चातुर्याची होती." जेफ प्रभावित

झालाय असं दिसलं. "तो व्हायरस होता, एका मृत व्यक्तीच्या इ-मेलमधून आलेला, पण त्याची कालमर्यादा संपली होती."

"एखाद्या पुस्तकासारखी किंवा सिनेमासारखी?"

"अगदी तसंच त्या मृत व्यक्तीच्या फाइल्स गिळंकृत करण्यापूर्वी तो व्हायरस जिवंत होऊन किती काळ लपून राहिला होता याचा शोध घेण्याचा आणि त्यासाठी कोड जुळवण्याचा तो टेक्निशिअन अजून प्रयत्न करतोय."

व्हिटोनं विचारपूर्वक फोन बंद केला. "पुसून टाकलाय," तो म्हणाला. "पण चातुर्यानं." जेफ काय म्हणाला ते त्यानं निकला सांगितलं. "म्हणजे आपल्याकडे एक विकृत ओसीडी खुनी आहे. तो लष्करी नेटकेपणानं थडगी खणतो, त्याला रोगट मध्ययुगीन माणसासारखा ध्यास आहे आणि तो कम्प्यूटरच्या बाबतीत जादूगार आहे."

"किंवा त्याच्याकडे कम्प्यूटरचा जादूगार उपलब्ध आहे." निकनं प्रत्युत्तर दिलं. "किंवा कदाचित आपण एकापेक्षा जास्त गुन्हेगारांशी लढतो आहोत."

"शक्य आहे. जेननं आणखी काय-काय खणून बाहेर काढलंय बघू या."

सोमवार, १५ जानेवारी, दुपारी ३:०० वा.

कॅथरिन त्यांना एक्स-रे फोटोंचा अभ्यास करताना दिसली. व्हिटो तिच्या मागे उभा होता. काय चाललं होतं, ते तिच्या डोक्यावरून तो सहजपणे पाहू शकत होता. ॲन्ड्री अशीच लहान-खुरी होती. आपल्यामुळे ती मोडून जाते की काय अशी भीती व्हिटोला कधी-कधी वाटत असे. सोफी जोहान्सन मात्र... त्याच्यापेक्षा ती काही इंचांनीच ठेंगणी होती. तिनं जेव्हा त्याला गुलाबांविषयी विचारलं होतं, तेव्हा तिचे रसरशीत ओठ त्याच्या हनुवटीच्या अगदी समोर आले होते. शारीरिक दृष्टीनं विचार केला असता, तर त्याच्यामुळे ती मोडणं शक्य नव्हतंच जवळजवळ, पण तिच्या मनाचा कोमलपणा त्याला भावला होता. ' 'तू अगदी इतर सगळ्यांसारखाच आहेस!' कुणीतरी तिला दुखावलं आहे. अगदी आतपर्यंत. आणि तिला वाटतं, मी अगदी त्यांच्यासारखाच आहे.'

त्यामुळे व्हिटो अस्वस्थ होता. अगदी आतपर्यंत. तो इतर सगळ्यांसारखा नाहीये, हे तिला दाखवून देणं त्याला आवश्यक वाटलं. अगदी त्याच्या स्वत:च्या मनाला शांत वाटावं म्हणून तरी.

"हा माणूस कोण आहे?" व्हिटो त्या एक्स-रे फोटोंच्याकडे आंधळेपणानं पाहत असताना त्याचं लक्ष वेधण्यासाठी निकनं गंभीरपणे विचारलं. "आपली प्रेतं

मागच्या बाजूला यानंच ढकलली का?''

लाईट बोर्डवर उजळलेली कवटी व्हिटोनं निरखून पाहिली. ''तो आपल्यापैकी कुणी नाही. मध्ययुगीन प्रकारच्या यातनांच्या काही खुणा नाहीत. या माणसाला दोन्ही डोळ्यांच्या मध्यभागी बुलेट लागलेली आहे.''

''मध्ययुगीन प्रकारच्या जखमा नाहीयेत आणि त्याला बुलेट लागलीये.'' कॅथरिननं सहमती दाखवली, ''पण हा तुमच्या बळींपैकीच एक आहे मुलांनो!'' तिनं एक हात पुढे केला.

''बळी क्रमांक एक डॅश तीनला भेटा.''

''काय?'' व्हिटो म्हणाला.

''तो आपला आहे?'' त्याच वेळी निक्सुद्धा बोलला.

''एक डॅश तीन म्हणजे काय?'' व्हिटोनं विचारलं.

''होय, तो तुमचाच आहे. एक-तीन म्हणजे तो पहिल्या रांगेतल्या तिसऱ्या थडग्यातला आहे. तो तरुण होता, विशीच्या आसपासचा, कदाचित नुकतीच विशी ओलांडलेला. मृत्यूचं कारण त्याच्या कवटीत घुसलेली गोळी. बहुतेक एक वर्षापूर्वी वारलेला. काही चाचण्या घेतल्यावर मला आणखी काही समजू शकेल.''

ती काउंटरकडे जाऊन एक कागद घेऊन आली. त्यावर तिनं काटकोन चौकोनांचे चार × चार चौरस रेखाटले होते आणि तीन सोडून उरलेल्या चौकोनांमध्ये काही टिपणं काढली होती. ''सध्या तुमच्याकडे अशा प्रकारची आखणी केलेली आहे. सात रिकामी थडगी आणि नऊ थडग्यांमध्ये प्रेतं. नऊपैकी सहा प्रेतं जेननं बाहेर काढलीयेत. पहिल्या रांगेतलं चौथं थडगं, म्हणजे एक-चार.''

''चौथी रांग रिकामी आहे.'' निक् हळूच बोलला. ''तीन-एक कॉकेशिअन पुरुष, विशीच्या मध्यातला. डोक्याला आणि धडाला जबरदस्त मुका मार. खडबडीत, वजनदार साधनांमुळे डोक्याला आणि उजव्या दंडाला जोरदार मार. उजवा दंड तुटल्यासारखाच. मृत्यूचा काळ किमान दोन महिन्यांपूर्वी. धडावर आणि दंडांच्या वरच्या बाजूला मारल्याचे वळ, गोल आकाराचे, साधारणपणे पाव इंच व्यासाचे.'' त्यानं वर बघितलं. ''काल रात्री आपण बाहेर काढलेलं हे तिसरं प्रेत.''

''अगदी बरोबर! तीन-दोन ही स्त्री आहे, हातांची घडी घातलेली.''

''यातना देणाऱ्या खुर्चीबद्दल सोफीनं आम्हाला सांगितलं.'' निक् म्हणाला, त्याचा आवाज त्याला वाटलेल्या घृणेमुळे जड झालेला होता. ''आमच्या या मुलाला डी-लक्स मॉडेल असलेली खुर्ची मिळाली. अणकुचीदार खिळे आणि धातूचे पत्रे लावलेली; तापवण्यासाठी.''

कॅथरिननं उसासा सोडला. ''हे अधिकाधिक स्पष्ट होत चाललंय. तीन-तीन हा तुमचा नाइट आहे.''

"वॉरन् कीझ!" व्हिटो म्हणाला. "तो अभिनेता होता."

"मलाही तेच वाटलं. त्याचं विच्छेदन मी केलं." तिनं व्हिटोला रिपोर्ट दिला. "त्याच्या मृत्यूचं कारण म्हणजे खूप रक्त गेल्यामुळे त्याची हृदयक्रिया बंद पडली. त्याच्या ओटीपोटात पोकळी होती. त्याच्या डोक्याला जखमा नव्हत्या, पण त्याच्या दंडांची आणि पायांची हाडं पूर्णपणे निखळली होती. त्याच्यावर केलेले आघात हाडं सोलणारे होते, तुकडे पाडणारे नव्हते."

"म्हणजे त्याचे हात-पाय ओढले होते, पिरगाळले नव्हते." रिपोर्ट वाचता-वाचता, व्हिटो म्हणाला.

"हो."

"त्याला फळीवर ताणून धरलं होतं." निक् पुटपुटला.

"हा अंदाज बरोबर आहे असं मलाही वाटतं. त्याला निश्चितच ड्रग दिलं होतं."

"त्याची आई म्हणाली की, तो स्वच्छ आणि निर्व्यसनी होता. पुनर्वसन शिबिरात तो जाऊन आला होता."

"अगदी सहज शक्य आहे ते. कोकमुळे त्याच्या नाकपुड्यांच्या आतली त्वचा सडली होती. त्याच्या नाकाच्या पोकळीमध्ये खूपसं पांढरं मिश्रण मला आढळलं."

"तुला सापडलेलं पांढरं मिश्रण म्हणजे सिलिकॉन ग्रीस असेल का?" निक्नं विचारलं.

"हां, सिलिकॉन ल्यूब्रिकंट. तो कुठल्या प्रकारचा ब्रँड होता आणि ते मिसळलेलं शोधून काढण्याचा प्रयत्न नक्कीच प्रयोगशाळा करतेय. पण त्या सिलिकॉनमध्ये काहीतरी होतं. बहुधा प्लास्टर. त्याच्या सायनसच्या पोकळीत ते भरून होतं."

निक् विचारात पडला. "प्लास्टर आणि ल्यूब्रिकंट? कशासाठी?"

पण व्हिटोच्या मनात एक आठवण जागी झाली. "एकदा हॅलोविनच्या काळात आम्ही लहान असताना आम्हा मुलांच्या स्काऊट ट्रूपनं आमच्या चेहऱ्याच्या आकाराचे मुखवटे बनवले. चेहऱ्यावर मुखवटे चांगले बसावेत म्हणून आम्ही चेहऱ्याला कोल्ड क्रीम चोपडलं. त्यानं वॉरन कीझ आणि त्या हात जोडलेल्या बाईच्या मृत्यूचे मुखवटे बनवले."

"मग त्यानं शरीरांच्या आकारांचे साचे बनवले." कॅथरिन म्हणाली. "पण का?"

"माणसांच्या मध्ययुगीन प्रतिमांशी याचा काहीतरी संबंध आहे." व्हिटोनं मान हलवली. "कदाचित, त्यानं थडगं बांधलं असावं? मला कल्पना नाही. याचा अजूनही काही अर्थ लागत नाही."

कॅथरिननं काढलेल्या या स्मशानभूमीच्या नकाशाकडे निक् पुन्हा वळला. "मग आज सकाळी त्यांनी आणलेल्या त्या वयस्कर पुरुषाचं काय?"

"हां, तो." कॅथरिननं वरून दुसऱ्या रांगेवर बोटांनी टॅप केलं. "दुसऱ्या रांगेत दोन प्रेतं होती आणि दोन रिकामे खड्डे होते. ती दोन्ही प्रेतं वयस्कर व्यक्तींची होती. एक पुरुष, एक स्त्री." तिनं भुवया उंचावल्या. "त्या स्त्रीच्या डोक्यावर केस नव्हते."

व्हिटो चमकला. "त्यानं तिचे केस काढून टाकले?" त्यानं विचारलं, पण कॅथरिननं नकारार्थी मान हलवली.

"तिची मॅस्टेक्टॉमी झाली होती."

"स्तनाचा कॅन्सर झालेल्या स्त्रीला त्यानं ठार केलं?" निकूनं मान हलवली. "अरे देवा! कॅन्सर झालेल्या म्हाताऱ्या बाईला मारणारा तो नराधम किती विकृत असेल?"

"इतर बळींना यातना देणाऱ्या आणि त्यांचे अवयव कापून टाकणाऱ्यांसारखाच तोही असणार." कॅथरिन म्हणाली. "पण यानं तिचा छळ नाही केला. तिची मान मोडली होती, पण बाकी काही जखमा नव्हत्या. आता हा म्हातारा माणूस, याची वेगळीच गोष्ट आहे."

"त्याची अर्थात असणारच!" तिनं तीन नवे एक्स-रे लाइट बोर्डवर लावले, तेव्हा व्हिटो पुटपुटला.

"प्लॉट दोन-दोनच्या या म्हाताऱ्या माणसाच्या चेहऱ्यावर आणि धडावर जोराचे आघात केल्यामुळे त्याचा जबडा फुटलेला आहे. त्याला मुठीनं खूपच मारलं असावं, असा माझा अंदाज आहे. जबडा निखळलाय आणि गालांच्या हाडांचे तुकडे-तुकडे झालेयत. खूप ताकद लावून अतिशय क्रूरपणे हल्ला केला गेला होता."

"पोलादी मूठ!" व्हिटो पुटपुटला. "हा आपला मारेकरी धिप्पाड माणूस आहे. वॉरन कीझ्चं प्रेत त्याला उचलून न्यावं लागलं, त्याला त्यानं ड्रग दिलं असलं तरी."

"मला मान्य आहे. या माणसाच्या सहा फासळ्या मोडलेल्या आहेत. फीमरच्या या जखमा कुठल्यातरी मोठ्या आणि कठीण हत्यारानं केल्या होत्या. दोन्ही फीमर मोडलेले होते." ती गोल फिरली. तिच्या भुवया उंचावलेल्या होत्या. "पण प्रतिकाराच्या प्रयत्नांचं काय...."

"नीच साला!" निकूनं उसासा टाकला. "काय?"

"त्याच्या बोटांची टोकं गेलीयेत. छाटून टाकलीयेत पूर्णपणे."

व्हिटो आणि निकूनं एकमेकांकडे पाहिलं. "तो म्हातारा कुणालाच ओळखू येऊ नये असं कुणालातरी वाटलं असणार." व्हिटो म्हणाला आणि निकूनं मान हलवली.

"म्हणजे तो याच सिस्टिमचा भाग असला पाहिजे. बोटांची टोकं त्याला मारण्याआधी कापली की नंतर कॅथरिन?"

“आधीच.”

“अर्थातच!” व्हिटो बोलला. “मृत्यू केव्हा झाला?”

“मी म्हणेन दोन महिन्यांपूर्वी किंवा जास्तही. ज्याचा दंड जवळपास कापलाच गेलाय, ते तीन-एक प्रेत जसं सडायला लागलं आहे तशीच अवस्था या म्हाताऱ्या जोडप्याच्या प्रेतांची आहे.”

“तोच ना, गोल-गोल जखमा असलेला!” व्हिटो हळूच बोलला. “त्या जखमा कशा केल्या असतील याबद्दल काही तर्क?”

“इतक्यात नाही सांगता येणार, पण मी अजून त्याबद्दल फारसा विचारच केलेला नाही. माझ्या एका टेक्निशियनला त्या दिसल्या आणि त्यानं त्यांची नोंद केली.”

थकल्यासारखं वाटल्यानं निक्नं मानेवर चोळलं. “आणि आता आपल्याकडे डोक्यात गोळी लागलेला एक-तीन आहे. हे निश्चितच आधुनिकोत्तर युग आहे.”

“हा मरून एक वर्ष झालंय. इतरांसारखे काही आठवडे किंवा काही महिने नाहीत.” व्हिटो म्हणाला. “अजूनतरी नाही.” निक्नं मान्य केलं. “आणखी काही प्रेतं ओळखू आल्याशिवाय आपल्याला काहीच निष्कर्ष काढता येणार नाहीत. वॉरन कीझच्या बाबतीत नशिबानं आपल्याला साथ दिली. इतरांची ओळख पटण्यासाठी चटकन काही लक्षात येण्यासारखं तुला दिसलं का?”

कॅथरिननं नकारार्थी मान हलवली.

“स्साला!” निक्-मनाशीच बोलला. “म्हणजे आता आपल्याकडे सहा प्रेतं आहेत, एकाची ओळख पटलीये. सहापैकी चार तरुण आहेत, दोन म्हातारे, एक अभिनेता, एक कॅन्सर पेशंट आणि आणखी एकाच्या प्रिन्ट्स पाहता आल्या, तर तोही ओळखू येईल.”

“आणि तो खुनी त्याचाच तर तिरस्कार करत होता.” व्हिटो पुढे म्हणाला. “आणि त्याचाच त्याच्या व्यक्तिमत्त्वाशी संबंध उरलेला नाही.”

निक्नं भुवया उंचावल्या. “बोलत राहा.”

“त्यानं ते सगळे खड्डे अतिशय काटेकोरपणे खणले. सगळे अगदी एकसारखे! तो जबरदस्ती करणारा आहे आणि त्याला सतत एकच ध्यास आहे. तिसऱ्या रांगेतल्या बळींना त्यानं खूप छळलं; पण ते हत्यारांनी, स्वतःच्या नुसत्या हातांनी नाही. या नव्या माणसाच्या डोक्यात गोळी झाडली. आणखी एक हत्यार. म्हाताऱ्या माणसाच्या जखमा सांगतात की, त्याचा स्वतःवरचा ताबा सुटला होता. या ओसीडी मारेकऱ्याचा संताप आणि आसक्ती हे एमओज नाहीत.”

“वैयक्तिकरित्या” निक् विचारपूर्वक सहमत झाला. “तो जर त्या म्हाताऱ्या माणसाला ओळखत असेल, तर तो त्या म्हातारीलाही ओळखत असण्याची

शक्यता आहे; पण त्यानं स्वत:च्या हातांनी तिच्यावर आघात केले. तिची मान मोडली.''

''पण तिला त्यानं बडवलं नाही.''

कॅथरिननं घसा खाकरला. ''मित्रांनो, हे सगळंच चक्रावून टाकणारं आहे, पण मी सकाळपासून उभीच आहे आणि आता मला इथून मध्यरात्र होण्यापूर्वी निघायचं आहे. तेव्हा आता तुम्हीपण निघा.''

''हं, आम्हाला हे शवागार आवडलंय!'' निक् कुरकुरत आणि हसत निघाला. तिनं त्याला बाहेर जाऊन हसायला सांगितलं.

''तुम्हाला जर शवविच्छेदन करून हवं असेल, तर जा. मी तुम्हाला नंतर फोन करेन. आता जा.''

प्रकरण ८

सोमवार, १५ जानेवारी, दुपारी ४:०५ वाजता

गालांना चिकटलेला शेवटचा हट्टी मेक-अप रागीट मुद्रेनं आरशात पाहत सोफी खसाखसा घासत होती. "वैतागवाणा व्हायकिंग टूर!" ती पुटपुटली. "त्यापेक्षा दहा-डॉलरवाल्या वेश्येचंच मेकअप मला करा ना!" कर्मचाऱ्यांसाठी असलेल्या वॉश-रूमचं दार उघडलं आणि डार्ला आत आली. तिच्या चेहऱ्यावर काळजीयुक्त राग आल्याचा भाव होता.

"इतक्या जोरजोरात चेहरा घासू नये सोफी. अशानं तुझी कातडी सोलवटून निघेल." तिनं सिंकखालच्या व्हॅनिटी बॅगमधून एक बाटली काढली. "कोल्ड क्रीम वापरत जा म्हणून मी तुला हज्जारदा सांगितलंय ना?" तिनं त्याचा दाट थर सोफीच्या चेहऱ्यावर चोपडला आणि हलक्या हातानं तो पुसू लागली.

"अंहं! लाख वेळा!" सोफी कुरकुरली. तो गुळगुळीत थंडपणाही तिला नकोसा वाटू लागला.

"मग ते वापरत का नाहीस?"

"लक्षात नाही राहत." ती पोरकट तक्रार होती, म्हणून डार्ला हसली.

"ठीक आहे, विसरणं थांबव. तुला असं वाटत असेल की, कातडी सोलून निघाली की मेक-अप करू नकोस असं टेड् तुला म्हणेल, तर मी तुला सांगून ठेवते एवढ्यातच की, तो असं काहीही म्हणणार नाही." बोलता-बोलता ती तिच्या चेहऱ्यावरचे रंग पुसत होती. "तुला इतिहास माहीत असेल सोफी, पण काय विकलं जातं हे टेडलाच कळतं. हे टूर्स नसतील ना, तर हे म्यूझियम बंद पडायला वेळ लागणार नाही."

"मग तुला नेमकं काय म्हणायचंय?"

"सोफी," डार्लानं तिची हनुवटी घट्ट पकडली आणि तिला इतकं समोर ओढलं की, तिला पाठीत वाकावं लागलं. "हलू नकोस. डोळे बंद कर." डार्लाचं काम संपेपर्यंत सोफी तसं करत राहिली. "हं, झालं बघ."

सोफीनं चेहऱ्याला बोट लावून पाहिलं. "आता चिकट झालाय माझा चेहरा."

"तुझ्याशी वागणं-बोलणं कठीण आहे! आणि दिवसभर तुझं असंच चालू असतं. आता काय बिघडलंय?"

तिच्या मनात आलं, 'एक मध्ययुगीन विकृत गुन्हेगार आणि एक देखणा पोलीस ऑफिसर लबाड उंदीर असला, तरी मला मोहात पाडतोय.' "व्हायकिंग्ज आणि जोन ऑफ आर्क. टेड्‌नं मला क्यूरेटर म्हणून नेमलं, पण मला म्यूझियममधल्या वस्तूंकडे लक्ष द्यायला वेळच मिळत नाही. माझे हे टूरच नेहमी चालू असतात."

त्यांच्यामागे असलेल्या टॉयलेटच्या फ्लशचा आवाज आला आणि पॅटी ॲन्‌ तिथून बाहेर आली. "मला वाटतं, अपराधीपणाची भावना आहे." ती तिचे हात धुताना म्हणाली. काहीतरी अनपेक्षित घडणार असल्याचा तिला जणू अंदाज आला होता. "आज दुपारी दोन पोलिसांनी सोफीला काही प्रश्न विचारले. त्यापैकी एकानं तर तिला फरफटत पोलिसांच्या कारकडे नेलं होतं." तिनं डाळ्यांच्या कोपऱ्यातून सोफीकडे हळूच पाहिलं. "तुला त्यांनी सोडून द्यावं, म्हणून त्यांच्याशी सौदेबाजी केली असशील बहुतेक."

डार्ला एकदम चमकली. "ही पोलिसांची काय भानगड आहे? इथे? ऑलब्राईटमध्ये?"

"इतिहासाबद्दल काही प्रश्न त्यांना मला विचारायचे होते, डार्ला. बस्स तेवढंच."

"त्या काळ्याबद्दल काय?" पॅटी ॲन्‌नं तिला टोचलं आणि तिचा गळा दाबावा असं सोफीला वाटलं. "त्यानं तुझा म्यूझियमपर्यंत पाठलाग केला."

"त्यानं माझा पाठलाग केला नाही." सोफी ठामपणे म्हणाली. तिनं तिच्या बॉडिसच्या गाठी सैल केल्या; पण व्हिटोनं तेच केलं होतं आणि तो प्रसंग आठवला की, प्रत्येक वेळी तिच्या हृदयाचे ठोके वेगानं पडत होते. व्हिटो चिकोटेलीमध्ये काहीतरी विशेष होतं आणि त्यामुळे ती त्याच्याकडे ओढली जात होती, मोहित होत होती आणि ते तिच्यासाठी लाजिरवाणं होतं. त्याला हवी असलेली माहिती देणं तिच्यासाठी आवश्यक होतं. एकदा ती दिली की, पुन्हा त्याला भेटण्याचं कारण उरणार नव्हतं. मोहाचे क्षण संपले असते आणि फाइल बंद झाली असती.

तिनं कपडे बदलले आणि टेड्‌नं तिला ऑफिससाठी म्हणून दिलेल्या स्टोअर रूममध्ये ती निघून गेली. ती जागा छोटीशी होती आणि तिथे खूप बॉक्सेस भरून ठेवलेले होते; पण तिथेच डेस्क, कम्प्यूटर आणि फोनही होता. एक खिडकी असती तर छान झालं असतं, पण या स्थितीत ती लढायांना_निमंत्रण देत होती.

ती तिच्या खुर्चीमध्ये जाऊन बसली आणि तिने आपले डोळे मिटले. तिला थकवा आला होता. रात्रभर या कुशीवरून त्या कुशीवर वळल्यामुळे असं होत

असावं असं तिला वाटलं. 'लक्ष ठेव सोफी!' संशयास्पद पुराणवस्तू संशोधक आणि संग्राहकांचा विचार करणं तिला गरजेचं होतं, म्हणजे त्यांच्या नावांची लिस्ट ती चिकोटेलीला देऊ शकेल.

गेल्या काही वर्षांत तिनं ज्या लोकांबरोबर काम केलं होतं त्यांची नावं ती आठवू लागली. त्यांच्यापैकी बरेच जण नीतिशास्त्रज्ञ होते आणि जेन मॅक्फेननं खून झाले त्या ठिकाणचे पुरावे जितक्या काळजीपूर्वक हाताळले होते तशाच त्या शास्त्रज्ञांनी त्या वस्तू हाताळल्या होत्या; पण तिचे विचार राहून राहून त्याच्याकडेच भरकटत होते. ॲलन ब्रूस्टर! 'माझ्या आयुष्यातला दुर्दैवी प्रसंग! त्यांच्या उत्खननांसाठी आर्थिक साहाय्य देणाऱ्या श्रीमंत दानशूरांकडे तिनं कधी लक्ष दिलं नव्हतं, पण ॲलनची प्रत्येकाशी ओळख होती. या डिटेक्टिव्हज्ना त्याच्याशीच संपर्क ठेवणं उपयुक्त होईल. फक्त....

'फक्त त्यांची माहिती त्याला कशी कळली, याबद्दल ॲलन व्हिटोला विचारेल. व्हिटो म्हणेल, सोफीकडून आणि ॲलनसुद्धा लबाड, खोटारडा उंदीर असल्यानं हसायला लागेल.' आताही तिला त्याचा आवाज ऐकू येत होता; मुलायम, सुसंस्कृत. ' "सोफी," तो म्हणेल. "एक अतिशय कार्यक्षम मदतनीस!" तेव्हाही तो असंच म्हणत असे जेव्हा त्याने ते केलं होतं.' तो प्रेमानंच म्हणतोय असं तेव्हा तिला खरंच वाटलं होतं. तिला वाटलं होतं की, ती त्याच्यासाठी खास कुणीतरी होती.

तिला जेव्हा जेव्हा ते आठवत होतं तेव्हा तेव्हा लज्जेनं आणि झालेल्या अपमानानं तिचे गाल तापत असत. तिला काहीच माहीत नव्हतं तेव्हा. आता मात्र खूपसं काही समजलं होतं.

पण लज्जेबरोबरच अपराधीपणाचीही भावना निर्माण झाली होती. "तू भेकड आहेस!" ती पुटपुटली. नऊ माणसं मेली होती आणि ॲलन कदाचित मदत करू शकली असती, पण तिचा स्वाभिमान इथे अडथळा ठरू पाहत होता. त्याचं नाव तिनं तिच्या नोटपॅडवर लिहिलं खरं, पण तेवढ्यानंही तिला थंड हवेत घाम फुटला. 'तो सांगेल. त्यानं नेहमीच सांगितलंय. तो चेष्टेचा विषय होता त्याचा. तो निक् आणि व्हिटोला सांगेल आणि मग त्यांनासुद्धा कळेल. तुझ्याबद्दल त्यांना काय वाटतं याची तू कशाला काळजी करतेस?' पण ती काळजी करत होती. नेहमीच करत होती.

'दुसऱ्या कुणाचातरी विचार कर.' तिनं स्वत:ला सुचवलं. 'तितकाच चांगला दुसरा कुणीतरी!' ती खूप विचार करत असताना तिला एक चेहरा आठवला, पण त्याचं नाव काही आठवेना. ॲलन ब्रूस्टरबरोबर त्याच उत्खननाच्या ठिकाणी तो होता. तो पदवी वर्गाचा विद्यार्थी होता. ती जेव्हा ॲलनला मदत करत होती, तेव्हा

हा त्याच्या प्रबंधासाठी चोरीला गेलेल्या प्राचीन अवशेषांवर संशोधन करत होता. तिनं शोध घेण्याचा प्रयत्न केला, पण असा प्रबंध तिला कुठे दिसला नाही; पण या माणसाचा एक मित्र होता!

त्याचं नाव सोफीला आठवलं. क्लिंट शेफर. एक उसासा सोडत तिनं व्हाईट पेजेसमध्ये शोधल्यावर तिला एक नंबर मिळाला. मनातला विचार बदलण्यापूर्वीच सोफीनं नंबर डायल केला. "क्लिंट, सोफी जोहान्सन बोलतेय. तुला मी आठवत नसेन, पण--"

त्यानं तिचं वाक्य मध्येच तोडून वुल्फ शीळ घातली. "सोफी. वा, वा! कशी आहेस तू?"

"अगदी मजेत!" ती म्हणाली. 'नऊ खड्डे, सोफी!' "क्लिंट, तुझा तो मित्र तुला आठवतोय? चोरीला गेलेल्या प्राचीन अवशेषांवर संशोधन करणारा?" तिच्या मनानं तिला आठवण करून दिली.

"म्हणजे तो लोम्बार्ड?"

लोम्बार्ड!आता तिला आठवलं. काईल लोम्बार्ड. "हां, तोच. त्यानं त्याचा तो प्रबंध पूर्ण केला का रे?"

"नाही, लोम्बार्डनं तो मध्येच सोडून दिला." तो थबकला. मग गमतीनं म्हणाला, "तू तो प्रोजेक्ट सोडून दिलास तेव्हाच. ॲलन तर पूर्णपणे उद्ध्वस्त झाला होता."

तो हसून बोलत होता आणि सोफीचे गाल लाल-लाल झाले होते. इतके की, ज्यासाठी तिनं फोन केला होता ते ती बोललीच नाही. "त्याच्याकडून तुला काही कळलं का?"

"कोणाकडून? ॲलनकडून? नक्कीच! आम्ही नेहमीच गप्पा मारतो. तुझा विषय बऱ्याचदा निघतो."

तिनं जारात जीभ चावली. "नाही, म्हणजे काईलकडून. तो सध्या कुठे असतो?"

"मला ठाऊक नाही. ॲव्हिग्नन सोडल्यापासून त्याच्याकडून मला काही कळलेलं नाही. त्यानं तो रिसर्च प्रोग्रॅम सोडून दिला आणि सायबेरियन उत्खननासाठी मी ॲलनची टीम जॉईन केली. मग, तू काय फिलीमध्येच आहेस?"

अशा वेळी सोफीला कॉलर आयडी फोन नकोसा होई. "घरगुती कारणासाठी आलेय इथे."

"हं, मी लाँग आयलंडमध्ये आहे, पण मला वाटतं तुला ते आधीच माहीत झालंय. आपण... येऊ शकतो एकत्र."

'एक मूर्खपणाची चूक झाली आणि अजून ती मला भोवतेय.' ती धादान्त खोटं बोलत असल्यानं तिनं आवाजात उत्साह भरला. "सॉरी क्लिंट. माझं आता

लग्न झालंय.''

तो हसला. ''मग? माझंही झालंय. ती तुला पूर्वीही अडचण नव्हतीच.''

सोफीनं हळूच श्वास सोडला. मग तिनं जिभेवरचा लगाम सोडला आणि तिला मुक्तपणे हलू दिलं. ''माझं आधीच वाटोळं झालंय!''

क्लिंट पुन्हा हसला. ''वेळ आणि ठिकाण सांग लाडके. ॲलन तुला अजूनही त्याची सर्वांत कार्यक्षम मदतनीस मानतो. तुझं मूल्यमापन करण्याच्या संधीची बरेच दिवसापासून वाट पाहतोय.''

तिचा हात थरथरत असतानाच तिनं फोन ठेवून दिला. मग ॲलन ब्रूस्टरचं नाव लिहून ठेवलेल्या कागदाचा चोळामोळा केला आणि फेकून दिला. पोलिसांना संपर्क साधता यावा यासाठी दुसऱ्याच कुणाचातरी शोध तिला घ्यावा लागणार होता.

सोमवार, १५ जानेवारी, दुपारी ४:४५ वा.

''हं, हे घे. मी तुला कधीच काही देत नाही असं म्हणू नकोस.''

व्हिटो स्कॅन करत असलेल्या, हरवलेल्या व्यक्तींच्या प्रिंटआऊटवर एक कोन चिप्सचा तुकडा पडला, तेव्हा त्यानं वर पाहिलं. त्याच्या डेस्कच्या बाजूला लिझ् रेलून उभी होती आणि तिचं स्वत:चं पॅकेट उघडत होती. त्यानं निक्च्या रिकाम्या डेस्कवर तिनं फेकलेलं चिप्सचं दुसरं पॅकेट बघितलं. ''निक्ला बार्बेक्यू फ्लेवर मिळालं. मला बार्बेक्यू फ्लेवर हवं.''

लिझ्नं वाकून ती पॅकेट्स उचलली. ''देवा, माझ्या मुलांपेक्षाही तुम्ही हट्टी आहात.''

व्हिटो दात दाखवत हसला आणि बार्बेक्यू चिप्सचं पॅकेट त्यानं उघडलं. ''पण तरी तुला आम्ही आवडतोच ना!''

ती फुरफुरत म्हणाली, ''हो, ते मात्र खरंय. निक् कुठे गेलाय?''

व्हिटो शांतपणे म्हणाला, ''डी.ए.कडे गेलाय. उद्याच्या तयारीसाठी त्याला तिकडे बोलावलंय्.''

लिझ्नं उसासा टाकला. ''दुर्दैवानं आपल्या सगळ्यांच्याचकडे सीव्हरच्याच केसेस् आल्या आहेत.'' तिनं डोळे बारीक केले. ''तुझ्याकडेही एक तशीच केस होती. काही वर्षांपूर्वी. अगदी याच काळात.''

कुरकुर आवाज करत व्हिटो चिप्स खात राहिला. त्याचा चेहरा निर्विकार होता. त्याची आतडी आवळली गेली होती, तरी लिझ् शोधत होती. अँड्रीच्या मृत्यूच्या बाबतीत काहीतरी गूढ असल्याचं तिला जाणवत होतं, हे त्याच्या ध्यानात आलं

होतं; पण तिनं ते कधी बोलून दाखवलं नव्हतं किंवा काही विचारलंही नव्हतं. "याच काळात."

आणखी काही सेकंद ती त्याला न्याहाळत होती. मग तिनं खांदे उडवले. "तर, मला आता थडग्यांच्या समूहाच्या स्थितीबद्दल सांग. दुपारच्या बातम्यांमध्ये ही स्टोरी जिकडे-तिकडे पसरलीये आणि तेव्हापासून पीआरमध्ये सतत फोन खणखणतायत. उद्याचा दिवस उगवणारच नाहीये असं समजून 'नो कॉमेन्ट्स' असं सध्या आपण म्हणतोय, पण असं फार काळ म्हणता येणार नाही."

त्यांना माहीत असलेलं सगळं आणि शवागाराला त्यांच्या भेटीपर्यंतचं सगळं व्हिटोनं तिला सांगितलं. "आता हरवलेल्या व्यक्तींच्या अहवालाशी बळींबद्दलची माहिती जुळते का ते पाहतोय."

"ती हात जोडलेली मुलगी... कीझ हा जर अभिनेता / मॉडेल असेल, तर कदाचित ती मुलगीसुद्धा."

"निक् आणि मलासुद्धा तसंच वाटतं. हरवलेल्या माणसांची माहिती एकदा मिळाली की, अभिनयाच्या क्षेत्राशी संबंधित लोकांना आम्ही त्याबद्दल सांगू. प्रश्न असा आहे की, त्या प्रेताचा चेहरा इतका कुजलेला आहे की, तिचे फोटो काढणंच शक्य नाही."

"एखाद्या चित्रकाराला शवागारात घेऊन जा, त्याला त्या प्रेताच्या चेहऱ्याच्या हाडांची रचना अभ्यासू द्या. मग त्याला शक्य तेवढं चांगलं चित्र तो काढू शकेल."

दुर्मुखल्या चेहऱ्यानं व्हिटो चघळत होता. "तोही प्रयत्न केला. दोन्ही चित्रकार जिवंत असलेल्यासोबत आहेत. मेलेल्या माणसांची चित्रं काढायला तर खूपच दिवस लागतील."

"तू बजेटचा विचार करू नकोस." लिझ् म्हणाली. "तुला चित्रं काढता येतात का?"

तो हसला. "फूटपट्टीच्या साहाय्यानं हातापायांच्या काड्या असलेली चित्रं मला काढता येतात." मग त्याचं हसणं थांबवून तो विचार करत म्हणाला. "माझ्या भावाला येतात."

"मला वाटलं तुझा भाऊ मानसशास्त्रज्ञ आहे."

"माझी बहीण टेस मानसशास्त्रज्ञ आहे. टिनो चित्रकार आहे. चेहरे काढण्यात तो प्रवीण आहे."

"कमी मोबदल्यात तो काम करेल?"

"करेल, पण माझ्या आईला हे सांगू नकोस. तिला वाटतं, आम्ही सगळे साधू-संत आहोत." काहीतरी लपवण्यासाठी जणू त्यानं भुवया उंचावल्या. "चर्चमध्ये

प्रीस्ट होण्याच्या पात्रतेचे आम्ही आहोत जणू!''

''मग त्याला बोलाव. तो जर तयार असेल, तर त्याला इथे आण आणि करारपत्रावर त्याची सही घे. तुला सगळ्यांची फुकटात मदत मिळतेय सध्या चिक्, पुराणवस्तुशास्त्रज्ञ, चित्रकार...''

व्हिटो सहजपणे दात दाखवत हसला. ''पण माझ्या कामाबद्दल मला काय मिळेल?''

लिझ उठली आणि निक्साठी ठेवलेलं चिप्सचं पॅकेट तिनं त्याच्याकडे फेकलं. ''मघाशी म्हटल्याप्रमाणे, मी तुला काहीच दिलं नाही असं म्हणू नकोस.''

न्यूयॉर्क सिटी, सोमवार, १५ जानेवारी, दुपारी ४:५५ वा.

''डेरेक, मला तुझ्याशी बोलायचंय.''

डेरेकनं त्याच्या लॅपटॉप स्क्रीनवरून त्याच्याकडे नजर वळवली. त्याच्या ऑफिसच्या उघड्या दारात टोनी इंग्लंड उभा होता. त्याचे ओठ आवळलेले आणि डोळ्यांत आग होती. डेरेक त्याच्या खुर्चीत मागे टेकून बसला. ''तू केव्हा येतोस त्याचीच मी वाट पाहत होतो. ये आत. दार लावून घे.''

''तुझ्या ऑफिसात येण्यासाठी किमान वीस वेळा मी निघालो, पण मला खूप राग आला होता.'' टोनीनं एक खांदा उंच केला. ''आताही मला राग आलेला आहे.''

डेरेकनं उसासा सोडला. ''मी काय करावं असं तुला वाटतं टोनी?''

''हिंमत दाखव आणि यॅगरला एकदाच नाही म्हणून सांग!'' त्याचा स्फोट झाला. मग दुसरीकडे पाहून तो म्हणाला, ''सॉरी!''

''नाही, तसं नाही. सुरुवातीपासून तू 'ओ-आर-ओ' सोबत आहेस. शेवटच्या तीन गेम्समधले फाइट-सीन्स तू सुपरवाईज केलेस. कधीतरी तुला माझी जागा मिळेल अशी तुला अपेक्षा होती, नवीन येणाऱ्यासारखं खालच्या जागेवर तुला माझी जागा मिळेल अशी तुला अपेक्षा होती, नवीन येणाऱ्यासारखं खालच्या जागेवर तुला ढकललं जाईलसं वाटलं नव्हतं.''

''ते सगळं खरंय. डेरेक, तुझी आणि माझी छान टीम होती. यॅगरला 'नाही' म्हणून सांग.''

''मी नाही सांगू शकत.''

टोनीनं ओठ दुमडले. ''तो तुला काढून टाकेल अशी भीती वाटते?''

डेरेकनं त्याला बोलू दिलं. ''नाही. कारण त्याचं बरोबर आहे.''

कणा ताठ करून टोनी उभा राहिला. "काय?"

"त्याचं बरोबर आहे." त्यानं लॅपटॉपसमोर हात दाखवला. "आपण पूर्वी केलेल्या सगळ्या फिल्म्सबरोबर एनेमी लाइन्सचाही मी अभ्यास करतोय. एनेमी लाइन्स प्रभावी झालीये. शेवटच्या प्रोजेक्टवर आपण जे काम केलंये ते तुलनेनं फारच सामान्य आहे. फ्रेझिअर लुई जर ते करू शकतो तर...."

"तू विकला गेलायस?" टोनी थंडपणे बोलला. "मी तुझ्यावर कधीच विश्वास ठेवला नाही." त्यानं हनुवटी वर केली. "मी निघालो."

डेरेकची तीच अपेक्षा होती. "मला समजतंय. तू नुसताच वेळ वाया घालवलास आणि मत बदलण्याचा निर्णय घेतलास, तर आपलं हे संभाषण कधीच झालं नाही असं होईल."

"मी मत बदलणार नाही आणि फ्रेझिअर लुईसाठी मी काम करणार नाही."

"मग तुझी शिफारस करण्यासाठी मला भेट. जे काय करता येण्यासारखं आहे त्यासाठी."

"एके काळी खूपकाही करण्यासारखं होतं." टोनी कडवटपणे म्हणाला. "आता... मी माझा मार्ग शोधेन. घे उपभोग पैशांचा, कारण एकदा यॅगरनं तुला हाकलून दिलं, तर तुझ्याकडे तेवढाच राहील."

टोनीनं बाहेर पडून हळूच दार लावून घेतलं ते डेरेकनं बघितलं. टोनीचं बरोबर होतं. यॅगर त्याला हाकलून द्यायला निघाला होता. अशी चिन्हं बऱ्याच आठवड्यांपासून दिसत होती, पण तसं होऊ नये असं डेरेकला वाटत होतं.

"डेरेक?" इंटरकॉममधून त्याच्या सेक्रेटरीचा आवाज आला. "दुसऱ्या लाइनवर लॉईड वेबर आहे."

आणखी काही वार्ताहरांशी बोलायची त्याची इच्छा नव्हती. "त्याला सांग, नो कॉमेन्ट."

"तो वार्ताहर नाहीये. तो पालक आहे आणि त्याला एनिमी लाइन्सबद्दल तुझ्याशी बोलायचंय."

ही फिल्म अस्वस्थ करणारी आणि हिंसेनं भरलीये असं वाटणाऱ्या संतप्त पालकांशीही बोलायची त्याला इच्छा नव्हती. "माझा निरोप त्याला सांग. मी त्याच्याशी उद्या बोलेन."

सोमवार १५ जानेवारी, संध्याकाळी, ६:०० वा.

सोफीला ऑलब्राईट म्यूझियममधून बाहेर पडताना व्हिटोनं बघितलं तेव्हा

त्यानं योग्य वेळ साधली हे त्याच्या लक्षात आलं. ती थकलेली दिसत होती. ती तिच्या बाइककडे जात होती, हेही त्यानं पाहिलं.

तिनं तिचं हेल्मेट सीटच्या हुकमधून काढलं तेव्हा तो त्याच्या ट्रकजवळच होता. "सोफी."

तिनं दीर्घ श्वास घेतला. "किती घाबरवलंस मला!" ती दचकून म्हणाली. "तू इथे काय करतोयस?"

काय म्हणावं हे त्याला सुचलं नाही. तो अडखळला. त्यानं त्याच्या पाठीमागून एक पांढरा गुलाब काढला तेव्हा तिनं डोळे बारीक केले.

"ही चेष्टा आहे का?" ती म्हणाली. तिचा आवाज खोल गेला होता, तरी कठोर वाटला. "कारण त्यात काही गंमत नाहीये."

"चेष्टा नाहीये. मी 'इतर सगळ्यांसारखाच आहे' असं तू म्हणालीस हे मला खटकलं. मी तसा नाहीये हे तू समजून घ्यावंस असं मला वाटतं."

क्षणभर ती काहीच बोलली नाही. मग तिनं मान हलवली आणि सीटच्या हूकला पाठीवरची बॅग अडकवली. "ओके. छान! तू राजपुत्र आहेस." ती उपरोधानं म्हणाली.

"खरंच मी एक चांगला माणूस आहे." बाइकवर बसून तिनं वेणी जॅकेटच्या खाली घातली आणि हेल्मेट डोक्यावर. "तुला मी यादी देणारच होते."

नर्व्हस होत व्हिटोनं ते गुलाबाचं फूल दोन बोटांमध्ये फिरवलं. त्या रात्री तिनं काळं जॅकेट घातलं होतं आणि इंद्रधनुषी रंगाचे हातमोजे घालण्याऐवजी त्याच्यासारखेच कातडी हातमोजे घातले होते. तिच्या चेहऱ्यावरचे उग्र भाव आणि काळा, कातडी पेहराव यामुळे ती एखाद्या बाइकवाल्या गँगची धोकादायक सदस्य भासत होती. काल भेटलेली, चिकित्सकपणे पोशाख करणारी विदुषी नाही असं वाटलं. हेल्मेटचा बेल्ट तिनं हनुवटीखाली घट्ट केला आणि बाइक स्टार्ट करण्यासाठी उभी राहिली. ती निघायच्या तयारीत होती आणि त्याचं काम अजून पूर्ण झालेलं नव्हतं.

"सोफी, थांब."

ती थांबली. गिअरमध्ये टाकण्यासाठी इंजीन स्टार्ट करण्यापूर्वी थांबली. "काय?"

"ती फुलं दुसऱ्याच कुणासाठीतरी होती." तिच्या पापण्या थरथरल्या. ती फुलं तिच्यासाठी होती असं तिला मुळीच वाटलं नव्हतं. "माझ्या खूप जवळच्या, पण आता मृत्यू पावलेल्या व्यक्तीसाठी होती. मी तिच्या थडग्यावर ठेवणार होतो, पण त्या केसच्या कामामुळे वेळच मिळाला नाही. आणि हेच सत्य आहे." जेवढं सांगणं त्याला शक्य होतं तेवढं त्यानं सांगून टाकलं

तिनं किंचित विरोध व्यक्त केला. "बरेच लोक हिवाळ्यामध्ये कार्नेशनची फुलं

थडग्यावर ठेवतात.''

त्यानं खांदे उडवले. ''तिला गुलाब जास्त आवडत होते.'' गुलाबांच्या गुच्छामध्ये चेहरा लपवणारी अँड्री त्याच्या डोळ्यांसमोरून झर्रकन निघून गेली तसा त्याचा गळा दाटून आला. तिच्या ऑलिव्ह कांती आणि काळ्याशार केसांच्या पार्श्वभूमीवर रक्तरंगी गुलाब अगदी खुलून दिसत. ते रंग त्याला वाकुल्या दाखवत. तिच्या लालभडक रक्तात भिजलेले तिचे काळेकुळकुळीत केस, तिच्या कानशिलावर मारलेल्या गोळीमुळे तिथून भळभळणारं ते रक्त, छिद्र त्यानंच मारलेल्या गोळीमुळेच तर पडलेलं होतं.

त्यानं एकदम घसा साफ केला. ''माझी भावजय हॉस्पिटलमध्ये आजारी आहे. तिच्यासाठी मला फुलं घ्यायची होतीच. तिथे मी पांढरे गुलाब पाहिले. त्यांच्यामुळे मला तुझी आठवण झाली.''

सावधपणे ती त्याला निरखत होती. ''तू एकतर खरंच चांगला असशील, नाहीतर तू सत्य तरी सांगत असशील.''

''मी तितकासा चांगला नाहीये, पण माझ्या आयुष्यात मी कधी कुणाला फसवलेलं नाहीये आणि तू तसं समजणंही मला आवडणार नाही.'' तिच्या बाइकच्या हॅचोरीला गेलेल्या प्राचीन अवशेषांवर संशोधन करणारा तिच्या मनानं तिला आठवण करून दिलीडलबारवर त्यानं तो गुलाब अडकवला. ''माझं म्हणणं ऐकल्याबद्दल थँक्स!''

तिनं त्या गुलाबाकडे बराच वेळ एकटक बघितलं. मग तिचे खांदे खाली झुकले. एका हातातला मोजा काढून आपल्या कोटाच्या खिशातून तिनं एक कागद आणि पेन घेतलं. कागदाची घडी उघडून त्यावर सगळ्यात खाली काहीतरी लिहिलं आणि आवंढा गिळत तो कागद त्याला दिला. ''ही तुझी यादी. फारशी नावं नाहीयेत.''

तिच्या डोळ्यांत पराभूत झाल्याची भावना पाहून तो चमकला आणि त्याच्या हृदयाला पीळ पडला. त्या कागदावर वीस नावं टाइप केलेली होती; काहींच्या वेबसाइट्सही होत्या. तळाशी तिनं आणखी एक नाव लिहिलं होतं. ''अगदीच काही नसल्यापेक्षा हे बरं आहे.'' तो म्हणाला.

तिनं खांदे उडवले. ''दर पावसाळ्यात होणाऱ्या मध्ययुगीन सणांच्या काळात या लिस्टमधले पहिले अठरा त्यांचे बूथ लावतात. ते तलवारी, चेन मेल आणि अशाच काही इतर वस्तू विकतात. बरेच जण त्यांच्या वस्तू नेटवरही विकतात. यातना देणाऱ्या साधनांबद्दल ज्याला काही प्रश्न विचारायचे असतील, तर तो या लोकांना पहिल्यांदा विचारेल.''

''आणि इतर?''

''इटियन मोरॉक्स हे पॅरिसमधल्या युनिव्हर्सिटीचे माझे जुने प्रोफेसर. त्यांच्या हाताखाली मी माझं ग्रॅज्युएशनचं रिसर्च केलं. ते अतिशय सज्जन आहेत. पुराणवस्तू संशोधनाच्या क्षेत्राशी त्यांचा जवळचा संबंध आहे. कुणाला जर अशी खुर्ची सापडली असेल, तर त्यांना त्याबद्दल माहिती असेल. जर एखादी विकली गेली असेल किंवा एखाद्या म्यूझियममधून किंवा कायदेशीर खासगी संग्रहालयातून हरवली असेल, तर त्याबद्दलही त्यांना कल्पना असेल. काळ्या बाजाराच्याबद्दल त्यांना माहीत असेल की नाही मला शंका आहे, पण त्यांनी तशी अफवा ऐकली असेल की नाही हे काही सांगता येत नाही.''

''आणि काईल लोम्बार्ड?''

''ती शक्यता कमीच आहे. तो सध्या कुठे आहे तेही मला ठाऊक नाही, पण दहा वर्षांपूर्वी तो त्याच्या प्रबंधावर काम करत असताना आम्ही दक्षिण फ्रान्समध्ये एका उत्खननाचं काम करत होतो. चोरीला गेलेल्या प्राचीन वस्तूंवर त्याचं संशोधन चालू होतं. त्यानं तो प्रबंध कधी पूर्ण केलाच नाही आणि माजी विद्यार्थ्यांच्या कुठल्याच लिस्टमध्ये मला त्याचं नाव आढळलं नाही; पण तुमच्या गुप्तहेर खात्याचे मार्ग तुमच्याकडे आहेतच.''

''आणि स्मरणशक्तीला चालना देणाऱ्या आमच्या बंदुकाही आहेत.'' हे तो तिच्या ओठांवर हसू आणण्यासाठी म्हणाला, पण त्याऐवजी तिचे डोळे उदास झाले. त्यामुळे तो हलला. मात्र तिनं नजर फिरवली नाही.

''कधीकधी मला वाटतं त्यांचाही फार उपयोग होतो.'' ती बोलून गेली.

''पटतं मला. या शेवटच्या नावाबद्दल काय? ॲलन ब्रूस्टर.''

क्षणभर तिच्या डोळ्यात इतका प्रचंड संताप दिसून आला की, ती मागेच सरकली; पण तो जितक्या चटकन उमटला तितकाच चटकन नाहीसा झाला. तो संताप फुसकाच होता असं वाटलं, त्यामुळे ती थकल्यासारखी आणि पुन्हा एकदा पराभूत झाल्यासारखी वाटली. ''ईशान्येकडच्या भागातला ॲलन ब्रूस्टर हा एक उच्च श्रेणीचा पुरातत्वशास्त्रज्ञ आहे.'' ती शांतपणे म्हणाली, ''उत्खननाची कामं शक्य करण्यासाठी श्रीमंत दानशूरांशी त्याचे चांगले संबंध आहेत; इथे आणि युरोपमध्येही. कुणी जर अशी खरेदी करत असेल, तर त्याला त्याची कल्पना असेल.''

''त्याची भेट कुठे होईल तुला माहीत आहे?''

तिनं त्या गुलाबाची दांडी खुडली आणि हळुवार हातानं ते फूल खिशात ठेवलं. ''मध्ययुगीन इतिहास विषयाचा तो विभागप्रमुख आहे. शेल्टन कॉलेजमध्ये. ते न्यू जर्सीमध्ये आहे, प्रिन्स्टनपासून जवळच.'' द्विधा मन:स्थितीत ती जमिनीकडे एकटक बघत राहिली. तिनं पुन्हा वर बघितलं तेव्हा तिच्या डोळ्यात नैराश्य आणि

करारीपणा दिसला. "माझ्या नावाचा उल्लेख तिथे झाला नाही, तर फार बरं होईल."

'म्हणजे ती आणि ब्रूस्टर यांच्या एकत्रित भूतकाळात काही अप्रिय घडलेलं दिसतंय.' "तुझी त्याच्याशी ओळख कुठे झाली सोफी?"

तिच्या गालांवर लाली चढली आणि व्हिटोला जरासा मत्सर वाटला, अनाठायी पण नाकारता न येण्यासारखा. "तो माझा ग्रॅज्युएट सल्लागार होता."

त्यानं तो मत्सर गिळून टाकला. जे काय घडलं होतं, त्यामुळे अजूनही तिला वेदना होत होत्या. त्यानं त्याचा आवाज सौम्य केला. "मला वाटलं होतं, तू तुझी ग्रॅज्युएट डिग्री मोरॉक्सच्या हाताखाली मिळवलीस."

"ते मी नंतर केलं." तिच्या डोळ्यातलं नैराश्य जाऊन तिथे नि:शब्द आतुरता त्याला दिसली आणि त्याच्याही आत कुठेतरी कळ आली. "डिटेक्टिव्ह, तुला जे हवं होतं ते तुला मिळालंय. आता मला जायला हवं."

तो ज्यासाठी आला होता ते त्याला मिळालं होतं, पण ज्याची गरज होती ते सगळंच मिळालं नव्हतं. तिलाही ते हवं होतं हे तिच्या नजरेतून कळत होतं. झटकन त्यानं त्या कागदाची घडी घातली आणि तो खिशात कोंबला आणि तिनं हातमोजा पुन्हा हातात घातला. "सोफी, थांब. आणखी एक गोष्ट." मनातला विचार बदलण्यापूर्वी तो तिच्या समोरेच्या टायरवर दोन्ही पाय दोन्ही बाजूंनी ठेवून उभा राहिला. दोन्ही हात तिच्या हेल्मेटभोवती घेऊन तिच्या ओठांवर त्यानं ओठ टेकले.

ती ताठरली, मग स्वत:च्या हातांनी तिनं त्याची दोन्ही मनगटं पकडली. पण तिनं त्याचे हात दूर केले नाही आणि दोघांनाही जे हवं होतं ते दोघांनीही मनमुराद अनुभवलं. ती गोड होती. तिच्या ओठांचा मऊपणा त्याच्या ओठांना जाणवला आणि तिचा गंध त्याच्या रक्तात आग लावून गेला. त्याला आणखी काही हवं होतं. तिच्या हनुवटीखालचा हेल्मेटचा बेल्ट हिसका देऊन त्यानं काढला. तशाच अवस्थेत त्यानं हेल्मेटही तिच्या डोक्यावरून काढलं. ते त्याच्यामागून जमिनीवर पडलं. त्याची बोटं तिच्या मानेवरून केसात खुपसली गेली. त्यानं तिला आणखी जवळ ओढलं. तिच्या ओठांवर स्वत:चे ओठ घट्ट रोवले. तीही रंगात आली आणि ते हळुवार, गोड चुंबन अधिकच आतुर आणि उन्मादक झालं.

त्याच्या खांद्यांवर हात घट्ट ठेवून ती पायांच्या बोटांवर उभी राहून अधाशीपणे त्याच्या ओठांना हळुवार चावे घेऊ लागली, तसे तिच्या घशातून भुकेमुळे कण्हल्यासारखे आवाज येऊ लागले. त्याचं बरोबर होतं. त्या उन्मादात त्यानं तिचे ओठ विलग केले आणि तिचं एक खोल चुंबन घेतलं. त्याच्या इतकंच तिलाही ते हवंच होतं. कदाचित जास्तच!

त्याच्या कोटाच्या खांद्यांवर तिचे हात घट्ट पकडलेले होते आणि त्याचं

हृदय एवढं वेगानं धडधडत होतं की, त्याला तेवढाच आवाज ऐकू येत होता. त्याला जी भूक होती ती शमविण्यासाठी हे सुरू झालं नव्हतं, हे व्हिटोला ठाऊक होतं. त्याला जे खरंच हवं होतं ते इथे पार्किंग लॉटमध्ये असलेल्या तिच्या बाइकवर उभं राहून मिळणार नव्हतं. त्यानं तिच्या ओठांची ऊब सोडून दिली. तिच्या हनुवटीवर त्याचे ओठ घासले, गळ्यावरून खाली त्याचे हात दाबत खाली आले तसे त्याच्या नाडीचे ठोके जोरात आणि जलद पडत असल्याचं त्याला जाणवलं.

तिच्या चेहऱ्याजवळ त्याचा चेहरा येईल इतपत व्हिटो तिच्यापासून दूर झाला. तिनं डोळे विस्फारले आणि त्यात त्याला अतृप्ती, आसक्ती आणि अनिश्चितता दिसली, पण पश्चात्ताप दिसला नाही. सावकाश तिनं टाचा खाली केल्या, त्याच्या दंडांवरून तिनं त्याच्या मनगटांपर्यंत हात खाली आणले. आपल्या केसातून त्याचे हात काढून घेतले, डोळे मिटून त्याचे हात स्वतःच्या हातात घेतले आणि तो त्याच्या हृदयाचे ठोके ऐकत राहिला. मग हळूच त्याचे हात सोडले आणि डोळे उघडले. तिच्या नजरेतली निराशा परतली. आता ती अधिकच वाढली होती आणि ती आता निघून जाईल हे त्यानं ओळखलं.

"सोफी," तो बोलू लागला. त्याचा आवाज घोगरा आणि खरखरीत झाला. तिनं त्याच्या ओठांवर आपली बोटं ठेवली.

"मला जायला हवं." ती अस्पष्टपणे म्हणाली. मग घसा साफ केला, "प्लीज."

त्यानं जमिनीवर टाकलेलं तिचं हेल्मेट तिने उचललं आणि त्याचा बेल्ट ती तिच्या हनुवटीखाली पुन्हा एकदा घट्ट बसवताना त्यानं पाहिलं. तिनं अशा प्रकारे निघून जाणं त्याला रुचलं नाही. तिनं जाणंच त्याला रुचलं नाही. "सोफी, थांब. मी तुला पिझ्झा देणार आहे."

त्याच्याकडे पाहून ती बळेच हसली. "आता नको. मला माझ्या आजीकडे जायला हवं."

"बरं, मग उद्या?" आणि तिनं मान हलवली.

"दर मंगळवारी मी ग्रॅज्युएट सेमिनारमध्ये व्हिटमन इथे शिकवत असते. त्यानं आणखी आग्रह करण्यापूर्वी तिनं हात वर केला. "प्लीज नको. व्हिटो, काल जेव्हा मी तुला भेटले तेव्हा तू सभ्य असशील असं मला वाटलं आणि तू तसा नाहीस असं मला वाटलं तेव्हा मी इतकी नाराज झाले. तू तसाच आहेस हे बघून मला अतिशय आनंद वाटतो. तर..." तिनं मान हलवली. आता तिच्या डोळ्यांत खेद होता. "तर गुडलक!"

ती उभी राहिली, तिने बाइक चालू केली आणि गिअर टाकला आणि मोठा आवाज करत ती पार्किंग लॉटमधून बाहेर पडली. तिला जाताना त्यानं बघितलं तेव्हा त्याच्या

लक्षात आलं की, दोन दिवसात तिसऱ्यांदा त्यानं तिला असं जाताना बघितलं होतं.

सोमवार, १५ जानेवारी, संध्याकाळी, ६:४५ वा.

सोफी निराश होऊन उसासे सोडत बसून राहिली. ''ग्रॅन, तू काहीतरी खाल्लंच पाहिजेस. तुझी शक्ती परत आली नाही, तर तू इथून कधीच बाहेर पडू शकणार नाहीस, असं डॉक्टर म्हणतात.''

तिच्या आजीनं प्लेटकडे पाहिलं. ''हे असलं काही माझ्या कुत्र्यांनाही मी खाऊ घालणार नाही.''

''तू तुझ्या कुत्र्यांना बोनलेस मांस खाऊ घालतेस ग्रॅन!'' सोफी म्हणाली. ''मला वाटतं मलाही तसं मिळावं.''

''त्यांना ते वर्षातून एकदा मिळतं.'' तिनं हनुवटी उंचावली. ''त्यांच्या वाढदिवसाला.''

सोफीनं नजर फिरवली. ''हो ना, काहीतरी खास निमित्तानं!'' तिनं पुन्हा उसासा सोडला. ''ग्रॅन, प्लीज खा. घरी येण्यासाठी तुझी तब्येत छान व्हायला हवीये मला.''

ॲनाच्या डोळ्यातली विरोधाची चमक कमी झाली. तिनं रोडावलेले खांदे पुन्हा उशीवर टेकले. ''मी आता पुन्हा कधीच घरी परतणार नाही सोफी. मला वाटतं, आपण दोघींनीही ते समजून घ्यायला हवं.''

सोफीच्या छातीत कळ आली. तिची आजी नेहमीच तब्येतीनं ठणठणीत होती, पण तिला आलेल्या स्ट्रोकमुळे ती अशक्त झाली होती आणि तिच्या शरीराची उजवी बाजू निकामी झाली होती आणि तिचं बोलणंही बाहेरच्यांना कळेनासं झालं होतं. नुकताच न्यूमोनिया झाल्यानं तिची उरली-सुरली शक्तीही संपली होती आणि प्रत्येक वेळी श्वास घेताना तिला वेदना होत होती.

एके काळी ॲनासाठी जग ही एक रंगभूमी होती. पॅरिस, लंडन, मिलान. तिचं ऑर्फियो ऐकण्यासाठी तिचे ऑपेरा-चाहते झुंबड करत. आता मात्र नर्सिंग होममधली ही छोटी रूम हेच ॲनाचं विश्व झालं होतं.

तरीसुद्धा आपली कुणी कीव केलेली ॲनाला चालत नसे. म्हणून सोफीनं तिच्या आवाजात कणखरपणा आणला आणि ती म्हणाली, ''बुलशिट!''

ॲनानं खाडकन डोळे उघडले. ''सोफी!''

''जसा काही दिवसातून तू शंभर वेळा हा शब्द वापरलाच नाहीस.'' ती स्वत:शी बोलल्यासारखं म्हणाली.

ॲनाच्या निस्तेज गालांवरचे दोन रंगीत ठिपके काळवंडले. "म्हणून काय झालं?" ती कुरकुरली.

मग तिनं पुन्हा त्या प्लेटकडे बघितलं. "सोफी, हे चांगलं नाही गं. रोजच्यापेक्षाही बेचव आहे." तिनं डावी भुवई उंचावली, कारण आता तीच हलू शकत होती. "तूच चव बघ."

सोफीनं एक चमचा तोंडात टाकला. मग चेहरा कसनुसा केला. "तू म्हणतेस ते खरं आहे. तू थांब इथेच." ती दाराकडे गेली आणि नर्सेस स्टेशनमध्ये तिला एक नर्स दिसली. "नर्स मार्को? तुम्हाला नवा आहारतज्ज्ञ मिळालाय का?"

त्या नर्सनं हातातल्या क्लिपबोर्डवरून नजर उचलून वर बघितलं. तिच्या चेहऱ्यावर सावधपणाचे भाव होते. "होय. का बरं?"

नर्सिंग होमच्या स्टाफवर बरेच मजेशीर लोक होते. नर्स मार्को मात्र चिडखोर स्वभावाची होती. ती आणि ॲना यांचं फारसं जमत नव्हतं, असं म्हणणं फार सौम्यपणाचं झालं असतं, म्हणून मार्कोच्या ड्युटीच्या वेळीच शक्यतो सोफी तिथे जात असे. सगळी कामं समंजसपणे व्हावीत याच हेतूनं. "कारण या अन्नाची चव खरोखरच फार वाईट आहे. ॲनाला यापेक्षा काही वेगळं देता येणार नाही का?"

मार्कोनं ओठांचा चंबू केला. "त्यांना कंट्रोल्ड डाएट द्यायचं असतं डॉ. जोहान्सन."

"ते त्यांना मान्यच आहे, याची खात्री बाळगा." सोफी शक्य तेवढी हसत म्हणाली. "ते इतकं बेचव नसतं, तर मी काहीच म्हणाले नसते. प्लीज!"

मार्कोचा उसासा फार वेळ तापदायक होता. "ठीक आहे. अजून अर्धा-पाऊण तास लागेल."

सोफी पुन्हा ॲनाच्या शेजारी येऊन बसली. "मार्को तुझ्यासाठी दुसरं जेवण घेऊन येतेय."

"ती हलकट आहे." डोळे मिटत ॲना पुटपुटली.

सोफी चिडली. अलीकडे तिची आजी सतत अशाच गोष्टी बोलत असायची आणि नेमका कशावर विश्वास ठेवावा हे सोफीला कळत नसे. 'असहाय असल्यानं आलेल्या नैराश्यामुळे कदाचित ही चीड असावी. शिवाय जोडीला दु:ख!' पण यापेक्षाही काही जास्त होईल की काय अशी चिंता तिला वाटू लागली.

अलीकडे जास्तीत जास्त काळ सोफी काळजीत असल्यासारखी दिसत असे. ॲनाबद्दल, बिलांबद्दल, आपलं थांबलेलं करिअर पुन्हा कधी नव्यानं झेप घेईल याबद्दल अशा अनेक काळज्या होत्या आणि आज तिच्या काळज्यांमध्ये आणखी एकीची भर घातली होती तिनं – एकदा ॲलन ब्रूस्टरशी व्हिटोची भेट झाल्यावर व्हिटोला काय वाटेल, ही.

तिनं आपल्या ओठांना स्पर्श केला आणि तिला ते चुंबन आठवलं. तिच्या हृदयाची धडधड पुन्हा एकदा वाढली. तिला आणखी हवं होतं, आणखी आणखी हवं होतं. आणि फक्त एक क्षणभर, तिला ते मिळू शकेल अशी आशा तिच्या मनात निर्माण झाली.

'किती मूर्ख आहेस तू!' एक खराखरा चांगला माणूस अखेरीस तिला मिळाला होता. तिच्या सगळ्या आशा-आकांक्षा पूर्ण करणारा आणि त्यालाच तिनं अशा एका माणसाकडे पाठवलं होतं जो तिला नीतिमत्तेची चाड नसलेली, शारीरिक सुखासाठी वखवखलेली बाजारबसवी असं सहजपणे म्हणू शकला होता. तो ॲलनवर विश्वास ठेवणारही नाही, कदाचित. हाः, पुरुष ॲलनवर नेहमीच विश्वास ठेवत, कारण ती सहजसुलभ वागत असे, जो कुणी बोलावेल त्याच्याबरोबर ती झोपायला तयार होते असा समज करून घ्यायला त्यांना आवडत असे.

'नऊ खड्डे सोफी! तू योग्य तेच केलंस. पण योग्य गोष्टीच मनाला नेहमी का खातात इतक्या?' एक उसासा सोडत ती तिच्या खुर्चीत बसून झोपणाऱ्या ॲनाला पाहत बसली.

सोमवार, १५ जानेवारी, संध्याकाळी, ६:५० वा.

"मग तुझी डी. ए.बरोबरची तयारी कशी काय झाली?" निक्च्या सेडानमध्ये बसता-बसता व्हिटोनं त्याला विचारलं. वॉरन् कीझची प्रेयसी शेरी ज्या फॅक्टरीत कामाला होती, त्या फॅक्टरीच्या बाहेर त्यांची भेट झाली होती.

"ओके." निक्नं त्याला माहिती पुरवली. "लोपेझला वाटतं, ती त्या ड्रग विक्रेत्याला पकडू शकेल."

"मग थोडाफार न्याय मिळेल." सँडविचवरचं वेष्टन काढताना व्हिटो म्हणाला. त्या सँडविचचा वास कारमध्ये पसरला. "अजिबात न्याय न मिळण्यापेक्षा तो थोडातरी मिळणं खूपच चांगलं."

ते निक्ला पटलं नव्हतं. त्यानं खांदे उडवले, पण वाद घातला नाही. "मी नसताना काय काय झालं?"

"मी हरवलेल्या व्यक्तींच्या याद्या तपासल्या. जिथे आपल्याकडच्या प्रेतांशी थोडं-फार का होईना साम्य आढळलं, तिथे खुणा केल्या. काहीतरी दाखवण्यासाठी पुरावे तयार करावेत म्हणून चित्रकार मिळवण्यासाठी लिझ्कडून परवानगी घेतली."

निक्नं शीळ घातली. "तिनं तुला पैसे दिले?"

"हॅट, नाही. मी टिनोला बोलावलं."

निक्ला ते आवडलं. "हे छान झालं."

"आता एवढ्यात येऊन शवागारात तो कॅथरिनला भेटेल; पण मी हॉस्पिटलमध्ये जाऊन मॉलीला भेटलो. तिची तब्येत सुधारतेय."

"म्हणजे खूपच बिझी होतास तू. मॉलीला पारा कुठे मिळाला याचा त्यांना काही शोध लागला का?"

"हो. सरकारी पर्यावरण खात्याच्या लोकांना त्यांचं गॅस मीटर फोडलं असल्याचं दिसलंय."

"पारा असलेलं मीटर अजूनही बनवलं जातं?"

"नाही, पण डिनोचं घर जुनं आहे आणि तो मीटर जुन्या स्टाईलचा आहे. वडील म्हणाले की, कंपन्या ते जुने मीटर्स बदलतायत, पण डिनोच्या शेजाऱ्या-पाजाऱ्यांकडेसुद्धा अजून जुनीच मीटर्स आहेत. मीटरच्या खाली चिखलामध्ये त्यांना पारा सापडला."

"पण मीटर्स सहजपणे फुटत नाहीत."

"बॉल किंवा दगड किंवा आणखी काहीतरी त्याच्यावर आदळलं असेल, असं त्यांना वाटतं. वडलांनी जवळपासच्या मुलांना विचारलं, पण त्याबद्दल कुणालाच काही माहीत नाही. मॉली म्हणते तिचा कुत्रा गेल्या शुक्रवारी चिखलामध्ये बरबटून घरी आला होता. मॉलीनं त्याला अंघोळ घातली आणि अशा प्रकारे पाऱ्याचा तिच्याशी संपर्क आला. जनावरांच्या डॉक्टरांनी कुत्र्याला तपासलं आणि त्याच्यावर थोड्या प्रमाणात पाऱ्याचा परिणाम दिसला, पण तो आजारी पडण्याइतका तो नव्हता. पण तिनं त्याला अंघोळ घातल्यावर व्हॅक्युम क्लीनरनं तिनं घर स्वच्छ केलं. त्यामुळेच पारा घरभर पसरला. आता त्यांना घरातल्या सगळ्या कार्पेट्स् बदलाव्या लागतील. तिथे परत राहायला जाण्याआधीपर्यंत म्हणून ते सगळे माझ्याकडेच राहतील."

"ठीक आहे, तिची प्रकृती सुधारतेय याचा आनंद आहे. तीच महत्त्वाची गोष्ट आहे."

सोफीनं दिलेली यादी व्हिटोनं खिशातून काढली. "आणि..." त्यानं उसासा सोडला. "मी सोफीलाही भेटलो."

"तू खरोखरच खूप बिझी होतास." त्यानं तो कागद लक्षपूर्वक वाचला. "मध्ययुगीन नावीन्याच्या वस्तूंचे विक्रेते, चेन मेल वगैरे..." त्यानं वर पाहिलं. त्याच्या डोळ्यांत चमक होती. "या गोल जखमांमुळे त्या माणसाचं अर्धं डोकं गायब झालेलं आहे. त्यानं चेनमेल डोक्यावरून घेतली असावी."

व्हिटोनं होकारार्थी मान हलवली. "तुझं बरोबर आहे. त्या जखमा अगदी त्याच आकाराच्या असाव्यात. अगदी बरोबर!"

"फ्रान्समधले प्रोफेसर," निक् वाचत राहिला. "लोम्बार्ड. त्यांचा पत्ता ठाऊक नाही. मग उपयोग नाही; पण प्रयत्न करायलाही हरकत नाही. आणि ॲलन ब्रूस्टर. हे नाव हातानं का लिहिलंय?"

"तिनं ते नाव अगदी शेवटच्या क्षणी दिलं. मला वाटतं, त्यामागे काही पूर्वेतिहास असावा."

निक्नं झटकन एक कटाक्ष टाकला. "एक कोटी सहजपणे जमून गेलीये."

व्हिटोनं रागानं पाहिलं. "नाही. त्याला घरीच फोन करावा असा माझा विचार होता, पण मग असं वाटलं आपण त्याला प्रत्यक्षच भेटावं."

निक् विचारात पडला. "या माणसानं सोफीला दुखवलंय ना?"

"असं दिसतंय. तिच्या नावाचा उल्लेख मी त्याच्यासमोर करावा असं तिला वाटत नाही."

"कशामुळे तिचं मत बदललं असेल?"

"सत्य काय आहे ते मी तिला सांगितलं. निदान थोडंफार तरी...." निक्च्या भुवया वर गेल्या तेव्हा त्यानं खुलासा केला. तिनं तो गुलाब किती हलक्या हातानं खिशात ठेवला ते त्याला आठवलं, ते चुंबन त्याला आठवलं. अजून ते त्याच्या मनात भरून राहिलं होतं. "तिनं माझ्यावर विश्वास ठेवला. मग तिनं मला ही यादी दिली आणि तिच्यात ब्रूस्टरचं नाव घातलं."

"तू उद्या तिकडे जाणार आहेस?"

व्हिटोनं होकार दिला. "हातांची घडी असलेल्या त्या स्त्रीवर मी टिनोला लक्ष केंद्रित करायला सांगितलंय. तो जी काय चित्रं काढेल ती घेऊन मी थिएटरच्या भोवती घुटमळणाऱ्या नटांच्याकडे जाईन, पण संध्याकाळ झाल्याशिवाय ते तिथे जमायला सुरुवात होणार नाही. ब्रूस्टरला भेटायला मी सकाळी वेळ काढेन. तो आपल्याला योग्य दिशा दाखवेल असं वाटतं. या लोकांना तशी साधनं कुठून मिळतात हे जर आपल्याला समजलं, तर मग त्यासाठी पैसा कुठून येतो याचा शोध आपण घेऊ शकू."

"ठीक आहे, आपलं इथलं काम संपलं की, मी ऑफिसला जाऊन काईल लोम्बार्ड्सची लिस्ट बघतो. उद्यापर्यंत मला त्याचा शोध लागेल असं वाटतं. तोपर्यंत माझी साक्ष पूर्ण होईल. निक एकदम ताठ उभा राहिला. "ते बघ, ती आली. शेरी डेव्हलिन." जुन्या शेव्हेट कारमधून उतरणाऱ्या एका तरुण स्त्रीकडे त्यानं बोट दाखवलं. उदास झालेली दिसतेय. कुठे जाऊन आलीये कुणास ठाऊक!"

व्हिटोनं ती यादी घेऊन परत खिशात ठेवून दिली. "चल, बघू या." तो म्हणाला आणि ते दोघंही निक्च्या कारमधून बाहेर आले आणि शेरी डेव्हलिनला

त्यांनी गाठलं. "मिस डेव्हलिन?"

तिनं त्यांच्याकडे वळून बघितलं. तिचा चेहरा भीतीनं गारठल्यासारखा दिसला.

"घाबरू नकोस." व्हिटो म्हणाला. "आम्ही डिटेक्टिव्हज आहोत. फिली पीडी. आम्ही तुला त्रास देणार नाही."

तिनं व्हिटोकडून निक्‌कडे बघितलं. तिच्या डोळ्यांत अजूनही भय होतं. "वॉरन्‌बद्दल विचारायचंय का?"

"दिवसभर तू कुठे होतीस मिस डेव्हलिन?" उत्तर देण्याऐवजी निक्‌नं विचारलं.

शेरीनं हनुवटी उचलली. "न्यूयॉर्कमध्ये. काम शोधण्यासाठी वॉरन् कदाचित तिथे गेला असेल असं मला वाटलं. पोलीस त्याला शोधण्यात मला मदत करणार नसतील, तर मीच शोधण्याचा प्रयत्न करावा, असं ठरवलं."

"मग तुला काही शोध लागला?" व्हिटोनं तिला हळूच विचारलं तेव्हा मान हलवून ती 'नाही' म्हणाली.

"नाही. आतापर्यंत त्यानं ज्या ज्या एजन्सीजकडे काम केलं त्यांपैकी कुणालाच त्याच्याबद्दल बऱ्याच दिवसात काहीच कळलेलं नाही." ती अवघडलेल्या स्थितीत उभी होती, त्यावरून ते कशासाठी आले होते, हे तिच्या लक्षात आलं होतं, असं व्हिटोला वाटलं.

"मिस डेव्हलिन्, मी डिटेक्टिव्ह चिकोटेली. हा माझा पार्टनर, डिटेक्टिव्ह लॉरेन्स. आमच्याकडे तुझ्यासाठी एक वाईट बातमी आहे."

तिच्या चेहऱ्यावरचा रंग उडाला. "नाही."

"आम्हाला वॉरन्‌चं शव सापडलंय मिस डेव्हलिन्." निक् हळुवारपणे म्हणाला. "आम्हाला खूप वाईट वाटतंय."

"त्याच्या बाबतीत काहीतरी भयंकर घडलंय असं मला वाटतच होतं." तिनं वर बघितलं. तिचे डोळे दुःखामुळे जडावले होते. "तो पळून गेलाय असं लोक म्हणत होते, पण तो मला कधीच सोडून जाणार नाही हे मला ठाऊक होतं. स्वतः होऊन नक्कीच नाही."

"तुझी कार इथेच ठेव. आम्ही तुला घरी पोहचवू." त्यानं मागच्या सीटवर बसण्यासाठी तिला मदत केली. नंतर तो तिच्या शेजारी जाऊन बसला. "न्यूयॉर्कमध्ये त्याला कुठे शोधावं ते तुला ठाऊक होतं?"

तिनं सावकाश डोळे मिटले. "वॉरन्‌च्या वैयक्तिक माहितीवरून."

"आम्ही त्याचा पोर्टफोलिओ पाहिला मिस डेव्हलिन." निक् म्हणाला, "मॉडेलिंग एजन्सीज्‌ची यादी आम्ही पाहिली नाही; फक्त फोटो पाहिले."

"हा त्याचा पोर्टफोलियो." ती पुटपुटली. "त्याचा रेझ्यूमे ऑनलाइन आहे."

व्हिटोच्या पाठीच्या कण्यातून एकदम विजेचा प्रवाह गेल्यासारखं त्याला

जाणवलं. "ऑनलाइन कुठे?"

"यूकॅन मॉडेल डॉट कॉमवर. त्याचं तिथे अकाउंट आहे."

"कोणत्या प्रकारचं अकाउंट?"

ती गोंधळल्यासारखी दिसली. "मॉडेल्ससाठी असलेलं. त्यांचे फोटो आणि गुणवत्ता यांची नोंद तिथे केलेली असते आणि जे लोक त्यांना काम देऊ इच्छितात ते या साइटद्वारे त्या मॉडेल्सशी संपर्क साधू शकतात."

व्हिटोनं निक्कडे नजर टाकली. बिंगो! "वॉरन्नं तुझा कम्प्यूटर कधी वापरला होता?"

"हो नक्कीच. तो त्याच्या घरच्या लोकांबरोबर राहण्यापेक्षा माझ्याकडेच जास्त राहायचा."

व्हिटोनं तिचा हात दाबला. "तुझा कम्प्यूटर आम्हाला आमच्या प्रयोगशाळेत न्यावा लागणार आहे."

"जरूर!" ती पुटपुटली. "तुला जे काय हवं असेल ते करू शकतोस."

सोमवार, १५ जानेवारी, रात्री ८:१५ वा.

"सोफी, ऊठ, जागी हो."

सोफीनं डोळ्यांची उघडझाप केली आणि हॅरीच्या चेहऱ्याकडे एकटक पाहत राहिली. ॲनाच्या बेडच्या शेजारच्या खुर्चीवरच तिला झोप लागली होती. "तू इथे काय करते आहेस?" मग तिला आठवलं तेव्हा तिचा चेहरा पडला. "चीझ-स्टेकसाठी लू आहे. मी विसरले. जाऊ दे, मला भूकसुद्धा लागली आहे."

"तुझ्यासाठी मी आणलंय खायला. बाहेर माझ्या कारमध्ये आहे."

"सॉरी, मी तुला खुर्ची दिली नाही बसायला. आज दिवसभर फार दगदग झाली." झोपलेल्या ॲनाच्या चेहऱ्याकडे ती पाहू लागली. "मार्कोनं तिला तिची औषधं दिली असतील. ती आज रात्री इथे नाहीये, त्यामुळे पण जायला हरकत नाही."

"मग चल, तुझं सँडविच खाऊन घे आणि दिवसभरच्या तुझ्या दगदगीबद्दल सांग."

त्याच्या कारमध्ये बसून ती खात असताना त्या नर्सिंग होमकडे ती बघत राहिली. "हीच एक नर्स तिच्याशी हलकटपणे वागते असं ग्रॅन सारखं म्हणत असते. ती असं फ्रेयालाही म्हणते का?"

"फ्रेया तसं कधी म्हणाली नाही." हॅरी रागानं म्हणाला. "ॲनाला इथे चांगली

वागणूक मिळत नाही का?''

''कल्पना नाही. रात्रीच्या वेळी तिला इथे ठेवायला नको वाटतं मला.''

''आपल्याला खासगी नर्स मिळेपर्यंत आपल्याला ठेवावंच लागेल आणि खासगी नर्स ठेवणं, हे महागडं काम आहे. मी त्याबद्दल चौकशी केली.''

''मीसुद्धा केली; पण ही जागासुद्धा मला फारशी परवडत नाहीये आणि ॲलेक्सचा पैसा लवकरच संपलेला असेल.''

हॅरीचे ओठ आवळले गेले. ''ॲनासाठी तू तुला मिळालेली संपत्ती खर्च करण्याचं कारण नाही.''

ती त्याच्याकडे पाहून हसली. ''का नाही? दुसऱ्या कशावर खर्च करावा मी? हॅरी, माझ्याजवळ जे काय आहे ते माझ्या पाठीवरच्या बॅगमध्ये मावतं.'' तिनं पायाच्या बोटांनी ती हलकेच ढकलली. ''मला असं आवडतं.''

''असं तू स्वतःला बजावतेस. अलेक्सनं तुझ्यासाठी आणखी बरंच काही करायला हवं होतं.''

''अलेक्सनं माझ्यासाठी खूपकाही केलेलं आहे.'' तिच्या जन्मदात्या बापानं आणखी काही करायला पाहिजे होतं असं हॅरीला नेहमीच वाटत असे. ''मी माझ्या पायांवर उभं राहावं म्हणून त्यांनी माझ्या युनिव्हर्सिटीच्या शिक्षणाचा खर्च केला. पण मी त्याचा फारसा उपयोग करून घेतेय, असं मला वाटत नाही.'' ती रागानं म्हणाली. ''Sil Vous Plait.''

''मला विचार करू दे. आज तू पुन्हा जोन झाली होतीस?''

''हो'' ती नाराजीनं म्हणाली. ''आणि त्यात एकच वाईट गोष्ट अशी होती की, मी जोन असताना माझ्या ओळखीचं कुणीतरी मला भेटायला येतं.'' व्हिटो आणि निक् यांनी तिला त्या वेषात बघितलं तेव्हा तिला बावरल्यासारखं झालं होतं. अर्थात, ती कशा प्रकारची बाई होती, हे व्हिटोला समजल्यावर ती जास्तच बावरून गेली असती. ॲलन त्याला सगळंकाही सांगितल्याशिवाय राहिला नसता, असं तिला वाटत होतं.

''जोनच्या पोशाखात तू खूपच छान दिसतेस, असं मला वाटतं; पण तुला कुणी पाहिलं तसं?''

''त्याच माणसानं. त्यात काही बिघडलं नाही.'' नाही, त्यात काही बिघडलं नाही. ते अविश्वसनीय होतं. तिनं खांदे उडवले. ''तो खोटारडा आहे असं मला वाटत होतं, पण तो खरोखरच चांगला माणूस आहे हे दिसून आलं.''

''मग प्रॉब्लेम काय आहे सोफी?'' हॅरीनं हळूच विचारलं.

''तो ॲलन ब्रूस्टरला भेटायला जाणार आहे हाच प्रॉब्लेम आहे.''

हॅरीचे डोळे एकदम काळवंडले. ''ते नाव मला पुन्हा कधी ऐकावं लागणार

नाही असं मला वाटलं होतं.''

''मलासुद्धा; पण आपल्याला हवं ते घडत नसतं, होय ना? ॲलनला भेटल्यावर तासाभरात व्हिटोला वाटायला लागेल की, मी फालतू आणि ढोंगी बाई आहे, कारण मी त्याची गर्ल-फ्रेंड होण्याआधीच त्याच्यावर लुच्चा-लफंगा असल्याचा आरोप केला होता.''

''तो जर खरोखरच चांगला माणूस असेल, तर ब्रूस्टरसारख्या सापाच्या बडबडीवर तो विश्वास ठेवणार नाही.''

''मी तुझं बोलणं ऐकतेय अंकल हॅरी, पण मला चांगलं ठाऊक आहे, लोकांनी ब्रूस्टरबद्दल ऐकलं की, मी एकदम बदलून जाते. इथल्या लोकांना त्याचा विसर पडतो असं मला वाटत नाही.''

हॅरी उदास झाला. ''ॲना वारल्यावर तू युरोपमध्ये परत जाशील. हो ना?''

''मला माहीत नाही. कदाचित, पण मी फिलीमध्ये फार दिवस राहू शकेन, असं मला वाटत नाही. गंमत अशी की, ते तिकडे घडलं, पण ती बातमी इथे पसरली. ॲलन आणि त्याची बायको गप्प बसणार नाहीत, कारण तो काही मला हीरो होण्याची लहर आली होती आणि योग्य तेच करण्याचा माझा हट्ट होता असं सांगणार नाही. बायकोसमोर कबूल कर. ''लहरी मूर्ख आहे तो'', ती पुटपुटली. त्यानंच तर सगळा गोंधळ करून ठेवलाय. ''कबुली जबाब देणं आत्म्यासाठी चांगलं नसतं आणि बायकोलाच अशा गोष्टी सर्वांत शेवटी समजतात.''

''सोफी, ॲना मरणार नाही हे तू मला त्याच वेळी सांगितलं नाहीस.''

सोफी गप्प झाली. ''सॉरी. अर्थातच ती....''

''सोफी!'' त्याच्या रागावण्यातही प्रेम होतं. ''ॲना अत्यंत दुर्दैवी आयुष्य जगली. ती फार काळ जगू शकणार नाही असं तुला वाटतं याबद्दल स्वत:ला अपराधी समजू नकोस किंवा एकदा ती गेली की, तुझं आयुष्य तुला परत मिळेल असंही समजू नकोस. घरी परतण्यासाठी तू खूपकाही त्याग केलायस. तिला त्याची जाणीव आहे आणि मलाही.''

तिनं मोठा आवंढा गिळला. ''मी दुसरं काय करू शकले असते हॅरी?''

''काहीच नाही.'' त्यानं तिच्या गुडघ्यावर थोपटलं. ''तुझं सँडविच खाऊन झालं? कारण मला पुरावा नाहीसा करायचाय. मी लौज ला गेलो होतो हे फ्रेयाला कळता कामा नये. तिथले पदार्थ मला चालत नाहीत.''

''तिला कांद्यांचा वास आल्याशिवाय राहणार नाही. सॉरी हॅरी, तुझं बिंग फुटणार.''

''हरकत नाही बिंग फुटलं तरी. कारच्या खिडक्या उघड्या ठेवून जाईन घरी.'' सोफी तिची बॅग आणि इतर सामान उचलून, कारमधून बाहेर पडत असताना. त्यानं

तिच्या खिडकीची काच खाली केली.

"मी पुरावा नष्ट करते." मोठ्या आवाजात ती पुटपुटली. "नंतर भेटते हॅरी."

"सोफी थांब." ती वळली आणि त्याच्या खिडकीतून डोकावली. त्याचा चेहरा गंभीर झाला. "हा व्हिटो जर सज्जन असेल, तर ब्रूस्टरनं काहीही सांगितलं, तरी त्याचा व्हिटोवर काही परिणाम होणार नाही."

तिनं त्याच्या गालावर ओठ टेकवले. "किती चांगला आहेस तू! साधा, सरळ, पण चांगला."

त्याला राग आला. "मला एवढीच भीती आहे की, योग्य माणूस तुझ्याकडे येईल आणि तू त्याला संधी दिली नाहीस असं त्याला वाटेल. तुझ्या आयुष्यात आलेली संधी तू घालवलेली मला चालणार नाही. अशा किती संधी आपण घालवल्यात कुणास ठाऊक!"

प्रकरण ९

सोमवार, १५ जानेवारी, रात्री ९:०० वा.

''हा इथे आहे.'' यूकॅनमॉडेल डॉटकॉमवर असलेला वॉरन् कीझ्चा फोटो व्हिटो निरखून पाहत होता. शेरी डेव्हलिननं दिलेल्या यूजर नेम आणि पासवर्डनुसार स्वत:च्या पीपीडी कम्प्यूटरवर त्यानं वॉरन्चं अकाउंट लॉगऑन केलं होतं. शेरीचा कम्प्यूटर एका बॉक्समध्ये निक्च्या डेस्कवर ठेवला होता. जेफचा एक कम्प्यूटर-तंत्रज्ञ तासाभरात तपासायला येणार होता.

''निष्काळजीपणे तयार केलेला रेझ्युमे!'' त्याच्यामागे उभा राहिलेला निक् म्हणाला. ''त्याला फारसं काम मिळालेलं दिसत नाही.''

वॉरन्च्या अकाउंट पेजवरच्या स्टॅटिस्टिक्स सेक्शनच्या भोवती व्हिटोनं क्लिक केलं. ''आताशा त्याला फारशा हिट्सही मिळालेल्या दिसत नाहीत. गेल्या तीन महिन्यांत सहा; पण शेवटची तारीख पाहा ना!''

''जानेवारी ३. म्हणजे शेरी त्याला शेवटची भेटली त्याच्या आधीचा दिवस. योगायोग?''

''मला नाही तसं वाटत.'' व्हिटो फोटो सेक्शनकडे गेला आणि वॉरन् कीझ्च्या करिअरची माहिती देणाऱ्या थंबनेल्सवर त्यानं क्लिक केलं. ''इकडे बघ.'' तिथे दोन फोटो एकत्र केलेले होते. दोन्हीही वॉरन्च्या दंडाच्या वरच्या बाजूचे होते आणि जवळून काढलेले होते. एकाच्या अर्ध्या भागावर ठसठशीत दिसेल असा ऑस्कर टॅटू होता, तर दुसऱ्याच्या अर्ध्या भागावर तोच टॅटू मेक-अपच्या साहाय्यानं अदृश्य केलेला होता. ''या टॅटूबद्दलचंच काहीतरी मला खटकतंय.''

''ऑस्कर? ज्याला अभिनेता व्हायचंय् अशा माणसाच्या बाबतीत ती काही विशेष बाब नाहीय्.''

''नाही, मला ते म्हणायचं नाही.'' व्हिटोनं मान हलवली. ''काही दिवसांपूर्वी मी टेसला भेटायला शिकागोला गेलो होतो आणि तिनं मला एका म्यूझियममध्ये नेलं. तिथे त्या वर्षी देण्यात येणाऱ्या ॲकॅडमी अवॉर्ड्ससाठी तयार केलेल्या

ऑस्कर पुतळ्यांचं प्रदर्शन भरलं होतं.'' त्यानं त्याच्या खांद्यावरून वर पाहिलं. ''हे पुतळे तयार करणारी कंपनी शिकागोमध्ये आहे.''

''ओके.'' निक् सावकाश म्हणाला. ''आणि?''

व्हिटोनं तो पुतळा डोळ्यांसमोर आणला आणि त्याला एकदम आठवण झाली. ''ऑस्कर हा नाइट आहे एक.''

''काय?''

''होय, तो एक नाइट आहे.'' आता उत्साह संचारल्यानं व्हिटोनं गुगल सर्च केलं आणि ऑस्कर पुतळ्याचंच क्लोज-अप स्क्रीनवर आणलं. ''त्याचे हात पाहा, जसे वॉरन्नं पोझ केले होते तसेच.''

निक्नं हलकेच शीळ वाजवली. ''आता डोक्यात घंटा वाजली. तिकडे पाहा. त्यानं ती साली तलवार हातात धरलीये. ऑस्कर जर आडवा झाला, तर तो शवागारातल्या त्या माणसासारखा हुबेहूब दिसेल.''

''हाही काही योगायोग नाही.'' व्हिटो ठामपणे म्हणाला. ''त्या टॅटूमुळेच तर त्यानं वॉरन्ची निवड केली गेली.''

''किंवा त्या टॅटूमुळेच त्यानं वॉरनला तशी पोझ दिली.''

''नाही, त्यानं हे योजनापूर्वक केलं. काही आठवडे आधीच त्यानं त्या स्त्रीच्या हातांना तशी पोझ दिली. देवा, निक्! त्या दुर्दैवी टॅटूमुळेच वॉरनची निवड झाली.

''च्यायला!'' निक् खाली बसला. ''त्या मुलीचा फोटोही इथेच सापडतो की काय!''

''आणि अर्धं डोकं नसलेला तो माणूस आणि तो मुलगा दोन डोळ्यांच्या मध्ये गोळी घुसलेला!'' व्हिटोनं त्याच्या घड्याळाकडे पाहिलं. ''सात वाजल्यापासून टिनो शवागारात आलेला होता. त्याच्याकडेही आपल्या उपयोगाचं काही असेल कदाचित.''

जणूकाही चाहूलच लागली होती. त्याला इलेव्हेटरचा आवाज आला आणि टिनो त्या ऑफिसमध्ये चालत आला. व्हिटोचा चेहरा उतरला. त्याच्या धाकट्या भावाचा चेहरा थकल्याभागल्यासारखा दिसत होता आणि त्याचे काळे डोळे भकास दिसत होते. ''मी त्याला हे करायला सांगायला नको होतं.''

''त्याला ते काम आवडेल.'' निक् खात्रीपूर्वक म्हणाला. मग उभा राहिला. ''हेऽ टिनो!'' त्यानं त्याच्यासाठी खुर्ची ओढली. ''बस.''

टिनो धपकन बसला. ''तू कसंकाय सहन करतोस व्हिटो? त्या लोकांकडे पाहतोस? दररोज?''

''संपादन केलेलं कौशल्य आहे ते!'' त्याच्याऐवजी निक्नं उत्तर दिलं. ''आमच्यासाठी काय बातमी आहे?''

टिनोनं एक लिफाफा दाखवला. "हे कितपत सारखं आहे, मला सांगता येणार नाही; पण मी माझ्या परीनं खूप प्रयत्न केलेयत."

"आमच्याकडे आधी आलेल्यापेक्षा हे बरंच चांगलं आहे." व्हिटो त्याला म्हणाला. "सॉरी, टिनो. मी हे काम तुला सांगायला नको...."

"थांब!" टिनो मध्येच बोलला. "मी ओके आहे आणि हो, तू हे सांगायलाच हवं होतंस काम. फक्त मला वाटलं होतं त्यापेक्षा जास्त अवघड आहे." त्यानं स्वतःच्या चेहऱ्यावर बळेच हसू आणलं. "मला हे काम आवडेल."

"ह्याला मी तेच सांगितलं." निक्नं लिफाफ्यातून ड्रॉईंग बाहेर काढलं. त्या कागदावरून एका स्त्रीचा गंभीर चेहरा एकटक बघत होता आणि त्याच्या भावानं त्या मुलीची चेहरेपट्टी बरोब्बर रेखलेली होती, हे व्हिटोच्या लक्षात आलं; पण त्याहीपेक्षा महत्त्वाचं म्हणजे त्या चेहऱ्यावरची तीव्र वेदना म्हणजे टिनोच्या स्वतःच्या भावनांचं प्रतिबिंब असावं अशी व्हिटोला शंका आली. ते ड्रॉईंग फारच सुंदर झालं होतं.

निक्नंसुद्धा तेच मत व्यक्त केलं. "वॉव, तुला असं ड्रॉईंग कसं काय येत नाही व्हिटो?"

"कारण तो गातो." टिनो तत्परतेनं म्हणाला. "आणि डिनो शिकवतो. जिनो बांधतो. टेस् तर साक्षात अन्नपूर्णा आहे." फुंकर घातल्यासारखा त्यानं उसासा सोडला. "आता एवढं बोलून झाल्यावर मी घरी जातोय व्हिटो. मुलांना घेऊन टेस् तिथे आली असेल आणि मला तिच्याकडून रात्रीचं जेवण मिळतंय का ते बघतो." तोंडाची चव गेल्यासारखी त्यानं ओठांवरून जीभ फिरवली. "तोंडातली ही चव जाण्यासाठी जे मिळेल ते मला चालेल."

व्हिटोला सोफीची बीफ जर्की आठवली. "टेसला सांग काहीतरी खमंग करायला आणि माझ्यासाठी थोडी शिल्लक ठेव. हां, माझ्या रूममध्ये तिला झोपायला सांग. मी सोफ्यावर ताणून देईन."

टिनो उभा राहिला. "तुमच्या एम. ईनं मला इतर प्रेतं दाखवली व्हिटो. त्या माणसांसाठी मला काही करता येईल असं वाटत नाही." त्यानं चेहरा विचित्र केला. "हे बघ, एकाचं डोकंच गेलंय. तसंच, गोळी घुसलेला तो मुलगा... काहीच करता येणार नाही. बॉंबचे तुकडे घुसलेला तो मुलगा... तुम्हाला..."

"व्होआ." व्हिटोनं एक हात वर करून त्याला थांबवलं. "बॉंबच्या तुकड्यांचं काय?"

"तुमच्या एमईनं त्याला एक-चार नाव दिलंय्."

निकला राग आला. "बॉंबचे तुकडे? हा काय प्रकार आहे?"

"आपल्याला शवागारात आणखी काही वेळ घालवावा लागणार असं दिसतंय."

व्हिटो गंभीरपणे म्हणाला. "सॉरी, टिनो. आणखी सांग. काय म्हणत होतास?"

"मी असं म्हणणार होतो की, त्या प्रेतांचे चेहरे व्यवस्थित कळण्यासाठी तुम्हाला फोरेन्सिक अँथ्रोपॉलॉजिस्टची गरज भासणार आहे; पण दोन म्हाताऱ्या माणसांचे चेहरे मी कदाचित तयार करू शकेन. उद्या सकाळी परत येऊन मी प्रयत्न करेन."

व्हिटोला अभिमान वाटला. "आपण त्याचं कौतुक करायला हवं."

कोटाचं झिप लावताना टिनो त्यांच्याकडे पाहून ओठ तिरपे करून हसला. "माझी तुम्ही शिफारस करायला हवी. काय सांगावं, माझं नवं करिअर सुरू होणार असेल. कलाकृतीला किंमत मिळत नाही, हे देवालाही माहीत आहे."

"हरवलेल्या माणसांच्या रिपोर्ट्सची फाइल कुठे आहे?" टिनो गेल्यावर निक्‌नं विचारलं.

"हरवलेल्या व्यक्तींच्या नावावरून त्या मुलीचं प्रोफाइल आपण यूकॅन-मॉडेल साइटवर जुळतंय का ते पाहू शकतो. मग ते टिनोच्या ड्रॉईंगशी जुळतंय का ते तपासून बघू."

"हा प्लॅन चांगला वाटतो."

सोमवार, १५ जानेवारी, रात्री ९ : ५५ वा.

हरवलेल्या व्यक्तींचं प्रिन्टआऊट निक्‌नं वैतागून व्हिटोच्या डेस्कवर फेकलं. "हे शेवटचं होतं." यूकॅन मॉडेलसाइट कम्प्यूटर स्क्रीनवर होती. तो तिकडे पाहून म्हणाला, "ती इथेसुद्धा नाहीये."

"किंवा ती इथेसुद्धा नाहीये." व्हिटोनं प्रिंटआऊटकडे लक्ष वेधलं. "असंही असेल की, ती हरवलेली आहे, असं जाहीरच झालेलं नसेल किंवा कदाचित ती इथली नसेलच. वॉरन् फिलीचा होता म्हणजे तीही इथलीच होती असा अर्थ होत नाही. प्रयत्न सोडून द्यायला मी अजून तयार नाही."

"नुसता वैताग आहे!" निक् कुरकुरला. "ती लगेच सापडली असती, तर किती छान झालं असतं!"

"घरी जा." व्हिटो म्हणाला. "शेरीचं हार्ड ड्राईव्ह तपासायला जेफचा कम्प्यूटर तंत्रज्ञ येईपर्यंत मी शोधत राहतो. गरज पडली, तर प्रत्येक मॉडेलचा चेहरा निरखून बघतो."

"पाच हजार नावं या लिस्टवर असतील. सगळी रात्र तुला इथेच घालवावी लागेल."

“तसं होणारही नाही कदाचित.” सगळ्या ड्रॉप डाऊन मेन्यूंवर व्हिटो कर्सर फिरवत राहिला. “मॉडेल्सना शोधण्यासाठी फोटोग्राफर्स एकेक चेहऱ्याचा फोटो घेत असतील असं मला वाटत नाही. गोऱ्या असोत की काळ्या, ठेंगण्या असोत की उंच, फोटोग्राफर्सना त्या एकाच वेळी पाहायला मिळाल्या तरी पुरेसं असतं!”

निक् जरासा सावरून बसला. “म्हणजे तू मर्यादा ठरवू शकतोस. ती काळसर वर्णाची, पाच फूट दोन, आखूड केस आणि निळ्या डोळ्यांची होती हे तुला ठाऊक आहे.”

“डोळे आणि केसांचा रंग बदलू शकतो. ती कॉन्टॅक्ट लेन्स किंवा विग नेहमीच वापरू शकते; पण उंची कधी बदलू शकत नाही.” व्हिटोनं स्क्रीनकडे तिरप्या नजरेनं पाहिलं. “आपण शोधू शकतो. मग शारीरिक ठेवण बघता येईल. म्हणजे मग आपण पाच फूट दोन शोधायची आणि मग केसांचा रंग, त्यानंतर डोळ्यांचा रंग.” त्यानं रकाने भरले आणि क्लिक करत राहिला. “तू घरी जा. मी थांबतो इथेच.”

“नाही, नाही. आता मला पुन्हा इंटरेस्ट वाटायला लागलाय. विशेष म्हणजे, या साइटवर काही सुंदर मुली भेटू शकतात. त्या त्यांची ब्रा साइझसुद्धा सांगतात. अजून काय हवंय आपल्याला?”

“निक्.” डोळे वटारत व्हिटोनं मान हलवली.

“अरे, मी पुन्हा एकटाच आहे सध्या आणि बारमध्ये जायला मला वेळ नाहीये.” त्याच्या चेहऱ्यावर वात्रटपणा दिसत होता. “आणि सोफी जोहान्सनूसारख्या मुलींना माझ्यामध्ये इंटरेस्ट नाही.”

तिला इंटरेस्ट होता. व्हिटोमध्ये. व्हिटोनं आवंढा गिळला. तिनं जर आणखी इंटरेस्ट दाखवला असता, तर त्याला सीपीआरची गरज पडली असती; पण तिला तसं करायचं नव्हतं. तिनं त्याला नाकारलं होतं. पुन्हा एकदा आदल्या रात्री गैरसमज झाला होता. आज रात्री, त्याला सगळं समजलं नसलं तरी तिला सगळंकाही समजलं अशी त्याला शंका आली. म्हणून त्यानं निक्कडे दुर्लक्ष केलं आणि स्क्रीनवर लक्ष केंद्रित केलं. “फक्त शंभर रिझल्टस् मिळालेयत. ती ठेंगणी होती हे बरंच झालं. बऱ्याचशा मॉडेल्स उंच आहेत.”

“सोफीसारख्या.”

“निक्,” व्हिटोनं ओठ चावले. “शट् अप!”

गोंधळल्या नजरेनं निक्नं त्याच्याकडे पाहिलं. “खरंच बोलतोय्स, हो ना? मला वाटलं--”

“ठीकय, तुझा गैरसमज झालाय आणि आता पुन्हा मी प्रयत्न करणार नाहीये या वेळी.”

निक्‌नं त्यावर मिनिटभर विचार केला. "ओके. मग चल, कामाला लागू."

प्रत्येक मॉडेलच्या पोर्टफोलियोवर व्हिटो क्लिक् करत राहिला. मग थांबून त्यानं डोळ्यांची उघडझाप केली. "अरे, टिनो चांगलाच आहे!" जो चेहरा त्यांच्याकडे एकटक बघत होता तो हुबेहूब टिनोच्या ड्रॉईंगसारखा होता.

"मी सांगतो!" नीट दिसावं म्हणून निक् पुढे वाकला. आता तो अगदी नेहमीसारखा झाला होता. "ब्रिटॅनी बेलॅमी. अरे चिक्, ती वीस वर्षांचीसुद्धा नव्हती. 'कॉन्टॅक्ट'वर क्लिक कर."

व्हिटोनं केलं, पण तो इ-मेल फॉर्म होता. "ते फोन नंबर्स देत नाहीत किंवा भौगोलिक माहितीही देत नाहीत आणि मला इ-मेल पाठवायचा नाहीये. आपण जर बरोबर असलो, तर ती उत्तर देणार नाही."

"कारण, ती मेली आहे" निक् पुटपुटला. "आणि आपण जर चूक असलो, तर त्या खुन्याच्या एम. ओ.वर आपण अतिशय मौल्यवान तपशील पुरवलाय, असं होईल; पण सकाळच्या वेळी आपण तिच्या पूर्वीच्या क्लायंट्सकडे चौकशी करू शकतो." तो उभा राहिला. "मी घरी जातोय. मी उद्या कोर्टातून बाहेर आल्यावर तुला कॉल करेन."

"गुडलक!" व्हिटो म्हणाला. मग त्यानं लिझ् सॉयरच्या घरचा नंबर डायल केला. "हेऽ व्हिटो बोलतोय."

"तुला काही कळलं?"

"हात जोडलेल्या मुलीचा संभाव्य आयडी." त्यानं माहिती पुरवली. "उद्या सकाळी नक्की सांगतो."

"खूप छान केलंस व्हिटो. मी हे खरंच मनापासून म्हणतेय आणि तुझ्या भावाचे माझ्यातर्फे आभार मान."

लिझ् सहसा कुणाची तारीफ करत नसे; पण जेव्हा करत असे, तेव्हा सर्वांनाच चांगलं वाटत असे. "थँक्स! आणि मी त्याला सांगेन."

"काही शेड्यूल्स मी बदललीयेत आणि रिकर आणि जेन्किन्स यांना मोकळं केलंय. मिळालेल्या माहितीचा आणि आयडीजचा पाठपुरावा करण्यात ते तुला उद्या सकाळपासून मदत करतील."

लिझ्‌नं हे चांगलं केलं होतं. टिम् रिकर आणि बेव्हर्ली जेन्किन्स चांगले पोलीस होते. "पूर्ण वेळ?"

"काही दिवसांसाठी. मी एवढंच करू शकले."

"आवडलं मला! उद्या ब्रिटॅनी बेलॅमीच्या मॉडेलिंग क्लायंटच्या मदतीनं तिचा शोध घ्यायला मी त्यांना सांगेन. पुराण वस्तुशास्त्रज्ञाकडून काही नावं मला समजली आहेत, त्यांचा मला शोध घ्यायचा आहे. त्यापैकी एखादा आपल्याला मदत करू

शकेल. हा खुनी जी साधनं वापरतोय, त्यांची माहिती मिळवण्यासाठी. पैसा कुठून येतोय त्याचाही शोध घ्यायचाय.''

''त्याचा तर शोध सततच घ्यायला हवा.'' लिझनं संमती दिली. ''उद्या सकाळी आठ वाजता भेट.''

''चालेल. हेऽ मला जायला हवं. आय. टी.चा माणूस आलेला दिसतोय.''

लॅपटॉप घेऊन एक तरुण त्याच्या डेस्कजवळ येताना दिसला. ''तू चिकोटेली?''

''होय. तू जेफचा माणूस?''

त्याच्या ओठांची एक बाजू वर गेली. ''मला ब्रेन्ट म्हटलेलं मला आवडेल.'' त्यानं व्हिटोशी हस्तांदोलन केलं. ''ब्रेन्ट येल्टन आणि सहज सांगायचं झालं, तर आम्हाला 'जेफचा माणूस' म्हटल्यानं आमच्या ऑफिसमध्ये फारसे मित्र मिळणार नाहीत.''

व्हिटो हसला. ''मी ते लक्षात ठेवेन. तो कम्प्यूटर बॉक्समध्ये आहे. आल्याबद्दल थँक्स!''

ब्रेंटनं मान हलवली. ''कीझ्च्या रूममधून तू जो कम्प्यूटर आणला होतास तो मीच तपासला होता. या केसच्या बाबतीत काही नवीन माहिती मिळाली, तर मला बोलाव असं मी जेफला म्हणालो. म्हणजे तिथे असेन.''

व्हिटोला राग आला. ''तुला इथे आणण्यासाठी मी दुसऱ्याच माणसाची मदत घेतली. जेफ गाढव आहे.''

शेरीचा कम्प्यूटर स्वत:च्या कम्प्यूटरला जोडताना ब्रेन्ट हसला. ''त्याच्याशी संबंध न जोडण्याचं आणखी एक कारण.'' तो निक्च्या खुर्चीत बसला आणि पाच मिनिटं गप्प राहून त्यानं काम केलं. नंतर त्यानं वर पाहिलं. ''हंऽ, हे मशीन 'वाईप' झालेलं नाहीये. प्रेताच्या कम्प्यूटरमध्ये व्हायरसचा लवलेशही नाही, पण त्यातल्या हिस्टरीशी कुणीतरी खोडसाळपणा करतंय.''

त्याच्या मागे उभं राहण्यासाठी व्हिटो गोल वळून आला. ''तुला काय म्हणायचंय?''

''प्रेताच्या मशीनवरचं वाईप हे व्हायरस होतं. हा अगदी नवशिक्यानं केलेला प्रयत्न होता. ज्यानं कुणी या साइट्स पाहिल्या आणि हिस्टरीमधून डिलिट केल्या त्याला हे कुणालाच कळू नये असं वाटतं; पण हार्ड ड्राईव्हवरून त्या डिलिट होत नसतात.'' त्यानं वर पाहिलं. ''लोक जेव्हा अश्लील दृश्यांसाठी कंपनी कम्प्यूटरर्स सर्फ करतात तेव्हा मोठी चूक होते. ते हिस्टरी डिलिट करतात, पण तरी ती ड्राईव्हवर असतेच आणि आयटीमधला अगदी साधा माणूसही ती शोधू शकतो.''

''हे समजलं ते बरं झालं.'' व्हिटो नैराश्यानं म्हणाला. ''तर मग त्या नवशिक्यानं कोणत्या साइट्स डिलिट केल्या?''

ब्रेन्ट जरासा विचारात पडला. ''माझ्यासाठी हा पहिलाच अनुभव आहे. मिड्ईव्ह्लवर्ल्ड डॉट कॉम, मिड्ईव्ह्लहिस्टरी डॉट कॉम, फेन्सिंग डॉट कॉम या साइट्वर गेल्याचं कुणीतरी लपवतंय. इथे एक साइट आहे मध्ययुगीन पोशाखांसाठी वगैरे वगैरे तशाच प्रकारची आणखी एक ...हं. आणखी एक साइट कॅरिबिअन समुद्रामध्ये पर्यटनासाठी मिळणाऱ्या नौकांबद्दल माहिती देणारी.''

व्हिटोनं उसासा सोडला. ''त्यांचा मधुचंद्र! वॉरन् आणि शेरी लग्न करणार होते. ती म्हणाली, तिला जर तिथेच जायचं असेल, तर त्यानं त्या नौकांबद्दल काही सूचना दिल्या होत्या.''

''आणि त्या मध्ययुगाबद्दलच्या माहितीचं काय?''

व्हिटो त्या यादीकडे पाहत विचारात पडला. ''ते सगळं बरोबर आहे, पण ते कसं हे मला फक्त सांगता येणार नाही.''

''अशी आणखी काही वाईप झालेली मशीन्स तुला आढळली, तर मला कॉल कर. त्याबद्दल मला उत्सुकता निर्माण झालीये, हे मी सांगितलंच पाहिजे. मी आतापर्यंत कधी न पाहिलेला त्या व्हायरसचा एक अतिशय गुप्त असा कोड आहे. माझा सेल नंबर असलेलं हे माझं कार्ड.'' त्यानं हसत त्याचा लॅपटॉप बंद केला. ''आणि आता तुला जेफच्या मध्यस्थीची गरज उरलेली नाही.''

''थँक्स गृहस्था!'' व्हिटोनं ब्रेन्टचं कार्ड खिशात ठेवलं. मग जेन मॅक्फेनचा सेल डायल केला.

''मॅक्फेन!'' स्पष्ट ऐकू येत नव्हतं, पण जेनचा थकवा स्पष्टपणे जाणवत होता.

''जेन, मी व्हिटो बोलतोय. काय होतंय?''

''इतक्यात आठवं प्रेत शवागारात पाठवलंय. आणखी एक वयस्कर स्त्री. त्याबद्दल खास असं काही नाही.''

''म्हणजे गोळ्या नाहीत, बाँबचे तुकडे नाहीत, कॅन्सर नाही, विचित्र जखमा नाहीत किंवा जोडलेले हातही नाहीत.''

''बहुतेक तसंच. आता शेवटचा खड्डा. पहिल्या रांगेतला पहिला खड्डा.''

''आम्हाला त्या नाइटचा आयडी मिळालाय खात्रीनं आणि बहुतेक त्या स्त्रीचाही.''

''वॉव!'' ती प्रभावित झाल्यासारखी दिसली. ''व्वा! फारच झटकन काम झालंय.''

''थँक्स! तूही काही कमी काम केलेलं नाहीस. एका दिवसात सहा प्रेतं बाहेर काढलीस.''

''सोफीनं तो डायग्राम दिला नसता, तर आम्ही हे करू शकलोच नसतो. खरं काम उद्या सुरू होईल. जेव्हा आम्ही बाहेर काढलेली माती तपासायला लागू तेव्हा.''

"उद्याचं म्हणशील, तर उद्या एक ब्रीफिंग आहे आठ वाजता. तू येऊ शकशील?"

"तू जर कॉफी आणि तुझ्या रस्त्याच्या कोपऱ्यावरच्या बेकरीतून क्रूलर्स आणणार असशील, तर मी तिथे येईन. थोडं थांब. ती टीम मला बोलावतेय." एक मिनिटानंतर ती पुन्हा आली. "शेवटचं प्रेतसुद्धा बाहेर काढलंय." तिच्या आवाजात नवा उत्साह दिसला. "तरुण स्त्री! आणि व्हिटो, तिचा एक पाय गेलेला आहे."

त्याचा चेहरा कसनुसा झाला. "म्हणजे त्यानं तिचा पाय तोडून टाकलाय?"

"नाही, तिचं ऑपरेशन झालंय. आणि ओह्, माय् गुडनेस. 'माझी जर चूक होत नसेल... ओह्, व्हिटो, ही एक चांगली गोष्ट आहे. खरोखरच चांगली! तिच्या कवटीमध्ये एक प्लेट आहे. अरे, ती सोन्याची आहे!"

व्हिटोच्या डोळ्यांची सतत उघडझाप होत राहिली. "तिच्या कवटीमध्ये सोन्याची प्लेट आहे? जेन, मला हे काही समजत नाही."

तिनं निराश होऊन बोलणं थांबवलं. "जाऊ दे व्हिटो, उद्याचं लक्षात ठेव."

"सॉरी! मी खूप थकलोय. पुन्हा सांग."

"ठीक आहे. माझ्यासाठीसुद्धा ही काही गार्डन पार्टी नाहीये. लक्ष देऊन ऐक. तिची कवटी कुजून गेलीये आणि तिथे धातूची प्लेट तिच्या आयुष्यात केव्हातरी जखम झाल्यामुळे किंवा ऑपरेशन झाल्यानंतर बसवली होती हे स्पष्टच आहे. आता कवटी कुजल्यामुळे ती प्लेट दिसते आहे."

"ओह्!" तो चक्रावून गेला. "मग यात काय विशेष आहे, हेच मला कळत नाहीय्."

"व्हिटो, कवटीमध्ये धातूची प्लेट बसवणं ही मेडिकलमधली तिसऱ्या दर्जाची युक्ती आहे. तिसऱ्या दर्जाच्या सगळ्या मेडिकल युक्त्यांना विशिष्ट, शोध लागण्यासारखे सीरियल नंबर्स असतात."

त्याच्या लक्षात आलं आणि तो ताठ उभा राहिला. "त्यामुळे आपण तिला ओळखू शकू!"

"आणि जो इतक्यात जागा झाला त्याला हे पारितोषिक मिळणार आहे."

व्हिटो हसला. नशिबाच्या या वळणावर त्याला घेरी आल्यासारखं झालं. "मी कॅथरिनला फोन करून उद्या सकाळी पाय कापलेल्या या प्रेतापासून सुरुवात करायला सांगतो. भेटू उद्या आठ वाजता."

सोमवार, १५ जानेवारी, रात्री १०:१५ वा.

हॉटेलमधल्या टेलिव्हिजनवर रिकाम्या मनानं डॅनिअल एकटक सी.एन.एन.

पाहत होता तेव्हा त्याचा सेल फोन वाजला. "ल्यूक? कुठे आहेस तू?"

"मासे पकडतोय." ल्यूक कोरडेपणानं म्हणाला. "मासेमारीला आल्यावर नेहमी तेच होत असतं. आतापर्यंत तुझ्याकडून काहीच कळलं नाही. मग काय झालं? तू कुठे आहेस?"

"फिलाडेल्फियामध्ये. ऐक, आज सकाळी तू गेल्यानंतर मला एक मेमरी स्टिक मिळाली. मी ती माझ्या लॅपटॉपमध्ये प्लग केली आणि मला काय दिसलं, तर फाइल्सची एक लिस्ट आणि शेवटी पी. एस. टी."

"त्या इ-मेल फाइल्स आहेत. तुझ्या डॅडनी नोव्हेंबरपूर्वीचं सगळं वाईप केल्यावर बहुतेक ती बॅक-अप फाइल असावी."

डॅनिअलनं खिशातून ती मेमरी स्टिक काढली. "तिच्यावर काय आहे ते मला कसं पाहता येईल?"

"तुझ्या पीसीमध्ये ती प्लग कर. मी तुला समजावून सांगतो. ते अवघड नाहीये."

ल्यूकनं सांगितल्याप्रमाणे डॅनिअलनं केलं आणि लगेच त्याला त्याच्या वडलांचे ई-मेल्स पाहायला मिळाले. "मला ते मिळाले आहेत." खरंतर, अनेक वर्षांपासूनचे. पण त्या मेमरी स्टिकवर काय होतं, हे ल्यूकला सांगावं असं डॅनिअलला वाटलं नाही. त्याऐवजी फ्रँक लूमिसला वडलांच्या गुप्त कपाटाबद्दल कळावं असं वाटलं. "मी पाहतो काय आहे ते. थँक्स ल्यूक!"

काही मिनिटांतच डॅनिअलला जो मेसेज मिळाला त्यामुळे त्याच्या हृदयाचा ठोकाच चुकला. तो मेसेज 'रनर गर्ल''कडून आला होता आणि त्यावर जुलै महिन्यातली तारीख होती. अठरा महिन्यांपूर्वीची. 'तुमच्या मुलानं काय केलंय ते मला ठाऊक आहे.' एवढाच मजकूर त्यावर होता.

डॅनिअलनं बळेच श्वास घेतला. बळेच विचार करू लागला. यातून काही चांगलं निष्पन्न होणार नव्हतं.

मंगळवार, १६ जानेवारी, मध्यरात्री १२:४५ वा.

काम खूप छान झालं होतं. त्याच्या कम्प्यूटर स्क्रीनवर तो चौकशी अधिकारी त्याच्या विरोधकाशी, गुड् नाइटशी लढला. दोन्हीही पात्रं एका हातात तलवार आणि दुसऱ्या हातात काठीला बांधलेल्या कोयत्यानं लढले. प्रत्येक पाऊल सहजपणे टाकलं गेलं. तलवारीचा किंवा कोयत्याचा प्रत्येक वार हे स्नायूंच्या हालचालींचं वास्तववादी मिश्रण होतं. ते अप्रतिम झालं होतं.

'व्हॅन झॅण्ड्ट खूश होऊन जाईल! जगातले हजारो, लाखो लोक हे पाहण्यासाठी झुंबड करतील!' व्हॅन झॅण्ड्ट त्याला ॲनिमेशनमधला प्रतिभावंत समजत होता, पण कम्प्यूटर ॲनिमेशन हे केवळ साधन होतं, हे तो कधी विसरला नव्हता. जगातल्या ज्या उत्कृष्ट गॅलरीजनी त्याची पेंटिंग्ज नाकारली होती त्याच गॅलरीजमधून ती प्रदर्शित होणं, हे त्याचं ध्येय होतं.

वॉरन डाईज्च्या सातव्या पेंटिंगकडे त्यानं नजर उचलून बघितलं. या क्षणी वॉरन कीझ् जिवंत नव्हता. त्या गॅलरीजनी दिलेला नकार कदाचित योग्य होता. क्लेअर आणि वॉरन्च्या आधीचं आणि इतर सर्व असं त्याचं काम सर्वसामान्य असंच होतं. ओळखीचं होतं. पण हे वॉरन्, क्लेअर, ब्रिटॅनी, बिल् मेल्व्हिलचं शिर कोयत्यानं कापलं गेलं ते – या सर्व प्रतिभावंताच्याच कलाकृती होत्या.

तो उभा राहिला आणि त्यानं शरीराला आळोखेपिळोखे दिले. त्याला झोपणं आवश्यक होतं. व्हॅन झॅण्ड्टच्या ऑफिसमध्ये त्याला नऊपर्यंत पोहोचून दुपारपर्यंत बाहेर पडणं आवश्यक होतं. तरच तीन वाजता मि. ग्रेगरी सँडर्सला भेटण्यासाठी त्याला पुरेसा वेळ मिळाला असता. मध्यरात्रीपर्यंत कॅनव्हासवर ग्रेगरी डाईज त्यानं पूर्ण केलं असतं आणि अगदी नव्या किंकाळ्याही!

उजव्या मांडीला मसाज करत त्यानं थोडासा व्यायाम केला. या जुन्या घरात वारा सतत घोंघावत असे. शहरापासून दूर असल्यानंच त्यानं हे घर निवडलं होतं आणि किंमतही किफायतशीर होती, पण हिवाळ्यामध्ये वाऱ्याचा प्रत्येक झोत घरात शिरत असे. हिवाळ्यामध्ये फिलाडेल्फिया अगदीच असह्य वाटत असे. त्याला मॅग्नोलिया आणि पीचची फुलं हवी असायची. त्यानं ओठ आवळले. घरापासून तो बराच काळ दूर होता, पण त्यात लवकरच बदल झाला. त्याच्यावरचं त्याच्या वडलांचं नियंत्रण संपुष्टात आलं होतं.

तो मंद हसला. असेच होते त्याचे वडील. मोडलेले. स्टुडिओच्या पलीकडच्या बाजूला असलेल्या त्याच्या बेडकडे तो गेला. बेडवर बसून शेजारच्या भिंतीवर त्यानं लावलेल्या पोस्टरबोर्डवर त्यानं दृष्टी केंद्रित केली. तो त्याने अशा तऱ्हेनं लावलेला होता की, झोपेतून जागा झाला की, त्याला तो दिसत होता. त्या पोस्टरबोर्डवर त्यानं तो चौकोन काढला होता. चार बाय चार!

सोळा गट! त्यापैकी नऊमध्ये सावजांच्या मृत्यूच्या महत्त्वाच्या क्षणी काढलेले स्थिर फोटो लावलेले होते. हां, त्यापैकी एक पेंटिंगचा फोटो होता. क्लेअर रेनॉल्ड्स्चा गळा आवळतानाचा फोटो त्यानं काढलेला नव्हता, पण तिच्या मृत्यू नंतरच्या क्षणी त्यानं क्लेअर डाईज् निर्माण केलं होतं. त्यामुळे त्याचं आयुष्य पूर्णपणे बदलून गेलं होतं. त्या नंतरच्या दिवसांत क्लेअरचं आयुष्य त्यानं संपवलं तो क्षण तो पुन:पुन्हा जगला होता.

त्या दिवसांत ते केल्याचं स्वप्न तो पुन:पुन्हा पाहत होता आणि त्या दिवसांत त्यानं जी योजना आखली होती तिची प्रगती व्यवस्थित होत होती. काही लोकांना त्याचं नशीब हे त्याच्या यशाचं कारण वाटलं असलं, तरी फक्त मूर्खांचाच नशिबावर विश्वास असतो. आळशी आणि अपात्र लोकच नशिबावर अवलंबून असतात, अशी त्याची ठाम धारणा होती; पण आता बुद्धी आणि कौशल्यावर त्याचा विश्वास होता तसाच तो नियतीवरही होता.

नियतीवरही त्याचा नेहमीच विश्वास नसे. एकाचं भवितव्य दुसऱ्याच्या भवितव्यावर अपरिहार्यपणे अवलंबून असतं, हेही त्याला नेहमीच पटत नसे. आता मात्र त्याचा यावर विश्वास बसला. एक वर्षापूर्वी यँगर व्हॅन झॅण्ड्टच्या शेवटच्या गेमवर नुकतीच घणाघाती टीका झालेली असताना त्याच्या आवडत्या बारमध्ये हा गेला त्याचं स्पष्टीकरण तो एरवी कसं देणार होता. 'पाँग इतकं उत्कंठापूर्ण नाही' असं त्या समीक्षकानं म्हटलं होतं आणि व्हॅन झॅण्ड्ट तेव्हा इतका प्यायलेला होता की, डेरेक हॅरिंग्टनमुळे आलेल्या नैराश्यापासून ते सुरू करणार असलेला बिहाइंड एनेमी लाइन्स हा नवा गेमही तेवढाच अपयशी ठरणार या भीतीपर्यंत एकूण एक तपशील तो देऊ लागला होता.

क्लेअर रेनॉल्ड्सचं अचानक दत्त म्हणून समोर उभं राहणं आणि तिचा दुसऱ्याच दिवशी ब्लॅकमेल करण्याचा धीट, पण अयशस्वी प्रयत्न तो नाहीतरी आणखी कसा स्पष्ट करणार होता? ती सगळी नियतीच होती.

क्लेअरचा दुर्दैवी अंत आणि व्हॅन झॅण्ड्टचा दुर्दैवी वर्तमानकाळ यांचा संयोग बुद्धीच्या जोरावरच नव्या भवितव्यात होऊ शकला आणि त्यामुळे त्याच्या स्वत:च्या गरजा भागल्या. पण कौशल्य नसतं, तर यापैकी काहीच घडू शकलं नसतं. व्हॅन झॅण्ड्टला नेमकं जे आणि ज्या स्वरूपात हवं होतं ते देण्याची असामान्य क्षमता त्याच्यामध्ये होती. पिक्सल्स आणि पेंटच्या साहाय्यानं प्रतिमा आणि विश्वही कुणीच निर्माण करू शकत नसतं. त्यांच्यामध्ये कम्प्यूटरमधल्या नैपुण्याच्या साहाय्यानं चेतना आणणं कुणालाच शक्य नसतं.

'पण मी ते करू शकतो! चौदाव्या शतकातला धर्मगुरू ज्याला पाखंडी लोकांचं उच्चाटन म्हणजे विरोधकांना आपल्या मुठीत ठेवण्याची संधी आणि चेटकिणींचं उच्चाटन म्हणजे सर्वंकष सत्तेचे दरवाजे खुले करणं असं वाटत होतं, त्या दुष्प्रवृत्त इन्क्विझिटरचं खरंखुरं जग त्यानं निर्माण केलं होतं. जितके श्रीमंत पाखंडी आणि खऱ्या चेटकिणी हा इन्क्विझिटर निर्माण करेल आणि नष्ट करेल तितका तो स्वत: अधिक सामर्थ्यशाली होईल, आणि अखेरीस तोच राजा होईल!'

एक कल्पनारम्य गोष्ट, पण पुढे जाण्यासाठी कम्प्यूटर गेम्स खेळणाऱ्यांना राजकीय क्षेत्रातले छक्केपंजे आणि खोटेपणा आवडतो. किती चातुर्यानं फसवलंय

आणि किती क्रूरपणे यातना दिल्यायत यावर मार्क्स अवलंबून असतात. बरीचशी महत्त्वाची पात्रं त्यानं निवडली होती – अतिशय शक्तिशाली चेटकीण! तिनं तिच्या प्रचंड शक्तीचा स्रोत उघड करण्यापूर्वी त्या खुर्चीमुळे भोगलेल्या यातना, जो केवळ कोयत्यामुळे पराभूत झाला तो गुडनाइट, आणि अपमानास्पद अशा मृत्यूला सामोरा गेलेला खुद्द राजा; आतडी काढून टाकलेला.

अर्थात या सगळ्या व्यक्तींनी साहाय्यक भूमिकाही केल्या होत्या. या प्रत्येक पात्रासाठी त्यानं अतिशय विचारपूर्वक यातनांचे प्रकार निवडले होते; ऑडिओ आणि व्हिडिओ अशा स्वरूपात. थोडे फार किरकोळ बदल करून या जास्तीच्या यातना किमान वीस किरकोळ पात्रांसाठी निवडल्या होत्या; कम्प्यूटर गेम्स आवडणाऱ्यांच्या संग्रहासाठी!

त्या दुष्प्रवृत्त इन्क्विझिटरला अडवण्याचा प्रयत्न करणाऱ्या प्रामाणिक धर्मगुरूची भूमिका ग्रेगरी सँडर्स करणार होता. अर्थात हा धर्मगुरू यशस्वी होणार नव्हता आणि ग्रेगरी सँडर्सचाही अतिशय यातनांनी शेवट होणार होता आणि त्यानंतर त्याचं तिसऱ्या रांगेतल्या शेवटच्या खड्ड्यात दफन होणार होतं. तिसरी रांग पूर्ण होणार होती.

पहिली रांग आधीच पूर्ण झाली होती. बिहाइंड एनिमी लाइन्समधल्या क्लेअर, जॅरेड आणि झॅकरी यांच्या प्रेतांनी... आणि बिचारी मिसेस् क्रेन! क्रेनचा मृत्यू म्हणजे दुय्यम प्रकारची हानी होती. त्याच्या जमीन-जुमला मिळवण्यात ती तिच्या दुर्दैवानं बळी पडली. दुःख होण्याजोगी, पण हानी अटळ होती.

चौथी रांग सध्या रिकामी होती. इन्क्विझिटर पूर्ण झाल्यावर त्यातल्या बळींसाठी राखून ठेवलेली. या चौथ्या रांगेत त्याचे धनको असणार होते. त्याच्या मध्ययुगीन अद्भुत जगातल्या प्रतिमा खऱ्या ठरू शकतील, असे हे लोक असणार होते. ते त्याच्या कार्यक्षम कल्पनेची निर्मिती असणार होते. त्यांना यातनांची साधनं खरी होती, हे माहीत होतं. मध्ययुगातली शस्त्रं आणि युद्धांच्या प्रकारात त्याला किती रस होता, हे त्यांना माहीत होतं, असे ते लोक होते. इन्क्विझिटर पूर्ण झाल्यावर, दुकानांमधल्या कपाटांमध्ये जाऊन पोहोचल्यावर ते लोक त्याला धमक्या देऊ शकणार होते, म्हणून ती वेळ येण्यापूर्वीच त्यांचा निकाल लावणं आवश्यक होतं.

प्राचीन वस्तूंचे तीन बेकायदेशीर विक्रेते त्याला थांबू देणार नव्हते. ज्यांनी त्याला अनेकदा भरीला घातलं होतं, ती बढाईखोर गाढवं होती. थोडक्यात सांगायचं, तर त्याला तिघांचाही तिटकारा होता; पण ती इतिहासकार... तिचा मृत्यू म्हणजे आणखी एक दुःखदायक हानी! त्याच्या मनात तसं पाहिलं, तर तिच्या विरुद्ध काही नव्हतं. उलट... काही प्रमाणात ती त्याला आवडत होती. ती बुद्धिमान आणि कौशल्य असलेली होती. एकाकी! अगदी त्याच्यासारखी.

तरी अनेक प्रसंगी तिनं त्याच्याशी चर्चा केली होती. तो तिला जगू द्यायला तयार नव्हता. तर दोन वयस्कर स्त्रियांप्रमाणे तो तिचा मृत्यू शक्य तेवढ्या सहजपणे घडवून आणणार होता. त्यात वैयक्तिक असं काही नव्हतं; पण ती इतिहासकार मरणारच होती आणि चौथ्या रांगेतल्या शेवटच्या खड्ड्यामध्ये तिचं दफन होणार होतं.

त्यानं त्याची नजर उचलली आणि दुसऱ्या रांगेतल्या खड्ड्यांकडे थंडपणे एकटक बघितलं. दोन खड्डे भरलेले होते. दोन रिकामे होते. इतर कुठले नव्हते, पण ही रांग, हे खड्डे त्याच्यासाठी खरोखर व्यक्तिगत महत्त्वाचे होते.

मंगळवार, १६ जानेवारी, मध्यरात्री १:१५ वा.

डॅनिअल कितीतरी तास छताकडे एकटक बघत होता. त्याला जे काय करायचं होतं ते तो पुढे ढकलत होता. बहुतेक खूपच उशीर झाला होता. एक नाही, अनेक दृष्टींनी. पण तिला ते कळणं हा तिचा हक्क होता आणि तिला सांगणं ही त्याची जबाबदारी होती.

तिला राग आला असता. तिला तो अधिकार होता. फोन हातात घेऊन एक उसासा सोडून डॅनिअल उठून बसला. त्याच्या लक्षात असलेला, पण डायल न केलेला नंबर त्यानं डायल केला.

रिंग वाजल्याबरोबर तिनं उत्तर दिलं. "हेलो?" ती जागीच होती आणि सावधसुद्धा होती असं दिसलं.

"सुसाना? मी बोलतोय, डॅनिअल..."

एक प्रदीर्घ क्षण शांतता. "काय हवंय तुला डॅनिअल?" तिच्या आवाजाला धार होती, त्यामुळे तो दचकलाच; पण ते योग्यच होतं असं त्याला वाटलं.

"मी फिलाडेल्फियामध्ये आहे. त्यांना शोधतोय."

"फिलाडेल्फियामध्ये? ते तिथे कशाला जातील?"

"सुसाना, तू त्यांच्याशी शेवटचं कधी बोललीस?"

"एक वर्षापूर्वी ख्रिसमसच्या दिवशी मी मॉमशी बोलले. डॅडशी पाच वर्षांत मी बोलले नाही. का?"

"फ्रँकनं मला फोनवर सांगितलं की, ते हरवले असावेत; पण ते फक्त सुटीवर गेले असतील असं वाटलं. मग डॅडच्या कम्प्यूटरवर मला इ-मेल दिसले. 'तुमच्या मुलानं काय केलंय ते मला माहीत आहे.' असा मजकूर आहे."

पुन्हा एकदा क्षणभर शांतता त्याला सहन करावी लागली. "मग काय केलं

त्यांच्या मुलानं?''

डॅनिअलनं डोळे मिटले. ''मला ठाऊक नाही. त्या लोकांपैकी एकानं फिलाडेल्फियामधल्या ऑन्कॉलॉजिस्ट्सचा इंटरनेटवर शोध घेतला आणि त्यांच्याशी शेवटची बोलणारी व्यक्ती ग्रँडमा होती, एवढंच मला ठाऊक आहे. त्यांना शोधण्यासाठी मी इथं आलोय आणि या शहरातल्या प्रत्येक होटेलमध्ये जाण्याची माझी तयारी आहे, पण ते कुठल्या नंबरवरून ग्रँडमाशी बोलले तो नंबर मला मिळाला तर बरं होईल.''

''जी. बी. आय.मधल्याच कुणाला का विचारत नाहीस?'' तिनं विचारलं.

डॅनिअल घुटमळला. ''तसं करू नये असं मला वाटतं. माणसं हरवल्याची केस सुरू करावी, असं माझ्या बॉसनं सुचवलं; पण मी त्याला म्हणालो की, ते सुटीवर नाहीत असा काही पुरावा मिळाला तर तसं बघता येईल.''

''तुझ्या बॉसचं बरोबर आहे.'' ती थंडपणे म्हणाली, ''हे तू नियमाप्रमाणे करायला हवंस.''

''ते सुटीवर नाहीत, हरवले आहेत अशी माझी खात्री पटली की मी करेन. मग तू ग्रँडमाचा एल. यू. डी लावून पाहतेस का?''

''शक्य ते सगळं करेन. मला पुन्हा फोन करू नकोस. मला काही आणि कधी कळलं, तर मीच तुला कळवेन.''

फोन ठेवल्याचा आवाज त्याच्या कानावर पडला, तसा त्याचा चेहरा उतरला. त्याला वाटलं होतं त्यापेक्षा हे संभाषण फार चांगलं झालं होतं.

मंगळवार, १६ जानेवारी, मध्यरात्री १:१५ वा.

दुसऱ्या रांगेत दफन झालेले हे पूर्णपणे खासगी लोक होते. तो म्हातारा माणूस आणि त्याची पत्नी यांना तिथे आधीच पुरलेलं होतं. 'लवकरच त्या रिकाम्या प्लॉट्समध्ये त्या म्हाताऱ्या माणसाची जाळी-अंडी पसरतील. ते सगळं कुटुंब त्यांचा अनंत काळ एकत्रितपणे घालवेल, ही किती योग्य घटना आहे.... माझ्या स्मशानभूमीत. त्याचे ओठ बाकदार झाले. डटन, जॉर्जियामधल्या छोट्याशा बॅप्टिस्ट चर्चच्या मागे कुटुंबातला एकमेव पुरला गेला, हे किती योग्य झालं ... आणि तो म्हणजे मी.'

त्यानं भांडणाला आमंत्रण दिलेलं नव्हतं. आर्टी आणि त्याच्या पत्नीनंच ते त्याच्याकडे आणलं होतं, अगदी त्याच्या उंबरठ्यापर्यंत. त्याला ही लढाई बऱ्याच दिवसांपासून लढायची इच्छा होती, पण स्वत:चं वैशिष्ट्य सिद्ध केल्यावरच! त्यानं

त्याची उद्दिष्टं गाठल्यावरच! त्या म्हाताऱ्याचा गळा घोटण्यात त्याला खरं यश मिळाल्यावरच! तेव्हाच तो म्हणू शकणार होता, मी कोणीच बनू शकणार नाही असं तुम्ही म्हटलंत. तुम्ही चूक ठरलात.

त्याला आता खूप उशीर झाला होता. 'तुम्ही चूक ठरलात' असं तो आता कधीच म्हणू शकणार नव्हता. आर्टीनं ते सुरू केलं होतं, पण आता तो लढाईत गुंतला होता. तोच ती संपवणार होता; एकदाची आणि कायमची. त्या म्हाताऱ्यानं केलेल्या गुन्ह्यांची शिक्षा पुरेपूर भोगली होती. त्याची पोरं-बाळंही लवकरच त्याच्या मागे-मागे जाणार होती.

आर्टीची मुलगी त्याच्या गेममध्ये महत्त्वाची अंतिम भूमिका करणार होती. ती राणी होणार होती. इन्क्विझिटर आणि सिंहासन यांच्यामध्ये उभं राहणारं एकमेव पात्र! ती अर्थातच नष्ट होणार होती; पराकोटीच्या यातना सहन करत!

आर्टीचा मुलगा राजाची जमीन नांगरणाऱ्या सामान्य शेतमजुराची भूमिका करणार होता. या गेममधली एक किरकोळ भूमिका! तो ताडकन उभा राहिला. 'पण त्याच्या मृत्यूमुळे माझ्या आयुष्यातल्या एका महत्त्वाच्या प्रकरणाचा शेवट होईल!' हेतुपुरःसर लांब ढांगा टाकत तो त्याच्या स्टुडिओत फिरू लागला. त्याचा थकवा आता गेला होता. त्यानं कपाट उघडून सूड उगवण्यासाठीचं त्याचं हत्यार काळजीपूर्वक बाहेर काढलं. अनेक वर्षांपासून या संधीची वाट पाहत त्यानं ते जपून ठेवलं होते. त्याच्या डेस्कवर ठेवत, अणकुचीदार स्टील जॉज त्यानं उघडून पाहिलं आणि जाळं पसरलं. हात स्थिर ठेवत त्याने त्या जॉजमध्ये धरलेली पेन्सिल खाली केली आणि एका झटक्यात सोडली. ते जॉज झटकन बंद झालं आणि तुकडे-तुकडे झालेली पेन्सिल त्याच्या हातातून उडाली.

पसंतीदाखल त्यानं मान हलवली. 'आर्टीच्या मुलाला वेदना जाणवेल; तीव्र, असह्य, अकल्पनीय वेदना! आर्टीचा मुलगा मदतीसाठी, सुटकेसाठी आणि अखेरीस मृत्यूसाठी आक्रोश करेल, पण कुणालाच तो ऐकू जाणार नाही. कुणीच त्याला वाचवणार नाही. कारण त्या सर्वांना मीच ठार केलं असणार आहे!'

मंगळवार, १६ जानेवारी, सकाळी ६:०० वा.

कॉफी आणि तळलेल्या बेकनच्या वासानं व्हिटोच्या तोंडाला पाणी सुटलं आणि किचनमध्ये शिरता-शिरता तो अडखळून पडला. मग त्याच्या बहिणीकडे, टेस्कडे पाहून तो हसला. ती किचन टेबलाशी बसून त्याच्या उंच खुर्चीत असलेल्या छोट्या गुसला जेवू घालत होती किंवा तसा प्रयत्न करत होती.

गुसनं त्याचा ओटमीलचा कटोरा बाजूला ढकलला. "केक हवा!" गुस हट्ट करत म्हणाला.

"आम्हा सगळ्यांना नकोय?" टेस्नं रागानं त्या छोट्याला विचारलं. "पण आपल्याला हवं असतं ते नेहमीच मिळत नसतं आणि मला ठाऊक आहे, तुझी ममा तुला नाश्त्याला केक देत नाही."

मान तिरकी करून तिच्याकडे चोरून पाहत तो म्हणाला, "टिनो केक?"

व्हिटोचे ओठ आखडले. घरी मुलं आल्यापासून त्यांचे हट्ट पुरवण्यासाठी त्यांना केक देणं हा टिनोचा एकमेव उपाय होता. "मला वाटतं, आपलं बिंगं फुटलंय."

डोळे विस्फारून ती गोल फिरली. तिच्या चेहऱ्यावरचा आश्चर्याचा भाव जाऊन तिथे गोड स्मित उमटलं. त्या छोट्याशा किचनमधून ती बाहेर आली आणि त्याच्या मिठीत शिरली. "व्हिटो!"

"हेऽ किड!" काहीतरी बिनसलं होतं. ती मनापासून हसली होती, पण तिनं त्याला मिठी मारली तेव्हा तिचं शरीर ताठरल्यासारखं झालं. "काय झालंय? मॉली बरी आहे ना?"

"आज सकाळी तिची तब्येत आणखी सुधारलीये. तू उगाच जास्त काळजी करतोस व्हिटो. बस. मी तुझी प्लेट आणते."

सावधपणे तो बसला. "काल रात्री तू फ्रीजमध्ये ठेवलेली स्नॅकची प्लेट मला मिळाली. थँक्स!"

त्याच्या प्लेटमध्ये अंडी आणि बेकनचा ढीग ओतताना तिनं त्याच्याकडे वळून पाहिलं. "ते काही एक स्नॅक नव्हतं, तर अगदी ढिगाराच होता, पण तुला आवडलं हे बरं झालं." तिनं ती प्लेट त्याच्यासमोर टेबलावर ठेवली आणि दुसरी खुर्ची घेतली. "काल रात्री तू घरी परत केव्हा आलास?"

"जवळपास एक वाजला होता." घरी परत येताना रस्त्यावरच्या एका बारमध्ये तो थांबला होता. तिथे वॉरन् कीझ् वेटर म्हणून कामाला होता. वॉरन्च्या मालकाशी आणि सहकाऱ्यांशी त्याच्याबद्दल चौकशी करूनही काही नवीन माहिती मिळाली नव्हती. नेहमीपेक्षा वेगळं कुणालाच काही जाणवलं नव्हतं किंवा नवीन असं कुणी त्याला भेटलंही नव्हतं. "मला तुझी झोपमोड करायची नव्हती."

"तू केलीच नाहीस. या मुलांनी मला पार थकवलं काल रात्री!" मोजे घातलेल्या गुसच्या तळपायांना तिनं गुदगुल्या केल्या. "हा तर घरभर असा पळतो की, खाली असलेल्या वस्तू तो फोडेल-तोडेल या भीतीनं उचलून ठेवाव्या लागतात. या गुसला आणि इतरांना मी झोपवलं एकदाचं आणि मी आडवीच झाले."

व्हिटोच्या कपाळावर आठ्या उमटल्या. "मी घरी आलो तेव्हा डान्टे जागा होता आणि मागच्या पोर्चमध्ये रडत होता."

टेस्‌चे डोळे विस्फारले. "मागच्या पोर्चमध्ये? तिथे तर रक्त गोठवणारी थंडी असते!"

व्हिटोच्या मागच्या पोर्चला काचेची भिंत होती, पण तिथे हीटर नव्हतं आणि खरोखरच रक्त गोठवणारी थंडी होती. "मला ठाऊक आहे. तो त्याच्या स्लीपिंग बॅगमध्ये गुंडाळलेला होता, पण गप्प होता. मी घरात आलो आणि घाबरूनच गेलो. तो झोपलेला नव्हता लिव्हिंग रूममध्ये. मी त्याला मागच्या पोर्चमध्ये पाहिलं तेव्हा मला पाहूनच तो घाबरला असावा. तो म्हणाला त्याला एकटंच बसायचंय."

"मॉलीमुळे तो अस्वस्थ असावा." टेस्‌ म्हणाली. "आपण समजू शकतो."

व्हिटोला वेगळ्याच शंका होत्या, पण त्यानं त्या मुलाला विचारलं नाही. "असेल कदाचित. त्याला मी आत यायला लावलं, पण त्याच्यावर लक्ष ठेव." कपावरची नजर उचलून त्यानं तिच्याकडे पाहिलं. "तर, काय बिनसलंय?"

तिचं हसणं विचित्र वाटलं. "तू फार चौकशा करतोस, हे माहीत आहे तुला?"

सोफीचा विचार त्याच्या मनात आला आणि त्याच्या हृदयात काहीतरी धारदार घुसल्यासारखं त्याला वाटलं. "मला असं बरेच जण म्हणतात."

टेस्‌नं भुवया उंचावल्या. "तू सांगितलंस, तर मीही सांगेन."

"एखाद्या मानसशास्त्रज्ञापेक्षा मला जास्त चांगलं समजतं. ओके, पण तू पहिल्यांदा."

तिनं खांदे उडवले. "मुलं भोवती असली की जास्त वाटतं! ऐदान आणि मी प्रयत्न करतो आहोत." तिनं खाली पाहिलं. "आम्हा दोघांनाही पाच-पाच भावंडं आहेत, पण आम्हाला एकही मूल नाही होऊ शकलं."

"त्यासाठी तुम्हाला थोडासा काळ जाऊ द्यावा लागेल कदाचित."

तिनं वर पाहिलं आणि तिच्या डोळ्यातलं दुःख पाहून त्याचं हृदय फुटतं की काय असं त्याला वाटलं. "अठरा महिने होत आले. डॉक्टर्सना भेटणं, उपचार आणि दत्तकविधानाचा आम्ही आता विचार करायला लागलो आहोत."

त्यानं हात लांब करून तिचा हात प्रेमानं दाबला. "सॉरी किड!"

तिचे ओठ निराशेमुळे वक्राकार झाले. "मीसुद्धा! आता तुझी पाळी. काय नाव आहे तिचं?"

त्यानं हसण्याचा प्रयत्न केला. "सोफी. आणि ती खूप सुंदर आहे, खूप स्मार्ट आहे आणि ती मला आवडते; पण मी तिला आवडत नाही. मी तिचा विचार सोडून द्यावा असं ती मला म्हणाली आणि मी तसंच करणार आहे."

"चोरून-लपून काही करू नये या दृष्टीनं तू ठरवलंयस ते ठीक आहे, पण तुझ्या स्वभावामध्ये ते बसत नाही. एखादी मुलगी तुझ्या नजरेत भरली आणि तू तिचा पाठलाग केला नाहीस, असं झाल्याचं मला माहीत नाही."

अॅन्ड्री भेटेपर्यंत ते खरं होतं. तिनं पहिल्यांदा नकारच दिला होता, पण तो तिच्या मोहात पडला होता. त्यानं तिचा पाठलाग केला आणि अखेरीस तिनं होकार दिला. त्यातून जे अतिशय वाईट घडलं ते दोघांपैकी कुणाच्याही बाबतीत घडू शकलं असतं. "कदाचित मी आता नुकताच मोठा झालो असेन."

"हां! हां!" तिला ते मुळीच पटलं नव्हतं तरी तिनं होकार भरला. "बरोबर आहे."

तो उभा राहिला. "ते बरोबर असो की चूक, मला आता इथून निघायला हवं. कामावर जाण्यापूर्वी मला बेकरी आणि शवागारात थांबावं लागणार आहे."

टेस्नं चेहरा कसनुसा केला. "बेकरी आणि शवागार हे दोन शब्द कधी एकत्र उच्चारू नयेत व्हिटो. रात्री जेवायला येशील ना घरी?"

"काही सांगता येत नाही." तिच्या कपाळावर त्यानं ओठ टेकले. "काहीही असलं, तरी मी तुला फोन करेनच."

"मुलांना शाळेत नेऊन सोडायचं आहे." तिनं किचनवर सभोवार नजर टाकली. "मग मला असं वाटतं की, गुस आणि मी उद्यासाठी शॉपिंगला जावं. तुझ्या खिडक्या उदास दिसतायंत."

खरंतर टेस् स्वतःच उदास दिसत होती, पण व्हिटो त्यासाठी काहीच करू शकत नव्हता. त्यापेक्षा सोफीच्या चेहऱ्यावर जशी उदासी पसरली होती तशी स्वतःच्या चेहऱ्यावर आणणं सोपं होतं.

मंगळवार, १६ जानेवारी, सकाळी ८:०१ वा.

"म्म्म्म्." जेन मॅक्फेननं साखरेत घोळलेल्या क्रूलरचा दातांनी तुकडा पाडला. "घे एक." तिनं बॉक्स बेव्हरली जेनकिन्सकडे सरकवला. व्हिटोच्या केसमध्ये लिझ्नं तिला आणखी एक डिटेक्टिव्ह म्हणून नेमलं होतं.

बेव्हरलीनं त्या बॉक्सकडे संशयानं पाहिलं. "तू एवढी सडपातळ कशी काय मॅक्फेन?"

"शक्ती महत्त्वाची!" जेन हसली. "पण त्यातच समाधान मानायचं असलं, तर माझी मॉम् म्हणते की, मी जेव्हा चाळीस वर्षांची होईन तेव्हा माझी शक्ती अगदी संपलेली असेल आणि मी जे काय खाईन ते तसंच बाहेर पडेल."

बेव्हरलीचे ओठ दुमडले. "मग देवच तुझं भलं करो!"

कॅथरिन आणि टिम् रिकर या बेव्हरलीच्या सहकाऱ्यांबरोबर लिझ् आत आली. "आपण कुठपर्यंत आलोय व्हिटो?" ते सर्व जण खुर्च्यांवर बसल्यावर आणि त्यांनी डोनट बॉक्स टेबलाखाली ठेवल्यावर, लिझ्नं विचारलं.

"बराचसा तपशील तुम्हाला लिझ्नं काल दिलाच आहे." रिकर आणि जेनकिन्स यांना व्हिटो म्हणाला. "एक निश्चित आयडी आपल्याला काल मिळाला आणि दोन संदिग्ध आयडी काल रात्री मिळाले." व्हिटोनं सांगितलं. कॅथरिनच्या स्केचप्रमाणे त्यानं व्हाईट बोर्डवर चार-बाय-चार चौकोन काढला होता. तिकडे तो गेला. प्रत्येक बळीचं संक्षिप्त वर्णन आणि त्याच्या मृत्यूचं कारण आणि मृत्यूची अंदाजे वेळ त्यानं प्रत्येक आयतामध्ये लिहिली होती.

"वॉरन् कीझची ओळख आपल्याला पटलीये आणि आपले दोन संदिग्ध आयडी या स्त्रियांचे आहेत." प्लॉट तीन-दोन आणि एक-एककडे त्यानं लक्ष वेधलं. "हात जोडलेली स्त्री ब्रिटॅनी बेलॅमी असावी." बोर्डाच्या एका बाजूला तिचा फोटो त्यानं चिकटवला. "ब्रिटॅनी मॉडेल होती. तिचा फोटो आणि तिच्या क्लायंट्सची यादी ही माहिती तुम्हा दोघांना दिलेल्या लिफाफ्यांमध्ये आहे. ती कुठे राहते हे आम्हाला माहीत नाही. हरवलेल्या लोकांच्या फाइलमध्ये तिचं नाव नाही किंवा डी. एम. व्ही. फाइल्समध्येही तिचं नाव नाही. ती स्थानिक नसावी."

"दुसऱ्या स्त्रीबद्दल काय?" लिझ्नं विचारलं.

"तिचं नाव क्लेअर रेनॉल्ड्स आहे." कॅथरिननं सांगितलं. "तिच्या डोक्यात धातूची पट्टी आहे आणि तिचा एक पाय, उजवा पाय गुडघ्याच्या वर कापलेला आहे. मी इथे सहा वाजता आले आणि धातूच्या पट्टीच्या निर्मात्यांशी संपर्क साधला. क्लेअर रेनॉल्ड्च्या धातूच्या पट्टीवरचा सिरीअल नंबर त्यांना सापडला. एका कारच्या अपघातानंतर ती पट्टी क्लेअरच्या डोक्यात ठेवण्यात आली होती. तेव्हा क्लेअर जॉर्जियामध्ये राहत होती आणि तिचं ऑपरेशन अ‍ॅटलांटामध्ये झालं होतं. त्याच अपघातामध्ये तिचा पाय निकामी झाला असं मला वाटतं. तिचा वैद्यकीय इतिहास मला मिळाल्यावर नक्की काय ते समजेल."

व्हिटो पुढे सांगत राहिला. "सुमारे चार वर्षांपूर्वी क्लेअर फिलीमध्ये आली. लायब्ररीच्या एका शाखेत तिची शेवटची नोकरी होती असं समजलं. तिच्या आई-वडलांनी ती हरवली असल्याची तक्रार सुमारे चौदा महिन्यांपूर्वी दिली. त्यांनी दिलेलं वर्णन आम्हाला सापडलेल्या प्रेताशी मिळतं-जुळतं आहे."

"आणि प्रेत जेवढं कुजलंय त्यावरून मृत्यू झाल्याचा काळ बरोबर वाटतो." कॅथरिननं पुढे सांगितलं. "मी अजून शवविच्छेदन सुरू केलेलं नाहीये, पण तिचं नाव रेकॉर्डमध्ये शोधणारा माणूस येईपर्यंत मी तिचे एक्स-रे काढले. तिची मान

मोडलीये. बाकी काही जखमा दिसत नाहीत.''

तिच्यासाठी राखून ठेवलेल्या आयताशेजारी व्हाइट बोर्डवर व्हिटोनं तिचा फोटो चिकटवला. ''डी. एम. व्ही.च्या रेकॉर्ड्समध्ये मला तिचा हा फोटो मिळाला. तिच्या आई-वडलांना कळवणं आवश्यक आहे.''

बेव्हरली नोट्स घेत होती. ''आपण तो घेऊ शकतो. केसांचा नमुना आपल्याला मिळू शकतो का किंवा डी.एन. ए. आयडी.साठी आणखी काही मिळू शकतं का, तेही आपण बघू.''

''वॉरन् कीझ ज्या मॉडेलिंग साइटवर काम करत होता तिथेच ही स्त्री तुला सापडली का?'' टिम्नं विचारलं. ''क्लेअरसुद्धा मॉडेल होती का आणि हे बाकीचेसुद्धा तिथेच सापडण्याची काही शक्यता आहे का?''

''क्लेअर मॉडेल होती की नाही हे मी पाहिलेलं नाही. चेहऱ्यावरून तर तसं वाटत नाही, पण म्हणजे ती मॉडेल नव्हती असंही ठामपणे म्हणता येणार नाही. खात्री करून घ्यायला हवी.''

''इतर तीन म्हातारी माणसं मॉडेल्स होती याबद्दल मी साशंक आहे.'' लिझ् म्हणाली. ''ते तीन तरुण पुरुष तिथे सापडण्याची जास्त शक्यता आहे. डोक्याची जखम, गन शॉट आणि बॉम्बचे तुकडे असलेले बळी!''

व्हिटोच्या कपाळावर आठ्या उमटल्या. ''त्यावर इतर तीन पुरुषांचं स्केच काढण्यासारखं काही शिल्लक राहिलेलं नाही असं टिनो म्हणतोय आणि फोरेन्सिक ॲन्थ्रोपॉलॉजिस्ट एका कॉन्फरन्समुळे पुढच्या आठवड्यापर्यंत उपलब्ध होणार नाही.''

बेव्हरीनं भुवया उंचावल्या. ''टिनो?''

''माझा भाऊ, अर्थात सल्लागार स्केच आर्टिस्ट! हात जोडलेल्या या स्त्रीचं स्केच त्यानं तयार केलंय. ब्रिटॅनी बेलॅमीला मॉडेलिंग साइटवर शोधण्यासाठी आम्ही त्याचा उपयोग केला.'' व्हिटोनं त्याच्या फोल्डरमधून टिनोचं स्केच बाहेर काढलं आणि टेबलाच्या मध्यभागी सरकवलं. ''वयस्कर माणसांची स्केचेस तो करू शकेल, पण बाकी कुणाची नाही असं तो म्हणतो.''

''तो चांगला आर्टिस्ट दिसतोय!'' टिम् म्हणाला. ब्रिटॅनीच्या फोटोची तिच्या स्केचशी तुलना तो करू लागला. ''पण तो जर इतर स्केचेस काढून देणार नसेल, तर हरवलेल्या व्यक्तींशी त्यांची शारीरिक वैशिष्ट्यं पडताळून पाहण्याचा आपण प्रयत्न करू.''

''प्रयत्न करून पाहायला हरकत नाही,'' व्हिटोनं रुकार दिला. ''पण ब्रिटॅनी बेलॅमीच खरी शिकार आहे की नाही याची आपण खात्री करून घ्यायला हवी. क्लेअर रेनॉल्ड्सच्या आई-वडलांना कळवल्यावर तुम्ही दोघं ब्रिटॅनीच्या क्लाएंट्सनासुद्धा

फोन कराल का, त्यांचा पत्ता सापडला तर?"

जेननं भुवया उंचावल्या. "आणि तू...?"

"खूप यातना देऊन नुकत्याच केलेल्या खुनासाठी वापरलेल्या साधनांचा मी शोध घेतो. मला पैशांचा स्रोत शोधायचा आहे. सोफी जोहान्सन्‌नं मला काही लोकांची यादी दिली आहे. ते अशा प्रतिकृती विकतात किंवा अधिकृत वस्तूंच्या विक्रीबद्दल त्यांना माहिती असू शकते. मला अशी खुर्ची, रॅक, तलवार आणि चेनमेलचा शोध घ्यायचा आहे." त्यानं कॅथरिनकडे पाहिलं. "तू ज्या गोल जखमा पाहिल्यात त्या चेनमेलच्या आहेत असं निक्‌ला वाटतं."

"त्याचं मत बरोबर असावं. तशा जखमा होण्यासाठी कुणीतरी प्रचंड ताकदीनं त्याच्यावर प्रहार करावा लागेल." ती विचार करून म्हणाली. "बहुतेक हातोड्यासारख्या वस्तूनं."

"पण त्यामुळे इतर जखमांचं कारण स्पष्ट होत नाही." लिझ्‌ म्हणाली. तिनं मधल्या तीन-एक बळीचे फोटो जवळ ओढले. "याच्या डोक्यावर आणि दंडावर ज्याचा प्रहार झाला असेल, ते वजनदार आणि धारदार असलं पाहिजे. अगदी अणकुचीदारसुद्धा!"

"याच्या डोक्यावर झालेला आघात सरळ कोनातून झाला." कॅथरिननं सांगितलं. "त्याचा माथा फोडायला तेवढं पुरेसं होतं. त्याच्या दंडावरचा आघात उभ्यानं झाला."

"वॉरन्‌नं केव्हातरी तलवार हातात धरली होती." जेननं सुचवलं. "कदाचित त्यानं ती वापरलीसुद्धा होती."

कॅथरीननं मान हलवली. "कुठल्यातरी बोथट आणि तरी तीक्ष्ण अशा शस्त्राचा आपल्याला शोध घ्यायचा आहे."

"आणि मध्ययुगीन" जेन कंटाळल्यासारखं म्हणाली. "चेनवरच्या त्या काटेरी चेंडूबद्दल काय? तो जर वेगानं गोल-गोल फिरवला, तर तेवढ्याच ताकदीनं तो आघात करू शकतो."

"कोयता!" टिम म्हणाला आणि त्याचा चेहरा उतरला. "अरे देवा!"

"माझ्या यादीमध्ये मी कोयत्याचासुद्धा समावेश करतो." व्हिटो म्हणाला. "ओके. वॉरन्‌ बेपत्ता होण्याच्या एक दिवस आधी त्याच्या रेझ्युमेमुळे त्याला एक हिट भूमिका मिळाली हे आपल्याला ठाऊक आहे. इ-मेलच्याद्वारे भावी मालकांना मॉडेल्सशी संपर्क साधण्याची मॉडेलिंग साइट परवानगी देते. त्याला इ-मेल कुणी केला हे आपल्याला माहीत नाही, कारण त्याचा हार्ड-ड्राईव्ह वाईप करण्यासाठी त्यांनी व्हायरस पाठवला."

"ब्रिटॅनीच्या कम्प्यूटरवरसुद्धा आपल्याला काही मिळू शकतं." लिझ्‌ बोलली.

"आय. टी. तपासणीसाठी ते मिळवा. शिवाय तिच्या अकाउंटमध्ये जाऊन तिला काही हिट्स गेल्या महिन्यात मिळाल्या का तेही बघा."

बेव्हरलीनं होकार देण्यासाठी मान हलवली. "चालेल. व्हिटो, हे बघ, एक गोष्ट मला सतावतेय."

"फक्त एकच?" व्हिटोनं विचारलं तेव्हा ती उगाचच हसली.

"त्या म्हाताऱ्या माणसाच्या हाताची बोटं. या सगळ्या गुन्ह्यांमध्ये तोच एक खरा भयंकर गुन्हा आहे, असं तुला वाटतं, असं तू रिपोर्टमध्ये म्हटलं आहेस आणि त्यात अर्थही आहे; पण त्याची बोटं का घ्यायची? त्याच्या बोटांचे ठसे घेतले, तर तो माणूस ओळखू येईल असं त्या मारेकऱ्याला वाटलं असेल असं दिसतं, पण ही भीती केव्हा, तर त्याचं प्रेत सापडलं तरच. त्याच्या इतर बळींची प्रेतं सापडतील, असं त्याला नक्कीच वाटलं नाही. त्यांना लपवण्याचा प्रयत्न त्यानं केला नाही."

"तो हल्ल्याचा एक भाग होता." कॅथरिन म्हणाली. "तो म्हातारा जिवंत असतानाच त्याची बोटं कापली गेली. हा जो कुणी असेल, त्याचा तो मारेकरी तिरस्कारच करत होता."

"टिनोला त्यांच्या चेहऱ्यांचे स्केचेस करू द्यायला हवेत." व्हिटोनं सुचवलं.

"मग काय बाहेर येतंय ते आपण बघू. पहिल्या रांगेत पुरलेल्या त्या म्हाताऱ्या स्त्रीबद्दल काय?"

"तिला अजून पाहिलंही नाही. तिचं शवविच्छेदन मी आज करते." कॅथरिननं जेनकडे बघितलं. "एक-तीनमधून मी जी गोळी काढली, तिच्यावर तुला काही सापडलं का?"

"हो. ती गोळी जर्मन लूगरमधून आली होती." समाधानानं मान हलवत जेन म्हणाली. "स्फोटकांचा तज्ज्ञ म्हणतो की, ती गोळी व्हिन्टेज १९४०ची आहे. ती तो आज तपासून पाहणार आहे."

लिझ्नं खांदे उडवले. "ती बंदूक नेहमीच्याच वापरातली आहे. अगदी व्हिन्टेज गनसुद्धा. तिचा शोध लागणं जवळपास अशक्यच!"

पण टिम् मान हलवत होता. "हो, पण बॉंबचे तुकडे आतड्यात सापडलेल्या माणसाच्या शेजारीच त्यालाही दफन केलं हे महत्त्वाचं आहे. त्याच्यावर वापरल्या गेलेल्या ग्रेनेडवर काय लिहिलंय ते वाचणं मनोरंजक ठरणार आहे. आणि ती बंदूक जर व्हिन्टेज असेल, तर हा मारेकरी शक्य असेल तिथे अस्सलपणाचा आग्रह धरतो, ही जास्तीची माहिती आहे." टिनोनं व्हिटोकडे पाहिलं. "युद्धशास्त्राशी संबंधित अशा दोन ऐतिहासिक कथा तुला मिळाल्यायत."

"तुझं बरोबर आहे. आता ते फक्त का हे आपल्याला समजणं आवश्यक आहे. जेन, आपल्याला त्या जमिनीची काय माहिती मिळाली?"

“अजून काही नाही. माती चाळण्याचं काम आज सुरू होतंय. प्रत्येक खड्ड्यात मागाहून भरलेल्या मातीचे आणि खड्ड्यातल्या मूळ मातीचे नमुने मी आज प्रयोगशाळेत पाठवले आहेत. काही दिवसांतच ते मातीचं पृथ:क्करण करतील. मागाहून भरलेली माती खड्ड्यातलीच आहे की काय एवढं तरी आपल्याला कळेल.”

“तेच शेत का निवडलं हे कळावं, असं मला वाटतं.” लिझ् विचारात पडली. “त्याच शेताकडे तो का गेला असेल?”

“हा पॉईंट चांगला आहे.” व्हिटोनं त्याची नोंद केली. “हार्लन पी. विन्चेस्टरच्या आत्याकडे आपण चौकशी करू. ती वारलीये, पण पहिला खड्डा खोदला तेव्हा ती मालकीण होती. आणखी काय?”

“सिलिकॉन लुब्रिकंटबद्दलचा रिपोर्ट आज दुपारपर्यंत येईल अशी अपेक्षा आहे.” कॅथरिन म्हणाली.

“छान!” व्हिटो. “सध्यापुरतं आपलं काम झालंय. करायच्या कामांची यादी आपल्या सगळ्यांकडे आहे. माहिती देण्या-घेण्यासाठी पुन्हा आपण इथेच पाच वाजता भेटू. एकमेकांच्या संपर्कात राहा आणि सुरक्षित राहा!”

प्रकरण १०

मंगळवार, १६ जानेवारी, सकाळी ८:३५ वा.

सोफी म्यूझियममध्ये आली तेव्हा पॅटी ॲन् समोरच्या डेस्कपाशी नव्हती. चौथा थिओ होता आणि त्याला पाहून सोफीला आनंद झाला. "तू परत आलायस हे बरं झालं. आता तू चिलखत घालायला हरकत नाही."

त्यानं मानेनंच नकार दिला. "आज नाही. पहिल्या टूरच्या वेळी मी इथे नाहीये."

"थिओ, तुला राहावं लागेल. हा नाइट टूर म्हणजे डोकेदुखी आहे."

"पण त्यासाठी माझे वडील तुला भरपूर पगार देतात." थिओ कडकपणे म्हणाला.

त्याला थप्पड मारावी असं सोफीला वाटलं; पण थिओ धिप्पाड तरुण होता; खडकासारखा कठीण! "तुला एक माहिती द्यायचीये बेटा! तुझे डॅड देतात...." पण ती गप्प बसली. मालकाच्या मुलाबरोबर तिच्या तुटपुंज्या पगाराबद्दल बोलणं तिला योग्य वाटलं नाही. ती वळली आणि तिच्या ऑफिसकडे जायला निघाली.

"सोफी, तुझ्यासाठी हे पॅकेज आहे." त्याच्या डेस्कवरच्या एका छोट्या बॉक्सकडे त्यानं बोट दाखवलं.

त्या मुलावर रागावल्याबद्दल तिला स्वत:चाच राग आला. सोफीनं तो बॉक्स उचलला आणि तिच्या ऑफिसमध्ये ती घेऊन गेली. आत गेल्यावर तिने दार लावून घेतलं. घाई-घाईत तिनं वरचा कागद फाडला आणि झाकण उघडलं.

मग बॉक्स खाली टाकला. फुटणारी किंकाळी तिनं हातानं दाबली.

त्या बॉक्समधून एक मेलेला उंदीर बाहेर पडला. त्याचं डोकं मात्र आतच अडकलं होतं. त्या बॉक्सच्या तळाशी उंदराचा एक पिंजरा होता. त्याला ठार करण्याचं साधन!

जोरजोरानं श्वास घेत ती तिच्या खुर्चीतच कोसळली. अजूनही तिचा हात तिच्या तोंडावर घट्ट दाबलेला होता. तिचं पित्त गरगरून वर आलं, पण तिनं ते तसंच आत ढकललं. तो उंदीर कुणी आणि का पाठवला असेल, हे तिनं

ओळखलं. कारण दहा वर्षांपूर्वी असाच एक उंदीर तिच्याकडे आला होता.

ॲलन् ब्रूस्टरच्या बायकोकडून! आपल्या नवऱ्याबरोबर इतर बायकांनी झोपणं ॲमन्डा ब्रूस्टरला चालत नसे. ज्या बायकांना फसवून तसं करायला लावलं जात असे, त्यासुद्धा तिला आवडत नसत. 'सोफीनं काल रात्री फोन केला होता हे क्लिन्ट शेफरनं ॲलनला वेळ न दवडता सांगितलं असणार. ॲमन्डानं ते ऐकलं असणार.

'मी पोलिसांनाच फोन करायला हवा, पण पूर्वी केलं होतं तसं ती आज करणार नव्हती, कारण तिच्या आत कुठेतरी तिला हे पटलं होतं की, ॲमन्डा ब्रूस्टरला रागावण्याचा हक्कच होता.' म्हणून तिनं तो उंदीर परत बॉक्समध्ये टाकला आणि त्याचं झाकण लावून टाकलं. कचऱ्याच्या कन्टेनरमध्ये तो बॉक्स फेकून द्यावा असा तिनं क्षणभर विचार केला, पण ॲलनला काल रात्री तिनं फोन केलाच होता म्हणून ती उंदीर फेकून देऊ शकत नव्हती, हे तिच्या लक्षात आलं. नंतर केव्हातरी तिनं त्याला पुरून टाकलं असतं.

मंगळवार, १६ जानेवारी, सकाळी ९:१५ वा.

डॅनिअल व्हॅर्टनिअननं फोन बुकमधून हॉटेल्सच्या याद्या फाडून टाकल्या होत्या. ते त्याला रात्री मुक्काम केलेल्या हॉटेलच्या ड्रॉवरमध्ये सापडलं होतं. त्याच्या आई-वडलांचे फोटो त्याच्याकडे असल्यानं ते ज्या हॉटेल्समध्ये पहिल्यांदा उतरत होते त्या हॉटेल्समध्ये एकेक करून जायचं त्यानं ठरवलं.

तो टायची गाठ पलीकडे बांधत असतानाच त्याचा सेल वाजला. फोनवर सुसाना होती. "हेल्लो!"

"तो ॲटलांटाचा एरिआ-कोड होता." गुडमॉर्निंग वगैरे न म्हणताच ती बोलली. "सेल फोन मॉमच्या नावानं नोंदवलेला."

ते ऐकून त्याला बरं वाटायला हवं होतं. "ती तुला भेटायला येतेय् हे सांगण्यासाठी तिच्या स्वतःच्या फोनवर तिनं ग्रँडमाला सांगितलं. तो फोन आला तेव्हा टेलिफोन कुठे ठेवलेला होता हे तुला ठाऊक आहे?"

बराच वेळ सुसाना गप्प होती. "नाही, पण मी शोधण्याचा प्रयत्न करते. गुड बाय!"

तो घुटमळला. मग त्याने उसासा सोडला. "सुझ... सॉरी!"

सुसानानं काळजीपूर्वक श्वास सोडलेला त्यानं ऐकला. "मला खात्री आहे तुझी डॅनिअल, पण तुला अकरा वर्षं उशीर झालाय. मला कळवत जा." आणि

एवढं बोलून तिनं फोन ठेवून दिला.

तिचं अर्थातच बरोबर होतं. त्यानं खूप चुका केल्या होत्या. तो पुन्हा टायची गाठ बांधू लागला. त्याचे हात स्थिर नव्हते. कदाचित या वेळी तो काहीतरी योग्य तेच करणार होता.

मंगळवार, १६ जानेवारी, सकाळी ९:३० वा.

डॉ. ॲलन् ब्रूस्टरचं ऑफिस हे छोटंसं म्हणजे मिनी म्यूझियमच होतं, असं व्हिटोचं मत झालं. त्याला ब्रूस्टरच्या साहाय्यकानं आत घेतलं. ब्रूस्टरच्या सहाय्यकाबाबत मात्र मिनी असं काहीच नव्हतं. ती उंच होती, सोनेरी केसांची होती आणि तिची प्रमाणबद्धता बार्बी डॉलची होती. त्यामुळे व्हिटोला चटकन सोफीची आठवण झाली. ब्रूस्टरला सगळं असंच आवडत होतं; तरुण, उंच, सोनेरी केस असलेली आणि सुंदर!

या वर्षीची मॉडेल होती स्टिफॅनी! तिच्या प्रत्येक पावलागणिक तारुण्य उसळत होतं. "ॲलन येतोय. त्यानं तुला आरामात बसायला सांगितलंय." ती जाणीवपूर्वक स्मित करत म्हणाली. त्यामुळे व्हिटो अगदीच आरामात बसला. "तुला काही हवंय का? कॉफी? चहा?" तिच्या डोळ्यांत एक मजेशीर आत्मविश्वास होता 'किंवा मी' असं तिनं म्हटलं नाही, पण ते सूचित केलं.

व्हिटो अंतर ठेवून बसला. "नको, थँक्स. मी ठीक आहे."

"तुझा जर विचार बदलला, तर मी बाहेरच आहे."

जवळपास एकटाच बसलेला असल्यानं तिथलं सूचक वैभव तो डोळ्यांत साठवत होता. ब्रूस्टरचं महोगनी डेस्क अगदी प्रशस्त आणि स्वच्छ होतं. तिथे फक्त एका स्त्रीचा आणि विशीच्या आतल्या दोन मुलांचा फोटो फ्रेम केलेला होता. तेवढीच गर्दी त्या चमकदार पृष्ठभाग असलेल्या डेस्कवर होती. मिसेस ब्रूस्टर आणि तिची दोन मुलं!

एका भिंतीशी ठेवलेल्या शेल्फांमध्ये सगळ्या जगातून गोळा केलेल्या लहान-सहान, पण किमती वस्तू मांडून ठेवलेल्या होत्या. दुसऱ्या भिंतीवर असंख्य फोटो लावलेले होते. जवळ जाऊन बघितल्यावर व्हिटोला बहुतेक सर्व फोटोंमध्ये एकच व्यक्ती दिसत होती; डॉ. ब्रूस्टर! ते फोटो वीस वर्षांपासूनचे होते, पण प्रत्येक फोटोमध्ये ब्रूस्टर नेहमीच सडपातळ, तांबूस रंगाचा आणि सुसंस्कृत दिसत होता.

बरेचसे फोटो उत्खननाच्या ठिकाणी काढलेले होते. त्यावर स्थळं आणि

तारखांची लेबलं हाती. रशिया, वेल्स, इंग्लंड प्रत्येक फोटोमध्ये ब्रूस्टर एका उंच, सोनेरी केसांच्या सुंदर तरुणीशेजारी उभा होता. मग व्हिटो 'फ्रान्स' असं लेबल असलेल्या फोटोसमोर उभा राहिला. कारण त्या फोटोमध्ये सोफी होती. दहा वर्षांनी तरुण असलेली ती ब्रूस्टरशेजारी उभी होती. तिनं तिचा सर्वसमावेशक लष्करी फील्डकोट घातलेला होता आणि डोक्यावर लाल बँडाना! आणि चेहऱ्यावर स्मित असं की, त्यातून नोकरीच्या आनंदापेक्षाही वेगळंच काही सूचित होत होतं. ती प्रेमात पडली होती.

आणि ब्रूस्टर विवाहित होता. तिला ते माहीत होतं की नाही असा प्रश्न व्हिटोला पडला; पण लगेच त्यानं तो मनातून काढून टाकला. अर्थातच तिला ते माहीत नव्हतं आणि आता आदल्या दिवशीच्या तिच्या शब्दांचा अर्थ त्याला स्पष्ट समजला. त्याच्या पाठीमागे थोडासा आवाज झाला म्हणून त्यानं वर पाहिलं आणि त्याला समोरच्या काचेत ब्रूस्टर शांतपणे त्याला न्याहाळत त्याच्या मागे उभा असलेला दिसला.

आणखी काही सेकंद व्हिटोनं फ्रान्सचे फोटो पाहिले. तेवढाच वेळ इटली आणि ग्रीसच्या फोटोंवर त्यानं खर्च केला. तो तिथे एकटाच आहे असं तो स्वत:ला भासवत होता. अखेरीस ब्रूस्टरनं घसा खाकरला आणि व्हिटोनं विस्फारलेल्या डोळ्यांनी मागे वळून पाहिलं. "डॉ. ब्रूस्टर?"

ब्रूस्टरनं आत आल्यावर दार बंद केलं. "मी ॲलन ब्रूस्टर! प्लीज बस." त्यानं एका खुर्चीकडे बोट दाखवलं. मग स्वत:च्या प्रचंड मोठ्या डेस्कच्या मागच्या खुर्चीवर तो जाऊन बसला. "मी तुझ्यासाठी काय करू शकतो?"

"सर्वप्रथम, माझी अशी विनंती आहे की, मी जे सांगणार आहे ते तुझ्याकडून कुणाला कळू नये."

ब्रूस्टरनं हात पसरले. मग बोटं एकमेकांत गुंफून तो म्हणाला, "अर्थातच डिटेक्टिव्ह!"

"थँक्स!" आमच्याकडे आलेल्या एका केसमध्ये आम्हाला शंका आहे की, चोरलेला माल कुणालातरी दिला गेलेला आहे." व्हिटो बोलत असताना ब्रूस्टरच्या भुवया उंचावल्या.

"आणि असं करणारा माझा एखादा विद्यार्थी आहे अशी तुला शंका आहे? आपण टी.व्ही. स्टीरिओज, टर्म-पेपर बद्दल बोलतोय का?"

"नाही. आम्हाला मिळालेल्या वस्तू प्राचीन आहेत. खरं म्हणजे, मध्ययुगीन. आम्ही गुगलवर, इतिहास आणि पुरातत्त्वशास्त्राच्या प्रोफेसर्सचा शोध घेतला. व्यावसायिक मत घेण्यासाठी मी इथे आलोय."

"अस्सं होय! मग सांगतोच की, कुठल्या प्रकारच्या वस्तूंबद्दल तू बोलतोयस?"

व्हिटो विचार करू लागला. त्याला ब्रूस्टर आवडला नव्हता, पण दारात उभा राहण्यापूर्वीसुद्धा तो त्याला आवडला नव्हता. ज्या माणसानं आपल्या बायकोला फसवलंय तो चांगला तज्ज्ञ नसेल असं मात्र नव्हतं. ''आमच्याकडे वेगवेळ्या प्रकारची शस्त्रं आहेत. उदा. तलवारी, कोयते.''

''म्हणजे, ज्यांची सहज नक्कल करता येईल अशी. तुमच्याकडची शस्त्रं अस्सल की नकली हे सांगायला मला आवडेल. शस्त्रास्त्रं आणि युद्धांचे प्रकार हे माझे अभ्यासाचे खास विषय आहेत.''

''थँक्स! आपण त्याबद्दल नंतर बोलूच.'' व्हिटो विचार करत घुटमळला. त्याला कधीतरी खुर्चीबद्दल विचारायचं होतं. शक्य झाल्यास आतासुद्धा. ''आम्हाला एक खुर्चीसुद्धा मिळाली आहे.''

''खुर्ची?'' थोड्याशा तिटकाऱ्यानं ब्रूस्टरनं तो शब्द पुन्हा उच्चारला. ''कशा प्रकारची खुर्ची?''

''खिळे असलेली. खूप खिळे!'' व्हिटो म्हणाला आणि जबरदस्त धक्का बसल्यासारखा ब्रूस्टरचा चेहरा सपाट झाल्याचं त्यानं बघितलं.

त्या माणसानं चटकन आपला चेहरा बदलला. ''तुम्हाला इन्क्विझिशनची खुर्ची मिळालीये असं म्हणायचंय का? ती सध्या तुमच्या ताब्यात आहे का?''

''होय.'' व्हिटो खोटंच बोलला. ''अशी खुर्ची कुणाला कशी मिळाली याचं आम्हाला आश्चर्य वाटत होतं.''

''अशा प्रकारच्या प्राचीन वस्तू फार दुर्मीळ आहेत. तुमच्याकडे जी आहे, ती नक्कीच नकली असणार. आपण खात्री करून घ्यायला हवी. तू जर ती माझ्याकडे आणलीस, तर मी आनंदानं मदत करेन.''

'ते या जन्मात तरी शक्य नाही.' व्हिटोनं मनात विचार केला. ''पण जर ती अस्सल असेल, तर ती कुठून आली असावी?''

''युरोपच्या मूळ जुन्या भागातून, पण अशा वस्तू फारशा शिल्लक नाहीत. अगदी क्वचित त्या विक्रीला देतात किंवा लिलावात दिसतात.''

''डॉ. ब्रूस्टर, आपण मुद्यावरच येऊ या. चालेल? मी काळ्या बाजाराबद्दल बोलतोय. कुणाला अशा खुर्चीसारखी एखादी प्राचीन वस्तू खरेदी करायची असेल, तर तो कुठे जाईल?''

ब्रूस्टरचे डोळे चमकले. ''मला त्याची अजिबात कल्पना नाही. बेकायदेशीर माल कोण विकतो मला ठाऊक नाही आणि ठाऊक झालं, तर मी लगेच जबाबदार अधिकाऱ्यांकडे तसं कळवेन.''

''सॉरी!'' व्हिटो म्हणाला आणि ब्रूस्टरच्या डोळ्यातली आग पाहत राहिला. तो जर अभिनेता असेल, तर तो चांगला अभिनेता होता. सोफीचा विचार व्हिटोच्या

मनात आला. 'ब्रूस्टर भयानक अभिनेता असला पाहिजे.' "कुठल्या बेकायदा व्यवहारात तू गुंतला असशील असं मला म्हणायचं नाहीये, पण अशी एखादी खुर्ची अचानक समोर आली, तर तू तिच्याबद्दल ऐकशील की नाही?"

"नक्कीच ऐकेन डिटेक्टिव्ह, पण मी असं काही ऐकलेलं नाही."

"अशा वस्तूंमध्ये रस असलेले कुणी खासगी संग्राहक तुला माहीत आहेत की, जे कायदेशीर लिलावात भाग घेऊ इच्छितात?"

त्याच्या डेस्कचं ड्रॉवर उघडून ब्रूस्टरनं एक पॅड बाहेर काढलं आणि त्यावर काही नावं खरडली. "ही माणसं अतिशय नीतिमान आहेत. मी जसा या बाबतीत तुला मदत करू शकत नाही, तसंच तेही करू शकणार नाहीत."

व्हिटोनं तो कागद खिशात घातला. "तुझं म्हणणं मला पटतं. तुझा वेळ दिल्याबद्दल थँक्स डॉ. ब्रूस्टर! तुझ्या कानावर जर काही आलं, तर प्लीज मला फोन कर. हे माझं कार्ड."

ब्रूस्टरनं ते कार्ड त्याच्या नोटपॅडबरोबर ड्रॉवरमध्ये टाकलं. "स्टिफॅनी तुला निरोप देईल." व्हिटो दारात पोहोचला तेव्हा ब्रूस्टर म्हणाला, "सोफीला सांग मी तिची आठवण काढलेय म्हणून."

त्याला वाटलेलं आश्चर्य लपवत व्हिटो मागे वळला. चेहऱ्यावर गोंधळल्याचा बळेच भाव आणून म्हणाला, "सॉरी?"

"प्लीज डिटेक्टिव्ह! आपल्या प्रत्येकाकडे माहिती मिळवण्याचे मार्ग असतात. माझ्याकडे माझे, तुझ्याकडे... सोफी जोहान्सन्." तो हसला. त्याच्या डोळ्यांतला कावेबाजपणा पाहून ते डोळे ओरबाडून काढावेत, असं व्हिटोला वाटलं. "तुझी आता चंगळच आहे. सोफी माझी एक सर्वांत कार्यक्षम साहाय्यक होती."

व्हिटोनं एक खांदा वर केला. त्या महोगनी डेस्कवरून उडी घेऊन ब्रूस्टरचा चेहरा ओरबाडण्याची हिंस्त्र इच्छा मोठ्या मुश्किलीनं त्यानं आवरली. त्याऐवजी त्यानं मान हलवली. "सॉरी, डॉ. ब्रूस्टर, यावर मी काही न बोलणं चांगलं. कदाचित ही सोफी जोहान्सन...."

"जोहान्सेन!" ब्रूस्टरनं सौम्यपणे दुरुस्ती सुचवली.

"जे काय असेल ते! कदाचित ती माझ्या बॉसशी बोलली असेल, पण...." व्हिटोनं खांदे उडवले. "माझ्याशी नाही." तो कावेबाजपणे हसला. "एवढं मात्र खरं की, कुठल्यातरी खास गोष्टीला मी मुकलो."

ब्रूस्टरचे डोळे किंचित बारीक झाले. "तसं खरंच झालं डिटेक्टिव्ह, खरंच तसं झालं!"

मंगळवार, १६ जानेवारी, सकाळी १०:३० वा.

व्यावसायिक दृष्टीनं पाहिलं, तर ही भेट निष्फळ ठरली होती, हे व्हिटोनं मान्य केलं. ब्रूस्टरनं खऱ्या अर्थानं उपयोगी पडेल असं काहीच दिलं नव्हतं आणि त्यानं दिलेली नावंसुद्धा काही उपयोगाची होती, या विषयी व्हिटोला विश्वास नव्हता. तरीसुद्धा तो त्यांचा पाठपुरावा करून काय माहिती मिळते हे बघणार होता.

त्याचा सेल वाजला. कॉलर आयडीवर रिकरचा नंबर होता. ''व्हिटो, टिम बोलतोय. आम्ही इतक्यात क्लेअर रेनॉल्ड्सच्या आई-वडलांकडून निघालो. क्लेअरचं सगळं सामान बॉक्समध्ये भरून तिच्या आई-वडलांनी त्यांच्या बेसमेंटमध्ये ठेवलं होतं. क्लेअरच्या जुन्या ब्रशमध्ये ब्रेव्हला तिचे केस मिळाले. त्यामुळे आपण डी. एन. ए करून घेऊ शकतो. एक वर्षापूर्वी, थँक्स गिव्हिंगच्या आधी तिचे आई-वडील तिच्या अपार्टमेंटमध्ये गेले होते, असं ते म्हणाले. तेव्हा ती कधी त्यांच्याशी फोनवर बोलली नव्हती, पण ती तिथे बऱ्याच काळापासून नव्हतीच. मग ते तिच्या नोकरीच्या ठिकाणी गेले. ती नोकरी करत होती ती लायब्ररी त्यांनी शोधली. तिथे पंधरा महिन्यांपूर्वी तिच्या राजीनाम्याचं पत्र आलं होतं. तिची आई म्हणते की, त्याच्यावरची सही क्लेअरची नाहीये. आम्ही ते पत्रही आणतो आहोत.''

''हुह्! ती बेपत्ता असल्याचा शोध कुणीच घेऊ नये, असं कुणालातरी वाटतंय.''

''आम्हालाही तसंच वाटतंय, पण ते महत्त्वाचं नाही. तिचं सगळं सामान ठेवलेल्या त्या बॉक्समध्ये दोन कृत्रिम पाय होते; एक पळण्यासाठी आणि दुसरा वॉटर स्पोर्टस्साठी. आणि....'' तो बोलता-बोलता नाटकीपणानं थबकला, ''सिलिकॉन लुब्रिकन्टची एक बाटली.''

ते ऐकल्यावर व्हिटो आणखीच ताठ बसला. ''खरंच? इंटरेस्टिंग आहे नाही?''

''हो ना!'' रिकरच्या आवाजात विजयी हास्य मिसळलेलं होतं. ''ती कधी उघडली गेलेली नव्हती. तो पाय घालण्यासाठी ती ते लुब्रिकन्ट वापरत होती, असं क्लेअरची आई म्हणाली आणि त्या बाटल्या ती तिच्या अपार्टमेंटमध्ये, कारमध्ये आणि तिच्या जिम बॅगमध्ये ठेवत होती. त्या कुटुंबाला ती कार किंवा जिम बॅग काही सापडली नाही, म्हणून क्लेअरचा खून झाला तेव्हा काही बाटल्या तिच्या खिशातच असाव्यात.''

''आपल्या खुन्याला अतिशय उपयुक्त, लक्षात राहण्यासारखी चांगली गिफ्ट मिळाली.''

''हो, त्या दोन बळींकडे कॅथरिनला मिळालेल्या लुब्रिकंटच्या नमुन्याशी या

बाटलीतलं हे लुब्रिकंट जुळतंय का, हे प्रयोगशाळेत बघायला सांगू.''

''अगदी बरोबर! क्लेअरच्या कम्प्यूटरचं काय?''

''तिच्याकडे कम्प्यूटर नव्हता असं तिचे आई-वडील म्हणतात. आपलं प्रयोगशाळेतलं काम संपल्यावर आपण फोन करू आणि ब्रिटॅनी बेलॅमीचा शोध लागतो का ते बघू.''

''मग आपला तीन बळींचा तपास संपेल. सहा शिल्लक राहतील. आज सकाळी मी ज्या प्रोफेसरना भेटलो त्यांनी काही खासगी संग्राहकांची नावं मला दिलीयेत. त्यांचाही मी शोध घेणार आहे. ती लूगर ही व्हिन्टेज होती हे कळल्यापासून माझी जास्तच खात्री पटलीये की, आपला हा मारेकरी अगदी अस्सल शस्त्रांच्या शोधात असतो. पण जमलंच, तर मध्ययुगीन सणांच्या काळात प्रतिकृती विकणाऱ्या काही व्यापाऱ्यांना मी भेटणार आहे. त्यातून काय निष्पन्न होतं ते बघू. संपर्कात राहा.''

व्हिटोनं फोन बंद केला आणि तो कागद मुठीत धरून तो तसाच बसून राहिला. ज्या छोट्याशा दुकानासमोर त्यानं त्याची गाडी पार्क केली होती, तिकडे एकटक पाहत राहिला. ॲन्डीज् ॲंटिक हा एकच विक्रेता सोफीच्या यादीत होता. त्याचं दुकान होतं. बाकीचे सगळे इंटरनेट साइट्सवरून विक्री करत होते. सध्या तरी जे लोक प्रत्यक्ष भेटू शकतील अशांच्याच मुलाखती घेण्याची व्हिटोची इच्छा होती. म्हणजे त्याला त्यांच्या प्रतिक्रिया निरखता आल्या असत्या.

त्यानं ब्रूस्टरच्या प्रतिक्रिया तशाच निरखल्या होत्या. 'विश्वासघातकी, हरामजादा! पण आपल्याला सोफीकडून माहिती मिळते हे ब्रूस्टरला कसं समजलं? तिनं तर त्याला फोन केले नसतील? आपल्याला फक्त नावं दिली.' कपाळावर आठ्या आणत त्यानं सोफीला फोन केला.

ती लगेच बोलली, पण तिच्या आवाजात सावधपणा होता. ''सोफी.''

''सोफी, व्हिटो चिकोटेली बोलतोय. पुन्हा त्रास दिल्याबद्दल पुन्हा सॉरी. पण...''

तिनं उसासा टाकला. ''पण तू आत्ताच ॲलन ब्रूस्टरशी बोललास ना! त्यानं तुला काही दिलं नाही?''

''त्यानं तीन संग्राहकांची नावं दिलीयेत. ती माणसं नीतिमान आणि कायदा पाळणारी आहेत. पण सोफी, तू मला त्याचं नाव दिलंस हे त्याला ठाऊक झालंय. मी ते नाकारण्याचा प्रयत्न केला, पण मी तिथे पोहोचण्यापूर्वीच त्याला ते समजलं होतं. तू आणखी कुणाशी बोलली होतीस?''

क्षणभर ती गप्प होती. ''ब्रूस्टरसोबत मी काम करत होते त्या उन्हाळ्यात एक ग्रॅज्युएट विद्यार्थी होता. त्याचं नाव क्लिंट शेफर. त्या कुणाशीच मला बोलायचं

नव्हतं, पण काईल लोम्बार्डचं नाव मला आठवत नव्हतं आणि तेव्हा काईल आणि क्लिन्ट मित्र होते.''

''तू आणखी कुणाला फोन केलास?''

''फक्त माझे जुने ग्रॅज्युएट मार्गदर्शक, यादीत मी त्यांचं नाव घातलं आहे. तुझी भेट होण्यापूर्वी काल रात्री मी एटिअनना फोन केला आणि त्यांना व्हॉईस मेलवर सांगितलं की, तू त्यांना फोन केल्यावर त्यांनी तुझ्याशी बोलावं. त्यांनी मला काल रात्रीच उशिरा फोन केला.''

तिनं ब्रूस्टरला सोडल्यावर तिचा ग्रॅज्युएट कोर्स बदलला होता, असं त्याला वाटलं. तिचा स्वर बचावात्मक झाला होता. जणू तिला वाटलं की, तो रागावेल, म्हणून त्यानं त्याचा आवाज सौम्य ठेवला. ''तुझ्या जुन्या मार्गदर्शकांनी काही उपयुक्त माहिती दिली?''

''हो.'' तिच्या स्वरातला ताण थोडासा कमी झाला. ''मी ती तुला इ-मेलवर पाठवलीये.''

म्हणजे तिला आता पुन्हा त्याच्याशी बोलावं लागणार नव्हतं. ती त्याला काय सांगेल हे तिला ठाऊक होतं आणि तरी तिनं त्याचं नाव त्याला दिलं होतं. ''मी माझी मेल अजून पाहिली नाही. काय म्हणाले ते?''

''ती अगदी अफवा आहे व्हिटो! एका कॉकटेल पार्टीमध्ये त्यांनी ती ऐकली.''

त्यानं त्याचं नोटपॅड बाहेर काढलं. ''कधीकधी अफवासुद्धा खरी ठरते. हं, सांग.''

''त्यांनी सांगितलं की, त्यांचा एक देणगीदार, अल्बर्टो बेरेटी, वारला होता, पण अशीही कुजबुज होती की, बरीच वर्षं त्यानं यातना देण्याची साधनंही गोळा केली होती. त्याच्या कुटुंबियांनी त्याचा संग्रह नुकताच लिलावात काढला, पण अर्ध्यापेक्षाही कमी तलवारी लिलावात ठेवल्या आणि यातना देणारं एकही साधन त्यात नव्हतं. काही लोकांनी चाणाक्षपणे चौकशी केल्याचं त्यांनी ऐकलं होतं, पण लिलावात ठेवलेल्या वस्तूंव्यतिरिक्त बाकी काहीच नसल्याचं त्या कुटुंबियांनी सांगितलं.''

''तुझ्या सरांना ते खरं वाटलं?''

''ते म्हणाले की, ते त्यांना ओळखत नव्हते आणि काही अंदाजही करू शकत नव्हते; पण महत्त्वाची गोष्ट अशी की, अशा काही वस्तू कुठेतरी आहेत. त्यांचा तुझ्या केसशी संबंध असेल किंवा नसेल. सॉरी व्हिटो, मला एवढंच ठाऊक आहे.''

''तुझी खूप मदत झाली!'' तो म्हणाला. ''सोफी, ब्रूस्टरच्या बाबतीत....''

''मला आता जायला हवं.'' ती तणावाखाली म्हणाली. ''मला खूप कामं आहेत. गुडबाय व्हिटो!''

तिनं फोन ठेवून दिल्यावर तो बराच वेळ त्याच्या फोनकडे पाहत राहिला. त्यानं तिचं ऐकायला हवं. मागल्या वेळी त्यानं एका तरुणीचा पाठलाग केला होता आणि सगळंच बिघडलं होतं. तसंच पुन्हा होऊ शकत होतं!

किंवा सगळं चांगलं होऊ शकत होतं आणि त्याला हवी असलेली तेवढीच गोष्ट त्याला मिळू शकणार होती. लांबलचक दिवसाच्या शेवटी कुणीतरी केवळ त्याची प्रतीक्षा करतंय, कुणीतरी हे समजून घेईल. कदाचित ती सोफी जोहान्सन असेल, कदाचित ती नसेलही; पण प्रयत्न केल्याशिवाय ते कळणार नव्हतं. आणि या वेळी सगळं व्यवस्थित होईल याची त्याला काळजी घ्यावी लागणार होती. अगदी याच उद्देशानं त्यानं एक नंबर त्याच्या सेलवर डायल केला. "हेऽ, टेस्, व्हिटो बोलतोय. माझं एक काम कर."

न्यूयॉर्क सिटी, मंगळवार, १६ जानेवारी, सकाळी १०:४५ वा.

"वॉव!" व्हॅन झॅण्ड्टचं एक पात्र गुडनाइटशी लढत असताना त्याचे डोळे कम्प्यूटर स्क्रीनवरून क्षणभरही चळत नव्हते. त्या पात्राच्या एका हातात तलवार होती, तर दुसऱ्या हातात कोयता. व्हॅन झॅण्ड्टच्या बोटांचे सांधे पांढरे झाले होते, कारण त्यानं त्याचा गेम कंट्रोलर हातात घट्ट धरलेला होता. त्याच्या चेहऱ्यावर एकाग्रतेचा भाव होता. "माय गॉड! फ्रेझिअर, हे मोठंच आश्चर्यकारक आहे! यामुळे 'ओ. आर. ओ.' सोनीशी स्पर्धा करणार आहे."

तो हसला. सोनी ही प्रतिस्पर्धी कंपनी होती. सोनी गेम्स लक्षावधी घरांमध्ये लोकप्रिय होते. "तुलाही ते आवडेल असं मला वाटतं. ही शेवटची लढाई आहे. आतापर्यंत तो इन्क्विझिटर सर्वशक्तिमान झालाय आणि त्यानं स्वत:च्या राणीसाठी या राणीलाच चोरून नेलंय. तिला स्वतंत्र करण्याच्या प्रयत्नात तो नाइट स्वत:चंच जीवन गमावून बसेल. कारण तो... तुला ठाऊक आहे, तो नाइट आहे."

"शौर्याची ही विस्मयकारक दंतकथा आहे!" त्याचा संघर्ष चालू असताना व्ही झेड्च्या जबड्यातला स्नायू तडतडू लागला. "मानवी बुद्धिमत्ता सर्वश्रेष्ठ आहे. या नाइटला ठार करणं महाकर्मकठीण आहे! तर लवकर मर!" आवळलेल्या ओठातून तो म्हणाला. "चल लवकर! लवकरात लवकर मर! माझ्यासाठी मर! होय!" तो नाइट गुडघ्यांवर कोसळला. मग व्ही झेड्नं कोयत्याच्या साहाय्यानं निर्णायक हल्ला केला तेव्हा तो नाइट छातीवर आपटला.

व्हीझेड्च्या कपाळावर आठ्या उमटल्या. "पण हे... अगदीच... धक्कादायक आहे. यापेक्षा जास्त काहीतरी होईल असं मला वाटत होतं!" त्यानं निराशपणे

हातवारे केले. ''पाहू.''

अगदी अशीच प्रतिक्रिया येईल अशा अपेक्षेनं त्यानं घडी केलेला एक कागद खिशातून काढला आणि झॅण्ड्टच्या डेस्ककडे फेकला. ''हे घे. असं करून बघ.''

लहान मुलासारखे त्याचे डोळे चमकले. व्हॅन झॅण्ड्ट त्या कोडमध्ये शिरला. त्यानं तयार केलेला पर्यायी गेम प्ले उघडला. ''हां.'' गुड्नाइटचा शिरच्छेद झाला. त्याची हाडं आणि मेंदू उडत राहिले तसं व्हीझेड्नं हिस्स् असा आवाज केला. ''हेच तर मला पाहिजे होतं!'' डोळ्यांच्या कोपऱ्यातून तो हसला. ''व्वा! खूप छान! चाणाक्ष! अगदी ईस्टरच्या अंड्यासारखं! रिलीज झाल्यावर येत्या सहा महिन्यांच्या आत गेमर्सनी हा कोड ओळखला नाही, तर आपण तो 'गुपचूप' जाहीर करू. दोन तासांच्या आत तो इंटरनेटवर सगळीकडे पोहोचेल आणि आपली अगदी स्वस्तात परिणामकारक प्रसिद्धी होईल!''

''मग सगळ्या मुलांच्या आया, धर्मोपदेशक आणि शिक्षक गदारोळ करतील आणि आपल्या समाजातल्या निर्बुद्ध हिंसेला आक्षेप घेतील.'' तो हसला. ''आणि त्यामुळे त्यांची मुलं बाहेर जाऊन याच्या जास्तीत जास्त प्रती खरेदी करतील.''

व्हॅन झॅण्ड्ट दात विचकून हसला. ''अगदी बरोबर! काही नग्न दृश्यंही त्यात घालता येतील आपल्याला. हिंसेमुळे ते उचंबळून उठले नाहीत, तर थोड्याशा नग्नतेमुळे नक्कीच तसं होईल. उघडा-वाघडा संभोग तर आणखी चांगला!''

ब्रिटॅनी बेलॅमीला घेऊन चित्रित केलेल्या दृश्यांचा तो विचार करू लागला. ती संपूर्णपणे नग्न होती. त्यात संभोग नव्हता, पण हिंसा एवढी राक्षसी होती की, त्यामुळे व्हॅन झॅण्ड्ट खूश होईल हे त्याला ठाऊक होतं. ती अंधारी कोठडी व्हॅन झॅण्ड्टला आज दाखवायचा त्याचा विचार नव्हता, पण वेळ योग्य होती. त्याच्या लॅपटॉपच्या केसमधून त्यानं एक सीडी काढली. ''तुला ती अंधारकोठडी बघायचीये?''

व्हॅन झॅण्ड्टनं हात लांब केला. त्याच्या चेहऱ्यावर हावरट उत्सुकता ओसंडून वाहत होती. ''माझ्याकडे दे ती.''

सीडी हातात धरून तो पुढे वाकला आणि व्ही झेड्नं ती त्याच्या हातातून हिसकावून घेतली. ''शेवटी शेवटी ती अंधारकोठडी अशी दिसेल. व्हीझेड्नं ती सीडी कंम्प्यूटरमध्ये घातली तेव्हा त्यानं स्पष्ट केलं. इन्क्विझिटर हळूच सुरुवात करतो, जमीन मालकांवर जादूटोण्याचे आरोप करतो, मग तो त्यांची मालमत्ता बळकावून त्यांना अटक करतो आणि तलवार, खंजीर वगैरे पारंपरिक शस्त्रांनी त्यांना ठार करतो. त्या पैशातून तो मोठाली आणि अधिक चांगली, यातना देणारी साधनं खरेदी करतो.''

ते दृश्य सुरू झालं की, कॅमेरा धुक्यातून गोल-गोल फिरत चर्चच्या मैदानातून स्मशानभूमीकडे येत होता. नाईस बाहेरच्या फ्रेंच मठाची अगदी हुबेहूब कॉपी!

व्हॅन झॅण्डटनं त्याच्याकडे आश्चर्यानं पाहिलं. "तू चर्चमध्ये अंधार कोठडी दाखवलीस?"

"त्याच्याखाली. मध्ययुगीन भाषेमध्ये अंधारकोठडीवरच ती संस्था उभी आहे, असं म्हटलं जातं. ती संस्था म्हणजे चर्च!"

व्हॅन झॅण्ड्टचे ओठ दुमडले. "विजा आणि वादळात मला तुझ्याशेजारी उभं राहायचं नाहीये." कॅमेरा चर्चमध्ये शिरला आणि खाली भुयारात गेला. व्हॅन झॅण्ड्टनं हलकेच शीळ घातली. "खूप छान फ्रेझिअर! मला खास करून थडग्यावरच्या प्रतिमा आवडल्या. अगदी अस्सल!"

"थँक्स!" प्लास्टरच्या साच्यांमुळे त्याला चांगलं मॉडेल तयार करता आलं होतं. एवढंच की, त्याला आता त्याच्या पायासाठी आणखी लुब्रिकंटची ऑर्डर द्यावी लागणार होती. क्लेअरनं लपवून ठेवलेल्या साठ्यातून त्यानं काही प्रमाणात लुब्रिकंट घेतलं आणि थोडंसं स्वतःचं. कॅमेरा पायऱ्या उतरून खाली गुहेत गेला. तिथे ब्रिटॅनी बेलॅमीचं भवितव्य ठरणार होतं. "ही स्त्री म्हणजे बियाना. ती चेटकीण असल्याचा तिच्यावर आरोप आहे, पण ती खरोखरच चेटकीण आहे हे इन्क्विझिटरला ठाऊक आहे आणि तिनं आपली गुपितं त्याला सांगावीत अशी त्याची इच्छा आहे. ती अतिशय हटवादी कैदी असेल!"

"गप्प बस. मला बघू दे!" आणि त्यानं बघितलं. त्या इन्क्विझिटरनं किंकाळ्या फोडणाऱ्या त्या तरुणीला यातना देणाऱ्या खुर्चीवर बसवलं तेव्हा व्ही झेड्च्या चेहऱ्यावरचे भाव बदलत गेले. आधी मनोरंजक वाटणारी ती दृश्यं आता भयावह वाटू लागली होती. "माय गॉड!" ब्रियानाच्या किंकाळ्यांनी आकाश फाटल्यासारखं झालं. "माय गॉड!" वॉरन्प्रमाणेच ब्रिटॅनी बेलॅमीचेही हाल-हाल झाले होते. तिच्या किंकाळ्या सुखद वाटू लागल्या. तिच्या किंकाळ्यांची ध्वनिफीत त्यानं त्याच्या कम्प्यूटरनिर्मित ॲनिमेशनमध्ये वापरली होती.

ब्रिटॅनीच्या खुर्चीला इन्क्विझिटरनं आग लावली तेव्हा ती असह्य चटक्यांमुळे कर्कशपणे ओरडू लागली. व्हॅन झॅण्ड्टसुद्धा त्यामुळे व्यथित झाला. ब्रियानाच्या मृत्यूच्या क्षणी तिच्या डोळ्यांवर कॅमेरा स्थिरावला आणि ते दृश्य संपलं तेव्हा व्हॅन झॅण्ड्ट त्याच्या खुर्चीत कोसळला. त्याचा चेहरा घामानं थबथबला. स्क्रीनवर 'ओ.आर.ओ' ड्रॅगन दिसू लागला. तिकडे तो एकटक बघत राहिला.

शांततेमध्ये अशी पाच मिनिटं गेल्यावर त्यानं श्वास घेतला आणि तो आपल्या कलाकृतीचं समर्थन करू लागला. "मी हे बदलायला तयार नाही व्ही झेड्."

व्हॅन झॅण्ड्टनं एक हात वर केला. "शांत बस. मी विचार करतोय."

पाच मिनिटं झाल्यावर व्हॅन झॅण्ड्टनं खुर्ची त्याच्याकडे वळवली. "ही दृश्यं

वेगवेगळी कर.''

त्याच्या रागाचा पारा चढतोय हे त्याला जाणवू लागलं. '' मी माझ्या दृश्यांची काटछाट करणार नाही व्ही झेड्.''

व्हॅन झॅण्ड्टनं डोळे गरागरा फिरवले. ''तुला जरासाही धीर नाही का? आपण खुर्चीचं दृश्य मुख्य फिल्ममध्ये ठेवू, पण ते लपवून ठेवू. जास्त भयानक नाइट दृश्यासाठी आपण कोड जाहीर करू, म्हणजे मुक्तपणे प्रसिद्धी होऊ शकेल. त्या खुर्चीसाठी देहदंडाचं कोडं उपलब्ध असल्याची घोषणा करून आपण मुक्त प्रसिद्धी करत राहू; पण त्यासाठी किंमत पडेल. या अंधारकोठडीचा भाग बघण्यासाठी आपल्या ग्राहकाला आणखी २९.९९ डॉलर्स मोजावे लागतील.''

मूळ फिल्मची किंमत ४९.९९ डॉलर्स ठेवली होती. व्हॅन झॅण्ड्टच्या योजनेमुळे जास्त खर्च न करताही जास्त उत्पन्न मिळू शकलं असतं. त्यामुळे चारशे टक्क्यांनी नफा वाढला असता. ''तुम्ही लोक भांडवलशहा आहात!'' तो पुटपुटला आणि व्हॅन झॅण्ड्टनं त्याच्याकडे पाहिलं. त्याची नजर भेदक होती.

''अर्थातच! त्यामुळेच तर ओ.आर.ओ नावातलं 'आर' हे सर्वांत मोठं अक्षर आहे.''

त्या लोगोमधल्या ड्रॅगनच्या पंजाखालची बारीक अक्षरं त्याला आठवली. ''Rijkdom?''

व्हॅन झॅण्ड्टच्या हसण्याला रेझर ब्लेडची धार होती. '' 'संपत्ती' या अर्थाचा तो डच भाषेतला शब्द आहे. त्यामुळेच तर मी इथे आहे. त्यामुळेच तर तूसुद्धा इथे आहेस.'' त्यानं त्याचा हात पुढे केला. ''उरलेले मला दे.''

त्यानं मान हलवली. अचानक तो घुटमळला. ''पिनॅकल शोसाठी मी तुला पुरेसे दिलेच आहेत.''

''म्हणजे आपल्याला मिळालेल्या पिनॅकलच्या संधीबद्दल डेरेकनं तुला सांगितलं?''

त्याचे ओठ वक्र झाले. ''होय.''

व्हॅन झॅण्ड्टच्या भुवया उंचावल्या. ''तुला पिनॅकल आवडलेलं नाही?''

''मला डेरेक आवडत नाही.'' एकेक शब्द तो थबकत-थबकत बोलला; व्हॅन झॅण्ड्टच्या वजनदार शब्दांची नक्कल करत.

''डेरेकनं त्याचा हेतू साध्य केला, पण वरच्या पातळीपर्यंत तो आपल्याबरोबर येणार नाही. फ्रेझिअर, तुझ्याबद्दलच्या माझ्या अपेक्षा उंचावल्या आहेत.'' त्यानं त्याचा हात तसाच धरून ठेवलेला होता. ''उरलेले मला दे आता.''

त्यानं चेहरा तिरपा करून आणखी एक सीडी त्यानं व्हॅन झॅण्ड्टच्या हातात दिली. ''हा किंग विल्यम आहे. गुड्नाइटचा पराभव झाल्यावर विल्यम त्याच्या राणीच्या अंतिम सुटकेसाठी प्रयत्न करतो, पण त्या वेळेपर्यंत इन्क्विझिटर हा

अतिशय सामर्थ्यशाली जादूगार होतो. अगदी राजासुद्धा त्याच्या काळ्या जादूचा पराभव करू शकत नाही आणि तो पकडला जातो.''

व्हॅन झॅण्ड्टचं हसणं अधिकच धारदार होतं. ''आणि किंग विल्यमला इन्क्विझिटर काय करतो?''

वॉरन् कीझचा, त्यानं दिलेल्या आरोळ्यांचा विचार त्याच्या मनात आला. त्याच्या पाठीच्या कण्यापर्यंत अजूनही शहारे गेले. ''त्यानं त्याला फळीवर निजवलं आणि मग त्याची आतडी काढून टाकली.''

व्हॅन झॅण्ड्ट सौम्यपणे हसला. ''तुला मी कधीच राग येऊ देणार नाही याची मला आठवण दे, फ्रेझिअर लुई.''

प्रकरण ११

फिलाडेल्फिया, मंगळवार, १६ जानेवारी, सकाळी ११:३० वा.

"**हे**सुद्धा बरोबर नाही." ॲन्डीनं त्याच्या काउंटरवर पसरून ठेवलेल्या चेन मेलवर बोटं फिरवताना व्हिटो पुटपुटला. ती फारच मोठी होती. ॲन्डीज् ॲटिक हे सर्व प्रकारच्या विशिष्ट कपड्यांचं दुकान होतं. तो गुन्हेगार अशा प्रकारच्या हलक्या दर्जाच्या वस्तूंकडे तुच्छतेनं पाहील असं व्हिटोला वाटलं.

"माझ्याकडे असलेल्या सर्व मेल मी तुम्हाला दाखवल्या आहेत." ॲन्डी कडकपणे म्हणाला. "तुम्ही कशा शोधताय?"

"यापेक्षा जरा छोट्या. साधारणपणे पाव-इंच व्यासाच्या."

"पहिली मी तुम्हाला दाखवली तेव्हाच तुम्ही ते सांगायला हवं होतं." ॲन्डी कुरकुरला. तशी मी इथे दुकानात ठेवत नाही, पण मी तुमच्यासाठी ती ऑर्डर करू शकतो." त्यानं कॅटॅलॉगमध्ये ती शोधली. "तुम्ही ज्याबद्दल बोलताय ती खूपच चांगल्या दर्जाची आहे, पण महागही आहे." डोक्यावर अशा मेलचं आच्छादन घेतलेल्या आणि शर्ट घातलेल्या एका माणसाचं चित्र त्याला सापडलं. "हा हाऊबर्क आणि क्वाफ सेट अठराशेला आहे."

व्हिटोनं डोळे मिचकावले. "डॉलर्स?"

ॲन्डीला राग आल्यासारखं दिसलं. "हां, हो. एस. सी.ए.नं मान्यता दिलेला आहे. तुम्हाला माहीत आहे ना, सोसायटी फॉर क्रिएटिव्ह ॲनाक्रोनिझम. अशा वस्तूंबद्दल तुम्हाला काही माहिती नाही. हो ना? गिफ्ट म्हणून द्यायचीये का?"

व्हिटोनं घसा साफ केला. "होय. तर हा सेट अठराशेचा. फक्त शर्टला किती?"

"हा हाऊबर्क बाराशे-पन्नास."

"या सर्व वस्तू तुम्ही दुकानातच विकता?"

"नेहमी नाही. नेहमी माझ्या वेबसाइटवरून विकतो मी."

"अशात काही विकल्यायत तुम्ही? उदाहरणार्थ, ख्रिसमसच्या आधी?"

"होय. ख्रिसमसच्या आधी मी नऊ हाऊबर्क्स विकले; पण गेल्या उन्हाळ्यात

मी पंचवीस विकले, मध्ययुगीन सणांच्या आधी एक महिना. अशा स्पर्धांमध्ये मनापासून भाग घेणाऱ्यांना स्पर्धांच्या आधी मेलचा अनुभव घ्यायला आवडतं.'' ॲन्डीनं कॅटॅलॉग बंद केला आणि व्हिटोला तो म्हणाला, ''घ्या डिटेक्टिव्ह.''

व्हिटोचा चेहरा उतरला. तो कोण हे ओळखू आलं होतं. ''सॉरी.''

ॲन्डीच्या हसण्यात खिन्नता होती. ''मी काही म्हणणार नाही. तुम्ही दुकानात पाऊल टाकलं तेव्हाच मी ओळखलं. माझे काका पी. पी. डी. होते तीस वर्षं. आणखी काय हवंय तुम्हाला, डिटेक्टिव्ह...?''

''चिकोटेली. एक तलवार. इतकी लांब आणि तिची मूठ इतकी मोठी.'' व्हिटोनं हातानं दाखवलं. ''आणि एक कोयता.''

ॲन्डीचे डोळे विस्फारले. ''अरे देवा! ठीकय. काय-काय मिळतंय ते बघू.''

मंगळवार, १६ जानेवारी, सकाळी ११:४५ वा.

व्हॅन झॅण्ड्टनं त्या सीडीज त्याच्या डेस्कच्या ड्रॉवरमध्ये ठेवून त्याला कुलूप लावलं, ''हे काम छान झालंय फ्रेझिअर!''

तो उभा राहिला. ''तू पिनॅकलला निघालायस, तर मीही जातो. मला अजून बरीच कामं आहेत.''

व्हॅन झॅण्ड्टनं मान हलवली. ''मला तुझ्याशी आणखी काही गोष्टींबद्दल बोलायचंय. प्लीज बस.''

रागारागातच तो बसला. ''उदाहरणार्थ?''

''तू जरा धीर धरायला शीक फ्रेझिअर! तू अजून तरुण आहेस. तुला अजून बरंच आयुष्य जगायचंय.''.

'वयस्कर माणसं तरुण माणसाला नेहमीच धीर धरायला का सांगतात? त्याला पुष्कळ आयुष्य असलं म्हणून त्यानं बराच काळ वाट पाहावी असं आहे काय?' ''उदाहरणार्थ?'' या वेळी दात-ओठ खात तो परत तेच म्हणाला. त्याला तीन वाजता ग्रेगरी सँडर्सला भेटायचं होतं.

व्हॅन झॅण्ड्टनं उसासा टाकला. ''राणीसारखं. तिच्या चेहऱ्याचं डिझाइन तू तयार केलंयस?''

त्या वयस्कर माणसाच्या मुलीचा विचार त्याच्या डोक्यात आला. ''होय.''

''आणि? ती कशी दिसणार आहे?''

तिचा चेहरा त्याच्या डोळ्यांसमोर तरळून गेला. ''सुंदर आणि सुबक. सावळ्या रंगाची. ब्रि-ब्रियानासारखी.'' छ्या! तो जवळपास ब्रिटॅनीच म्हणून गेला. 'एकाग्र हो!'

"नाही, तशा प्रकारच्या व्यक्तीला अभिनेत्रीचं सौंदर्य नसतं. तुझी राणी उदात्त, वैभवशाली दिसायला हवी. भारदस्त! तुझी ब्रियाना फारतर एक-दीड मीटर दिसते."

ब्रिटॅनी बेलॅमी पाच-दोन होती. तिच्या लहान-खुऱ्या चणीमुळे त्यानं तिची निवड केली होती. त्याची खुर्ची लहानशी होती आणि तिच्यावर बसणाऱ्या स्त्रीपेक्षा ती मोठी दिसायला हवी असं त्याला वाटलं. "तुला वेगळी राणी हवीये?"

"होय." व्हॅन झॉण्ड्टनं त्याच्या भुवया उंचावल्या होत्या. जणू त्याला विरोधाची अपेक्षा होती.

त्यानं विचार केला. काय चालेल, काय खपेल याची व्हॅन झॉण्ड्टला दृष्टी होती. त्याचं बरोबर असेल. आता गोंधळ होणार होता. तिसऱ्या रांगेत त्या शेतामध्ये तो ग्रेगरी सँडर्सला दफन करणार होता आणि चौथ्या रांगेत त्याची संपत्ती आणि त्या म्हाताऱ्याची अंडी मात्र तशीच नष्ट होणार होती. या गेमसाठी आणखी काही मॉडेल्स वापरायची ठरवलं, तर आणखी एखादी रांग तयार करावी लागणार होती. हां, शेत मोठंच होतं. "मी विचार करेन त्याच्यावर."

"तू माझ्या म्हणण्याप्रमाणेच करशील." व्हॅन झॉण्ड्ट सौम्यपणे म्हणाला आणि त्याला ठामपणे विरोध करावासं वाटलं तरी तो गप्प बसला. सध्या तरी त्याला व्ही झेड्ची गरज होतीच. "नंतर, ते कोयत्याचं दृश्य."

त्यानं डोळे बारीक केले. "त्याचं काय? ते तर पूर्ण झालंय."

"नाही, झालेलं नाहीये. ते दृश्य फारच सौम्यपणे घेतलं गेलंय. तो नुसता... पडतो. ते दृश्य अगदीच सपाट, मिळमिळीत झालंय. ॲन्टि-क्लायमॅक्टिक! सुरुवातीच्याच दृश्यात शिर धडापासून वेगळं होतं असं दाखवायला काय हरकत आहे? मग नंतरच्या छुप्या दृश्यासाठी ते आणखी सनसनाटीपणे पूर्ण का करू नये? त्याच्या डोक्याचा संपूर्णपणे स्फोट होतही असेल किंवा त्याचा अगदी पूर्ण शिरच्छेद होत असला म्हणून काय झालं? ते...."

"नाही. ते तसं होत नाही. कवटीचा स्फोट होत नाही आणि डोकं पूर्णपणे वेगळं होत नाही" खरं म्हणजे हे सत्य समजल्यावर तो खूपच निराश झाला होता.

व्हॅन झॉण्ड्टचे डोळे बारीक झाले होते. "हे तुला कसं काय माहीत झालं?"

'सावध हो!' "मी त्यावर संशोधन केलंय. डॉक्टरांशी बोललोय. त्यांचं तसंच मत आहे."

व्हॅन झॉण्ड्टनं खांदे उडवले. "मग काय झालं? नक्की काय होत असतं काय महत्त्वाचं आहे? नाहीतरी ही फॅन्टसीच आहे. मुख्य आघात जास्त उत्तेजक कर!"

त्यानं मनातल्या मनात दहा आकडे मोजले. 'लक्षात घे, हे साध्य मिळवण्याचं साधन आहे. कायमचं नाही. मग तू लगेच निघून जाऊ शकतोस आणि मग व्हॅन झॉण्ड्टचा किंवा ओ.आर.ओ एंटरटेनमेंटचा विचारही मनात येण्याचं कारण नाही

पुन्हा.' "ओ.के. मी ते आणखी आकर्षक बनवतो." तो उभा राहिला, पण व्ही. झेड्नं त्याला थांबवलं.

"थांब. आणखी एक गोष्ट. मी तुझ्या अंधारकोठडीबद्दल विचार करतोय. काहीतरी कमी वाटतंय इथे."

"काय?"

"एक पोलादी स्त्री."

ओह, फॉर गॉड्स सेक! किती बाळबोध कल्पना!

त्याचं व्हॅन झॅण्डटबद्दलचं मत झपाट्यानं बिघडत चाललं. "नाही."

"फॉर गॉड्स सेक फ्रेझिअर! का नाही?" व्हॅन झॅण्डटनं रागातच विचारलं.

"कारण हे त्या काळातलं नाहीये. पंधराशेपर्यंत स्त्रिया तिथे दिसतही नव्हत्या. माझ्या अंधारकोठडीमध्ये मी पोलादी स्त्री आणणार नाही."

"प्रत्येक गेमरला त्याच्या अंधारकोठडीमध्ये स्त्री पाहायला मिळावी असं वाटणारच."

"तुला कल्पना आहे, किती वेळ लागेल ती बन--" त्यानं श्वास घेतला. 'बनवायला' असं तो म्हणून गेला. पोलादी स्त्रिया तेव्हा मिळतच नव्हत्या. त्याला जर ती हवीच असेल, तर त्याला ती स्वत:च बनवावी लागणार होती. आणि तो ते काम करेल अशी सुतराम शक्यता नव्हती. "यॅगर, मी एक नवी राणी शोधतो. कोयत्याचं दृश्य मी आणखी उत्कंठा निर्माण होईल असं करतो, पण अशी फसगत करणारी वस्तू मी माझ्या अंधारकोठडीत नाही ठेवणार."

त्याची नजर काळवंडली. व्हॅन झॅण्डट एका बाजूला वाकला आणि त्याच्या इनबॉक्समधून लेटरहेडचा एक कागद काढला. "अध्यक्ष म्हणून माझं नाव इथे आहे. तुझं नाव कुठे दिसत नाहीये फ्रेझिअर, कुठेच नाही." त्यानं तो कागद पुन्हा इनबॉक्समध्ये टाकून दिला. "पण तेवढं करच."

दात-ओठ खात त्यानं त्याचा लॅपटॉप जमिनीवरून उचलला आणि म्हणाला, "ठीकय."

मंगळवार, १६ जानेवारी, सकाळी ११:५५ वा.

"एक्स्यूज मी!" 'ओ-आर-ओ' ऑफिस बिल्डिंगच्या रस्त्यावरून डेरेक पायऱ्यांवर थबकला. त्याच्या हातात डिलीमधून आलेली एक लंच बॅग होती. एक छोटी सुटकेस हातात घेतलेला एक जण टॅक्सीतून बाहेर पडत होता. त्याचा पोशाख चांगला असला, तरी तो बरेच दिवसात झोपलेला नव्हता असं दिसत होतं.

"तू डेरेक हॅरिंग्टन आहेस का?"

"हो. का बरं?"

तो माणूस पायऱ्यांकडे निघाला. त्याच्या चेहऱ्यावर थकवा आणि नैराश्य दिसत होतं. "मला तुझ्याशी जरासं बोलायचं आहे. प्लीज. माझा मुलगा आणि तुझ्या गेमबद्दल."

"तुमचा मुलगा बिहाइंड एनेमी लाइन्स पाहतोय म्हणून जर तुम्ही अस्वस्थ असाल, तर ते माझ्या आवाक्यापलीकडचं आहे."

"नाही, तुला समजलं नाही. माझा मुलगा तुझा गेम खेळत नाहीये. मला असं वाटतं, माझा मुलगा तुझ्या गेममध्ये आहे." त्यानं त्याच्या खिशातून वॉलेटच्या आकाराचा एक फोटो काढला." माझं नाव लॉईड वेबर. मी रिचमंडचा आहे. व्हर्जीनियातून आलोय. माझा मुलगा झॅकरी पळून जाऊन एक वर्ष होऊन गेलं. तो न्यूयॉर्कला जातोय असं त्यानं चिठ्ठीत लिहून ठेवलं. त्यानंतर आम्हाला त्याच्याबद्दल काहीच कळालं नाही."

"सॉरी मि. वेबर, पण त्याच्याशी माझा काय संबंध आहे, ते मला कळलं नाही."

"एक जर्मन सैनिक स्वत:च्या डोक्यात गोळी घालतो असं दृश्य तुझ्या गेममध्ये आहे. तो मुलगा हुबेहूब माझ्या झॅकरीसारखा दिसतो, असं मला वाटलं. त्यानं तुझ्या आर्टिस्ट्स्साठी मॉडेलिंग केलं होतं, म्हणून मी तुझ्या कंपनीचा शोध घेतला. प्लीज, तू वापरलेल्या मॉडेल्सचं रेकॉर्ड जर तुझ्याकडे असेल, तर प्लीज तो त्यात होता का हे बघ. कदाचित तो इथेच न्यूयॉर्कमध्ये असेल."

"आम्ही मॉडेल्सना नोकरीवर ठेवत नाही मि. वेबर. सॉरी." डेरेक जायला निघाला, पण वेबर त्याच्याबरोबर चालत, त्याचा रस्ता अडवत होता.

"या फोटोकडे तर पाहा. प्लीज. मी तुला फोन करण्याचा प्रयत्न केला, पण तू माझा फोन घेत नाहीस. म्हणून मी आज सकाळी उठलो आणि विमानाचं तिकीट खरेदी केलं. प्लीज!" त्यानं फोटो समोर धरला आणि त्या माणसाचा एकवटलेला चेहरा आणि वेदनेनं भरलेला आवाज ऐकून डेरेकेनं तो हातात घेतला.

आणि त्याच्या फुफ्फुसातून एकदम हवा निघून गेली असं त्याला वाटलं. तो तोच मुलगा होता. अगदी हुबेहूब तोच चेहरा! "हा... देखणा मुलगा आहे मि. वेबर!" त्यानं वर पाहिलं, तर वेबरच्या डोळ्यांत अश्रू दाटून आले होते.

"त्याला तू तुझ्या स्टुडिओत बोलावलं नव्हतंस, हे नक्की ना?" तो कुजबुजला.

डेरेकला गरगरल्यासारखं झालं. फ्रेझिअर लुईच्या कामाकडे नजर टाकल्यावर पहिल्याच मिनिटात त्याला जाणवलं होतं की, त्यामध्ये वास्तवतेचा अंश होता, पण तो सभ्यतेची मर्यादा ओलांडत होता. त्याच्या मनात वेगळेच विचार आत्तासुद्धा

होते. "तुमच्या मुलाचा हा फोटो मी ठेवून घेऊ का वेबर? मी आमच्या स्टाफला हा दाखवेन. आम्ही मॉडेल्सना नोकरीवर ठेवत नाही, पण कदाचित त्यांच्यापैकी एखाद्यानं त्याला कुठेतरी पाहिलं असेल. एखाद्या रेस्टोरॉंमध्ये किंवा कदाचित बसमध्ये. आम्ही आमची पात्रं बऱ्याच ठिकाणी निवडतो."

"प्लीज! ठेव तुझ्याकडेच हा फोटो. ही कॉपी आहे आणि मी आणखीही देऊ शकतो. जो कुणी मदत करेल असं वाटतं त्या प्रत्येकाला तो दाखव." त्यानं स्वत:चं बिझनेस कार्ड थरथरत्या हातानं समोर धरलं आणि डेरेकनही ते थरथरत्या हातानंच घेतलं. "त्यावर माझा सेलफोन नंबर आहे. प्लीज! मला दिवसा, रात्री केव्हाही फोन कर. तुला काही माहिती मिळेपर्यंत काही दिवस मी इथे शहरात राहीन." तो म्हणाला.

डेरेकनं त्या फोटोकडे आणि बिझनेस कार्डमध्ये पाहिलं. फ्रेझियर लुई अजून तिथेच, आत होता. यॅंगरशी बोलत होता. तो त्याला स्पष्टच विचारू शकणार होता; पण त्याला उत्तरं खरोखरच पाहिजे होती का, याबद्दल त्याच्या मनात शंका होती. 'धीट हो डेरेक. कशावरतरी ठाम भूमिका घे!' त्याच्या मनानं कौल दिला.

त्यानं वर पाहून होकारार्थी मान हलवली. "मला जेव्हा काही कळेल, तेव्हा मी तुम्हाला फोन करेन. नक्कीच!"

वेबरच्या डोळ्यांमध्ये कृतज्ञता आणि आशा चमकत होती. "थॅंक यू!" तो आशेनं म्हणाला.

मंगळवार, १६ जानेवारी, दुपारी १२:०५ वा.

त्याचा खदखदणारा संताप पराकोटीला पोहोचला. तो बिल्डिंगमधून बाहेर पडत होता. डेरेक हॅरिंग्टनला त्याची वाट पाहत थांबलेलं त्यानं पाहिलं. त्याच्या लॅपटॉपच्या हॅंडलवर त्याची मूठ आवळली गेली. हॅरिंग्टनचं थोबाड फोडण्यासारख्या अधिक समाधान देणाऱ्या कामात त्याची मूठ आवळली जावी असं त्याला वाटलं; पण वेळेचं आणि जागेचं भान त्याला होतं. 'इथे नको. आता नको.' त्याच्याशी एक शब्दही न बोलता तो हॅरिंग्टनच्या पुढे आणि दाराच्या बाहेर गेला.

"लुई, थांब." हॅरिंग्टन त्याच्या मागे-मागे गेला. "मला तुझ्याशी बोलायचंय."

"मला उशीर झालाय." तो ठामपणे म्हणाला आणि रस्त्याकडे जाणाऱ्या पायऱ्या उतरू लागला. "नंतर."

"नाही, आताच." हॅरिंग्टननं त्याचा खांदा पकडला आणि त्याचे पाय लटपटले. त्याचा तोल जाऊन पायऱ्यांवरून गडगडत तो खाली जातो की काय असं त्याला

वाटलं; पण त्यानं तोल सावरला. जवळच असलेल्या आडव्या लोखंडी पाईपचा त्यानं आधार घेतला. त्याचा राग उफाळून वर आला. हॅरिंग्टनच्या हाताला झटका देऊन त्यानं त्याला रस्त्यातून बाजूला ढकललं.

"माझ्या खांद्यावरचा हात काढ!" तो गर्जना केल्यासारखा म्हणाला.

डेरेक एक पाऊल मागे झाला. त्यामुळे तो दोन पायऱ्या उंचावर होता. आता ते आमने-सामने उभे होते. हॅरिंग्टनच्या डोळ्यांत वेगळीच चमक होती. काहीतरी आव्हानात्मक होतं.

"नाहीतर काय करशील?" डेरेकनं शांतपणे विचारलं. "मला तू काय करशील फ्रेझिअर?"

'इथे नाही. आत्ता नाही, पण कधीतरी वेळ येणारच.' त्याच्या मनात आलं. "मला उशीर झालाय्. मला जायला पाहिजे."

तो जाण्यासाठी वळला, पण डेरेक त्याच्या मागे गेला. वेगानं पुढे जाऊन शेवटची पायरीही उतरला. "काय करशील मला?" तो पुन्हा तेच म्हणाला, पण पहिल्यापेक्षा अधिकच मोठ्या आवाजात. "मारशील मला?" तो एक पायरी चढला आणि डोळ्यांच्या कोपऱ्यातून बघू लागला. "माझा जीव घेशील?" तो पुटपुटला.

"तुला वेड लागलंय." तो पुन्हा पायऱ्या उतरू लागला, पण हॅरिंग्टननं त्याचा दंड पकडला. या वेळी तो तयार होता आणि स्तब्ध उभा राहिला. त्याच्या चांगल्या पायावर त्यानं स्वत:चं वजन सांभाळलं.

"मला तू ठार मारणार आहेस फ्रेझिअर?" हॅरिंग्टननं त्याच मवाळ आवाजात विचारलं. "झॅकरी वेबरला मारलंस तसं?" त्यानं कोटाच्या खिशातून एक फोटो काढला. "तुझ्या जर्मन सैनिकाशी असलेलं साम्य विलक्षण आहे. तुला नाही तसं वाटतं?"

त्यानं त्या फोटोकडे पाहिलं आणि त्याच्या छातीतली धडधड अधिकच वाढली; तरी त्याचा चेहरा मात्र निर्विकार राहिला. कारण त्या फोटोतून झॅकरी वेबरचा जो चेहरा टक लावून बघत होता तो फिलीबाहेरच्या १-९५मधून भटकत असताना त्याने त्याला उचललं तेव्हा सारखाच होता. झॅकरी न्यूयॉर्कला निघाला होता. तो वयानं अजून लहान होता. त्यानं त्याचं शिक्षण अभिनेता होण्यासाठी आधी पूर्ण करावं असं त्याच्या वडलांचं मत होतं. झॅकरी त्याच्या वडलांचा तिरस्कार करत होता. मी त्यांना दाखवून देईन, असं तो म्हणाला होता. मला प्रसिद्धी मिळेल तेव्हा ते त्यांचे शब्द मागे घेतील, असंही त्यानं म्हटलं होतं.

त्या दिवशी त्या शब्दांचे प्रतिध्वनी त्याच्या मनात उमटले. झॅकरीच्या वयात असताना त्यानंच ते उच्चारले होते. झॅकरीची भेट होणं ही नियती होती, जसा वॉरन कीझचा टॅटू!

"मला तसं वाटत नाही." तो बेफिकीरपणे म्हणाला. तो रस्त्यावर आला आणि डेरेकच्या नजरेला नजर देण्यासाठी वळला, तेव्हा तो वयस्कर माणूस पायऱ्यांवरच उभा होता. "असे आरोप करण्यापूर्वी तू काळजी घ्यायला हवीस, हॅरिंग्टन. ते तुझ्यावरच उलटू शकतात."

मंगळवार, १६ जानेवारी, दुपारी १:१५ वा.

टेड ऑलब्राईट धुसफुसत होता. "आज तुझा अभिनय अगदीच सपाट झाला जोन."

चिलखती बूट पायातून काढता काढता सोफीनं टेड् ऑलब्राईटकडे रागानं पाहिलं.

"नाइट टूर करण्यासाठी थिओला बोलाव असं मी तुला म्हटलं होतं. माझी पाठ भयंकर दुखतेय." तसंच तिचं डोकंही दुखत होतं आणि तिचा स्वाभिमानसुद्धा. "मला आता जेवण हवंय."

ती जायला निघाली तेव्हा टेडनं तिचा दंड पकडला. त्याची पकड आश्चर्य वाटण्याइतकी सभ्यपणाची होती. "थांब."

ती सावकाश वळली. आणखी एक वाद घालण्याची तिची तयारी होती. "काय?" तिनं जोरात विचारलं, पण त्याच्या चेहऱ्यावरचे भाव पाहून ती गप्प बसली. मार्टाचं बरोबर होतं. टेड् ऑलब्राईट अतिशय देखणा होता, पण आता त्याचे रुंद खांदे झुकले होते आणि चेहरा निस्तेज झाला होता. "काय?" आधीपेक्षा बऱ्याच सौम्य आवाजात तिनं विचारलं.

"सोफी, तुला माझ्याबद्दल काय वाटतं मला माहीत आहे." ती काहीच बोलली नाही तेव्हा त्याच्या ओठांचा एक कोपरा वर गेला. "आणि विश्वास ठेव अगर ठेवू नकोस, तू सध्या तरी ते नाकारणार नाहीस असं मी समजतो. तू माझ्या आजोबांना प्रत्यक्ष कधी बघितलं नाहीस. तुझा जन्म होण्यापूर्वीच त्यांचा मृत्यू झाला."

"पुरातत्वशास्त्रातल्या त्यांच्या करिअरबद्दल मी सगळं वाचलंय."

"पण ते खरे कसे होते हे एकही पुस्तक सांगत नाही. ते पुस्तकी इतिहासतज्ज्ञ नव्हते." त्या शब्दांवर त्याचा आवाज खाली आला. मग तो हसला. "माझे आजोबा म्हणजे...एक मजा होते. मी लहान असताना ते वारले, पण त्यांना कार्टून्स आवडत, हे मला अजून आठवतंय. बग्जबन्नी हे त्यांचं आवडतं कार्टून होतं. ते मला पाठीवर बसवून घोडा-घोडा करायचे आणि ते स्टूजेसचे प्रचंड चाहते होते.

त्यांना हसायला आवडे. त्यांना नाटकंही आवडत आणि मलाही आवडतात.'' त्यानं उसासा सोडला. ''मुलांनी इथे यावं आणि... अनुभव घ्यावा असं हे ठिकाण करण्याचा माझा प्रयत्न आहे सोफी. माझ्या आजोबांना इथे यावंसं वाटायला पाहिजे असं हे ठिकाण करण्याचा माझा प्रयत्न आहे.''

काय बोलावं असा विचार करत सोफी तिथे क्षणभर उभी राहिली. ''टेड्, तू इथे जे काय करू पाहतोयस त्याची मला कल्पना आलीये असं मला वाटतं, पण...जाऊ दे. मी पुस्तकी इतिहासतज्ज्ञच आहे. मला वेगवेगळे पेहराव करायला लावतोस. मला अपमान वाटतो त्याचा.''

त्यानं मान हलवली. ''तू पुस्तकी नाहीयेस सोफी. तू जेव्हा बोलायला लागतेस तेव्हा तुझं मुलांच्या चेहऱ्यांकडे लक्ष नसतं. तुझं बोलणं ऐकायला त्यांना आवडतं.'' त्यानं श्वास सोडला. ''पुढच्या काही आठवड्यांसाठी रोजचे टूर मी ठरवून ठेवलेयत. त्यातूनही आपल्याला पैसा हवाच आहे, वाट्टेल तेवढे कष्ट पडले तरी!'' तो हळूच म्हणाला. ''माझ्याकडे जे काही होतं ते सगळं मी या बिल्डिंगमध्ये गुंतवलंय. हे म्यूझियम चाललं नाही, तर हा संग्रह मला विकावा लागेल. ते मला करायचं नाही. त्यांची ही एकच आठवण आता शिल्लक आहे. त्यांच्याकडून मिळालेला हा वारसा आहे.''

सोफीनं डोळे मिटले. ''मला त्यावर विचार करू दे.'' ती पुटपुटली, ''मी जेवायला चाललेय.''

''तीन वाजता तुला व्हायकिंग टूर करायचाय हे विसरू नकोस.'' ती निघाल्यावर टेड तिला म्हणाला.

''नाही.'' ती पुटपुटली. अपराधीपणाची जाणीव आणि सात्त्विक संताप यामध्ये तिची मानसिक ओढाताण झाली.

''अरे वाऽ सोफ, तू आलीस.''

ही हाक होती लॉबीमध्ये उभी राहून च्युइंग गम चघळणाऱ्या पॅटी ॲनची.

उसासा टाकत सोफी लॉबी ओलांडून आली. पॅटी ॲन आज ब्रूकलिनची असल्याचा अभिनय करत होती, पण त्याऐवजी ती स्टॅलनच्या रॉकीसारखीच जास्त दिसली. सोफी डेस्कला टेकून म्हणाली, ''काही सांगू नकोस, तू गाईज ॲन्ड डॉल्ससाठी बाहेर जाणारेस.''

''मी ती भूमिका माझ्यासाठी हस्तगत केली आणि तुला पॅकेज मिळालं.'' पॅटी ॲननं तो विषय काउंटरपर्यंत नेला. ''म्हणजे एका दिवसात दोन पॅकेजेस! तू खूप लोकप्रिय होत चाललीयेस.''

सोफीचा पारा लगेच चढला. ''ते पॅकेज कुणी सोडून दिलं ठाऊक आहे तुला?''

पॅटी ॲन हसत लाजली. ''हो, नक्कीच. कुणीतरी उच्चवर्णीय होती ती.''

तिचा गळा दाबण्याचा मोह सोफीनं आवरला. "तिला काही नाव-गाव असेल ना?"

"नक्कीच होतं." पॅटी ॲननं च्युइंग गमचा बुडबुडा उडवला. "फारच लांबलचक नाव. चिकोटेली - रीगन."

एकाच वेळी हायसं वाटलेल्या आणि चकितही झालेल्या सोफीनं डोळे मिचकावले. "चेष्टा करत नाहीस ना?"

"माझी शप्पथ!" पॅटी ॲन वात्रटपणे हसली. "त्या धिप्पाड पोलिसाची ती कुणी नातेवाईक आहे का? असं मी तिला विचारलं, तर ती म्हणाली, तो तिचा भाऊ आहे म्हणून. मग, मी सोफी आहे का? असं तिनं मला विचारलं."

सोफी एकदम चमकली. "प्लीज मला सांग, तू 'नाही' म्हणालीस ना?"

"अर्थातच मी म्हणाले 'नाही'." पॅटी ॲन रागातच गप्प बसली. "मला इंटरेस्टिंग भूमिका कराव्याशा वाटतात. रागावू नकोस सोफी, पण तू तेवढी इंटरेस्टिंग नाहीयेस."

"एह्! थँक यू पॅटी ॲन! तू आज माझं मोठं काम केलंस!"

विचारात पडल्यासारखी त्या मुलीनं मान तिरकी केली. "मजाच आहे! तीसुद्धा हेच म्हणाली. ती, मघाशी आलेली."

तिला व्हिटोची बहीण आधीच आवडली होती. "थँक्स, पॅटी ॲन." ती तिच्या अंधाऱ्या ऑफिसमध्ये गेली, दार लावून घेतलं आणि ती गालातल्या गालात हसली. पॅटी ॲन तशी वाईट मुलगी नव्हती, पण तिला चिलखत शोभत नव्हतं. ती जोन म्हणून छान दिसली असती. हसतच ती तिच्या डेस्कपाशी बसली आणि पॅकेज उघडलं. तिकडे पाहतच राहिली. काय आश्चर्य! ते पेन होतं. नाही, ते पेन नव्हतं.

ती कशाकडे पाहातेय हे तिच्या लक्षात आल्यावर तिच्या चेहऱ्यावरचं हसू मावळलं. त्या बॉक्समधली ती चंदेरी नळी बाहेर काढून तिनं तिच्या बाजूवरचं बटन अंगठ्यानं दाबलं. त्याबरोबर तिचा वरचा भाग वर उडाला, प्रकाशाची निळी ज्योत पेटली आणि एक छोटासा सायरन किणकिणला.

मेन इन ब्लॅकची आठवण देणारी ती रिमोट कंट्रोलची प्रतिकृती होती आणि ती कशासाठी होती हे समजल्यावर सोफीचे डोळे चमकले. व्हिटो चिकोटेलीनं तिला पुन्हा एकदा खूश करण्याचा प्रयत्न केला होता.

त्या बॉक्समध्ये एक चिठ्ठीही होती. अक्षर बायकी होतं, पण शब्द नव्हते. 'ब्रूस्टर गाढव आहे. त्याला विसर आणि जगत राहा.' व्ही. ताजा कलम वाचल्यावर तिला हसूच आलं. 'स्वत:ला संपवण्यापूर्वी तुझ्या डोळ्यांवरचे जांभळे सनग्लासेस काढून ठेवायला विसरू नकोस, नाहीतर त्यांचा उपयोग होणार नाही.' त्या

ओळींखाली एक वेडावाकडा बाण काढला होता म्हणून तिनं त्या चिठ्ठीच्या मागे काय लिहिलंय ते पाहिलं. 'अजूनही मी तुला पिझ्झा देऊ इच्छितो. हे ठिकाण तुझ्या बिल्डिंगपासून दोन बिल्डिंग्ज सोडून व्हिटमन कॉलेजकडे आहे आणि चांगलं ठिकाण आहे. अजूनही तुला तो हवा असेल, तर तुझा क्लास आज रात्री संपल्यावर मी तिथे आहे.'

ती चिठ्ठी आणि ते खेळणं तिनं परत बॉक्समध्ये ठेवलं आणि ती विचारात पडली. तो पिझ्झा घ्यायचं तिनं ठरवलं, पण व्हिटो चिकोटेलीलाही ती खूपकाही देणं लागत होती. तिनं घड्याळाकडे नजर टाकली. व्हायकिंग टूर आणि संध्याकाळच्या सेमिनारमध्ये ती जिथे शिकवत होती, यांच्या दरम्यान जास्त वेळ तिच्या हाताशी नव्हता; पण कसंही करून तिला 'ते' जमवायचंच होतं.

ॲलन ब्रूस्टरकडून व्हिटो चिकोटेलीला काहीच मिळालं नव्हतं. त्याची सोफीला आधीच कल्पना होती. त्याचं नाव देऊन व्हिटोला तपासाच्या कामात काही फायदा होण्यापेक्षा स्वत:ची सदसद्विवेक बुद्धी जागी ठेवणं हाच सोफीचा उद्देश होता, पण एटिअन मोरॉक्सनं तिला योग्य दिशा दाखवली होती. बेपत्ता झालेल्या तशा वस्तू जगात कुठेतरी आढळत होत्या. बहुतेक युरोपमध्येच त्या अजूनही होत्या, पण नसल्या तर? किंवा त्या अगदी इथेच असल्या तर?

कलाकृतींच्या आश्रयदात्यांपेकी युरोपिअन जगातले इतर महत्त्वाचे लोक किंवा मृत्यू पावलेला तो कोण होता, याबद्दल एटिअनला काही माहिती नव्हती. संपत्ती आणि तिचा प्रभाव याबद्दल सोफीला जेवढी माहिती होती, तेवढी एटिअनला नव्हती, पण आणखी कुणाला होती हे तिला माहीत होतं.

सोफीला तिच्या जन्मदात्या वडलांची आठवण झाली. अनेक सामाजिक आणि राजकीय पातळ्यांवरच्या लोकांशी अलेक्सचे जवळचे संबंध होते, पण त्यांच्या प्रतिष्ठेचा आणि प्रभावाचा उपयोग करून घेण्याच्या बाबतीत ती उदासीन होती. तिचा हा अलिप्तपणा बराचसा तिच्या सावत्र आईला तिच्या नवऱ्याच्या या अनौरस अमेरिकन मुलीविषयी वाटणाऱ्या तिरस्कारातून आला होता, पण तिची ही द्विधा मन:स्थिती ॲना आणि अलेक्स व इतर कुटुंबीयांच्या संबंधातल्या विचित्र गुंतागुंतीखाली झाकली गेली होती आणि म्हणून फारच महत्त्वाचं कारण असल्याशिवाय ती कुणाला भेटतही नसे.

पण हे महत्त्वाचं होतंच. न्यायाचा प्रश्न होता. म्हणून पुन्हा एकदा आपल्या वडलांच्या प्रभावाचा उपयोग करून घेण्याचं तिनं ठरवलं. वडलांनीही ते मान्य केलं असतं, असा तिनं विचार केला. जो कुणी मृत्यू पावला होता तो अलेक्सच्या मित्रांना माहीत असण्याची शक्यता होती. एडब्ल्यूओएल हा संग्रह कुणाचा होता, हे ते सांगू शकले असते. त्या माणसाचं कुटुंब, त्याचे नातेसंबंध याबद्दल त्यांना कल्पना

असण्याची शक्यता होती. तोपर्यंतच्या तिच्या आयुष्यात एक कठीण गोष्ट ती शिकली होती. ती म्हणजे अफवा, कंड्यांनाही कधी कमी लेखू नये. मग त्या चांगल्या असोत की वाईट!

अलेक्स अर्नाडनी तिच्या फोनबुकात त्यांच्या मित्रांचे नंबर्स लिहिले होते. आपण गेल्यावर युरोपमध्ये ती 'एकाकी' राहू नये म्हणून ते पान तिनं उघडलं. त्यांच्या आजारपणात ते लिहिलेले असल्यानं त्यांचं अक्षर भिंतीवरच्या कोळ्यासारखं झालं होतं, पण तरी सोफी ती नावं आणि नंबर्स वाचू शकत होती. लहान असल्यापासून या लोकांना ती ओळखत होती आणि सर्वांनीच वेळोवेळी तिला मदत देऊ केली होती. ती मदत आता ती स्वीकारणार होती.

मंगळवार, १६ जानेवारी, दुपारी १:३० वा.

तो दक्षिणेला फिलीकडे जात असताना अजूनही त्याचं हृदय जोरात धडधडत होतं. 'एक वर्षापूर्वी याच १-९५ रस्त्यानं जात असताना त्याला झॅकरी वेबर भेटला होता, हे त्याला आठवलं; पण आज तो चिडलेला होता. त्यानं आधी ठरवल्याप्रमाणे त्या दिवशी काहीच घडत नव्हतं.

अगदी पहिल्यांदा व्हॅन झॅण्ड्टच्या न पटण्यासारख्या मागण्या आज त्याच्यासमोर आल्या होत्या. पोलादी स्त्रिया, नव्या राण्या आणि डोक्यात होणारे स्फोट! अस्सलपणाचं महत्त्व व्हॅन झॅण्ड्टला समजतं, असं त्याला वाटत होतं; पण शेवटी, इतरांसारखाच तोही एक सामान्य माणूसच निघाला होता.

मग हॅरिंग्टन. त्याला तो फोटो कुठे मिळाला होता? तसं त्यालाही काही महत्त्व नव्हतं. त्याला झॅकरी वेबर भेटला होता, हे कुणीच सिद्ध करू शकणार नव्हतं. मग १९४३ जर्मन लूगर त्यानं त्या मुलाच्या डोक्यापाशी धरली आणि चाप ओढला हे सिद्ध करणं तर केवळ अशक्यच होतं. हॅरिंग्टनचा नेम चुकून बरोबर लागला, पण तो अंधारात गोळी मारत होता.

'तरीसुद्धा तो रड्या हरामखोर बहुतेक आता व्ही झेडच्या ऑफिसमध्ये बसून त्याला पटवून देण्याचा प्रयत्न करत असणार. काय करावं? मला नोकरीवरून हाकलावं? पोलिसांकडे माझी तक्रार करावी? व्हॅन झॅण्ड्ट असं काहीही करणार नाही.' त्याला पिनॅकलचं निमंत्रण आलं होतं आणि त्याला रिकाम्या हातांनी जाणं शक्य नव्हतं. 'त्याला माझी गरज आहेच.' दुर्दैव असं की, त्यालाही सध्या तरी व्हॅन झॅण्ड्टची गरज होती.

हॅरिंग्टनला या उलट अद्दल घडवायला हवी होती आणि तीही लवकरच! 'तो

व्हॅन झॅण्ड्टकडे रडगाणं गाईल, पण शेवटी जो त्याचं ऐकून घेईल त्याच्याकडे स्वत:ची स्टोरी घेऊन जाईल. व्हॅन झॅण्ड्टनं म्हटलंच होतं की, त्याची उपयुक्तता आता संपलीये.' तो मनाशीच हसला. व्हॅन झॅण्ड्टला कल्पना नव्हती की, त्याचे शब्द खरे ठरणार होते. हॅरिंग्टनचा समाचार तो घेणारच होता आणि बोलल्याप्रमाणे त्याला भेटावंही लागणारच होतं.

मंगळवार, १६ जानेवारी, दुपारी १:३० वा.

यॅगरच्या ऑफिसमध्ये डेरेकला बोलावून दीड तास होऊन गेला होता आणि तेवढ्या वेळात स्वत: वेडगळ न ठरता फ्रेझिअर लुईबद्दलच्या शंकांच्या बाबतीत आपल्या सहकाऱ्याचा सामना कसा करायचा हे त्यानं ठरवलं होतं. त्याचं बोलून झाल्यावर यॅगरच्या कपाळावर आठ्यांचं जाळं तयार झालं, पण कंटाळा आल्यामुळे तो दुर्लक्ष करतोय असं डेरेकला त्याच्या डोळ्यांवरून वाटलं.

"तू जे सुचवतोयस डेरेक, ते खरोखरच फार गंभीर आहे."

"अर्थातच ते गंभीर आहे यॅगर. त्या मुलामध्ये आणि लुईच्या ॲनिमेशनमधल्या पात्रामध्ये काही साम्य नाही असं तू तिथे बसून सांगू शकत नाहीस."

"साम्य आहे हे मी नाकारत नाही, पण आपल्या एका सहकाऱ्यावर थंड डोक्यानं खून केल्याचा आरोप करणं हेही फारच झालं."

"लुई तर असं साम्य असल्याचंही मान्य करत नाही. फारच हरामखोर आहे तो!"

"त्यानं काय म्हणावं असं तुला वाटतं? त्याच्यावर तू खुनाचा आरोप केलायस आत्ताच! "तुझं म्हणणं खरं आहे. मी झॅकरी वेबरला पळवून नेलं, त्याच्या डोक्याजवळ बंदूक धरली आणि त्याचा मेंदू बाहेर काढला. मग मी त्याला व्हिडिओ गेममधलं पात्र बनवलं, हे त्यानं कबूल करावं, असं तुला वाटतंय बहुतेक." तो मजेत मान तिरकी करून म्हणाला. "तुला ते शहाणपणाचं वाटतं?"

तसं ते नव्हतं, इतकं स्पष्टपणे म्हणणं तर शहाणपणाचं नव्हतंच; पण काहीतरी चुकलं होतं हे निश्चित! डेरेकला ते अगदी आतून जाणवत होतं. "मग याचा अर्थ काय लावणार?" त्यानं त्या फोटोवर टिचकी मारली. "हा मुलगा बेपत्ता आहे आणि तो मग बिहाइंड एनेमी लाइन्समध्ये दिसतोय."

"त्यानं त्याला कुठेतरी पाहिलं. जाऊ दे डेरेक, तुला ही प्रेरणा कुठून मिळाली?" 'मिळाली'. भूतकाळ. डेरेकच्या मनात निराशा पसरली. "तुला लुईबद्दल काहीच माहीत नाही. तू त्याला 'ओआरओ'मध्ये कामावर घेण्याआधी निर्मितीचा

काय अनुभव त्याला होता?''

"मला जे कळणं आवश्यक आहे ते कळतं.'' यॅगरनं एक कागद त्याच्या डेस्कवरून पलीकडे टाकला. चेहऱ्यावर जबरदस्त आत्मविश्वास असलेला यॅगरचा फोटो आणि एक हेडलाइन छापली होती त्यावर – 'ओआरओ'चं यशस्वी पदार्पण!' 'उदयोन्मुख निर्मात्याला पिनॅकलमध्ये स्थान!'

"म्हणजे तुला ते मिळालं.'' डेरेक थंडपणे म्हणाला.

"होय, 'मला' मिळालं.''

प्रथमपुरुषी सर्वनाम अगदी स्पष्टपणे उच्चारलं गेलं. "मी निघून जावं अशी तुझी इच्छा आहे?''

यॅगरनं भुवया उंचावल्या. अगदी शांतपणे. "मी असं कधीच म्हटलं नाही.''

त्याचं नैराश्य एकदम कमी झालं आणि काय करायला हवं ते डेरेकनं ओळखलं. सावकाशपणे तो उठला. "पण मी आता निघालोय.'' त्यानं दारापाशी थांबून, मागे वळून त्या माणसाकडे पाहिलं. त्याला या माणसानं एके काळी अत्यंत जवळचा मित्र मानलं होतं. "तुला मी खरंच कधी ओळखू शकलो?''

यॅगर शांत होता. "तुझ्या डेस्कपर्यंत सिक्युरिटी तुला घेऊन जाईल. तुझ्या वस्तू तू घेऊन जाऊ शकतोस.''

"माझ्या शुभेच्छा आहेत तुला, पण मी हे मनापासून म्हणणार नाही. तुझ्या पात्रतेप्रमाणे तुला काय ते मिळेल.''

यॅगरची नजर थंड झाली. "आता यापुढे तू कंपनीमध्ये नसशील. माझ्या कुठल्याही नोकराबद्दल काही आक्षेपार्ह बोललास तर ती निंदा-नालस्ती समजली जाईल आणि आनंदानं तुझ्यावर खटला भरला जाईल.''

"स्पष्टच सांगायचं, तर फ्रेझिअर लुईपासून दूर राहा.'' डेरेक कडवटपणे म्हणाला.

यॅगरचं हसणं महाभयंकर वाटलं. "म्हणजे तू मला ओळखलंस.''

न्यू जर्सी, मंगळवार, १६ जानेवारी, दुपारी २.३० वा.

टिम्टम् रिकरच्या सूचनेनुसार जर्सीजवळच्या शांत, छोट्या वस्तीमधून व्हिटो निघाला होता. तलवारी आणि कोयत्यांच्या विक्रीच्या पावत्या शोधून अॅन्डीज् अॅटिकमधून तो निघाला. टिम् आणि बेव्हरली रस्त्याच्या बाजूला त्याची वाट पाहत होते.

"ब्रिटॅनी बेलॅमीचं घर?'' गाडीतून खाली उतरल्यावर त्यानं विचारलं आणि

बेव्हरलीनं मान हलवून होकार दिला.

"तिचे आई-वडील इथे राहतात. तिच्या सर्व नोकऱ्यांच्या ठिकाणी ब्रिटॅनीनं फिलीमधला पोस्ट ऑफिस बॉक्सच दिला होता. ती जर इथे राहत नसेल, तर कुठे राहते हे तिचे आई-वडील आपल्याला कदाचित सांगू शकतील."

"तू बोललायस तिच्या आई-वडलांशी?

"नाही." टिम म्हणाला. "आम्ही तुझी वाट बघत होतो. तिच्या रेझ्यूमेवरच्या एका फोटोग्राफरनं सांगितलं की, त्यानं एका स्थानिक ज्वेलरी स्टोअरच्या जाहिरातीसाठी गेल्या वसंत ऋतूमध्ये ब्रिटॅनीला घेतलं होतं."

"ती जाहिरात अंगठ्यांसाठी होती." बेव्हरलीच्या डोळ्यात चिंता दिसली. "त्या फोटोमध्ये तिचे फक्त हातच होते."

"निकूला आणि मला वाटतं की, मारेकऱ्यानं वॉरन्‌ला त्याच्या टॅटूसाठी निवडलं आणि ब्रिटॅनी हातासाठी त्याला चांगली वाटली, म्हणून तिचे हात तसे जोडले. ती बेपत्ता असल्याचं कळलंय का?"

"नाही," विचार करत असलेला टिम् म्हणाला, "म्हणजे तिचा खून झाला नसावा."

"मग आपण शोध घेऊ की!" व्हिटो त्या दाराकडे गेला आणि त्यानं दार ठोठावलं. एक मिनिटानं एका मुलीनं समोरचं दार उघडलं. ती चौदा-एक वर्षांची असावी आणि तब्येतीनं ब्रिटॅनीसारखीच दिसली. तिचे केसही तसेच काळसर तपकिरी रंगाचे होते. टिश्यूजचा बॉक्स तिच्या हातात होता.

"काय?" तिनं विचारलं. तिचं नाक चोंदलेलं असावं. काचेच्या दारामुळे तिचा आवाज दबल्यासारखा आला.

व्हिटोनं त्याचा बॅज तिला दाखवला. "मी डिटेक्टिव्ह चिकोटेली. तुझे आई-वडील घरी आहेत?"

"नाही." ती नाकातून बोलली. "ती दोघंही कामावर गेलीयेत." तिचे जडावलेले डोळे बारीक झाले. "का?"

"आम्ही ब्रिटॅनी बेलॅमीचा शोध घेतोय."

त्या मुलीची हनुवटी हलली आणि ती पुन्हा अनुनासिक स्वरात बोलली. "माझी बहीण आहे ती. काय केलंय तिनं?"

"काहीच नाही. आम्हाला तिच्याशी फक्त बोलायचंय. ती कुठे राहते हे आम्हाला तू सांगू शकशील?"

"इथे नाही. आता इथे नाही राहत."

बेव्हरली पुढे आली. "मग आता ती कुठे राहते हे आम्हाला सांगू शकशील?"

"मला माहीत नाही. हे बघा, तुम्ही माझ्या आई-वडलांशी बोलायला हवं. ती

दोघं सहानंतर घरी येतील.''

''मग तुझे आई-वडील जिथे कामावर जातात तिथला फोन नंबर आम्हाला देऊ शकशील?'' बेव्हरलीनं पुन्हा विचारलं.

तिच्या झोपाळू नजरेत आता भीती दिसली. ''ब्रिटॅनीला काय झालंय?''

''आम्हाला निश्चित असं काही ठाऊक नाही.'' व्हिटो म्हणाला. ''आम्हाला खरंतर तुझ्या आई-वडलांशीच बोलायचंय.''

''थांबा इथेच.'' तिनं आतून दार लावून घेतलं आणि व्हिटोला आतला बोल्ट लावून घेतल्याचा आवाज ऐकू आला. नंतर दोन मिनिटांनी दार पुन्हा उघडलं आणि ती मुलगी कॉर्डलेस फोन घेऊन आली. तिनं तो फोन व्हिटोला दिला. ''माझी आई फोनवर आहे.''

''मिसेस बेलॅमी बोलतायत का?''

''हो.'' त्या स्त्रीचा आवाज घाबरलेला आणि रागावल्यासारखाही होता. ''ही पोलिसांची काय भानगड आहे? काय केलंय ब्रिटॅनीनं?''

''मी डिटेक्टिव्ह चिकोटेली, फिली पीडी. तुम्ही ब्रिटॅनीला शेवटचं कधी भेटलात?''

क्षणभर तणावपूर्ण शांतता. ''ओह् माय् गॉड! ती हे जग सोडून गेलीय की काय?''

''तुम्ही तिला शेवटचं कधी भेटलात मिसेस बेलॅमी?''

''ओह्, गॉड! ती मरण पावलीये?'' त्या स्त्रीचा आवाज भावनोद्रेक झाल्यासारखा येत होता. ''ओह् गॉड!''

''मिसेस बेलॅमी, प्लीज. केव्हा?'' पण त्या एवढ्या मोठ्या आवाजात रडायला लागल्या की त्याचा आवाज त्याला ऐकूच येईनासा झाला. त्या छोट्या मुलीच्या डोळ्यात अश्रू दाटून आले आणि तिनं व्हिटोच्या हातातून फोन घेतला.

''मा, घरी ये. मी पॉपला फोन करते.'' तिनं फोन बंद केला आणि दोन्ही हातांनी छातीशी धरला. वॉरन् कीझनं तलवार जशी धरली होती, बरंचसं तसंच. ''थँक्स गिव्हिंगनंतर हे झालं. अभिनेत्री होण्यासाठी तिनं डेन्टल स्कूल सोडलं, तेव्हा डॅड आणि मॉममध्ये मोठ्ठं भांडण झालं होतं.'' तिनं पापण्यांची उघडझाप केली, तसे तिचे अश्रू गालांवरून ओघळले. ''तिनं घर सोडलं, म्हणाली, ती तिच्या पायांवर उभी राहील. मी तिला भेटण्याची तीच शेवटची वेळ. ती आता नाहीये, हो ना?''

व्हिटोनं उसासा सोडला. ''तुझ्याकडे कम्प्यूटर आहे?''

ती विचारात पडली. ''हो, अगदी नवा कोरा.''

''किती नवा बेटा?'' व्हिटोनं विचारलं.

"एखादा महिना झाला असेल." ती विचार करत बोलली. "ब्रिटॅनी गेल्यावर लगेच जुना बिघडला. माझा डॅड वेडपट. त्याच्याकडे दुसरा नव्हता."

"तिच्या रूमची झडती घेण्यासाठी तुझ्या आई-वडलांची परवानगी घेण्याची गरज आहे."

तिनं नजर दुसरीकडे वळवली. तिचे ओठ थरथरत होते. "मी पॉपला फोन करते."

बेव्हरली आणि टिमकडे वळून व्हिटो म्हणाला, "मी इथेच थांबतो. तुम्ही दोघं त्या परिसरात जा आणि युकॅनमॉडेल डॉटकॉमवर त्या रांगेतल्या तिसऱ्या बळीचा शोध सुरू करा."

"तो कोयतावाला..." टिम गंभीरपणे म्हणाला. "पण बेपत्ता व्यक्तींच्या यादीत त्याचं नाव असल्यामुळे आपण त्याचा विचार करू शकणार नाही. ब्रिटॅनी जरी बेपत्ता झाल्याची तक्रार आली असली तरी ती फिलीच्या यादीत नसणार, तर ती जर्सीमध्ये असणार."

"शारीरिक वैशिष्ट्यांवरून आपण डेटाबेसच्या साहाय्यानं शोध घेऊ शकतो. तुमच्या जर ते लक्षात आलं नाही, तर आयटीमधल्या ब्रेन्ट येल्टनला बोलवा. मी तुम्हाला पाठवलंय म्हणून त्याला सांगा आणि वॉरन आणि ब्रिटॅनीचे रेझ्यूमे ज्या दिवशी पाहिले, त्याच दिवशी आणखी कुणाकुणाला हिट्स मिळाल्या त्यांची यादी त्याला मिळू शकते का तेही पाहा. मला खात्री आहे, या माणसानं ज्याला मॉडेलिंगचं काम दिलं तोच एकटा नशीबवान नाहीये. त्याला भेटलेला आणखीही कुणी असू शकेल आणि आपल्याला तो सापडेल आणि त्याचा कम्प्यूटर अजून चांगल्या अवस्थेत असेल."

बेव्ह आणि टिमनं माना हलवल्या. "चालेल."

ती मुलगी काचेच्या दाराजवळ परतली होती. "माझा डॅड घरी यायला निघालाय."

त्या घराच्या जवळच कॅथलिकांचं एक पवित्र ठिकाण होतं. "तुमचे धर्मगुरू आहेत ना?" व्हिटोनं विचारलं.

ती उदासपणे 'हो' म्हणाली. "मी त्यांनाही फोन करते."

मंगळवार, १६ जानेवारी, दुपारी ३:२० वा.

मंचला उशीर झाला होता. गेल्या अनेक मिनिटांपासून आता दहाव्यांदा ग्रेगरी सॅण्डर्सनं त्याच्या घड्याळाकडे बघितलं. इतका वेळ या बारमध्ये बसून राहण्याचा आनंद चेहऱ्यावर दिसत असला पाहिजे, कारण इथेच भेटण्याचं आश्वासन मंचनं

त्याला दिलं होतं. हातात केन घेऊन येणाऱ्या जराशा वयस्कर व्यक्तीकडे त्याला फक्त लक्ष ठेवायचं होतं.

त्याच्या टेबलापाशी वेट्रेस थांबली. ''काही ऑर्डर दिल्याशिवाय तुम्हाला इथे बसता येणार नाही.''

''मी कुणाचीतरी वाट पाहतोय, पण माझ्यासाठी एक जी अॅण्ड टी घेऊन ये.''

त्याच्याकडे निरखून पाहण्यासाठी तिनं मान तिरकी केली. ''मी तुम्हाला पूर्वी कुठेतरी बघितलंय. माझ्या चांगलं लक्षात आहे.'' तिनं चुटकी वाजवली. ''सॅण्डर्स स्युअर सर्व्हिस!'' ती हसली. ''मला ती जाहिरात आवडली.''

ती निघून गेली तेव्हा तोही शालीनतेनं हसला. राष्ट्रीय मोहिमांच्या अतिशय सुसंस्कृत जाहिराती त्यानं केल्या होत्या, पण त्याच्या वडलांनी त्यांच्या सहा मुलांना ती मूर्खपणाची कमर्शिअल जाहिरात करायला लावली आणि तीच फिलीमधल्या लोकांच्या लक्षात राहिली. ती कमर्शिअल ज्यांनी पाहिली त्यांनी त्याला गंभीरपणानं कधीच घेतलं नव्हतं आणि लोकांनी आपल्याला गंभीरपणे घ्यावं अशी त्याची अपेक्षा होती. अशा जाहिरातींसाठी एड् मंचनं त्याला बोलवावं, असं त्याला वाटत होतं.

त्यानं शर्टाच्या बाहीमध्ये लपवलेला चाकू बोटांनी चाचपला. त्या म्हाताऱ्याला खरंतर अचानक गाठून लुबाडावं, असा त्याचा विचार होता, पण या बारमध्ये तो जास्त वेळ बसू शकत नव्हता. त्या लोकांना पैसा कमवायचा होता आणि तो त्यांना आत्ता हवा होता.

त्याच्या खिशातला सेल वाजला आणि त्यानं चटकन आजूबाजूला बघितलं. आपल्याला कुणी ओळखलं तर नाही, या शंकेनं; पण त्याचा सेल स्वस्त किमतीचा होता आणि फक्त जिलकडेच त्याचा नंबर होता. ''हं, बोल.'' जिल रडत होती आणि तो आणखी ताठ होऊन बसला. ''काय?''

''तुझ्यामुळे'' ती फोनवर धुसफुसत म्हणाली. ''ते इथे आले होते. इथे माझ्याकडे. त्यांनी सगळी तोडफोड केली, तुला शोधू लागले. त्यांनी माझ्यावर हातही टाकला.''

ती संतापली होती. इतक्या मोठ्या आवाजात ओरडत होती की, त्याच्या कानांना त्याचा त्रास झाला त्याचा. ''काय केलं त्यांनी?'' त्यानं विचारलं. त्याच्या पोटात भीतीनं गोळा उठला. ''ते जाऊ दे जिल, त्या हरामखोरांनी काय केलं ते सांग.''

''त्यांनी मला मारलं. माझे दोन दात पाडले.'' ती एकदम शांत झाली. ''उद्या याहीपेक्षा जास्त त्रास देऊ असंही ते म्हणाले, म्हणून मला आता लपायला जागा शोधावी लागेल. अरे देवा, आता मला वाचव. तुला ते नक्की गाठतील, म्हणून

मला जर तू आधी सापडलास, तर मीच तुझा जीव घेईन."

"जिल, सॉरी!"

तर कर्कशपणे हसली. "होय, तुला वाईट वाटलं! सॉरी! माझा बापही नेहमी असंच म्हणत होता आणि तुझाही." तिनं फोन ठेवला आणि ग्रेगनं श्वास सोडला, लांबलचक. 'त्यांना तो सापडला तर त्यालाही ते मारतील आणि जर चमत्कार होऊन तो जगला-वाचला तर त्याचा चेहरा ते इतका विद्रूप करतील की, पुढचे कित्येक आठवडे तो कामच करू शकणार नाही. काहीही करून त्याला थोडाफार पैसा मिळवावाच लागेल. आजच!' तिच्या मनात विचार सुरू होते.

मंचला जवळ-जवळ अर्धा तास उशीर झाला होता. तो आता येणार नव्हता. ग्रेग उभा राहिला आणि रेस्टोरांटच्या बाहेर पडला. इथून आता कुठे जाणार हे ठरलेलं नव्हतं, पण कुठूनतरी पैसा मिळवणं नक्कीच आवश्यक होतं. दुकानांमध्ये चोरी करावी या उद्देशानं एखादी बस पकडण्यासाठी तो फुटपाथपर्यंत चालत गेला. तो कुठे जाणार याचा त्यालाही पत्ता नव्हता. फक्त फिलीपासून दूर कुठेतरी, एवढं मात्र नक्की.

"मि. सॅण्डर्स?"

ग्रेगनं वळून पाहिलं. त्याला खूप आनंद झाला. हातात केन घेतलेला तोच म्हातारा होता. "मंच?"

"सॉरी मि. सॅण्डर्स, मला उशीर झाला. माझ्या डॉक्युमेन्टरीमध्ये काम करायला अजून तू तयार आहेस?"

ग्रेगनं त्याला आपादमस्तक न्याहाळलं. एके काळी तो चांगला जाडजूड माणूस होता, पण आता तो वाकला होता. केव्हाही कोलमडून पडेल असा दिसत होता. "तुम्ही अजूनही रोख पैसे देता?"

"अर्थात! तुझ्याकडे कार आहे?"

त्यानं ती फार पूर्वीच विकली होती. "नाही."

"मग आपण माझ्या ट्रकनं जाऊ. शेजारच्या इमारतीत मी तो पार्क केलाय."

'एकदा पैसा हातात आला की, या म्हाताऱ्याचा ट्रक घेऊन पसार होता येईल.' त्यानं विचार केला आणि तो म्हणाला, "चला मग, निघू."

मंगळवार, १६ जानेवारी, दुपारी ४:०५ वा.

सोफीचा ऑफिसमधला फोन वाजू लागला तेव्हा ती व्हायकिंग टूर करून परतली होती. पळत जाऊन तिनं तो उचलला. युरोपमध्ये रात्रीचे दहा वाजून गेले

होते. तिनं ज्यांना फोन केला होता ते रात्रीचं जेवण घेत असणार होते. "हॅलो?"

"डॉ. जोहान्सन." तो गर्विष्ठ, पण कमावलेला आवाज तिनं पूर्वी ऐकलेला होता.

सोफीनं श्वास घेतला. तो फोन युरोपमधून आलेला नव्हता. ॲमन्डा ब्रूस्टरचा होता. "येस?"

"कोण बोलतंय हे ओळखलंस?"

उंदीर असलेल्या बॉक्सकडे तिनं बघितलं आणि संतापाची एक नवी लहर तिच्या मनात उचंबळून आली. तिचं काम संपल्यावर त्या बिचाऱ्या प्राण्याचा दफनविधी चांगल्या प्रकारे करण्याचं तिनं ठरवलं होतं. "तू एक रोगट कुत्री आहेस."

"आणि तुझी स्मरणशक्ती धड नाहीये. माझ्या नवऱ्यापासून तू दूर राहा असं मी तुला एकदा बजावलं होतं."

"आणि तुझे कान धड नाहीयेत. तुझ्या नवऱ्याची मला गरज नाही असं मी तुला स्पष्ट सांगितलं होतं. मला त्याचं थोबाडही पुन्हा पाहायची इच्छा नाहीये. तू माझी काळजी करण्याची आवश्यकता नाही ॲमन्डा. मी तुझ्या जागी असते, तर तुझ्या नवऱ्याच्या नव्या सोनेरी केसांच्या असिस्टंटची रोज काळजी केली असती."

"तू जर माझ्या जागी असतीस, तर तू ॲलनला सोडलं नसतंस." ती आत्मसंतुष्टपणे म्हणाली, तेव्हा सोफीनं संतापानं डोळे गरागरा फिरवले.

"तुला एखाद्या तज्ज्ञ माणसाच्या मदतीची गरज आहे."

"मला गरज कशाची आहे, तर" ॲमन्डा दात-ओठ खात म्हणाली, "सगळ्या बाजारबसव्यांना माझ्या नवऱ्यापासून दूर ठेवण्याची. मी तुला गेल्या वेळी जेव्हा मुद्देमालासकट पकडलं होतं तेव्हा...."

"तू पकडलं नाहीस." सोफी संतापून म्हणाली. "मीच तुझ्याकडे आले होते." ॲलन ब्रूस्टरचं तिच्यावर खरंच प्रेम आहे, असा तिचा विश्वास बसला तेव्हा ती तिची दुसरी मोठी चूक झाली होती. बायकांना मोहात पाडणाऱ्याच्या त्या बायकोला हे कळायलाच हवं, हे तिला सांगायला ती गेली होती, हा तिचा मूर्खपणाच झाला होता, पण ॲमन्डा ब्रूस्टरनं तेव्हाही ते ऐकून घेतलं नव्हतं आणि आताही ती ऐकायला तयार नव्हती.

"सांगितलं होतं की, मी तुला खलास करेन!" ॲमन्डा बोलत राहिली. जणू सोफी एक शब्दही बोलली नव्हती.

तिला खलास करण्याची गरज त्या बाईला पडलीच नव्हती. ॲलन आणि त्याचं गुन्हेगार टोळकं यांनी लैंगिक बाबतीत तिची भरपूर बदनामी करून स्वत:च ते काम केलं होतं आणि त्यांनी तीच बदनामी आता पुन्हा सुरू केली होती.

त्यामुळेच ती आता भयंकर चिडली होती. व्हिटोनं तिला पाठवलेलं खेळणं

तिनं हातात घेतलं. फोनवरून त्याचा उपयोग करता आला असता, तर बरं झालं असतं, असं तिला वाटलं. ती घटनाच या पृथ्वीतलावरून पुसून टाकता आली असती, तर बरं झालं असतं, असं तिला वाटलं; पण तसं होणार नव्हतं आणि आता तिचा सामना करण्याची वेळ आली होती. दहा वर्षांपूर्वी ती ॲलनपासून दूर पळाली होती. आपण केलेल्या कृत्याची शरम वाटल्यामुळे आणि ॲमन्डाच्या धमक्यांमुळे आपलं करिअर उद्ध्वस्त होईल या भीतीनं अजूनही तिला त्याची लाज वाटत होतीच, पण आता ती पळणार नव्हती.

"तूच कुणाचीतरी मदत घे ॲमन्डा. मी तुला आता भीक घालणार नाही."

"तूच काळजी घेणं चांगलं. स्वत:कडे बघ ना आता!" ॲमन्डा किंचाळली. "एका वेड्या माणसाच्या थर्ड-क्लास म्यूझियममध्ये तू काम करतेयस. तुझं करिअर सध्या टॉयलेटमध्ये आहे हे लक्षात घे." ती हसली, पण त्यात विनोद कुठेच नव्हता. "मी तुझा निकाल लावल्यावर तू गटारीतली घाण उपसत राहशील."

आश्चर्य वाटल्यानं ती हसणार होती, पण ते हसणं तिनं दाबलं. "गटारीतली घाण उपसत राहशील!" हेच शब्द तिनं दहा वर्षांपूर्वीसुद्धा उच्चारले होते. बावीस वर्षांची असताना सोफीला ते खरं वाटलं होतं. बत्तीसाव्या वर्षी मानसिक संतुलन गमावलेल्या बाईची बडबड तिच्या लक्षात आली होती. तिला खरंतर ॲमन्डा ब्रूस्टरची दया यायला हवी होती. येत्या दहा वर्षांत कदाचित आलीही असती.

"ॲलनबद्दल मी काही बोलले तर तुझा विश्वास बसणार नाही, पण मी जे सांगतेय त्यावर विश्वास ठेव. आज सकाळी तू जे पॅकेट मला पाठवलंस, तसं पुन्हा पाठवलंस, तर मी पोलिसांना फोन करेन."

तिनं फोन ठेवला आणि एकही खिडकी नसलेल्या तिच्या ऑफिसमध्ये सभोवार पाहिलं. एका बाबतीत ॲमन्डाचं बरोबर होतं. एका थर्ड-क्लास म्यूझियममध्येच सोफी काम करत होती.

पण तसं करण्याचं कारण नव्हतं. आणखी एका बाबतीत मात्र ॲमन्डाचं म्हणणं चूक होतं. टेड् वेडा नव्हता. आज दुपारच्या पर्यटकांच्या चेहऱ्यांकडे सोफीनं लक्षपूर्वक पाहिलं होतं. त्यांना मजा वाटली होती आणि त्यांना काही शिकायलाही मिळालं होतं. टेडचं बरोबर होतं. त्याच्या आजोबांकडून मिळालेल्या वारशाचं शक्य तेवढं चांगल्या प्रकारे तो जतन करत होता आणि त्यात तिने मदत करावी म्हणून त्यानं तिला नोकरी दिली होती. तोपर्यंत ती फारशी मदत करू शकली नव्हती.

कारण गेल्या सहा महिन्यांत तिला स्वत:बद्दलच सारखं वाईट वाटत होतं. मोठ्या आणि महत्त्वाच्या पुरातत्वशास्त्रज्ञाला आयुष्यभराचं उत्खनन सक्तीनं सोडून द्यावं लागलं होतं. "मी एवढी शिष्ट कधी झाले?" ती स्वत:शीच मोठ्या आवाजात

बोलली. ती फ्रान्समध्ये उत्खनन करत नव्हती म्हणजे ती इथे काहीच महत्त्वाचं काम करत नव्हती असं नव्हतं.

तिच्या ऑफिसमध्ये ढिगांनी ठेवलेल्या बॉक्सेसकडे तिनं पाहिलं. जमिनीपासून छतापर्यंत बॉक्सेसच बॉक्सेस! त्यांपैकी बऱ्याचशा बॉक्सेसमध्ये पहिल्या टेडच्या संग्रहांमधल्या वस्तू होत्या आणि मुख्य म्यूझियममध्ये त्या ठेवणं टेड आणि डार्लाला शक्य झालं नव्हतं. ती स्वतःच त्यांच्यासाठी जागा शोधणार होती.

तिच्या हाताकडे तिचं लक्ष गेलं आणि व्हिटोनं दिलेलं ते खेळणं अजूनही तिच्या हातातच असलेलं तिला दिसलं. तिनं ते काळजीपूर्वक त्या बॉक्समध्ये परत ठेवलं. रात्री डिनरसाठी ती व्हिटोला भेटली, तेव्हा तिनं स्वतःचं आयुष्य पुन्हा रुळावर आणलं. तिचं व्यावसायिक आयुष्यही ती आताच रुळावर आणायला सुरुवात करणार होती.

टेड् त्याच्या ऑफिसमध्ये तिला दिसला. "टेड्, मला जरा जागा हवीये."

त्याचे डोळे बारीक झाले. "कुठल्या प्रकारची जागा? सोफी, तू आम्हाला सोडून चाललीयेस?"

तिचे डोळे विस्फारले. "नाही, मी सोडून जात नाहीय्. म्यूझियमच्या वस्तू ठेवायला जागा हवीये. नव्या वस्तूंसाठी माझ्या डोक्यात काही कल्पना आहेत." ती हसली. "मजेशीर वस्तू! कुठे ठेवता येतील त्या मला?"

टेडसुद्धा हसला. "माझ्याकडे अगदी छान जागा आहे! अगदी छान म्हणता येणार नाही आताच, पण तू ते काम अगदी व्यवस्थित करशील, याची मला खात्री आहे."

मंगळवार, १६ जानेवारी, दुपारी ४:१० वा.

पहिल्या अर्ध्या तासात ड्रायव्हिंग सुरू केल्यापासून मंच त्याच्या डॉक्युमेन्टरीबद्दल ग्रेगला सांगत होता. मध्ययुगीन युरोपमधील दैनंदिन जीवनाकडे तो नव्या दृष्टिकोनातून पाहत होता.

'गॉड!' ग्रेग विचार करत होता. 'किती कंटाळवाणा माणूस आहे!' सॅण्डर्स स्युअर सर्व्हिसपेक्षाही हे काम त्याच्या करिअरसाठी जास्त कंटाळवाणं होतं. "इतर अभिनेत्यांबद्दल काय?"

"त्यांचं शूटिंग मी पुढच्या आठवड्यात सुरू करतोय."

म्हणजे आता ते दोघंच असणार होते आणि मंचनं अजून कुणालाच पैसे दिलेले नव्हते. 'त्याच्या घरात सध्या भरपूर पैसा असला पाहिजे.' "तुमचा स्टुडिओ

अजून किती दूर आहे?'' ग्रेगनं प्रश्न केला. ''आपण पन्नास मैल आलो असू.''

''फारसा दूर नाही.'' मंचनं उत्तर दिलं. तो हसला आणि ग्रेगच्या पाठीत खालपर्यंत थंड शहारा गेल्याचं त्याला जाणवलं. ''माझ्या शेजाऱ्यांना त्रास द्यावा, असं मला वाटत नाही, म्हणून मी इतका लांब राहतो. तिथून माझा आवाज कुणाला ऐकू जाणार नाही.''

''तुमचा त्रास त्यांना कसा काय होईल?'' ग्रेगनं विचारलं. त्याला त्याचं उत्तर पाहिजेच होतं असं नाही.

''ओह्, मध्ययुगीन घटना पुन्हा साकार करणारे गुप्स माझ्याकडे राहतात.''

''म्हणजे द्वंद्वयुद्ध, भालाफेक वगैरे असं तुम्हाला म्हणायचंय?''

मंच पुन्हा हसला. ''आणि वगैरे, वगैरे.'' तो हाय-वे वरून वळला. ''ते माझं घर.''

''छान आहे!'' ग्रेग पुटपुटला. ''अगदी व्हिक्टोरिअन काळासारखं!''

''तुला चांगलं वाटलं याचा आनंद वाटतो.'' त्यानं घरापाशी गाडी थांबवली. ''ये आत.''

ग्रेग मंचच्या मागे गेला. हातात केन घेऊन तो म्हातारा इतकं अंतर कसा चालतो याचं त्याला आश्चर्य वाटलं. आत गेल्यावर तो इकडे-तिकडे बघू लागला. 'या म्हाताऱ्यानं पैसा कुठे ठेवला असावा?' असा विचार त्याच्या मनात आला.

''इकडून ये.'' असं मंच म्हणाला आणि तऱ्हेतऱ्हेचे पेहराव ठेवलेल्या खोलीत त्याला घेऊन गेला. काही कपडे हँगर्सवर होते आणि चेहरे नसलेल्या पुतळ्यांवर घातलेले होते. मध्ययुगीन डिपार्टमेन्टल स्टोअरसारखीच ती खोली वाटत होती. ''तू हा पोशाख घालणार आहेस.'' असं म्हणून एका महंताच्या पायघोळ कफनीकडे त्याने बोट दाखवलं.

''आधी मला माझे पैसे द्या.''

मंचला राग आल्यासारखं दिसलं. ''माझं समाधान झाल्यावर तुला पैसे मिळतील. तो पोशाख घाल.'' जाण्यासाठी तो वळला आणि हीच वेळ होती. आता नाही, तर पुन्हा कधीच नाही, हे ग्रेगला समजलं.

''कर ते!'' त्यानं क्षणार्धात त्याचा चाकू उघडला. त्या म्हाताऱ्याच्या मागे जाऊन त्याच्या मानेभोवती त्याने हात घातला आणि त्याच्या दुसऱ्या हातानं चाकू त्याच्या गळ्यावर दाबला. ''म्हाताऱ्या, तू मला आता पैसे देशील. जिथे कुठे तुझे पैसे ठेवलेले असतील, तिथे हळूहळू चल. मी तुला काही करणार नाही.''

मंच स्तब्ध उभा राहिला. मग अचानक हालचाल करून त्यानं ग्रेगचा अंगठा पकडला आणि पिरगाळला. वेदनेनं ग्रेग किंचाळला आणि त्याच्या हातातला चाकू जमिनीवर पडला. त्याचा दंड त्यानं त्याच्या पाठीमागे जोरात वाकवला आणि एका

क्षणात तो जमिनीवर कोसळला. मंचचा गुडघा त्याच्या पाठीवर दबला.

"विश्वासघातकी! हरामखोर!" मंच म्हणाला, पण तो आवाज म्हाताऱ्या माणसाचा नव्हता.

ग्रेगच्या डोक्यात घणाघाती आवाज होत होते, त्यामुळे मंचचं बोलणं काही त्याला ऐकू येत नव्हतं. मरणप्राय वेदना होत होत्या. त्याचा दंड, त्याचा हात... त्याला दाह होत होता. "पॉप!" त्याच्या मनगटाचं हाड मोडलं तशी त्यानं मोठी किंकाळी फोडली आणि त्याचं कोपर मोडलं तेव्हा तो कण्हू लागला.

"मला लुबाडण्याचा प्रयत्न केलास म्हणून ही शिक्षा!" मंच म्हणाला आणि त्याचे मूठभर केस पकडून त्यानं त्याचं डोकं जमिनीवर आपटलं "आणि हे मला म्हातारा म्हटल्याबद्दल!"

मंच उभा राहिला आणि ग्रेगचा चाकू त्यानं खिशात घातला, तेव्हा त्याला मळमळल्यासारखं झालं. 'मदत घे!' ग्रेगच्या मेंदूनं ग्रेगला सूचना दिली. त्यानं हात त्याच्या खिशात घातला आणि डाव्या हातानं त्याचा सेल सुरू करण्याचा प्रयत्न केला. सेलचं फक्त एक बटन दाबण्यापुरताच वेळ मिळाला. तेवढ्यात मंचची बुटासह लाथ त्याच्या किडनीवर आदळली.

"खिशातून हात बाहेर काढ." त्यानं ग्रेगच्या पोटात लाथ घातली आणि तो पाठीवर कलंडला. ग्रेग त्याच्याकडे भयभीत होऊन एकटक पाहू लागला, तेव्हा मंचनं स्वत:च्या डोक्यावरचा करड्या रंगाचा विग ओढून काढला. त्याला संपूर्ण टक्कल होतं. मंचनं स्वत:ची दाढीही उपसून काढली आणि विगशेजारी टाकली. सगळ्यात शेवटी भुवयाही; आणि ग्रेगच्या पोटात भीतीचा गोळा आला! मंचला भुवयाही नव्हत्या. कुठल्याही प्रकारचे केस नव्हते.

'तो मला ठार मारणार आहे.' ग्रेगला ठसका लागला आणि तोंडात रक्त आलं. "तू काय करणार आहेस?"

मंच त्याच्याकडे खाली पाहत हसला. "भयंकर छळ ग्रेग! भयंकर छळ! भयंकर छळ!" किंकाळी. पण त्यानं प्रयत्न केला, तेव्हा कावळ्यासारखा फक्त करुण आवाज आला. मंचनं त्याचे हात पसरले. "तुला वाट्टेल तेवढ्या किंकाळ्या फोड! कुणालाच ऐकू जाणार नाहीत. कुणीच तुला वाचवणार नाही. मी सगळ्यांनाच ठार केलंय." तो खाली वाकला तेव्हा ग्रेगला त्याचे फक्त डोळे दिसले, थंड आणि भेसूर. "त्या सर्वांना वाटलं की, त्यांनी यातना भोगल्या; पण तुला ज्या यातना मी देणार आहे, त्यांच्यापुढे त्या काहीच नव्हत्या."

प्रकरण १२

मंगळवार, १६ जानेवारी, संध्याकाळी ५:०० वा.

झालेल्या कामांची एकमेकांना माहिती देण्यासाठी ते सगळे शांत चित्तानं एकत्र जमले. व्हिटो त्याच्या नेहमीच्या खुर्चीवर टेबलापाशी बसला. लिझ् त्याच्या उजव्या बाजूला, तर जेन त्याच्या डाव्या बाजूला बसली. जेनच्या शेजारी बेव्ह आणि टिम्. कॅथरिन लिझच्या जवळ बसली, तिचा चेहरा ओढलेला होता. तिनं केलेल्या सगळ्या शवविच्छेदनांचा विचार व्हिटोच्या मनात आला. या सगळ्या लोकांमध्ये तिच्यावरच बहुतेक कामाचा अधिक ताण पडला होता.

अर्थात, एका कुटुंबातली एकोणीस वर्षांची मुलगी वारली असल्याची बातमी त्या कुटुंबाला देणं हीसुद्धा सोपी गोष्ट नव्हती. "निक् कोर्टातून निघालाय." त्यानं लिझ्ला सांगितलं. "केसची तारीख पुढे ढकललीये."

"त्याची साक्ष झाली?"

"अजून नाही. एडीएच्या मते ती उद्या होईल."

"तशी आशा करू या. चला, लवकर लवकर सांगा म्हणजे इथून लगेच बाहेर पडता येईल."

व्हिटोनं घड्याळात पाहिलं. "टॉमस स्कारबरोसुद्धा येईल असं वाटतं."

जेन मॅक्फेनच्या भुवया वर गेल्या. "छान! स्कारबरो हो मोठा माणूस आहे या क्षेत्रातला, पण तुला तो लगेच कसा सापडला? मी तर असं ऐकलंय परवाच की, त्याच्याकडे महिनाभर पुरेल एवढी यादी आहे क्लाएंट्सची."

"त्यासाठी तू निक्चे आभार मानायला हवेस." फुटबॉलच्या खेळामध्ये बचावात्मक खेळ खेळणाऱ्या लाइन बॅकरसारखे खांदे आणि तांबूस-पिंगट रंगाचे केस असलेला एक उंच माणूस त्या रूममध्ये आलेला पाहिल्यावर बेव्हरली आणि जेन जराशा ताठ बसल्याचं व्हिटोनं डोळ्यांच्या कोपऱ्यातून बघितलं. डॉ. टॉमस स्कारबरो बऱ्याच बायकांना वाटतो तसा सिनेनटासारखा देखणा नाहीये असं व्हिटोला वाटलं, पण तो आत आल्याबरोबर ती रूम भरून गेल्यासारखं वाटलं.

तो जरासा वाकला आणि व्हिटोशी त्यानं हस्तांदोलन केलं. "तू नक्कीच चिक् असशील. मी स्कारबरो."

व्हिटोनंही हस्तांदोलन केलं. "आल्याबद्दल थँक्स डॉ. स्कारबरो!"

"टॉमस." असं तो म्हणाला आणि खुर्चीवर बसला. "एडीए लोपेझनं तुझ्या पार्टनरची आज सकाळी कोर्टाबाहेर ओळख करून दिली. आम्ही साक्षीसाठी वाट पाहत होतो. छळ करणाऱ्या लोकांबद्दल निक्नं विचारलं आणि मला कुतूहल निर्माण झालं."

व्हिटोनं त्याची सगळ्यांशी ओळख करून दिली आणि व्हाइट बोर्डाकडे जाऊन त्या दिवशी सकाळी त्यावर काढलेल्या खड्ड्यांच्या चौकोनाकडे सगळ्यांचं लक्ष वेधलं. "हात जोडलेली स्त्री ब्रिटॅनी बेलॅमी आहे, याची आम्ही खात्री करून घेतली. तिच्या बेडरूममधल्या ठशांची प्रेताच्या ठशांशी आम्ही तुलना केली. ते तिचेच आहेत."

"म्हणजे नऊपैकी तिघांची आपल्याला ओळख पटलेली आहे." लिझ् म्हणाली. "त्यांच्यामध्ये समान सूत्र काय आहे?"

व्हिटोनं मान हलवली. "ते आम्हाला ठाऊक नाही. वॉरन् आणि ब्रिटॅनी मॉडेलिंग वेबसाइटवर होते, पण क्लेअर नव्हती. वॉरन् आणि ब्रिटॅनीचा छळ झाला. मारेकऱ्यानं क्लेअरची मान मोडली, पण यापेक्षा जास्त काही केलं नाही. त्यांच्या खुनांमध्ये किमान एक वर्षाचं अंतर आहे."

"त्यांच्यामध्ये एकच समान गोष्ट ही आहे की, तिघांचंही दफन त्याच शेतात झालं होतं." जेन म्हणाली. "खड्ड्यात भरलेली माती त्याच खड्ड्यातली होती असं मला वाटलं नव्हतं आणि माझं बरोबर होतं. ते शेत म्हणजे बराचसा चिखल आहे. सगळ्याच खड्ड्यांत भरलेली माती वाळूमिश्रित आहे. ती बहुतेक एखाद्या खाणीतून आणलेली असावी."

टिम रिकरनं उसासा सोडला. "आणि पेनसिल्व्हानियामध्ये खाणीच खाणी आहेत."

लिझ विचार करू लागली. "पण खड्डे भरण्यासाठी माती बाहेरून आणण्याची काय गरज? खड्ड्यातून जी माती बाहेर काढली तीच पुन्हा त्या खड्ड्यात का भरली नाही?"

"या प्रश्नाचं उत्तर खरंतर अगदी सोपं आहे!" जेन म्हणाली. "त्या शेतातली माती थोडी ओलसर झाली, तरी तिची ढेकळं होतात. खाणीतली माती म्हणजे वाळूच आहे, म्हणून ती तशाच प्रकारे पाणी शोषून घेत नाही. ती वाहते. ढेकळांमध्ये प्रेत पुरण्यापेक्षा वाळूमध्ये पुरणं सोपं जात असणार."

"ती माती नक्की कुठून आणली असेल हे आपल्याला ओळखता येईल?"

बेव्हरलीनं तिला विचारलं.

"एका भूगर्भशास्त्रज्ञाला मी बोलावलंय. ती माती सहजपणे कुठे येते याची आपल्याला कल्पना देण्यासाठी त्याची टीम खनिजांच्या टेकड्या कुठे फोडल्या गेल्या आहेत याचा शोध घेतेय, पण त्यासाठी काही दिवस लागतील."

"ते लवकर शोधा असं त्यांना आपल्याला सांगता येईल?" लिझ्नं विचारलं. "त्यांची सर्व साधनं वापरायला त्यांना सांगावं."

जेननं तिचे हात वर केले. "मी तसा प्रयत्न केला, पण त्या सगळ्यांचं म्हणणं आहे की, ते इतक्याच वेगानं काम करू शकतात आणि तेही जास्तीतजास्त साधनं वापरून, पण मी पुन्हा प्रयत्न करेन."

लिझ्नं मान हलवली. "मग कर. त्यानं ज्या प्रकारे दफन केलेलं आहे त्यावरून असं दिसतंय की त्याचं काम अजून संपलेलं नाही. तो सध्या एखाद्या नव्या बळीची तयारी करत असावा. दोन दिवसांनीही खूप फरक पडू शकतो."

"विशेषत: आपण त्याच्या कामात अडथळा आणलाय म्हणून." टॉमस हळूच म्हणाला. "या मारेकऱ्याला हा ध्यासच लागलेला असल्यानं तसं करणं त्याला भागच आहे. तिसऱ्या रांगेच्या शेवटी त्यानं एक जागा रिकामी ठेवलीये आणि त्यानं सध्याची पद्धत चालू ठेवली, तर आता नव्या बळीच्या शोधात तो असेलच. त्यानं विचारपूर्वक निवडलेली दफनभूमी तुम्हाला सापडलीये, हे त्याच्या लक्षात आलं की...तो संपलाच! त्याला प्रचंड राग येईल. कदाचित तो गोंधळून जाईल."

"कदाचित तो एखादी चूकही करेल." बेव्हरली म्हणाली.

टॉमसनं होकारार्थी मान हलवली. "शक्य आहे. हेही शक्य आहे की, तो माघार घेईल, भूमिगत होईल आणि नवा गट तयार करेल. पहिले खून आणि हे नंतरचे यामध्ये एक वर्ष गेलं. आणखी एखादं वर्ष तो थांबेल किंवा जास्तही."

"किंवा तो दुसरं शेत शोधेल आणि खड्ड्यांचा दुसरा चौकोन खणेल." जेन सहजपणे बोलली.

"तेसुद्धा शक्य आहे." टॉमसनं मान्य केलं. "तो हे सगळं कशासाठी करतोय यावर त्याची पुढची पावलं अवलंबून असतील. तो का जीव घेतोय? कशामुळे त्यानं हे सुरू केलं? आणि मध्यंतरी एक वर्षाचा खंड का?"

"या बाबतीत आम्हाला तुझी काही मदत होईल अशी आशा वाटते." व्हिटो नीरसपणे म्हणाला.

टॉमसचं हसणंही तेवढंच नीरस होतं. "मला शक्य तेवढं सगळं मी करेन. तो त्याची शिकार कशी निवडतो ही एक गोष्ट सिद्ध करणं आपल्याला आवश्यक आहे. शेवटच्या दोन व्यक्ती त्यानं मॉडेलिंग वेबसाइटवरून घेतल्या."

"कदाचित शेवटच्या तीन." टिम् रिकर म्हणाला. "यू कॅन मॉडेलवरच्या

सगळ्या पुरुष मॉडेल्सचं मी निरीक्षण केलं. त्या सगळ्यांची उंची आणि वजनं कोयत्यानं मारलेल्या माणसाइतकीच होती.''

''तसं म्हणू नकोस त्याला.'' कॅथरिन मध्येच म्हणाली, मग तिनं तिचे ओठ घट्ट मिटले. ''प्लीज!''

तिच्या आवाजात फारच नैराश्य होतं, त्यामुळे प्रत्येकानं तिच्याकडे वळून बघितलं.

''सॉरी कॅथरिन!'' टिम म्हणाला. ''मला अनादर करायचा नव्हता.''

मान हलवून तिनं ते ऐकून घेतलं. ''ओ. के. त्याला आपण तीन-एक म्हणू; त्याच्या खड्ड्यावरून. त्याचं शवविच्छेदन मी इतक्यात संपवलं. ब्रिटॅनी बेलॅमी आणि वॉरन कीझ यांनी भयंकर हाल भोगले, पण त्यांचं दिव्य फारतर काही तास चाललं. तीन-एकला अनेक दिवस यातना भोगाव्या लागल्या. त्याची बोटं आणि अंगठे तोडले होते. त्याचे पाय आणि दंड मोडले होते. त्याच्या पाठीची कातडी सोलून काढली होती.'' तिनं आवंढा गिळला. ''आणि त्याचे पाय जाळले होते.''

''त्याचे तळपाय?''

''नाही. सबंध पाय. सगळीकडे चट्टे पडलेले होते आणि ते स्पष्ट दिसत होते; पायमोज्यासारखे!''

''किंवा बुटासारखे.'' निक् दारातूनच गंभीरपणे म्हणाला. स्कारबरोच्या शेजारी बसताबसता त्यानं कॅथरिनचा खांदा धीर दिल्यासारखा थोपटला. ''छळ करण्यासाठी वापरलं जाणारं एक साधन मला वेबसाइटवर सापडलं. ते इन्क्विझिटर्स गरम तेल बुटामध्ये ओतत. साधारणपणे एका वेळी एक बूट. एखाद्या माणसाकडून एखादी गोष्ट वदवून घेण्यासाठी ती अगदी परिणामकारक पद्धती होती.''

''पण या लोकांनी काय सांगावं, अशी त्या मारेकऱ्याची इच्छा असेल?'' बेव्हरलीनं विचारलं. तिच्या आवाजात निराशा होती. ''ते तर मॉडेल्स होते, अभिनेते होते.''

''कदाचित असंही असेल की, त्यांनी काही सांगावं असं त्याला वाटतही नसेल. त्यांना यातना भोगताना पाहण्यातच त्याला आनंद वाटत असेल, काय सांगावं?'' टिम सावकाश म्हणाला.

''हं, त्यांनी यातना भोगल्याच.'' कॅथरिन कडवटपणे म्हणाली.

व्हिटोनं डोळे मिटून ते दृश्य डोळ्यांसमोर आणलं. भयंकरच होतं ते! ''पण कॅथरिन, एक गोष्ट स्पष्ट होत नाही. ज्या प्रकारे त्याचं डोकं छाटलं गेलं, त्यासाठी तो बसलेला असायला पाहिजे. तो जर आडवा पडलेला असेल, तर मला वाटतं, त्याची कवटी फुटायला हवी. डोकं छाटलं जाणार नाही. कोयत्यानं किंवा कशानंतरी त्याला मारण्यापूर्वी जर तो अशा भयानक अवस्थेत असेल, तर आणखी एक प्रहार

करण्यासाठी तो बसू तरी कसा शकला असेल?''

कॅथरिननं ओठ घट्ट मिटले. ''त्याच्या धडाच्या कातडीमध्ये मला दोरखंडाचे तंतू सापडले. मला वाटतं तो उभा असताना त्याला दोरखंडानं बांधलं असेल. त्या तंतूंच्या वर गोल गोल जखमांचं जणू डिझाइन होतं.''

हा भयानक छळाचा ताजा प्रकार पचवण्याचा प्रयत्न ते करत असताना क्षणभर शांतता पसरली. व्हिटोनं त्याचा घसा साफ केला. ''टिम्, तू यू कॅन मॉडेल डेटाबेस शोधलास तेव्हा तुला काय दिसलं?''

''जवळपास शंभर नावं, पण त्याचे पाय भाजले हे समजलं, ती वेगळी माहिती मिळाली. ब्रिटॅनी बेलॅमी हिचे हात मारेकऱ्यानं बांधले. तलवार हातात घेतलेला ऑस्कर टॅटू वॉरन्चा होता आणि म्हणून त्याचेही हात तसेच बांधले होते.'' टिमनं त्याच्या फोल्डरमधून काही कागद काढले आणि तो यादी तपासू लागला. ''आणखी तीन आहेत. ते फुट मॉडेल्स होते.'' त्यानं कॅथरिनकडे पाहिलं. ''या प्रेताच्या पायांची साईझ काय होती?''

''साडेदहा.''

टिम् वेगानं पानं उलटत राहिला, मग थांबला आणि विचार करत राहिला. ''येस!'' त्यानं पुन्हा विजयी मुद्रेनं वर पाहिलं. ''फक्त एकाच्याच पायांची साईझ साडेदहा आहे. विल्यम मेलव्हिल. त्याला बिल म्हटलंय. त्यानं गेल्या वर्षी स्प्रे साठी एक फूट जाहिरात शूट केली होती.

व्हिटोच्या नाडीचा वेग थोडासा वाढला. ''छान काम केलंस टिम! खरोखरच छान काम!''

टिमनं संयतपणे मान हलवली. मग कॅथरिनकडे पाहिलं. ''आता त्याला नाव मिळालं.

''थँक्स!'' ती पुटपुटली. ''म्हणजे खूपच मोठं काम झालं.''

''आपण इथून निघाल्यावर आपल्याला त्याबद्दल खात्री करून घ्यावी लागेल.'' व्हिटो चटकन म्हणाला. ''बिल मेल्व्हिलचा पत्ता काढायचं काम मी आणि निक् मिळून करू आणि त्याला शोधून काढू. टिम्, तू आणि बेव्हरली मिळून त्या डेटाबेसवरच काम करा. आपल्या या मारेकऱ्यानं कुणाला कामावर घेण्याचा प्रयत्न केला, पण घेऊ शकला नाही हे मला कळायला हवं. त्यानं नुकताच कुणाशी संपर्क साधला हेही कळायला हवं. आपण त्याला शोधून तिसरी रांग संपण्यापूर्वी त्याला त्यापासून परावृत्त करायला हवं.''

''आमचं इथलं काम संपल्यावर आम्ही आयटीच्या ब्रेन्ट येल्टनला भेटणार आहोत.'' बेव्हरली म्हणाली. ''प्रायोजकांच्या बाजूनं काम करण्याचा प्रयत्न करतो असं तो म्हणाला, पण त्यासाठी त्याला बहुधा वेबसाइटची मदत घ्यावी लागेल.''

तिच्या चेहऱ्यावर नाराजी दिसली. "आणि त्यासाठी आपल्याला वॉरंट मिळवावं लागेल."

"तू मला तपशील दे," लिझ म्हणाली, "म्हणजे मी वॉरंट मिळवते."

"तर शेवटचे तिन्ही बळी शारीरिक वैशिष्ट्यांवरून निवडले गेले होते!" टॉमस विचार करीत बोलू लागला. "मॉडेलिंग डेटाबेसचा उपयोग करत, त्याला हव्या असलेल्या वैशिष्ट्यांच्या शोधात तो होता. हातांची ठेवण तशी योजण्यात थोडंफार नाट्य वगैरेही दिसतं. कॅमेऱ्यासमोर भूमिका वठवण्याची मॉडेल्सना सवय असतेच."

निक्च्या कपाळावर आठ्या उमटल्या. "ह्या सगळ्या गोष्टींचं हा माणूस चित्रणही करत असेल का?"

"हाही एक मुद्दा आहे." व्हिटोनं तो व्हाईटबोर्डवर नोंदवला. "हा मुद्दा आपण तूर्त इथेच सोडून देऊ आणि पुढे जाऊ. कम्प्यूटर्स. वॉरन्चा हार्ड ड्राईव्ह खराब झाला होता. बेलॅमी फॅमिलीचाही खराब झाला होता, पण क्लेअरकडे कम्प्यूटरच नव्हता."

"म्हणजे तो तिला वेबसाइटच्या द्वारे भेटला नव्हता." टिम् म्हणाला. "तिनं सार्वजनिक कम्प्यूटर वापरलेला असू शकतो. ती एका लायब्ररीत नोकरीला होती."

"सार्वजनिक कम्प्यूटरवर पंधरा महिन्यांपूर्वीचं इन्टरनेट सेशन शोधून काढणं अवघड आहे. म्हणजे आता हाच शेवट आहे."

"त्याला ती साधनं कुठून मिळाली याबद्दल तुला काही समजलं का?" निक्नं विचारलं. "सोफीच्या ओळखीच्या लोकांमुळे काही मदत मिळाली?"

"फारशी नाही." व्हिटो पुन्हा खाली बसला. "चेनमेल फारच चांगल्या क्वालिटीची होती. त्याच्याबरोबर घालावयाच्या शर्टाची लिंकसह किंमत एक हजाराच्या वर जाते."

"व्होआ!" निक म्हणाला. "म्हणजे तुझ्याकडे त्यासाठी काही फंड्स आहेत."

"पण अनेक वेब-स्टोअर्समध्ये मेल मिळू शकते." व्हिटोनं खांदे उडवले. "जशी तलवार आणि कोयते. काहीतरी एकच खरेदी केलं गेल्याचा पत्ता लागणं मुश्कील आहे, पण तेच आपल्याला करावं लागणार आहे. सोफीनं मला सांगितलं की, तिच्या एका प्रोफेसरांना एका ठिकाणाहून यातनादायक वस्तू गायब झाल्याचं समजलं होतं. त्याबद्दल मी उद्या चौकशी करेन. ते युरोपमध्ये झालं होतं, तेव्हा मला यात इंटरपोलला आणावं लागेल."

"त्याला उशीर लागेल," लिझनं नाराजी व्यक्त केली. "यात तुझ्या पुरातत्व संशोधकाला काही खोदकाम करता येणार नाही का?"

जेनचा चेहरा पडला. "इथे काही शाब्दिक कोटी नाही."

"मी तिला विचारेन." व्हिटो म्हणाला. "आज रात्री ती मला भेटली तर!" पण

भेटलीच नाही तर...त्याला इथून जावं लागेल असं वाटलं, पण जाता येईल की नाही याची त्याला खात्री नव्हती. तिनं त्याला अशा प्रकारे आकर्षित केलं होतं की, बऱ्याच काळात कुठल्याच स्त्रीनं असं केलं नव्हतं किंवा कधीच कुणी नाही. 'प्लीज सोफी, प्लीज ये!' "जेन, तुला गुन्ह्याच्या ठिकाणी आणखी काय सापडलं?"

"काहीच नाही." तिनं भुवया उंचावल्या. "पण काहीतरी असलं पाहिजे. तिथली माती आम्ही अजून चाळतोय आणि बरेच दिवस ते करणार आहोत; पण त्या जागेवरून काहीतरी गायब झालंय."

"पहिल्यांदा त्यानं तिथून काढलेली माती." बेव्हरली म्हणाली आणि जेननं तिच्या नाकाला स्पर्श केला.

"आम्ही तिथली जंगलंही पिंजून काढली, पण काढलेल्या मातीचा पुरावा काही सापडला नाही."

"त्यानं ती पसरून टाकली असावी." टिम् साशंकपणे म्हणाला.

"पसरून टाकता आली असती.... त्यानं ती पसरून टाकलीही असेल, पण त्यासाठी खूप काम करावं लागलं असतं. सोळा खड्डे म्हणजे खूपच माती असणार. त्यापेक्षा एका बाजूला ढिगारा करणं त्याला सोपं झालं असतं."

"किंवा तिथून ती हलवणं. त्यासाठी त्याला ट्रकची गरज पडली असणार." व्हिटो म्हणाला.

"किंवा त्याला एखादा मिळवावा लागला असणार. कसा ट्रक लागेल ते आपण सांगू शकतो. शेताकडे येणाऱ्या रस्त्यावर आम्हाला टायरचे ठसे उमटलेले दिसले. ते प्रयोगशाळेत पाठवलेयत." जेन विचारात पडली तेव्हा जेननं तिचे ओठ खाली वाकवले. "क्लेअरच्या आई-वडलांनी जे राजीनामा पत्र बेव्ह आणि टिमला दिलं होतं, ती फक्त कॉपी होती. आपल्याकडे ओरिजिनल असायला हवं. कुणाकडे असेल ते?"

एक सेल फोन वाजला आणि प्रत्येकानं आपापला सेलफोन लगेच पाहिला. कॅथरिननं तिचा वर केला. "माझा," ती म्हणाली. "एक्सक्यूज मी." ती उठली आणि खिडकीजवळ गेली.

"क्लेअर ज्या लायब्ररीमध्ये काम करत होती, तिथे ते पत्र होतं." टिम म्हणाला. "आम्ही आज त्यांना विनंती केली, पण ते म्हणाले की, त्यांना 'वरिष्ठांची परवानगी' घ्यावी लागेल. ती त्यांना उद्या मिळेल असं वाटतं."

जेनचं हसणं स्पष्टपणे ऐकू आलं. "छान! आपल्या चांगल्या प्रिन्ट्स मिळतात का ते बघू या."

कॅथरिननं तिचा फोन बंद केला. मग परत ती तिच्या जागेवर आली. तिचे डोळे पुन्हा चमकले. "क्लेअरच्या वस्तूंवर तुम्हाला सिलिकॉन लुब्रिकन्ट सापडलं होतं?"

"तिच्या कृत्रिम पायासाठी ती वापरत असलेलं लुब्रिकन्ट." व्हिटो आठवून म्हणाला. "त्याचं काय?"

"ब्रिटॅनीच्या हातांना बांधणाऱ्या वायर्सवरून मी घेतलेल्या सँपलशी ते जुळतंय."

व्हिटोनं त्याची मूठ टेबलावर आपटली. "फारच छान!"

"पण," गाणं म्हटल्यासारखी कॅथरिन बोलली, "पण वॉरनवरून आपण घेतलेल्या सँपलशी ते जुळत नाही. वॉरनच्या हातांवर सापडलेलं लुब्रिकन्ट त्याच फॉर्म्युल्याचं होतं, पण अगदी तेच नव्हतं. प्रयोगशाळेनं त्या उत्पादकाला त्याबद्दल फोन करून विचारलं, तर तो म्हणाला की, त्यांच्याकडे दोन मुख्य फॉर्म्युले आहेत, पण ॲलर्जी असलेल्या क्लाएंट्ससाठी गरजेप्रमाणे त्यात ते काही बदल करतात."

व्हिटोनं विचार करत टेबलाकडे बघितलं. "तर वॉरन्च्या हातांवर सापडलेलं सॅम्पल वेगळ्या प्रकारचं म्हणजे कस्टम ब्लेंड आहे." त्यानं वर पाहिलं. "मग क्लेअरनं खरेदी केलेलंसुद्धा कस्टम ब्लेंड होतं का?"

कॅथरिननं भुवया उंचावल्या. "तसं उत्पादकाच्या रेकॉर्डमध्ये म्हटलेलं नाहीये."

"मग ते दुसऱ्या कुणाचं असावं?" बेव्हरलीनं विचारलं.

"तिनं ते कुठेतरी दुसरीकडे खरेदी केलं असेल किंवा दुसऱ्या कुणीतरी ते तिच्यासाठी खरेदी केलं असेल." लिझ् सावधपणे म्हणाली. "निश्चित समजेपर्यंत काहीतरी गृहीत धरू नका."

कॅथरिननं मान हलवली. "खरंय. तो उत्पादक म्हणाला की, तिच्या ऑर्डर्स कुणा डॉ. फाइफर यांच्यातर्फे आल्या होत्या. तिनं काही खास खरेदी केलं का, असं तू त्यांना विचारू शकतेस, पण तिनं तसं केलं नसेल, तर ते तिनं आणखी कुणामार्फत केलं असेल किंवा मारेकऱ्यानंच केलं असेल."

व्हिटोनं त्याचे हात चोळले. "आपण कुठल्यातरी निष्कर्षावर पोहोचतो आहोत. टॉमस, हे सगळं तू आता ऐकलंस, या मारेकऱ्याबद्दल तुझं काय मत आहे?"

"आणि आपण फक्त एकच मारेकरी समजतोय का?" निक्नं आणखी विचारलं.

"हा खूप चांगला मुद्दा आहे." छातीवर हातांची घडी घालून टॉमस खुर्चीवर मागे टेकून बसला. "पण मला आत कुठेतरी वाटतंय की, तो एकटाच असावा. तो बराच तरुण असावा आणि बहुतेक करून पुरुषच. बुद्धिमान! त्याचा स्वभाव कमालीचा क्रूर आहे. बराचसा...यांत्रिकपणे विचार करणारा. त्याला एकच ध्यास आहे, हे तर स्पष्टच झालंय. हेच त्याच्या आयुष्यात इतर बाबतींतही घडत असेल, व्यवसाय, नातेसंबंध! कम्प्यूटर व्हायरसेस निर्माण करण्यातलं त्याचं कौशल्य सुसंगतच आहे. माणसांपेक्षा यंत्रांवर त्याला जास्त विश्वास असावा. तो एकटाच जगतोय, याचीही मला खात्री वाटते. तो तारुण्यात पदार्पण करत असताना त्यानं

खूप हिंसा अनुभवली असावी. शाळेत असल्यापासून धाकदपटशा, जुलूम-जबरदस्ती करण्यापासून ते जनावरांनाही छळण्यापर्यंत! तो...पद्धतशीरपणे काम करणारा आहे आणि तो अतिशय कार्यक्षम आहे. पुतळे बनवण्यासाठी त्यानं फक्त दोनच माणसं मारली असतील, पण त्यानं त्यासाठी छळवादाचे सर्व प्रयोग करून पाहिले असणार.''

''तर बारीक-सारीक तपशीलांचा विचार करणारा, हाच ध्यास असलेला, थंड डोक्याचा, एकाकी राहणारा, दोनदा विचार करून एकदा कृती करणारा!'' जेन चिडून म्हणाली आणि टॉमस गालातल्या गालात हसला.

''अतिशय छान सांगितलंस थोडक्यात; पण सार्जन्ट, त्यात थोडंसं नाट्य आणलं की, ते संपूर्ण व्यक्तिमत्त्व तयार होईल.''

व्हिटो उठला. ''ठीकय. निक् आणि मला, आणि बेव्ह आणि टिमला बरीच कामं करायची आहेत अजून. टॉमस, आम्हाला गरज पडेल तेव्हा आम्ही तुला बोलावू शकतो ना?''

''नक्कीच!''

''मग उद्या आठ वाजता आपण एकत्र भेटणार आहोत.'' व्हिटो म्हणाला. ''काळजी घ्या आणि सुखरूप राहा.''

मंगळवार, १६ जानेवारी, संध्याकाळी ५:४५ वा.

निक् खुर्चीतून खाली सरकला आणि त्यानं आपले पाय डेस्कवर ठेवले. ''तुला सांगतो, दिवसभर खूप काम करूनही आपण जेवढे थकत नाही, तेवढे कोर्टाबाहेर नुसतं उभं राहून वाट पाहण्यानंच थकून जातो.''

''काईल लोम्बार्डला शोधण्यात काही प्रगती झाली?''

''नाही. आज कोर्टाच्या बाहेर मी थांबलो होतो तेव्हा निदान पंचाहत्तर काईल लोम्बार्ड्सना मी फोन लावला असेन. मला त्याचा पत्ता तर लागला नाहीच, पण उलट माझी सेलफोन बॅटरी मात्र डिस्चार्ज झाली. काही उपयोग नाही झाला.''

''उद्या पुन्हा प्रयत्न कर.'' व्हिटोनं त्याच्या डेस्कवरची एक चिठ्ठी उचलली.'' टिनो आला होता. दुसऱ्या रांगेतल्या म्हाताऱ्या जोडप्याची चित्रं काढायला तो शवागरात गेला होता.

''तो आणखी एक चमत्कार करेल असं वाटतं.'' निक् म्हणाला.

''ब्रिटॅनी बेलॅमीच्या बाबतीत त्याचा नेम खरंच अचूक लागला.'' व्हिटो त्याच्या कम्प्यूटरशी बसला आणि त्यानं यू कॅन मॉडेल वेबसाइट उघडली आणि बिल् मेल्व्हिलचा रेझ्यूमे आणि फोटो त्याला मिळाला. ''इकडे ये आणि मि.

मेल्व्हिलला भेट.''

त्याच्यामागे उभा राहण्यासाठी निक् त्यांच्या डेस्क्सना वळसा घालून आला. ''वॉरनसारखा उंच, धिप्पाड, तांबूस रंगाचा दिसतोय हा माणूस!''

''पण तेवढं सोडलं, तर बाकी काही साम्य नाही. वॉरन् गोरा होता, पण बिल् काळा आणि कुरूप होता. त्याला ज्यूदो, कराटे अशा खेळांचा अनुभव आहे.'' व्हिटोनं निक्कडे पाहिलं. ''आपली पँट पिवळी करेल अशा या माणसाला या मारेकऱ्यानं मुद्दाम का निवडलं असेल?''

''हा काही फारसा स्मार्ट दिसत नाही.'' निक्नं मान्य केलं. ''त्याच्या कौशल्याचा उपयोग करून घेता येईल, असं त्याला वाटलं असेल. वॉरन्नं कुंपणांचा शोध घेतला आणि हातात तलवार घेतल्याची पोझ घेतली. बिलला कोयत्यानं ठार केलं.'' व्हिटोच्या डेस्कच्या काठावर निक् बसला. ''मला आज जेवण मिळालं नाही. मेल्व्हिलचा शेवटचा माहितीतला पत्ता शोधण्यापूर्वी काही खायला मिळतंय का बघू.''

व्हिटोनं त्याच्या घड्याळाकडे पाहिलं. ''माझे आज डिनरचे प्लॅन्स आहेत. ते पूर्ण होतील अशी आशा करायला काय हरकत आहे?''

निक्च्या चेहऱ्यावर हळूहळू हसू उमटलं. ''डिनर प्लॅन्स?''

त्याचे गाल तापल्यासारखं त्याला वाटलं. ''काही बोलायचं नाही निक्.''

निक् आणखीच हसायला लागला. ''ते काही चालणार नाही. मला सविस्तर सांग.''

व्हिटोनं त्याच्याकडे डोळे वटारून पाहिलं. ''सविस्तर काय सांगू?'' सध्या तरी काही नाही.

''हे तर मला वाटलं त्यापेक्षाही चांगलं आहे.'' व्हिटोनं डोळे गरगरा फिरवले तेव्हा निक् फुरफुरत हसला. ''तू बोअर आहेस गड्या चिक्! ओके, बरं, त्या ब्रूस्टरकडून तुला काय माहिती मिळाली?''

''हेच की, तो गाढव आहे. त्याला उंच, सोनेरी केसांच्या पोरी आवडतात आणि तो स्वत:च्या बायकोला फसवतो.''

''ओह्, हं, त्या फुलांबद्दलच्या सोफीच्या प्रतिक्रियांचा आता अर्थ कळतोय. त्यानं तुला काही संभाव्य संग्राहकांची नावं दिली, असं तू म्हणालास.''

''सगळेच समाजाचे आधारस्तंभ आणि त्यांपैकी प्रत्येकानं साठी ओलांडलेली. एकही जण सोळा खड्डे खणू शकणारा आणि कीझ आणि मेल्व्हिलसारख्या थोराड माणसांभोवती फिरू शकणारा नाही. त्यांच्या आर्थिक परिस्थितीचीही मी वॉरन्ट नसताना पाहणी केली आणि संशयास्पद असं मला काहीच आढळलं नाही.''

''स्वत: ब्रूस्टरबद्दल काय?''

“बराच तरुण आहे. त्याचं ऑफिस एखाद्या म्यूझियमसारखं आहे, पण सगळं उघड्यावरच ठेवलंय.”

“त्यानं गुप्त ठिकाणी लपवून ठेवलं असेल आणखी काही.”

“शक्य आहे, पण वॉरन् बेपत्ता झाला तेव्हा तो परदेशात होता.” व्हिटोनं निक्‌कडे निराशेनं पाहिलं. “बेलॅमीकडून परतल्यावर मी गुगलवर त्याची माहिती पाहिली. पहिली गोष्ट समजली ती म्हणजे ॲम्स्टरडॅमच्या एका कॉन्फरन्समध्ये तो बोलला होता, जानेवारीच्या ४ तारखेला. एअरलाइनचं रेकॉर्ड दाखवतंय की, डॉ. आणि मिसेस ॲलन ब्रूस्टर प्रथम श्रेणीनं फिलीहून ॲम्स्टरडॅमला विमानानं गेले होते.”

“फर्स्ट क्लासनं प्रवास म्हणजे महागडाच! प्रोफेसर्सना एवढा पगार मिळत नाही. तो कसलातरी व्यापार करत असावा.”

“बायको श्रीमंत आहे.” व्हिटो कुरकुरत म्हणाला. “तिचे आजोबा कोळशाच्या खाणीचे मालक होते. मी तीही माहिती मिळवली.”

निक्‌चे ओठ सहानुभूतीनं मुडपले. “त्याच्या जागी तू असायला हवा होतास, असं तुला वाटलं असेल.”

“सगळाच गोंधळ आहे, पण तो जर या भानगडीत सामील नसेल, तर तो गाढव आहे, हाच त्याचा गुन्हा आहे.” व्हिटोनं डीएमव्ही डेटाबेस त्याच्या कम्प्यूटरवर आणला. “मेल्व्हिल बावीस वर्षांचा होता. त्याचा शेवटचा समजलेला पत्ता उत्तर फिलीच्या वर, बाजूला. मी तिकडेच जातोय.”

मंगळवार, १६ जानेवारी, संध्याकाळी ५:३० वा.

फॅक्टरी परिसराच्या मागे असलेल्या जुन्या गोदामातल्या लाकडी भुश्शामध्ये सोफी कमरेइतकी बुडाली होती. त्यांनी त्याला म्यूझियमच्या मुख्य हॉलमध्ये बदललं होतं. टेडचं म्हणणं बरोबर होतं. ते गोदाम परिपूर्ण नव्हतं; पण तसं ते होण्याची क्षमता आहे असं सोफीचं मत झालं आणि तिथे अजूनही अशा काही जागा होत्या, जिथे जोरदार श्वास घेतला, तर तिला चॉकलेटचा वास येत होता. ती नियती होती.

तिनं भावी उत्खननासाठी त्या जागेवर चौफेर नजर टाकली. बऱ्याच दिवसांत तिला समाधान असं मिळालं नव्हतं. ‘हं, ठीकय, कदाचित समाधान हा शब्द चुकला असेल.’ तीस फूट उंच छत असलेल्या प्रचंड मोकळ्या जागेत ती ज्या अद्‌भुत गोष्टी घडवून आणणार होती, त्यांच्या विचारानंच तिच्या मनात उत्साह

संचारला होता आणि ती सावधही झाली होती. तिचा मेंदू मशीनगनसारखा थाड-थाड फायरिंग करीत होता.

आणि तिच्या भावनांचा आवेगही तसाच उचंबळून येत होता. आज रात्री ती व्हिटो चिकोटेलीला भेटणार होती. तिला स्फुरण चढलं होतं. ती गरजू होती. स्वत:वर लादलेल्या शारीरिक दडपणामुळे तिच्या भावना अनावर झाल्या होत्या. दुसऱ्या कुणा सहकाऱ्याबरोबर तिनं असं नातं निर्माण होऊ दिलं नव्हतं, म्हणजे शहरामध्ये उत्खननाशिवाय इतर क्षेत्रांत तिनं दुसऱ्या पुरुषापासून अंतरच ठेवलं होतं. तिचे संबंध मुळातच वरवरचे होते. फारच असह्य झालं एखाद्याशी नातं, तर एखादा ओरखडा पडे, एवढंच. 'एखाद्या रात्रीपुरता संबंध' आला, तरी ती स्वत:चा तिरस्कार करत असे. व्हिटो वेगळा असेल, असं तिला वाटायला लागलं होतं. 'कदाचित लवकरच हा दुष्काळ संपेलही!'

सगळं काही वेळच्या वेळी! तिच्या ऑफिसमधले बॉक्सेस तिनं ओढून आणले होते आणि त्यांत काय-काय निघेल याची उत्कंठा सध्या तिच्या मनात निर्माण झाली होती. विश्वास बसणार नाही असा काही खजिना तिनं आतापर्यंत उघडलाच होता.

तिच्या छोट्याशा, अंधाऱ्या ऑफिसमध्ये मध्ययुगीन अवशेषांनी भरलेले बॉक्सेस तिच्या भोवताली होते आणि अजून तिनं ते पाहिलेलेही नव्हते. तिनं एक बॉक्स उघडला आणि त्यातून लाकडाचा भुसा खूप मोठ्या प्रमाणात जमिनीवर पडला आणि त्या बॉक्समध्ये आणखी एक छोटा बॉक्स निघाला.

कुणाचीतरी चाहूल तिला लागली. आधी छातीची धडधड आणि नंतर बोलणाऱ्याचा आवाज तिला ऐकू आला. "तू ते घेऊ शकणार नाहीस."

श्वास रोधून तिनं मागे वळून पाहिलं. हातातला क्रो-बार तिनं उंच धरला. मग ती श्वास सोडत म्हणाली, "थिओ, देवाशप्पथ, एखाद्या दिवशी मी तुला चांगलं बडवणार आहे." थिओडोर ऑलब्राईट चौथा, तिच्याकडे बघत अंधारात उभा होता. त्याचे ओठ आवळलेले होते. त्याच्या रुंद छातीवर त्यानं हातांची घडी घातली होती. "या वस्तू तू घेऊ नकोस. मुलं इथं येतील आणि त्या तोडून-फोडून टाकतील."

"कुठल्याच मौल्यवान वस्तू मी उघड्या ठेवणार नाहीये. त्यांच्या प्लास्टिकच्या प्रतिकृती करून घेणार आहे आणि त्यांचे तुकडे-तुकडे करून ते जमिनीत लपवून ठेवणार आहे. मग लोक ते शोधून काढतील. जसं आपण मातीच्या भांड्यांचे तुकडे जमीन खणून बाहेर काढतो तसे."

थिओनं रूमच्या चारही बाजूंना पाहिलं. "म्हणजे तुला खरंखुरं उत्खनन झाल्याचा आभास निर्माण करायचाय?"

"अशी माझी योजना आहे. तुझ्या आजोबांचा खजिना मौल्यवान आहे, हे मला

ठाऊक आहे. त्याला मी धक्काही लागू देणार नाही.''

त्याचे रुंदावलेले खांदे सैल झाले. ''तुला मी घाबरवून टाकलं. सॉरी!'' त्याची नजर तिच्या हाताकडे गेली आणि अजूनही तो क्रो-बार असलेला हात तिनं उगारलेलाच होता, हे तिच्या लक्षात आलं. खाली वाकून तिनं तो जमिनीवर ठेवला.

''ओके.'' ॲमण्डा ब्रूस्टरनं पाठवलेली छोटीशी गिफ्ट आणि फोन कॉल यामुळे तिला वाटलं होतं त्यापेक्षा ती जास्तच घाबरली होती. ''तर...तुला काही हवंय का?''

त्यानं होकारार्थी मान हलवली. ''तुझ्यासाठी फोन आलाय. पॅरिसचा कुणी म्हातारा माणूस आहे.''

'मॉरिस.' ''पॅरिस?'' तिनं त्याचा दंड धरून त्याला बाहेरचा रस्ता दाखवला. ''तू मला हे आधीच का नाही सांगितलंस?'' असं म्हणून तिनं तो गेल्यावर दार आतून बंद करून घेतलं.

दार बंद केल्याबरोबर तिनं फोन उचलला आणि फ्रेंचमध्ये ती सहजपणे बोलू लागली. ''मॉरिस, मी सोफी बोलतेय.''

''सोफी, माय डिअर, तुझी आजी. सध्या कशी आहे ती?''

तिला त्याच्या आवाजात भीती जाणवली आणि ॲनाबद्दल काही वाईट बातमी देण्यासाठी तिनं फोन केलाय असं त्याला वाटलं, हे तिच्या लक्षात आलं. ''तिची तब्येत ठीक आहे. मी तुला त्यासाठी फोन केला नाहीये. सॉरी, तू काळजी करू नकोस, हे मी तुला सांगायला हवं होतं.''

त्यानं उसासा सोडला. ''हो, तू सांगायला हवं होतंस, पण मला राग नाही आला, तू फोन करत नाहीस म्हणून काही वाईट बातमी असली तरी. मग तू आता फोन का केलास?''

''मी एका विषयावर संशोधन करतीये आणि तू काही माहिती देशील त्याबाबतीत म्हणून.''

''एह्!'' त्याचा आवाज आनंदी झाला आणि सोफी हसली. तिच्या वडलांच्या मित्रांच्या गर्दीत मॉरिस हा गप्पाष्टकांचा मोठा विषय होता. ''कसली माहिती?''

''हंऽ, ते असं आहे....''

मंगळवार, १६ जानेवारी, रात्री ८:१० वा.

''म्हणजे हे प्रेत बिल् मेल्व्हिलचं आहे?'' व्हिटोनं त्याचा ट्रक त्याच्या रस्त्यावर वळवला तेव्हा लिझनं फोनवर विचारलं.

"लेटेन्टनं त्याच्या अपार्टमेंटमधून घेतलेल्या ठशांशी त्याचे ठसे जुळतात. हॅलोवीननंतर त्याला कुणीच पाहिलेलं नव्हतं. त्याच्या बिल्डिंगमधल्या मुलांनी सांगितलं की, तो नेहमी चांगला पोशाख करत असे आणि त्यांना कँडी देत असे."

"चांगला माणूस होता असं दिसतं."

"ते काही मला माहीत नाही. तो निन्जासारखे कपडे घालत असे. आपण शस्त्रं हाताळू शकतो असं मुलांना समजावं म्हणून तो ते कपडे वापरतो असं मुलांना वाटे. नन्चक्स आणि काठी. स्वत:च्या संरक्षणासाठी तो ते बाळगत असे, पण तो चांगली कँडीसुद्धा देत असे. त्यामुळे सगळे खूश असत."

"त्याच्या अपार्टमेंटमध्ये आधी कुणी का गेलं नव्हतं?"

"मेल्व्हिलचा घरमालक गेला होता, पण त्याला काही सापडलं नाही. आम्ही नशीबवान ठरलो. घरमालकानं घर रिकामं करण्यासाठी आधीच नोटिस दिली. आणखी दोन दिवस गेले असते, तर मेल्व्हिलचं सगळं सामान कचराकुंडीत गेलं असतं."

"त्याचाही कम्प्यूटर बिघडलाय का?"

"होय, पण" व्हिटो गंभीर झाल्यासारखा हसला. "काही ई-मेल्स बिल्नं प्रिंट केले आणि प्रिन्टरवरच ठेवून दिले. मंच नावाच्या माणसानं हिस्टरी डॉक्युमेन्टरी करण्यासाठी त्याची भेट घेतली."

"त्याचा इ-मेल पत्ता तुला मिळाला?"

"नाही. प्रिन्ट केलेल्या इ-मेलवर फक्त 'इ. मंच' एवढंच आहे. त्याच्या मशीनवर जर खरा इ-मेल असता, तर त्याच्या नावावर क्लिक करून त्याचा इ-मेल पत्ता मिळाला असता, पण त्याच्या फाइल्स नाहीशा करून टाकल्या गेल्या आहेत. त्यातल्या त्यात एक चांगली गोष्ट अशी आहे की, या मृत्यूच्या आसपास रेझ्यूमेवरून हिट्स मिळालेल्या यू कॅन मॉडेल वेबसाइटवरच्या मॉडेल्सना आपण प्रश्न विचारू तेव्हा या नावाचा उपयोग करता येईल."

"म्हणजे वेबसाइटवरचं रेकॉर्ड बेव्हरली आणि टिम मिळवू शकले?"

"हो. त्या साइटचे मालक चांगलं सहकार्य करतायत. एखाद्या खुन्यामुळे त्यांच्या सगळ्याच क्लाएंट्सनी आपली नावं काढून घेणं त्यांना नकोय. त्यांनी सगळ्याच याद्या दिलेल्या नाहीत, पण ते बेव्ह आणि टिम्बरोबर एकेका व्यक्तीबद्दल माहिती देण्याचं काम करणार आहेत. मंच ज्या मॉडेल्सना भेटलाय, त्या मॉडेल्सना भेटण्याचं काम बेव्ह आणि टिम् उद्यापासून करणार आहेत."

"पण ते त्याचं खरं नाव असेलच असं नाही. तू ऑफिसला परत गेलायस का?"

"नाही, मी घरीच आहे." त्यानं त्याचा ट्रक टेस्च्या भाड्याच्या गाडीच्या मागे आणि एका अनोळखी कारच्या शेजारी पार्क केला. "माझे पुतणे माझ्याकडे

राहायला आलेयत आणि त्यांच्याबरोबर मी पाच मिनिटंही राहू शकलो नाही. सगळ्या मुलांना झोपवण्यात मी माझ्या बहिणीला मदत केल्यावर डिनरसाठी जाणार आहे.'' आणि नशिबात असेल तर...त्या एकमेव चुंबनाची त्याला आठवण झाली. त्या चुंबनानं त्याला दिवसभर छळलं होतं. त्याचं लक्ष उडवलं होतं. त्यामुळेच त्याचे विचारही भरकटले होते. पण ती आलीच नसती तर काय? त्याला त्यामुळे तसंच निघून यावं लागलं असतं तर काय? तिच्या रसरशीत ओठांची चव त्याला पुन्हा मिळालीच नसती तर काय?

'सोफी, प्लीज ये!' तो मनातल्या मनात आळवणी करत होता.

व्हिटो त्याच्या ट्रकमधून उतरल्यावर त्यानं त्या अनोळखी कारच्या खिडकीतून आत पाहिलं. त्याला मागच्या बाजूला मॅक्डोनाल्डचा कचरा आणि घाणेरड्या जुन्या स्नीकर्स दिसल्या. विशीतली मुलं असावीत असा त्यानं अंदाज बांधला. त्यानं त्याचं समोरचं दार उघडलं तेव्हा तो अंदाज थोडासा बरोबर असल्याचं त्याला दिसलं.

त्याच्या लिव्हिंग रूममध्ये कुणीतरी कम्प्यूटर आणला होता आणि विशीच्या आतली बरीच मुलं त्याच्याभोवती जमली होती. व्हिटोच्या आरामखुर्चीत एक मुलगा पाय वर घेऊन मॉनिटरकडे नजर लावून बसला होता. त्यानं त्याच्या मांडीवर की-बोर्ड घेतला होता. डॉमिनिक त्याच्या मागे उभा होता. त्याच्या देखण्या चेहऱ्यावर आठ्या उमटल्या होत्या.

"हे ऽ," समोरचं दार बंद करत व्हिटोनं म्हटलं. "हे काय चाललंय?"

डॉमिनिकच्या पापण्या फडफडल्या. "आमच्या स्कूल प्रोजेक्टवर आम्ही काम करत होतो, पण जरा ब्रेक घेतलाय."

"कसलं प्रोजेक्ट आहे?" त्यानं विचारलं.

"सायन्स!" डॉमिनिक म्हणाला, "पृथ्वी आणि अवकाश." त्यानं विषय सांगितला.

की-बोर्ड मांडीवर घेतलेल्या मुलानं विचित्र तुच्छतेनं पाहिलं. "आम्हाला सजीव निर्माण करायचे होते." तो मजेत म्हणाला आणि बाकीचे वाह्यातपणे हसले.

पण डॉमिनिक सोडून. त्याचा चेहरा गंभीर होता. "जेसी, बंद कर ते. आपण पुन्हा काम सुरू करू."

"एक मिनिट कॉयर बॉय!" गाणं म्हटल्यासारखं जेसी बोलला.

डॉमचे गाल लाल झाले आणि त्याच्या वागण्याबद्दल त्याची चेष्टा होत होती, हे व्हिटोच्या लक्षात आलं. तो डॉम्च्या बाजूला सरकला. "कुठला गेम आहे?" "बिहाइंड एनेमी लाइन्स!" डॉम् त्याला म्हणाला. "तो दुसऱ्या महायुद्धातल्या लढाईचा गेम आहे."

दारुगोळ्याच्या बंकरच्या आतला भाग स्क्रीनवर दिसत होता. दंडावर स्वस्तिक

चिन्ह लावलेल्या अकरा सैनिकांनी तिथे आधीच प्राण गमावले होते. रायफलच्या नळीवरून कॅमेरा पलीकडे पाहत होता. "हा अमेरिकन सैनिक आहे." डॉम्नं सांगितलं. "आपण यातल्या पात्राचं राष्ट्रीयत्व ठरवू शकतो आणि आपलं शस्त्रही निवडू शकतो. हा गेम सगळ्यात लोकप्रिय आहे सध्या!"

व्हिटोनं स्क्रीनवर निरखून पाहिलं. "खरंच? यातले आलेख आणि अक्षरं तर दोन-तीन वर्षांपूर्वीची वाटतात."

एका मुलानं त्याला सावधपणे विचारलं. "तुम्ही खेळता?"

"थोडेफार!" तो पंधरा वर्षांचा असताना त्यानं गॅलागासाठी कम्युनिटी रेकॉर्ड जिंकलं होतं, पण ते सत्य त्यानं सांगितलं असतं, तर त्या मुलांना तो डायनॅसॉरपेक्षा विचित्र वाटला असता. त्यानं भुवया उंचावल्या. "दुष्ट माणसांना ओळखणं किंवा वेगवान मोटारींचा पाठलाग याबद्दल काही गोष्टी मला कदाचित शिकता येतील."

आता इतक्यात बोललेला मुलगा छानसं हसला. "हं, या गेममध्ये तुम्हाला काही शिकायला मिळणार नाही. हा अगदी साधारण गेम आहे."

"याचं नाव रे आहे." डॉम म्हणाला. "तो गेमर आहे आणि जेसीसुद्धा."

"मग या गेममध्ये विशेष असं काय आहे?" व्हिटोनं विचारलं.

रेनं खांदे उडवले. "या कंपनीनं आधी काढलेल्या पाच गेम्समधलाच एकेक भाग या गेममध्ये आहे. गेम फिजिक्स, पर्यावरण, एआय...."

"आर्टिफिशिअल इन्टेलिजन्स!" डॉम् पुटपुटला.

"मला ठाऊक आहे." व्हिटो प्रतिसादादाखल पुटपुटला. "मी पुन्हा विचारतोय, यात खास असं काय आहे? त्या पात्रांना काही अर्थ नाही आणि एआय तर वाईटच आहे. मला असं म्हणायचंय, इथे जेसीनं दंडावर पट्ट्या असलेली डझनभर वाईट मुलं गोळा केली आणि त्यांपैकी एकानंही त्याच्या कल्पनेला फुलवलं नाही. त्यात आव्हानात्मक असं काय आहे?"

"त्या गेमसाठी आम्ही ती सीडी लावलेली नाही." फारसं वाईट वाटून न घेत जेसी म्हणाला. "त्यातल्या कट् सीन्ससाठी आम्ही ती लावलीये." तो हलकंसं हसला. "च्या मायला, अगदीच खोटं खोटं वाटतंय हे."

डॉमनं रागानंच इकडे तिकडे पाहिलं, "जेसी, माझी धाकटी भावंडंही आहेत इथे."

"तुझ्या वडलांकडून जणूकाय ती अशी भाषा ऐकतच नाहीत!" कंटाळा आल्यानं जेसी म्हणाला.

डॉमनं त्याचे दात-ओठ खाल्ले. "कधीच नाही. हे बघ, आपण आपलं काम सुरू करू."

"एक मिनिट!" व्हिटो सौम्यपणे म्हणाला. त्याची नजर अजूनही स्क्रीनवरच

होती. डॉमच्या वर्गमित्रांबद्दल आणि मुलं सध्या काय पाहत असतात याबद्दलच्या जिज्ञासेमुळे त्यानं हा गेम कम्प्यूटरवर त्यांना लावू दिला. मुलांची सध्याची भाषा इतक्या सहज त्याला ऐकायला मिळेल असं त्याला कधीच वाटलं नव्हतं. त्यांच्यासारखेच आपलेही इंटरेस्ट्स आहेत असं भासवून त्यानं बऱ्याच मुलांना त्यांच्या नकळत पकडलं होतं; पण व्हिटोची उत्सुकता संपल्याबरोबर जेसीला तो हाकलून देणार होता. त्या स्क्रीनवर त्या अमेरिकन सैनिकानं त्याच्या शस्त्रात पुन्हा गोळ्या भरल्या आणि तो पुटपुटला, ''हे जाळं होतं. तिनं मला फसवलं, वेश्या कुठली!'' त्यानं रायफल वर केली. ''तसं केल्याबद्दल तिला पश्चात्ताप करावा लागेल!'' दृश्य बदललं आणि तो सैनिक एका छोट्या फ्रेंच झोपडीच्या दाराशी दिसला.

''मग यात गोष्ट अशी काय आहे?'' व्हिटोनं रेला विचारलं.

''हा...कट् सीन आहे.'' ते सिस्टाईन चॅपेल किंवा असं काहीतरी असल्यासारखं बोलला. व्हिटोनं कपाळावर आठ्या आणल्या, तेव्हा रे निराश झाल्यासारखा दिसला. ''कट् सीन म्हणजे...''

''कट् सीन काय असतो ते मला ठाऊक आहे.'' व्हिटो मध्येच बोलला. कट् सीन हा ॲनिमेटेड सिनेमातला एक तुकडा असतो आणि त्यात मुख्य पात्र लोकांशी बोलतं, गुपितं समजावून घेतं किंवा मग कुठलंही दृश्य दाखवलं जातं. ''मी पाहिलेले बरेचसे कट् सीन्स कंटाळवाणे आणि तुम्हाला मुख्य गेमपासून दूर ठेवणारे असतात. मी विचारत होतो ते हे की, या गेममध्ये विशेष असं काय आहे?''

रे हसला. ''तुम्हाला दिसेल ना! हे क्लॉथिल्डचं घर आहे. ती फ्रेंच रेझिस्टन्स या संघटनेची सदस्य आहे असं म्हणते, पण तिनं आपल्या सैनिकाला सोडून दिलं. म्हणूनच बंकरजवळ त्याच्यावर छुपा हल्ला झाला. ही बदला घेण्याची वेळ आहे. जेसीचं म्हणणं बरोबर आहे. हे अजिबात खरं वाटत नाही.''

स्क्रीनवर त्या झोपडीचं दार उघडलं आणि आतला भाग दिसला आणि त्या गेमऐवजी कट् सीन दिसू लागला. आलेख, आकृती एकदम बदलल्या. अस्पष्ट दिसणारी पात्रं आणि तुटक-तुटक दृश्यं गेली. तो अमेरिकन सैनिक दारातून गेला आणि झोपडीची झडती घेऊ लागला, तेव्हा ते दृश्यं खरं वाटलं. त्या सैनिकाला एका दारामागे लपलेली क्लॉथिल्ड एकदाची सापडली. त्यानं तिला ओढून बाहेर काढलं आणि भिंतीवर आपटलं. ''कुत्री, साली!'' तो ओरडला. ''मी कुठे सापडेन हे तू त्यांना सांगितलंस. काय दिलं त्यांनी तुला? चॉकलेट की सिल्कचे पायमोजे?''

भरदार छाती असलेल्या क्लॉथिल्डच्या डोळ्यांत भीती दाटून आली होती, तरी तिनं त्याच्याकडे तुच्छतेनं पाहिलं.

''तिच्या डोळ्यांकडे पाहा!'' रे कुजबुजला.

"सांग मला." त्या सैनिकानं त्या बाईचं खांदे जोरजोरात हलवले.

"माझा जीव!" क्लॉथिल्ड थुंकल्यासारखी बोलली. "मी त्यांना सांगितलं, तर ते माझा जीव घेणार नाहीत असं म्हणाले. म्हणून मी त्यांना सांगितलं."

"माझे पाच दोस्त तिथे मरून पडले. तुझ्यामुळेच." त्या अमेरिकन माणसानं तिच्या गळ्याभोवती टाकले आणि क्लॉथिल्डचे डोळे आणखीच विस्फारले. "त्या जर्मन हरामखोरांना तू तुझा जीव घेऊ द्यायला हवा होतास. आता मीच घेतो!"

"नको. प्लीज नको!" तिनं धडपड केली तसा तिच्या चेहऱ्यानं आणि हातांनी स्क्रीन व्यापून टाकला. तिच्या डोळ्यातलं ते भय!

"अद्‌भुत!" रे त्याच्या शेजारी कुजबुजला. "हा कलावंत खरोखरच अद्‌भुत आहे. अगदी सिनेमा पाहिल्यासारखंच वाटतंय. कुणीतरी हे निर्माण केलंय यावर विश्वासच बसत नाही."

पण कुणीतरी केलं होतंच. अस्वस्थ झालेल्या व्हिटोला त्याचा जबडा आवळल्यासारखं वाटलं. कुणीतरी हे योजलेलं होतं आणि मुलं ते एकटक पाहत होती. डॉमला त्यानं हातानं ढोसून एका बाजूला घेतलं. "जा, तुझी भावंडं काय करतायत ते बघ."

सुटका झाल्याचा आनंद डॉम्च्या चेहऱ्यावर पसरल्याचं व्हिटोनं डोळ्याच्या कोपऱ्यातून पाहिलं. "ओके."

स्क्रीनवर क्लॉथिल्ड स्फुंदत होती, जीव वाचवण्यासाठी दयेची भीक मागत होती. "आहेस तू मरायला तयार क्लॉथिल्ड?" त्या सैनिकानं वेडावून विचारलं आणि तिनं किंकाळी फोडली; मोठ्या आवाजात! आणि दीर्घ, हताश होऊन. अगदी वास्तव! व्हिटोचा चेहरा उतरला आणि देहभान हरपून पाहत असलेल्या मुलांच्या चेहऱ्यांकडे त्यानं बघितलं. त्यांचे डोळे विस्फारलेले, तोंडं किंचितशी उघडी, वाट पाहत असलेली!

किंकाळी थांबली आणि मग एक प्रदीर्घ क्षण शांतता पसरली. मग सैनिक हलकंसं हसला. "तू ओरडत राहा, किंकाळ्या फोडत राहा. कुणालाच तुझा आवाज ऐकू जाणार नाही. कुणीच तुला वाचवणार नाही. मी त्या सर्वांनाच मारून टाकलंय." त्याचे हात ताणले गेले. तिच्या गळ्याच्या खड्ड्यात त्याचे अंगठे रुतले. "आणि आता तुला मी मारणार आहे." त्यानं हात आणखी ताणले आणि क्लॉथिल्ड सुटकेसाठी धडपडू लागली.

व्हिटोनं पुरेसं पाहिलं होतं. "आता बस झालं." तो पुढे वाकला आणि त्यानं मॉनिटरचं पॉवर बटन दाबलं आणि स्क्रीन काळा झाला. "मुलांनो, खेळ संपला!"

जेसीनं घडीची खुर्ची खाडकन बंद केली आणि तो उभा राहिला. "हेऽ, तुम्ही असं करायला नको होतं."

व्हिटोनं कम्प्यूटरची वायर सॉकेटमधून ओढून काढली. "हेऽ, मी काय म्हणतोय ते ऐक. हा दरिद्री गेम तू तुझ्या आई-बापाच्या घरात बघ, पण तो तुला इथे नाही पाहता येणार. आवर तो पसारा दोस्त!"

जेसीनं विचार केला. अखेरीस वैतागून तो जायला निघाला. "इथून जाणंच चांगलं."

"अरेऽ," त्या मुलांपैकी एकाचा चेहरा पडला. "डॉम्च्या सायन्स प्रोजेक्टशिवाय आपल्याला काहीच मिळालं नाही."

"त्याची आपल्याला गरज नाही." जेसीनं कम्प्यूटर आपल्या काखेत अडकवला. "नोएल, मॉनिटर उचल रे! सीडीज घे."

नोएलनं मान हलवली. "मला पुन्हा नापास व्हायचं नाहीये. डॉमच्या प्रोजेक्टची तुला गरज नसेल, पण मला आहे."

जेसीनं डोळे बारीक केले. "वा! छान." इतर मुलं निघाली. रे आणि नोएल मागेच थांबले.

रेनं व्हिटोकडे हसून पाहिलं. "त्याचे आई-वडील घरीसुद्धा हा गेम पाहू देत नाहीत."

व्हिटोनं वळून त्याच्याकडे पाहिलं. "जेसी डॉमिनिकला काही त्रास तर देणार नाही ना?"

"नाही. डॉमिनिकची बरोबरी जेसी करू शकत नाही. जेव्ही कुस्ती टीमचा डॉम कॅप्टन आहे."

अभिमान वाटल्यानं व्हिटोनं ओठ खाली वळवले. "वॉव! त्यानं हे मला कधी सांगितलं नव्हतं."

"डॉमिनिक स्वत:ची काळजी घेऊ शकतो." रे म्हणाला. "कधीकधी तो फारच चांगलं वागतो."

डॉमिनिक हॉलमध्ये परतला. पिअर्स त्याच्या पाठीवर बसलेला होता. पाच वर्षांचा तो पोरगा नुकताच बाथरूममधून बाहेर आला होता आणि त्याचे केस ओले होते. त्याचा पायजमा स्पायडरमॅनचा होता. या छोट्या मुलांनी तो गेम पाहण्याअगोदरच त्यानं तो बंद केला, याचं व्हिटोला बरं वाटलं.

डॉमनं उरलेल्या दोन मुलांकडे पाहिलं. "जेसी गेला परत?"

रे पुन्हा हसला. "इथल्या शेरीफनं त्याला गावाबाहेर हाकललं रेल्वेनं."

"थँक्स व्हिटो!" डॉम् शांतपणे म्हणाला. "आपल्या इथे त्यानं असं काही पाहणं मलाही आवडलं नव्हतं."

पिअर्ससमोर व्हिटोनं आपली पाठ केली आणि त्यानं वरच्या वर मजेनं ओरडत त्याच्या पाठीवर झेप घेतली. "पुढल्या वेळी जर तो आला, तर त्याला बाहेरच्या

बाहेर घालव.''

"त्याला मी आजच जायला सांगितलं होतं.''

"ठीक आहे. तुला वाटलं तर त्याच्या ढुंगणावर लाथ मार.''

"आववववव!'' पिअर्स म्हणाला. "अंकल व्हिटोऽऽऽ, तू घाणेरडा शब्द बोललास अंकल व्हिटो.''

व्हिटोचा चेहरा पडला. 'ढुंगण' हा शब्द असभ्य शब्दांच्या यादीमधला असल्याचं तो विसरला होता. "सॉरी दोस्त! माझं तोंड आँट टेस् साबण लावून धुवेल असं तुला वाटतं?''

पिअर्सनं मजेनं उडी मारली. "हो, हो.''

"हो, हो!'' टेस हॉलमधून बोलली. तिचे केसही ओलसर होते आणि लाटांसारखे दिसत होते. साहजिकच तिच्या डोक्यावर जेवढं पाणी होतं तेवढंच पिअर्सच्याही डोक्यावर होतं. "व्हिटो, तुझ्या तोंडाची काळजी घे.''

"ओके, ओके.'' त्यानं डॉम्कडे पाहून मान हलवली. "तू खूप चांगलं केलंस बेटा. पुढल्या वेळी आणखी चांगलं करशील. पिअर्सला पाठीवर घेऊन उड्या मारत तो परत टेसकडे गेला.

"बरं, तिला ते मिळालं?'' सोफीसाठी तिनं आणलेल्या प्रेझेन्टबद्दल ती बोलत होती.

"कल्पना नाही. ती लवकरच क्लासमधून बाहेर येईल. ती भेटल्यावरच काय ते समजेल, पण तू ते आणल्याबद्दल थँक्स. पण तुला ते खेळणं मिळालं कुठे?''

"ब्रॉड स्ट्रीटवरच्या पार्टी स्टोअरमध्ये. त्याच्याकडे प्रत्येक प्रकारचं खेळणं मिळतं अशी जाहिरात तो करतो. तो सिनेमा आला तेव्हा ते खेळणं खूपच लोकप्रिय झालं होतं.'' तिनं भुवया उंचावल्या. "त्या खेळण्यासाठी आणि पडद्यांसाठी तू मला दोनशे डॉलर्स द्यायचे आहेत.''

व्हिटोनं पिअर्सला जवळजवळ फेकलंच जमिनीवर. "काय? कसले पडदे आणलेस तू? सोन्याचे?''

तिनं खांदे उडवले. "पडद्याचे फक्त तीस डॉलर्स पडले.''

"त्या खेळण्यासाठी तू एकशे सत्तर डॉलर्स दिलेस?''

"ते खेळणं त्याच्या ओरिजिनल रॅपरमध्ये होतं.'' तिचे ओठ दुमडले. "तिच्यासाठी ते काही जास्त नाहीत.''

शीळ वाजवल्यासारखा त्यानं श्वास सोडला आणि हलकेच उद्गारला, "माझ्यासाठीसुद्धा.''

प्रकरण १३

मंगळवार, १६ जानेवारी, रात्री ९:५५ वा.

"**का**य झालंय डॉ. जे?"

सोफीनं वर पाहिलं, तर व्हिटमन ह्युमॅनिटीज् बिल्डिंगच्या मागून, पार्किंग लॉट ओलांडून मार्टा चालत येत होती. "माझी बाइक स्टार्ट होत नाहीये." ती खाली उतरली आणि तिने थकल्यासारखा श्वास सोडला. "मी क्लाससाठी आले तेव्हा ती छान पळत होती. आता ती स्टार्ट होण्याचा प्रयत्न करतेय आणि पुन्हा बंद पडते."

"पंचाईतच आहे!" मार्टानं ओठ चावला. "पेट्रोल आहे ना टाकीत? मागल्या वेळी माझी कारही अशीच स्टार्ट होत नव्हती म्हणून मी त्रासले होते. मग माझ्या लक्षात आलं की, मी पेट्रोल भरायचंच विसरले होते."

सोफीनं अधीरपणा सोडण्याचा प्रयत्न केला. मार्टा तिला मदत करू पाहत होती. "आज सकाळीच मी पेट्रोल भरलं."

"काय झालंय?" मंगळवारी रात्रीच्या ग्रॅज्युएट सेमिनारच्या इतर विद्यार्थ्यांबरोबर बरेचसे इतरही स्पँड्नबरोबर तिथे जमले होते. एका भरगच्च क्लासमध्ये या सेमिस्टरला ती 'उत्खननाची मूलतत्त्वं' हा विषय शिकवत होती. शिकवून झाल्यावर एरवी ती प्रश्नोत्तरांसाठी क्लासमध्येच थांबत असे, पण आज ती लगेच घाई-घाईमध्ये बाहेर पडली. पेपीज् पिझ्झा या हॉटेलमध्ये व्हिटो तिची वाट पाहत होता आणि क्लास चालू असताना तिच्या डोक्यात त्या दिवशीचं ते चुंबनच सतत घोळत होतं.

"माझी बाइक स्टार्ट होत नाहीये आणि मला आता उशीर होतोय."

मार्टानं एकदम विचारलं, "कुणाला भेटायचंय?"

सोफीनं डोळे गोल फिरवले. "मी जर लगेच नाही पोहोचले, तर नाही."

पुन्हा त्यांच्या मागचं दार उघडलं आणि जॉन त्याच्या व्हीलचेअरवर तिथे आला. "काय झालंय?"

"डॉ. जेंची बाइक स्टार्ट होत नाहीये आणि त्यांना तिथे कुणालातरी भेटायला

जाण्यासाठी उशीर होतोय.''

गर्दीला वळसा घालून जॉननं त्याची व्हीलचेअर सोफीच्या बाइकजवळ आणली आणि तो तिच्या इंजीनकडे निरखून बघू लागला. ''साखर.'' तिच्या पेट्रोलच्या टाकीवर हातमोजा घातलेल्या एका बोटानं टॅप केलं.

''काय?'' सोफीनंसुद्धा न्याहाळून बघितलं आणि तिला त्याचं म्हणणं पटलं. रस्त्यावरच्या दिव्यांच्या प्रकाशात तिला साखरेचे कण चमकताना दिसले. ''काय विचित्र डोकेदुखी आहे!'' तिनं सुस्कारा सोडला. ''आता या बयेला अद्दल घडवल्याशिवाय मी स्वस्थ बसणार नाही.''

''हे कुणी केलं तुला ठाऊक आहे?'' डोळे विस्फारून मार्टानं विचारलं.

ॲमण्डा ब्रूस्टरशिवाय हे असलं कृत्य कुणी करणार नाही याची तिला कल्पना होती. ''मी कल्पना करू शकते.''

ब्रूसच्या हातात त्याचा सेल फोन होताच. ''कॅम्पस सिक्युरिटीला मी फोन करतो.''

''आताच नको. मी याची तक्रार नोंदवेन. काळजी करू नका.'' स्पॅंड्ननंसुद्धा आग्रह धरला, तेव्हा ती म्हणाली. बाइकच्या सीटला लावलेली तिची बॅग तिनं काढून घेतली. ''ते आता इथे आले, तरी तोपर्यंत मी इथे थांबू शकत नाही. मला खरोखरच उशीर झालाय. इथून रेस्टॉरंटला पायी जायचं म्हणजे चांगली पंधरा मिनिटं लागणार आहेत.''

''मी तुम्हाला घेऊन जातो.'' जॉन म्हणाला. ''मी व्हॅन आणलीये.''

''अं...'' सोफीनं मान हलवून 'नको' म्हटलं. ''थॅंक्स, पण मी जाईन पायीच.''

जॉननं हनुवटी उंच केली. ''माझ्या व्हॅनला हॅंड-कंट्रोल्स आहेत. मी चांगला ड्रायव्हर आहे.''

तिनं त्याला दुखावलं होतं. ''तसं काही नाही जॉन,'' ती घाईघाईत म्हणाली, ''एवढंच की...मी तुझी टीचर आहे. मी कुठे चुकते आहे, असं दिसू नये.''

त्याच्या डोळ्यांवर आलेल्या लांब, दाट केसांतून त्यानं तिच्याकडे पाहिलं. ''तुम्हाला माझ्या व्हॅनमधून नेतोय. डॉ. जे, 'लग्न करायचंय' असं म्हणत नाहीये.'' त्याच्या ओठांची एक बाजू वर झाली. ''शिवाय, तुम्ही माझ्या टाइपच्या नाही आहात.''

ती हसली. ''ओके, थॅंक्स! मला पेपीज् पिझ्झाला जायचंय.'' तिनं सगळ्यांकडे पाहून हात हलवला. ''रविवारी भेटू.'' त्याच्या व्हीलचेअरच्या बाजूनं चालत ती त्याच्या व्हाइट व्हॅनपर्यंत ती आली. त्यानं तिच्यासाठी दार उघडलं. मग त्याच्या व्हीलचेअरला व्हॅनमध्ये ठेवणारी लिफ्ट चालू केली. त्यानं ताकदीनं स्वत:चं शरीर उचलून व्हॅनमध्ये ड्रायव्हरच्या सीटवर ठेवलं.

ती आपल्याला पाहतेय हे त्याच्या लक्षात आलं आणि त्यानं ओठ आवळले.

"मला चांगली प्रॅक्टिस झालीये व्हॅन चालवण्याची."

"ही चेअर तू केव्हापासून वापरतोयस?"

"लहान असल्यापासून." त्याच्या बोलण्यात निराशा होती. तिनं त्याला पुन्हा दुखावलं होतं. काही न बोलता त्यानं पार्किंग लॉटच्या बाहेर त्याची व्हॅन काढली.

पुढे काय बोलावं हे न सुचल्यानं काहीतरी मध्यममार्गी बोलावं असं सोफीनं ठरवलं. "आजच्या क्लासची सुरुवात बुडाली तुझी, पण काही फारसं बिघडलं नाही म्हणा!"

"मी लायब्ररीमध्ये अडकून पडलो. मला यायला इतका उशीर झाला की, मी जवळपास गैरहजरच होतो, पण तुम्हाला मी कशाबद्दलतरी विचारणार होतो. मी तुम्हाला भेटण्याचा प्रयत्न केला, पण तुम्ही घाईनं बाहेर पडलात."

"म्हणजे मला पोहोचवण्यात तुझा काहीतरी अंत:स्थ हेतू होता म्हणायचा!" ती हसली. "काय होता?"

पण तो हसला नाही. नाहीतरी तो क्वचितच हसत असे. "दुसऱ्या क्लासमध्ये उद्या मला एक पेपर वाचायचा आहे. तो बराचसा तयार झालाय, पण त्यातल्या एका भागासाठी मला महत्त्वाचे काही संदर्भ मिळत नाहीयेत."

"विषय काय आहे?"

"अपराध आणि शिक्षा याबाबतच्या आधुनिक आणि मध्ययुगीन सिद्धान्तांचा तौलनिक अभ्यास."

सोफीनं मान हलवली. "डॉ. जॅक्सनच्या मध्ययुगीन कायद्याच्या क्लासला तू जातोयस असं दिसतंय. मग अडचण काय आहे?"

"चटके देण्याच्या मध्ययुगीन पद्धतीशी समकालीन लैंगिक गुन्हेगारीची नोंदणी यांच्या तुलनेचा समावेश त्या पेपरमध्ये मला करायचा होता, पण चटके देण्याबद्दलची पुरेशी माहिती मला मिळाली नाही."

"इंटरेस्टिंग विषय आहे! तुला उपयोगी पडतील असे काही संदर्भ मी तुला देऊ शकेन." तिनं तिच्या बॅगमधून वही काढली आणि ती लिहू लागली. "तुझा पेपर केव्हा आहे?"

"उद्या सकाळी."

तिच्या चेहऱ्यावर नाराजी दिसली. लायब्ररियन्स जर रोजच्यापेक्षा जास्त वेळ थांबले नाहीत, तर तुला ऑनलाइन संदर्भच वापरावे लागतील. यांपैकी काही संदर्भ तुला ऑनलाइन मिळतील. बाकीचे मात्र जुन्या पद्धतीच्या पुस्तकांमध्येच सापडतील. ओह्, पेपीज् हे उजवीकडे कोपऱ्यावरच आहे." तिनं नोटबुकातला तो कागद फाडून त्याला दिला. रेस्टॉरंटच्या पार्किंग लॉटमध्ये त्यानं व्हॅन आणली तेव्हा ती म्हणाली, "थँक्स जॉन! तुझ्या पेपरसाठी तुला शुभेच्छा."

किंचितशी मान हलवून त्यानं तो कागद घेतला. "रविवारी भेटतो."

तो निघून जाईपर्यंत सोफी तिथेच थांबली. मग तिनं श्वास रोधून व्हिटोचा ट्रक त्या लॉटमध्ये कुठे दिसतोय का ते शोधलं. सावकाश तिनं श्वास सोडला. तो अजून तिथेच होता.

हेच होणार होतं. ती रेस्टॉरंटमध्ये पाऊल टाकणार होती आणि...तिचं आयुष्यच पार बदलून जाणार होतं आणि अचानकच तिला प्रचंड भीती वाटली.

मंगळवार, १६ जानेवारी, रात्री १०:०० वा.

हॉटेल बेडवर डॅनिअल थकून बसला होता. त्यानं आतापर्यंत पंधरापेक्षा जास्त होटेल्समध्ये जाऊन चौकशी केली होती आणि तरी त्याच्या आई-वडलांचा त्याला पत्ता लागलेला नव्हता. त्याचे आई-वडील सवयींचे गुलाम होते, म्हणून त्यांच्या आवडत्या होटेल्सपासून, महागड्या होटेल्सपासून त्यानं सुरुवात केली होती. मोठ्या हॉटेल-चेन्समध्ये तो गेला होता. त्यांना कुणीच पाहिलं नव्हतं किंवा पाहिलं असलं, तरी कुणाला आठवत नव्हतं.

पायातले शूज त्यानं काढले आणि गादीवर अंग टाकलं. थकल्यामुळे अशीच झोप त्याला लागली असती. त्याच्या टायची गाठ अजून तशीच होती आणि पायही जमिनीवर होते. कदाचित त्याचे आई-वडील फिलाडेल्फियामध्ये आलेही नसतील. कदाचित त्याचे प्रयत्न निष्फळच ठरणार असतील. कदाचित ते हे जगही सोडून गेले असतील.

त्याच्या डोक्यात थडथडणाऱ्या शिरा विसरून विचार करत त्यानं डोळे मिटले. 'स्थानिक पोलिसांना फोन करून सगळी शवागारं तपासावीत का?' असंही त्याच्या मनात येऊन गेलं.

'नाहीतर डॉक्टर्स!' त्यानं त्याच्या वडलांच्या कम्प्यूटरवरून घेतलेल्या लिस्टवरच्या एखाद्या ऑन्कॉलॉजिस्टकडे ट्यूमरच्या ट्रीटमेंटसाठी ते बहुतेक गेले असावेत, असं त्याला वाटलं; पण कोणताच डॉक्टर त्याला काही सांगायला तयार नव्हता. पेशंटच्या बाबतीत गुप्तता पाळायची असते, असं डॉक्टर्स सांगत होते.

त्याला डुलकी लागत असतानाच त्याचा सेलफोन वाजला आणि तो दचकून उठला. 'सुसाना!'

"हॅलो, सूझ."

"तुला ते सापडले नाहीत." तो प्रश्न असण्याऐवजी तिचा तो निष्कर्षच होता.

"नाही. मी सबंध शहरभर फिरलो आज. ते इथे आले होते की नाही, असाच

प्रश्न मला आता पडलाय."

"ते तिथे गेले होते." सुसाना म्हणाली. तिच्या आवाजात ठामपणा होता. आजीला मॉमनं केलेला फोन फिलाडेल्फियाहूनच होता."

डॅनिअल ताड्कन उठून बसला. "ते तुला कसं ठाऊक झालं?"

"मी मार्करला बोलावून शोध घेतला. तुला हे माहीत असावं म्हणून सांगितलं. ते सापडले तरच मला फोन कर. नाहीतर नको. गुड बाय डॅनिअल!"

ती फोन ठेवणार होती. "सूझ, थांब."

त्यानं तिचा उसासा ऐकला. "काय?"

"माझं चुकलं. मी जायला नको होतं; पण मला जाणं भाग होतं, पण का ते तुला मी सांगितलं नाही, हे चुकलं माझं."

"आणि ते तू मला आता सांगतोयस?" तिचा आवाज कडक होता आणि तो त्याला लागला.

"नाही. कारण तुला ते माहीत नसल्यानं तू अधिक सुरक्षित आहेस. तुला तेव्हा ते न सांगण्याचं ते एकच कारण होतं आणि आता सांगण्याचंही. विशेषतः आता."

"डॅनिअल, आता उशीर झालाय. तू कोड्यात बोलतोयस आणि मला ऐकण्याची इच्छा नाही."

"सूझ...एकदा तू माझ्यावर विश्वास ठेवला होतास."

"एकदाच." तो एकच शब्द निर्णायक होता.

"मग पुन्हा माझ्यावर विश्वास ठेव. प्लीज, फक्त या बाबतीत. तुला ते समजलं, तर पटेल. तुझं करिअर टिकेल. तू सध्या जिथे आहेस त्यासाठी तू खूप कष्ट घेतलेस. तिथून मी तुला खाली खेचू शकणार नाही, ते केवळ माझी अपराधीपणाची भावना तू दूर करशील या एकाच हेतूनं."

ती दोघं अजून जोडलेली आहेत की नाही हे त्यानं बघावं म्हणून ती शांत होती. ती दोघं अजून जोडलेलीच होती. अखेरीस ती पुटपुटली. "तुझ्या मुलानं काय केलं ते मला ठाऊक आहे. तुला ठाऊक आहे डॅनिअल?"

"होय."

"आणि तरी मी तुला क्षमा करावी असं तुला वाटतं?"

"नाही. माझी तशी अपेक्षा नाही. मला काय हवंय तेच मला कळत नाही. तू मला पुन्हा डॅनी म्हणावंस एवढीच अपेक्षा असेल बहुतेक."

"तू माझा मोठा भाऊ होतास आणि मला तुझ्या संरक्षणाची गरज होती. आता स्वतःची काळजी कशी घ्यावी हे मला समजलंय. तुझ्या संरक्षणाचीही मला आता गरज नाही आणि तुझीही नाही डॅनिअल. ते सापडले, तरच मला फोन कर."

तिनं फोन ठेवून दिला आणि डॅनिअल त्या अनोळखी हॉटेलच्या बेडवर बसून

राहिला; त्याच्या फोनकडे पाहत आणि हे सगळं त्यानं कसं होऊ दिलं याचा विचार करत.

मंगळवार, १६ जानेवारी, रात्री १०:१५ वा.

"तुम्ही ऑर्डर देणार नसाल, तर तुम्हाला निघावं लागेल. पंधरा मिनिटांनी किचन बंद होईल."

वेट्रेसकडे पाहण्याआधी त्यानं त्याच्या घड्याळाकडे पाहिलं. "इतर सगळ्या आयटम्ससह मोठा पिझ्झा देता येईल?" तो म्हणाला. "आणि ते सगळं बॉक्समध्ये आण हं! मी तो घरी घेऊन जाईन."

"ती येणार नाहीये का, अंऽ?" त्याची ऑर्डर घेऊन वेट्रेस सहानुभूतीनं म्हणाली.

अर्ध्या तासापूर्वीच सोफी यायला हवी होती. "तसंही वाटत नाही."

"पण तुमच्यासारख्या माणसाला कुणीही चांगली पोरगी गटवणं अवघड नसावं." कोंबडीसारखा क्लक्-क्लक् आवाज करत, त्याची ऑर्डर द्यायला ती परत किचनमध्ये गेली आणि व्हिटो त्याच्या बूथच्या मागच्या भिंतीवर डोकं टेकवून, डोळे मिटून बसला. सोफी आली नाही याबद्दल विचार न करण्याचा त्यानं प्रयत्न केला. आपण काय काय बदलू शकू याचा विचार करण्याचा त्यानं प्रयत्न केला.

नऊ प्रेतांपैकी चार प्रेतांची ओळख पटली होती. आणखी पाच बाकी होती.

गुलाब! त्याला गुलाबांचा वास आला आणि बूथच्या पलीकडच्या भागात कुणीतरी आल्यामुळे बूथ हादरल्याचं त्याला जाणवलं. ती एकदाची आली होती, पण तो जिथे होता तिथेच डोळे मिटून थांबला.

"एक्स्यूज मी!" असं तिनं म्हटल्यावर त्यानं डोळे उघडले. काळं लेदर जॅकेट घातलेली ती त्याच्यासमोर बसली; टेबलाच्या पलीकडे. तिने कानात सोन्याचे मोठ्ठाले रिंग्ज घातले होते आणि सगळे केस एकाच खांद्यावर ओढून घेतले होते. "मी कुणाचीतरी वाट पाहतेय आणि मला वाटतं तो तूच आहेस."

व्हिटो हसला. ती दोघं पहिल्यांदा भेटली होती तेव्हाची आठवण तिनं दिली. "मला वाटलं होतं त्यापेक्षा मेमरी झॅपर खेळणं चांगलं काम करतंय, असं दिसतं. मीसुद्धा एकदा बघेन प्रयत्न करून."

ती त्याच्याकडे पाहून हसली आणि त्याचा ताण जरासा कमी झाला, असं त्याला जाणवलं. "दिवसभर खूप काम झालं?" तिनं विचारलं.

"तू तसं म्हणायला हरकत नाही, पण माझ्या दगदगीबद्दल मला काही

बोलायचं नाही. आता तू आलीस.''

तिनं एक खांदा उंच केला. ''सिनेमाचा मोह टाळणं अवघड असतं.''

स्वत:चे हात तिनं इतके घट्ट दाबले की, तिच्या बोटांचे सांधे पांढरे पडले. श्वास घेत टेबलावरून त्यानं तिचे हात एकमेकांपासून वेगळे केले आणि स्वत:च्या हातात घेतले. ''तुला त्याचं नाव सांगणं मला अवघड वाटलं, पण तू ते सांगितलंस, आम्हाला मदत करण्यासाठी.''

तिची नजर त्याच्या डोळ्यांवरून झर्रकन बाजूला झाली, तसे तिचे हात ताणले गेले. ''आणि त्या सगळ्या आया, बायका, नवरे आणि मुलगे. तू ॲलनशी बोलावंस असं मला वाटलं नाही, कारण मला लाज वाटत होती, पण ते तुला न सांगणं मला जास्त लाजिरवाणं झालं असतं.''

''त्या चिठ्ठीत मी लिहिलं होतं तेच माझं मत आहे. ब्रूस्टर गाढव आहे. तू त्याला विसरायला हवंस.''

तिनं आवंढा गिळला. ''त्याचं लग्न झालंय हे मला ठाऊक नव्हतं व्हिटो. मी वयानं लहान आणि अगदी मूर्ख होते.''

''त्याला भेटल्यावर माझ्या सगळं लक्षात आलं. मला वाटतं माझ्या ते लक्षात येईल असा तुझाही होरा असणार होता.''

''कदाचित.'' तिनं निश्चयपूर्वक वर पाहिलं, असं त्याला वाटलं. ''तुझ्यासाठी मी काहीतरी आणलंय.'' खिशातून एक घडी केलेला कागद तिनं काढला आणि त्याला दिला.

व्हिटोनं ती कागदाची घडी उघडली आणि तो हसला. तिनं चार-बाय-चार असा एक चौकोन काढला होता. त्यावर वरच्या बाजूला फ्रेंच, जर्मन, ग्रीक आणि जपानी असे चार शब्द लिहिले होते आणि खाली एकानंतर एक अशा चार शिव्या लिहिल्या होत्या, इंग्रजी भाषेतल्या. त्या समोरच्या छोट्या चौकोनात त्या भाषांमधले त्या अर्थाचे शब्द होते असं त्याला वाटलं. ''गेल्या दोन दिवसांपासून मी ज्या चौकोनांकडे बघतोय, त्यापेक्षा हा चार-बाय-चार चौकोन मला आवडला.''

ती त्याच्याकडे बघून हसत होती आणि त्याच्या खांद्यांवरचं ओझं आणखीच हलकं झाल्यासारखं त्याला वाटलं. ''तुला काही नव्या शिव्या शिकवेन असं आश्वासन मी दिलं होतं. उच्चारशास्त्रानुसार मी त्यांचं स्पेलिंग लिहिलेलं आहे. त्यांचा चुकीचा उच्चार केलेला मला चालणार नाही. त्यामुळे त्यांचा प्रभाव पडत नाही.''

''खूप छान! पण त्यात 'गाढव' हा शब्द आला नाही. माझ्या पुतण्यानं मला आज हरवलं.''

भुवया उंचावून तिनं त्याच्या हातातून तो कागद घेतला आणि दुसऱ्या

खिशातून पेन काढून तो शब्द आणि त्याचे चारही भाषांमधले पर्यायी शब्द तिनं लिहून काढले आणि तो कागद परत त्याच्या खिशात ठेवून दिला. "थँक यू!" म्हणत मग त्यानं तिचे हात पुन्हा आपल्या हातात घेतले अणि तिला निवान्त झालेली पाहून त्याला बरं वाटलं. "तू येशील याची खात्री वाटत नव्हती."

"माझ्या बाइकनं मला दगा दिला. एका विद्यार्थ्यानं मला इथे आणून सोडलं."

त्याच्या कपाळावर आठ्या पडल्या. "काय त्रास झाला तुझ्या बाइकला?"

"ती स्टार्टच झाली नाही. माझ्या टाकीमध्ये कुणीतरी साखर टाकली."

"कुणी केलं असेल ते?" तिनं ओठ मिटले, तेव्हा त्याचे डोळे बारीक झाले. "कोण त्रास देतंय तुला सोफी?"

"ब्रूस्टरची बायको. ती अगदी वेडपट बया आहे! तिनं मला पत्रही पाठवलं, असंच धमकी देणारं."

"सोफी!" त्याला राग आला.

तिनं डोळे गोल फिरवले. "तिनं मला एक मेलेला उंदीरही पाठवला. मग मला फोन केला की, मी तिच्या नवऱ्यापासून दूर राहावं. क्लिन्टशी ॲलन बोलत असताना तिनं ऐकलं असेल. ती बाई नक्कीच वेडी आहे. सगळ्या बायका ॲलनवर उड्या मारतात, असंच तिला वाटतं."

"त्याची सध्याची असिस्टंट बहुतेक उड्या मारत असेल." त्यानं उसासा सोडला. "पण तूही तसंच केलंस, असं ती म्हणत असेल तर ते वाईट आहे."

"ते ठीकय. खरंय. बरेच दिवस मी ॲलनच्या मागे-मागे करत होते आणि त्यामुळेच माझ्यावर ती वेळ आली; पण ते संपलं ना तेव्हाच." ती चिडली. "पण माझी बाइक? चीड येते मला!"

ही चालून आलेली संधी सोडून देणं त्याला शक्यच नव्हतं. "मी तुला घरी पोहोचवेन ना!"

त्याच्या मनात होतं त्यापेक्षा जास्तच आतून आलेले आणि सूचक असे त्याचे शब्द होते. तिची कानशिलं तापली आणि तिनं खाली पाहिलं, कारण त्या आधी प्रणयभावनेनं तिचे डोळे जडावलेले त्याला दिसले होते आणि त्याच्याही शरीरातून त्यामुळे वासनेचे झंकार सुरू झाले होते.

"मला आवडेल ते!" ती हळूच म्हणाली. "ओह, मी एक गोष्ट जवळपास विसरलेच होते." तिनं हात सोडवून घेतला आणि आणखी एक कागद तिच्या खिशातून काढला. युरोपमध्ये मरण पावलेल्या एका माणसाबद्दल आणखी थोडीशी माहिती मी तुझ्यासाठी आणलीये. अल्बर्टो बेरेटी."

त्या कागदावर बेरेटीच्या मुलांच्या आणि त्यांच्या अटर्नीज्च्या नावांची यादी होती. या माणसाच्या घरातल्या इतरांची, त्यांच्याकडच्या कर्मचाऱ्यांची आणि

महत्त्वाच्या कर्जदारांची नावंसुद्धा त्या यादीत होती. दुसऱ्या दिवशी तो इंटरपोलशी बोलणार होता, त्या वेळी त्या माहितीचा त्याला उपयोग होऊ शकला असता. "ही माहिती तुला कुठे मिळाली?"

"एटिअन, माझे जुने प्रोफेसर! तुला सांगितलं होतं ना मी त्यांच्याबद्दल? त्यांना बेरेटीच्या नावाशिवाय आणि त्या अफवेशिवाय काही ठाऊक नव्हतं, पण माझ्या वडलांच्या एका जुन्या मित्राला खूप श्रीमंत लोकांबद्दल माहिती आहे. मी त्यांना फोन केला आणि त्यांनी ही माहिती पुरवली."

व्हिटोनं त्याचा राग आवरला. "दुसऱ्या कुणाला फोन करायचा नाही असं आपलं ठरलं होतं ना?"

"खरेदी-व्रिक्री करतो अशा कुणाशीही मी बोललेली नाहीये." तिलाही राग आला होता, पण तिनं तसं दाखवलं नाही. "मी लहान होते तेव्हापासून मॉरिसना मी ओळखते. खूप चांगले गृहस्थ आहेत ते."

"सोफी, तुझे आभार कसे मानू? तुला दुखवायचं नाही मला. तू जर त्यांना ओळखत असशील, तर ते नक्कीच चांगले असतील."

"आहेतच." ती ठामपणे म्हणाली, पण व्हिटोनं धरलेला हात तिनं सोडवून घेतला नाही आणि त्याला ते चांगलं वाटलं. त्यानं तिचा मोकळा हात पुन्हा हातात घेतला आणि तिलाही ते चांगलं वाटलं.

"मग...तुझे वडील आहेत ना अजून?"

उदासपणे तिनं मान हलवली. "नाही, ते दोन वर्षांपूर्वीच गेले."

तिचे वडील तिला तेव्हा आवडत होते, पण आई नाही. "इतकी वर्षं तू युरोपमध्ये होतीस; त्यांच्यापासून दूर. हे त्यांना फार जड गेलं असेल."

"नाही, ते फ्रान्समध्येच होते. त्यांच्या आयुष्याच्या शेवटीशेवटी मी त्यांना जास्त भेटत होते, पण मी लहानाची मोठी होत असताना नाही." तिनं त्याच्याकडे डोळ्याच्या कोपऱ्यातून पाहिलं. "माझ्या वडलांचं नाव ॲलेक्स अर्नाड होतं."

व्हिटोनं भुवया ताणल्या. "मला वाटतं, हे नाव मी पूर्वी ऐकलंय. थांब, सांगू नकोस."

तिला गंमत वाटली. "तू त्यांना ओळखत असशील, तर आश्चर्यच आहे!"

"त्यांचं नाव आताआताच कुठेतरी पाहिलंय." त्याला आठवलं आणि तो तिच्याकडे पाहत राहिला. "तुझे वडील अलेक्झांडर अर्नाड हे अभिनेते होते?"

तिनं डोळे मिचकावले. "व्वा! फारच छान! बऱ्याच अमेरिकनांना त्यांचं नावही ठाऊक नाही."

"माझा मेहुणा सिनेमाचा शौकीन आहे. मागल्या वेळी मी त्याच्याकडे गेलो होतो तेव्हा त्याला फ्रेंच सिनेमाची किक आली होती आणि त्यांपैकी काही सिनेमे

फारसे वाईट नव्हते. रागावू नकोस.''

''नाही, रागावत नाही. पण तू कुठला पाहिलास?''

''सिनेमाचं नाव सांगितलं, तर मला बोनस प्राईझ मिळेल?'' पुन्हा तिचे गाल लाल झाले. त्याच्या लक्षात आलं की, तिच्या डोळ्यात जेवढी प्रणय भावना होती तेवढाच संकोचही होता. हा अशा प्रकारचा प्रणयाचा खेळ तिच्यासाठी नवा होता आणि इतर कशापेक्षाही त्यामुळे ती उत्तेजित झाली होती किंवा इतर कशामुळेही ती उत्तेजित होतेय, असंही त्याला वाटलं. तिच्या काळ्या जॅकेटच्या आत जे होतं ते त्याला उत्तेजित करायला पुरेसं होतं. ''माझी स्मरणशक्ती किती चांगली आहे बघ!'' असं म्हणून त्यानं तिला चिडवलं. मग वेट्रेसनं पिझ्झा आणून टेबलावर ठेवला, तेव्हा नाइलाजानं त्यानं तिचे हात सोडले. वेट्रेस काय समजायचं ते समजून हसली.

''हे तुम्हाला इथंच थांबवायचंय?'' वेट्रेसनं विचारलं. ''मी बॉक्स आणू शकते.''

''मला भूक लागलीय खूप!'' सोफीनं कबूल केलं. ''तुम्ही लगेच बंद करणार आहात?''

वेट्रेसनं तिच्या हातावर थोपटलं आणि व्हिटोला डोळा मारला. ''तुमचं संपल्यावर मॅडम.''

व्हिटोनं चुटकी वाजवली. ''सॉफ्ट रेन!'' तो म्हणाला. ''तुझ्या वडलांचा सिनेमा.''

सोफीनं खाणं थांबवलं, डोळे विस्फारले. ''वॉव! अगदी बरोबर!''

व्हिटोनं पिझ्झाची स्लाईस त्याच्या प्लेटमध्ये घेतली. ''मग माझ्या बोनस प्राइझचं काय?''

तिनं नजर फिरवली. तिची नजर बदलली. उत्कंठेनं तिच्या नसा तटतटल्या. तिनं जेव्हा खालचा ओठ दाताखाली दाबला, तेव्हा तिच्या गळ्यातली शीरसुद्धा तडतडलेली व्हिटोला दिसली. ''मला नाही ठाऊक!'' तिनं खाली बघत सांगितलं.

व्हिटोनं मोठा आवंढा गिळला. त्याची नाडीही ताडताड उडू लागली. तिला जवळ ओढून तिच्या ओठाचा चावा घेण्याचा मोह त्यानं मोठ्या मुश्किलीनं आवरला. ''काळजी करू नकोस. माझ्या मनात दुसराच विचार चालू होता. फक्त कृपा कर आणि खाणं लवकर संपव. ओके?''

मंगळवार, १६ जानेवारी, रात्री ११:२५ वा.

ती सीडी चांगली होती. बरीच चांगली. 'वॉरन् डाईज' इतकी चांगली नसेल,

पण गॅलरीत गेलेल्या नव्व्याणव पूर्णांक नऊ कचरा सीडीज्पेक्षा ती नक्कीच चांगली झाली होती.

त्यानं स्थिर दृश्यांकडे पुन्हा पाहिलं. मग ग्रेगरी सॅण्डर्सच्या मृत्यूच्या क्षणाच्या स्वत: केलेल्या पेंटिंगकडे बघितलं. सॅण्डर्सच्या चेहऱ्यात काही खास होतं. तो जिवंतपणी होता त्यापेक्षा मृत्यूनंतर त्या फिल्ममध्ये जास्त चांगला दिसत होता. त्याचे ओठ बाकदार दिसत होते. हा मुलगा कदाचित स्टार होऊ शकला असता.

त्याला त्या सीडीबद्दल काही सांगायचं असतं, तर ग्रेगरी स्टार होऊ शकला असता, एवढंच त्यानं सांगितलं असतं. सध्या तरी त्याला थोडीफार स्वच्छता करणं आवश्यक होतं. स्टुडिओखालच्या भुयारात ते प्रेत नेऊन टाकायला हवं होतं. त्याची अंधारकोठडी! ग्रेगरीला ती फारच चांगली वाटली होती. फारच भयानकही!

ती त्याला तशी वाटायलाच हवी होती. "माझ्यापासून लपण्याचा प्रयत्न कर," तो पुटपुटला. त्या तरुणानं क्षमेची याचना केली होती, दयेचीही. पण त्याला काहीच मिळालं नव्हतं.

ग्रेगरीच्या दृश्यांमध्ये त्याला आणखी बरीच दृश्यं मिळू शकली. मध्ययुगीन काळात चोरी हा सर्वसामान्य गुन्हा होता आणि त्याला वेगवेगळ्या प्रकारची शिक्षा होती. त्यानं ठरवलं होतं त्यानुसार यातना देण्याचा प्रकार नव्हता, तरीपण एकंदरीत त्यांचा उपयोग झालाच.

सूर्योदयाच्या वेळी त्यानं त्या प्रेताचं दफन त्यानं केलं असतं. मग पुन्हा इथे येऊन त्या गेमची तयारी. त्या दुपारी ग्रेगरी भेटण्यापूर्वी त्यानं त्या 'यू कॅन मॉडेल'कडून आलेल्या सोनेरी केसांच्या उंच तरुणीला पाठवलेल्या इ-मेलला मिळालेले प्रतिसाद सकाळच्या वेळी त्यानं पाहिले असते. व्हॅन झॅण्ड्टला खूश करण्यासाठी त्या रुबाबदार राणीला शोभेल अशी शेवटाची योजना त्यानं आखली असती. मग त्या नाइटच्या डोक्याचा स्फोट घडवून आणला असता. तो स्फोट नक्की कसा घडवून आणायचा याबद्दल त्याला संभ्रम होता, पण त्याचासुद्धा विचार त्यानं केला असता.

मंगळवार, १६ जानेवारी, रात्री ११:३० वा.

ॲनाच्या समोरच्या दाराचं कुलूप उघडताना सोफीचे हात थरथरू लागले. त्यानं तिला घरी पोहोचवताना दोघंही एकमेकांशी काहीच बोलली नव्हती. रस्त्यानं कसं-कसं जायचं एवढंच ती कोरड्या आवाजात सांगत होती. सबंध रस्ताभर त्यानं तिचा हात धरला होता. कधीकधी तो तिचा हात इतका दाबत होता की, तो परिणाम

तिच्या चेहऱ्यावर दिसत होता; पण ती वेदना असलीच, तर ती सुखावह होती. बऱ्याच दिवसांनंतर पहिल्यांदाच तिला चैतन्य आल्यासारखं वाटत होतं आणि अवघडल्यासारखंही. कुलपातून किल्ली तिसऱ्यांदा उडाली तेव्हा मनातल्या मनात तिनं स्वत:वरच राग काढला.

"माझ्याकडे दे त्या किल्ल्या!" तो न रागावता तिला म्हणाला. पहिल्याच प्रयत्नात त्यानं दार उघडलं आणि त्यासरशी कुत्री कर्कशपणे भुंकत बाहेर आली. ती जर इतकी अधीर झाली नसती, तर त्याचा चेहरा हास्यास्पद दिसला असता. लॉटे आणि बर्गिटकडे तो थोडंसं घाबरल्यासारखं पाहत राहिला.

"काय भयंकर कुत्री आहेत!"

"माझ्या आजीची आहेत. दुपारच्या वेळी माझी आँट फ्रेया त्यांना बाहेर सोडते, म्हणून त्यांना आत यायची घाई असते आता. या आत मुलींनो!"

"अगदी...रंगीबेरंगी आहेत त्या! तुझ्या इंद्रधनुषी हातमोज्यांसारख्या."

गोंधळून गेल्यासारखं सोफीनं त्या कुत्र्यांकडे पाहिलं. "त्यांना मी आत घेऊन पाहिलं. पण त्यांना बाहेरच काढायला हवं. आत्ता मी परत येते." किचनमधून तिनं त्यांना बाहेर काढलं आणि मागच्या पोर्चमध्ये हातांची घडी घालून उभी राहिली. पायांच्या बोटांनी टॅप करत त्या गवत आणि एकमेकींना हुंगत राहिल्या. "चला, निघा लवकर इथून! नाहीतर महिनाभर तुम्हाला कोरडंच जेवायला मिळेल."

त्या धमकीचा बहुतेक उपयोग झाला किंवा त्यांना थंडी वाजली असेल आणि घाईनंच त्या पुन्हा आत आल्या. सोफीनं त्यांना एकमेकींच्या जवळ आणलं आणि स्वत:च्या गालावर त्यांची केसाळ डोकी प्रेमानं घासली आणि त्यांना किचनमध्ये अडकवून टाकलं. तिनं बोल्ट लावून घेतला आणि श्वास भरून घेत ती परतली. व्हिटो तिच्यापासून थोड्याच अंतरावर उभा होता. त्याच्या डोळ्यांत काळे ढग दाटून आले होते आणि तो उतावीळ दिसत होता. एकदम तिच्या पायातली शक्तीच गेली. त्यानं कोट काढला.

त्याची नजर तिच्या वक्षस्थळांकडे गेली. कपड्यांच्या अनेक थरांखाली अजून ती झाकलेलीच होती. तिच्या हृदयाचे काही ठोके पडत असताना तो तिथेच रेंगाळला; पण नंतर त्याचे डोळे तिच्या डोळ्यांकडे वळले आणि आणखी काही ठोके पडल्यावर श्वासच घेता येत नव्हता असं तिला वाटलं. तिचे स्तन घाटदार होते आणि स्तनाग्रं फारच संवेदनाक्षम होती. तिच्या ओटीपोटातली थरथर एवढी वाढली होती की, त्यानं घाई केली तर बरं होईल, असं तिला वाटलं.

पण त्यानं घाई केली नाही. त्यानं त्याची बोटं तिच्या खालच्या ओठावर फिरली तेव्हा तिला वेडं व्हायची वेळ आली आणि तिच्या सर्वांगावर शहारे आले. त्याचे ओठ बाकदार झाले आणि हसणं धारदार झालं. "छळवादी! मला तू हवी

आहेस!'' तो कुजबुजला. ''दुसरं काही मी म्हणालो तर तो खोटेपणा होईल.''

त्यानं तिला स्पर्श करावा म्हणून तिनं हनुवटी वर केली, पण त्यानं स्पर्श केला नाही म्हणून ती निराशही झाली. ''मग दुसरं काही म्हणू नकोस ना!''

त्याच्या डोळ्यांत चमक आली आणि आणखी काही क्षण तो तिच्याकडे बघत राहिला. तिनं आणखी काही म्हणावं म्हणून जणू तो तिची वाट पाहू लागला. मग अचानक त्यानं तिच्या केसांतून हात फिरवले आणि तो तिचं चुंबन घेऊ लागला. ते तिला इतकं चांगलं वाटलं की, ती कण्हू लागली. ते चुंबन अतिशय उतावीळपणाचं, गरम आणि काहीतरी मागणारं होतं आणि तिला ते आणखी आणखी हवं होतं. तिला तो आणखी आणखी हवा होता.

तिनं त्याच्या छातीवर हात टेकवले. त्याच्या शर्टातून त्याचे खडकासारखे कठीण स्नायू तिला जाणवले. तिच्या तळहातांखाली ते थडथडू लागले, तशी ती पुन्हा कण्हायला लागली. त्याच्या शर्टात बोटं घालून तिनं त्याला आणखी जवळ ओढलं. त्याची ती टणक छाती तिच्या दुखावणाऱ्या स्तनांवर दाबावी असं तिला वाटलं. त्याच्या मानेभोवती हात घालून स्वतःला तिनं काही इंच उचललं. त्यामुळे दोघांचे देह हवे तिथे एकमेकांना भिडले. त्याच्या देहाचा कडकपणा तिला अंगभर जाणवला.

त्यानं तिला निराश केलं नाही आणि काही क्षणांतच तिला दारावर दाबली. त्याच्या जीन्सची कडक किनार जिथे जोरात दबली तिथे तिला खूप चांगलं वाटलं. तिची पाठ ज्या दारावर दबली ते दार बर्फासारखं गार होतं, पण तिच्या समोरच्या भागावर जिथे व्हिटो भिडलेला होता तिथे अगदी गरम-गरम होतं. त्याच्या हातांनी एकदाचा तिच्या स्तनांचा ताबा घेतला आणि ती परत कण्हू लागेपर्यंत तो त्यांना कुरवाळत आणि दाबत राहिला.

त्याच्या पुठ्ठ्यांची आणि हातांची हालचाल एकदम थांबली आणि तिच्या ओठांवरचे त्याचे ओठही त्यानं एकदम काढून घेतले.

''नाही.'' ती पुटपुटली. आता तीही खूपच उत्तेजित झाली होती, बेभान झाली होती.

''सोफी, माझ्याकडे बघ!'' तिनं डोळे उघडले. तो तिच्या इतका जवळ होता की, ती त्याच्या डोळ्यांच्या पापण्यांचा एकूण एक केस ती पाहू शकत होती. ''मला काय हवंय ते मी तुला सांगितलंय. तूही तसं सांगायला पाहिजेस. तुला जे हवंय ते मला सांग.''

त्यानं सांगायला लावलंच तिला. ''तू.'' घोगऱ्या आवाजात तो एकच शब्द ऐकू आला. ''मला तू हवायस!'' ती म्हणाली.

निःश्वास टाकता टाकता त्याचं शरीर एकदम हललं. ''हा अनुभव घेऊन खूप

दिवस झाले. या वेळी मी धीर धरू शकत नाही.''

''मग धरू नकोस धीर.''

त्यानं मंदपणे मान हलवली. मग तिच्या स्वेटरचा काठ धरून तो वर ओढला आणि डोक्यावरून बाहेर काढला, पण तो जेव्हा तिच्या केसांमध्ये अडकला तेव्हा त्याला हसू आवरेनासं झालं. दोघांनी मिळून तो केसातून मोकळा केला. मग त्याचं हसू थांबलं. तिच्या ब्राच्या पिसासारख्या पांढऱ्या लेसकडे तो पाहत राहिला.

त्यानं मोठा आवंढा गिळला. ''किती सुंदर आहेस तू!'' तिच्या ब्राच्या वळणदार किनारीवरून आणि भरदार स्तनांच्या खालून त्यानं बोटं फिरवली, पण मुद्दामच स्तनाग्रं टाळली, कारण ती लेसखाली दबली होती; पण त्याचे हात थरथरत होते.

छातीच्या बाहेर उडून येतं की काय, एवढ्या वेगानं तिचं हृदय धडधडत होतं. ''स्पर्श कर मला व्हिटो. प्लीज!''

पुन्हा त्याचे डोळे चमकले आणि आणखी एका उतावीळ क्षणी त्यानं ब्राचं समोरचं बक्कल मोकळं केलं. क्षणभर तिच्या त्वचेला थंड हवा जाणवली, पण दुसऱ्या क्षणी त्यानं आपला उबदार तळवा एका स्तनावर आणि त्याहून उबदार ओठ दुसऱ्या स्तनावर ठेवले. त्याच्या कुरळ्या केसांतून तिनं बोटं फिरवली आणि त्याला घट्ट धरलं. डोळे मिटले. ते सुख ती अनुभवत राहिली आणि ते तिला खूप खूप छान वाटलं. ते खूप खूप हवं होतं.

अगदी लगेच तो सरळ उभा राहिला. ''सोफी, माझ्याकडे बघ.''

तिनं डोळे उघडले. त्याचे ओठ ओले होते. त्याचे डोळे लाल निखाऱ्यासारखे झाले होते. ''तुझा बेड कुठे आहे?''

आणखी एका शहाऱ्यानं तिचा देह थरथरला आणि बेड 'वर' आहे असं नजरेनंच सांगितलं.

त्याच्या हसण्यात चैतन्य आणि खोडकरपणा होता! ''वर आहे बेड!'' तिचं पुन्हा चुंबन घ्यायला तो खाली वाकला अणि तिची बोटं त्याच्या शर्टाची बटनं काढण्याचा प्रयत्न करू लागली. ती दोघं किचनमधून बाहेर पडली. कपडे तिथेच टाकून जिन्याकडे निघाली. पहिल्या पायरीवरच तो थांबला आणि त्यानं तिला भिंतीशी दाबलं. तिच्या अंगावर एकही कपडा नव्हता, पण त्याची बॉक्सर पँट अजूनही त्यानं काढलेली नव्हती. त्यानं तिला प्रेमानं आपादमस्तक न्याहाळलं. त्याची छाती वरखाली होत होती. फुफ्फुसाला झटके देऊन तो प्रत्येक श्वास घेत होता. ''तू खरोखर सुंदर आहेस!'' तो म्हणाला.

तिनं हे शब्द आधीही ऐकले होते. आता तिला ते खरे आहेत हे मान्य करायचं होतं; पण ते केवळ शब्द असतात. शब्द! महत्त्वाची असते ती कृती. जराशी निराश

होऊनच तिनं त्याचं डोकं खाली ओढून त्याचं प्रदीर्घ चुंबन घेतलं. तिला प्रतिसाद देत त्यानंही तिचं खोल-खोल चुंबन घेत तिच्या पाठीवरून हात फिरवत तिला जवळ ओढून कणकीसारखे तिचे नितंब तिंबले. त्याचीही कामेच्छा अनावर झाल्याचं तिच्या लक्षात आलं. तिनं शरीराची अस्वस्थ हालचाल केली, पण तिला आणखी हवं होतं. "व्हिटो, प्लीज, आता नाही म्हणू नकोस."

तिच्या स्पर्शामुळे त्याच्या शरीराचा दाह होत असला, तरी आणि तिच्यासारखीच त्याचीही स्थिती असल्याचं तिला माहीत झालं असलं, तरी एका शहाऱ्यानंही त्याला असह्य वेदना झाली. तो दूर सरकला आणि तिचा हात धरून जिना चढू लागला, पण त्याच्या बॉक्सरच्या इलॅस्टिक बेल्टवरून तिचा हात निसटला आणि त्याची बॉक्सर त्याच्या कमरेवरून खाली आली. त्यानं याही वेळी तिला निराश केलं नाही आणि तिनं हातानं त्याला वेढा घातला आणि त्याला जोरात पीळ दिला. त्याच्या फुफ्फुसातून मोठ्यानं कण्हल्याचा आवाज आला.

"सोफी, थांब!"

"नाही. इथेच. आताच." त्याच्यावर ओणवी होऊन तिनं त्याच्या ओठाला चावा घेतला. तिचा हात त्याच्या छातीवर मध्यभागी ठेवून त्याच्या स्नायूंच्या खडकाळ भिंतीला तिनं मागे ढकललं. त्याच्या नजरेला तिची नजर भिडली. त्या भक्कम आधारावर ही वासना होती, हे तिनं ओळखलं. "आता."

तिनं त्याला ढकललं. तो पायऱ्यांवर आडवा झाला, तशी त्याच्या दोन्ही बाजूंना पाय टाकून ती त्याच्यावर स्वार झाली.

"सोफी, असं नको...."

तिनं त्याचं वाक्य मध्येच तोडलं आणि त्याच्या ओठांवर स्वत:चे ओठ दाबले, खाली वाकली आणि त्याला स्वत:च्या शरीरात प्रवेश दिला. तो गरम, कडक आणि जाड झाला होता आणि तिनं डोळे मिटले; पूर्ण परिसर व्यापल्याच्या जाणिवेनं. "तुला मी हवी आहे."

"होय." त्याच्या हातांनी तिचे नितंब घट्ट पकडले. त्याची बोटं त्या मांसल ठिकाणी खोल खोल रुतली.

"मग घे मला." तिनं पाठीची कमान केली आणि त्याला आत आत जाऊ दिलं. खरखरीत काळी दाढी असलेला त्याचा चेहरा डोळे उघडून ती बघू लागली. त्याचं सुंदर शरीर आता पूर्णपणे कडक झालं होतं. मग तिनं हालचाल सुरू केली. आधी सावकाश, मग वेगानं! ती अत्युच्च शिखरावर पोहोचल्याचा तिनं अनुभव घेतला.

आक्रोश करत ती थांबली आणि वरची पायरी हातांनी घट्ट धरत ती पुढे सरकली. तिनं समाधानानं त्याचं पुन्हा चुंबन घेतलं आणि तो कण्हत असतानाच त्याच्या पुठ्ठ्यांनी

जोराचा हिसका दिला. त्याची पाठ आखडली आणि चीत्कार करत त्यानं जोरदार झटका दिला, तसा त्यालाही सर्वोच्च बिंदू गाठल्याचा आनंद मिळाला.

शर्यतीत पळून आल्यासारखा तो धापा टाकू लागला. हातांच्या कोपरांवर तो पडला आणि पायऱ्यांवर डोकं टेकवलं. काही क्षण कुणीच काही बोललं नाही. मग सोफी बाजूला होऊन त्याच्या खालच्या पायरीवर बसली. तिला एकदम हलकं-हलकं वाटलं, एकदम छान वाटलं. तिनं हलकेच त्याच्या मांडीवर थोपटलं, पण त्यानं दूर होऊन त्याचं शरीर ताणलं. त्याच्याकडे बघण्यासाठी तिनं मान वाकडी केली, तर तोही तिच्याकडेच एकटक पाहत होता, पण सुखाच्या तृप्तीनं नव्हे, तर संतप्त नजरेनं असं तिला दिसलं.

"काय?" तो रागानं म्हणाला, "काय झालं होतं एवढं तुला?"

प्रकरण १४

बुधवार, १७ जानेवारी, सकाळी १२:०५ वा.

सोफीचं तोंड उघडं राहिलं. "काय?"

"मी काय म्हटलं ते तू ऐकलंयस." अजूनही नग्नावस्थेतच असलेली ती पायरीवर बसून त्याच्याकडे पाहत होती, तेव्हा तो तिथून उठला. त्याची बॉक्सर पँट उचलून त्याने अंगावर चढवली आणि तो किचनमध्ये निघून गेला. तो परतला तेव्हा त्यानं पँट घातली होती आणि तिचे कपडे त्याच्या हातात होते. त्यानं ते तिच्याकडे फेकले, पण ते पकडण्याची तसदी तिनं घेतली नाही.

तिचं अवघं शरीर बधिर झालं होतं, पण आता ते सुखसंवेदनेनं नाही. "एवढं संतापायला काय झालं तुला?"

स्वत:च्या पार्श्वभागावर मुठी ठेवून तो तिच्याकडे पाहत राहिला. "माझी चेष्टा करतेयस!"

"तुला मी हवी होते. तुला मी मिळाले." तिचा बधिरपणा जाऊन संतापाची लाट आली आणि ती झटकन उभी राहिली. "तुझा प्रॉब्लेम तरी काय आहे? तुझ्या मनासारखं झालं नाही का?" हे शेवटचं वाक्य तिनं तुच्छतेनं म्हटलं, कारण ती दुखावली गेली होती आणि त्यामुळे ती राग विसरली होती.

"ते खूप छान झालं, पण तरी...." त्यानं पायऱ्यांकडे बोट दाखवलं, "मला ते असं इथे नको होतं. तो केवळ..." तो काही वेळ थांबला आणि नंतर त्याचा आवाज सपाट झाला. "तो केवळ लैंगिक व्यवहार होता."

त्याच्या बोलण्याचा तिला फार राग आला. "आणि तुला त्यात नवीन काही वाटलं नाही? तू इथे ज्यासाठी आला होतास ते तुला मिळालं व्हिटो. तेही तुला आवडलं नसेल, तर ठीक आहे. किमान ते तुला फुकटात तरी मिळालं."

तो गडबडला. "सोफी, मी इथे त्यासाठी आलो नव्हतो...मी आलो होतो..." त्यानं खांदे उडवले, अस्वस्थपणे. "तुझ्यावर प्रेम करण्यासाठी."

टिंगल केल्यासारखेच तिला ते शब्द वाटले. "तुझं माझ्यावर प्रेमच नाहीये!"

ती कडवटपणे म्हणाली.

त्यानं मोठा आवंढा गिळला आणि शब्दांची निवड करण्यात तो गढून गेला. "नाही, नाही, तसं नाही. प्रेम नाही. सध्या तरी नाही. पण कधीतरी...कधीतरी करू शकेन. सोफी, तू कधी कुणावर प्रेम केलं नाहीस?"

तिनं हनुवटी वर केली. तिच्या डोळ्यांत अश्रू दाटून आले. "माझी कुचेष्टा करण्याचा प्रयत्न करू नकोस."

त्यानं उसासा सोडला. मग पुढे वाकून त्यानं तिची अंडरवेअर उचलली. "हे घाल."

तिच्या घशात अडकलेला मोठा आवंढा तिनं गिळला. "नाही. तू इथून निघून जावंस असं मला वाटतं."

"नाही. आपलं बोलून झाल्याशिवाय मी इथून जाणार नाहीये." तो पुन्हा सौम्यपणे बोलायला लागला. "सोफी!" त्यानं मान हलवून तिची अंडरवेअर तिच्यासमोर धरली. "ही घाल तू. नाहीतर मीच तुला ती घालीन."

तो तेही करेल याबद्दल तिला शंका नव्हती म्हणून तिनं त्याच्या हातातून ती हिसकावून घेतली. तिनं कशीबशी ती तिच्या नितंबापर्यंत वर ओढली आणि त्याच्यासमोर हात धरले. त्या पॅन्टीज सोडल्या, तर ती अजूनही उघडीच होती. "झालं तुझं समाधान?"

त्यानं डोळे किलकिले केले. "इतकंसंसुद्धा नाही." तिच्या डोक्यावरून त्यानं स्वेटर खाली ओढला. जणूकाही ती पाच वर्षांचीच मुलगी होती. कोपरांनी तिनं त्याचे हात बाजूला सारले.

"मी ते करू शकते." दात-ओठ खात ती म्हणाली. बाह्यांमधून तिनं हात घातले आणि पँट वर ओढली. "आता मी सगळे कपडे घातलेयत. आता तू माझ्या घरातून चालता हो!"

तिला ओढत-ओढत त्यानं लिव्हिंग रूममध्ये आणलं. "माझ्याशी भांडण थांबव." त्यानं तिला सोफ्याकडे ढकललं.

"गाढवासारखा वागू नकोस!" तिनं टोला मारला. मग ती चोळामोळा झाल्यासारखी बसून राहिली आणि धरण फुटावं तसे तिच्या डोळ्यांतून अश्रू खळखळून वाहू लागले. "तुला माझ्याकडून हवं तरी काय होतं?"

"जे द्यायचं ते तुला ठाऊक असलेल्या पद्धतीनं नक्कीच नाही. इतक्यात तरी नाही."

संतापानं तिनं आपले गाल पुसले. "मला जास्त पुरुषांचा अनुभव नाहीये. आश्चर्य वाटलं?"

तो अजून उभाच होता; कमरेवर मुठी बांधून. अजून तो रागातही होता, पण

तो तिच्यावरचा राग नसावा. शरीरांचा सौदा! तिचा राग मात्र त्याच्यावरच होता.

"नाही," तो पुटपुटला. "मला आश्चर्य वाटलं नाही."

"पण कोणतंच गिऱ्हाईक सेक्सच्या बाबतीत समाधान झाल्याशिवाय परतलेलं नाही; तुझ्याशिवाय."

असं तिनं म्हटल्यावर त्याचा चेहरा उतरला. "सॉरी! मला तू हवी होतीस आणि माझ्या बाबतीत बराच काळ लोटला होता आणि...सोफी, आपण आता जे केलं ते अगदी विश्वास बसणार नाही असं होतं, पण तो होता...केवळ लैंगिक व्यवहार."

तिनं हेतुपुरस्सर श्वास घेतला. "आणि तुला काय हवं होतं? चांदणं? संगीत? नंतर मला मिठीत घेऊन तू पाळणार नसलेली आश्वासनं माझ्यासमोर पुटपुटणार? नको. थँक्स."

त्याचे डोळे चमकले. "मला पाळायची नसलेली आश्वासनं मी कधी देत नाही."

"केवढं स्त्रीदाक्षिण्य आहे तुझ्याजवळ!" अचानक खूप थकवा आल्यानं तिनं सोफ्यावर मान टेकवली. "तू म्हणालास तुला आवेग हवा होता, म्हणून मी तसं केलं. तुझी निराशा झाली असेल, तर सॉरी."

तिच्या शेजारी बसून अंगठ्यानं तो तिचा गाल कुरवाळू लागला. तशी ती बाजूला सरकली. "मी म्हणालो, मला संथपणा नकोय." तिच्या मानेवरच्या केसांतून त्यानं बोटं फिरवली आणि तिला स्वत:समोर ओढली. त्याच्या मधाळ आवाजानं तिच्या हृदयाची धडधड पुन्हा वाढली, पण तिनं डोळे उघडले नाहीत. "शेवटपर्यंत आवेग कायम ठेवण्यापेक्षा ते वेगळं असतं, कारण त्यात तेवढंच असतं." त्यानं तिच्या पापण्यांचं चुंबन घेतलं. मग ओठांच्या दोन्ही कोपऱ्यांचं. "तुझ्याबरोबर मला बऱ्याच गोष्टी करायच्या होत्या. तुझ्यासाठी करायच्या होत्या." त्यानं तिच्या ओठांवर ओठ टेकवले. गोड! धीरगंभीर! "तुला करायच्या होत्या?" ती शहारली आणि तिच्या ओठांजवळ ओठ आणून तो हसतोय असं तिला वाटलं. "त्या सगळ्या गोष्टी कोणत्या हे तुला जाणून घ्यावंसं नाही वाटत?" त्यानं चिडवलं आणि तिची प्रत्येक नस झंकारून उठली.

"कदाचित!" ती अस्फुटपणे म्हणाली आणि तो गालात हसला; गूढ आणि गंभीर.

"सोफी, कोणतीही दोन माणसं लैंगिक सुख घेऊ शकतात. तू मला आवडतेस. खूपच! मला आणखी हवंय."

तिनं मोठा आवंढा गिळला. "आणखी काही कदाचित मी तुला देऊ शकणार नाही."

"मला वाटतं तुला ते शक्य आहे." तो कुजबुजला. "सोफी, माझ्याकडे बघ." तिनं बळेच त्याच्याकडे पाहिलं. तिला काय पाहावं लागेल याची धास्ती वाटली. उपहास आणि तिरस्कार ती सहन करू शकली असती, हे तिला ठाऊक होतं. कुणी आपल्यावर दया करावी हे तिला चाललं नसतं, पण तिचा श्वास तिच्या घशात अडकला, कारण त्याच्या डोळ्यांत तिला वासना दिसली! हळवेपणा आणि स्वत:ची स्वत:च केलेली चेष्टा यांचं मिश्रण असलेली वासना. "मिंक या प्राण्यासारखे लैंगिक संबंध ठेवणं आणि प्रणयाराधन यामध्ये काय फरक आहे, ते मी तुला सांगतो."

त्यात आणखी काहीतरी विशेष आहे असं तिला खोलवर कुठेतरी जाणवू लागलं. खऱ्या नातेसंबंधांमध्ये लोकांची कसली देवाण-घेवाण चालते हे तिला कधीच समजलं नव्हतं. तिनं आत कुठेतरी ओळखलं होतं की, तिनं फक्त शरीर...तिचा चेहरा पडला. मिंकसारखं शरीर भोगलं होतं. तेवढंच करणं ते नेहमीच साधं-सोपं काम होतं, पण दोन्हीमध्ये काय फरक होता ते समजून घेण्याची इच्छा तिच्या मनात निर्माण झाली होती.

तिच्या खालच्या ओठाला त्यानं चावा घेतला. "इकडे ये सोफी, तुलाही ते जास्त आवडेल."

सोफीनं जिन्याकडे पाहिलं. "तेव्हापेक्षा चांगलं?"

आपला विजय होतोय हे लक्षात येऊन तो हसला. "मी तुला हमी देतो." तो उभा राहिला आणि त्यानं तिच्यासाठी हात पुढे केला.

तिनं त्याच्या हाताकडे पाहिलं. "माझं संपूर्ण समाधान झालं नाही, तर?"

"मी पाळू इच्छित नाही अशी आश्वासनं मी देत नसतो." त्यानं तिचा हात धरून तिला उभं केलं. "तुझं समाधान झालं नाही, तर ते होईपर्यंत मी प्रयत्न करत राहीन." त्यानं तिचा चेहरा आपल्या हातांच्या ओंजळीत धरला आणि तिचे ओठ चाटत राहिला. "माझ्याजवळ बेडवर ये सोफी! मी तुला ठिकठिकाणी घेऊन जाईन."

तिनं घेतलेला श्वास थरथरता होता. "ओके."

बुधवार, जानेवारी १७, सकाळी ५:०० वा.

एखाद्या मांजरीच्या पिल्लासारखी पोटाशी पाय घेऊन सोफी बेडवर झोपली होती. तिथून व्हिटो रांगत खाली उतरला. 'आज्ञा पाळणारी एक सुंदर मांजरी!' त्यानं खांदे हलवले. गेल्या वेळी ते तिनं त्याच्या पाठीत रुतवले होते, तेव्हा तिला त्यानं एका उंच शिखरावर नेलं होतं. त्या आठवणीनं त्याला शहारा आणला. ते अणकुचीदार पंजे त्याला आणखी एकदा अनुभवायचे होते. आणखी काही नको

होतं, पण त्याला घरीही जायचं होतं आणि कपडे बदलून दिवसभर काम सुरू करायचं होतं.

प्रेतांची ओळख पटवण्यासाठी आणखी एक दिवस! शोकात बुडालेल्या कुटुंबांना माहिती देण्याची गरज होती. मारेकऱ्यानं हे सगळं थांबवावं म्हणून प्रयत्न करायचा होता. आणखी काही खून होण्यापूर्वी, आणि आणखी काही कुटुंबांना दुःख देण्याची वेळ येण्यापूर्वीच! व्हिटोनं अंगावर कपडे चढवले, मग सोफीच्या कपाळाचं चुंबन घेतलं. निदान एका तरी गिऱ्हाईकाचं समाधान त्यानं केलं होतं.

काहीतरी लिहून ठेवण्यासाठी त्यानं आजूबाजूला कागद शोधला. निरोप न घेताच त्याला तिथून जायचं नव्हतं. पुरुषांना हवं होतं ते घेऊन आणि तेवढंच त्यात असतं असा तिचा ग्रह करून देऊन ते निघून गेले होते, पण गेल्या अनेक वर्षांत न मिळालेलं असं काही तिला आज मिळालंय् असं त्याला वाटत होतं.

तिच्या बेडरूममधल्या टेबलावर एकही कागद नव्हता, फक्त कॅण्डीचे रॅपर्स होते, पण त्यांचा त्याला उपयोग नव्हता, पण फ्रेम केलेल्या एका फोटोकडे त्याचं लक्ष गेलं. तो फोटो घेऊन एका खिडकीकडे गेला, रस्त्यावरच्या दिव्याच्या प्रकाशात तो फोटा तो निरखून बघू लागला. लांब काळे केस आणि मोठ्ठे डोळे असलेल्या तरुण स्त्रीचा तो फोटो होता, पन्नासच्या दशकात काढलेला.

चेहऱ्याची एक बाजू दिसेल अशी ती बसलेली होती, खुर्चीच्या पाठीवरून पलीकडे पाहत असलेली, ड्रेसिंगरूममधल्या आरशासमोर बसलीय असं वाटत होतं. व्हिटोला सोफीच्या वडलांची आठवण झाली, ते एक फ्रेंच फिल्म स्टार होते. त्यांच्या आयुष्याच्या शेवटापर्यंत ती फार काळ त्यांच्यासोबत राहिलेली नव्हती. ही तिची आईच आहे की काय, असं त्याला वाटलं, पण तिच्या बेडजवळ ती या स्त्रीचा फोटो कशाला ठेवेल? असा प्रश्नही त्याला पडला.

"माझी आजी." बेडवर ती उठून बसलेली त्याला दिसली, छातीशी गुडघे घेऊन.

"ती पण नटी होती का?"

"हौशी नटी." तिनं भुवया उंचावल्या. "ती कोण आहे हे ओळखलंस तर डबल बोनस प्राइझ."

"आधीचं बोनस प्राइझ मला आवडलं. ओळखण्यासाठी काही खूण?"

"नाही, पण मी तुझ्यासाठी नाश्ता तयार करते." ती हसली. "मी एवढंच करू शकते."

तोही हसला. मग त्यानं एक फोटो उचलला आणि एक दिवा लावला. तो दुसरा फोटोही तिचाच होता, पण एक पुरुषही तिच्या शेजारी होता. तो त्याला ओळखू आला. "तुझी आजी लुई अल्बारोसाला ओळखत होती का?"

सोफीनं स्वेटशर्टमधून डोकं वर काढून पाहिलं. ती थक्क झाल्यासारखी दिसली.

"काय कमाल आहे तुझी! तुला फ्रेंच नट आणि इटालियन गायकसुद्धा ठाऊक आहेत?"

"माझ्या आजोबांना ऑपेरा खूप आवडत असे." तो घुटमळला. "आणि मलासुद्धा."

स्वेट ट्राऊझर्स घालण्यासाठी ती कमरेत वाकली होती आणि बोलताना थबकली. तिच्या केसांनी तिच्या चेहऱ्यावर पडदा धरला होता. एका हातानं तिनं तो बाजूला सारला आणि त्याच्याकडे बघितलं. "ऑपेरात वाईट काय असतं?"

"काहीच नाही. एवढंच की काही लोकांना तो फारसा..."

"मर्दानी वाटत नाही? पुरुषप्रधान समाजातला, रक्तात भिनलेला तो मूर्खपणा आहे निव्वळ!" तिनं त्या स्वेट्स वर ओढल्या आणि चेहऱ्यावर आलेले केस मागे ढकलले.

"ऑपेरा असो की गन्स-न-रोझेस! त्यामुळे पुरुषीपणा इतकासाही कमी होत नाही. शिवाय, तू पुरुष आहेस हे सिद्ध करायला माझी काहीच गरज नाही."

"हे तू माझ्या भावांना आणि वडलांना सांग."

तिला मजा वाटली. "काय की, तू सेक्सच्या बाबतीत ग्रेट आहेस हे?"

तो चमकून हसला. "नाही, ऑपेरासुद्धा मर्दानी असतो, हे."

"ओह्ह्ह्! स्पष्ट करून घेतलेलं बरं असतं. म्हणजे तुझे आजोबा ऑपेराचे चाहते होते?"

"दर वेळी शहरात ऑपेरा आला की, त्यांच्याकडे तिकिटं येत, पण माझ्याशिवाय त्या कॉन्सर्ट्सना कुणीच जात नसे. मी दहा वर्षांचा असताना डॉन जिओव्हॅनी करताना अल्बारोसांना ऐकलंय; अगदी अविस्मरणीय!" त्यानं डोळे किलकिले केले. "मला एखादी खूण सांग. तुझ्या आजीचं आडनाव काय होतं?"

"जोहान्सन!" तिनं मंद स्मित करत सांगितलं. "लॉटे, बर्गिट! चला, बाहेर जायची वेळ झाली." दोघीही एका बेडरूममधून उड्या मारत, भुंकत बाहेर आल्या. ती जिन्यावरून खाली आली आणि मागाहून तो.

"एक छोटीशी खूण सोफी."

ती पुन्हा थोडंसं हसली आणि मागच्या दारातून त्या विचित्रपणे रंगवलेल्या कुत्र्यांच्या बरोबर बाहेर गेली. "तुला आधीच बरंच माहीत आहे. डबल बोनस हवा असेल, तर तुला मेहनत करावी लागेल."

गालातल्या गालात हसत, लिव्हिंग रूम मधून फिरत तो शोधू लागला. डबल बोनस प्राइझ काही साधं-सुधं नव्हतं. शिवाय, चांभार-चौकशा करायला त्याला आवडत असे, हे त्यानं स्वत:शीच कबूल केलं होतं. सोफी जोहान्सन ही स्वत:च एक इंटरेस्टिंग बाई होती, पण तिच्या कुटंबातल्या लोकांमध्येही बरीच वैशिष्ट्यं

दिसत होती.

तो शोधत होता ते त्याला सापडलं आणि ते घेऊन तो किचनमध्ये गेला. ती बाहेरून आत आली आणि कपाटातून भांडी काढू लागली.

"तुला स्वयंपाकही करता येतो?" त्यानं आश्चर्यानं विचारलं.

"अर्थात! नुसतं बीफ, जर्की आणि हो-हो खाऊन बाई जगू शकत नाही. मी स्वयंपाकही चांगला करू शकते." त्याच्या हातातल्या फ्रेम केलेल्या प्रोग्रॅमकडे तिनं पाहिलं. "तर ती कोण आहे?"

डबल बोनस आता आपलाच आहे म्हणून खूश आणि चकितही होऊन व्हिटो रेफ्रिजरेटरवर टेकला. "तुझी आजी म्हणजे ॲना शूबर्ट. माय गॉड! माझ्या आजोबांनी आणि मी डाऊनटाऊनमधल्या अकॅडमीमध्ये सोफी, तिला ऑर्फिओ गाताना ऐकलंय. तिचं शेफॅरो..." त्याच्या आजोबांच्या डोळ्यांतले अश्रू आठवून तो एकदम गप्प झाला. त्याच्या डोळ्यांतसुद्धा अश्रू दाटले. "ऑपेरामधल्या तिच्या एका गाण्यानंतर त्या हॉलमधल्या एकाचेही डोळे कोरडे नव्हते. तिचं गाणं खासच होतं!"

सोफीचे ओठ दुःखामुळे दुमडले. "हो, होतीच ती तशी! ऑर्फिओ हा तिचा फिलीमधला शेवटचा कार्यक्रम होता. ती कोण होती हे तुला ठाऊक असल्याचं मी तिला सांगेन. तिचा सगळा दिवस चांगला जाईल." तिनं त्याला रस्त्यातून बाजूला केलं आणि अंडी आणि क्रीमचं पॅकेट तिनं फ्रीजमधून बाहेर काढलं अन् ते काउंटरवर ठेवलं. मग तिचे खांदे खाली गळले. "तिला मरताना पाहणं किती क्लेशदायक आहे व्हिटो!"

"सॉरी! माझ्या डॅडनासुद्धा हृदयरोग आहे. ते आमच्याबरोबर आहेत तोपर्यंत प्रत्येक दिवसासाठी आम्ही कृतज्ञ आहोत."

"आता तू समजू शकतोस!" तिनं उसासा टाकताटाकताच खोल श्वास घेतला. "तुला पाहायचे असतील, तर तिकडे लिव्हिंग रूममध्ये फोटोंचे काही अल्बम्स आहेत. तुला ऑपेरा आवडत असेल, तर ते फोटो म्हणजे मेजवानीच आहे!"

उत्सुकतेनं त्यानं ते अल्बम्स टेबलावर आणून ठेवले. "हे अल्बम्स म्हणजे एक खजिनाच आहे!"

"आजीसाठी आणि माझ्यासाठीसुद्धा." त्याच्या कोपरापाशी तिनं कॉफीचा कप ठेवला. "हे ऑपेरा हाउस पॅरिसमध्ये आहे. आजीच्या शेजारी उभे असलेले मॉरिस आहेत. त्यांनीच मला मरण पावलेल्या संग्राहकाची माहिती दिली." स्टोव्हकडे परतण्यापूर्वी तिनं सांगितलं.

व्हिटो आठवू लागला. "मॉरिस तुझ्या वडलांचे मित्र असल्याचं तू सांगितलंस असं मला वाटतं."

तिचा चेहरा बदलला. "ते ॲलेक्सचे सुद्धा मित्र होते. ते जरा गुंतागुंतीचं आहे. खरंतर दुर्दैवीच!"

ती तिच्या वडलांचा उल्लेख त्यांच्या नावानंच करत होती! 'इंटरेस्टिंग!' "सोफी, मला चिडवणं थांबव."

ती हसली; गालातल्या गालात. "मॉरिस आणि ॲलेक्स एकत्रच युनिव्हर्सिटीमध्ये गेले. दोघंही श्रीमंत, गुलछबू तरुण होते. ॲना चाळिशीमध्ये होती आणि तिच्या करिअरच्या अत्युच्च शिखरावर होती, युरोपभर प्रवास करत होती. त्यापूर्वी बरीच वर्षं ती विधवाच होती. एकाकी आयुष्य जगत होती, असा माझा अंदाज आहे. ॲलेक्सला सिनेमामधून छोटे-छोटे रोल्स मिळत होते. पॅरिसमधल्या ऑपेरा हाउससाठी मॉरिस काम करत होते. त्या ऑपेरानं एक पार्टी दिली तेव्हा मॉरिसनी माझ्या वडलांना आमंत्रण दिलं. त्या दोघांची एकमेकांशी ओळख करून दिली आणि...." तिनं एक खांदा उचलला.

"मला असं समजलं की, तिथेच दोघं एकमेकांच्या प्रेमात पडले."

व्हिटोनं चेहरा विचित्र केला. "तुझी आजी आणि तुझे वडील? हे फारच..."

इलेक्ट्रिक व्हिस्करच्या सहाय्यानं तिनं अंडी फेटली. "तांत्रिक दृष्टीनं पाहिलं, तर ती माझी आजी नव्हती आणि ते माझे वडील नव्हते. शक्यच नव्हतं! तोपर्यंत मी अस्तित्वातच नव्हते."

"तरी पण...."

"मी सांगितलं ना, ते सगळं दुर्दैवीच होतं. "पण...त्यांचं प्रकरण खूपच गाजलं." तिनं ती अंडी पॅनमध्ये ओतली. "मग तिला समजलं की, त्यांचं लग्न झालं होतं. तिनं त्यांना बाजूला फेकलं."

नेमकं काय झालं होतं हे व्हिटोच्या ध्यानात येऊ लागलं. "आलं लक्षात."

तिनं त्याच्याकडे उदासपणे पाहिलं. "ॲलेक्सच्या काहीच लक्षात आलं नाही. ॲनाचा जन्म हॅम्बुर्गमध्ये झाला, पण ती लहानाची मोठी झाली पिट्सबर्गमध्ये. ॲना त्यांना सोडून गेली तेव्हा ते अगदी उद्‌ध्वस्त झाले होते, असं मला कळलं."

"कुणी सांगितलं तुला हे सगळं?"

"मॉरिस. त्यांना इकडचं-तिकडचं खूप माहीत असतं. त्यांच्याकडून अल्बर्टो बेरेटीबद्दल मला खूपकाही कळू शकेल म्हणूनच तर हे मला ठाऊक होतं."

"मग तुझा कसा...संबंध आला?"

"एह्! ती तर आणखी घाणेरडी गोष्ट आहे. ॲनाला दोन मुली आहेत. फ्रेया चांगली आहे आणि लेना."

"वाईट आहे?"

सोफीनं खांदे उडवले. "लेना आणि ॲना यांचं एकमेकींशी पटत नव्हतं,

एवढं सांगणं पुरेसं आहे. फ्रेया मोठी असल्यानं तिचं आधीच लग्न झालं होतं माझ्या अंकल हॅरीशी. लेना सतरा वर्षांची होती; गरम डोक्याची आणि बंडखोर. तिला गाण्यात करिअर करायचं होतं. ॲनानं ते नाकारल्यानं ती संतापानं वेडी झाली. त्यांच्यात वैरच निर्माण झालं. मग ॲनानं माझ्या वडलांशी संबंध तोडले.''

तिनं अंड्यांच्या दोन प्लेट्स तयार करून टेबलावर ठेवल्या. ''मघाशी मी म्हटलं ना, ॲलेक्स उद्ध्वस्त झाला होता अणि दारूत रात्रंदिवस बुडालेला होता. हे समर्थन नाही, पण...एके रात्री त्याला बारमध्ये एक तरुणी भेटली आणि तिनं त्याला मोहात पाडलं. लेना!''

''तिच्या आईकडे परत जाता यावं म्हणून केवळ त्याला लेनानं मोहात पाडलं? मग ती लेना खरोखरच वाईट होती.''

''त्यापेक्षाही पुढे वाईट घडलं. लेना आणि ॲनाचे मतभेद मिटले. लेना पळून गेली आणि ॲना पिट्सबर्गच्या घरी परतली. आपल्या जखमांना मलम लावून घेण्यासाठी. मला वाटतं, ॲनाचं ॲलेक्सवर खरंच प्रेम होतं आणि त्याच्याशी तिला लग्न करायची इच्छा होती.'' तिच्या प्लेटमधल्या पदार्थांशी ती खेळत राहिली. ''नऊ महिन्यांनंतर लेना एक छोटी मुलगी घेऊन आली.'' तिनं हातातला काटा नाचवला. ''आणि हो, अशा प्रकारे मी अस्तित्वात आले.''

''एका अनैतिक संबंधातून जन्माला आलेलं मूल दुसऱ्या अनैतिक संबंधातून लहानाचं मोठं झालं.'' व्हिटो शांतपणे म्हणाला. ''मग तू ब्रूस्टरला भेटलीस आणि तुझ्या आईनं आणि ॲनानं केलं होतं ते नकळत तूही केलंस.''

''ते मला कळायला अवघड नाही गेलं, पण मी स्वयंपाक चांगला करते. तुझ्या प्लेटमधले पदार्थ थंड होतायत.''

आपल्या आयुष्याचा दरवाजा तिनं पुन्हा बंद केला होता, पण प्रत्येक वेळी तो दरवाजा थोडासा जास्त वेळ उघडाच राहिला. तिच्या आईचं पुढे काय झालं किंवा कॅथरिन बॉवर 'तिनं कधी न अनुभवलेली आई' कशी झाली किंवा प्रेताच्या बॅगचं महत्त्व त्याला अजूनही कळलेलं नव्हतं, पण व्हिटो धीर धरू शकत होता. त्यानं त्याची स्वच्छ केलेली प्लेट बाजूला ठेवली. ''तुझ्या बाइकचं काय करणार आहेस?''

''ती ओढून आणण्याची व्यवस्था मी करेन. तुझ्या मेकॅनिकचं नाव मला सांगशील?''

''सांगतो ना, पण तू पोलिसांकडे रिपोर्ट करायला हवास आणि त्या मेलेल्या उंदराबद्दलसुद्धा! तुला अशा प्रकारे घाबरवून सोडणारी ब्रूस्टरची बायको अशी सहजासहजी सुटता कामा नये.''

खाताना तिनं मचमच आवाज केला. ''तुझ्या डबल बोनसचं तू लक्षात ठेव.

मी तसा रिपोर्ट तर करेनच. तिनं मला एकदा धाकदपटशा दाखवला. आता मी काय करते ते पाहा!''

''शहाणी मुलगी आहेस. आता सकाळी कामावर कशी जाणार आहेस?''

''माझ्या बाइकचं काम होईपर्यंत मी आजीची कार वापरेन.'' तिनं नाकावर सुरकुत्या आणल्या. ''कार अगदी व्यवस्थित चालते. फक्त लॉटे आणि बर्गिटसारखा तिचा वास येतो.''

त्यांची नावं उच्चारल्याबरोबर त्या दोघी त्यांच्या इंद्रधनुषी रंगाच्या शेपट्या हलवत धावत आल्या. त्यांना काहीतरी खायला पाहिजे होतं. व्हिटो मंदसा हसला. ''लॉटे लेहमन आणि बर्गिट निल्सन! ऑपेरातल्या दंतकथा.''

''आजीची दैवतं. त्यांची नावं या मुलींना देणं हा तिच्या मते त्या गायिकांचा सर्वोच्च सन्मान होता! ह्या दोघी आजीच्या मुलींसारख्याच आहेत. त्यांचे लाड करून ती त्यांना बिघडवते.''

''तिनंच त्यांना रंगवलंय का?''

सोफीनं त्यांच्या प्लेट्स सिंकमध्ये ठेवल्या. ''नाही, ती माझी चूक होती. आजीला अटॅक आल्यावर पुनर्वसन केंद्रातून मी तिला घरी आणलं. त्यापूर्वी तिला न्यूमोनिया झाला होता म्हणून तिला नर्सिंग होममध्ये ठेवलं होतं. ती खिडकीशी बसून बाहेर खेळणाऱ्या कुत्र्यांना बघत राहत असे, पण तिची दृष्टी अधू झाली होती. मग बर्फ पडायला लागला आणि त्यांचा रंग पांढरा असल्यानं तिला त्या दिसतच नसत. तिचं बोलणं कमी कमी होत गेलं. त्यांना रंगविण्याची कल्पना मला त्या वेळी चांगली वाटली. ते फूड कलर्सच होते. आता ते खूपच फिके झालेयत.''

व्हिटो हसला. ''सोफी, तू ग्रेटच आहेस.'' तो सिंककडे गेला. तिचे केस त्यानं बाजूला केले आणि तिच्या मानेवरून पाठीपर्यंत त्यानं ओठ फिरवले. ''तुला आज रात्री भेटतो.''

ती शहारली. ''मी आज रात्री आजीजवळ राहायला जाणार आहे. आज फ्रेयाची आनंदाची रात्र आहे.''

''मग मी तुझ्याबरोबरच येतो. नाहीतरी 'दंतकथे'ला मला नेहमी कुठे भेटता येतं?''

बुधवार, १७ जानेवारी, सकाळी ६:०० वा.

आज काहीतरी वेगळं होतं. चूक! ग्रेगरी सँडर्सचं प्रेत प्लॅस्टिक बॅगमध्ये घालून हाय-वे वरून तो त्याच्या शेताकडे चालला होता. ताडपत्रीखाली, त्याच्या ट्रकच्या डिकीमध्ये त्यानं ते ठेवलेलं होतं. या रस्त्यावरून जात असताना सहसा दुसरी कार

कधी जात नसे, पण आज दोन कार त्याला ओलांडून आधीच गेल्या होत्या. ट्रकचा वेग कमी न करताही केवळ पूर्वानुभवानं तो मधल्या रस्त्याच्या पुढे चालला होता आणि त्याला जे दिसलं त्यामुळे त्याच्या हृदयाचं स्पंदन थांबलं. मधला रस्ता हायवेला जिथे मिळतो, तिथे स्वच्छ, कोरा-करकरीत बर्फ असायला हवा होता, पण त्याऐवजी एकमेकांना छेदणाऱ्या टायर्सच्या खुणा त्याला दिसल्या. म्हणजे अनेक वाहनं तिथे वारंवार येऊन गेली होती, असं दिसत होतं.

त्याच्या घशात पित्त जमा झालं. त्याला घुसमसटल्यासारखं झालं. त्याची दफनभूमी त्यांना सापडली होती.

कशामुळेतरी, कुणालातरी त्याची दफनभूमी सापडली होती. पण कशी? आणि कुणाला? पोलिसांना?

त्यानं श्वास घेण्याचा प्रयत्न केला. बहुतेक करून पोलिसांनाच!

'ते मला शोधतील. ते मला पकडतील.' श्वास घेण्याचा त्यानं पुन्हा प्रयत्न केला. 'शांत हो. तुला कसं पकडतील ते? त्या प्रेतांपैकी एकही प्रेत त्यांना ओळखू येणं शक्य नाही.'

'आणि जरी त्यांना सापडलं, तरी त्याचा संबंध आपल्याशी जोडणं शक्यच नाही.' त्याच्या हृदयाची धडधड खूपच वाढली आणि त्याचा थरथरणारा हात त्यानं त्याच्या तोंडावरून फिरवला. त्यानं तिथून जायला हवं होतं. त्याच्या ट्रकमध्ये प्लास्टिक बॅगमध्ये ठेवलेला ग्रेगरी सॅण्डर्सचा मृतदेह होता. काही कारणानं त्याला जर कुणी अडवलं असतं, तर...त्या प्रेताबद्दल तो स्पष्टीकरणसुद्धा देऊ शकला नसता.

'म्हणून श्वास घे. फक्त श्वास घे. विचार कर. या बाबतीत तुला सावध राहायला हवं.' त्याच्या मनानं त्याला सूचना दिल्या.

तो नेहमीच सावध असे. त्यानं हातमोजे घातले होते. आपल्या शरीराच्या कुठल्याही अवयवाचा प्रेतांना स्पर्श होणार नाही याची खबरदारी तो घेत होता. अगदी केसाशीसुद्धा नाही. म्हणून एकूण एक प्रेत जरी त्यांनी शोधून काढलं असतं, तरी ते त्याच्याशी त्याचा संबंध जोडूच शकत नव्हते. तो सुरक्षित होता.

म्हणून त्यानं श्वास घेतला आणि विचार केला. ग्रेगरीपासून सुटका करून घेणं, हे त्याच्यासाठी पहिलं काम होतं. नंतर पोलिसांना काय ठाऊक आहे आणि ते त्यांना कसं कळलं, हे शोधून काढणं आवश्यक होतं. ते जर कुठे जवळपास असले असते, तर त्याला त्यांच्यावर हल्ला करावा लागला असता.

गायब कसं व्हायचं हे त्याला ठाऊक होतं. त्यानं ते पूर्वीही केलं होतं.

तो पाच मैल पुढे गेला. त्याच्या पाठीमागून कुणीच आलं नव्हतं. तो रस्त्यावरून बाजूला गेला. काही झाडांच्या मागे गेला आणि श्वास रोखून वाट पाहत

राहिला. पोलिसांची एकही कार बाजूनं गेली नाही. कुठल्याच प्रकारची कार गेली नाही.

तो ट्रकमधून बाहेर आला. त्याच्या तापलेल्या कातडीवर फिलाडेल्फियाची सकाळची थंड हवा लागल्यानं त्याला मनातल्या मनात कृतज्ञता वाटली. रस्त्याच्या कडेपलीकडची जमीन खूप उतरणीची होती, खोलगट होती. सँडर्सला इथेच दफन करणं अगदी योग्य होतं.

ट्रकचं मागचं दार त्यानं झटकन उघडलं. ताडपत्री ओढून हातमोजे घातलेल्या हातांनी ती प्लास्टिक बॅग पकडली आणि बर्फावर फेकली. पायांनी ढकलल्यामुळे ती घरंगळत गेली आणि एका झाडाला अडकली, पुन्हा एकदा ढकलली आणि उरलेल्या भागातून पार खाली गेली. ती जशी खाली गेली, तसा एक रस्ता तयार झालेला दिसला. त्याचं नशीब चांगलं असतं, तर रात्री पुन्हा बर्फ पडायला लागलं असतं आणि पुढच्या वसंत ऋतूमध्ये बर्फ वितळायला लागेपर्यंत पोलिसांना ग्रेगरी सॅण्डर्सचा पत्ताही लागला नसता. आणि तोपर्यंत तो खूप दूर निघून गेला असता!

तो पुन्हा ट्रकमध्ये येऊन बसला आणि जिकडून आला होता, त्या दिशेनं त्यानं ट्रक वळवला. त्यानं योग्य तेच केलं की नाही हा विचार त्याच्या मनात चालू होता.

आपण योग्य तेच केलंय याची त्याला खात्री पटली. मधल्या रस्त्याच्या वळणावर दोन पोलीस कार्स होत्या. तो तिथं आला तेव्हा एकही नव्हती; एक आत वळणार होती, एक बाहेर. त्याला वाटलं, त्यांची ड्यूटी बदलतेय. मोठ्या मुश्किलीनं तो त्यांच्यामधून सटकला. तो जवळ आला तसा एका कारमधून एक ऑफिसर बाहेर आला.

त्याला जवळ येताना पाहून कारचा वेग वाढवावा आणि त्या ऑफिसरला उडवावं असं त्याला एकदा वाटलं, पण तो मूर्खपणा ठरला असता. समाधानकारक, पण परिणामतः मूर्खपणाच. वेग कमी करत तो थांबला. गोंधळल्याचं आणि नम्रतेचं नाटक करत त्यानं खिडकीची काच खाली केली.

"कुठे निघालात तुम्ही सर?" ऑफिसरनं रूक्षपणे विचारलं

"कामावर. या रस्त्यावर पलीकडे मी राहतो." डोळे फिरवत पोलीस कारच्या पलीकडे पाहत असल्याचं ढोंग तो करू लागला. "तिकडे काय चाललंय? कार्स जाताना-येताना दिसतायत."

"हा प्रतिबंधित भाग आहे सर. तुम्ही दुसऱ्या रस्त्यानं गेलात तर बरं होईल."

"दुसरा रस्ताच नाहीये." तो म्हणाला. "पण मला वाटतं मी काळजीपूर्वक जाईन."

ऑफिसरनं खिशातून नोटपॅड काढलं. "तुम्ही तुमचं नाव सांगाल का सर?"

इथे त्याची योजकता उपयोगी पडली. तो आपल्या सीटवर व्यवस्थित आणि

आत्मविश्वासानं बसला. "जॅसन किने." त्याच्या नंबर प्लेटचं रजिस्ट्रेशन याच नावावर केलं होतं आणि मागच्याच वर्षी डीएमव्हीकडूनच त्यानं तसा बदल करून घेतला होता. त्याच्या पाकिटातल्या ड्रायव्हिंग लायसेन्सवर तेच नाव होतं. त्याचा नेहमीच असा उपयोग होत होता.

ट्रकच्या मागे जाऊन नंबर प्लेटवरचा नंबर लिहून घेण्याचा, ताडपत्रीखाली काय आहे ते तपासण्याचा मोठा कार्यक्रम ऑफिसरनं केला आणि समोर येऊन म्हणाला, "तुम्ही याच भागातले रहिवासी असल्याचं आम्हाला माहीत असल्यानं तुम्हाला पुन्हा अडवण्याची आम्हाला गरज नाही."

त्यानं मान हलवली. जणूकाही तो इथे पुन्हा येणार होता. कधीच नाही! "अगदी बरोबर ऑफिसर! तुमचा आजचा दिवस आनंदात जावो." तो त्याला म्हणाला.

बुधवार, १७ जानेवारी, सकाळी ८:०५ वा.

जेन मॅक्फेन गंभीरपणे म्हणाली, "एक प्रॉब्लेम आलाय असं आम्हाला वाटतंय व्हिटो."

त्याच्या नेहमीच्या खुर्चीवर टेबलापाशी व्हिटो बसला. सकाळच्या धामधुमीमुळे त्याला अजूनही मोकळा श्वास घ्यायला उसंत मिळालेली नव्हती. सोफीकडून घाईघाईत तो घरी आला, त्यानं शॉवर घेतला आणि रात्रभर फोन न करता घराबाहेर राहिल्याबद्दल टेससमोर भरपूर दिलगिरी त्यानं व्यक्त केली. त्यानंतर तो कामावर निघाला होता, तर प्रवेशद्वारापाशीच कॅमेरे घेतलेल्या वार्ताहरांनी त्याला गाठलं.

"सकाळपासून सगळ्या प्रकारच्या प्रॉब्लेम्सना मी तोंड देतोय जेन. तुझा प्रॉब्लेम काय आहे?"

"क्रूलर्स नाहीयेत. ते नसतील तर तू मीटिंग कशासाठी घेणार?"

"हो, व्हिटो," लिझ् म्हणाली. "क्रूलर्स नसतील, तर कुठल्या प्रकारची मीटिंग शक्य आहे?"

"तू खायला कधीच काही आणलेलं नाहीस." व्हिटो लिझला म्हणाला आणि ती हसली.

"हो, पण तू आणलंस, पहिल्याच दिवशी. लीडरशिपचा हा पहिलाच नियम आहे – जी परंपरा पाळता येत नाही ती सुरूच करू नये."

व्हिटोनं टेबलाभोवतालच्या सगळ्यांकडे नजर टाकली. "आणखी कुणाच्या त्रासदायक मागण्या आहेत?"

लिझ्ला गंमत वाटली. कॅथरिन अस्वस्थ झाली. बेव्ह आणि टिम् थकल्यासारखे

दिसले. जेननं नुसतंच प्रश्नार्थक नजरेनं पाहिलं. "कंजूष!" ती पुटपुटली आणि व्हिटोनं गरगरा डोळे फिरवले.

"आम्हाला आणखी एका प्रेताची निश्चित ओळख पटलीये. बिल् मेलव्हिलचं प्रेत तीन-एकमध्ये आहे. चार्टमध्ये मी तशी नोंद केलीये. आणखी एक नावही आमच्याकडे आहे. ई. मंच. मेलव्हिलच्या अपार्टमेंटमधून काल रात्री निक् परतला आणि कम्प्यूटरमध्ये शोधलं, पण काहीच सापडलं नाही."

"नाहीतरी तो त्याचं खरं नाव थोडंच देणार आहे?" जेन म्हणाली. "पण मी कसलीही पैज लावायला तयार आहे!" तिनं त्याच्याकडे अर्थपूर्ण नजरेनं बघितलं— "या नावात काहीतरी विशेष आहे."

"तुझं म्हणणं बरोबर असेल, पण मंच या शब्दाचा 'अन्न चघळणं' या अर्थाशिवाय इतर कशाशी संबंध आहे?"

जेनचे ओठ दुमडले गेले. "अगदी छान चिक्! मी त्याच्यावर विचार करते."

"थँक्स!" तो कॅथरिनकडे वळला. "तुझ्याकडे नवीन काय घडलं?"

"काल रात्री दुसऱ्या रांगेतल्या म्हाताऱ्या जोडप्याचं आम्ही शवविच्छेदन केलं. त्यांची ओळख पटण्यासाठी मदत होईल असं काही आम्हाला सापडलं नाही. टिनोनं काही स्केचेस तयार केलीयेत. मध्यरात्र होऊन गेली तरी त्याचं काम चालू होतं, असं माझ्या असिस्टंटनं सांगितलं."

मदत करायला एका पायावर तयार झाल्याबद्दल व्हिटोला त्याच्या भावाबद्दल कृतज्ञता वाटली. हे सगळं पार पडल्यावर त्याचे आभार कसे मानायचे हे तो ठरवणार होता. "हां, बेपत्ता झालेल्या व्यक्तींशी आपण ती स्केचेस जुळवून बघू." त्या सकाळी त्याच्या डेस्कवर त्याला सापडलेल्या स्केचेसच्या प्रती व्हिटोनं फोल्डरमधून काढल्या. त्यानं त्या लिझकडे दिल्या. "टिनोनं ही स्केचेस काढली आहेत. वेगवेगळ्या केशरचनांची कल्पना करून त्या स्त्रीची काही स्केचेस टिनोनं काढलीयेत. डोक्यावर काहीच केस नसताना ते असते तर ती कशी दिसली असती याची कल्पना करणं किती अवघड आहे."

"आता मी!" जेन म्हणाली. "काल रात्री आम्हाला दोन नव्या बातम्या समजल्या. एक, गुन्हा घडला त्या पहिल्या दिवशी आम्ही जे टायरचे ठसे घेतले होते त्यांची आयडी. तुझ्यासारखीच फोर्ड एफ १५० आमचा गुन्हेगारही वापरतो व्हिटो."

"व्वाऽ!" व्हिटो पुटपुटला. "त्या विकृत मारेकऱ्याशी काहीतरी सारखेपणा आहे. बरं, तिथलं वर्णन ऐकू आपण. हा फोटो दूर अंतरावरून घेतलाय, पण आपले डोळे तर आपण उघडे ठेवू शकतो. त्या टायरच्या ठशांबरोबर पावलांचे काही ठसेसुद्धा मिळाले का?"

“उपयोगी पडतील असे काही मिळाले नाहीत. सॉरी. दुसरी गोष्ट अशी की, पहिल्या रांगेतल्या शेवटच्या प्रेताच्या आतड्यातून आम्ही जी ग्रेनेड काढली, ती व्हिन्टेज एम के २ पाइनॲपल ग्रेनेड आहे; १९४५च्या आधी केव्हातरी बनवलेली. तिचा पत्ता शोधणं जवळपास अशक्य आहे, पण ते आणखी एक कोडं आहे. हा माणूस अस्सल प्रकारच्या वस्तू वापरतो.”

“आणि खरं सांगायचं असेल, तर” सोफीनं आदल्या दिवशी केलेल्या चौकशीबद्दल व्हिटोनं त्यांना सांगितलं. “आपल्याला या त्याच्या मध्ययुगीन शस्त्रांचा एक संभाव्य स्त्रोत ठाऊक झालाय. इंटरपोलकडे जाण्याआधी क्लेअर रेनॉल्ड्सच्या डॉक्टरडे आणि ती ज्या लायब्ररीत काम करत होती त्यांच्याकडे मी चौकशी केली. आणि बिल् मेल्व्हिलच्या आई-वडलांचा ठावठिकाणा शोधणं मला अजूनही आवश्यक वाटतं. तो मेलाय हे त्यांना अजून समजलेलं नाहीये.”

“मला इंटरपोल दे” लिझ म्हणाली. “आणि तू ते डॉक्टर आणि ते आई-वडील घे.”

“थँक्स!” व्हिटोनं पलीकडे बसलेल्या बेव्ह आणि टिमकडे पाहिलं. “तुम्ही दोघं गप्प आहात.”

“आम्ही थकून गेलो आहोत.” टिम म्हणाला. “जवळपास रात्रभर जागून आम्ही यू कॅन मॉडेलच्या मालकांकडे असलेले रेकॉर्ड्स बघत होतो. मग ॲटर्नीज्सुद्धा आले तिथे.”

“शिट!” व्हिटो पुटपुटला.

“होय.” आपल्या वाढलेल्या दाढीवरून टिमनं त्याचे तळहात फिरवले. “मालक सहकार्य करायला तयार आहेत, पण त्यांचे ॲटर्नीज् त्यांना सांगतायत की, सगळ्या वर्गणीदारांना त्यांनी गुप्तता राखण्याचं लेखी आश्वासन दिलेलं आहे, म्हणून त्याला वेळ लागेल. सकाळी तीन वाजता आम्ही काम थांबवलं आणि झोपण्यासाठी घरी गेलो.”

“आम्ही त्यांच्याशी बोलण्यापूर्वी मालकानं ज्यांना ई-मेल्स पाठवले त्या मॉडेल्सशी संपर्क साधावा लागेल.” बेव्हनं उसासा टाकला. “एखाद्या तासाच्या आत आम्हाला फोन येण्याची शक्यता आहे.”

व्हिटोला स्वत:लासुद्धा सकाळी तीन वाजेपर्यंत झोप मिळालेली नव्हती, पण त्याचं कारण अगदी वेगळं होतं आणि त्याबद्दल त्याला कुणाची सहानुभूती मिळणार नव्हती, याची त्याला पुरेपूर खात्री होती. “कॅथरिन, तू यानंतर काय करणार?”

“शेवटच्या चार जणांचं शवविच्छेदन करणार. कुठून सुरुवात करू ते तू सांग. म्हातारे, तरुण, गोळी की ग्रेनेड?

“क्लेअर रेनॉल्ड्सपासून सुरू कर. तिच्या डॉक्टरना मी भेटून आलो की, मी

तुझ्यासोबत येतो. मग त्या म्हाताऱ्या बाईचा नंबर. ती एकच अशी आहे की, दुसऱ्या कुणाबरोबर तिचा विचार करता येत नाही.'' व्हिटो उभा राहिला. ''आज सकाळची आपली चर्चा संपली. संध्याकाळी पाच वाजता पुन्हा भेटू. काळजी घ्या स्वतःची.''

बुधवार, १७ जानेवारी, सकाळी ९:०५ वा.

ती मरण पावली होती. विन्चेस्टरची ती म्हातारी बाई मरण पावली होती. तो मागे टेकून बसला आणि त्याच्या कम्प्यूटरकडे निरखून पाहू लागला. ती मरण पावली होती आणि तिची सगळी संपत्ती तिच्याइतक्याच म्हाताऱ्या असलेल्या तिच्या पुतण्याकडे तिनं सुपूर्द केली होती. ती प्रेतं कुणाला सापडली हे कुणाला ठाऊक होतं? पण ती मरण पावली होती, हे कळण्याला जास्त महत्त्व होतं. त्या पुतण्यानं ती मालमत्ता विकायचं ठरवलं, तर कुणीतरी तिची पाहणी करणारच किंवा कदाचित त्यानं ती आधीच विकली असेल आणि कुणी त्यावर बांधकामही करणार असेल.

त्या प्रेतांमुळेही असंच आश्चर्य वाटायला लावलं असेल. पोलिसांना ती सगळी प्रेतं सापडली असतील, असं त्यानं गृहीत धरलं. ठशांमुळे फक्त एकच व्यक्ती ओळखू आली असती, पण ते ठसे त्यानं पुसून टाकले होते आणि बाकीची प्रेतं...त्यांना ओळखण्यासाठी पोलिसांना कित्येक आठवडे लागले असते. इतर प्रेतांची ओळख त्यांना लवकरच पटली असती, असं म्हणणं हास्यास्पद होतं.

त्याला आता बरं वाटलं, पण तरी अजून काही कच्चे दुवे होते. त्या शेतातलं एक प्रेत वेबरच्या मुलाचं होतं आणि कसा कुणास ठाऊक, डेरेकनं त्या मुलाचा फोटो मिळवला होता. आज तो डेरेकला भेटणार होता. त्याच्यासाठी ते आवश्यकच होतं!

त्याचा सेल फोन वाजला आणि त्याच्या नकळत त्यानं कॉलर आयडी पाहिला. तो त्याच्या...प्राचीन वस्तू-विक्रेत्याचा होती. ''येस!'' तो म्हणाला. ''माझ्यासाठी काय बातमी आहे?''

''काय घाण करून ठेवलीस?'' तिकडून संतप्त प्रश्न आला.

त्याचाही राग अनावर झाला. ''कशाबद्दल बोलतोयस तू?''

''मी इन्क्विझिशन खुर्चीबद्दल बोलतोय आणि त्या वेडझव्या पोलिसांबद्दल.''

त्यानं बोलण्यासाठी तोंड उघडलं, पण काय बोलावं हे त्याला क्षणभर सुचलंच नाही. चटकन त्यानं स्वतःला सावरलं. ''तू कशाबद्दल बोलतोयस हे खरंच मला समजलेलं नाही.''

"पोलिसांकडे एक खुर्ची आहे." प्रत्येक शब्दावर मुद्दामच थांबत थांबत तो बोलला. "त्यांच्या ताब्यात!"

"पण, ती माझी नाहीये. माझी खुर्ची माझ्या संग्रहात आहे. आज सकाळीच मी ती पाहिली."

पलीकडून बोलणारी व्यक्ती बोलताना जरा थबकली. "तुला खात्री आहे?"

"अर्थातच! हे काय चाललंय काय?"

"काल एक पोलीस प्रश्न विचारत होता. चोरीला गेलेल्या जुन्या वस्तू आणि काळ्या बाजारातली विक्री यांची माहिती तो घेतोय. काटे असलेली एक खुर्ची त्याच्याकडे आहे असं तो म्हणतोय. खूप काटे असलेली. खुनांचा तपास करणारा पोलीस!"

त्या दिवशी दुसऱ्यांदा त्याच्या हृदयाची धडधड वाढू लागली, पण तो शांत राहिला. त्यांना थडगी सापडली होती हे त्याला समजलं. ब्रिटॅनीच्या प्रेताचा संबंध पोलीस त्या इन्क्विझिशन खुर्चीशी जोडतील असं त्याला वाटलं नव्हतं. आपल्यावर पोलिसांनी विश्वास ठेवावा इतका गोंधळ त्यानं त्यांच्या मनात उडवून दिला होता. "तू कशाबद्दल बोलतोयस मला काही कळत नाहीये म्हणून मी तुला सांगतोय ना!"

"शहराच्या उत्तरेला एका शेतामध्ये असलेल्या एका मोठ्या स्मशानाबद्दल तुला काही माहिती नाहीये का? कारण जो पोलीस काल आला होता तोच त्या केसच्या तपासाचा प्रमुख आहे."

'च्यायला!' अविश्वास दाखवल्यासारखं तो हसला. "त्या स्मशानाबद्दलही मला काही ठाऊक नाहीये. माझ्या सगळ्या वस्तू माझ्या ताब्यात आहेत एवढंच मला ठाऊक आहे. पोलिसांकडे जर एखादी खुर्ची असेल, तर ती बहुतेक त्या री-इनॅक्टमेंट ग्रुपमधल्या एखाद्या वेड्यानं बनवलेली असेल; पण मलाही आता उत्सुकता वाटायला लागली आहे, हे मात्र खरं. प्रश्न विचारायला कुठे जावं, हे पोलिसांना कसं कळलं?"

"त्यांच्याकडे एक व्यक्ती आहे. एक पुराणवस्तू संशोधक."

आता स्पष्ट झालं. म्हणजे सुरुवातीला याच मार्गानं त्यानं विक्रेता शोधून काढला होता. "काय नाव आहे त्याचं? त्या पुराणवस्तू संशोधकाचं?"

"तिचं नाव सोफी जोहान्सन आहे."

त्याच्या हृदयाचा एक ठोका चुकला. मग संताप वाढला. त्याच्या नाडीचे ठोके वेगानं वाढले. "आता समजलं."

"फिलीमधल्या व्हिटमन कॉलेजमध्ये दर मंगळवारी रात्री ती एका क्लासला शिकवते. दिवसाच्या वेळी ती ऑलब्राईटमध्येसुद्धा काम करते. तिच्या घरचा पत्ताही माझ्याकडे आहे."

त्याच्याकडेही होता. ती एकटीच राहत होती. दोन रंगीबेरंगी पूड्ल जातीची कुत्री तिच्याकडे होती आणि त्यांना कुणी भीत नव्हतं, हे त्याला माहीत होतं. तरी तो रागावल्याचं नाटक करत तुच्छतेनं हसला. "देवाच्या दयेनं तिला शोधण्याची माझी इच्छा नाही. मला फक्त उत्सुकता होती."

संभाषण काही वेळ थांबलं आणि तो माणूस पुन्हा बोलू लागला. तो थंडपणे बोलत होता, पण तरी त्याच्या आवाजात धमकी होती. "तुझ्या जागी मी असतो, तर उत्सुकतेपेक्षा जास्त काही मला वाटलं असतं. आमच्या बाबतीत म्हणशील, तर तू जे काही केलंयस त्यात गुंतण्याची आमची इच्छा नाही आणि आम्हाला त्यात कुणी ढकलण्याचा प्रयत्न केला, तर आम्ही आमचे इंटरेस्ट्स जपू. पुन्हा फोन करू नकोस. तुझ्या बिझनेसची आम्हाला यानंतर गरज नाही."

क्लिक् असा आवाज झाला आणि मग शांतता. तो काळजीत पडला होता. अस्वस्थतेतच त्यानं त्याचा सेल डेस्कवर ठेवला. धरणाच्या भिंतीला पडलेली भोकं बुजवायला हवी होती आणि तीही ताबडतोब! बाप रे! त्याचा गेम संपेपर्यंत संशोधनासाठी ती त्याला उपलब्ध असायला हवी होती.

त्याला दुसरी कुठलीतरी व्यक्ती शोधणं आवश्यक होतं.

बुधवार, १७ जानेवारी, सकाळी ९:३० वा.

"डॉ. फाईफर सध्या पेशंटबरोबर आहेत डिटेक्टिव्ह." रिसेप्शनिस्ट स्टेसी सॅव्हर्ड काचेतून एका बाजूनं त्याच्याकडे निरखून पाहत होती. ऑफिस आणि वेटिंग रूममध्ये ती काच होती. "तुम्हाला एक तर थांबावं लागेल किंवा नंतर यावं लागेल."

"मॅडम, खुनांचे गुन्हे शोधणारा मी डिटेक्टिव्ह आहे. मृत्यू येण्याचं कारण नसताना लोक जेव्हा मरतात तेव्हाच मी येतो. शक्य तितक्या लवकर तुम्ही माझी आणि डॉक्टरांची भेट करवून द्याल का?"

तिनं डोळे विस्फारले. "ख-खुनांचे गुन्हे? क-कोण?" ती पुढे वाकून म्हणाली, "तुम्ही मला सांगा ना डिटेक्टिव्ह! नाहीतरी ते मला सांगतातच."

शक्य तितक्या शांतपणे व्हिटो तिच्याकडे पाहून हसला. "मी इथेच थांबतो." काही वेळानंतर एक वयस्कर गृहस्थ दाराशी आले.

"डिटेक्टिव्ह चिकोटेली? मला भेटण्यासाठी तुम्ही आल्याचं मिस सॅव्हर्डनं मला सांगितलं."

"होय. आपण खासगीत बोलू शकतो का?" डॉक्टरच्या पाठोपाठ तो त्यांच्या

ऑफिसमध्ये शिरला.

फाईफरनी दार बंद केलं. "हे फारच दुःखदायक आहे." ते त्यांच्या डेस्कच्या मागच्या खुर्चीवर बसले. "माझ्या कुठल्या पेशंटबद्दल तुम्हाला तपास करायचाय?"

'क्लेअर रेनॉल्ड्स."

फाईफर दचकले. "हे ऐकून मला वाईट वाटलं. मिस रेनॉल्ड्स एक चांगली मुलगी होती."

"कधीपासून तुम्ही तिला ओळखत होता?"

"क्लेअर मला...गेल्या पाच वर्षांपासून भेटत होती."

"कशा प्रकारचा तिचा स्वभाव होता, काही सांगू शकता? सगळ्यांमध्ये मिसळणारी की लाजाळू?"

"अगदी मोकळ्या स्वभावाची! क्लेअर पॅरा-ऑलिम्पिअन होती. सामाजिक कामात सक्रिय सहभाग घेत असे."

"कोणत्या प्रकारचे कृत्रिम अवयव क्लेअर वापरत असे डॉ. फाईफर?"

"मला लगेच नाही सांगता येणार. एक मिनिट थांबा." फाइल्सच्या ड्रॉवरमधून त्यांनी एक फोल्डर काढलं आणि त्याची पानं ते चाळू लागले.

"फाइल बरीच जाड दिसतेय!" व्हिटोनं अभिप्राय दिला.

"मी करत असलेल्या प्रयोगाचा क्लेअर एक भाग होती. तिच्या कृत्रिम गुडघ्यामध्ये असलेल्या मायक्रो प्रोसेसरची विकसित आवृत्ती!"

"मायक्रो प्रोसेसर? कम्प्यूटर चिपमध्ये असतो तसा?"

"जास्त वयाचे पेशंट्स जिने चढतात किंवा उतरतात किंवा लांब-लांब पावलं टाकतात तेव्हा त्यांचे कृत्रिम पाय म्हणावे तेवढे स्थिर नसतात. मायक्रो प्रोसेसर सततपणे स्थिरतेवर लक्ष ठेवत असतो आणि जोड व्यवस्थित ठेवतो." त्यांनी मान तिरकी केली. "आपल्या कारमध्ये अँटी-लॉक ब्रेक्स असतात, तसं."

"ते मी समजू शकतो, पण त्यांना पॉवर कशी मिळते?"

"बॅटरी-पॅककडून. पेशंट्स रात्री बॅटरी चार्ज करतात. पुष्कळांची बॅटरी तीस-तीस तास चालते."

"म्हणजे क्लेअरच्या गुडघ्यामध्ये विकसित केलेला मायक्रो प्रोसेसर होता काय?"

"हो, होता. नियमितपणे चेक-अपसाठी ती येईल असं वाटत होतं." त्यांनी लाजेनं मान खाली घातली. "ती तेव्हापासून आलीच नव्हती हे माझ्या आत्तापर्यंत लक्षातच आलं नाही."

"तुमच्याकडे शेवटची कधी आली होती?"

"एक वर्षापूर्वी. १२ ऑक्टोबरला." त्यांना वाईट वाटलं. "तिला मी लगेचच

गमावून बसलो. का नाही मी तिला फोन केला?'' त्यांनी आणखी काही पेपर्स पाहिले. मग ते सुटका झाल्यासारखे टेकून बसले. ''हं, हे इथे कारण आहे. ती मग टेक्सासला गेली. तिच्या नव्या डॉक्टरकडून - सॅन अँटोनिओच्या डॉ. जोसेफ गॅस्परकडून एक पत्र आलं. तिच्या चार्टवरून दिसतंय की, त्यानंतरच्या पुढच्याच आठवड्यात आम्ही तिच्या रेकॉर्ड्सची कॉपी पाठवली.''

क्लेअर रेनॉल्ड्सच्या बेपत्ता होण्याबद्दल कुणालातरी आलेलं ते दुसरं पत्र होतं. पहिलं पत्र होतं तिच्या लायब्ररीला दिलेलं राजीनाम्याचं! आता हे. ''मला ते पत्र मिळेल?''

''नक्कीच.''

''डॉक्टर, सिलिकॉन लुब्रिकंट्सबद्दल मला सांगाल?''

''तुम्हाला काय माहिती हवीये त्याबद्दल?''

''त्यांचा उपयोग कसा होतो? ते कुठे मिळतात? त्यांचे काही वेगळे प्रकार आहेत का?''

शांपूच्या बाटलीच्या आकाराची बाटली फाईफरनी डेस्कवरून घेतली आणि व्हिटोला दिली. ''हे सिलिकॉन लुब्रिकंट आहे. बघा, वापरून बघा.''

व्हिटोनं त्या बाटलीमधले काही थेंब स्वतःच्या अंगठ्यावर ओतले. त्याला वास नव्हता की रंग नव्हता. त्याच्या त्वचेवर फक्त चिकटपणा राहिला होता. वॉरन् आणि ब्रिटॅनीच्या प्रेतांवरून कॅथरिननं जे सॅम्पल्स घेतले होते, ते पांढरे होते कारण ते प्लास्टरमध्ये मिसळलेले होते. ''याचा उपयोग काय असतो?''

''मिस रेनॉल्ड्ससारखे ज्यांचे पाय गुडघ्याच्या वर कापलेले असतात, ते साधारणपणे दोनपैकी एक पद्धत वापरतात. सस्पेन्शनसाठी म्हणजे कृत्रिम पाय जोडण्यासाठी. पहिल्या पद्धतीत लाइनर असतं, ते असं दिसतं.'' फाईफरनी ड्रॉवर उघडून त्यातून प्रचंड कॉन्डोमसारखी दिसणारी एक वस्तू काढली. तिच्या टोकाला धातूची एक पिन होती. ''पेशंट हे लाइनर त्याच्या उरलेल्या अवयवावर लावतो. त्यामुळे आपल्याला खूप ताणल्यासारखं वाटतं. मग ती धातूची पिन कृत्रिम अवयवाला असलेल्या छिद्राला जोडली जाते. काही पेशंट्स लाइनरच्या खालून सिलिकॉन लुब्रिकंट वापरतात. विशेषत: ज्यांची त्वचा संवेदनाक्षम किंवा फाटलेली असते ते!''

''क्लेअर रेनॉल्ड्स ही पद्धत वापरत होती का?''

''कधीकधी! पण रेनॉल्ड्ससारखे तरुण पेशंट्स सक्शन म्हणजे शोषून घेण्याची पद्धत वापरतात. या शब्दाच्या ध्वनीसारखीच ती असते. कृत्रिम अवयव शोषून म्हणजे ओढून घेतल्यानं घट्ट बसतो आणि हवेचा व्हॉल्व्ह वापरून तो अवयव काढून टाकता येतो. त्यामुळे त्वचा कृत्रिम अवयवाच्या, प्लास्टिकच्या थेट संपर्कात

येते. बरेच लोक ही सक्शन पद्धत वापरतात आणि तेच लुब्रिकंट वापरतात.''

''तुमच्या पेशंट्सना हे कुठे मिळतं?'' ती बाटली त्यांना परत देताना व्हिटोनं विचारलं.

''माझ्याकडून किंवा थेट वितरकाकडून. बऱ्याच वितरकांची स्टोअर्स ऑनलाइन आहेत.''

''आणि त्यांचं मिश्रण करण्याच्या पद्धती? त्या बऱ्याच आहेत का?''

''एक किंवा दोन मुख्य पद्धती आहेत, पण बऱ्याच कुटिरोद्योग संस्था स्पेशल मिश्रणं तयार करतात, वनस्पती वगैरे वापरतात.'' त्यांनी डेस्कवरचं एक मॅगेझिन उचललं आणि त्याची मागची पानं चाळली. ''ही अशी मिश्रणं!''

व्हिटोनं ते मॅगेझिन हातात घेतलं आणि त्यातल्या जाहिराती काळजीपूर्वक बघितल्या. ''हे मी माझ्याजवळ ठेवू का?''

''ठेवा ना! या लुब्रिकंटचं सँपल तुम्हाला देण्यासाठी मिस सॅव्हर्डला सांगतो.''

''थँक्स डॉक्टर! मिस रेनॉल्ड्सची आणि तुमची भेट होऊन एक वर्ष होऊन गेलं हे मला ठाऊक आहे, पण तिचा स्वभाव तुम्हाला लक्षात आहे की नाही असा मला प्रश्न पडलाय. ती आनंदी होती की दुःखी? रागीट होती की काळजीत? तिला मित्र होता का एखादा?''

फाईफर अडचणीत सापडल्यासारखे दिसले. ''नाही. तिला कुणी मित्र नव्हता.''

''असं काय! बरं, एखादी मैत्रीण?''

फाईफरची आणखीच पंचाईत झाली. ''तिच्याबद्दल जास्त काही माहीत नव्हतं डिटेक्टिव्ह. ती बऱ्याच मोर्चांत, मिरवणुकांत भाग घेत असे एवढं मला ठाऊक आहे. तिच्या पायाच्या तपासणीसाठी ती माझ्याकडे येत असे तेव्हा ती त्याबद्दल सांगत असे; पण खरंतर, माझं त्याबद्दलचं प्रामाणिक मत काय आहे, हेच पाहण्याचा ती प्रयत्न करत असे.''

''तिचा मूड कसा असे?''

फाईफरनी आपली हनुवटी दोन्ही हात उभे करून त्यावर टेकवली. ''तिला पैशांची नेहमी चिंता असे हे मला ठाऊक होतं. विकसित केलेल्या मायक्रो प्रोसेसरसाठी तिच्याकडे पुरेसा पैसा नव्हता ही खंत तिला होतीच.''

''माझा गोंधळ उडलाय. मला वाटलं तुमचा तिच्यावर प्रयोग चालू आहे आणि तिच्याकडे मायक्रो प्रोसेसर आधीपासूनच आहे.''

''माझा तिच्यावर प्रयोग चालू होताच आणि मायक्रो प्रोसेसरही तिच्या गुडघ्यात बसवलेला होता, पण प्रयोग संपल्यावर तो ती खरेदी करणार होती. तो उत्पादक जी किंमत लावणार होता, ती क्लेअरच्या आवाक्याबाहेरची होती. यामुळे ती खूपच निराश झाली.'' त्यांचा चेहराही दुःखी झाला. ''विकसित केलेल्या मायक्रो-

प्रोसेसरमुळे पॅराऑलिंपिक गेम्समध्ये ती चांगलं खेळू शकेल असं तिला वाटलं.''

व्हिटो उभा राहिला. ''थँक्स डॉक्टर! तुमची खूप मदत झाली.''

''हे कुणी केलं ते समजल्यावर तुम्ही मला कळवाल?''

''हो, कळवेन ना!''

''छान!'' डॉक्टरही उठले आणि त्यांनी ऑफिसचं दार उघडलं. ''स्टेसी?'' ती रिसेप्शनिस्ट लगेच त्यांच्या ऑफिसमध्ये आली. ''स्टेसी, क्लेअर रेनॉल्ड्सबद्दल चौकशी करण्यासाठी हे डिटेक्टिव्ह आले आहेत.''

क्लेअरचं नाव आठवल्यावर स्टेसीचे डोळे विस्फारले. ''क्लेअर? पण...'' ती दारावर टेकली. तिचे खांदे पडले. ''ओह्, पण कसं झालं हे?''

''मिस रेनॉल्ड्सला तू चांगलं ओळखत होतीस मिस सॅव्हर्ड?''

''फार जवळून नाही, पण ओळखत होते.'' तिनं व्हिटोकडे पाहिलं. तिला धक्का बसला आणि ती उदास झाली. ''ती फिटिंगसाठी येत असे तेव्हा मी तिच्याशी गप्पा मारत असे. कुठलीतरी शर्यत तिनं जिंकली तेव्हा मी तिचं अभिनंदन केलं. ती नेहमीच उत्साही असे.'' स्टेसीचे डोळे भरून आले. ''क्लेअर गोड मुलगी होती. तिचा जीव कुणी का घ्यावा?''

''तेच तर मला शोधून काढायचं आहे डॉक्टर?'' व्हिटोनं त्यांच्या हातातल्या फाइलकडे पाहिलं.

डॉक्टर एकदम हलले. ''ओह्, येस! स्टेसी, टेक्सासच्या डॉ. गॅस्परकडून आपल्याला आलेल्या पत्राची कॉपी डिटेक्टिव्ह चिकोटेलींना करून दे.''

''खरंतर मला ओरिजिनल हवंय.''

फाईफरनी डोळे मिचकावले. ''हो,, हो. माझ्या लक्षातच आलं नाही. स्टेसी, कॉपी आपल्याकडे ठेव आणि डिटेक्टिव्हना जी काय मदत लागेल ती कर.''

प्रकरण १५

बुधवार, १७ जानेवारी, सकाळी ११:१० वा.

"बाय! बाय!" त्यांना दारातून बाहेर काढलं तेव्हा आठ वर्षांच्या मुलांच्या त्या वर्गातल्या सर्वच मुलांनी हात हलवले.

"खूपच मजेशीर अनुभव होता!" त्यांची शिक्षिका हसून म्हणाली, तेव्हा प्रतिसादादाखल सोफी आणि तिसरा टेडदेखील हसले. "म्यूझियम दाखवायला नेलं म्हणजे एरवी मुलं चिडचिड करतात, कंटाळतात पण तुम्ही त्यात गंमत आणली! तऱ्हेतऱ्हेचे पोशाख, अभिनय आणि ॲक्शनचा उपयोग करून आणि तुमचे ते केस! सगळंकाही अगदी वास्तव वाटलं."

व्हायकिंग टूरच्या वेळी परजलेली युद्धात वापरण्याची कुऱ्हाड सोफीनं खांद्यावर धरली होती. ती घसरू नये म्हणून पुन्हा नीट धरली. मुलं तिच्याकडे टकमका पाहत होती. "केस किती खरे आहेत!" ती त्यांच्याकडे पाहून पुन्हा हसली. "बाकीची सगळी...गंमत! आम्ही इथे इतिहास पुन्हा जिवंत करतो."

"खरंच आहे! मी हे सगळं इतर शिक्षकांना नक्कीच सांगेन."

"तुमच्या प्रोत्साहनाला आम्ही निश्चित दाद देतो!" सोफी मनापासून म्हणाली.

टेड्ची नजर सावध होती. "तुम्ही हिची जोन ऑफ आर्क पाहायला हवी. यापेक्षाही ती चांगली आहे असं मला वाटतं."

"हा माझी नुसती स्तुती करायला पाहातोय कारण त्या वेळी मी जे चिलखत घालते ते खूपच जड आहे. या तुम्ही पुन्हा."

"तू त्यांच्याशी खूपच चांगलं बोललीस!" ती शिक्षिका गेल्यावर टेड् सोफीला म्हणाला. "काय बिनसलंय?"

सोफीचा चेहरा उतरला. "मला वाटतं ते आपोआपच घडलं. काल आमच्याकडे एक धार्मिक सण होता टेड. तू इथे एवढी चांगली कामं करतोयस आणि मी मात्र काहीच चांगलं करत नाही."

त्यानं तिच्याकडे निरखून पाहिलं तेव्हा त्याच्या भुवया वक्र झाल्या. "मला

वाटलं तो अभिनयाचा भाग होता.'' तो शुष्कपणे म्हणाला. ''म्हणजे तुझ्या कुऱ्हाडीनं तू खरोखरच माझे दोन तुकडे करणार होतीस का?''

सोफीचे ओठ दुमडले. ''फक्त कधीकधी.'' ती शांत झाली. ''सॉरी टेड्.''

''तू इथे काम करायला आलीस याचा आम्हाला आनंद आहे सोफी!'' टेड् नेहमीप्रमाणे गंभीरपणे म्हणाला, ''माझ्या आजोबांनी केलेल्या कामाबद्दल तुला खूप आदर वाटतो. तुझा त्यावर विश्वास नाही हे मला ठाऊक आहे, पण माझा आहे.''

''होय टेड्, मला खरंच तसं वाटतं. तो माझ्या एपिफनी सणाचा परिणाम होता.''

त्यानं काचेतून पलीकडे पाहिलं. त्या मुलांपैकी शेवटचा मुलगा एका पिवळ्या बसमध्ये चढत होता. ''तुला नॉर्वेजियन भाषा बोलता येते, हे मला ठाऊक नव्हतं. तुझ्या रेझ्यूमवरही तसा उल्लेख नाही.''

त्या विषयावर तो तेवढंच बोलणार, हे तिनं ओळखलं. ते असंच बोलत राहिले असते. ''मला येत नाही, पण तशी ती त्यांनाही येत नाही.'' ती गाल्यातल्या गालात हसली. ''मला नॉर्वेजियन भाषेतल्या फक्त शिव्या येतात, कारण माझी आजी ते शब्द वापरत असे. माझ्या आजोबांकडून ती फक्त तेवढंच शिकली होती असं मला वाटतं.''

टेड्नं डोळे मोठे केलं. ''त्या मुलांशी बोलताना तू नॉर्वेजियन शिव्या उच्चारल्यास?''

''गुड गॉड! नाही, नाही.'' त्यालाही तसंच वाटलं, म्हणून तिला राग आला. ''मी थोडंसं डॅनिश आणि थोडंसं डच बोलते. बाकीचं सगळं शुद्ध स्वीडिश शेफ!'' तिनं ओठ दुमडले. ''बॉर्क-बॉर्क-बॉर्क.''

त्याला हायसंही वाटलं आणि आनंदही झाला. ''आम्ही तुला श्रेष्ठ अभिनेत्री करू शकू सोफी जोहान्सन!'' जाता जाता तो म्हणाला, ''तू दुपारी जोन आहेस, हे विसरू नकोस.''

''ते चिलखत अजूनही वजनदारच आहे!'' त्याला ऐकू जाईल अशा आवाजात ती म्हणाली, पण त्यात पूर्वीपेक्षा बराच कमी त्वेष होता. चेहऱ्यावरचा मेक-अप काढण्यासाठी ती वॉशरूमकडे गेली. नाहीतर गालांवर रंगाचे चट्टे पक्के दिसले असते आणि त्या अवतारात रात्री व्हिटोनं तिला बघावं, अशी तिची इच्छा नव्हती.

अंगावरच्या वजनदार जड पोशाखामुळे तिच्या मानेपासून पाठीवर खालपर्यंत घामाच्या धारा वाहत होत्या, तरी ती शहारली. व्हिटोनं दिलेला शब्द खरा करून दाखवला होता आणि तोही रात्रीतून अनेकदा. शृंगार करणं आणि मिंकसारखा संभोग करणं यात खूप फरक होता. ती जर खरंच त्याच्या प्रेमात पडली, तर आणखी चांगलं होईल अशी तिनं कल्पना केली. अंकल हॅरीशी त्याबद्दल बोलावं असा विचार तिनं केला, पण त्याचा भयचकित चेहरा तिच्या नजरेसमोर आला

आणि तो विचार तिनं हसण्यावारी नेला.

"एक्स्क्यूज मी मिस!"

अजून हसत असलेली सोफी त्या म्हाताऱ्या माणसाशेजारी थांबली. समोरच्या लॉबीमध्ये लावलेले पहिल्या टेड्चे फोटो तो हातातल्या काठीवर टेकून, निरखून पाहत होता. "येस सर?"

"तुमच्या टूरचा काही भाग मी दूर अंतरावरून ऐकला. तो खूपच आवडला मला. तुम्ही खासगी टूरसुद्धा करता का?"

त्याच्या डोळ्यात असं काही होतं की, त्यामुळे ती अस्वस्थ झाली. 'म्हातारचळ लागलेला हरामखोर! मला पटवायला पाहतोय.' डोळे किलकिले करत, तिच्या हातातल्या कुऱ्हाडीवर तिची पकड घट्ट झाली. "खासगी म्हणजे?"

तो गोंधळला, त्याला धक्काही बसला. "ओह्! नाही, नाही. मी वृद्ध लोकांच्या आश्रमात राहतो. तिथे करमणुकीची फारशी चांगली साधनं नसतात. म्हणून मी समाजात समन्वयकाचं काम करायचं ठरवलंय. असा काही टूरचा कार्यक्रम करता येईल का, असा विचार माझ्या मनात आला."

कावरीबावरी झालेली सोफी मोकळेपणानं हसली. "अर्थात! मला आनंदच होईल. माझी आजी किती कंटाळून जाते रोज काहीच करता येण्यासारखं नसल्यानं, हे मला ठाऊक आहे."

"तुमची आजीही आमच्यामध्ये येऊन राहू शकते."

सोफीचं हसणं मावळलं. "थँक्स, पण नाही. टूरवर येण्याइतकी तिची तब्येत चांगली नसते. त्या डेस्कच्या मागे बसलेल्या मुलीकडे जाऊन तुम्ही वेळ ठरवू शकता."

तो विचारात पडला. "काळे कपडे घातलेली ती मुलगी? ती जराशी भयानक दिसतेय."

"पॅटी ॲन् दर बुधवारी काळे कपडे घालते. वेन्झडे अडॅम्सला ती तिच्या पद्धतीनं आदरांजली वाहते. ती खूप चांगली मुलगी आहे. तुमच्यासाठी टूरचा कार्यक्रम ती आनंदानं ठरवेल. आता तुमची हरकत नसेल, तर मला हा मेक-अप काढून टाकायचाय चेहऱ्यावरून. नाहीतर पगस्लाय कुत्र्यासारखा माझा चेहरा सुजलेला दिसेल."

त्यानं तिला जाताना पाहिलं. तिच्या प्रत्येक पावलावर त्याचं बारकाईनं लक्ष होतं. तो तिला बऱ्याच महिन्यांपासून ओळखत होता, पण आजपर्यंत त्यानं तिला प्रत्यक्ष पाहिलेलं नव्हतं. तिला असं पाहीपर्यंत तिच्यामध्ये असे काही चुंबकीय गुण आहेत, अशी शंकासुद्धा त्याला कधी आली नव्हती. सहा फूट उंच, सोनेरी केसांची तरुणी डोक्यावर कुऱ्हाड घेऊन चालतेय आणि तिचे हिरवे डोळे पौराणिक

कथेतल्या ओडिन राजाच्या व्हॅलकिरी नावाच्या दासीसारखे होते. एक तासाहून जास्त तिनं त्या मुलांना, त्यांच्या शिक्षकांना आणि त्यालासुद्धा मंत्रमुग्ध केलं होतं. 'वेबसाइटवरच्या मॉडेल्स हिच्या तुलनेत काहीच नाहीत.' त्याला त्याची नवी राणी सापडली होती. 'व्हॅन झॅण्ड्ट बेभान होऊन जाईल आणि डॉ. सोफी जोहान्सन आता अशी कुठे मोकळी दिसणार नाही.' एका दगडात दोन पक्षी मारल्याचं समाधान त्याला मिळणार होतं.

बुधवार, १७ जानेवारी, सकाळी ११:३० वा.

बार्बरा मलरिन, लायब्ररीयन आणि क्लेअरच्या माजी बॉसनं काउंटरवर एक लिफाफा सरकवला. "क्लेअर रेनॉल्ड्सनं दिलेल्या राजीनाम्याचं ओरिजिनल पत्र!"

मार्सी विग्जनं मान हलवली. ती जवळपास क्लेअरच्याच वयाची होती आणि पन्नाशीतल्या, रोखठोक बॉसपेक्षा क्लेअरच्या मृत्यूची बातमी तिनं मनाला फारच लावून घेतल्याचं जाणवत होतं. "आपल्याला ते मेन ऑफिसमधून मागवून घ्यावं लागलं, कारण एक वर्षापेक्षा जास्त काळापासून आपल्याकडे ती कामावर नव्हतीच." मार्सीचे ओठ थरथरले. "गोड मुलगी होती बिचारी. ती तीस वर्षांचीपण नव्हती."

बार्बरानं डोळे फिरवलेले व्हिटोनं त्याच्या डोळ्यांच्या कोपऱ्यातून पाहिलं आणि तिच्या दृष्टिकोनात त्याला एकदम इंटरेस्ट निर्माण झाला. त्यानं तो लिफाफा उघडला आणि आत काय आहे ते बघितलं. साध्या कागदावर ते पत्र छापलेलं होतं आणि ते कसं छापलंय याला त्यांच्या दृष्टीनं काहीच महत्त्व नव्हतं, पण तरी त्यानं विचारलं, "हे पत्र कुणी-कुणी हाताळलंय, याची यादी तुम्ही देऊ शकता का?"

"मी प्रयत्न करते." असं बार्बरा म्हणाली तेव्हा मार्सीनं उसासा सोडला.

"हे घडल्यावर आम्हा सगळ्यांनाच खूप दुःख झालं. तेव्हाच आम्हाला शंका यायला हवी होती, आम्ही फोन करायला हवा होता, पण..."

व्हिटोनं तो लिफाफा त्याच्या फोल्डरमध्ये ठेवला. "पण?"

"पण काही नाही." बार्बरा चट्कन म्हणाली. "तुला काही शंका यायला नको होती मार्सी, आणि क्लेअर काही गोड मुलगी नव्हती. तू आता हे म्हणतेस कारण ती मरण पावलीये." तिनं रागातच व्हिटोकडे पाहिलं. "जिवंत असण्यापेक्षा मेलेल्या व्यक्तीला लोक चांगलं म्हणतात. विशेषतः त्या व्यक्तीचा खून होतो तेव्हा. आणि जेव्हा त्या व्यक्तीचा खून होतो आणि तिच्यात काही व्यंग असतं, तेव्हा तुम्ही पोपलाही बोलावता आणि तिला संतपद देण्याची विनंती करता."

मार्सीनं बोलण्याचा प्रयत्न केला, पण ती काहीच म्हणाली नाही.

व्हिटोनं एका बाइकडून दुसऱ्या बाइकडे बघितलं. "मग क्लेअर ही चांगली मुलगी नव्हती का?"

मार्सीनं चिडून डोळ्यांच्या कोपऱ्यातून बघितलं आणि बार्बरानं निराशपणे सुस्कारा सोडला. "नाही, तसं नाही. तिचं 'राजीनामा पत्र' आम्हाला मिळालं तेव्हा आमच्याकडे पार्टी होती."

"बार्बरा!" मार्सीनं नापसंती व्यक्त केली.

"हो, आमच्याकडे पार्टी होती. हे सगळ्यांना विचारणार आहेत आणि ते खरंच होतं, हे प्रत्येक जण त्यांना सांगेल." बार्बरानं परत व्हिटोकडे पाहिलं. "पार्टी होती हे खरंच आणि ती चांगली मुलगी नव्हती हेही खरंच."

"ती चांगली नव्हती म्हणजे तिनं काय केलं होतं?"

"तिची फक्त वागण्याची पद्धत बरोबर नव्हती." बार्बरा कंटाळून बोलली. "आम्हालाही ती आवडेल असं वाटलं होतं; आम्हाला सगळ्यांनाच, पण ती तुटकपणे आणि उद्धटपणे वागायची. वीस वर्षांहून जास्त काळ मी इथे काम करतेय. सगळ्या प्रकारच्या पात्रता आणि व्यंग असलेले कर्मचारी माझ्याकडे होते. तिचा पाय कापलेला होता म्हणून तिची मनोवृत्ती हीन होती, असं नाही. तिची मनोवृत्ती हीन होती, कारण तिला तसंच असणं आवडत होतं."

"तिला ड्रग्ज किंवा दारूचं व्यसन होतं?"

बार्बरा घाबरल्यासारखी दिसली. "मी तर तिला तसं कधी पाहिलं नाही. क्लेअरसाठी तिचं शरीर हे तिचं मंदिर होतं. नाही, हे तिच्या हक्काच्या जाणिवेतून होतं. ती कामावर उशिरा यायची; लवकर जायची. तिचं काम नेहमीच होत होतं, पण ते मी सांगायचे तेवढंच! जास्तीचं काही नाही. इकडे ती फक्त नोकरी म्हणूनच पाहत होती."

"ती लेखिका होती." मार्सी म्हणाली. "ती एक कादंबरी लिहीत होती."

"ती त्या लॅपटॉपवर नेहमी काम करायची." बार्बरानं मान्य केलं. "एका पॅराऑलिंपिअनच्याबद्दल ती कादंबरी होती; थोडीशी आत्मचरित्रवजा, असं मला वाटतं."

मार्सीनं उसासा टाकला. "फक्त त्यातली नायिका चांगल्या स्वभावाची होती. बार्बराचं मत बरोबर आहे डिटेक्टिव्ह. क्लेअर चांगली नव्हती. ती चांगली असावी कदाचित, असं मला वाटत असेल."

व्हिटो विचारात पडला. "तिच्याकडे लॅपटॉप होता असं तुम्ही म्हणता?"

त्या दोघींनी एकमेकींकडे पाहिलं. "हो," बार्बरा म्हणाली. "चांगला नवा होता."

मार्सीनं ओठ चावला. "एक नवा तिला मिळाला होता एक महिना आधीच...तिच्या मृत्यूच्या."

"तिच्या आई-वडलांना नाही सापडला लॅपटॉप." व्हिटो म्हणाला. "तिच्याकडे नव्हताच असं ते म्हणतात."

त्यावर बार्बरानं नापसंती दाखवली. "अशा बऱ्याच गोष्टी क्लेअर आई-वडलांना सांगत नव्हती डिटेक्टिव्ह चिकोटेली."

"उदाहरणार्थ?" व्हिटोनं विचारलं, पण त्याला ते ठाऊक होतं असं वाटलं.

मार्सीनं पुन्हा ओठ मिटले. "आता, आम्ही निष्कर्ष काढत नव्हतो, पण...."

"क्लेअर लेस्बिअन होती." बार्बरा मध्येच कोरडेपणानं बोलली.

"तिच्या आई-वडलांनी संमती दिली नसेल?"

बार्बरानं मान हलवली. "नाही. ते फार जुन्या विचारांचे होते."

"समजलं. बरं तिचा कुणी पार्टनर किंवा गर्लफ्रेंड असल्याचं तिनं कधी सांगितलं होतं?"

"नाही; पण हा फोटो सापडला." बार्बरानं सांगितलं. "पेपरमध्ये. एका गे प्राइड मिरवणुकीत काढलेला, एका दुसऱ्या स्त्रीचं ती चुंबन घेत असताना. क्लेअर खरंच अस्वस्थ झाली. तिच्या घरच्यांना तो दिसेल आणि ते आकाश-पाताळ एक करतील आणि भाडं द्यायचं नाकारतील असं तिला वाटत होतं. तिनं त्या पेपरला फोन करून तक्रार नोंदवली." तिनं चेहरा विचित्र केला. "आणि आता तुम्ही विचाराल, तो कोणता पेपर होता, तर मला ते आठवत नाही. सॉरी."

"ओके. तो स्थानिक कम्युनिटी पेपर होता की फिली इन्क्वायररसारखा मोठा पेपर होता?"

"बहुतेक तो स्थानिक पेपर होता." मार्सीनं अंदाज व्यक्त केला.

बार्बरानं उसासा सोडला. "मला वाटतं, मोठा पेपर होता. सॉरी डिटेक्टिव्ह!"

"त्याची काही गरज नाही. तुमची आम्हाला खूप मदत झाली. तुम्हाला आणखी काही आठवलं, तर मला प्लीज फोन करा."

बुधवार, १७ जानेवारी, दुपारी १२:३० वा.

कोर्ट हाउसच्या समोर व्हिटोनं त्याचा ट्रक थांबवला आणि निक् उडी मारून बसला.

"हं?"

निक्नं त्याच्या टायची गाठ ओढली. "झालं काम. गुन्हेगाराविरुद्ध माझी शेवटची साक्ष होती. खून झालेल्या मुलीचं चित्र शेवटी मी रंगवावं म्हणजे केवळ ड्रग्ज हेच कारण नव्हतं, तर ती मुलगी त्यांच्या हातानं मारली गेली हे ज्यूरीच्या

लक्षात येईल, अशी लोपेझची इच्छा होती.''

''ही व्यूहरचना चांगली वाटते. तुझे लोपेझशी काही मतभेद आहेत हे मला ठाऊक आहे, पण ती खूप चांगली डीए आहे. कधीकधी सैतानाला हरवण्यासाठी पिशाच्चाला जवळ करावं लागतं. चांगलं नाहीये ते, पण यशस्वी होणं महत्त्वाचं! मुलीच्या आई-वडलांना हे समजलं असावं बहुतेक.''

थकून गेल्यासारखे निक्नं हातांचे तळवे चेहऱ्यावरून फिरवले. ''खरंतर त्यांनीच मला ते सांगितलं. त्यांच्या मुलीच्या खुन्यावर सदोष मनुष्यवधाचा आरोप ठेवणाऱ्या लोपेझची क्षमा मागायला मी तयार होतो. त्यामुळे ती त्या ड्रग्ज-विक्रेत्याला अडकवू शकली असती आणि ते म्हणाले की, लोपेझनं ती केस ज्या प्रकारे हाताळली त्यामुळे दोन्ही माणसांना शिक्षा होईल आणि तो हेरॉईन-विक्रेता कधी कुणाच्या मुलाला हातही लावणार नाही. त्यांनी मनापासून आभार मानले.'' त्यानं उसासा सोडला. ''आणि माझी उंची एक इंच वाढली असं मला वाटलं. मॅगी लोपेझची मी क्षमा मागायला हवी.''

''तिनं ही केस घेतली, तर मला खूप आनंद होईल. अर्थात, तो हरामखोर आपल्याला सापडल्यावरच.''

''बरं,'' बोलतबोलत निक् म्हणाला, ''आपण चाललोय कुठे?''

''बिल् मेलव्हिलच्या आई-वडलांना सांगायला की, तो मेलाय. हे तू त्यांना सांगणार आहेस.''

''अरे-थँक्स चिक्!''

''अरे, मी बेलॅमीच्या घरी सांगितलं. आता तू सांगणंच चांगलं.'' त्याचा सेल वाजला. ''लिझ् आहे.'' त्यानं निक्ला सांगितलं. हे ऐकल्यावर त्यानं उसासा सोडला. ''आम्ही येतच आहोत.'' व्हिटोनं ट्रकची दिशा बदलली.

''आपण कुठे जातोय?''

''मेलव्हिलच्या घरी नाही.'' व्हिटो गंभीरपणे म्हणाला. ''आपण पुन्हा विन्चेस्टर फील्डकडे जात आहोत.''

''नंबर दहा?''

''नंबर दहा.''

बुधवार, १७ जानेवारी, दुपारी १:१५ वा.

जेन गुन्ह्याच्या ठिकाणी आधीच पोहोचली होती आणि कामात मदत करत होती. व्हिटो आणि निक् ट्रकमधून उतरल्यावर ती त्यांच्याकडे गेली. ''ड्यूटीवर

असलेल्या ऑफिसरनं एफ १५०वर एपीबीला गाठलं आणि त्याला समजलं की, आज सकाळी त्यानं असाच ट्रक थांबवला. त्यानं नंबर प्लेट बघितली तेव्हा त्या माणसानं सांगितलेलं नाव तेच होतं, पण पत्त्यासाठी दिलेल्या फोन नंबरवर चौकशी केली तेव्हा नाव वेगळं होतं हे समजलं. तो या रस्त्यावर आला तेव्हा त्याला बर्फावर टायरच्या खुणा दिसल्या.'' खोलगट ठिकाणी पडलेल्या अपारदर्शक बॅगकडे तिनं बोट दाखवलं. ''त्यानं ती पाहिली आणि फोन केला.''

''आपण त्याच्या पाळतीवर आहोत हे त्याला ठाऊक आहे.'' निक् म्हणाला. ''च्यायला, आपल्याला पुरेसा वेळ मिळेल असं मला वाटलं होतं.''

व्हिटो त्याचे बूट घालत होता. ''हो, आपल्याला तेवढा वेळ नाही मिळाला. तू सगळं तपासलंस जेन?''

''तो पुरुष आहे.'' ती त्या उतरत्या जागेकडे जायला निघाली. ''मी ती बॅग उघडली नाही. तो चांगल्या अवस्थेत नाहीये.'' उताराच्या पायथ्याशी त्यांना जे दृश्य दिसलं ते व्हिटोच्या मनात बराच काळ रेंगाळलं असतं. त्या माणसाच्या चेहऱ्यावरचं प्लास्टिक ताणलं गेलं होतं, जणूकाही तो निसटण्याचा प्रयत्न करत होता. त्या अपारदर्शी बॅगनं सगळं झाकून टाकलं होतं, पण जांभई देत असल्यासारखं त्याचं तोंड उघडं होतं, जणूकाही किंकाळी फोडतानाच तो गोठून गेला होता म्हणून ती कुणाला ऐकूच गेली नव्हती.

''च्यायला!'' निक् पुटपुटला.

शहारल्यासारखा व्हिटोनं श्वास सोडला. ''हो ना!'' त्या प्रेताच्या एका बाजूनं तो खाली वाकला आणि झर्रकन ते पाहून घेतलं. ते प्रेत एकाच बॅगेमध्ये नाही, तर दोन बॅगांमध्ये गुंडाळलं होतं. ''डोकं आणि धड एका बॅगेत आणि दुसऱ्या बॅगमध्ये तंगड्या आणि पाय एकत्र बांधलेले!'' हातमोजे घातलेल्या बोटांनी त्यानं गाठ ओढली. ''साधी गाठ होती. सगळं प्रेत मी बाहेर काढू?''

हातामध्ये सुरी घेऊन जेन प्रेताच्या दुसऱ्या बाजूनं खाली वाकली आणि गाठीजवळचं प्लास्टिक तिनं काळजीपूर्वक कापलं, त्यामुळे दोन्ही बॅग्ज वेगळ्या झाल्या, पण ती गाठ तशीच ठेवली. तिनं मग बॅगचा समोरचा भाग कापला आणि श्वास घेतला. ''एक काठ पकड चिक्.''

दोघांनी मिळून ते प्लास्टिक ओढून वेगळं केलं तेव्हा व्हिटोला मळमळायला लागलं. ''ओह् माय गॉड!'' त्यानं हातातलं प्लास्टिक परत खाली टाकलं आणि लगेच चेहरा दुसरीकडे वळवला.

''चटके दिलेयत आगीचे!'' निक् म्हणाला.

''आणि फासावर लटकवलं.'' जेन म्हणाली. ''गळा आवळल्याचे वळ आहेत बघ!''

व्हिटोनं खाली पाहिलं. जेननं अजूनही ते प्लास्टिक हातात धरून ठेवलं होतं, त्यामुळे प्रेताची आणि चेहऱ्याची डावी बाजू दिसत होती. डाव्या गालावर इंग्लिश 'टी' हे अक्षर काढलं होतं. मन घट्ट करून त्यानं उजव्या बाजूचं प्लास्टिक पुन्हा ओढून काढलं.

"त्याचा हात..." एवढंच तो पुटपुटला किंवा तिथे जे काय नव्हतं ते.

"ओह्, माय...ओह्..." जेनचा श्वासच अडकला.

"शिट!" निक् ताड्कन उभा राहिला. "काय हाल हाल केलेयत बिचाऱ्याचे."

व्हिटोनं ओठ घट्ट मिटून बॅगवर डोक्यापासून पायापर्यंत नजर फिरवली. आणखी काही भयानक असं वाटून. "खालची बॅग अगदी त्याच्या पायापर्यंत काढून टाक."

तिनं तसं केलं आणि मग ती आणि व्हिटो उठून उभे राहिले. दोघांनीही हातात प्लास्टिकच्या दोन बाजू उचलून धरल्या. "त्यानं त्याचे पायसुद्धा कापून टाकलेयत."

"उजवा हात, डावा पाय." व्हिटोनं काळजीपूर्वक बॅग खाली धरली. "याचा काही खास अर्थ आहे."

तिनं मान हलवली. "जसा ई. मंचला काही अर्थ आहे."

जेनचा फोटोग्राफर सॉनी हॉलोमन उतारावरून घसरत खाली आला. "बाप रे!"

"होय, आलंय लक्षात!" ती वैतागून म्हणाली. "सगळ्या बाजूंनी फोटो घे सॉनी." काही वेळ सॉनीच्या शटरचाच क्लिक्-क्लिक् आवाज येत होता.

जेननं प्रेताच्या चेहऱ्याकडे नजर वळवली. "व्हिटो, या माणसाला मी ओळखते. मला नक्की माहीत आहे."

व्हिटोनं डोळे किलकिले करून आठवण्याचा प्रयत्न केला. "मीसुद्धा ओळखतो. शिट! नाव इथे आहे, अगदी जिभेच्या टोकावर."

सॉनीनं कॅमेरा खाली वळवला. "शिट!" तो पुन्हा ओझरतं म्हणाला, "सॅण्डर्स स्यूअर सर्व्हिस. हा सॅण्डर्सचा मुलगा आहे. सगळ्यात मोठा! केविलवाणा चेहरा करून सगळ्यात शेवटी रांगेत उभा होता."

आपण ओळखत असलेल्या कुणाकडेतरी पाहत आहोत या भयंकर जाणिवेमुळे जेनचे डोळे विस्फारले. "तुझं म्हणणं बरोबर आहे."

"कशाबद्दल बोलतेयस तू?" निक् म्हणाला, पण जेननं त्याला गप्प केलं.

"मला विचार करू दे. सिड् सॅण्डर्सची स्यूअर सर्व्हिस सेप्टिक सिस्टीम शोषून घेते."

"सर्वांत स्वच्छ!" व्हिटो आणि सॉनी एकदम म्हणाले; गंभीरपणे.

"तुम्ही कशाबद्दल बोलताय?" निक्नं प्रश्न केला.

"तू या भागात लहानाचा मोठा झाला नाहीस," व्हिटो म्हणाला, "म्हणून

तुला माहीत नसेल. हा माणूस एका कमर्शिअल जाहिरातीमध्ये होता.''

"कुठल्या एका कमर्शिअल जाहिरातीमध्ये नाही. ती जाहिरात होती..." जेन मान हलवत बोलली.

"लोकप्रिय संस्कृतीची कमर्शिअल जाहिरात!" व्हिटोनं वाक्य पूर्ण केलं. "निक्, तुझ्या भागात अशी कोणती कमर्शिअल जाहिरात नव्हती का इतकी वाईट की, तुझ्या गावातल्या प्रत्येकाला ती ठाऊक होती, आठवत होती?"

"लोकांनी त्याबद्दल टिंगल केली?" सॉनीनं विचारलं.

"हां, होती ना! आमच्याकडे क्रेझी फिल् होता. तो मूर्ख आणि व्यसनी माणसासारखा लिलावात कार्स विकत असे." निक् आठवू लागला. "नंतर समजलं की, तो खरोखरच व्यसनी होता. म्हणजे हा माणूस तुमचा क्रेझी फिल् आहे?"

"नाही, क्रेझी फिल्चा मुलगा असणं हे याचं दुर्दैव होतं!" व्हिटो म्हणाला. सॅण्डर्सची सेप्टिक टँक स्वच्छ करणारी संस्था होती आणि त्याला जाहिरात करायची होती; पण मॉडेल्सना जाहिरातीमध्ये घेण्यासाठी त्याच्याकडे पैसे नव्हते."

"म्हणून त्यानं आपल्या सहाच्या सहा मुलांना एका रांगेत उभं केलं." जेननं उसासा सोडला. "त्यांना एक घोषवाक्य म्हणायचं होतं आणि त्याबद्दल खूश असण्याचा अभिनय करायचा होता. मला नेहमी त्या मुलांची कीव येत असे. विशेषत: सगळ्यात मोठ्या मुलाची. तो खरंच खूप गोड मुलगा होता आणि त्याला हव्या असलेल्या मुलीशी तो लग्न करू शकला असता, पण ती बिनडोक जाहिरात...थांब! सँडर्सचा सगळ्यात मोठा मुलगा असण्याइतकं या माणसाचं वय नाही. सगळ्यात मोठा आपल्या वयाचा आहे. हा धाकट्या मुलांपैकी एखादा आहे."

"असेल. ते सगळे सारखेच दिसत होते." सॉनी म्हणाला. "त्या ऑस्मंड्ससारखे." त्यानं खाली पाहिलं. त्याच्या चेहऱ्यावर कीव स्पष्ट दिसत होती. सॅण्डर्सचे सहा सुपुत्र! सिड्नं अगदी अनुप्रासच साधला.

"तू या मुलांना खरंच ओळखत होतीस?" निक्नं विचारलं तेव्हा जेननं मान हलवली.

"छे, छे! गावाबाहेर राहणाऱ्या खूप लोकांकडे सेप्टिक सिस्टिम्स होत्या. सिड् सॅण्डर्सनं खूप पैसा कमावला. ते श्रीमंत वस्तीमध्ये राहत होते आणि मुलं प्रेप स्कूल्स वगैरेमध्ये जात होती. सॅण्डर्सचं घोषवाक्य मोठ्या चर्चेचा विषय बनलं आणि ते घोषवाक्य ते किती वेगानं म्हणतात ते उत्सुकतेनं लोक बघू लागले. तरुण, म्हातारे, रेस्टॉरंटमधले अणि किराणा दुकानातले!"

"विशेषत: बिअर पार्टीत." सॉनी म्हणाला, मग त्यानं खांदे उडवले. "माझा एक मोठा भाऊ तेव्हा युनिव्हर्सिटीमध्ये होता. त्यानंतर मी फक्त युद्धाच्याच कथा ऐकत होतो."

"हा सॅण्डर्सचाच मुलगा असल्याचं आपल्या या खुन्याला माहीत होतं की नाही कुणास ठाऊक!" निक् विचार करत बोलला. "तो इतक्या सहजपणे ओळखू येईल हे त्याला माहीत असतं, तर त्यानं याला मारलं असतं की नाही, कुणास ठाऊक? तुम्ही तिघांनी त्याला दहा मिनिटांच्या आत ओळखलं."

जेनचे डोळे चमकले. "म्हणजे ई. मंच हा बाहेरगावचा असू शकेल."

व्हिटोनं उसासा सोडला. "या माणसाच्या नातेवाइकांना ही बातमी सांगायला कुठे जावं लागेल, एवढं तरी आपल्याला ठाऊक आहे."

निक्ची आणि त्याची नजरानजर झाली. "चटके देण्याबद्दल काय? आणि तो हात आणि पाय?"

व्हिटोनं मान हलवली. "त्याचा अर्थ काय असेल, हे सोफीच सांगू शकेल. त्यासाठी कुठे जायचं हेसुद्धा मला माहीत झालंय."

बुधवार, १७ जानेवारी, दुपारी २:३० वा.

बायकोचा हात हातात घेऊन सिड् सॅण्डर्स बसला होता. "तुम्हाला खात्री आहे?" सिड्नं घोगऱ्या आवाजात विचारलं.

"तुम्ही अधिकृतपणे खात्री करून घेणं आमच्यासाठी गरजेचं आहे, पण आम्हाला खात्री आहे." व्हिटो पुटपुटला.

"हे कठीण आहे, याची आम्हाला कल्पना आहे!" निक् शांतपणे म्हणाला, "पण आम्हाला त्याचा कम्प्यूटर बघणं आवश्यक आहे."

सिड्नं मान हलवली. "तो इथं नाहीये."

त्याच्या बायकोनं नजर वर करून पाहिलं. "फार पूर्वीच बहुतेक तो गहाण ठेवला असेल त्यानं."

तिच्या आवाजात निराशा होती, पण त्याखाली व्हिटोला अपराधी सूरही जाणवला. "का?" सढळ हातांनी खर्च करून सजवलेल्या त्या लिव्हिंग रूमवरून सभोवार नजर व्हिटोनं मुद्दामच फिरवली. "त्याला पैशांची गरज होती का?"

सिड्नं ओठ आवळले. "आम्ही त्याला आमच्यापासून तोडलं होतं. ग्रेगरीला व्यसनं लागली होती. दारू, ड्रग्ज, जुगार! आम्हाला शक्य तेवढी मदत आम्ही केली. बऱ्याच भानगडींतून आम्ही त्याला सोडवलं. शेवटी त्याला हाकलून द्यावं लागलं आम्हाला कारण नसताना. आमच्या आयुष्यातला, अगदी आजपर्यंतच्या आयुष्यातला तो अगदी वाईट दिवस होता."

"मग तो कुठे राहत होता?" निक्नं विचारलं.

"त्याची एक गर्लफ्रेंड होती," मिसेस सँडर्स् पुटपुटली. "तिनंसुद्धा त्याला घराबाहेर काढलं होतं, पण एक महिन्यापूर्वी त्यानं मला फोन करून मला सांगितलं की, त्याची व्यसनं बंद करण्याच्या अटीवर तिनं त्याला पुन्हा बोलावलं होतं. आम्ही त्याची काळजी करू नये अशी तिची इच्छा होती."

व्हिटोनं त्याच्या पॅडवर तिचं नाव लिहून घेतलं. "म्हणजे त्याची ही गर्लफ्रेंड तुम्हाला आवडली होती?"

मिसेस सॅण्डर्सचे डोळे भरून आले. "अजूनही आवडते आम्हाला. जिल चांगली सून झाली असती. तिनं त्याच्याशी संबंध तोडले म्हणून आम्हाला वाईट वाटलं, होतं तरी ते तिच्यासाठी चांगलंच होतं. ग्रेगरीनं तिला दुखावलं होतं."

"त्या मुलाला आम्ही सगळंकाही दिलं होतं, पण त्याला आणखी-आणखी हवं होतं." सिड्नं डोळे मिटले. "आता त्याच्याकडे काहीच उरलं नाही."

बुधवार, १७ जानेवारी, दुपारी ३:२५ वा.

जिल् एलिसच्या लिव्हिंग रूमच्या मध्यभागी उभं राहून झालेली मोडतोड निक् बघत होता. "जणूकाही चक्रीवादळ येऊन गेलंय इथे!"

व्हिटोनं त्याचा फोन खिशात टाकला. "जेन एक सीएसयू टीम पाठवतेय." त्यानं घरमालकाकडे पाहिलं. त्यानं त्याच्या मास्टर-कीनं तिचं घर उघडून त्यांना आत घेतलं. "मिस एलिस्ला तुम्ही अलीकडे कधी भेटलात?"

"गेल्या आठवड्यापासून नाही. ही जागा ती आरशासारखी स्वच्छ ठेवत असे. हे चांगलं नाही केलं त्यांनी डिटेक्टिव्ह."

"तिनं घरासाठी केलेला अर्ज आम्हाला मिळू शकेल?" निक्नं विचारलं. "त्या अर्जावर नंबरही असेल, तर आम्ही फोन करू शकू."

"हो, नक्कीच. मी दहा मिनिटांत जाऊन येतो." तो दाराशी थांबला. त्याच्या डोळ्यांत राग भरला होता. "हे त्या नालायक बॉयफ्रेंडचं काम आहे. श्रीमंताचं लाडावलेलं कार्टं!"

व्हिटोची आणि त्या माणसाची नजरानजर झाली. "तुम्हाला ग्रेगरी सॅण्डर्स म्हणायचंय का?"

घरमालक उपहासानं हसला. "हं, तोच. वाया गेलेलं पोरगं! जिल् खूप मेहनत करायची आणि एकदा तिनं त्याला हाकलूनही दिलं होतं, पण तो परत आला. आणखी एकदा संधी दे, म्हणून भीक मागू लागला. 'तो आला, तर दार लावून घे त्याच्या थोबाडावर!' असं मीही तिला एकदा म्हणालो, पण तिला त्याची दया

येते, असं ती म्हणाली.''

''तुम्ही म्हणालात की, ती खूप मेहनत करायची. तिला काही त्रास झाला असं तुम्हाला वाटतं का?''

तो माणूस गडबडला. ''तुम्हाला नाही वाटत?''

व्हिटोनं त्याच्या चेहऱ्याकडे निरखून पाहिलं. ''तुम्ही काय ऐकलंय सर?''

''तीनच्या सुमारास काल इथून काही जणांना जाताना मी पाहिलं. कचऱ्याचा डबा रस्त्याच्या कडेला ठेवण्यासाठी मी बाहेर गेलो होतो. कुणीतरी घसरून पडेल आणि मला कोर्टात खेचेल, हे मला नको होतं.''

''मग ही माणसं?'' निक्नं हळूच गाडी रुळावर आणली आणि घरमालकानं उसासा सोडला.

''ते दोघं होते. भडक रंगाच्या एका कारमधून ते गेले. तिला निऑन लाइट्स आणि हायड्रॉलिक ब्रेक्स असावेत. जिल् तिथे आहे का हे बघण्यासाठी मी तिकडे जायला निघालो, पण त्याच वेळी ६-बीमधून मिसेस कॉबर्नकडून मला फोन आला. ती म्हातारी बाई आहे आणि ती पडली होती. तिच्या कमरेला मार लागला होता. तिला हॉस्पिटलच्या इमर्जन्सी रूममध्ये पोहोचवून घरी आलो तेव्हा उशीर झाला होता.'' त्यानं नजर टाळली. ''मी जिल्बद्दल विसरून गेलो.''

''तुमच्या बोलण्यावरून असं वाटतं की, तुमच्या भाडेकरूंची तुम्ही फारच चांगली काळजी घेता.'' व्हिटो मनापासून म्हणाला.

मालकाचे डोळे अपराधीपणानं भरले होते. ''जेवढी काळजी मी घ्यायला हवी होती तेवढी घेऊ शकत नाही. मी तो अर्ज घेऊन येतो.''

तो मालक गेल्यावर निक् जिल् एलिसच्या कम्प्यूटरसमोर बसला. ''आजचा दिवस आपल्यासाठी चांगला दिसतोय.'' त्यानं माऊस क्लिक केला. ''तान्ह्या मुलाच्या टुंगूसारखं स्वच्छ आहे सगळं.''

''यापेक्षा दुसरं काही होईल अशी मला अपेक्षाच नव्हती. काल दुपारी तिला फोन आला होता असं दिसतंय. तिचं आन्सरिंग मशीन डोळे मिचकावतंय.'' व्हिटोनं प्ले बटन दाबलं. मग तो विचारात पडला. ''इकडे ये निक्!''

जिल्च्या बेडरूमकडे निक् जायला निघाला होता, पण परतला. ''काय आहे?''

''मला ठाऊक नाही.'' व्हिटोनं री-वाईंड करून पुन्हा प्ले दाबलं आणि आवाज पूर्ण वाढवला. ''कोणीतरी पुरुष बोलतोय, पण आवाज स्पष्ट येत नाहीये.''

''हा कण्हल्यासारखा आवाज वाटतोय.'' निक्नं री-वाईंड केलं. या वेळी प्ले बटन दाबण्यापूर्वी त्यानं स्पीकरला कान लावला. ''भयंकर, भयंकर गोष्टी!' असं तो म्हणतोय असं वाटतंय.''

''कशासारख्या?''

निक्नं वर पाहिलं. "असं तो म्हणतोय." त्यानं पुन्हा स्पीकरला कान लावला. "हा कण्हण्याचा आवाज..."वाटेल तितक्या किंकाळ्या फोड! तुझा आवाज कुणालाच ऐकू जाणार नाही. तुला कुणीच वाचवणार नाही. मी त्या सर्वांनाच मारून टाकलंय्." गंभीर होऊन निक् ताठ होऊन बसला. तो आवाज इतका मोठा झाला की, जणू स्पीकरचीही गरज उरली नाही. ते त्या मशीनकडे एकटक पाहू लागले. मग त्यांना त्याचा आवाज ऐकू आला.

त्या आवाजात तुच्छता होती, पण तो सुसंस्कृतही होता आणि निश्चितच दाक्षिणात्य पद्धतीचे उच्चार होते.

"त्या सर्वांना वाटलं की, त्यांनी फार हाल सोसले, पण मी तुझे जे हाल करणार आहे त्यांच्या तुलनेत ते हाल काहीच नव्हते."

मग शांतता. त्यानंतर घाईघाईत बोललेले शब्द. ते शब्द समजायला कठीण होते, पण सूर नव्हता. तो दुसरा माणूस संतापलेला होता; घाबरलेलाही. "नको, प्लीज नको. सॉरी! मी काहीही करायला तयार आहे. फक्त...ओह् गॉड! नको!" आणखी एकदा कण्हल्याचा आवाज. मग खदखदा हसणं. त्यानंतर काहीतरी फरपटल्याचा आवाज आणि तो दक्षिणी आवाज अस्पष्ट झाला.

पुन्हा एकदा निक्नं स्पीकरला कान लावला. "जरासं भटकून येऊ मि. सॅण्डर्स! मी त्याला टाइम मशीन म्हणतो. आता त्या चोरांचं काय होतंय ते पाहा!"

निक्नं वर पाहिलं. त्याला जबरदस्त धक्का बसल्याचं त्याच्या चेहऱ्यावरून व्हिटोला वाटलं. "इ. मंचला भेट."

बुधवार, १७ जानेवारी, दुपारी ३:०० वा.

डॅनियल व्हॅर्टनिअन फिली चीझस्टेक जेवणात घेण्यासाठी थांबला होता. त्याच्यासाठी बहुतेक ते फार आवश्यक होतं, कारण त्याच्या शोधमोहिमेत अजून यश मिळालं नव्हतं. स्थानिक लोक चीझ व्हिझमधून चीझस्टेक घेतात हे त्यानं ऐकलं होतं. तो जेवायला थांबला होता. तिथलं जेवण चविष्ट आणि गरमागरम होतं. ते त्याच्यासाठी चांगलंच होतं, कारण त्याला खूपच भूक लागली होती आणि तो गारठलाही होता.

इतकी थंडी पूर्वी कधी वाजल्याचं त्याला आठवत नव्हतं. उत्तरेकडच्या थंडीशी सुसानानं कसं जुळवून घेतलं होतं याची त्याला काही कल्पना नव्हती, पण जुळवून घेतलं हे त्याला माहीत होतं. गेल्या अनेक वर्षांत त्यांचं संभाषण झालेलं नव्हतं; पण त्यानं तिच्या करिअरचा विचार केला. न्यूयॉर्क डीएच्या ऑफिसमध्ये ती

यशस्वी आणि लोकप्रिय झाली होती. त्यानं गंभीरपणे स्मित केलं. ती दोघं मिळून कायदा आणि सुव्यवस्थेची काळजी घेत होती. ते का, हे समजावून सांगण्यासाठी मानसशास्त्रज्ञाची गरज नव्हती.

तुझ्या मुलानं काय केलं ते मला ठाऊक आहे. आर्थरनं काय केलं त्यासाठी नाही, तर आर्थरच्या मुलानं जे केलं त्यासाठी डॅनिअलनं त्याचं आयुष्य खर्च केलं होतं. सुसानानंही तेच केलं होतं. त्याची आई मात्र मधल्यामध्ये अडकली होती, पण निर्णय तिनं घेतले होते आणि तेही चुकीचे ठरले होते.

त्याचा सेलफोन वाजला. फोनवर चेस व्हार्टन होता. त्याच्या बॉसला ताजी माहिती हवी असावी. तो बराचसा प्रामाणिकही असावा. "हेऽ चेस!"

"हेऽ, सापडले का तुला ते?"

"नाही. फिलाडेल्फियामध्ये खूपच होटेल्स आहेत."

"फिलाडेल्फिया? मला वाटलं तू ग्रँड कॅन्यनला जाणार होतास."

"माझ्या डॅडचा पीसी सांगतोय की, त्यांनी फिलाडेल्फियामध्ये ऑन्कॉलॉजिस्ट्सचा शोध घेतला होता. मला वाटलं की, ते सुटी घालवण्यासाठी इथे आले होते."

"तुझी बहीण काही तासांच्याच अंतरावर आहे." चेस शांतपणे म्हणाला.

"ठाऊक आहे मला." आणि चेस त्याला सांगत होता तेही त्याला ठाऊक होतं. "आणि हो, ते दोनच तासांच्या अंतरावर असले, तरी ते आमच्या कुणाकडेच येणार नाहीत. तू म्हणालास त्याप्रमाणे आमचं कुटुंब विचित्रच आहे."

"पण यात काही काळं-बेरं तर नाही?"

"तुझ्या मुलानं काय केलं ते मला ठाऊक आहे." "नाही चेस्, काळं-बेरं असल्याच्या काही खुणा नाही सापडल्या. असल्याच आणि मला दिसल्याच, तर तू चीझ व्हिझ म्हणायच्या आत ताबडतोब मी स्थानिक पोलिसांकडे धाव घेईन."

"ठीक आहे. काळजी घे डॅनिअल!"

"घेईन." डॅनिअलनं फोन ठेवला. तो स्वतःवर वैतागला होता. एकूण परिस्थितीवरच वैतागला होता. स्वतःच्या सगळ्या आयुष्यावरही वैतागला असण्याची शक्यता होती. समोर आलेलं सॅन्डविच त्यानं कागदात गुंडाळलं आणि कागदाच्या पोत्यात भिरकावून दिलं. त्याची भूक मेली होती. तो चेसशी कधी खोटं बोललं नव्हता. त्याच्या कोणत्याही बॉसशी तो खोटं बोलला नव्हता. तुझ्या मुलानं काय केलं ते मला ठाऊक आहे, पण त्यानं संपूर्ण सत्यही कधी सांगितलं नव्हतं.

आणि त्याला त्याचे आई-वडील भेटलेच...जिवंत...तर, त्यानं चमकून जायला नको. त्यानं त्याची कार सुरू केली आणि नंतरच्या हॉटेलकडे जायला निघाला.

न्यूयॉर्क सिटी, १७ जानेवारी, बुधवार, दुपारी ३:३० वा.

डेरेक हॅरिंग्टन त्याच्या अपार्टमेंटच्या जिन्यापाशी केविलवाणा होऊन थांबला. त्याला त्याचं आयुष्य होतं. त्याचं करिअर त्याला आवडणारं होतं. त्यानं प्रेम करावं अशी त्याची बायको होती. त्याच्याकडे अभिमानानं पाहणारी त्याची मुलगी होती. आता आरशातल्या स्वत:च्या प्रतिबिंबाकडेही तो पाहू शकत नव्हता. आज तो आणखीच खालच्या पातळीवर जाऊन पोहोचला होता. पोलीस स्टेशनपर्यंत पाच वेळा तो चालत गेला होता; पण आत एकदाही गेला नव्हता. त्याच्या कराराप्रमाणे त्यानं निघून जायचं ठरवलं असतं, तर डेरेकचा समझोता होणं शक्य होतं. त्या समझोत्यामुळे त्याच्या मुलीच्या कॉलेजची ट्यूशन फी भरली गेली असती. त्याच्या गप्प राहण्यानं त्याच्या मुलीचं भवितव्य निश्चित झालं असतं.

लॉईड वेबरच्या मुलाला कधीच काही भवितव्य नव्हतं. त्याचा मुलगा गेला होता, हे त्याला ठाऊक होतं. फ्रेझिअर लुईबद्दलच्या शंका पोलिसांना त्याला सांगाव्या लागतील हेही ठाऊक होतं, पण सोन्याचा प्रभाव जबरदस्त होता आणि तो त्या प्रभावाखाली चांगलाच दबला होता. सोन्याचा प्रभाव! तो जिना चढायला लागला. 'ओआरओ.' त्यानं आणि यॅगरनं त्यांच्या कंपनीचं नाव चांगलं ठेवलं होतं. त्यानं त्याच्या दाराच्या कुलपात किल्ली घातली आणि त्याच्या पोटात काहीतरी जोरात खुपसलं गेलं, तसा तो कळवळला. ती गन होती. यॅगर की फ्रेझिअर लुई? आपल्याला ते कळावं असं डेरेकला वाटलं नाही.

"बोलू नकोस. फक्त सांगेन तसं कर."

ती गन् कुणी धरली होती ते आता डेरेकला समजलं आणि आता आपण मरणार आहोत हे त्याला समजलं.

फिलाडेल्फिया, १७ जानेवारी, बुधवार, दुपारी ४:४५ वा.

व्हिटो त्याच्या ट्रकपासून लायब्ररीच्या जिन्यापर्यंत पळत गेला. हे झालं ते चांगलंच झालं, असं त्याला वाटलं. पाच वाजता ठेवलेली मीटिंग त्याला सहा वाजेपर्यंत पुढे ढकलावी लागली होती आणि आता सोफीला तिच्या आजीच्या नर्सिंग होममध्ये भेटायला त्याला उशीर होणार होता.

पण लायब्ररीयन बार्बरा मलरिनचा जो कॉल आता आला होता, त्यामुळे नवी संधी आली होती, असं त्याला वाटलं. जिल् एलिसचं आन्सरिंग मशीन जिथे होतं,

त्या बिल्डिंगच्या परिसरात त्यानं निक्‌ला सोडलं होतं. इलेक्ट्रॉनिक्सच्या लोकांना बोलावून सहा वाजण्यापूर्वी निक् ती टेप स्वच्छ करून घेणार होता.

डेस्कपाशी बसलेल्या मार्सीसह बार्बरा वाट पाहत होती. ''त्याला आम्ही आत बोलावण्याचा प्रयत्न केला, पण तो तयारच नाही.'' व्हिटोचं स्वागत न करताच बार्बरा म्हणाली.

''कुठे आहे तो?''

जमिनीवर झाडू मारत असलेल्या एका वयस्कर माणसाकडे मार्सीनं बोट केलं. ''त्याला पोलिसांची भीती वाटते.''

''का?''

''तो रशियाहून आलाय.'' बार्बरा म्हणाली. ''तो इथे कायदेशीरपणेच राहतोय, याची मला खात्री आहे; पण त्याला आतापर्यंत खूप अडचणी आल्या आहेत. त्याचं नाव युरी आहे आणि त्याला यू.एस.मध्ये येऊन दोन वर्षं होत आलीयेत.''

''तो इंग्लिश बोलतो?''

''थोडंसं. बहुतेक बऱ्यापैकी.''

''थोडंसं'' म्हणजे फारसं नाही हे समजायला व्हिटोला पाच मिनिटंही लागली नाहीत. हा म्हातारा 'एका माणसाशी' 'मिस क्लेअर'बद्दल बोलला होता. त्यानंतर त्यांचं जे बोलणं झालं, ते त्या दोघांनाही समजलं नव्हतं. या कामात त्याला वाटला त्यापेक्षा जास्त वेळ लागणार होता.

''सॉरी,'' बार्बरा सौम्यपणे म्हणाली. ''एखादा दुभाष्या बरोबर घेऊन ये असं मी तुला सांगायला हवं होतं.''

''ओके. मी बघतो काय करायचं ते.'' व्हिटोनं उसासा सोडला. स्पॅनिशचा दुभाष्या मिळवायला वेळ लागला होता. रशियनचा मिळायला अनेक तास लागले असते. त्या रात्री कुणी पुरातत्व संशोधक किंवा ऑपेराच्या दंतकथांना भेटणं शक्य होईलसं त्याला वाटत नव्हतं. दुभाष्याची वाट पाहीपर्यंत त्या म्हाताऱ्याला आत घेणं त्याला गरजेचं होतं. तोपर्यंत निदान दुसरं काम तरी तो करून घेऊ शकला असता. ''सर, तुम्हाला माझ्या बरोबर यावं लागेल.'' त्यानं त्याचा हात पुढे केला आणि त्या म्हाताऱ्याचे डोळे भीतीमुळे विस्फारले.

''नको.'' युरीनं झाडू हातात घट्ट धरला आणि त्या वेळी त्याच्या बोटांचे सांधे वेडेवाकडे झाले असल्याचं व्हिटोला दिसलं. बऱ्याच वर्षांपूर्वी त्या माणसाचे हात मोडले असावेत, असं त्याला वाटलं.

''डिटेक्टिव्ह,'' बार्बरा पुटपुटली. ''प्लीज, असं काही त्याला करू नकोस. तो निघून जाईल असं काही करू नकोस.''

शरण आल्यासारखे व्हिटोनं दोन्ही हात धरले. "ओके. तुम्ही इथेच थांबू शकता."

युरीनं बार्बराकडे पाहिलं आणि तिनं मान हलवून त्याला संमती दिली. "तो तुला दुसरीकडे कुठे जायला भाग पाडत नाहीये यूरी. तू इथे सुरक्षित आहेस."

सावधपणे यूरी वळला आणि झाडू मारायला लागला.

"त्याला स्टेशनवर नेऊन बळेच बोलायला लावण्याचा प्रयत्न केलास, तरी तो बोलणार नाहीच." बार्बरा म्हणाली. "तू जायला हरकत नाही आणि तू दुभाष्या घेऊन येईपर्यंत मी इथे थांबते."

व्हिटो खिन्नपणे हसला. "त्याला बराच वेळ लागेल. दिवसभर तू इथेच आहेस?"

"काही हरकत नाही. मला क्लेअर रेनॉल्ड्स आवडत नव्हती, पण ज्यानं तिचा जीव घेतला तो सहीसलामत सुटता कामा नये आणि तू इथे सुरक्षित आहेस असं मी युरीला आश्वासन दिलंय."

त्या लायब्ररीयनबद्दलचं व्हिटोचं मत आणखीच चांगलं झालं. "ते आश्वासन पाळण्यासाठी तुला मदत करण्याचा मी जास्तीत-जास्त प्रयत्न करेन." त्यानं त्याचा सेल त्याच्या खिशातून काढला. "आता मला डेटचं आश्वासन मोडावं लागेल."

तिनं चेहरा खिन्न केला. "ही काही चांगली गोष्ट होणार नाही."

व्हिटोला त्याचं डबल बोनस प्राइझ आठवलं. "तुला कल्पना नाही त्याची!" तो खिडकीजवळ गेला आणि त्यानं सोफीचा सेल लावला. तिनं लगेच उत्तर दिलं. "सोफी, मी व्हिटो बोलतोय."

"काय झालं?"

त्याचा आवाज सैलावला. "काही नाही. म्हणजे तसं काही नाही. हे बघ, या केसमध्ये काहीतरी सापडण्याची शक्यता आहे आणि म्हणून मला इथेच थांबावं लागणार आहे. तुला मी नंतर भेटू शकेन, पण ते बरं दिसणार नाही."

"मी काही मदत करू शकते का?"

'माझं डबल बोनस प्राइझ!' असं त्याच्या मनात आलं, पण तो मुद्यावर आला. "तू नक्कीच मदत करू शकतेस. चोरी केल्याबद्दल मध्ययुगीन काळात कशा प्रकारच्या शिक्षा असत याबद्दल आम्हाला तुझ्याकडून माहिती हवीये."

"मी सांगू शकते की! मला स्टेशनवर यावं लागणार आहे का?"

व्हिटोनं वळून त्या म्हाताऱ्याकडे पाहिलं. "कदाचित. काही वेळापासून मी मध्येच अडकून पडलोय. वाट पाहतोय..." आणि एकदम त्याच्या मनात एक विचार चमकून गेला. "सोफी, तू रशियन बोलतेस का?"

"हो!"

"चांगलं बोलता येतं का फक्त शिव्या?"

"चांगलं!" ती सावधपणे म्हणाली. "का?"

"हन्टिंग्टन लायब्ररीत येऊ शकशील?" त्यानं तिला पत्ता सांगितला. "तू इथे येशील तेव्हा सगळंकाही स्पष्ट सांगेन. बाय!" त्यानं फोन ठेवला आणि लिझला फोन करून सगळंकाही सांगितलं.

"तुला आणखी एक मोफत सल्लागार मिळाला!" लिझ् हसली. "तू हे सगळं करावंस असं प्रत्येकाला वाटतंय, हे तुझ्या लक्षात आलं असेलच. तुला यानंतर बजेटचे पैसे पुन्हा कधी मिळणार नाहीत."

"तांत्रिक दृष्टीनं पाहिलं, तर सोफी हीच ती सल्लागार आहे." त्यानं शुष्कपणे सांगितलं. "शक्य होईल तेव्हा मी तिथे येईन हे सगळ्या टीमला सांग, पण ते सहानंतरच शक्य होईल. बरं, आणखी एक, त्या सॅण्डर्सच्या गालावर चटके दिलेले आहेत. त्यांचा फोटो-कॅथरिनला सांगून त्याची प्रिंट काढता येईल का? सोफीचं इथलं काम झालं की, मी तिला तिकडे घेऊन येईन फोटो दाखवायला. तिनं एक प्रेत या आधीच पाहिलेलं आहे. तिला शवागारात जावं लागू नये, असं मला वाटतं."

"चालेल ना! हेऽ, इन्टरपोलकडून मला समजलंय. आपलं काम झालंय असं वाटतं."

व्हिटो एकदम ताठ बसला. "ग्रेट! कोण आहे?"

"फॅक्सवर फोटो येण्याची मी वाट पाहतेय. तू इथे येईपर्यंत बहुतेक तो आलेला असेल. सहा वाजताच्या मीटिंगसाठी मी प्रत्येकाला तयार ठेवते."

"थँक्स लिझ्!"

प्रकरण १६

बुधवार, १७ जानेवारी, संध्याकाळी ५:२० वा.

सोफी लायब्ररीत शिरली तेव्हा तिला धाप लागली होती. गडद रंगाचा स्वेटर घातलेल्या एका स्त्रीशी व्हिटो लॉबीमध्ये बोलत होता. त्यानं तिच्याकडे बघितलं आणि तो हसला. तिचं हृदय रॉकेटसारखं उडालं. तिला खरंतर त्याच्या मिठीमध्ये जाऊन सकाळी जे राहिलं होतं तू पूर्ण करायची इच्छा होती, पण त्याऐवजी स्थळ-काळाचं भान ठेवून ती लॉबी ओलांडून गेली.

तोही तसाच विचार करत असावा, असं त्याच्या काळ्या डोळ्यांतली चमक पाहून वाटलं. "तर, असं काय गूढ घडलंय?" सोळा-सतरा वर्षांच्या अल्लड मुलीसारख्या आपण हसत नाही ना, याची काळजी घेत ती हसली.

"माझ्यासाठी तू दुभाष्याचं काम कर. सोफी, ही बार्बरा मलरिन, इथली लायब्ररीयन."

तिनं त्या स्त्रीकडे पाहून मान हलवली. "तुला भेटून छान वाटलं! तुला कशाचं भाषांतर हवंय?"

खिडक्या धूत असलेल्या एका म्हाताऱ्याकडे बार्बरानं बोट दाखवलं. "त्याचं. त्याचं नाव युरी चेटॉव्ह आहे."

"तो साक्षीदार आहे." व्हिटो म्हणाला. "त्याला काही त्रास होणार नाही हे त्याला माहीत असल्याची खात्री करून घे."

"ओके." ती त्या म्हाताऱ्या माणसाकडे गेली तेव्हा तिचं लक्ष लगेच त्याच्या हातांकडे गेलं. तिनं रशियन बोलण्याची तयारी केली अणि त्याच्याबद्दल आदरयुक्त स्मित चेहऱ्यावर आणलं. "हॅलो, मी सोफी अलेक्झँड्रोव्हना जोहान्सन. तुम्ही कसे आहात?"

त्यानं बार्बराकडे पाहिलं आणि तिनं त्याला बोलायला प्रोत्साहन देण्यासाठी स्मित केलं. "बोला, बोला."

"आरामशीर सोफा असलेलं एखादं ऑफिस किंवा पोलीस स्टेशन वाटणार

नाही, अशी एखादी खोली तुमच्याकडे आहे का?'' सोफीनं लायब्ररीयनला विचारलं.

''मार्सी, जरा वेळ डेस्क सांभाळ. असं इकडे या.'' तिनं त्यांना मागच्या बाजूला नेलं.

ते चौघे बार्बराच्या ऑफिसमध्ये गेल्यावर सोफीनं पुन्हा रशियन सुरू केली. ''आपण बसू या ना सगळे!'' ती म्हणाली. ''आपली ओळख नाहीये आणि दिवसभर मी खूप कामात होते.''

''माझ्यासारखंच. हे माझं दुसरं काम आहे. इथलं काम संपलं की, मी तिसऱ्या कामावर जाईन.''

त्याला रशियन भाषा उत्तमच येत होती. तो चांगला सुशिक्षितही होता. मजुरीची तीन कामं करायला त्याला ज्या मार्गानं यावं लागलं त्याबद्दल सोफीच फक्त अंदाज करू शकत होती. ''तुम्ही फार श्रम करता!'' सोफी म्हणाली. तिनं तिची बोलीभाषा अगदी विचारपूर्वक निवडली. ''आणि अंगमेहनत केल्यावर आपली तब्येत ठणठणीत राहते.''

''आपल्या आत्म्यासाठी ती फार चांगली असते सोफी अलेक्झँड्रोव्हना. मी युरी पेट्रोव्हिच चेटॉव्ह. तुझ्या डिटेक्टिव्हला प्रश्न विचारायला सांग. माझ्या पात्रतेप्रमाणे मी खरी ती उत्तरं देईन.''

तिनं व्हिटोला सुरुवात करायला सांगितल्यावर तो म्हणाला, ''त्याला क्लेअर रेनॉल्ड्स माहीत आहे का ते विचार.''

त्या माणसानं मान हलवली. त्याच्या डोळ्यांत नाराजी दिसू लागली. ''क्लेअर चांगली मुलगी नव्हती.''

सोफीनं ते सांगितलं तेव्हा व्हिटोनं मान हलवली. ''कशावरून नव्हती, ते विचार.''

युरीला राग आला. ''ती बार्बराशी अनादरानं वागत होती.''

''आणि तुमच्याशीसुद्धा यूरी पेट्रोव्हिच?'' सोफीनं त्याला विचारलं आणि त्याच्या डोळ्यांतली नाराजी आणखी वाढली.

''हो, पण ती माझ्या नोकरीत नव्हती. बार्बरा खूप मोठ्या मनाची आहे, खूप निष्ठावान आहे. बार्बराच्या विश्वासाचा क्लेअर नेहमीच गैरफायदा घेत असे. ती बार्बराच्या पर्समधून पैसे घेत असताना मी एकदा पाहिलं. मी पाहिलं हे तिच्या लक्षात आलं तेव्हा तिनं चोरी केल्याबद्दल मलाच पोलिसात देईन, अशी धमकी दिली.''

सोफीनं हे भाषांतर करून सांगितलं तेव्हा बार्बराला आश्चर्यच वाटलं. ''तुम्हाला धमकी कशी द्यावी, हे तिला कसं समजलं? आणि तुम्हाला भीती का वाटली?'' व्हिटोनं विचारलं. ''बार्बरा म्हणते की, तुम्ही इथे कायद्यानुसार राहता आहात.''

व्हिटोच्या प्रश्नाचं सोफीनं भाषांतर केलं, पण त्या लायब्ररीयनला बसलेल्या आश्चर्याच्या धक्क्याचं भाषांतर करण्याची गरज पडली नाही. युरीनं त्याच्या हातांकडे पाहिलं. "क्लेअरचा कम्प्यूटर तिच्याकडे होता. आपल्या धमकीचं भाषांतर तिनं भाषांतराच्या एका वेबसाइटवर केलं. ते भाषांतर चांगलं नव्हतं, तरीपण मला ते समजलं. आता पोलिसांच्या भीतीबद्दल म्हणायचं तर..." त्यानं खांदे उडवले. "मी उगाच धोके पत्करत नाही." त्यानं सोफीचं बोलून झाल्यावर खिन्नपणे बार्बराकडे पाहिलं, "सॉरी, मिस बार्बरा!" तो इंग्लिशमध्ये बोलला.

बार्बरा हसली. "ते ठीक आहे. माझ्या पर्समध्ये जास्त पैसे नसावेत. ते माझ्या लक्षातही आलं नव्हतं."

"कारण मी त्या पर्समध्ये पैसे टाकले." ती काय म्हणाली ते सोफीनं सांगितल्यावर तो म्हणाला.

बार्बराच्या डोळ्यात पाणी आलं. "ओह्, यूरी! तुम्ही तसं करायला नको होतं."

व्हिटोलाही त्याचं वाईट वाटलं. "तो ज्या माणसाशी बोलला त्याबद्दल त्याला विचार."

सोफीनं ते विचारलं. "तो माझ्याच वयाचा असावा." यूरीनं उत्तर दिलं. "मी बावन्न वर्षांचा आहे."

सोफीचं बोलणं संपण्यापूर्वीच तिचे डोळे विस्फारले. 'बावन्न! तो ॲनाच्याच वयाचा दिसत होता आणि ती जवळपास ऐंशी वर्षांची होती.' त्यानं भुवया उंचावल्या, तेव्हा सोफीचे गाल तापले. तिनं नजर खाली वळवली. "व्हेरी सॉरी यूरी पेट्रोव्हिच! मला तुमचा अपमान करायचा नव्हता."

"ते ठीकंय. मी बराच म्हातारा दिसतो हे मला ठाऊक आहे. तू ज्या माणसाबद्दल विचारतेयस तो जवळपास दोन मीटस उंच, बहुधा शंभर किलो वजनाचा असावा. करड्या रंगाचे दात, कुरळे केस होते त्याचे. तो धिप्पाड होता."

सोफीनं व्हिटोकडे पाहिलं. "सुमारे सहा-चार, दोन-वीस, पन्नाशी ओलांडलेला. करड्या रंगाचे दात, कुरळे केस आणि सुदृढ." उत्सुकतेनं ती परत युरीकडे वळली. "त्याच्या तब्येतीकडे तुमचं लक्ष का गेलं?"

"कारण त्याची बायको आजारी दिसली. अगदी मृत्यूच्या दारात!"

तिनं ती माहिती सांगितल्यावर व्हिटोचे डोळे चमकले. त्यानं त्याच्या फोल्डरमधून दोन स्केचेस काढली. व्हिटोचा भाऊ टिनो यानं काही प्रेतांच्या चेहऱ्यांची स्केचेस काढली असल्याचं व्हिटोनं सांगितलं होतं, ते सोफीला आठवलं. नऊपैकी दोघांची स्केचेस तिच्यासमोर असल्याचं सोफीनं ओळखलं. "हेच लोक त्यानं पाहिलेत का?" व्हिटोनं विचारलं.

वेडीवाकडी बोटं असलेल्या त्याच्या हातात यूरीनं अवघडल्यासारखी ती स्केचेस धरली. "होय. तिचे केस वेगळे होते. जास्त लांब आणि जास्त काळे, पण चेहरे खूप सारखे आहेत."

"ती दोघं इथे आली, तेव्हा ते काय म्हणाले आणि त्यांनी त्यांची नावं सांगितली का ते त्याला विचार."

"थँक्स-गिव्हिंगच्या आधी ते इथे आले होते." तिनं भाषांतर करून सांगितल्यावर यूरी म्हणाला. तो म्लानपणे हसला. "ते बरंच काही बोलले, पण मला फार थोडं समजलं. त्यातला पुरुषच जास्त बोलत होता. ती स्त्री बसून होती. त्यानं क्लेअर रेनॉल्ड्सबद्दल विचारलं. मी तिला पाहिलं होतं का? मी तिला ओळखत होतो का? त्याच्या बोलण्याची खास लकब होती. कशी बघा..." त्यानं उच्चारलेला एक शब्द सोफीला समजला नाही.

"थांबा." तिनं तिच्या बॅगमधून रशियन डिक्शनरी काढली. तिला तो शब्द सापडला, मग तिनं पुन्हा यूरीकडे गोंधळून बघितलं. "त्याची लकब धोकादायक होती?"

"धोकादायक नव्हती." युरीनं निराश होऊन श्वास घेतला. "तो यॉल म्हणाला. जसं...डेझी ड्यूक."

सोफीनं डोळे मिचकावले. मग ती हसली. "भीतीदायक! ओह, जसं ड्यूक्स ऑफ हॅझर्ड."

यूरीनं मान हलवली. त्याच्या डोळ्यात अस्पष्ट समाधान दिसलं. "मी तो सिनेमा पाहिलाय. त्यातल्या जेसिका सिम्प्सनपेक्षा तू फारच सुंदर आहेस!"

सोफी हसली. "तुम्ही फारच चांगले आहात." तिनं व्हिटोकडे पाहिलं. "ते दक्षिणेकडचे होते."

"त्यांनी त्यांची नावं सांगितली?"

यूरी आठवू लागला. "होय. थ्री मस्केटीअर्समधल्या डी' अर्टेग्नानसारखं होतं, पण त्यात 'व्ही' होतं. त्याचं नाव आर्थर व्हटॅनिअन असं सांगितलं, जॉर्जियामधला. मला ते स्पष्ट आठवलं कारण मीसुद्धा जॉर्जियाचाच आहे." त्यानं उपरोधिकपणे भुवया उंचावल्या. "जग किती छोटं आहे, नाही?"

त्या माणसाचं आणि त्याच्या राज्याचं नाव जॉर्जिया लिहिताना व्हिटोच्या ओठांचा एक कोपरा वर गेला. यूरीचं जॉर्जिया, अर्थातच, अर्धं जग दूर होतं! भौगोलिक आणि तात्त्विक अशा दोन्हीही दृष्टींनी. "खरोखरच जग फार लहान आहे." असं ती यूरीला म्हणाली. "प्लीज, मी अधिक स्पष्टपणे विचारतेय, त्याबद्दल मला क्षमा करा, पण तुम्ही जॉर्जियामध्ये काय करत होता?"

"व्यवसायानं मी एक सर्जन होतो, पण मनातून मी देशभक्त होतो आणि

त्यामुळे मी नोव्होसिबर्स्कमध्ये वीस वर्षं घालवली. माझी सुटका झाल्यावर बार्बरासारख्या प्रायोजकांच्या मदतीनं मी अमेरिकेत आलो.'' त्यानं त्याचे मोडलेले हात वर उचलले. ''माझ्या सुटकेसाठी मी फार मोठी किंमत दिली.''

सोफीचा गळा दाटून आला आणि ती अवाक झाली. नोव्होसिबर्स्कमध्ये अनेक सैबेरिअन तुरूंग होते. त्यानं काय काय सहन केलं असेल याची ती कल्पनाही करू शकत नव्हती.

तिचं दु:ख त्याला जाणवलं आणि त्यानं अवघडल्यासारखं तिच्या गुडघ्यावर थोपटलं. ''आणि तू काय करतेस सोफी अलेक्झँड्रोव्हना. माझ्या भाषेवर तुझं इतकं प्रभुत्व कसं काय?''

मी पुराणवस्तू संशोधक, भाषाशास्त्रज्ञ, इतिहासतज्ज्ञ आहे. पण सध्या ती जे काम करत होती त्याच्याशी या कशाचाही संबंध नव्हता, कारण टेडच्या टूर्समधून मध्ययुगीन इतिहास मुलांना शिकवत असताना झालेले त्यांचे उल्हसित चेहरे एकदम तिच्या मनात चमकले. या माणसाचा इतिहास अगदी पुरेपूर प्रसंगोचित होता. नाही, त्याच्या हातांकडे पाहून तिला वाटलं, अधिकच प्रसंगोचित होता.

''मी एका म्यूझियममध्ये काम करते. छोटंसं आहे ते, पण आम्हाला लोकांचा प्रतिसाद चांगला मिळतो. आम्ही इतिहास पुन्हा जिवंत करण्याचा प्रयत्न करतो. तुम्ही आमच्याकडे येऊन लोकांना तुमचे अनुभव सांगाल?''

तो तिच्याकडे पाहून हसला. ''मला ते आवडेल. पण, आता तुझा हा डिटेक्टिव्ह इथून परत जायला उत्सुक झालेला दिसतोय.''

सोफीनं त्याच्या दोन्ही गालांचं चुंबन घेतलं. ''आनंदात राहा यूरी पेट्रोव्हिच!''

व्हिटाने यूरीशी हलकेच हस्तांदोलन केलं. ''थँक्स!''

''ते दोन लोक,'' व्हिटोच्या फोल्डरकडे बोट दाखवत यूरी इंग्लिशमध्ये म्हणाला, ''त्यांना बरं नाही का?''

व्हिटोनं मान हलवली. ''नाही सर, त्यांना मुळीच बरं नाहीये.''

बुधवार, १७ जानेवारी, संध्याकाळी ६ : २५ वा.

सोफीनं तिच्या आजीची कार पार्किंग लॉटमध्ये पार्क करेपर्यंत व्हिटो थांबला. ती बाहेर आल्यावर त्यानं तिच्या केसात हात घातला आणि लायब्ररीच्या लॉबीमधून बाहेर पडल्यापासून त्याला तिचं जसं चुंबन घ्यायचं होतं तसं घेतलं. त्यानं त्याचं डोकं वर केल्यावर तिनं उसासा सोडला.

''मला वाटलंच होतं, तू असं करशील म्हणून.'' ती त्याच्या अंगावर रेलली

आणि तिनंही त्याचं ओझरतं चुंबन घेतलं.

दोघंही एकमेकांकडे काही वेळ पाहत राहिले आणि मग तो तिच्यापासून दूर झाला. "थँक्स! दुभाष्याची वाट पाहत राहण्याचा माझा वेळ तू वाचवलास." त्यानं तिचा हात धरला आणि दोघं त्या बिल्डिंगच्या प्रवेशद्वाराकडे वळले.

"त्यात मलाही समाधान मिळालं. माझ्या म्यूझियममध्ये येऊन बोलेन असं यूरी पेट्रोव्हिचनी कबूल केलंय."

व्हिटोनं तिच्याकडे आश्चर्यानं बघितलं. "मला वाटलं होतं, ते ऑलब्राईटचं म्यूझियम आहे आणि दुसरं चांगलं काम मिळेपर्यंत तू तिथे उगाच वेळ घालवतेयस." तो म्हणाला आणि तिचे ओठ वक्र झाले.

"परिस्थिती बदलत असते. तुला ठाऊक आहे व्हिटो, दुभाष्यांना चांगला पैसा मिळतो. अगदी ओव्हरटाईमसुद्धा!"

"बजेटमध्ये तुझ्यासाठी काही तरतूद करण्याचा मी प्रयत्न करेन." आणि जर जमलंच नाही, तर मी स्वत:च देईन तिला.

तिकडे जात असताना ती त्याच्यावर रागावली. "मी म्हणाले, तुला मदत करण्यात मला समाधान मिळतं." पंख असल्यासारख्या तिच्या भुवया उडाल्या. "तेच माझं पेमेंट आहे असंही मला वाटतं."

व्हिटो हसला. "मी काहीतरी करू शकेन अशी मला खात्री आहे. तर मग तुझा आजचा दिवस कसा गेला ते सांग. सोफी अलेक्झँड्रोव्हना, ब्रूस्टरच्या बायकोकडून अजून काही घाणेरड्या गिफ्ट्स?"

"नाही." ती विचारात पडली. "खरंतर आजचा दिवस खूप चांगला गेला."

"मग सांग मला!" तिनं सांगितलं तेव्हा त्याच्या मजल्यावर जाईपर्यंत तिच्या टूर्सच्या गमती-जमतींमुळे तो इलेव्हेटरमध्ये हसत राहिला. "हेऽ," त्याच्या ऑफिसमध्ये तो आणि सोफी आल्यावर व्हिटो निक्‌ला म्हणाला, "आम्हाला लायब्ररीमध्ये जॅकपॉटच लागला. त्या म्हाताऱ्या जोडप्याची ओळख पटली."

"छान!" असं निक्‌ म्हणाला, पण त्याच्या आवाजात दम नव्हता. "हेऽ, सोफी!"

"हॅलो निक्‌!" ती सावधपणे म्हणाली. "तुला पुन्हा भेटून आनंद वाटला."

निक्‌नं हसण्याचा प्रयत्न केला. "या वेळी तू अधिकृतपणे आलीयेस असं दिसतं! बॅज लावलायस."

खालच्या मजल्यावरच्या डेस्कवर त्यांनी तिला लावलेल्या तात्पुरत्या बॅजकडे तिनं पाहिलं. "होय, आता मी या क्लबचा भाग झालेय. मला पासवर्ड कळणार आहे आणि गुप्त गोष्टीसुद्धा!"

"वाऽ! छान!" निक्‌ शांतपणे म्हणाला तेव्हा व्हिटो विचारात पडला.

"आणखी एखादं प्रेत सापडलंय, असं प्लीज सांगू नकोस. तसं झालं, तर माझा सगळा दिवस खराब जाईल."

"नाही, आम्हाला तरी तसं अजून काही कळलेलं नाही. मी त्या आन्सरिंग मशीनच्या टेपबद्दल विचार करतोय. खराब आहे ती!"

"अगदी ऐकूच न येण्याइतकी खराब आहे ती?"

"नाही. ऐकू येण्याइतकी खराब आहे." निक् काळजीच्या स्वरात म्हणाला. "लवकरच तुलाही ऐकायला मिळेल." तो नीट बसला. त्यानं बळेच चेहऱ्यावर हसू आणलं. "तर, मला आणखी गोंधळात टाकू नकोस. दोन-एक आणि दोन-दोनमध्ये मग कोण-कोण आहे?"

लायब्ररीतून निघाल्यापासून व्हिटो रेकॉर्ड्सच्या ऑफिसमध्ये फोनवर बोलत होता. "आर्थर आणि कॅरोल व्हर्टॅनिअन, जॉर्जियामधल्या डटनचे आणि हेही ऐक – तो सेवानिवृत्त न्यायाधीश आहे."

निक्नं डोळे मिचकावले. "बाप रे!"

"बस इथे." व्हिटो सोफीला म्हणाला. तिच्यासाठी त्यानं त्याची डेस्क-चेअर बाहेर काढली. "गालावर चटके दिलेल्या प्रेताचा फोटो मिळतोय का बघू. मग तुझ्या आजीकडे तू जायला हरकत नाही." तो तिथून उठला तेव्हा तिनं व्हिटोच्या कोटाची बाही ओढून धरली. "आणि मग?"

निक् मनापासून हसला. "आणि मग?" हलक्या आवाजात त्यानं पुन्हा म्हटलं.

व्हिटो सोफीकडे बघून हसला आणि निक्कडे मात्र बघायचं त्यानं टाळलं. "इथून निघायला मला किती उशीर होतो त्यावर अवलंबून आहे ते, पण मला शक्य झालं तर अजूनही तुझ्या आजीला भेटायचं आहे."

"आजीला भेटायचंय," निक् म्हणाला. "याला काही दुसरा अर्थ आहे?"

सोफी हसली. "तू माझ्या अंकल हॅरीसारखंच बोलतोयस."

लिझ् तिच्या ऑफिसमधून बाहेर आली. "तू आलायस परत आणि तू डॉ. जोहान्सन असणार." तिनं सोफीचा हात प्रेमानं दाबला. "तू केलेल्या कामाबद्दल आम्ही अगदी कृतज्ञ आहोत."

"प्लीज, मला सोफी म्हणा. मदत करण्यात मला आनंद वाटतो."

"त्या प्रेताच्या गालाचा फोटो तुला मिळाला लिझ्?"

"नाही. कॅथरिन म्हणाली की, मीटिंगला येताना आणते. ते सगळे आपली वाट पाहातायत कॉन्फरन्स रूममध्ये. चला जाऊ या तिकडे. सोफी, तू कॅफेटेरियामध्ये थांबशील आमच्यासाठी? ते दुसऱ्या मजल्यावर आहे. व्हिटो, ही मीटिंग थोडक्यात आटोपती घेता येईल बहुतेक. माझी बहीण ओव्हरटाइमवर आहे."

"नक्कीच! माझ्याकडे माझा सेल आहे व्हिटो. फोटो दाखवायला तुला वेळ मिळेल तेव्हा मला फोन कर."

सोफी इलेव्हेटरवरून खाली गेली आणि लिझनं स्वत:वरच खूश असल्यासारखं व्हिटोकडे पाहून स्मित केलं. "ती इतकी तरुण आहे, हे तू मला कधी सांगितलं नव्हतंस."

"आणि सुंदरसुद्धा!" निक्नं त्याला चिडवत म्हटलं.

व्हिटोला रागवावंसं वाटलं निक्वर, पण त्याऐवजी त्याला हसूच आलं. "होऽ, आहेच ती सुंदर. हो की नाही?"

व्हाईट प्लेन्स, न्यूयॉर्क,
बुधवार, १७ जानेवारी, संध्याकाळी ६:३० वा.

तो दिवस समाधानाचाच होता. दिवसाची सुरुवात घाई-गडबडीचीच असेल, पण शेवट मात्र अगदी छान वाटत होता. बिनमहत्त्वाच्या गोष्टींपासून त्यानं दिवस सुरू केला होता. आता या क्षणापर्यंत एक गोष्ट सोडून बाकी सगळं कापून टाकलं होतं. फक्त एकच व्यक्ती रहस्य राखू शकते, हे सत्य त्याच्या प्राचीन वस्तूंच्या विक्रेत्यानं त्या सकाळी सूर्यप्रकाशासारखं स्वच्छ आणि सोदाहरण स्पष्ट केलं होतं. त्या विक्रेत्याच्या मदतीचा उपयोग करून घेण्यात त्याला काहीच वावगं वाटलं नव्हतं. नाहीतरी वॉल-मार्टमध्ये कुणी सहज जाऊन १४२२मधली रुंद पात्याची अस्सल तलवार खरेदी करत नसतं. खास खरेदी करायची असेल, तर खास संबंध असावे लागतात. त्याच्या विक्रेत्याच्या दुकानांची दुर्दैवानं साखळी होती. त्यामुळे त्याची खूपच जाहिरात झाली होती.

आणि केवळ एकच व्यक्ती आपल्या पोटात रहस्य ठेवू शकत असल्यानं संपूर्ण साखळीच नष्ट झाली होती. ती दुकानं व्यवस्थितपणे नाहीशी झाली होती आणि तेही फारसा बोभाटा न होता. आता खूपसे खिळे असलेल्या खुर्च्यांबद्दल पोलीस चौकशा करत राहिले असते, तरी त्यांना उत्तरं मिळणारच नव्हती. त्यांच्या विक्रेत्याचं तोंड गप्प करण्यात आलं होतं.

"मागच्या बाजूला तुला कसं काय वाटतंय डेरेक?" त्याच्या व्हॅनच्या मागे तोंड वळवून त्यानं विचारलं, पण उत्तर आलं नाही. हॅरिंग्टन जागा असेल, तर तो एक चमत्कारच असणार होता. मागचा अनुभव लक्षात घेऊन त्यानं डेरेकचा डोस बहुतेक कमी केला असावा. वॉरन्, बिल् आणि ग्रेगरीला जेवढा डोस दिला होता, तेवढाच त्यालाही दिला होता आणि ते सगळे डेरेकपेक्षा दुपटीनं जाडजूड होते. डेरेक

मेला नसावा असा त्याचा अंदाज होता. त्याच्यासाठी त्याची वेगळीच योजना होती.

तशीच डॉ. जोहान्सनसाठीही होती. त्याला तिला नक्कीच ठार करायचं नव्हतं. निदान सुरुवातीला तरी. ती मरणारच होती, पण योग्य वेळी आणि त्यानं ठरवलेल्या पद्धतीनं. ती सुदृढ बांध्याची असल्यानं तिला द्यायच्या डोसबद्दल त्याला काळजी नव्हती. मध्यरात्रीपर्यंत अशा सगळ्या बिनमहत्त्वाच्या गोष्टी संपवलेल्या असणार होत्या आणि त्याची राणी त्याने हस्तगत केलेली असणार होती. म्हणजे मग जे महत्त्वाचं होतं त्यावर त्याला लक्ष केंद्रित करता आलं असतं.

गेम संपवणं! 'ओआरओ' आणि त्याद्वारे स्वतःचं नाव सर्वतोमुखी करणं. त्याची स्वप्नं अखेरीस त्याच्या आवाक्यात आली होती.

बुधवार, १७ जानेवारी, संध्याकाळी ६:४५ वा.

"सॉरी, एव्हरी वन!" आत आल्यावर दार लावून घेत व्हिटो म्हणाला. सगळेच तिथे जमलेले होते. जेन, स्कारबरो, कॅथरिन, टिम् आणि बेव्ह. आयटीमधला ब्रेन्ट येल्टनसुद्धा आला होता, त्याबद्दल व्हिटोला विशेष वाटलं होतं. "सगळे जण थांबल्याबद्दल आभार!"

लॅपटॉपवरून जेननं वर पाहिलं. "त्या जोडप्याची आयडी तुला मिळाली?"

"हो, मिळाली." व्हिटो व्हाईट बोर्डकडे गेला आणि खड्ड्यांच्या आकृतीतल्या दुसऱ्या रांगेतल्या पहिल्या दोन चौकोनांत त्यानं त्यांची नावं लिहिली. "आर्थर व्हर्टॅनिअन आणि त्याची बायको कॅरोल. त्यांची वयं छप्पन्न आणि बावन्न. जॉर्जियामधल्या डटन या छोट्या गावातून आलेले."

"आणि तो लहरी न्यायाधीश होता." जेनच्या शेजारच्या खुर्चीमध्ये आरामात बसलेला निक् म्हणाला.

"वाऽ! गंमत आहे!" स्कारबरो म्हणाला. "आर्थर व्हर्टॅनिअनचा खून, हा मनोविकारातून झालेला पहिला खून. कदाचित त्यानंच मारेकऱ्याला कारावासाची शिक्षा दिली असेल."

"पण त्यानं त्यांना इथे ठार केलं. जॉर्जियातल्या डटनमध्ये का नाही?" कॅथरिननं प्रश्न केला. "आणि ते दोन खड्डे रिकामे का ठेवले?"

व्हिटोनं उसासा सोडला. "हे प्रश्न आपण त्या यादीत घालू. पहिल्यांदा आपण टेप ऐकू."

"त्यासाठीच तर मी इथे आलोय." स्कारबरो म्हणाला. "मी ती ऐकावी अशी निक्‌ची इच्छा होती."

निक्नं जेनला एक सीडी दिली आणि तिनं ती लॅपटॉपमध्ये सरकवली. छोटे स्पीकर्स त्याला जोडले आणि लॅपटॉप निक्समोर ठेवला. "मी आधीच चार-पाच वेळा हे ऐकलंय." निक् म्हणाला. "मधून-मधून टेप वाजत नाही म्हणून त्या वेळी आपण पुढे सरकवू. इलेक्ट्रॉनिक्सनं ती शक्य तितकी स्वच्छ केलीये. स्टॅटिकचा एक भाग हा सेल फोन आहे. दुसरा भाग असा की, तो फोन झाकलेला आहे. बहुतेक खिशामध्ये किंवा असाच कुठेतरी."

"जिल् एलिसचे एलयूडी आम्ही तपासले." जेन म्हणाली. "ग्रेगच्या सेल फोनवर तिनं काल दुपारी ३:३० वाजता फोन केला. तिला हा कॉल ४:२५ला मिळाला."

निक्नं प्ले बटन दाबलं आणि सीडी सुरू झाल्याबरोबर मोठमोठ्यानं कण्हण्याचा आवाज आला. सगळेच एकदम दचकले!

"वाटेल तितक्या किंकाळ्या फोड! तुझा आवाज कुणालाच ऐकू जाणार नाही. तुला कुणीच वाचवणार नाही. मी त्या सर्वांनाच मारून टाकलंय!" ती सीडी चालूच राहिली. ग्रेगचे हाल-हाल करण्याची भाषा तो मारेकरी करत होता आणि ग्रेग दयेची भीक मागत होता. "माझ्या टाईम मशीनमधून तुला फिरवून आणण्याची वेळ झाली. आता त्या चोरांचं काय होतंय ते पाहा!"

निक्नं सीडी पुढे सरकवली. "एक मिनिटभर तो त्याला फरफटत नेतो. मग दार जोर लावून उघडल्यासारखा मोठा आवाज आणि मग हे." त्यानं प्ले बटन दाबल्याबरोबर कर्कशपणे ओरडण्याचा आवाज आणि त्याचा मंद प्रतिध्वनी त्यांना ऐकू आला. "यानंतर जवळपास पाच मिनिटं अगदी कसलाच आवाज आला नाही आणि मग..." त्यानं प्ले बटन पुन्हा दाबलं.

खरडून घासल्याचा आवाज आला. मग मारेकऱ्याचे शब्द. "माझ्या अंधारकोठडीत तुझं स्वागत असो मि. सॅण्डर्स! इथे राहायला तुला आवडणार नाही."

आणखी एक आपटल्यासारखा आवाज. मग आवाज खाली गेला. "आपल्याला वाटतं त्यानं ग्रेगरीचा कोट काढून टाकला आणि त्याच्या शेजारी फेकून दिला. ग्रेगचा सेल फोन अजून चालूच होता. पण काही ठिकाणी ऐकायला नीटसं येत नाही." निक्नं ओठ आवळले. "दुसऱ्या ठिकाणी जास्तच आवाज मोठा आहे."

"तू चोर आहेस आणि...तुला शिक्षा व्हायलाच हवी...कायदा." आणखी फरपटणं, आपटणं आणि ग्रेग सॅण्डर्सचं विनवण्या करणं, हे व्हिटोला उबग आणणारं वाटलं. नंतर आणखी कर्कश आवाज.

"तो काहीतरी ओढत नेतोय!" निक् म्हणाला. मग त्यानं घट्ट डोळे मिटले. वाट पाहत राहिला.

त्या किंकाळ्यांमुळे व्हिटोच्या कपाळावर दरदरून घाम आला. "कसला आवाज होता तो?"

“काळजी करू नकोस.” निक् गंभीरपणे म्हणाला. “पुन्हा ऐकायला मिळेल तुला ते.”

आणि पुन्हा ग्रेग सॅण्डर्स ओरडायला लागला तेव्हा ते त्यांना ऐकू आलं. “तू हरामखोर आहेस, हरामजादा आहेस. ओह् गॉड!” काहीतरी जोरात आपटल्याचा आवाज आला. मग ग्रेगच्या किंकाळ्यांऐवजी कण्हणं सुरू झालं.

“बघ, तू मला काय करायला लावलंस. किती घाण केलीस! उठून बस. उठून बस.” काहीतरी घासल्याचा आणि आणखी फरपटल्याचा आणि श्रमांमुळे धापा टाकल्याचा आवाज आला. “आता आपण सुरुवात करू.”

“तू...तू हरामजादा आहेस.” तो ग्रेगचा आवाज होता. अतिशय अस्पष्ट. “माझा हात...माझा...” संतापामुळे तुटक तुटक उमटलेले हुंदके.

“आणि...पाय. बघ, तू...साधा चोर...चोरी केलीस...चर्च...खास शिक्षा.”

आणखी शब्द आले. ते ऐकण्यासाठी व्हिटो पुढे वाकला, पण ग्रेगची किंकाळी आली आणि तो झट्कन मागे झाला. ती अत्यंत भेसूर किंकाळी होती. असह्य वेदना आणि प्रचंड भय व्यक्त करणारी! ते माणसाचं ओरडणं वाटलंच नाही.

लिझनं हात वर केला. “निक्, बंद कर ती. आता पुरे झालं.”

निक्नं मान हलवून सीडी थांबवली आणि एकदम एक घनदाट शांतता पसरली. त्या सर्वांचे दु:खानं भारलेले जड श्वासच फक्त ऐकू येत होते. “ही सीडी जवळपास इथेच संपते.” निक् म्हणाला. “ग्रेग आणखी काही किंकाळ्या फोडतो आणि मग, मला वाटतं, तो प्राण सोडतो. पाच मिनिटांच्या रिकाम्या जागेनंतर ती टेप संपतेच. इलेक्ट्रॉनिक्समधला एक जण त्या रिकाम्या जागांवर आवाज, किंकाळ्या आणि ठोसे भरण्याचा प्रयत्न करतोय.”

स्कारबरोनं शांतपणे श्वास सोडला. “गेल्या वीस वर्षांपासून मानसशास्त्रज्ञ म्हणून मी काम करतोय, पण हे असं कधी ऐकलं नव्हतं. तुमच्या या खुन्याला एवढासासुद्धा पश्चात्ताप नाही आणि आपटण्या-धोपटण्याशिवाय त्याच्या आवाजात क्रोधाचा अंश नाही. फक्त तुच्छता आणि द्वेष!”

ही टेप चालू झाल्यावर जेननं स्वत:च्या तोंडावर हात ठेवला होता, तो ती टेप संपल्यावरच बाजूला केला. “तो म्हणाला, 'चोरी केलीस...चर्च,” असं ती थरथरत म्हणाली. “ग्रेगनं चर्चमध्ये असताना चोरी केली की चर्चच्या वस्तूंची केली? कदाचित असंही असेल की त्यानं ग्रेगला चर्चमध्ये मारलं असेल?”

“ग्रेगचा पाय कापायला सुरुवात करण्यापूर्वी तो प्रार्थना म्हणत होता. मी 'इक्लेझिया' ऐकलंय.” टिम् म्हणाला.

“मीसुद्धा ऐकलंय. लॅटिनमध्ये चर्चला 'इक्लेझिया' म्हणतात.” व्हिटो म्हणाला. “प्रीस्टला मदत करणारा मी 'अल्टार बॉय' होतो.” निक्ला आश्चर्य वाटलं म्हणून

त्यानं हे सांगितलं. "खरोखरच होतो."

आपल्या रुमालानं टिमनं हलकेच कपाळ चेपलं. "माझंही तेच आहे. मासच्या काळात मी तो शब्द खूपदा ऐकलाय. आता प्रश्न असा आहे की, त्यानं तो शब्द का उच्चारला?"

"ग्रेगरीच्या पायाचं आणि हाताचं काय केलं असेल हे आपल्याला कळायला हवं." कॅथरिन शांतपणे म्हणाली. "त्याच्या प्रेताबरोबर ते दोन्ही नव्हते."

"किंवा गुन्ह्याच्या ठिकाणीही आजूबाजूला कुठे दिसले नाहीत." जेन म्हणाली. "मी तर प्रेतांचा तपास लावणारे कुत्रेही आणले होते."

व्हिटोनं टॉमसकडे पाहिलं. "तो म्हणाला की, ग्रेग टाईम मशीनवरून फिरून येणार आहे. मग अंधारकोठडीत त्याचं स्वागत केलं? त्याला वेड लागलंय का?" असं तो म्हणाला.

टॉमसनं ठामपणे मान हलवली. "डॉक्टरांच्या दृष्टीनं विचार केला, तर मुळीच वेडा नाही. त्यानं यातना देणारी साधनं मिळवलीयेत. त्यानं ती खरेदी केली असतील किंवा स्वत: बनवली असतील. या माणसांना अगदी योजनापूर्वक आणि विचारपूर्वक त्यानं आपल्या जाळ्यात ओढलंय. तो वेडा नाही. टाईम मशीनचा संदर्भ म्हणजे...त्याचा चेष्टेचा भाग आहे."

"चेष्टा!" व्हिटो कडवटपणे म्हणाला. "हा माणूस सापडण्याची मी वाट पाहू शकत नाही."

"ग्रेगच्या फोनला जीपीएस असेल अशी आशा करणं अनाठायी आहे, असं मला वाटतं."

निक्नं मान हलवली. "स्वस्त किमतीचा असणार. त्याचा जुना सेल पैसे न भरल्यामुळे बंद पडला होता."

बेव्हरलीनं तिचा घसा साफ केला. "त्या मॉडेल साइटवरून त्याला ग्रेगबद्दल कळलं. ग्रेगचा रेझ्यूमे पाठवलाय, पण त्याची सेप्टिक सर्व्हिसची जाहिरात त्या लिस्टमध्ये नाहीये. त्याला तिच्याबद्दल अभिमान वाटत नसेल, असं मला वाटतं."

"म्हणून तो स्थानिक कलावंत असल्याचं मंचला ठाऊक नव्हतं." निक् म्हणाला.

"त्याबरोबर त्याची बोलण्याची ती मोहक शैली...." निक् त्याच्या स्वत:च्या शैलीमध्ये बोलला. "तो या भागातला नसावा, असं आपण गृहीत धरू शकतो."

व्हिटोनं मान हलवली. "मंचचे उच्चार दक्षिणी आहेत; व्हर्टॅनिअन जोडप्यासारखे. हा योगायोग आहे का?"

"माझ्याबद्दल शंका वाटण्याचा धोका पत्करूनही," निक् शुष्कपणे म्हणाला, "नाही, हा योगायोग नाहीये."

"ते व्हर्टॅनिअन जोडपं जॉर्जियाचं होतं." कॅथरिन म्हणाली. विचारात पडल्यामुळे

तिच्या भुवया आक्रसल्या. "क्लेअर रेनॉल्ड्स तिथलीच होती."

"तुझं म्हणणं खरं आहे." व्हिटोनं मान्य केलं. "पुन्हा हाही योगायोग नाहीये. वास्तविक, यू कॅन मॉडेल वेबसाइटच्या व्यतिरिक्त असलेल्या बळींमधला हा आपला भक्कम दुवा आहे. क्लेअर, आर्थर आणि कॅरोल एकमेकांना ओळखत होते का, हे व्हर्टॅनिअन कुटुंबीय आपल्याला सांगू शकतील बहुतेक. शवविच्छेदनाचे रिपोर्ट्स काय म्हणतात?"

"क्लेअर रेनॉल्ड्स आणि पहिल्या रांगेतल्या वयस्क स्त्रीचं मी शवविच्छेदन केलं. त्या म्हाताऱ्या बाईला ओळखण्यात तुला मदत करण्यशिवाय जास्त काही मला मिळालं नाही. कॅरोल व्हर्टॅनिअन आणि क्लेअरप्रमाणेच तिची मानही मोडलेली होती. सिलिकॉन स्प्रेबद्दलचा शेवटचा रिपोर्ट मला प्रयोगशाळेकडून मिळाला. ते स्पेशल मिश्रण आहे. ते कुणी तयार केलंय हे त्यांना ठाऊक नाही."

त्या सकाळी डॉ. फाईफरकडून आणलेलं मॅगेझिन व्हिटोनं त्याच्या फोल्डरमधून काढलं. "क्लेअरच्या डॉक्टरांनी सांगितलं की, कंपन्या त्यांच्या लोशनच्या जाहिराती मागच्या पानांवर करतात. क्लेअरनं निश्चितच लोशन वापरलं असणार, पण तिचे डॉक्टर म्हणाले की, तिनं ते त्यांच्याकडून खरेदी केलं."

जेननं ते मॅगेझिन घेतलं. "तिनं ते लोशन यातल्याच एखाद्या जाहिरातदाराकडूनसुद्धा घेतलेलं असू शकतं. यापैकी एखाद्या उत्पादकाकडून तो स्पेशल फॉर्म्युला मिळवण्याचा मी प्रयत्न करेन."

"थँक्स! क्लेअरची पत्रं इथे माझ्याकडे आहेत. एक फाईफरकडून आलेलं आणि दुसरं लायब्ररीकडून आलेलं आहे."

जेननं ती पत्रंसुद्धा घेतली. "क्लेअरच्या हस्ताक्षराच्या नमुन्यांसह मी ही पत्रं प्रयोगशाळेत घेऊन जाते. त्यातून काही सापडतंय का ते बघू."

"छान! बेव्ह आणि टिम्, यू कॅन मॉडेल डॉट कॉमवर तुम्हाला काय मिळालं?"

"अजूनतरी काही नाही." बेव्ह म्हणाली. "रेझ्यूमेमुळे ज्यांना चांगली कामं मिळाली किंवा ई. मंचकडून ज्यांना ई-मेल्स आले अशा मॉडेल्सचा आम्ही शोध घेत आहोत. गंमत म्हणजे वॉरन्, ब्रिटॅनी, बिल् आणि ग्रेग या चौघांनाच मंचनं इ-मेल केले. इतरांना नाही."

व्हिटो विचार करू लागला. "यावर विश्वास ठेवणं कठीण आहे. ते मेल स्वीकारतील याची त्याला खात्री का वाटली?"

"याचा अर्थ असा वाटतो की, त्याला आणखी काही माहीत होतं." निक् विचारात पडला. "ब्लॅकमेल?"

"आर्थिक भानगडींसारखं काही कारण असेल." ब्रेन्ट येल्टन म्हणाला. "सगळ्या बळींनी त्यांच्या अकाउंट्समध्ये होते त्यापेक्षा जास्त पैसे बँकेतून काढले. त्यांच्या

क्रेडिट कार्डावरून त्यांना हजारो परत करायचे होते. असंच आणखी काही-काही.''

''म्हणजे आपल्याला अजून काहीच मिळालं नाही.'' नाराजीनं निक् म्हणाला, पण बेव्हरली हसत होती.

''नाही. आम्ही म्हणालो, मंचशिवाय त्यानं कुणालाच इ-मेल केलं नाही.'' ती म्हणाली, ''आज सकाळी जेन म्हणाली त्याचा आम्ही विचार करत राहिलो. हेच की, ई. मंच म्हणजे काहीतरी आहे. म्हणून आम्ही गूगल केलं आणि आम्हाला हे कळलं.'' प्रिन्टआऊट्सच्या खालून तिनं चित्रांचं एक पुस्तक काढलं. ते उघडल्यावर जे एक चित्र दिसलं ते व्हिटोनं ओळखलं.

ते एक विचित्र, भेसूर दिसणारं पात्र होतं आणि त्याचं उघडं तोंड हिडीस दिसत होतं; त्या दुपारी ग्रेग सॅण्डर्सचं दिसलं तसं. ''किंकाळी!'' व्हिटो म्हणाला.

''एडवर्ड मंचनं'' स्कारबरो म्हणाला. ''ग्रेगरीला त्यानं किंकाळ्या फोडायला लावलं त्याच्याशी किती साम्य आहे याचं! हा माणूस किती भयंकर आणि विकृत मनोवृत्तीचा आहे!''

बेव्हरलीनं आणखी एक पान उलटलं. त्यावरचं चित्र तर अधिकच भयानक आणि मध्ययुगीन शैलीतलं होतं. मेलेल्यांच्या आत्म्यांनाही उद्ध्वस्त करणारी पिशाच्चं त्यात रंगवलेली होती. ''हे हायरोनिमस बॉशचं गार्डन ऑफ अर्थली डिलाइट्स! काल दुपारी एच. बॉश नावाच्या माणसाकडून के. क्रॉफर्ड नावाच्या मॉडेलला एक इ-मेल आला. तिनं त्या इ-मेलला अजून उत्तर दिलेलं नाहीये.''

''आणि तिचा कम्प्यूटर खराब होण्यापूर्वी तो आपल्या ताब्यात आलाय.'' ब्रेन्ट समाधानानं म्हणाला. ''एका डॉक्युमेंटरीसाठी तिला त्याला घ्यायचं होतं.''

''आपल्याला मदत करायला ती तयार आहे.'' टिम् म्हणाला. ''या हरामखोरासाठी आपण सापळा तयार करायला हवा.''

व्हिटोच्या चेहऱ्यावर हसू पसरायला लागलं. ''मला आवडलं ते. खूपच! तिनं तोंड बंद ठेवणं हीच तिची आपल्याला मोठी मदत होईल असं मला वाटतं, पण तिला उद्या सकाळी इथे बोलावणं हे पहिलं काम करावं. दरम्यानच्या काळात तुमच्याकडे तिचा कम्प्यूटर असेल, तर त्या इ-मेलला उत्तर देऊन तुला तो जॉब हवा आहे असं तिला म्हणता येईल का?''

ब्रेन्टनं होकार दिला. ''के. क्रॉफर्डच्या हार्ड ड्राईव्हची संपूर्ण इमेज मी बनवलीये. म्हणजे एखाद्या उत्तरामुळे मला वाटतो तसा व्हायरस टाइमर सुरू झाला, तर आपल्याला बॅकअप मिळेल.''

''खूप छान! आणि लिझ,'' व्हिटो तिच्याकडे वळून म्हणाला. ''तुला इंटरपोलकडून काही महत्त्वाची माहिती मिळालीये असं तू म्हणालीस.''

''तिचा आपल्याला काही उपयोग होईलसं दिसत नाही.'' एका लिफाफ्यातून

फॅक्स झालेली चित्रं तिनं त्याच्याकडे सरकवली. ''युरोपमधला एक माणूस आल्बर्टो बेरेटी, जो मरण पावलाय असं समजलंय, त्यानं गेल्या अनेक वर्षांपासूनचे टॅक्सेस इटालियन सरकारला दिलेले नाहीत. आणि त्याच्या मृत्यूच्या वेळी त्याच्याकडे असलेल्या संपत्तीवर ते लक्ष ठेवून होते. त्या संपत्तीपैकी काही भाग त्याची मुलं विकतील असा सरकारला संशय आहे. बेरेटीच्या मोठ्या मुलांच्या पाळतीवर राहण्यासाठी सरकारनं बऱ्याच दिवसांपासून काही एजंट्स नेमलेले आहेत. एका अनोळखी अमेरिकन माणसाबरोबरचा हा बेरेटीचा एक मुलगा आहे.''

व्हिटो त्या चित्रांकडे बघत राहिला. ''त्याचा चेहरा बराच स्पष्ट आहे, पण त्याला ओळखणारं कुणी भेटल्याशिवाय आपल्याला त्याचा उपयोग होणार नाही. पण ठीक आहे, सुरुवात तर झालीये.''

बेव्ह आणि टिम्नं त्यांचे प्रिन्टआऊट्स गोळा केले. ''व्हिटो, आता रात्र झालीये.'' टिम् म्हणाला. ''आम्हाला काल रात्री झोप मिळाली नाही आणि आम्हाला हे प्रिन्टआऊट्स दोन-दोन दिसायला लागलेयत.''

''थँक्स! ते चित्रांचं पुस्तक इथे ठेवता येईल का? मल ते निवान्तपणे नंतर बघायचंय.''

''मी तुझ्यासाठी एक सविस्तर लेख लिहून तयार करतो.'' टॉमस म्हणाला. ''या गुन्हेगारानं एक विशिष्ट भाषा वापरलीये. अशी भाषा वापरणारे कुणी पेशंट्स माझ्या रेकॉर्ड्समध्ये आहेत का, ते पाहतो.''

''आणि मी बंदुकीच्या गोळ्या, बॉम्बमधले धातूचे तुकडे आणि ग्रेग सॅण्डर्सचं शवविच्छेदन यांचा रिपोर्ट उद्या देईन.'' कॅथरिन म्हणाली ''आणि हं, सॅण्डर्सच्या चटके दिलेल्या गालाचा हा फोटो; तुला हवा असलेला.''

व्हिटोनं तो घेतला आणि टेबलावर ठेवला. ''थँक्स कॅथरिन! सोफीला यासाठी शवागारात जावं लागू नये, असं मला वाटलं.''

''कारण ती त्याला आवडते.'' निक् हळूच म्हणाला आणि कॅथरिन हसली.

''त्याला ती नक्कीच आवडते. ती माझी लाडकी मुलगी आहे.'' तिनं तिरप्या नजरेनं व्हिटोकडं पाहिलं. ''लक्षात ठेव व्हिटो, ती माझी लाडकी मुलगी आहे.'' असा इशारा देऊन कॅथरिन टॉमसबरोबर गेली.

''हा फोटो पाहण्यासाठी मी सोफीला इकडे आणतो. मग आम्ही इथून जाऊ.'' व्हिटो म्हणाला. तो दारापर्यंत गेला आणि तिथेच थबकला. ''ओह् शिट्!''

बुधवार, १७ जानेवारी, संध्याकाळी ७:१० वा.

कॉन्फरन्स रूमच्या बाहेर एका बाकड्यावर सोफी आणि कॅथरिन शेजारीशेजारी बसल्या होत्या.

व्हिटो सोफीसमोर वाकून उभा राहिला. ती निस्तेज दिसत होती. ''काय झालं?'' तिनं त्याच्याकडे पाहिलं. तिचे डोळे उदास होते. ''मी कॅफेटेरियाकडे जात होते, तेव्हा माझा सेल वाजला, हे मी तुला सांगायलाच हवं. ''दारावर टकटक करायला मी आले, तेव्हा...'' तिनं मध्येच खांदे उडवले. ''मी त्या किंकाळ्या ऐकल्या. सध्या मी ठीक आहे. फक्त जराशी घाबरले होते.''

व्हिटोनं तिचं हात हातात घेतले. त्याला ते थंड लागले. ''सॉरी, भीती वाटण्यासारखंच होतं ते.''

कॅथरिननं तिला उभं करण्याचा प्रयत्न केला. ''चल बेटा, मी तुला घरी घेऊन जाते.''

''नाही, मला आजीला भेटायला जायचंय.'' बाकीचे त्यांच्याकडेच बघत होते, म्हणून तिला राग आला. ती कावरीबावरी झाली. ''थांब. मला फक्त जरा धक्का बसला. मला दाखवणार होतास तो फोटो कुठाय?''

''सोफी, आता रात्री काही तो पाहायची गरज नाहीये.'' कॅथरिन म्हणाली.

''थांब कॅथरिन,'' सोफी ताड्‌कन बोलली. ''आता मी काही पाच वर्षांची मुलगी नाही.'' तिनं राग आवरून उसासा सोडला. ''सॉरी, पण मला आता लहान मूल समजू नकोस. प्लीज!'' ती तिथून निघाली आणि तडक कॉन्फरन्स रूममध्ये गेली. कॅथरिन दुखावल्यासारखी, निराश झाल्यासारखी तिच्याकडे बघू लागली.

''आपली मुलं मोठी झाली की, आपल्यालाच कठीण जातं.'' असं लिझ्‌ पुटपुटली, तेव्हा कॅथरिन म्लानपणे हसली.

''मी तिला पाच वर्षांची मुलगी म्हणूनच वागवत असेन कदाचित, पण ती मला तशीच आठवते अजून.'' तिनं व्हिटोकडे पाहिलं. ''माझ्याकडे तीक्ष्ण हत्यारं आहेत बरं का! ती वापरायची वेळ आणू नकोस माझ्यावर.''

व्हिटोचा चेहरा उतरला. ''बरं मॅडम!'' तो कॉन्फरन्स रूममध्ये गेला, तर तिथे सोफी इंटरपोलकडून आलेला फोटो बघत होती. ''तो सॅण्डर्स नाहीये.'' टेबलावरून फोटो उचलण्यासाठी तो निघाला, पण तिनं हात खाली घेऊन त्याचं मनगट घट्ट पकडलं.

''व्हिटो, मी याला ओळखते. हा काईल लोम्बार्ड. सोमवारची रात्र आठव. तुला मी तेव्हा ब्रूस्टरचं नाव दिलं, तेव्हाच लोम्बार्डचंही दिलं.''

''माझ्या लक्षात आहे. आम्ही त्याला कधीपासून शोधतोय, पण आतापर्यंत

सापडलाच नव्हता. लिझ्," त्यानं हाक मारली, "इकडे ये प्लीज! सोफी, तुला खात्री आहे?"

"होऽ आणि तेही एक कारण आहे, मी तुझ्याशी बोलायला का आले याचं. खरंतर मला दोन फोन आले. पहिला ॲमण्डा ब्रूस्टरचा होता. ॲलन माझ्याबरोबर आहे असं तिला वाटलं म्हणून ती किंचाळत होती. खरंतर तो रात्री जेवायला घरी गेला नव्हता. मी तिचा फोन बंद केला. मग दोन मिनिटं होतात न होतात तोच पुन्हा माझा सेल वाजला. तो होता काईलच्या बायकोचा."

"काईलची बायको?"

"हो." सोफीनं उसासा टाकला. "काईलबरोबर माझं लफडं आहे, असा तिनं माझ्यावर आरोप केलाय."

व्हिटोनं डोळे किलकिले केले. "काय?"

"ती म्हणाली, काईल फोनवर बोलताना तिनं ऐकलं होतं. तो माझ्याबद्दल बोलत होता आणि असंही म्हणाली की, जसा मी ॲमण्डा ब्रूस्टरचा नवरा चोरला, तसा तिचा नवरा चोरला, तर तिच्याइतकी वाईट कुणी असणार नाही." त्यानं प्रश्नार्थक नजरेनं तिच्याकडे पाहिलं तेव्हा तिनं खांदे उडवले. "ॲमण्डाच्या नवऱ्यानं जेव्हा तिचं सुखी घर मोडण्याचा प्रयत्न केला तेव्हा तिनं गदारोळ केला होता, हे माहीत नव्हतं असं कुणी तिथे नव्हतं. मी परत तेच सुरू केलंय असं ॲमण्डानं काल तिला फोनवर सांगितलं असं काईलची बायको म्हणाली. त्यांचे सुखी संसार वाचवण्यासाठी त्यांनी माझ्याविरुद्ध आघाडी उघडलीये."

"काईल आणि क्लिंट ॲलन ब्रूस्टरकडून पुरातत्वशास्त्राऐवजी बाकीच्या बऱ्याच गोष्टी शिकलेयत असा माझा अंदाज आहे." व्हिटो असं शुष्कपणे म्हणाला, तेव्हा सोफी बळेच हसली.

"क्लिंट शेफरशी मी सोमवारी बोलले. तू ॲलनला मंगळवारी भेटलास. आज रात्री काईल जेवायला घरी गेला नाही, म्हणून त्याच्या बायकोनं त्याचा कॉलर आयडी तपासला, तेव्हा तिला कळलं की तो क्लिंटशी बोलला होता. तिनं क्लिंटच्या बायकोला फोन केला. तिनं त्याचा कॉलर आयडी तपासला आणि माझा म्यूझियममधला नंबर काईलच्या बायकोला दिला. जाता-जाता काईलच्या बायकोनं सांगितलं की, क्लिंट जेवायलाही रात्री घरी गेला नव्हता."

"पण दोन्ही बायकांनी तुझ्या सेलवर तुला फोन केला."

ती विचार करू लागली. "तू बरोबर म्हणतोयस. तिला माझा सेल नंबर कसा मिळाला? बरं, तू ते शोधू शकशील. माझा प्रश्न असा आहे, तुझ्याकडे हा जो काईल लोम्बार्डचा फोटो आलाय, तो कुठून आला?"

"बर्गेमो, इटली, असं इंटरपोलनं सांगितलं." त्याच्या पाठीमागून लिझ बोलली.

"बेरेटी जिथे राहत होता त्या गावापासून ट्रेननं अर्ध्या तासापेक्षाही कमी अंतरावर ते आहे. आता तुझ्याकडे काईलचा फोटो आहे. मी प्रश्न विचारल्यावर दोन दिवस तो घरी येत नाही. हा योगायोग आहे?"

"नाही." व्हिटोनं निक् आणि लिझकडे पाहिलं. "क्लिट शेफरसाठी आपण एपीबी मिळवू. कुठे?"

"लाँग आयलंड." सोफीनं उत्तर दिलं.

"आणि एक काईल लोम्बार्डसाठी. तो जिथे कुठे असेल तिथे."

"त्याच्या बायकोनं मला ८४५ एरिया कोडवरून फोन केला," सोफी म्हणाली. "पण तू काईलला त्याच्या बायकोच्या नंबरवरून शोधू शकला नाहीस, तर कदाचित क्लिटच्या फोन रेकॉर्ड्सवरून तू त्याला शोधू शकशील."

व्हिटोनं कौतुकानं मान हलवली. "गुड सोफी! व्हेरी गुड!"

"नाही व्हिटो." निक्नं नकारार्थी मान हलवली. "चूक! अतिशय चूक! लोम्बार्ड जर सोफीच्या मागावर आहे आणि यातना देणाऱ्या, गहाळ झालेल्या मध्ययुगीन साधनं बाळगणाऱ्या बेरेटीच्या मागावर आहे आणि लोम्बार्ड जर घरीही त्याच्या बायकोकडे गेलेला नाही, तर कदाचित तो कुठेतरी खड्ड्यात लोळत पडला असेल."

व्हिटोचं रक्त थंड पडलं. "शिट!"

सोफी मटकन खाली बसली. "ओह्! नाही. काईल जर गुंतला असेल आणि खरोखरच बेपत्ता असेल तर...."

"या खुन्याला तुझ्याबद्दल माहिती असू शकते." व्हिटो गंभीरपणे म्हणाला.

"आपल्याला तुझ्यासाठी संरक्षण मिळवावं लागेल सोफी!" जेन म्हणाली.

लिझनंही ते मान्य केलं. "मी त्याची काळजी घेईन." तिनं कॅथरिनचा दंड दाबला. "श्वास घे कॅट!"

सोफीच्या शेजारच्या खुर्चीत बसण्यासाठी कॅथरिन खाली वाकली. "मी हे कधीच नसतं...."

"कॅथरिन," सोफी दात आवळून म्हणाली. "थांब!"

"मला शक्य नाही. तू पाच वर्षांची आहेस की पंचावन्न, याच्याशी तुझा काही संबंध नाही. हे सगळं ज्यानं केलं त्या राक्षसाच्या नजरेत तू आहेस, त्याच्याशी संबंधित आहे हे." तिच्या डोळ्यातून अश्रू वाहत राहिले तेव्हा तिनं सॅण्डर्सचा फोटो उचलला. "माझ्या शवागारात असलेल्या इतर नऊ जणांना त्यानं यातना दिल्या आणि त्यांचे खून केले."

एका क्षणात सोफीच्या चेहऱ्यावरचे भाव बदलले अणि एमईचे खांदे थरथरू लागले तेव्हा तिनं कॅथरिनच्या भोवती आपल्या हातांची मिठी घातली. व्हिटो आणि निक् यांनी सुन्न होऊन एकमेकांकडे पाहिलं. कितीही वाईट अवस्थेतली प्रेतं कॅथरिननं

पाहिली होती, तरी तिनं यापूर्वी कधी डोळ्यांतून एक अश्रूही गाळला नव्हता.

पण हे प्रेत नव्हतं. तिची लाडकी लेक होती. तिनं आणि व्हिटोनं तिला वाटणारं भयाचं कारण समजून घेतलं.

सोफीनं कॅथरिनच्या पाठीवर थोपटलं. "मी सुरक्षित राहीन. व्हिटो माझी काळजी घेईल आणि शिवाय माझ्याकडे लॉटे आणि बर्गिटही आहेत." तिनं व्हिटोकडे पाहिलं. "पुन्हा विचार केल्यावर मला वाटतं, तूच ते आहेस."

कॅथरिननं तिला रागानंच बाजूला केलं. "ही गंमत नाही सोफी जोहान्सन!"

सोफीनं कॅथरिनचे अश्रू पुसले. "नाही, तसं नाही की तुझीही चूक नाही."

कॅथरिननं व्हिटोचा शर्ट पकडला आणि सगळी शक्ती पणाला लावून त्याला खाली बसवलं, याचं त्याला आश्चर्य वाटलं. "तू तिला काही होऊ देऊ नकोस. देवा, मला यात मदत कर!"

आपण चांगलं ओळखतो असं वाटलेल्या त्या स्त्रीकडे तो एकटक पाहू लागला. कॅथरिनही त्याच्याकडे पाहू लागली; गंभीरपणे आणि संतापानंही. तिला अॅन्ड्रीबद्दल ठाऊक होतं. त्यानं काय केलं होतं, हेही. त्यानं त्याच्या शर्टावरून तिच्या बोटांकडे चोरून पाहिलं आणि शर्ट सरळ केला. "समजलो."

कॅथरिननं थरथरत एक खोल श्वास घेतला. "आता सगळं स्पष्ट झालं."

"अगदी स्पष्ट!" व्हिटो बोलला.

सोफी दोघांकडे बघत राहिली. "तू त्याला फक्त धमकी दिलीस ना?"

"होय," व्हिटो म्हणाला. "तिनंच दिली."

प्रकरण १७

बुधवार, १७ जानेवारी, रात्री ८:३० वा.

नर्सिंग होमच्या लॉटमध्ये सोफीनं तिची कार ठेवली आणि ती बाहेर आली. व्हिटो त्याचा ट्रक पार्क करून येण्याची ती वाट पाहू लागली. तो बराच वेळ गप्प होता. विचारात गढला होता आणि त्याचा परिसर सोडल्यापासून रागातही होता. ती नर्सिंग होमकडे जात असताना तो तिच्या मागच्या बंपरच्या इतका जवळ होता की, ती जर एकदम थांबली असती, तर तिला जबरदस्त धक्का लागला असता. व्हिटो आणि कॅथरिनमध्ये झालेला वाद तेव्हापासून ती मनात घोळवत होती. तो मारेकरी तिच्या पाळतीवर आहे या काळजीपेक्षा नक्कीच तो कमी त्रासदायक होता. व्हिटोनं ज्या व्यक्तीला संरक्षण द्यावं ही अपेक्षा होती, त्या व्यक्तीला काहीतरी झालं होतं. सोफीला ते गुलाब आठवले. त्यांचा काहीतरी संबंध होता, हे सोफीच्या लक्षात आलं.

व्हिटोनं त्याच्या ट्रकचं दार जोरात बंद केलं आणि तिचा हात हातात घ्यायला तो तिच्या जवळ आला.

"ते सगळं काय होतं, हे मला तू सांगितलंच पाहिजेस." ती म्हणाली.

"हो, पण आत्ता नाही. प्लीज सोफी, आता नाही."

रस्त्यावरच्या दिव्यांच्या मंद प्रकाशात तिनं त्याच्या चेहऱ्याकडे निरखून पाहिलं. त्याच्या डोळ्यांत, ओठांवर वेदना होती आणि अपराधाची टोचणीसुद्धा. अपराधाच्या टोचणीची तिला कल्पना आली होती. व्हिटो तिची काळजी घेईल याबद्दल कॅथरिनला विश्वास नसता, तर तिनं सोफीला त्याच्याबरोबर राहण्याची परवानगी दिलीच नसती, हेही तिला ठाऊक होतं. "ठीक आहे; पण शांत हो. नाहीतर तुझ्यामुळे आजी घाबरून जाईल आणि आता तिला तो त्रास व्हायला नको." तिनं त्याच्या बोटांत स्वत:ची बोटं गुंफली. "आणि मलासुद्धा."

त्यानं बराच वेळ खोलवर श्वास घेतला आणि तिथल्या डेस्कपाशी जाईपर्यंत स्वत:च्या चेहऱ्याची घडी नीट बसवली. सोफीनं रजिस्टरमध्ये सही केली. "मिस मार्को, आजी कशी आहे आज?"

नर्स मार्कोच्या कपाळावर आठ्या उमटल्या. "नेहमीसारखीच. चिडलेली आणि नाराज!"

सोफी डेस्कपासून दूर झाली. "थँक्स सो मच! या बाजूनं जायचं व्हिटो!" स्वच्छ, निर्जंतुक हॉल्समधून तिनं त्याला नेलं. नर्सेसच्या उत्सुक नजरांची जाणीव तिला होती. त्यांच्या नजरा कामातुर होत्या. अगदी लाळघोट्यासुद्धा. "त्यांच्याकडे बघूसुद्धा नकोस." सोफी पुटपुटली, "नाहीतर भाताला चिकटलेल्या बुरशीसारख्या त्या तुला चिकटतील. तुझ्यासारखा देखणा पुरुष त्यांना रोज पाहायला मिळत नाही."

तो हसला, त्यामुळे त्याच्यावरचा ताण गेला. "थँक्स, पण माझ्या मनात जसं चित्र होतं, तशी 'ती' नाही."

"तसं म्हणू नकोस." ॲनाच्या रूमच्या बाहेर ती थांबली. "व्हिटो, ती पूर्वी दिसत होती तसं आता काही राहिलं नाही. ते तू समजून घे."

"मला कळतंय." त्यानं तिचा हात दाबला. "चल, जाऊ या."

ॲनाला झोप लागली होती. सोफी तिच्या शेजारी बसली आणि तिनं तिच्या हाताला स्पर्श केला. "आजी, मी आलेय."

ॲनाच्या पापण्या फडफडल्या आणि तिच्या ओठांची एक बाजू स्मित केल्यासारखी थरथरली.

"सोफी," तिनं डोळे उघडण्याचा पुन:पुन्हा प्रयत्न केला आणि मग तिला व्हिटोचा चेहरा दिसला. "कोण आहे हा?"

"हा व्हिटो चिकोटेली. माझा मित्र. व्हिटोला ऑपेरा आवडतो आजी."

ॲनाची नजर बदलली. सौम्य झाली. "एहह, बस, प्लीज!" तिनं सगळे शब्द एकदम उच्चारले.

"ती तुला बस म्हणते."

"ती काय बोलली ते मला समजलं." व्हिटोनं बसून तिचा हात हातात घेतला. "मी लहान असताना डाऊनटाऊनमधल्या अकॅडमीमध्ये तू ऑर्फियो गाताना मी ऐकलंय. तुझ्या चे फॅरोनं माझ्या आजोबांना रडायला लावलं होतं."

ॲनानं त्याला स्थिर नजरेनं न्याहाळलं. "आणि तू? तू रडला होतास?"

व्हिटो तिच्याकडे पाहून हसला. "हो, पण ते आपल्या दोघांचं गुपित आहे. ओके?"

ॲना परत सावकाश हसली. "तुझं गुपित मी सांभाळून ठेवेन. माझ्याशी बोल व्हिटो."

व्हिटो ऑपेराबद्दल बोलत राहिला, त्यामुळे सोफीचा गळा दाटून आला आणि बरेच दिवसांपासून ॲनाच्या डोळ्यांत नसलेलं तेज परतलं, पण लगेच नर्स मार्को कडमडली.

"तिच्या रात्रीच्या औषधांची वेळ झालीये. डॉ. जोहान्सन, तुम्ही आता निघा."

ॲनानं निराशेनं श्वास सोडला. "ही बया म्हणजे..."

अजूनही व्हिटोच्या हातात तिचा हात होता. "ती तिचं काम करतेय. तुला भेटून खूप छान वाटलं मिस शूबर्ट. तुला पुन्हा भेटायला मला आवडेल."

"ये ना भेटायला, पण मला ॲना म्हणणार असशील तरच." तिचा चांगला डोळा हळूच बारीक झाला. "किंवा ग्रॅन."

सोफीनं तिची नजर फिरवली. "ग्रॅन."

पण व्हिटो फक्त हसला. "आज रात्री माझे आजोबा असते, तर त्या थोर ॲना शूबर्टशेजारी बसल्याबद्दल त्यांना माझा हेवा वाटला असता. मी पुन्हा येईन; शक्य तितक्या लवकर."

सोफी समोर वाकली आणि तिनं ॲनाच्या गालावर ओठ टेकले. "नर्स मार्कोशी चांगलं वाग ग्रॅन. व्हिटोचं बरोबर आहे. ती फक्त तिचं काम करण्याचा प्रयत्न करतेय."

ॲनाचे ओठ हलले. "ती हलकट आहे सोफी."

सोफीनं व्हिटोकडे काळजीनं पाहिलं आणि त्यानं विचारात मान फिरवलेली तिला दिसलं.

"असं कसं म्हणतेस, ॲना?" त्यानं विचारलं.

"ती हलकट आहे. मला तिचा तिरस्कार वाटतो आणि ती दुष्ट आहे." हे सोफीनं म्हणावं असं तिला वाटलं होतं.

सोफीनं अचानक थरथरायला लागलेला तिचा हात थांबवला. व्हिटोनं ते हसण्यावारी नेलं नाही हे तिला खूपच खटकलं. "झोप आता ग्रॅन. नर्स मार्कोशी काय बोलायचं ते मी बघते."

"तू चांगली मुलगी आहेस सोफी." ॲनाचा मूड पुन्हा बदलला आणि तिचं वाक्य अर्धवट उमटलं. "पुन्हा लवकर ये सोफी आणि येताना तुझ्या या मित्रालाही आण बरोबर."

"आणेन. मला तू खूप आवडतेस ग्रॅन!" तिनं ॲनाच्या दुसऱ्या गालावरही ओठ टेकवले आणि घाईनंच ती बाहेर आली. तिच्या कारजवळ येईपर्यंत मध्ये ती कुठेच थांबली नाही. व्हिटोही तिच्या मागोमाग आला.

"तू नर्सशी बोलली नाहीस." तो हळूच म्हणाला.

"काय म्हणणार मी तिला? माझ्या आजीशी वाईट वागतेस म्हणून?" तिच्या आवाजात चीड भरल्याचं तिला जाणवलं आणि शांत होण्याचा प्रयत्न करत तिनं उसासा सोडला. "ती नाहीच कबूल करणार."

"ती वाईट वागल्याचं तू प्रत्यक्ष कधी पाहिलंस?"

"नाही. ग्रॅन नेहमी खरं तेच बोलते आणि गरजेप्रमाणे औषधंही घेते. कार्डियॅक मॉनिटरचं तिच्यावर लक्ष असतं आणि काही नर्सेसना आयसीयूचा अनुभव आहे. हे चांगलं नर्सिंग होम आहे व्हिटो. मी अगदी काळजीपूर्वक अभ्यास केलाय इथला...पण अखेरीस ती माझी आजी आहे."

"तू..." तो घुटमळला.

"तू काय?"

"तू एक कॅमेरा वापरू शकतेस." तो सावकाश बोलला.

"नॅनी-कॅमसारखा?" सोफीनं विचारलं आणि त्यानं ओठ दुमडले.

"त्याला आपण ग्रॅनी-कॅम म्हणू." तो म्हणाला आणि ती हसली. तिला आता बरं वाटू लागलं.

"अशा कॅमेराबद्दल तुला काही माहिती आहे?"

त्याचा चेहरा उतरला. "हो. मला माहीत आहे. माझ्या मेव्हण्याला, ऐदानला जास्त माहिती आहे. मी त्याला विचारेन."

"थँक्स! मला परवडण्यासारखा असला, तर एका क्षणात मी तिच्या रूममध्ये तो बसवेन, म्हणजे मला आणि अंकल हॅरीला मनःशांती लाभेल." ती त्याच्याकडे पाहून हसली. "आणि तिथे आत जाऊन भेटल्याबद्दलसुद्धा थँक्स! तू भेटल्यामुळे माझ्या आजीला आनंद झाला. खरंतर हे माझ्या आधीच लक्षात यायला हवं होतं. तिच्या संगीताबद्दल तिच्याशी बोलणाऱ्या लोकांना इथे आणायला हवं. आता मी घरी गेलं पाहिजे. आपली भेट पुन्हा केव्हा होईल?"

व्हिटोनं तिच्याकडे पाहून अविश्वासानं डोळे मिचकावले. "प्रत्येक वेळी तू मागच्या आरशात पाहतेस, तसं आज रात्री तुला मी सोडणार नाही सोफी. आमचं बोलणं ऐकलं नाहीस तू? मंच किंवा बॉश किंवा जो कुणी नीच माणूस असेल, त्याची तुझ्यावर पाळत असेल कदाचित."

"मी ऐकलंय तू बोलताना आणि त्याचा मी विचारही केला, पण माझ्यासाठी चोवीस तास बॉडीगार्ड असण्याची गरज नाही व्हिटो आणि ते शक्यही नाही."

व्हिटोच्या डोळ्यांत चमक आली आणि तिला वाटलं तो काहीतरी बोलणारच. मग ग्रॅननं जसं चोरून पाहिलं तसं त्यानं पाहिलं. "आजच्या सकाळसाठी तू मला डबल बोनस प्राइझ द्यायचं कबूल केलंयस."

"होऽ, पण तूसुद्धा मला भाषांतरासाठी काहीतरी द्यायला पाहिजेस."

तो हसला. "मला वाटतं म्हणूनच लोक याला चक्रवाढ व्याज म्हणतात." तिनं आवंढा गिळला. तिचा अवघा देहच त्या उत्कंठेनं हुळहुळा झाला. "भेटू या घरी."

बुधवार, १७ जानेवारी, रात्री ९:२५ वा.

तिला सोबत होती, पण अत्यंत दुर्दैवी! सोफी जोहान्सन तिच्या आजीच्या कारमधून जाताना त्यानं तिला पाहिलं आणि तो विचारात पडला. तिच्याबरोबरच बाहेर पडलेला तो त्याच्या ट्रकमधून तिच्या मागेमागे जात होता. ती एकटी असेल तोपर्यंत त्याला वाट पाहावी लागणार होती.

ती इथे असेल याची त्याला माहिती होतीच. तिचे आर्थिक व्यवहार आणि तिनं नर्सिंग होमला दिलेले चेक्स त्यानं फार पूर्वीच तपासले होते. त्या नर्सिंग होमला तिनं खूप पैसा दिला होता. औषधोपचारासाठी सध्या खूप खर्च होत होता, असं त्यानं ऐकलं होतं; पण तरीसुद्धा त्याला याचं आश्चर्य वाटलं होतं. त्याच्या आई-वडलांसाठीसुद्धा त्यानं कधी इतका पैसा खर्च केला नसता; पण त्याला आई-वडीलच नव्हते, त्यामुळे तो प्रश्नच नव्हता.

ती दोघं काय बोलतायत हे ऐकू यायला हवं होतं असं त्याला वाटलं. पुढच्या वेळी तो चांगली तयारी करणार होता. एका झटक्यात सगळ्या बिनमहत्त्वाच्या गोष्टी नाहीशा कराव्यात, असं त्याला वाटलं होतं; पण आज रात्री तरी ते त्याला शक्य नव्हतं. काही हरकत नाही. त्याला इतरही कामं होती. त्यानं त्याची व्हॅन गिअरमध्ये टाकली. मग खांद्यावरून मागे वळून पाहिलं तेव्हाच डेरेक हॅरिंग्टनला कुठे दफन केलं, कुठे बांधून टाकलं आणि कुठे त्याच्या मुसक्या बांधल्या हे त्यानं बघितलं.

"मला कुठून स्फूर्ती मिळाली? हे आपल्याला माहीत करून घ्यायचं होतं नाही का?" तो म्हणाला. "तुम्हाला ते लवकरच कळेल, बरं का?"

सोफी जोहान्सनसाठी तो उद्या परत येणार होता.

गुरुवार, १८ जानेवारी, मध्यरात्री ४:१० वा.

व्हिटो हळूच जागा झाला. सतत चार दिवसांचं काम आणि दोन अर्ध्या रात्री सोफीला दिलेले प्रणयाचे धडे यामुळे त्याला थकवा आला होता, म्हणून त्याला गाढ झोप लागली होती. ती भराभर वेगानं शिकत होती आणि त्यानं शिकवलेल्या सगळ्या आसनांचं ती व्यवस्थित अनुकरण करत असल्यानं तो अगदी गळून गेला होता; पण आता पुन्हा त्याची ऊर्जा परतली होती आणि त्याला ती पुन्हा हवी होती. त्यानं हात लांब करून बघितलं आणि रिकाम्या बेडवर थोपटलं.

व्हिटोचे डोळे एकदम सताड उघडले. ती गेली होती. त्यानं बेडवरून उडी

मारली. त्याचं हृदय छातीमध्ये धडका मारत होतं. बेडरूमच्या दारात उभं राहून त्यानं कानोसा घेतला आणि खालच्या हॉलमधून टीव्हीचा अस्पष्ट आवाज ऐकल्यावर त्याला बरं वाटलं. त्यानं अंगावर पँट चढवली आणि एकेक पायरी उतरण्याऐवजी एकदम दोन-दोन पायऱ्या उतरून तो खाली आला.

पोटाशी पाय घेऊन ती सोफ्यावर पडली होती. तिच्या हातात कॉफीचा मग होता. तिच्या पायांशी इंद्रधनुषी रंगांच्या केसांचे विग डोक्यावर घातलेल्या लॉटे आणि बर्गिट झोपल्या होत्या. त्याची चाहूल लागली तेव्हा तिनं मागे वळून पाहिलं. तीसुद्धा ताडकन उठून बसली. "मला जाग आल्यावर मी बघितलं, तर तू तिथं नव्हतीस," तो म्हणाला.

"मला झोप येत नव्हती."

तो कॉफी टेबलापाशी थांबला. त्या टेबलावर त्यानं त्याचं फोल्डर आणि बेव्हचं चित्रांचं पुस्तक ठेवलं होतं. ते पुस्तक उघडं होतं. द स्क्रीम हे चित्र दिसत होतं आणि सोफी त्याला न्याहाळत होती.

"मला काही शोधायचं नव्हतं. तुझ्या केसशी संबंधित ते पुस्तक आहे हे मला ठाऊक नव्हतं. मला काहीतरी करमणूक हवी होती...आणि शिवाय, त्या पानावर खूण केलेली होती. त्या किंकाळ्यांशीच संबंधित आहे, हो ना?"

त्याला अपराधाची टोचणी लागली. त्या भयंकर किंकाळ्यांनी तिची झोप उडवली होती आणि हा लहान मुलासारखा शांत झोपला होता. "आम्हाला तसं वाटतं. सॉरी सोफी. तू कधी ऐकू नयेस, पाहू नयेस असं मला एरवी वाटलं असतं, ते तुला ऐकावं, पाहावं लागलं."

"पण मी ते ऐकलं आहे आणि पाहिलंही आहे." ती थंडपणे म्हणाली. "आणि मी त्याला तोंड देईन."

तो तिच्या शेजारी बसला. तिच्या खांद्यावर त्यानं हात टाकला आणि ती त्याला बिलगली तेव्हा तो सुखावला. टी. व्ही.वर चालू असलेला सिनेमा ते शांतपणे पाहत राहिले. तो फ्रेंच भाषेतला होता आणि इंग्लिश भाषांतराशिवाय ती तो पाहत होती, म्हणून एका मिनिटानंतर त्या सिनेमावरून त्याचं लक्ष उडालं आणि तिच्या हातातल्या मगचा त्यानं वास घेतला. "हॉट चॉकलेट?"

"जर्मन कोको. चांगला आहे." तिनं सांगितलं. "शूबर्ट फॅमिलीचा आवडता स्वाद. घेणार थोडासा?"

"बहुतेक थोड्या वेळानं. हा तुझ्या वडलांचा सिनेमा आहे?"

" 'ऑन गार्ड.' तू पाहिलेल्या 'सॉफ्ट रेन' इतका चांगला नाही हा!" तिचे ओठ विलग झाले. "ॲलेक्स फार मोठा नट नव्हता, पण त्याची या सिनेमातली भूमिका बरीच महत्त्वाची होती. हा साहसपट आहे आणि शाळेत असताना तो

आत्मविश्वासानं खेळात भाग घेत होता. हे बघ, हा तो आहे.''

हातात तलवार घेऊन चाललेला तो पडद्यावर दिसला. तो उंच होता, त्याचे केस सोनेरी होते आणि व्हिटोला तो आणि सोफी यांच्यामधलं साम्य लगेच जाणवलं. ''तू त्याला भेटायला हवं होतंस.''

''मी तुला सांगितलंय की, मला ते समजतंय. या घरात मला एकटीला राहायला नको वाटतं. तू जर इथे नसतास, तर मी अंकल हॅरीकडे जाऊन त्याच्याबरोबर बेटी डेव्हिसचे सिनेमे बघितले असते.''

'या घरात' असं ती म्हणाली, तेव्हा तिचा स्वर त्याला खिन्न वाटला, पण तिच्या काकाबद्दल बोलताना प्रत्येक वेळी ती अत्यंत प्रेमानं बोलत होती, म्हणून हॅरीकडेच पहिल्यांदा विषय काढावा असं त्याला वाटलं. अगदी सहजपणे तो म्हणाला, ''लहान असताना तू इथे राहत होतीस की अंकल हॅरीकडे?''

त्याची ही युक्ती पहिल्यापासूनच तिच्या लक्षात आली होती, म्हणून तिच्या चेहऱ्यावर नाराजी पसरली. ''बरीच वर्षं इथेच. ग्रॅनसोबत. सुरुवातीला मी हॅरी आणि फ्रेयाबरोबर राहिले, पण त्यांना चार मुलं होती आणि इथे मला माझी स्वत:ची रूम मिळाली.''

''पण तू तर म्हणालीस, तुला एकटं राहाणं आवडत नाही.''

ती मागे सरकली आणि त्याच्या नजरेला नजर देत म्हणाली, ''तू काय माझी उलटतपासणी घेतोयस व्हिटो?''

''नाही. हो, थोडंफार तसंच. मी चांभारचौकशा करतो असं तू समजायला हरकत नाही. ते कमी निर्दयपणाचं वाटतं.''

''तसं ते आहेच. मी चार वर्षांची होईपर्यंत आईजवळच होते, पण तिला नंतर माझा कंटाळा आला आणि तिने मला अंकल हॅरीकडे नेऊन टाकलं. ज्याला घर म्हणतात ते मला पहिल्याप्रथम हॅरीनंच दिलं.''

''तुझ्या वडलांशी असलेल्या तिच्या अफेअरपेक्षा हे आणखी चांगलं कारण आहे, तिचा तिरस्कार करण्यासाठी.''

तिचा आवाज थंड झाला. ''नाही, तसं नाही. माझ्या आईचा मला तिरस्कार वाटतो याची यापेक्षाही सबळ कारणं आहेत माझ्याकडे व्हिटो.'' तिनं टी.व्ही.कडे नजर वळवली, पण ती टी.व्ही. पाहत नव्हती. ''त्या पहिल्या वर्षी ॲनाचे कार्यक्रम अजूनही चालू होते, पण ती घरी पिट्सबर्गमध्ये असायची तेव्हा मी तिच्याबरोबर राहत असे. ती गेली की, मी हॅरीकडे जात असे. किंडर-गार्टनमध्ये मी जायला लागले तेव्हा ग्रॅननं पिट्सबर्गमधलं घर विकून टाकलं आणि इथे राहायला आली. पुन्हा माझं इकडून तिकडे-तिकडून इकडे येणं-जाणं सुरू झालं.''

छोट्या सोफीचं निराधार असल्यासारखं इकडून-तिकडे जाणं या दृश्यानं त्याचं

हृदय पिळवटून निघालं. "फ्रेयालाही तू नकोशी होतीस का?" त्यानं विचारलं तेव्हा तिचे डोळे विस्फारले.

"तुझ्या नजरेतून काहीच सुटत नाही. फ्रेयाला लेनाचा फारच तिरस्कार वाटत होता. तेव्हा तिच्याकडे मी राहणं अशक्यच होतं."

'किती स्वार्थी!' असं व्हिटोच्या मनात आलं, पण त्यानं ते त्याच्याजवळच ठेवलं. "मग तुझ्या वडलांचं काय? ॲलेक्स."

"ॲलेक्सला बरेच दिवस माझ्याबद्दल काही माहीतच नव्हतं."

"ॲनानं त्यांना सांगितलं नाही?"

"माझा जन्म व्हायच्या जवळपास एक वर्ष आधी ॲनानं त्याच्याशी संबंध तोडले होते. आणि तरी मॉरिसच्या म्हणण्याप्रमाणे ती दु:खी होती. माझे वडील मला घेऊन जातील, अशी तिच्या मनात धास्ती होती, असं हॅरीला वाटत होतं."

"मग तुझी आणि तुझ्या वडलांची भेट शेवटी कशी झाली?"

"मी माझ्या वडलांबद्दल नेहमी विचारत होते, पण त्यांच्याबद्दल कुणीच बोलत नव्हतं. म्हणून मी एके दिवशी एक बस पकडली आणि कोर्ट हाउस गाठलं. काउंटरवर गेले आणि माझं बर्थ सर्टिफिकेट मागितलं."

"पराक्रमच केलास! तुला मिळालं ते?"

"मी फक्त सात वर्षांची होते, म्हणून नाही मिळालं."

व्हिटो तिच्याकडे पाहतच राहिला. "सात? सात वर्षांचीच असताना तू एकटी सिटी बसनं गेलीस?"

"हो आणि चार वर्षांची असताना बीफ आणि जर्की घेण्यासाठी मी बिअरच्या रिकाम्या बाटल्या जवळच्या कोपऱ्यावरच्या दुकानात विकत होते." ती सहजपणे बोलून गेली. "ते असू दे. त्या कोर्ट हाउसमधल्या लेडी ऑफिसरनं मला जवळचा कुणी नातेवाईक आहे का म्हणून विचारलं. नंतर मला समजलं की, अंकल हॅरीनं मला माझ्या वडलांबद्दल माहिती करून घ्यायचा अधिकार आहे, असं ग्रॅनला सांगितलं. ग्रॅननं त्याला स्वत:च्या मृत्यूची शपथ घातली आणि हॅरीनं वाद थांबवला. मला वाटलं आता सगळंच संपलं. माझं बर्थ-सर्टिफिकेट मिळवण्याची नवी योजना मी आखत होते आणि एक दिवस हॅरी माझ्या शाळेत आला. पॅरिसला जाण्यासाठी काढलेले दोन पासपोर्ट्स आणि दोन तिकिटं त्यानं मला दाखवली."

"तो एकदम आला आणि तुला फ्रान्सला घेऊन गेला?"

"होय. फ्रेयानं ॲनाला सांगावं, म्हणून त्यानं तिच्याजवळ एक चिठ्ठी लिहून ठेवली. तिकडून परतल्यावर अंकल हॅरी बरेच दिवस सोफ्यावर झोपला. बेडरूममध्ये नाही. शिक्षा म्हणून. अजूनही तेच चालू आहे. विचार कर."

"मग तू फ्रान्सला गेल्यावर काय झालं?"

"पंधरा फूट उंच अशा एका दारासमोर टॅक्सीनं आम्हाला पोहोचवलं. अंकल हॅरीचा हात मी घट्ट धरला. मला फक्त माझे वडील कोण होते, हे जाणून घ्यायचं होतं आणि मी एकदम घाबरून गेले. मीच काय, हॅरीसुद्धा. ॲलेक्स मला टाळेल किंवा त्याहीपेक्षा वाईट म्हणजे मला ठेवून घेईल याची हॅरीला धास्ती वाटत होती, पण ती एक औपचारिक भेट ठरली. मात्र उन्हाळ्यात परत येण्याचं निमंत्रण मला मिळालं."

"तू गेलीस?"

"होऽ, अनॉर्ड फॅमिलीच्या ॲटर्नीकडून थेट ॲनाला आमंत्रण आलं. मुळात ती एक प्रकारची धमकी होती की, जर तिनं मला उन्हाळ्यात तिकडे पाठवलं नाही, तर ॲलेक्स माझा ताबा कायदेशीररीत्या मागेल. तर मी पुढचे काही उन्हाळे एका शिक्षकाच्या आणि एका आचाऱ्याच्या सहवासात एका फ्रेंच मॅन्शनमध्ये घालवले. आचाऱ्यानं मला फ्रेंच पद्धतीचे पदार्थ शिकवले. ते शिक्षक मला फ्रेंच बोलायला शिकवणार होते. मी ते चटकन शिकले, त्यामुळे ते जर्मनकडे वळले. मग लॅटिन वगैरेकडे."

"आणि मग एक बहुभाषिक व्यक्ती जन्माला आली." तो बोलला आणि ती हसली.

"होय. ॲलेक्सच्या सहवासात राहायचं म्हणजे एखादी परीकथा जगणं होतं. कधीकधी ते मला सिनेमा सृष्टीतल्या त्यांच्या मित्रांकडे घेऊन जात. त्या उन्हाळ्यात मी आठ वर्षांची होते. भग्नावस्थेत असलेल्या एका किल्ल्यात ते सगळे लोक एक सिनेमा निर्माण करत होते आणि मला तिथे जायला मिळालं." त्या आठवणीनं तिचा चेहरा उजळून निघाला. "ते सगळं अविश्वसनीयच होतं!"

"आणि एक पुरातत्वसंशोधक जन्माला आली."

"मला तसंच वाटतं. इतकी वर्षं ॲलेक्सनी मला मदत केली. माझ्या ओळखी करून दिल्या. नवे संबंध जोडून दिले."

"पण त्यांचं तुझ्यावर प्रेम होतं?" तिच्या चेहऱ्यावरचा उत्साह मावळला आणि त्याचं हृदय पिळवटलं.

"त्यांच्या पद्धतीनं आणि त्या सगळ्या उन्हाळ्यांमध्ये ते मला आवडायला लागले, पण हॅरीइतके नाही. हॅरीच माझा खरा बाप आहे." तिनं आवंढा गिळला. "मी हे त्याला सांगितलं की नाही, कुणास ठाऊक."

कॅथरिनचा तिच्याशी संबंध कसा हे तो विचारणार होता, पण त्यानं विचारलं नाही. कॅथरिनचा उल्लेख जरी केला असता, तरी आधी झाला तसा वाद निर्माण झाला असता. तिच्या आईचा तिरस्कार करण्याची आणखी काय कारणं होती, हेही त्यानं विचारलं नाही. काही रहस्यं तशीच ठेवायची. जशास तसं वागायचं, या न्यायानं.

त्याऐवजी रूमच्या कोपऱ्यात अस्ताव्यस्त ठेवलेल्या आणि आधी तिथे नसलेल्या सीडीज आणि अल्बम्सकडे त्यानं बोट दाखवलं. "घरगुती विक्रीसाठी?"

तिनं विचार केला. "नाही. आज रात्री ग्रॅनची भेट झाल्यावर मला वाटलं होतं, तिची आवडती गाणी तू ऐकावीस, असं तिनं म्हणावं. ॲनाकडे असा खूप मोठा संग्रह आहे. अगदी मौल्यवान, पण ती सगळी नाहीशी झाली. ॲनाच्या प्रत्येक रेकॉर्डिंगसह; अगदी कॉन्सर्टमधलं ऑर्फियोसुद्धा."

"तुझ्या काकूनं किंवा काकानं ती इथून हलवली असतील?"

"सांगता येत नाही. त्याबद्दल काळजी करण्यापेक्षा मी त्या दोघांना विचारेन. उद्या तिला त्यातलं काही ऐकवायला नेईन म्हणते आणि मला काहीतरी मिळेलच. अगदी ई-बे या इंटरनेट साइटवर नसलं तरी."

व्हिटोला त्याच्या स्वतःच्या रेकॉर्ड्सच्या संग्रहाची आठवण झाली. त्यातल्या बऱ्याचशा त्याला त्याच्या आजोबांकडून मिळाल्या होत्या. ॲना शूबर्टचा एखादा अल्बम त्याच्याकडेही आहे की काय अशी त्याला शंका आली, पण सोफीनं आशा सोडून द्यावी असं त्याला वाटत नव्हतं, म्हणून त्यानं तो विषय काढलाच नाही.

सोफी तिथून उठली. "मी आणखी कोको घेणार आहे. तुला हवाय?"

"हो, घेईन की!"

ती दाराशी थबकली. "आणखी काही प्रश्न तुला विचारायची इच्छा आहे हे मला ठाऊक आहे व्हिटो आणि काही माझेही प्रश्न आहेत, हे तुला ठाऊक आहे, असं मला वाटतं; पण सध्या आपण ते तसेच ठेवू." उत्तराची वाट न पाहता ती आत गेली आणि पुन्हा एकदम अस्वस्थ होऊन व्हिटो उठला आणि फेऱ्या मारू लागला.

कॉफी टेबलवर ठेवलेल्या उघड्या पुस्तकाकडे तो पुन:पुन्हा येऊ लागला. अखेरीस ते पुस्तक घेऊन, डोळे मिटून बसला आणि सगळं आठवू लागला.

"फोड, फोड, किंकाळ्या! कुणालाच तुझा आवाज ऐकू जाणार नाही. कुणीच तुला वाचवायला येणार नाही. मी सगळ्यांनाच ठार केलंय." मग त्या शब्दांचे प्रतिध्वनी दुसऱ्या आवाजात ऐकू आले. "मरायला तयार आहेस ना तू, क्लॉथिल्ड?"

"शिट्!" ते सगळे शब्द जोडले गेले, तसा व्हिटो ताड्कन उभा राहिला. "च्यायला!"

"काय?" दोन हातात दोन मग घेऊन सोफी घाईघाईनं परतली. "काय झालं?"

"फोन कुठे आहे?"

हातातल्या मगनंच तिनं दाखवलं. "तिकडे किचनमध्ये. काय आहे?"

पण तो किचनमध्ये जाऊन टिनोला फोन करत होता. "टिनो?"

"व्हिटो? आता किती वाजलेयत माहीत आहे?"

"डॉमिनिकला उठव. फार महत्त्वाचं आहे." त्यानं सोफीकडे पाहिलं. "अगं, हा तो भयंकर गेम आहे."

ती काहीच बोलली नाही. त्या टेबलापाशीच बसून कोकोचे घोट घेत राहिली आणि व्हिटो एखाद्या जंगली माणसासारखा फेऱ्या मारू लागला. एकदाचा डॉम् फोनवर आला. "व्हिटो?" तो घाबरल्याचं त्याच्या आवाजावरून जाणवत होतं. "मॉम ठीक आहे ना?"

त्या मुलाची झोपमोड करून त्याला उगाच काळजीत टाकल्याबद्दल त्याला अपराध्यासारखं वाटलं. "ती छान आहे डॉम! काल रात्री आपल्या घरी आला होता, त्या मुलाशी मला बोलायचंय."

"आत्ता, या वेळी?"

"हो, आत्ताच. तुझ्याकडे त्याचा नंबर आहे?"

"त्याच्याशी मी बोलत नाही व्हिटो. मी तुला सांगितलंय. रेकडे तो असेल कदाचित."

"मग मला रेचा नंबर दे." व्हिटोनं तो लिहून घेतला. मग एक फोन त्यानं निक्‌ला लावला.

"काय?" गाढ झोपेतून उठवल्यामुळे निक् चिडला होता.

"काल रात्री काही मुलं माझ्याकडे आली होती. त्यांनी दुसरं महायुद्ध या व्हिडिओ गेमची सीडी लावली होती. त्यात या बाईचा गळा आवळल्याचं दाखवलं होतं. निक्, लक्ष देऊन ऐक. ज्यानं तिचा खून केला तो म्हणतो, "तुझा आवाज कुणालाच ऐकू जाणार नाही. तुला कुणीच वाचवणार नाही."

"ओह्, माय गॉड! हा गेम आहे असं तू म्हणतोस?"

"नसला तरी ते एकमेकांशी संबंधित आहेत. एका तासाच्या आत मला आपल्या आवारात भेट. त्या गेमची कॉपी मिळवण्याचा मी प्रयत्न करतोय. ब्रेन्ट, जेन आणि...लिझलाही बोलाव. आपण सगळे तिथे भेटू."

निक्‌शी बोलून झाल्यावर त्यानं सोफीचं एक जबरदस्त चुंबन घेतलं आणि स्वतःच्या ओठांवरून जीभ फिरवली. "त्या चॉकलेटची चव खूप छान आहे. आपण कुठपर्यंत आलो याची मला नंतर आठवण दे आणि आता लगेच कपडे घाल."

"काय म्हणतोस?"

"मी तुला इथे एकटीला ठेवून जाणार नाही. त्या दोन इंद्रधनुषी रंगांच्या विगच्या संरक्षणाखाली."

तिनं मोठा उसासा टाकला. "माझ्यासोबत बराच वेळ घालवायचं तू कबूल केलंयस राजा!"

व्हिटोनं तिच्याबद्दलचा आदर व्यक्त करण्यासाठी तिचं बराच वेळ, पण सावकाश चुंबन घेतलं. त्यामुळे दोघंही धापा टाकू लागली. "माझ्यावरचं व्याज वाढव. आता कपडे घाल."

गुरुवार, १८ जानेवारी, सकाळी ७:४५ वा.

"हा गेम आहे, 'बिहाइंड एनेमी लाइन्स'." लिझ्, जेन आणि निक्ला व्हिटो समजावून सांगत होता आणि सगळ्यांना 'गळा दाबून मारण्याचं' दृश्य दाखवण्यासाठी ब्रेन्टनं तो गेम सुरू केला होता. आयटीच्या हॉलमध्ये हे सर्व जण ब्रेन्टच्या कम्प्यूटर च्याभोवती जमले होते आणि तिथलं वातावरण मनुष्यवध झालेल्या हॉलपेक्षा अगदी वेगळं होतं. व्हिटोनं ब्रेन्टच्या क्युबिकलमध्ये येता-येता स्टार ट्रेकचे किमान सहा पुतळे ॲक्शनच्या पोझमध्ये वेगवेगळ्या डेस्क्सवर पाहिले होते. स्वत: ब्रेन्टकडेच स्टारशिप इन्टरप्राइझच्या ओरिजिनल कार्यकर्त्यांचा संच होता. मि. स्पॉक अजूनही त्याच्या ओरिजिनल बॉक्समध्ये होता. ब्रेन्टला त्याचा फार अभिमान होता.

व्हिटोला ते फार अस्वस्थ करणारं वाटलं, पण त्याचं लक्ष त्यानं गेमवरच केंद्रित केलं. "दुसऱ्या महायुद्धात प्रत्यक्ष पाहिलेला मृत्युदंड देण्याचा गेम आहे. तू एक अमेरिकन सैनिक आहेस आणि शत्रूच्या सैन्यानं तुला घेरलेलं आहे. जर्मनीतून निघायचं, शत्रूनं व्यापलेल्या फ्रान्समधून जायचं आणि स्वित्झर्लंडला पोहोचायचं हा उद्देश!"

"हा अतिशय लोकप्रिय गेम आहे." ब्रेन्टनं अभिप्राय दिला. "माझ्या छोट्या भावानं ख्रिसमसमध्ये हा गेम खरेदी करण्याचा प्रयत्न केला; पण सगळ्या स्टोअर्समधला स्टॉक संपून गेला होता."

जेननं चेहरा कसनुसा केला. "अक्षरं आणि मजकूर चांगला नाही."

"त्या गेमसाठी मुलं ही सीडी बघत नाहीत. ती आपल्या उपयोगाची असेल, असं मला वाटलं म्हणून मी ती आणली व्हिटो."

व्हिटोनं स्क्रीनकडे बोट केलं. "या ठिकाणी एक भुयार तू लहान केलंस, मग तुझा विश्वासघात करणाऱ्या त्या स्त्रीचा शोध घेतला. शेवटच्या नाझीला ब्रेन्ट ठार करतो तेव्हा तो सीन कापला जातो."

ब्रेन्टनं शेवटची गोळी मारल्यावर जे दृश्य आलं, ते त्या मुलांच्या बरोबर व्हिटोनं मंगळवारी रात्री पाहिलं होतं. स्क्रीनवर तो अमेरिकन सैनिक त्या फ्रेंच स्त्रीचा गळा दाबतो आणि ती आपला जीव वाचवण्याची धडपड करते.

"नको. प्लीज नको!" ती झगडली आणि तिच्या चेहऱ्यानं आणि त्याच्या हातांनी स्क्रीन भरून गेला. ती हुंदके देऊ लागली आणि दयेची भीक मागू लागली. तिच्या डोळ्यांतल्या भयानं व्हिटो थिजून गेला. पहिल्यांदा त्यानं ते दृश्य पाहिलं तेव्हा त्याला ते अगदी वास्तव वाटलं होतं. का ते त्याला आता समजलं.

जेननं श्वास रोधून घेतला. "माय गॉड! ही क्लेअर रेनॉल्ड्स आहे."

"तू मरायला तयार आहेस ना क्लॉथिल्ड?" त्या सैनिकानं तिची कुचेष्टा केली आणि तिनं रक्त गोठवणारी किंकाळी फोडली! सैनिक खदाखदा हसला. "किती किंकाळ्या फोडायच्या तेवढ्या फोड क्लॉथिल्ड! तुझी किंकाळी ऐकायला इथे कुणीच नाही. तुला वाचवायला इथे कुणीच नाही. मी त्या सगळ्यांना ठार केलंय आणि आता तुला ठार करणार आहे."

त्यानं हात आणखी आवळले आणि क्लॉथिल्ड तडफडू लागली. तिचा गळा दाबूनच त्यानं तिला वर उचललं. इतकं की, तिचे पाय लोंबकळू लागले. तिनं त्याचे हात घट्ट पकडले. तिच्या नखांनी ती त्याला ओरबाडू लागली. तिच्या डोळ्यात भीती दाटली आणि श्वास घेण्यासाठी ती प्रयत्नांची पराकाष्ठा करू लागली.

मग तिची नजर बदलली. आता आपण मरणार ही खात्री आणि मृत्यूचा थरार तिथे एकत्र झाले होते. तिच्या नखांनी ती त्याला अधिकच जखमी करू लागली. ती श्वास घेण्यासाठी धडपडू लागली तेव्हा तिचं तोंड उघडं पडलं. अखेरीस तिचं शरीर ताठरलं, मग तिचे डोळे अचानक निर्जीव झाले. त्या सैनिकाच्या रक्तबंबाळ मनगटांवरचे तिचे हात ढिले पडले. त्यानं तिला एक जोरदार झटका दिला. मग त्यानं तिला जमिनीवर फेकून दिलं. मातीच्या ढिगाऱ्यासारखं तिचं शरीर तिथं पडलं. तिच्या डोळ्यांवर कॅमेरा स्थिर झाला. विस्फारलेले, पण निष्प्राण डोळे!

"क्लॉथिल्ड म्हणजेच क्लेअर." जेननं पुन्हा तेच हळूच म्हटलं. "क्लेअरला आपण इतक्यातच मरताना पाहिलं."

"एका दृश्यात तो सैनिक एका तरुणाच्या डोक्यात लूगरनं गोळी घालतो." व्हिटोनं त्यांना सांगितलं. "आणखी एका दृश्यात तो एकाला ग्रेनेडनं उडवतो."

लिझ दिग्मूढ झाली. "या गेमसाठी त्यानं या सगळ्यांना ठार केलं?"

"त्या सगळ्यांनाच नाही." व्हिटो म्हणाला. "निदान या गेमसाठी तरी नाही, पण ही कंपनी यानंतर काय सादर करते हे तुम्ही बघायला हवं. ब्रेन्ट, त्यांची वेबसाइट उघड."

ब्रेन्टनं टाइप केल्यावर एक सोन्याचा ड्रॅगन रात्रीच्या आकाशातून भरारी घेताना स्क्रीनवर दिसला. तो ड्रॅगन एका पर्वतावर बसला आणि ओ-आर-ओ अक्षरांनी त्या ड्रॅगनभोवती एक वर्तुळ तयार केलं. 'आर' हे अक्षर त्या ड्रॅगनच्या खवले-खवले असलेल्या छातीवर आरूढ झालं, तर दोन्ही 'ओ' ही अक्षरं त्या ड्रॅगननं आपल्या

दोन्ही पंज्यांत पकडली.

"वॉव!" निक् म्हणाला. "फारच प्रभावी!"

"ही ओ-आर-ओची वेबसाइट आहे," ब्रेन्ट म्हणाला. "ही कंपनी बी-लिस्टमधलीसुद्धा गेम-डिझायनर कंपनी नव्हती. 'बिहाइंड एनेमी लाइन्स' प्रदर्शित होण्याआधी दिवाळखोरीच्या उंबरठ्यावर होती; पण गेल्या सहा महिन्यांत त्यांचं उत्पन्न तीन वेळा दुप्पट झालं." त्यानं एक बटन क्लिक केलं आणि बॅरलच्या आकाराची छाती असलेल्या चाळिशीतल्या माणसाचा चेहरा स्क्रीन भरून उमटला. "जॅगर व्हॅन झॅण्ड्टला भेटा. इथे 'जॅगर'मधल्या 'जे'चा उच्चार 'य' असा करा. 'यॅगर', पण 'जॉगर' नाही. यॅगर हा ओ-आर-ओचा अध्यक्ष आहे आणि कंपनीचा प्रमुख मालक. हॉलंडमध्ये जन्मलेला आणि गेल्या तीस वर्षांपासून अमेरिकेत वास्तव्य असलेला." ब्रेन्टनं पुन्हा क्लिक केलं आणि बारीकसा चेहरा असलेला माणूस स्क्रीनवर आला. तो व्हॅन झॅण्ड्टच्याच वयाचा, पण त्याच्या एक-तृतीयांश तब्येतीचा. "हा डेरेक हॅरिंग्टन. ओ-आर-ओचा उपाध्यक्ष आणि कला-दिग्दर्शक."

"त्यानं कला-निर्मिती केलीये?" जेननं अविश्वासानं विचारलं, "पण त्याच्या तब्येतीवरून तो तर आपला मारेकरी वाटत नाही."

"उडणारा ड्रॅगन त्यानं निर्माण केलाय!" ब्रेन्ट म्हणाला. "तो फक्त व्यंगचित्रातले चेहरे आणि भराऱ्या मारणारे ड्रॅगन्स चांगले करू शकतो. चांगले चेहरे, चांगल्या व्यक्तिरेखा त्याला जमत नाहीत. यातले ते कट्-सीन्स त्यानं केलेले नाहीत."

"ते कुणी केले, हे कदाचित त्याला माहीत असेल." निक् गंभीरपणे म्हणाला.

"त्यांची हेडक्वार्टर्स न्यूयॉर्कमध्ये आहेत." व्हिटो म्हणाला. "आपलं इथलं काम संपल्यावर मला वाटतं, एक छोटी ट्रिप करावी. ब्रेन्ट, सगळ्यांना पेपरमधली बातमी दाखव."

ब्रेन्टनं क्लिक् केलं आणि तो मागे टेकून बसला. "पहिलं आणि मधलं पान."

"न्यूयॉर्कच्या गेमिंग एक्स्पोमध्ये ओ-आर-ओचा यानंतरचा गेम जाहीर झाला." लिझ् वाचून दाखवू लागली. " 'बिहाइंड एनेमी लाइन्स' अजूनही जोमानं विकला जात आहे. असं अध्यक्ष यॅगर व्हॅन झॅण्ड्ट यांनी स्टँडिंग-रूमच्या सभेच्या शेवटी सांगितलं. "आमचा यानंतरचा प्रयत्न आहे, 'दि इन्क्विझिटर'! तलवारी, जादूटोणा आणि मध्ययुगीन न्यायव्यवस्था यावर आधारित हा गेम आहे. यामध्ये मुख्यत्वेकरून अंधारकोठडी दाखवली जाईल. इथे गेम खेळणाऱ्यांना त्यांची बुद्धिमत्ता, त्यांची शस्त्रास्त्रं आणि दारू-गोळ्यांच्या कारखान्याचा परिणामकारक उपयोग यासाठी बोनस पॉईंट्स मिळू शकतील." लिझ्नं क्रोधावर संयम ठेवत उसासा सोडला. "या माणसांना शोधून काढा आणि ढेकणासारखं वेचून-वेचून ठेचा!"

व्हिटोनं केलेलं स्मित क्रूरपणानं भरलेलं होतं. "त्यात आनंदच मिळणार आहे!"

"तर ब्रेन्ट," जेन म्हणाली, "तुला ओ-आर-ओबद्दलची ही सगळी माहिती कशी मिळाली?"

"बऱ्याच काळापासून मी स्वत: गेम खेळतोय, म्हणून मी सगळ्या नव्या कंपन्यांच्या संपर्कात असतो. माझा धाकटा भाऊ खरंच चांगला आहे. कार्नेजी-मेलन्‌मध्ये तो गेम-डिझाइनिंगचा अभ्यास करतोय."

लिझ् अवाक् झाल्यासारखी दिसली. "तूसुद्धा गेम-डिझाइनिंगचा अभ्यास करू शकशील?"

"सध्याचा या क्षेत्रातला सर्वश्रेष्ठ नवा अभ्यासक आता उदयाला आलाय. माझा भाऊ येत्या वर्षी पदवीधर होतोय, म्हणून तो आणि मी या इंडस्ट्रीवर लक्ष ठेवून आहोत. तो नवनव्या जागा शोधतोय आणि तिथे स्वत:चे रेझ्यूमे पाठवतोय. बिहाइंड एनेमी लाइन्स प्रकाशित झाल्यापासून त्याच्या लिस्टवर ओ-आर-ओ पहिल्या क्रमांकावर आहे, कारण ते नव्या लोकांना नोकऱ्या देतायत."

"तुझा भाऊ कम्प्यूटर आर्टिस्ट आहे?" व्हिटोनं विचारलं.

"नाही. तो गेम फिजिक्समध्ये आहे. पात्रांच्या हालचाली सहज कशा होतील आणि दिसतील हे पाहायचं. हे योगायोगानं यॅगरचं डिपार्टमेंट आहे, पण मागल्या वर्षी यॅगरला मनातल्या मनात का होईना, कबूल करावं लागल असेल की, त्याचं गेम फिजिक्सचं ज्ञान तोकडं पडतंय. म्हणून दुसऱ्या एका कंपनीतला फिजिक्सचा एक मोठा तज्ज्ञ माणूस त्यानं स्वत:कडे खेचून आणला. या इंडस्ट्रीवर माझं लक्ष आहे ते फक्त गुंतवणुकीच्या मिळणाऱ्या संधीसाठी! अशी अफवा आहे की ओ-आर-ओ ही लवकर आय. पी. ओ. होणार आहे, पण आता मी त्यांचा स्टॉक खरेदी करणार नाही."

"त्यांना जर अटक झाली, तर सगळंच वाया जाईल." लिझ् म्हणाली. "तुझ्या अंगावर शर्टसुद्धा राहणार नाही."

"जर हॅरिंग्टन आणि व्हॅन झॅण्ड्ट हे दोघंही त्यात गुंतलेले असतील, तर तसंच होईल; पण कुणी एकच गुंतलेला असेल तर त्यांचा स्टॉक चंद्रावरही जाईल. मी चाळिसाव्या वर्षी निवृत्त होईन, पण मी एकट्यानं जगू शकणार नाही." त्यानं त्याच्या कम्प्यूटरमधून सीडी बाहेर काढली. "यासाठी माणसांचे खून पडलेयत. त्यांच्यापासून मला नफा मिळवायचा नाहीये."

त्यानंतर सगळे स्तब्ध झाले. मग व्हिटोनं त्याच्या खांद्यांची मोकळी हालचाल केली. "यापासून लाभ उठवणाऱ्या सगळ्यांनाच त्यापासून आपण परावृत्त करायला हवं." चला, निघू या इथून. एक फॅशन मॉडेल येणार आहे माझ्याकडे दहाच्या सुमारास. तिनं मंचच्या इ-मेलला काहीच प्रतिसाद दिला नव्हता. लिझ, तू तिला भेटू शकशील का? कारण आम्ही न्यूयॉर्कला जात आहोत. तिला गप्प राहायला

सांग आणि इ-मेलपासून दूर!"

लिझनं मान हलवली. "मला दहा वाजताच एक प्रेस-कॉन्फरन्स आहे आणि त्या आधी आणि नंतर काही महत्त्वाच्या लोकांबरोबर भेटी-गाठी आहेत."

"मी भेटेन तिला." ब्रेन्ट म्हणाला. "ओ-आर-ओकडून मी फायदा करून घेणार नाही, पण मॉडेलला भेटायला माझी हरकत नाही. शिवाय, काल बेव्ह आणि टिम माझ्यासोबत असताना मी तिच्याशी बोललोच आहे."

लिझ हसली. "तुझे प्राधान्यक्रम कौतुकास्पद आहेत ब्रेन्ट, पण मला एका गोष्टीचं नवल वाटतं, हॅरिंग्टन आणि व्हॅन झॅण्ड्ट न्यूयॉर्क शहरात राहतात, तर फिलीमधल्या लोकांचेच खून का झाले?"

"खून करण्याची ताकद ना हॅरिंग्टनमध्ये आहे, ना व्हॅन झॅण्ड्टमध्ये." ब्रेन्ट म्हणाला. "त्यांच्यासाठी काम करणारा कुणीतरी आहे आणि त्या माणसाला त्यांच्या हेड्क्वार्टर्समध्ये राहण्याची आवश्यकता नाही." त्यानं सीडीची केस उचलली. "मध्यरात्री तुला ही सीडी कुठे मिळाली व्हिटो? ओ-आर-ओचे आणखी काही गेम्स येईपर्यंत हा गेम म्हणजे निव्वळ सोनं आहे, सोनं!"

"माझ्या पुतण्याच्या शाळेतल्या एका मुलानं ती मंगळवारी रात्री माझ्या घरी आणली होती. काल रात्री त्याच्या आई-वडलांनी ती त्याच्याकडून हिसकावून घेतली आणि मला आनंदानं दिली. त्यांच्या घराबाहेर ती जावी एवढीच त्यांची इच्छा होती. त्यांच्या घरात आणखी काही लहान मुलं आहेत आणि त्यांनी ती बघावी अशी त्यांची इच्छा नव्हती."

लिझ विचार करू लागली. "या गेममधला आपला इंटरेस्ट बाहेर कुणाला कळू नये व्हिटो."

"त्या मुलाचे वडील रेव्हरंड आहेत. त्यांचा मुलगा काय उद्योग करतो हे आपण त्यांना सांगणं आवश्यक वाटतं, पण म्हणून ते या गोष्टी इतरांना सांगणार नाहीत."

तिनं होकारार्थी मान हलवली. "छान! आपल्या तपासाचा यॅगरला थांगपत्ता लागून त्यानं पळून जाऊ नये असं मला वाटतं. तुम्ही त्यांच्या ऑफिसला निघालात, तुम्ही एनवायपीडीला येत आहात हे मी त्यांना कळवते. समजा, आपल्याला वॉरंटची गरज पडली, तर ते तुमच्यासाठी थोडासा वेळ काढतील. मी त्यांना तुला थेट भेटायला सांगते व्हिटो. निक्, तुझी सीव्हर केस संपलीये ना? आता काही कोर्टाचं काम उरलं नाही ना?"

"माझं काम झालंय. लोपेझ मला पुन्हा बोलावेल असं मला वाटत नाही."

"तरी मी तिच्याशी बोलतेच." लिझनं टाळी वाजवली. "ठीक आहे. निघा आता लवकर."

प्रकरण १८

गुरुवार, १८ जानेवारी, सकाळी ८:१५ वा.

हॉलच्या दारातून व्हिटो आत आलेला पाहून सोफीनं समाधानानं श्वास घेतला. तिची नसन् नस सळसळून उठली.

तो आणि निक् रूम ओलांडून आले तेव्हा तो तिच्याकडे पाहून हसला. "आता तू माझ्यावर रागावलेली नाहीस ना?"

"नाही. मी आनंदात राहीन. हाच तर माझा हेतू होता." काही वाद न घालता एखादी गोष्ट मान्य करण्याइतकी ती चतुर होती. "आता कुठे निघालास?" तो कोट घालत असताना तिनं विचारलं.

"न्यूयॉर्क सिटी!" व्हिटोनं उत्तर दिलं. "त्या गेमच्या संदर्भात." त्यानं ती गेमची सीडी त्याच्या डेस्कवर ठेवली आणि तिनं ती उचलली. "ती सांभाळून ठेव. ब्रेन्ट म्हणतो तो गेम म्हणजे सोनं आहे."

सीडीच्या कव्हरवरचा मागचा मजकूर तिनं बघितला. "कंपनीही तशीच आहे, सोनं!"

निक् तिच्याकडे रोखून बघत होता. "ब्रेन्टच्या म्हणण्याप्रमाणे हा गेम कुठल्याच स्टोअर्समध्ये मिळत नाही."

"ते मला ठाऊक नाही, पण कंपनीचं नाव ऑरो. म्हणजे 'सोनं'; स्पॅनिश आणि इटालियन या दोन्ही भाषांमध्ये." सोफीनं डोळे बारीक केले. "ऑरो हे ॲक्रोनिम आहे. तीन शब्दांच्या आद्याक्षरांपासून बनलेला शब्द. त्यांच्या लोगोखाली छोटे छोटे शब्द आहेत, पण बारीक टाइपमध्ये. त्यांच्या लोगोचं मोठं चित्र आहे तुझ्याकडे?"

व्हिटोनं त्याच्या कम्प्यूटरवरची कंपनीची वेबसाइट उघडली आणि सोफीनं स्क्रीनजवळ वाकून बघितलं. ड्रॅगननं भरारी घेतली. "हे शब्द स्पॅनिश किंवा इटालियन नाहीयेत. ते डच आहेत."

"बरोबर आहे." व्हिटो म्हणाला. "कंपनीचा अध्यक्ष हॉलंडचा आहे. काय अर्थ

आहे त्या शब्दांचा?''

''हं, 'आर' म्हणजे 'रिज्व-डॉम' म्हणजे संपत्ती. दोन 'ओ' अक्षरांपेकी मोठा 'ओ' म्हणजे 'ऑन्डरहूड'...म्हणजे...मनोरंजन किंवा गंमत. सर्वांत लहान 'ओ'...'' ती विचार करू लागली. ''ओव्हरट्रेफेन. आणखी चांगलं करा, सुधारणा करा.'' तिनं व्हिटोकडे पाहिलं. ''उत्कृष्ट व्हा, श्रेष्ठ व्हा; कदाचित, जास्त व्हा!''

'' 'आर' हे सगळ्यात मोठं अक्षर आहे.'' व्हिटो म्हणाला. '''ओ-आर-ओ'चं प्राधान्य कशाला आहे, ते मला वाटतं आपल्याला कळतंय.''

''केव्हा परत येणार आहेस तू?'' तिनं विचारलं.

तो त्याच्या फाइल्स पाहत होता. ''फार तर एखादा दिवस.''

''तू गेल्यावर मी इथे राहून काय करू? दिवसभर मी इथे नाही राहू शकत.''

''मला ठाऊक आहे.'' तो पुटपुटला, पण त्याची फोल्डर्स ठेवून देताना त्यानं काही सुचवलं नाही.

''दहा वाजता मी जोन ऑफ आर्क आहे.'' ती निराशपणे म्हणाली. ''आणि दुपारी एकला आणि साडेचारला व्हायकिंग राणी आहे.''

''तू नवीन गाणी वगैरे म्हणायला हवीत.'' आपल्या कोटाची झिप् लावताना तो बोलला. ''तुझं तेच-ते चालू आहे.''

''मलाही जाणवतंय. मी सध्या मेरी अँन्टोइनेटचा विचार करतेय. अर्थात, तिला वेड लागण्यापूर्वीची किंवा बॉडीशिआ युद्धात लढणारी सेल्टिक राणी.'' तिनं दीर्घ श्वास घेतला. ''युद्धाच्या वेळी ती टॉपलेस असायची.''

व्हिटोचे हात फोल्डर्सवरच थबकले. ''हे काही बरं नाही हं सोफी.''

''होऽ,'' निकूनं पुसटसं तेच म्हटलं. ''खरोखरच बरं नाही.''

ती हसली. ''इतक्या वेळा मला यायला लावलं. आता आपली फिट्टंफाट झाली.'' तिनं हसणं थांबवलं. ''मला मूर्खपणा करायचा नाही, पण मला जबाबदारी पार पाडायची आहे. मी काळजी घेईन. इथून निघण्यापूर्वी आणि तिथे पोहोचल्यावर मी फोन करेन, पण मी दिवसभर इथे राहू शकत नाही.''

''म्यूझियमपर्यंत तुझी सोबत करण्यासाठी मी लिझला सांगतो. तशी व्यवस्था होईपर्यंत तू इथेच थांब. प्लीज सोफी, लोम्बार्ड किंवा त्याचा दोस्त क्लिटचा शोध लागेपर्यंत तरी.''

''किंवा ब्रूस्टर.'' ती कुजबजली. ''त्यांच्यापैकी कुणीही तसा असू शकतो.''

व्हिटोने तिचं प्रदीर्घ चुंबन घेतलं. ''लिझ् येईपर्यंत तरी थांब, ओके? ओह्, आणि तुला जमलं, तर त्या सॅण्डर्सच्या पोराचा फोटो लिझ्कडे आहे. त्याच्या गालावर डागल्याची खूण आहे. इंग्लिश 'टी' या अक्षरासारखी.''

''ओके.'' मग तिला आठवलं. ''चटके देण्याबद्दल मला विचारणारा गेल्या

दोन दिवसांतला तू दुसरा आहेस.''

दारापर्यंतचा अर्धा रस्ता पार करून गेलेला व्हिटो हळूच परतला. ''काय?''

तिनं खांदे उडवले. ''विशेष काही नाही. माझ्या एका विद्यार्थ्यानं चटके देण्याच्या शिक्षेबद्दल काही संशोधनाचे मार्ग आहेत का? असं मला विचारलं. तो त्यावर एक पेपर लिहितोय.'' ती म्हणाली.

व्हिटो आणि निक् यांनी एकमेकांकडे पाहिल्याचं तिच्या लक्षात आलं. ''त्या विद्यार्थ्याचं नाव काय?''

सोफीनं मान हलवली. ''काही उपयोग नाही. त्याचं नाव जॉन ट्रॅपर, पण...काही उपयोग नाही. बऱ्याच महिन्यांपासून मी जॉनला ओळखते. त्याचे दोन्ही पाय गेलेले आहेत आणि तो व्हीलचेअर वापरतो. तो हे असं काही करू शकणार नाही.''

व्हिटो गप्प झाला. ''माझा योगायोगांवर विश्वास नाही सोफी. आपण त्याबद्दल खात्री करून घेऊ.''

''व्हिटो...'' तिनं उसासा सोडला. ''ओके. तुझ्या वेळेचा अपव्यय होईल, पण तू तो करणार हे मला ठाऊक आहे.''

व्हिटोनं ओठ आवळले. ''सोबत घेतल्याशिवाय तू कुठेही जाणार नाहीस असं वचन मला दे.''

''मी वचन देते. आता जा. मी काळजी घेईन.''

गुरुवार, १८ जानेवारी, सकाळी ९:१५ वा.

''मला फार अवघडल्यासारखं वाटतंय.'' सोफी पुटपुटली.

''मरण येण्यापेक्षा अवघडल्यासारखं वाटणं बरं!'' ऑफिसर लिऑन्स सौम्यपणे म्हणाला.

''हो, बरोबर आहे. मला इथे क्रूझरमध्ये आणायचं आणि आता तू दारापर्यंत माझ्याबरोबर येतोयस...मी कुठल्यातरी संकटात आहे असं पाहाणाऱ्यांना वाटत असेल.'' ती कुरकुरली.

''लेफ्टनंट सॉयर्सच्या ऑर्डर्स! वाटल्यास, मी तुला हे लिहून देतो.''

सोफी हसली. पहिल्या वर्गातल्या रुसलेल्या मुलीसारखीच ती बोलत होती. ''ओके.'' ऑलब्राईट म्यूझियमच्या दाराशी ती थांबली आणि लिऑन्सचा हात तिनं हातात घेतला. ''थँक्स!''

त्यानं त्याच्या हॅटला अदबीनं स्पर्श केला. ''परत यायचं असेल तेव्हा सॉयर्सच्या ऑफिसला फोन कर.''

सोफी आत आल्यावर पॅटी ॲन्चे डोळे विस्फारले. ''पोलिसांबरोबर होतीस तू?''

गॉथ बुधवार संपला होता. पॅटी ॲन् पुन्हा ब्रुकलिन झाली होती आणि 'गाईज अँड डॉल्स'ची आज रात्री रंगीत तालीम होती हे सोफीला आठवलं. ''पॅटी ॲन्, तुला शुभेच्छा, तुझ्या ऑडिशनसाठी.''

''काय झालं?'' तिचा नेहमीचा आवाज वाटावा अशा आवाजात; पण प्रत्यक्षात टिपेला पोहोचलेल्या आवाजात तिनं विचारलं. तो आवाज ऐकून बरेच दिवस झाले होते. नक्की किती, ते सोफीला आठवत नव्हतं. ''कामावर येताना तुझ्याबरोबर पोलीस का असतात?''

''पोलीस?'' टेड त्याच्या ऑफिसमधून घाबरून बाहेर आला. ''पोलीस पुन्हा इथे आले होते की काय?''

''मी त्यांना एका केसमध्ये मदत करत होते.'' ती म्हणाली, पण त्यांना ते पटलं नाही अशी तिला शंका आल्यामुळे लिऑन्सकडून ते लेखी घ्यायला हवं होतं, असं तिला वाटलं. ''एका डिटेक्टिव्हबरोबर मी डेटिंग करते आहे आणि माझ्या कारनं मला त्रास दिला म्हणून त्यानं मला कारमधून इथे आणून सोडलं.'' हे थोडंसं खरं होतं.

पॅटी ॲन्चं समाधान झालं आणि तिनं सोफीकडे चोरून पाहिलं. ''तो काळसर रंगाचा की लाल केसांचा?''

''काळसर रंगाचा. पण लाल केसांचा तुझ्यासाठी वयस्करच आहे, म्हणून त्याचा विचार करू नकोस.''

तिनं ओठ बाहेर काढून नापसंती व्यक्त केली. ''म्हण काय म्हणायचं असेल ते.''

टेड अजूनही विचारात गढला होता. ''आधी तुझी मोटरसायकल आणि आता तुझी कार? आपण याचा गंभीरपणे विचार करायला हवा.''

त्याच्यामागून ती त्याच्या ऑफिसमध्ये गेली. त्यानं दार लावून घेतलं आणि त्याच्या डेस्कच्या मागे असलेल्या खुर्चीवर तो बसला. ''बस.'' ती बसल्यावर तो पुढे वाकला. त्याच्या चेहऱ्यावर चिंता दिसली. ''सोफी, तुला कुणी त्रास देतंय का? प्लीज, मला मोकळेपणानं सांग.''

''नाही. मी सांगितलेल्या दोन्ही गोष्टी खऱ्या आहेत. मी पोलिसांना मदत करतेय आणि एका पोलिसाबरोबर डेटिंग करतेय, एवढंच टेड्. त्याचा एवढा काय विचार करायचाय गंभीरपणे?''

तो गंभीर झालेला दिसला. ''काल रात्री मला एक फोन आला. न्यूयॉर्कमधल्या एका पोलीस ऑफिसरचा. ती म्हणाली की, तिला तुझ्याशी बोलायचंय. कुठल्याशा सरकारी कामाबाबत.''

लोम्बार्डच्या बायकोनं न्यूयॉर्कच्या एरिया कोडवरून फोन केला होता. ''तू

तिला माझा सेल दिलास.''

टेडनं हनुवटी वर करून पाहिलं. ''हो, मी दिला.''

सोफीनं लगेच तिचा फोन तपासला आणि लोम्बार्डच्या बायकोनं फोन केल्याचं तिला दिसलं. ''तुला याच नंबरवरून काल रात्री फोन आला होता?''

टेड्नं तिचा फोन घेऊन स्वत:च्या कॉलर आयडीवरचा नंबर पडताळून पाहिला.

''होऽ.''

''ती पोलीस नाहीये. तुला हवं असलं, तर न्यूयॉर्क पोलिसांना फोन करून खात्री करून घेऊ शकतोस.''

टेडची काळजी दूर झाली. त्यानं सोफीला फोन परत दिला. ''मग ती कोण होती?''

''ती एक लांबलचक गोष्ट आहे टेड्. ती एक मत्सरी बया आहे. तिला वाटतं मी तिचा नवरा चोरते आहे.''

त्याचा संशय संतापात बदलला. ''तू तसं कधीच करणार नाहीस सोफी.''

तिला हसावं लागलं. ''थँक्स! आता ऐक. आज सकाळी हा टूर सुरू होण्यापूर्वी काही विचार मनात आले, ते तुला सांगते.'' ती समोर वाकली आणि तिनं त्याला यूरीबद्दल सांगितलं. ''तो म्हणाला की, तो इथे येऊन पर्यटकांशी बोलेल. मला वाटतं की, शीतयुद्ध आणि साम्यवाद या विषयी आपण एका प्रदर्शनाचा समावेश त्यात करावा. तुझे आजोबा ज्या काळात अभ्यास करत होते तसा काळ आता नाही, पण....''

टेड मान हलवून लक्षपूर्वक ऐकत होता. ''मला चांगली वाटते ही कल्पना. खूपच! बरेच लोक त्याचा इतिहास म्हणून विचार करत नाहीत.''

''कालपर्यंत मीसुद्धा करत नव्हते बहुधा. त्याच्या हातांमुळे टेड्. त्यांनी तो विचार मला करायला लावला.''

टेडनं तिच्याकडे निरखून पाहिलं. ''अशात तू बराच विचार करू लागलीयेस. मला तेही चांगलं वाटतं.''

यावर काय म्हणावं ते न कळून सोफी उभी राहिली. ''अरे, काल आपल्याकडे एक जण आला होता. तो एका निवृत्त लोकांच्या आश्रमातून आलाय, असं त्यानं सांगितलं आणि म्हणाला की, त्याच्याबरोबरच्या लोकांसाठी अशा मनोरंजनाच्या कार्यक्रमाच्या तो शोधात आहे. ते लोक इथे येऊन शाळांमधल्या मुला-मुलींशी बोलायला उत्सुक आहेत असं मला वाटतं. ते फक्त युद्धांपुरतंच मर्यादित असू नये. रेडिओ-टी.व्ही.वरचे कार्यक्रम, संशोधन आणि नील आर्मस्ट्राँग चंद्रावर उतरला त्याबद्दल त्यांना काय वाटलं अशा वेगवेगळ्या विषयांवरही त्यांना बोलायला लावलं पाहिजे.''

"ही आणखी एक चांगली कल्पना आहे. तुला त्या माणसाचं नाव समजलं?"

"नाही, पण तो म्हणाला की, पॅटी ॲनकडे एक टूर तो ठरवणार आहे. तिच्याकडे त्याचं नाव असेल." सोफीनं दार उघडलं आणि मग ती बोल्टवरच हात ठेवून थबकली. "अशा आणखी टूर्सचा समावेश करण्याबद्दल तुझं काय मत आहे? जोन ऑफ आर्क आणि व्हायकिंग राणी हे टूर्स आता शिळे झाल्यासारखे वाटतात."

तिच्या कल्पना आणि निक् लॉरेन्सच्या बोलण्याच्या शैलीचं अनुकरण या दोन्ही गोष्टींमुळे टेडला बरं वाटलं आणि तो विचारातही पडला. "सोफी, तू नेहमी म्हणतेस की पुरातत्वज्ञ आहेस, अभिनेत्री नाहीस."

सोफी हसली. "पण माझ्या रक्तात अभिनय आहे. माझे वडील अभिनेते होते, हे तुला ठाऊक आहे."

टेडनं मान हलवली. "हो, ठाऊक आहे आणि तुझी आजी ख्यातनाम ऑपेरा गायिका होती, हेही मला आधीपासून ठाऊक आहे."

सोफीचं स्मित मावळलं. "पण तसं तू कधी म्हणाला नाहीस."

"मला ठाऊक आहे. हे तुला ठाऊक असेल असं मला वाटलं," टेड् म्हणाला. "तुझ्याबद्दल हे ऐकून छान वाटलं सोफी!"

हे ऐकून सोफीला बरं वाटलं आणि तिला ती टीकाही वाटली. "मेरी ॲन्टॉईनेटबद्दल तुझं काय मत आहे?"

टेड् तिच्याकडे पाहून हसला. "आधीची की तिला वेड लागल्यानंतरची?"

न्यूयॉर्क सिटी, गुरुवार, १८ जानेवारी, सकाळी ९:५५ वा.

"काय भयानक गर्दी आहे!" निक् कुरकुरत म्हणाला. "मला न्यूयॉर्क बिलकूल आवडत नाही."

हॉलंड टनेलच्या बाहेर हळूहळू ते एकदाचे आले. "इथे येण्याची ही चांगली वेळ नाहीच." व्हिटोनं मान्य केलं. "आपण ट्रेननं यायला हवं होतं."

"यायला हवं होतं, येऊ शकलो असतो," निक् चिडून म्हणाला. "याला काय अर्थ आहे?"

त्याच्या खिशात वाजणारा सेल फोन व्हिटोनं बाहेर काढला. "कुरकुर थांबव. माझा सेल वाजतोय. मला काही मेसेजेस आलेयत." त्यानं पलीकडे पाहिलं. "त्यात सिग्नल गेलेला असणार नक्कीच." मग त्याच्या कपाळावर आठ्या उमटल्या. "गेल्या वीस मिनिटात लिझ्नं चार वेळा फोन केला." त्यानं परत तिला फोन

लावला. त्याच्या नाडीचे ठोके वेगानं वाढू लागले. ‘‘लिझ्, मी व्हिटो. काय झालं? सोफीबद्दल काही?’’

‘‘नाही.’’ लिझ् रागावल्यासारखी वाटली. ‘‘एका ऑफिसरबरोबर मी तिला म्यूझियमला पोहोचवलं आणि दारापर्यंत तो तिच्यासोबत पायी चालत गेला. माझ्या प्रेस-कॉन्फरन्सच्या आधी फक्त दोन मिनिटं माझ्याकडे आहेत. मला टिनोचा नंबर हवाय.’’

‘‘का?’’

‘‘एक तासापूर्वी एक बाई इथे आली होती. ग्रेग सँडर्सच्या केसमध्ये कोण तपास करतोय ते विचारण्यासाठी.’’ चालता-चालता लिझ् वेगानं बोलत होती. ‘‘ती वेट्रेस आहे असं ती म्हणाली आणि मंगळवारी ग्रेग तिला भेटला होता म्हणे. तिच्या बारमध्ये तो एका माणसाची वाट बघत होता.’’

‘‘मंच. होय. तिनं तो माणूस पाहिला?’’

‘‘तिनं एक माणूस बघितला. ड्रिंक घेतल्यावर पैसे न देताच ग्रेग निघून गेला असं ती म्हणाली. मग बारमध्ये बराच वेळ बसून राहिलेला एक म्हातारा माणूस त्याच्या मागून गेला. त्या वेट्रेसनं त्या दोघांचाही पाठलाग केला, पण ती कोपऱ्यापर्यंत जाण्यापूर्वीच ते दोघं ट्रकमध्ये बसून निघून गेले. मी डिपार्टमेन्टच्या आर्टिस्टला फोन केला; पण तिची शिफ्ट संपल्यानं ती केव्हाच निघून गेलीये. मी जास्त वेळ थांबू शकत नाही कारण तोपर्यंत ती वेट्रेस त्या म्हाताऱ्याचा चेहरा विसरून जाईल. तर...जाऊ दे. मला उशीर होतोय. तू टिनोला फोन कर. शक्य तितकं लवकर त्याला इकडे यायला सांग.’’

गुरुवार, १८ जानेवारी, सकाळी ११:१५ वा.

‘‘मि. हॅरिंग्टन इथे नाहीत. मि. व्हॅन झॉण्ड्ट मीटिंगमध्ये आहेत आणि त्यांना भेटता येणार नाही.’’

व्हॅन झॉण्ड्टच्या सेक्रेटरीच्या डेस्कवर व्हिटोनं आपले तळहात ठामपणे टेकवले आणि तो समोर वाकला. ‘‘मॅडम, आम्ही मानवी हत्येचा तपास करणारे डिटेक्टिव्हज् आहोत. त्यांनी आम्हाला भेटणं त्यांच्यासाठीच गरजेचं आहे. आताच्या आताच!’’

त्या स्त्रीचे डोळे विस्फारले आणि तिची हनुवटी पुढे आली. ‘‘डिटेक्टिव्ह...’’

‘‘चिकोटेली.’’ व्हिटो म्हणाला. ‘‘आणि लॉरेन्स. फिलाडेल्फियाहून आलोय. त्यांना ऑफिसमध्ये पुन्हा फोन लावा. साठ सेकंदांत त्यांचं दार आम्ही ठोठावू.’’

तिचे ओठ थरथरले आणि तिनं फोन उचलला, मग त्यावर ओणवी झाली, हाताच्या ओंजळीत रिसीव्हर धरला. जणू अठरा इंच अंतरावरून व्हिटोला एकही शब्द ऐकू येणार नव्हता. "यॅगर, ते म्हणतायत ते पोलीस डिटेक्टिव्हज आहेत. होय. माणसांचे खून! त्यांची फारच घाई चाललीय." तिनं लगेच मान हलवली. "तो लगेच बाहेर येईल."

व्हॅन झॅण्ड्टच्या ऑफिसचं दार उघडलं आणि तो माणूस बाहेर आला. त्याच्या फोटोसारखाच तो दिसत होता. तो धिप्पाड होता आणि त्याचे स्नायू पिळदार होते. क्षणभर व्हिटोला वाटलं कदाचित....

पण मग तो बोलला. "मी यॅगर व्हॅन झॅण्ड्ट!" पण त्याचा आवाज टेपवर ऐकला तसा अजिबात वाटला नव्हता. "मी काय करू शकतो तुमच्यासाठी?" त्यानं त्यांच्याकडे थंडपणे बघितलं. इतकं की, व्हिटोला ते उद्दामपणापेक्षा जास्त बचावात्मक वाटलं; पण त्याच्यामध्ये उद्दामपणा होताच.

"आम्हाला तुझ्या गेमविषयी उत्सुकता आहे मि. व्हॅन झॅण्ड्ट!" व्हिटो म्हणाला. "बिहाइंड एनेमी लाइन्स."

त्या माणसाच्या डोळ्यांत किंवा चेहऱ्यावर काहीच प्रतिक्रिया उमटली नाही. त्यानं फक्त मान तिरकी करून होकार दिला. "या माझ्या ऑफिसमध्ये." ते आत गेल्यावर त्यानं दार लावून घेतलं आणि भल्या-मोठ्या डेस्कसमोरच्या दोन खुर्च्यांकडे त्यानं बोट दाखवलं. व्हिटोला ब्रूस्टरच्या ऑफिसची आठवण झाली. "प्लीज, बसा."

यॅगर त्याच्या डेस्कमागे असलेल्या खुर्चीवर बसून आणि मान तिरकी करून त्यांनी बोलणं सुरू करण्याची वाट बघू लागला.

आधी ठरल्याप्रमाणे व्हिटो आणि निक्नं टेपवर ऐकलेलं, 'तुझं ओरडणं कुणालाही ऐकू जाणार नाही.' हे वाक्य उच्चारायचं नाही असा निर्णय घेतला होता. त्याऐवजी, त्या गेममध्ये जिचा गळा दाबला होता त्या फ्रेंच स्त्रीच्या स्केचचं प्रिन्टआऊट व्हिटोनं त्याला दाखवलं.

व्हॅन झॅण्ड्टनं होकारार्थी मान हलवली. "क्लॉथिल्ड."

"त्या दृश्यात तिचा गळा दाबून तिला मारलं आहे." व्हिटो म्हणाला.

"होय." व्हॅन झॅण्ड्टनं भुवया उंचावल्या. "या हिंसेनं तुम्ही बहुतेक दुखावले गेले आहात? की एका अमेरिकन माणसानं ती हिंसा केलीये म्हणून? अर्थात, तो गेम आहे."

"हां, ठीक आहे. त्या हिंसेमुळे आम्ही दुखावले गेलो आहोत." निक् म्हणाला. "पण आम्ही इथे येण्याचं ते कारण नाहीये. ते दृश्य कुणी घेतलंय मि. व्हॅन झॅण्ड्ट?"

व्हॅन झॅण्ड्ट निर्विकार राहिला. "डेरेक हॅरिंग्टन हा माझा कला दिग्दर्शक आहे. तो तुम्हाला कुठल्याही कलाकाराची माहिती देऊ शकेल."

"आज तो आलेला नाही," व्हिटोनं म्हटलं. "असं तुझ्या सेक्रेटरीनंच सांगितलं. का आला नसेल तो?"

"आम्ही फक्त बिझनेस पार्टनर्स आहोत डिटेक्टिव्ह. यापेक्षा जास्त काही नाही."

मनातल्या मनात ब्रेन्टला धन्यवाद देत व्हिटो हसला. "मी असं वाचलंय की, तुम्ही दोघं कॉलेजमध्ये होतात, तेव्हापासून मित्र आहात."

"तुमची मैत्री तुटलीये का?" हेल काढत निक् हळूच बोलला आणि पहिल्यांदाच व्हॅन झॅण्ड्टनं किंचितसा प्रतिसाद दिला. त्याच्या डोळ्यांत थोडासा राग तरळला, पण लगेच नाहीसा झाला.

"गेल्या काही दिवसांपासून आमचं एकमेकांशी पटत नाहीये. डेरेकची अभिरुची...हिंसक बनलीये."

व्हिटोनं डोळे मिचकावले. "खरंच? तुझ्या वेबसाइटवर असलेल्या त्याच्या फोटोमध्ये तो इतका छान दिसतोय!"

"चेहरे फसवे असू शकतात डिटेक्टिव्ह."

व्हिटोनं त्याच्या फोल्डरमधून आणखी एक फोटो बाहेर काढला. "होय, बरोबर आहे. तसं असू शकतं. या बाबतीत स्पष्टीकरण देऊन तू आम्हाला मदत करू शकशील बहुतेक." क्लेअर रेनॉल्ड्सचा फोटो त्यानं त्या गेममधल्या क्लॉथिल्डच्या फोटोशेजारी ठेवला, पण काहीच फरक दिसला नाही. त्या व्हॅन झॅण्ड्टवर कशाचाच परिणाम झाल्याचं काहीच चिन्ह दिसलं नाही. त्याला साहजिकच आश्चर्य वाटायला हवं होतं, पण नाही वाटलं.

"अगदी अफलातून साम्य आहे, असं नाही तुला वाटत?" निक्नं विचारलं.

"हो, पण असं म्हणतात की, प्रत्येक जण कुणा ना कुणासारखा दिसतो." त्याच्या ओठांचा एक कोपरा वर उचलला गेला. "मलाही लोक म्हणतात की, मी आर्नल्ड श्वाईनेगरसारखा दिसतो."

"बोलण्याची शैली फक्त वेगळी आहे." असं व्हिटो म्हणाला आणि व्हॅन झॅण्ड्टच्या चेहऱ्यावरचं स्मित मावळलं. "आमची मि. हॅरिंग्टनशी भेट झाली, तर बरं होईल. तुझी सेक्रेटरी त्याचा पत्ता आम्हाला देऊ शकेल?"

"देईल की!" त्यानं फोन उचलला. "रैनेट, या डिटेक्टिव्हजना डेरेकचा घरचा पत्ता दे प्लीज! मग त्यांना बाहेरचा रस्ताही दाखव प्लीज." हे सगळं तो म्हणाला, ते व्हिटोच्या नजरेला थंडपणे, बेडरपणे नजर देत. "आणखी काही डिटेक्टिव्ह?"

"इतक्यात नाही. आम्ही परत जाण्यापूर्वी आणखी काही प्रश्न आम्हाला

विचारावेसे वाटले, तर तू इथे असशील ना?''

त्यानं त्याच्या डेस्कवरच्या कॅलेन्डरकडे बघितलं. ''मी इथेच असेन. आता मला माझं काम करू द्या.'' तो उभा राहिला आणि त्यानं त्याच्या ऑफिसचं दार उघडलं. ''माझी सेक्रेटरी तुम्हाला मदत करेल आता.''

व्हिटो उभा राहिला. क्लेअर रेनॉल्ड्सचा फोटो त्यानं मुद्दामच व्हॅन झॅण्ड्टच्या डेस्कवर ठेवला. ते दोघं बाहेर पडल्यावर आवाज करत ते दार बंद झालं. व्हॅन झॅण्ड्टची सेक्रेटरी त्यांच्याकडे डोळे टवकारून पाहत होती. ''मि. हॅरिंग्टनचा पत्ता.'' कागदाचा एक तुकडा तिनं हातात धरला.

व्हिटोनं तो कागद त्याच्या फोल्डरमध्ये टाकला. ''मि. हॅरिंग्टन या ऑफिसमध्ये कधी आला होता या आधी?''

''मंगळवारी.'' ती कोरडेपणानं म्हणाली. ''दुपारचं जेवण झाल्याबरोबर ते गेले आणि पुन्हा आले नाहीत.''

तो आणि निक् ऑफिसच्या बाहेर येईपर्यंत व्हिटो जास्त काही बोलला नाही. ''कसा साप आहे!''

''प्रत्येक जण कुणा ना कुणासारखा दिसतोच!'' आर्नल्डच्या स्टाईलमध्ये निक्नं झकास नक्कल केली.

''आपण येऊ हे त्यानं ओळखलं होतं.'' निक्च्या कारकडे जात असताना व्हिटो म्हणाला.

''तू तेही ऐकलंस का? आपण आल्याचं त्याच्या सेक्रेटरीनं त्याला सांगितलं तेव्हा आपण डिटेक्टिव्हज असल्याचंच ती म्हणाली. खुनाचा तपास करणारे असं ती म्हणाली नाही; पण नंतर तिनं सांगितलं, 'होय, खुनाचा तपास करणारे.' असं.''

''जसंकाही त्यानं तिला पहिल्यांदा विचारलंच होतं!'' व्हिटो विचार करू लागला. ''कोण मेलंय हे व्हॅन झॅण्ड्टला माहीत आहे की नाही कुणास ठाऊक!''

''आपलं काम झाल्यावर ड्रिंक्सचा पहिला राऊंड! याचा अर्थ डेरेक आपल्याला त्या पत्त्यावर भेटणार नाही.''

''मी पैज लावतो निक्!'' त्याच्या सीटवर बसता बसता, व्हिटो म्हणाला.

''शिट्! मला वाटलं तू आता प्रेमानं आंधळा झाला असल्यानं डेरेकचा नाद सोडून देशील.''

व्हिटो हसला. ''चल, गाडी सुरू कर.''

भुवया उंचावून निक्नं गाडी रस्त्यावर आणली. ''मी म्हटलं ते तू नाकारलं नाहीस. मग तू आणि सोफीमध्ये सध्या काय चाललंय? प्रेमात आंधळा झालायस ना?'' हे शेवटचं वाक्य त्यानं चेष्टेच्या सुरात म्हटलं, तरी त्याच्याखाली दडलेला यापेक्षा गंभीर प्रश्न वर उफाळून आलाच.

‘तुझं माझ्यावर प्रेम नाहीच.’ झपाटून टाकणाऱ्या, अविस्मरणीय अशा त्यांच्या त्या मीलनानंतर तिनं कडवटपणे उच्चारलेले हे शब्द...डोक्यावर घणाघात व्हावा, तसे त्याला आठवले आणि त्यांचा अर्थ त्याला आता चांगला समजला असं त्याला वाटलं. ॲना आणि अंकल हॅरी यांच्याशिवाय इतर कुणी तिच्यावर खरं प्रेम केलं की नाही असा प्रश्न त्याला पडला. तिची आई तिच्याशी वाईटच वागत होती आणि तिचे वडील अगदीच भावनाशून्य! तिची काकू स्वार्थी होती आणि तिचा पहिला प्रियकर सापाच्या जातीचा. एकेक माणूस मासलेवाईक!

“व्हिटो?” तो असा विचारात गढलेला असताना निक् त्याला म्हणाला. “मी तुला एक प्रश्न विचारलाय.”

“आणि मी त्याचं उत्तर द्यायचा प्रयत्न करतोय. सोफी...ती...”

“स्मार्ट आहे. मजेशीर आहे, एकदम सेक्सी आहे?”

“होय. हे सगळं तर ती आहेच, पण त्यापेक्षाही ती जास्त काही आहे! ‘मौल्यवान.’ ” अखेरीस व्हिटो म्हणाला. “ती मौल्यवान आहे. इथून पश्चिमेला हॅरिंग्टन राहतो, म्हणून या कोपऱ्यावरून डावीकडे वळ.”

गुरुवार, १८ जानेवारी, सकाळी ११:४५ वा.

फिलाडेल्फियामध्ये खूप होटेल्स होती. तीसपेक्षा जास्त होटेल्सच्या कर्मचाऱ्यांना त्याच्या आई-वडलांचा फोटो दाखवल्यावर डॅनिअल व्हर्टनिअनला त्याच्या आईला ओळखणारा एक डेस्क क्लार्क भेटला.

“ती आजारी होती रे!” रे गॅरेट म्हणाला. “मला तर वाटलं होतं, हाउस-कीपिंगच्या लोकांना ती बेडवरच मरण पावलेली आढळेल. ती हॉस्पिटलमध्ये असायला हवी होती.”

“ती दोघं इथे ज्या काळात राहिली त्या तारखा शोधता येतील?”

“आमच्या नियमात बसत नाही. मी मदत करायला हवी, पण तुझा बॅज न पाहता मी हे केलं, तर माझी नोकरी जाईल.”

तुझ्या मुलानं काय केलं ते मला ठाऊक आहे. तो ड्यूटीवर नव्हता, तरी त्यानं त्याच्याजवळचं मेड्ल दाखवलं. “मी जॉर्जियाच्या ब्यूरो ऑफ इनव्हेस्टिगेशनमध्ये काम करतो.” असं तो म्हणाला. “तू मला जी काही मदत करशील त्याबद्दल मी तुझा आभारी राहीन. ही स्त्री खरंच आजारी आहे आणि तिला डॉक्टरकडे नेणं आवश्यक आहे.”

रेनं त्याच्याकडे बराच वेळ बघितलं. “ती तुझी आई आहे ना?”

डॅनिअल घुटमळला. मग क्षणभर डोळे मिटून तो म्हणाला, "हो."

"ओके. कोणत्या नावानं त्यांनी नोंद केली?"

"व्हटॅनिअन." डॅनिअलनं सांगितलं.

रेनं मान हलवली. "व्हटॅनिअन नावाची आमच्याकडे नोंद नाहीये. सॉरी."

"पण तू तिला पाहिलंय्स ना?",

"मला पक्की खात्री आहे. एवढी आजारी बाई विसरणंच शक्य नाही. सॉरी."

"बॉऊमॉन्ट हे नाव शोधतोस का?" ते त्याच्या आईचं माहेरचं आडनाव होतं.

"तेपण नाही. सॉरी."

'म्हणजे संपलंच!' "मी तुमच्या कर्मचाऱ्यांशी बोललो तर चालेल का? त्यांपैकी कुणी तिला ओळखेल कदाचित."

रेच्या डोळ्यांत सहानुभूती दिसली. "थांब इथे." काही मिनिटांतच तो एका हिस्पॅनिक म्हणजे स्पॅनिश स्त्रीला सोबत घेऊन आला. तिनं युनिफॉर्म घातलेला होता. "हिचं नाव मारिया. तिला तुझी आई आठवते."

"तुझी आई खूप आजारी होती ना? पण ती आमच्याशी चांगली वागत असे. तिनं कुठलाच प्रॉब्लेम निर्माण केला नाही."

"तिला तू कुठल्या नावानं हाक मारत होतीस?"

"मिसेस कॅरोल." तिनं खांदे उडवले. "तिचा नवराही तिला याच नावानं हाक मारत होता."

रे टाइप करायला लागला. "हे बघ. मि. आर्थर कॅरोल."

ही साधी; पण चतुराईची युक्ती होती, असं डॅनिअलला वाटलं. कॅरोल हे खुद्द त्याच्या आईचं नाव होतं. "थँक्स, मारिया!" डॅनिअल म्हणाला. "तुझे पुन:पुन्हा आभार!" ती गेल्यावर डॅनिअल रेंकडे वळला. "ते या हॉटेलमध्ये कधी राहायला आले?"

"१९ नोव्हेंबरला आले आणि १ डिसेंबरला गेले. सगळे पैसे रोख दिले. आणखी काही विचारायचंय?"

त्याला त्याच्या आई-वडलांच्या बेडरूमची तख्तपोशी आठवली. "तुमच्याकडे तिजोरी आहे?" रेचे डोळे लुकलुकले. "त्या तिजोरीत त्यांचे दागिने होते ना?"

रेनं खांदे उडवले. "अजूनही आहेत. या नोंदीनुसार त्या तिजोरीत त्यांनी इथे आल्यावर ठेवलेले दागिने त्यांना परत मिळाले नाहीत. नव्वद दिवसांच्या आत त्यांनी ते परत नेले नाहीत, तर आम्ही ते विकून टाकतो."

"किमान ते तपासून पाहता येतील का? ते केलं, तर वॉरंट आणायचं की नाही ते मला ठरवता येईल."

"ओके, पण एवढंच." दोन मिनिटांनी एक लिफाफा घेऊन रे परतला.

त्याच्या चेहऱ्यावर आश्चर्य दिसत होतं. "तुला लिहिलेलं हे पत्र त्यात होतं."

'डॅनिअल किंवा सुसाना व्हटॅनिअनसाठी.' असं त्यावर लिहिलं होतं. त्याच्या आईचं ते अक्षर होतं. डॅनिअलनं खोल श्वास घेतला. "थँक्स रे!"

"शुभेच्छा!" रे शांतपणे म्हणाला.

त्याच्या कारकडे आल्यावर डॅनिअलनं तो लिफाफा उघडला. हॉटेलच्या लेटरहेड्चा तो एक कागद होता. त्यावर पत्ता आणि बॉक्स नंबर लिहिलेला होता. त्या नंबरवर डॅनिअलनं फोन लावला. तिसऱ्या रिंगनंतर त्याच्या बहिणीनं प्रतिसाद दिला. ती घाईघाईनं बोलत होती.

"डिस्ट्रिक्ट ॲटर्नीचं ऑफिस. सुसाना व्हटॅनिअन!"

"सूझ, डॅनी बोलतोय."

सुसानानं निःश्वास टाकला. "सापडले ते?"

"नाही, पण मला दुसरंच काहीतरी सापडलंय."

गुरुवार, १८ जानेवारी, दुपारी १२:०० वा.

जोहान्सन अजूनही सावधपणेच वागत होती. सकाळपासून तिनं स्वतःभोवती लोकांचा गराडा ठेवला होता. ती खरीखुरी अमेझॉनच असल्यामुळे तिला कुठेही ओढून नेणं अवघडच जाणार होतं. तिच्या वाहनाजवळच पकडून तिला तिथेच अपंग करायचं त्यानं ठरवलं, पण तिला एकटीला गाठणं पहिल्यांदा आवश्यक होतं. पुढची पावलं टाकण्याआधी दुपारच्या जेवणासाठी ती बाहेर पडेपर्यंत वाट पाहायचं त्यानं ठरवलं होतं.

त्यानं अचूक वेळ साधली होती. तिचा व्हायकिंग टूर नुकताच संपला होता. म्यूझियमचं दार उघडलं तेव्हा तो तिच्या दिशेनं निघाला, तेवढ्यात आणखी एक म्हातारा टूरसाठी आलेल्या मुलांच्या गर्दीतून वाट काढत आत आला. त्याच्या स्वागतासाठी हात पुढे झाले. जोहान्सन त्या म्हाताऱ्या माणसाकडे घाईनं गेली, तेव्हा त्याच्या लक्षात आलं की, तोसुद्धा खरा म्हातारा नव्हताच. त्याला याचं आश्चर्य वाटलं. त्यानं वेषांतर केलेलं नव्हतं आणि तो तितका म्हाताराही नव्हता. सतत मारहाण झाल्यामुळे त्याचे हात मोडलेले होते. तिकडे लक्ष गेल्यावर तो अंदाज खरा ठरला.

त्या माणसानं किती त्रास सहन केला असेल आणि त्याच्यामध्ये एवढं व्यंग निर्माण व्हायला किती काळ लागला असेल, असा विचार त्याच्या मनात आला. त्या माणसाचे डोळे रंगवावेत असं त्याला वाटलं. त्याला सुरुवातीला मरणप्राय

वेदना होतील आणि इतर मॉडेल्सच्या टिकल्या, त्याहून जास्त काळ त्या टिकतील, अशी कल्पना त्यानं केली.

जोहान्सन आणि तो म्हातारा माणूस आपसात बोलू लागले. ती भाषा त्याला रशियनसारखी वाटली. ती त्या रशियन माणसाला समोरच्या दाराकडे घेऊन जाऊ लागली, त्या वेळी त्यानं पुढे पाऊल टाकलं.

मग त्याचा सेल फोन वाजला. बऱ्याच लोकांनी कान टवकारून आवाजाच्या दिशेनं पाहिलं तेव्हा चेहरा चटकन वळवून हातातल्या काठीवर भार टाकत तो चालायला लागला. स्वतःकडे लोकांचं लक्ष वेधून घेणं हा काही त्याचा हेतू नव्हता. म्हातारा माणूस ज्या वेगानं चालू शकतो तसा तो म्यूझियममधून बाहेर आला आणि पुरेसा दूर गेल्यावर त्यानं त्याचा सेल फोन घेतला. तो व्हॅन झॅण्ड्टचा थेट नंबर होता. विचार करून त्यानं पुन्हा त्याला फोन केला. ''फ्रेझियर लुई बोलतोय.''

''फ्रेझिअर,'' व्हॅन झॅण्ड्ट बोलला. ''मला तू लवकर भेटणं गरजेचं आहे.''

''थोड्याच दिवसांत मी परत येईन. बहुतेक येत्या मंगळवारी.''

''नाही. आजच तुझ्याशी बोलायला हवं. फ्रेझियर, काल डेरेक सोडून गेला.''

तो नक्कीच गेला असणार. अनेक अर्थांनी! ''खरंच? का बरं?''

''कलावंताचं स्वातंत्र्य सोडून द्यायला तो तयार नव्हता. कॉन्ट्रॅक्टवर मला तुझी सही हवी आहे. आज दुपारनंतर मी फिलाडेल्फियामध्ये येईन. सात वाजता मला डिनरसाठी भेट. तुझी सही झाली की, मी परत येईन.''

''कार्यकारी कला दिग्दर्शक?'' त्यानं विचारलं आणि व्हॅन झॅण्ड्ट दिलखुलास हसला.

''कॉन्ट्रॅक्टवर तेच तर म्हटलंय. मग भेटतो मी तुला.''

न्यूयॉर्क सिटी, गुरुवार, १८ जानेवारी, दुपारी १२:३० वा.

''मी तुला म्हटलं होतं, पैज लावतो म्हणून.'' व्हिटो अस्पष्टपणे पुटपुटला.

निक्नं छातीवर हातांची घडी घालून मान हलवली. तो आणि व्हिटो बघत होते. एनवायपीडीचे दोन डिटेक्टिव्हज् जिथे माणूस लपेल अशी प्रत्येक जागा शोधत होते किंवा लपवला जाईल; अशीही. ''आता काय?''

''मला वाटतं, आपण ए. पी. बी.ला हे कळवावं. त्यांनी इथल्या सगळ्या जागा शोधल्यात असं दिसतंय.''

एनवायचे ते दोघं लिव्हिंग रूममध्ये परतले. ते कार्लोस आणि चार्लस् होते; बरेचसे निक् आणि चिक्सारखे, असं व्हिटोला वाटलं; पण अगदी तसे नव्हते.

''तो इथे नाहीये.'' कार्लोस म्हणाला. ''सॉरी.''

"थँक्स!" व्हिटो म्हणाला. "तो इथे सापडेल असं आम्हाला वाटलंच नव्हतं. पण...."

चार्लस्‌नं मान हलवली. "तुमच्याकडे तिथे दहा प्रेतं पडलेली आहेत. आम्हीसुद्धा बघितलं असतं."

"मग आता तुम्ही काय करायचं ठरवलंय?" कार्लोसनं विचारलं. "हा माणूस संशयित आहे का?"

"हा आमचा गुन्हेगार आहे, असं आम्हाला वाटत नाही." निक्‌ म्हणाला, "पण गुन्हेगार कोण आहे, याची त्याला माहिती असावी."

"आम्ही तुमच्यासाठी ए.पी.बी.ची व्यवस्था करू शकतो." चार्लस्‌नं मदत देऊ केली.

"आम्हाला आवडेल." फ्रेम केलेला एक फोटो व्हिटोनं हातात घेतला. एका स्त्रीच्या आणि विशीतल्या मुलीच्या बरोबर काढलेला हॅरिंग्टनचा तो फोटो होता. "त्यानं त्या मुलीशी लग्न केलंय. त्याच्या बायकोचा शोध लागेल आपल्याला?"

"आपण त्यांना बोलावून घेऊ." कार्लोस म्हणाला. "अजून काही?"

निक्‌नं खांदे उडवले. "चांगलं जेवण मिळेल अशा एखाद्या हॉटेलचं नाव सांग."

फिलाडेल्फिया, गुरुवार, १८ जानेवारी, दुपारी २:१५ वा.

"मी काही मदत करू?" काउंटरमागे असलेल्या आणि नुकतीच मिसरूड फुटलेल्या त्या मुलानं विचारलं.

'काही हरकत नाही.' डॅनिअलच्या मनात आलं. त्या हॉटेलच्या फाइलमध्ये त्याच्या आईनं ठेवलेला पत्ता होता. शहराच्या पलीकडच्या भागात असलेलं मेल बॉक्स स्टोअर.

आपल्या बॉसला फोन करून हा चालू असलेला तपास अधिकृत करून घ्यावा की काय, असा विचार मनाशीच करत तो बाहेर बराच वेळ बसून होता, पण 'तुझ्या मुलानं काय केलंय ते मला माहीत आहे.' यामुळे तो बेचैन झाला होता. कायद्याला वळसा घालण्यासाठी तो त्या मेड्‌लचा उपयोग करण्याच्या बेतात इथे आला होता. "मला एक बॉक्स तपासायचा आहे."

त्या मुलानं मान हलवली. "मी तुमचा आयडी पाहू शकतो का?" त्यानं नियमानुसार विचारलं.

डॅनिअलनं त्याचं मेड्‌ल त्या मुलाच्या हातात दिलं आणि त्याचे डोळे विस्फारलेले पाहिले.

"मी बघतो...स्पेशल एजंट व्हटॅनिअन!"

तो एजंट असलेला पाहून तो मुलगा इतका प्रभावित झाला की, डॅनिअलला कुठला बॉक्स बघायचाय हे कळण्यासाठीही तो थांबला नाही. त्या मुलानं त्याचं नाव टाइप केलं आणि त्याच्याकडे बघून म्हणाला, "फक्त एक मिनिट सर!"

'थांब!' असा शब्द डॅनिअलच्या ओठांवर आला, पण तो गप्प बसला. त्यांच्या कम्प्यूटरमध्ये त्याचं नाव होतं. या आठवड्यापूर्वी तो या शहरात कधीही आलेला नव्हता. त्याचं हृदय धडधडत असल्यानं तो थांबला. चारही बाजूंनी बंद असलेला एक जाड लिफाफा घेऊन तो मुलगा एका मिनिटात परतला.

"हा एकच मिळाला सर!" तो मुलगा बोलला.

"थँक्स!" डॅनिअलनं संयम बाळगला. "या एकाच कारणासाठी मी आलो नाही इथे. मी एका केससाठी काम करतोय आणि या स्टोअरमधला एक बॉक्स त्या केसमध्ये दिशा दाखवणारा आहे. मला इथे यायचंच होतं म्हणून त्या केसचा पाठपुरावा करण्याची जबाबदारी मी माझ्यावर घेतली. बॉक्स नंबर ११५ कुणाच्या मालकीचा आहे, तुला ठाऊक आहे?"

हे फारच सोपं काम होतं. खोटं बोलायचं आणि त्या मुलाला मूर्ख बनवायचं; पण त्याला हवं होतं ते मिळालं. "क्लेअर रेनॉल्ड्सच्या नावावर तो नोंदवलेला आहे. तुम्हाला तिचा पत्ता हवाय?"

"प्लीज."

त्या मुलानं पत्ता लिहून दिला आणि त्या लिफाफ्याचा विचार करत तो पुन्हा एकदा त्याच्या कारकडे गेला. खिशातल्या चाकूनं तो लिफाफा त्यानं काळजीपूर्वक उघडला आणि आतला कागद बाहेर काढला.

क्षणभर तो त्या कागदाकडे घाबरून आणि अविश्वासानं पाहत राहिला. पाण्याच्या जोरदार प्रवाहामध्ये ओढला जावा तसा तो कित्येक वर्षं मागे गेला. "ओह् गॉड!" तो स्वत:शीच बोलला. "डॅड, काय केलंत तुम्ही हे?"

त्याला वाटलेल्या प्रचंड भीतीपेक्षाही हे वाईट होतं. 'तुझ्या मुलानं काय केलंय ते मला माहीत आहे.' त्याच्या वडलांनीसुद्धा काय केलं होतं हे आता डॅनिअलला कळलं होतं. तसं त्यांनी का केलं हे तो विचारू शकेल की नाही याची त्याला खात्री नव्हती.

त्याला व्यवस्थित श्वास घेता आल्यावर त्यानं सुसानाला फोन केला.

"सापडलं का तुला ते?" तिनं एकदम प्रश्नच विचारला.

मोठ्या मुश्किलीनं तो म्हणाला, "तू येणं आवश्यक आहे."

"डॅनिअल, मला नाही जम..."

"प्लीज सुसाना." त्याचा स्वर कठोर होता. "तू येणं माझ्यासाठी आवश्यक

आहे. प्लीज.'' तो वाट बघत राहिला. त्याचे प्राण कंठाशी आले.

अखेरीस तिनं उसासा सोडला. ''ठीक आहे. मी ट्रेननं येते. तीन तासांत मी तिथे पोहोचते.''

''मी तुला घ्यायला स्टेशनवर येतो.''

''डॅनिअल, तू ठीक आहेस ना?''

हातातल्या कागदांकडे पाहत तो म्हणाला, ''नाही. मी ठीक नाहीये.''

न्यू यॉर्क सिटी, गुरुवार, १८ जानेवारी, दुपारी २:४५ वा.

''हॅरिंग्टन एक तर भूमिगत झालाय नाहीतर मेलाय.'' व्हिटोनं लिझला फोनवर सांगितलं. ''आम्ही त्याच्या ऑफिसमध्ये गेलो; त्याच्या अपार्टमेंटमध्ये आणि त्याच्या बायकोच्याही अपार्टमेंटमध्ये गेलो. इतक्यात त्याला कुणीच पाहिलं नाहीये. त्याची कार जागेवरच आहे. आम्ही त्याच्या बायकोकडे विचारलं, तर ती म्हणते की, ती त्याला सहा महिन्यांत भेटलेली नाही. त्यांची मुलगी कोलंबिया युनिव्हर्सिटीमध्ये आहे. ती म्हणाली की, तिनंही त्याला पाहिलेलं नाही.''

''तो आणि त्याची बायको यांची वेगवेगळी अपार्टमेंट्स का आहेत?''

''ती म्हणाली की, ती दोघं विभक्त झालेली आहेत. तो जास्तीतजास्त खचत चालला होता आणि 'उदास' झाला होता, असं ती म्हणते; पण कधी हिंसक झाला नव्हता. एनवायपीडीनं ए.पी.बी.ला कळवलंय आणि आम्ही ओ-आर-ओ समोर जेवण घेत आहोत. व्हॅन झॅण्ड्टकडून त्याच्या कर्मचाऱ्यांची यादी मिळते का ते पाहायला आम्ही पुन्हा तिकडे जाणार आहोत किंवा तिथेच बाहेर थांबून एखादा कर्मचारी आमच्याशी बोलेपर्यंत आम्ही वाट पाहू. ब्रेन्ट म्हणाला की, हॅरिंग्टननं कलादिग्दर्शन केलेलं नाही. तिथल्याच दुसऱ्या कुणीतरी केलंय. तो कोण आहे हे सांगणारा एखादा जरी आम्हाला भेटला, तरी पुरेसं आहे.''

''छान! तुम्ही तिथेच थांबा. व्हर्टेनिअन्सच्याबद्दल मला काही कळलंय. जॉर्जियातल्या डटनच्या शेरीफला मी फोन केला. थँक्सगिव्हिंगच्या आधीपासूनच ते कुणाला दिसलेले नाहीत.''

''यूरी काल रात्री जे बोलला त्याच्याशी हे सुसंगतच आहे.''

''मला ठाऊक आहे. आणखी एक. त्या शेरीफनं व्हर्टेनिअन्सच्या मुलाला कळवलंय की, त्याचे आई-वडील गेल्या आठवडाअखेरीपासून बेपत्ता असावेत. तो मुलगा जॉर्जिया ब्यूरो ऑफ इनव्हेस्टिगेशनमध्ये काम करतो आणि मुलगी न्यूयॉर्क डी.ए.च्या ऑफिसमध्ये आहे. ही दोघंही त्यांच्या ऑफिसमध्ये नाहीयेत. जीबीआयमधला

डॅनिअल सोमवारपासून रजेवर आहे. त्याची बहीण सुसाना आज दुपारी, इतक्यातच रजा घेऊन गेलीये. त्यांना माझ्याशी बोलायला सांगण्याबद्दल मी त्या दोघांच्या सुपरव्हायझर्सकडे निरोप ठेवलाय.''

पण आणखी एक बातमी होती. ती जास्त वाईट होती, असं व्हिटोला वाटलं. ''मला ती सांग लिझ.''

''न्यूयॉर्कच्या व्हाईट प्लेन्सच्या पोलिसांना काईल लोम्बार्ड त्याच्या पुराण-वस्तू-भांडारात सापडला.''

व्हिटोच्या हृदयाचा एक ठोका चुकला. ''मृतावस्थेत?''

''त्याच्या डोळ्यांच्या मध्यभागी गोळी लागली होती. बहुतेक ती व्हिन्टेज या जर्मन शस्त्रामधून आली होती. ती गोळी ते आपल्याकडे पाठवतायत, म्हणजे आपण पहिल्या रांगेतल्या त्या मुलाला लागलेल्या गोळीशी तिचं साम्य आहे का, ते बघू. स्थानिक पोलिसांनी त्याच्या स्टोअरची झडती घेतली तेव्हा सर्व प्रकारची बेकायदा मिळवलेली मध्ययुगीन शस्त्रं तिथं सापडली; जमिनीखाली. तुझ्या सोफीला खूप आनंद होईल यामुळे.''

व्हिटोला त्याचं पोट भरल्यासारखं वाटलं. त्याची सोफी आता खरोखरच धोकादायक परिस्थितीमध्ये आली होती. ''इतर दोघांचं काय? शेफर आणि ब्रूस्टर?''

''शेफर आणि लोम्बार्ड या दोघांचाही शेवट सारखाच झाला असं म्हणावं लागेल. त्याच्याही डोळ्यांच्या मध्यभागी गोळी लागली होती. त्या दोघांनाही त्या स्टोअरमध्ये खुर्च्यांना बांधून गोळ्या घातल्या त्यांच्या डोक्यात. ब्रूस्टर अजून बेपत्ता आहे.''

''लोम्बार्ड जर अशी विक्री करत असेल, तर आपण त्याचे विक्रीचे रेकॉर्ड्स तपासून त्या खुन्याचा काही शोध लागतोय का बघू.''

''ते शक्य नाही. लोम्बार्डचा कम्प्यूटर रिकामा झालाय आणि त्याच्या पेपर फाइल्स ऑफिसमध्ये इतस्ततः फेकून दिल्या गेल्या आहेत आणि फेड्सनं त्याचं स्टोअर आणि सगळ्या याद्यांना लाल फीत लावलीये. त्याच्याकडची शस्त्रं आठ ते सहाशे वर्षांची जुनी असली, तरी लोम्बार्ड शस्त्रांचं स्मगलिंग करत होता. मला वाटतं, आज ना उद्या ही केस फेड्सकडे सोपवावी लागेल.''

व्हिटो विचारात पडला. ''तू ते होऊ देणार नाहीस ना?''

''ती माझ्या अधिकारात आहे तोपर्यंत नाही, पण मी तुझी बॉस असते, तर म्हणजे मी बॉस आहेच. मी तुला सांगेन की, तू इथे परत ये आणि सगळी केस गुंडाळ. नाहीतर तुला नको असलेली मदत तुला घ्यावी लागेल.''

''च्यायला!'' व्हिटोनं श्वास घेतला. ''लोम्बार्ड आणि शेफरबद्दल सोफीला समजलं?''

“मी तिला फोनवर सांगितलं. ती स्मार्ट पोरगी आहे व्हिटो. ती म्हणाली की, ती एकटी कुठेच जाणार नाही आणि तिचं काम संपल्यावर तिला घेऊन जाण्यासाठी आपल्यापैकी कुणालातरी बोलावेल.”

“ओके. ते चांगलं आहे.”

“तू ओके आहेस ना?”

“खरंतर नाही, पण ती जर काळजी घेत असेल स्वत:ची...तर आम्हाला या गुन्हेगाराला पकडावं लागेल.”

“तर मग करच ते. भेटू लवकरच.”

रागीट मुद्रेनं व्हिटोनं फोन ठेवला आणि ओ-आर-ओचं ऑफिस असलेल्या बिल्डिंगकडे नजर फेकली. “लोम्बार्ड आणि क्लिन्ट शेफर. लूगर, डोळ्यांच्या मध्यभागी.”

“शिट्!” निक् पुटपुटला. “म्हणजे आता सगळेच दुवे निखळले आहेत असं मला वाटतंय.”

व्हिटो कारच्या बाहेर येऊ लागला. “पुन्हा थोडा वेळ व्हॅन झॅण्ड्टशी बोलून येऊ.”

पण निक्नं त्याला थोपवलं. “आधी तू जेवून घ्यायला हवंस. दुसरं, शांत व्हायला हवंस. तू जर त्याला घाबरवून सोडलंस, तर तोही आपल्या हातून निसटेल आणि मी आधी म्हटल्याप्रमाणे तुझा संताप मी सहन करणार नाही.”

“ठीक आहे.”

“नाहीतर या वेळी मीच बोलतो त्याच्याशी.” निक् म्हणाला.

रागारागातच व्हिटोनं त्याच्या सँडविचचं प्लास्टिक कव्हर फाडून टाकलं आणि तो म्हणाला, “ठीक आहे.”

न्यूयॉर्क सिटी, गुरुवार, १८ जानेवारी, दुपारी ३:०५ वा.

‘मि. व्हॅन झॅण्ड्ट इथे नाहीयेत.’

व्हिटोनं मनुकेच्या आकारासारखा चेहरा असलेल्या सेक्रेटरीकडे ‘आ’वासून पाहिलं “काय?”

निक् घसा साफ करत म्हणाला, “आज दुपारी भेटेन असं मि. व्हॅन झॅण्ड्टनी म्हटलं होतं.”

“एका क्लाएंटकडून त्यांना अनपेक्षित फोन आला होता. त्यांना जावं लागलं.”

“तर...कधी आला होता हा फोन?” निक्नं विचारलं.

"दुपारी बाराच्या सुमारास."

निक्नं मान हलवली. "अस्सं. ठीक आहे. मग, तुमच्या कर्मचाऱ्यांची यादी तू आम्हाला देऊ शकशील?"

व्हिटोला काहीतरी म्हणावंसं वाटलं, पण तो गप्प बसला. तिनं जो लिफाफा दिला होता, त्यात काही उपयुक्त माहिती असेल असं दोघांनाही वाटलं नव्हतं.

ओ-आर-ओच्या लेटरहेडमधून निक्नं एक कागद ओढून घेतला. त्यावर संक्षिप्त मजकूर होता. "वॉरन्ट मिळवा." निक्नं वाचलं. खाली सही - 'यॅगर ए. व्हॅन झॅण्ड्ट.' "ठीक आहे. मग आम्ही याच्यावरच काम भागवू." तिच्या प्रिन्टरवरून त्यानं एक कागद फाडून घेतला. "तुझं नाव लिहून दे प्लीज मला. त्या वॉरन्टवर तुझ्या नावाचं स्पेलिंग करण्यात आमच्याकडून चूक होऊ नये आणि मग सही कर खाली."

तिनं फारसा विरोध केला नाही. तिनं स्वत:चं नाव लिहून तो कागद त्याला दिला. "तुम्हाला बाहेर जाण्याचा रस्ता माहीतच आहे."

"आम्ही आत आलो तोच रस्ता." निक् सहजपणे हसत म्हणाला. "आता तुझा दिवस आनंदात जाईल."

बाहेर आल्यावर सेक्रेटरीनं दिलेल्या कागदाची घडी घालून तो लिफाफा त्यानं त्याच्या खिशात ठेवला. "हस्ताक्षराचे नमुने." तो म्हणाला. "क्लेअरच्या पत्राशी ताडून पाहण्यासाठी.

"छान केलंस. थँक्स निक! माझं डोकंच सणकलं होतं."

"माझ्याऐवजी बरेचदा तूच काम केलंयस. आपण एकमेकांना पूरक आहोत असं मला वाटतं."

"चल, निघू या इथून."

एक माणूस घाईघाईनं त्यांच्या दिशेनं येत होता. त्याच्या चेहऱ्यावर काळजी दिसत होती. "तुम्ही ओ-आर-ओमध्ये गेला होता?"

"होय सर," व्हिटोनं उत्तर दिलं. "पण आम्ही तिथं काम करत नाही."

"कालपासून मी डेरेक हॅरिंग्टनला भेटण्याचा प्रयत्न करतोय, पण ते म्हणतात तो तिथे नाहीये आत."

"तुम्ही हॅरिंग्टनला का भेटण्याचा प्रयत्न करत होता?" निक्नं विचारलं.

"माझ्या मुलासाठी. माझ्या मुलाचा फोटो इतर कलाकारांना दाखवण्याचं आश्वासन त्यानं दिलं होतं."

व्हिटोच्या मनातली भीती वाढली तशी त्याच्या हृदयाची धडधडही वाढली. "कशासाठी सर?"

"माझा मुलगा बेपत्ता आहे आणि त्या बिल्डिंगमधल्या कुणीतरी त्याला

पाहिलं. त्यांनी त्याचा मॉडेल म्हणून वापर केला केव्हा आणि कुठे ते मला माहीत करून घ्यायचंय. त्याला कुठे शोधायचं ते मग मला कळेल.''

व्हिटोनं त्याचं मेड्ल खिशातून काढलं. ''मी डिटेक्टिव्ह चिकोटेली आणि हा माझा पार्टनर डिटेक्टिव्ह लॉरेन्स. तुमचं नाव काय आणि तुमच्या मुलाचा फोटो तुमच्याकडे आहे का?''

त्याच्या मेड्लकडे त्यानं डोळे बारीक करून पाहिलं. ''फिलाडेल्फिया? मी लॉईड वेबर.'' त्यानं व्हिटोला एक फोटो दाखवला. ''हा माझा मुलगा झॅकरी.''

डोक्यात गोळी घातलेला तो तरुण होता. ''एक-तीन.'' तो पुटपुटला.

''काय? तुम्हाला काय म्हणायचंय?'' वेबरनं प्रश्न केला.

''मी कार्लोस आणि चार्लस्ला फोन करतो.'' निक् हळूच म्हणाला आणि फोन करण्यासाठी दूर जाऊन उभा राहिला.

व्हिटो आणि वेबरची नजरानजर झाली. ''सॉरी सर! आमच्याकडे तुमच्या मुलाचं शव कदाचित असेल.''

वेबरच्या डोळ्यांमध्ये अशक्यता आणि वस्तुस्थिती यांच्यात चालू झालेला झगडा दिसला. ''फिलाडेल्फियामध्ये?''

''होय सर. आम्हाला वाटतं तोच हा मुलगा असेल, तर तो आता या जगात नाही आणि त्याला जाऊन जवळपास एक वर्ष झालंय.''

वेबरचा आत्मविश्वास गळून पडला. ''मला ठाऊक आहे, पण ते स्वीकारायला माझं मन तयार नव्हतं. माझ्या बायकोला हे कळवायला हवं.''

''सॉरी!'' व्हिटो पुन्हा म्हणाला.

वेबरनं मानेला झटका दिला. ''त्याला मरण कशामुळे आलं हे ती विचारणार. काय सांगू मी तिला?''

व्हिटो घुटमळला. हे शक्य तेवढं गुपित ठेवावं असं लिझ्चं मत होतं, पण आपल्या मुलाला काय झालं होतं हे कळण्याचा या बापाला अधिकार होता आणि लिझलाही हे पटेल याची त्याला खात्री होती. ''त्याला गोळी घातली होती सर.''

वेबरनं जळजळीत नजरेनं त्या बिल्डिंगकडे पाहिलं. ''त्याच्या डोक्यात?''

''होय, पण ही गोष्ट तुम्ही सध्या तुमच्यापुरतीच ठेवली, तर आम्हाला बरं वाटेल.''

सुन्न झालेल्या त्या माणसानं मान हलवली. ''थँक्स! त्याला कुठे गोळी घातली हे मी तिला सांगणार नाही.''

तो दहा फूट लांब जाऊन त्याच्या बायकोला फोन लावत असल्याचं व्हिटोनं बघितलं. श्वासोच्छ्वासाबरोबर त्याचे खांदेही खाली-वर होत असलेले व्हिटोनं पाहिले. ''च्यायला!'' उद्वेगानं व्हिटो मनाशीच पुटपुटला. पाठीमागून निक्चं बोलणं

त्यानं ऐकलं. "आता त्याला पकडल्याशिवाय मी गप्प बसणार नाही. राक्षस साला!"

"मला ठाऊक आहे. चार्ल्स आणि कार्लोस वॉरंट घेऊन इथे येईपर्यंत त्यांनी आपल्याला थांबायला सांगितलंय. ओ-आर-ओचे सगळे रेकॉर्ड्स जप्त करण्याचा ते प्रयत्न करणार आहेत."

त्यांच्या पाठीमागे येऊन थांबलेल्या कारचं दार बंद झाल्याचा आवाज आला तेव्हा व्हिटो आणि निक् यांनी वळून पाहिलं. टॅक्सीतून एक माणूस बाहेर आला. त्याच्या चेहऱ्यावर दृढनिश्चय आणि गांभीर्य स्पष्ट दिसत होतं. "फिलीहून आलेले डिटेक्टिव्हज् तुम्हीच दोघं आहात का?"

"होय." निक् उत्तरला. "कुणाला माहीत करून घ्यायचंय?"

तो माणूस त्यांच्यासमोर येऊन थांबला. त्याचे हात त्याच्या कोटाच्या खिशात होते. "माझं नाव टोनी इंग्लंड आहे. दोन दिवसांपर्यंत मी ओ-आर-ओसाठी काम करत होतो. डेरेक हॅरिंग्टन माझा बॉस होता."

"काय झालं?" निक्नं विचारलं.

"मी सोडलं. पटत नव्हत्या अशा गोष्टी यॅगर डेरेकला करायला भाग पाडत होता. त्या मलाही पटत नव्हत्या. मी त्या सहन करू शकलो नाही आणि यॅगर सगळं नष्ट करतानाही मी ते पाहू शकलो नाही."

"आम्ही इथे आलोय हे तुला कसं समजलं?" व्हिटोनं विचारलं.

"ओ-आर-ओ ही छोटीशी कंपनी आहे. तुम्ही दारात आल्यावर तीस सेकंदांच्या आत हे सर्वांना समजलं. तुम्ही आल्याबद्दल आणि डेरेकची चौकशी करत असल्याबद्दल एका जुन्या मित्रानं मला फोनवर सांगितलं. मी लगेच इथे आलो, पण तुम्ही निघून गेला होता." इंग्लंडनं डोळे बारीक करून वेबरकडे पाहिलं. त्याचं फोनवरचं बोलणं संपलं होतं, पण त्याची पाठ त्यांच्याकडेच होती. तो शांतपणे रडत होता. "हा कोण आहे?"

व्हिटोनं निक्कडे पाहिलं आणि निक्नं थोडीशी मान हलवली. व्हिटोनं फोटो हातात धरला. "या मुलाचा हा बाप आहे. त्याचं नाव झॅकरी आहे. तो मेलाय."

इंग्लंडच्या सडपातळ चेहऱ्यावरचे सगळे रंग उडून गेले. "च्या मायला, च्या मायला, हे तर..." त्या फोटोकडे त्यानं प्रचंड भयानं पाहिलं. "ओह्! माय् गॉड! आम्ही हे काय करून बसलो?"

"या गेममध्ये या मुलाला कुणी आणलं हे तुला ठाऊक आहे मि. इंग्लंड?" निक्नं त्याला सौम्यपणे विचारलं.

इंग्लंडचे डोळे बारीक झाले. "फ्रेझिअर लुई. मला वाटतं तुम्ही त्याला चांगलं भाजून काढावं आणि नरकात सडत ठेवावं."

प्रकरण १९

फिलाडेल्फिया, गुरुवार, १८ जानेवारी, संध्याकाळी ५:१५ वा.

स्टेशनमध्ये आलेल्या ट्रेनच्या फिरत्या दारातून डॅनिअलला ती पूर्वीसारखीच दिसली. सडपातळ आणि नाजूक. त्यांच्या घरातले पुरुष उंच, धिप्पाड, तर स्त्रिया लहानशा होत्या.

आपण तिचं संरक्षण करतोय असा त्याचा समज होता. तो उघड-उघडच निष्काळजी होता. तो भाड्यानं आणलेल्या त्याच्या कारमधून बाहेर आला आणि उभा राहिला. तिचं त्याच्याकडे लक्ष जाईपर्यंत तो वाट पाहत राहिला. तिच्या पावलांचा वेग मंदावला आणि तो जिथे उभा होता तिथूनही तिचे खांदे आखडले असल्याचं त्याला जाणवलं.

गोल वळून त्यानं तिच्यासाठी कारचं दार उघडलं. ती त्याच्यासमोर उभी राहिली आणि तिनं त्याच्याकडे पाहिलं. ती रडत होती. ''म्हणजे तुला समजलं.'' तो पुटपुटला.

''मी ट्रेनमध्ये चढल्यावर माझ्या बॉसचा माझ्या सेलवर फोन आला.''

''माझ्या बॉसचा मलासुद्धा फोन आला. त्याला ज्या लेफ्टनंटनं फोन केला ती लिझ सॉयर होती. तिच्या ऑफिसचा पत्ता माझ्याकडे आहे.'' त्यानं उसासा सोडला. ''मला फारच उशिरा समजलं.''

''पण हे कुणी केलं ते कळण्यासाठी मदत होईल असं काहीतरी तुला ठाऊक आहे.''

त्यानं एक खांदा उडवला. ''किंवा आपल्या दोघांनाही संपवणारं. ये आत.''

तो त्याच्या सीटवर बसला आणि तो कार सुरू करणार, इतक्यात तिनं त्याच्या हातावर स्वत:चा हात ठेवला. तिचे करडे डोळे मोठे होते आणि त्यातून ज्वाळा बाहेर येत होत्या. ''सांग मला.''

त्यानं मान हलवली. ''ठीक आहे.'' त्यानं मेल बॉक्स स्टोअरमध्ये त्याची वाट पाहत असलेला तो लिफाफा तिला दिला आणि त्यातला मजकूर ती वाचेपर्यंत तो थांबला.

तिनं श्वास घेतला आणि मग हळूच, यांत्रिकपणे प्रत्येक पान बघू लागली. "ओह, माय गॉड!" मग तिनं त्याच्याकडे पाहिलं. "तुला त्यांच्याबद्दल ठाऊक होतं?"

"हो." त्यानं कार सुरू केली. "तुझ्या मुलानं काय केलं ते मला माहीत आहे." त्यानं हळू आवाजात ते वाक्य उच्चारलं. "आता तुलाही ते माहीत झालंय."

गुरुवार, १८ जानेवारी, संध्याकाळी ५:४५ वा.

कमरेवर हात ठेवून सोफी तिच्या गोदामाच्या मध्यभागी उभी होती. दुपार उलटल्यावर लेफ्टनंट सॉयरचा फोन आल्यापासून तिनं डझनभर खोकी उघडली होती. स्वत:ला कामात बुडवून घेतल्यामुळे काईल आणि क्लिन्ट यांना मृत्यू आल्याच्या वस्तुस्थितीवर तिला विचार करायला जमलंच नव्हतं.

काईल आणि क्लिन्ट हे गुन्हेगाराशी संबंधित होते याबद्दल शंकाच नव्हती. त्या स्मशानभूमीत सापडलेल्या नऊपैकी एकाला ज्या बंदुकीनं मारलं होतं, त्याच बंदुकीनं या दोघांनाही मारलं होतं.

एक बंदूकधारी पोलिसानं तिला तिच्या म्यूझियमपर्यंत पोहोचवलं होतं, तेव्हाच त्या गुन्हेगाराला तिच्याबद्दल त्या सकाळी समजलं असण्याची शक्यता होती. आता ती केवळ एक शक्यताच नव्हती हे खरं, पण तरी अजून काही घडलं नव्हतं, हेही खरंच. बोलताना कितीही काळजी ती घेत होती, स्वत:चा तोल सांभाळत होती, तरी तिच्या मनात भीती होतीच. म्हणूनच, त्या परिसरात, व्हिटोकडे परत जाण्यासाठी, लिझ एखाद्या शस्त्रधारी पोलिसाला तिच्याकडे पाठवेपर्यंत तिनं स्वत:ला कामात गुंतवून ठेवलं होतं.

त्याला आज त्याच्या कामात यश मिळालं असेल, असं तिला वाटलं.

"सोफी!"

धापा टाकत ती हृदयावर हात ठेवत गोल फिरली. चौथा थिओ पुन्हा एकदा अंधारात उभा होता. एखाद्या पक्ष्याचं पीस हातात धरावं इतक्या सहजपणे त्यानं हातात कुऱ्हाड धरली होती. श्वासोच्छ्वासावर ताबा ठेवत तिनं पाऊल मागे घ्यायचं टाळलं. किंकाळी फोडत पळून जाण्याचंही. डोळे मिटून तिनं स्वत:ला सावरलं. तिनं डोळे उघडून पाहिलं तर तो अजूनही तिच्याकडेच एकटक बघत होता. त्याचा चेहरा निर्विकार होता. "काय हवंय तुला?"

"ही खोकी उघडायला तुला मदत हवीये, असं डॅड म्हणाले. काल तू वापरत असलेला गज मला सापडला नाही, म्हणून मी हीच आणली." त्यानं ती कुऱ्हाड

तिला दाखवली. "मग कोणती खोकी उघडायचीयेत?"

तिनं शक्य तेवढा हळूच श्वास सोडला. 'चांगलं घट्ट पकड सोफी.' अस्तित्वात नसलेल्या धमक्यांचा ती विचार करत होती. "ती तिकडे असलेली खोकी. मला वाटतं पहिल्या टेडच्या आग्नेयेकडच्या प्रवासातली आहेत ती. शीतयुद्ध आणि साम्यवाद यांच्याशी संबंधित असं एखादं प्रदर्शन भरवावं आणि त्यात कोरिअन द्वीपकल्प आणि व्हिएटनाममधून त्यांनी आणलेल्या कलाकृती त्यात ठेवाव्यात असं मला वाटतं."

चौथा थिओ अंधारातून बाहेर आला. त्याच्या काळ्या डोळ्यांत गमतीशीर भाव दिसला. "पहिला टेड?"

सोफीचे गाल तापले. "सॉरी. तुम्हा सगळ्या थिओडोर्सच्याबद्दल मी असाच विचार करते."

"मला वाटलं, तू प्रतिक्रियात्मक प्रदर्शन भरवणार होतीस. उत्खनन."

"ते मी करणारच आहे, पण तीन-चार वस्तूंसाठी हे गोदाम खूपच मोठं आहे. मला वाटतं, हे शीतयुद्धाविषयीचं प्रदर्शन लोकांना आवडेल. स्वातंत्र्य फुकटात मिळत नसतं, हे तुला माहीत आहे."

तो आणखी काही बोलला नाही, पण वजनदार लाकडाऐवजी पतंगाचा कागद असावा इतक्या सहजपणे त्यानं त्या खोक्यांच्या वरच्या बाजूच्या फळ्या काढून टाकल्या. "हे बघ, झालं काम." जसा तो शांतपणे आला, तसा शांतपणेच निघून गेला.

सोफी शहारली. तो मुलगा एकतर आतल्या गाठीचा असावा, नाहीतर अगदी साधा-सरळ. किती सरळ असेल तो? आणि थिओ किंवा टेड् यांच्याबद्दल तरी तिला काय ठाऊक होतं?

ती स्वत:शीच हसली. "पकड घट्ट ठेव सोफी!" ती मोठ्यानंच म्हणाली. आता जायची वेळ झालीच होती. तिला परत न्यायला म्यूझियमपाशी कार सहा वाजता येईल असं लिझ् म्हणाली होती. आता जवळपास सहा वाजलेच होते. तिनं गोदामाच्या दाराला कुलूप घातलं आणि समोरच्या दाराच्या आत वाट पाहत ती उभी राहिली. मग जेन मॅक्फेन हसत तिच्याजवळ आली, तेव्हा ती पुन्हा हसली.

"गुडनाइट डार्ला!" सोफी म्हणाली आणि तिनं दार उघडलं. "तर तू माझी बॉडीगार्ड आहेस?" जेनकडे पाहत तिनं विचारलं.

जेननं तिच्याकडे पाहिलं. "ते बरोबरच आहे झेना. तुला म्हणायचंय यावर काही?"

सोफीनं तिच्या कोटाची झिप लावली आणि हसली. "हे विचित्रच आहे. मी तुझं संरक्षण करायला हवं."

जेननं तिच्या जॅकेटची कॉलर-पट्टी सरळ केली. "एक उंदीरसुद्धा सिंहाच्या उपयोगी पडू शकतो झेना."

"मला झेना म्हणू नकोस." जेनच्या कारमध्ये बसताबसता सोफी म्हणाली. जेन आत बसून सीटबेल्टचं बक्कल लावेपर्यंत ती थांबली. " 'युअर मॅजेस्टी' म्हणणं पुरेसं आहे."

जेन हसली. "चल मग, निघू या युअर मॅजेस्टी. तुझा राजकुमार प्रतीक्षा करतोय."

सोफी हसणं आवरू शकली नाही. त्या हसण्यानं तिचा चेहरा लालबुंद झाला. "व्हिटो परत आलाय?"

जेनचा चेहरा एकदम गंभीर झाला. "होय, ती दोघंही आलीयेत परत."

"काय झालंय?"

"ज्या दोघांचा शोध घ्यायला ही दोघं गेली होती, ती बेपत्ता झालीयेत, पण स्मशानभूमीत असलेल्यांपैकी एकाची ओळख पटलीये आणि..." जेननं शीळ वाजवली. ज्या मादरचोदानं हे सगळं सुरू केलंय, त्याला ओळखणारा एक जण त्यात सापडलाय."

गुरुवार, १८ जानेवारी, संध्याकाळी ६:२५ वा.

"टिनो," व्हिटोनं त्याच्या भावाचा हात पकडला आणि त्याला मिठी मारल्यासारखं केलं. "पुन्हा थँक्स!"

"त्याची काही गरज नाही. बारमधल्या त्या म्हाताऱ्या माणसाच्या स्केचचा काही उपयोग झाला तुला?"

व्हिटोनं 'नाही' अशा अर्थानं मान हलवली. "त्या म्हाताऱ्याचं एकही स्केच मी अजून पाहिलं नाही. निक् आणि मी पंधरा मिनिटांपूर्वीच न्यूयॉर्कहून परतलोय."

"ही दुसरी कॉपी. मी घरी जाऊन त्यावर शॅडोइंग, हॅचिंग असं जास्तीचं काम केलं. आज सकाळी तुझ्या लेफ्टनंटला घाईघाईनं जे स्केच करून दिलं त्याच्यापेक्षा हे चांगलं झालं आहे."

मंगळवार दुपारनंतर ग्रेग सॅण्डर्सला भेटलेल्या त्या माणसाकडे व्हिटोनं निरखून बघितलं. "अरे, तो खरंच म्हातारा आहे, पाठीत वाकलेला आहे, यावर विश्वास ठेवणं अवघड आहे."

"त्या वेट्रेसला तो असाच दिसला. प्रत्यक्ष पाहणारे साक्षीदारसुद्धा चुकतात, हे तुला माहीत आहेच."

“हो, पण ती अगदी बरोबर असावी असं मला वाटतं; पण माझ्याकडे आणखी चांगलं काही असावं असं मला वाटतं. मी असा एक माणूस न्यूयॉर्कहून आणलाय. तो ‘बिहाइंड एनेमी लाइन्स’मध्ये कट्-सीन्स करणारा कलाकार आहे. तो कॉन्फरन्स रूममध्ये थांबलाय. तूही त्याला बघावंसं, मला...”

“चल तिकडे.” टिनो हसला.

व्हिटो त्याला कॉन्फरन्स रूममध्ये घेऊन गेला. तिथे निक् टोनी इंग्लंडबरोबर थांबला होता. “टोनी, हा माझा भाऊ टिनो. तो स्केच आर्टिस्ट आहे.”

“मी स्केच आर्टिस्ट आहे,” टोनी उदासपणे म्हणाला, “पण मला त्यापेक्षा जास्त स्वत:च्या मनानं काही करता येत नाही.” त्यानं टेबलावरच्या एका कागदाकडे बोट दाखवलं. “माझं मन गोठल्यासारखं झालंय.”

ते केवळ कवटीचं स्केच होतं. ते कुणाचंही असू शकत होतं. शिवाय असं की, ते व्यंगचित्रासारखं होतं. ते पाहून हॅरिंग्टनच्या कौशल्याबद्दल ब्रेन्ट काय म्हणाला होता, ते व्हिटोला आठवलं. व्यंगचित्रं आणि ड्रॅगन्स! गेम फिजिक्समध्ये त्याच्यापेक्षा जास्त पटाईत असलेला कुणीतरी व्हॅन झॅण्ड्टनं आणला होता. त्यानं फ्रेझिअर लुईला निवडलं कारण तो चेहरे रंगवण्यात हॅरिंग्टन आणि इंग्लंडपेक्षा जास्त कुशल होता, म्हणूनच बहुतेक.

टिनोनं त्याचं स्केचपॅड उघडलं. “कधी कधी ते दुसऱ्या कुणालातरी सांगावं लागतं.”

त्या दोघांना निक्‌बरोबर सोडून व्हिटो त्याच्या डेस्ककडे परतला. जेन आणि सोफी पोहोचल्या होत्या. हॉलमध्ये पाऊल टाकताच त्याला त्या दिसल्या. लिझच्या ऑफिसमध्ये जेन गेली होती आणि सोफी त्याच्या डेस्कसमोर त्याच्याकडे पाठ करून उभी होती. विशीतल्या तरुणासारखं त्याचं हृदय धडधडू लागलं. त्याची पावलं वेगानं पडू लागली. तिच्या उंच मानेच्या एका बाजूचं चुंबन घेऊन तिला चकित करायचा त्याचा उद्देश होता. तिला ते आवडतं हे त्यानं ओळखलं होतं. तिला चुंबन घेतलेलं आवडतं अशा खूपशा जागा त्या दोन रात्री त्याला सापडल्या होत्या. त्याच्या ओठांनी तिच्या त्वचेला स्पर्श करताच तिनं उडी मारली. मग त्याच्या मिठीत उष्ण मधासारखी सामावली.

“तू ठीक आहेस?” तो पुटपुटला.

“हो. मी चांगली राहिले माझ्या बॉडीगार्ड्सबरोबर. अगदी त्या थंबेलिनाबरोबरसुद्धा!”

व्हिटो हसला. “जेन लहानशी असेल, पण धीट आहे.” अनिच्छेनंच तो मागे सरला. “थांब इथेच. एका मिनिटात लिझशी बोलून येतो आणि लगेच परत येतो.” तो पुढे गेला तर लगेच तिनं त्याला हाक मारली. तिचा आवाज एकदम विचित्र झाला होता.

"व्हिटो, हा कोण आहे?" टिनोनं त्या म्हाताऱ्याचं बनवलेलं स्केच तिच्या हातात होतं.

त्याच्या पोटात भीती उसळली. "का?"

त्याला वाटणाऱ्या भीतीमुळे तीही घाबरली. "कारण, मी त्याला पाहिलंय. कोण आहे हा?"

लिझच्या दारात जेन उभी होती आणि सोफीच्या आवाजात जाणवलेल्या भीतीमुळे तिनंही वळून पाहिलं. काय झालंय ते पाहण्यासाठी लिझसुद्धा एका क्षणात जेनच्या बाजूला येऊन थांबली.

"मंगळवारी हाच माणूस ग्रेग सॅण्डर्सला भेटला होता, असं आम्हाला वाटतं." लिझ हळूच म्हणाली.

त्याच्या डेस्कच्या जवळच्या खुर्चीमध्ये सोफी कोसळली. "ओह् गॉड!" ती पुटपुटली.

तिच्यासमोर व्हिटो खाली बसला. "कुठे पाहिलंस या माणसाला तू सोफी?"

तिनं हिरव्या आणि घाबरलेल्या डोळ्यांनी त्याच्या डोळ्यांत बघितलं आणि त्याचं रक्त थंडगार पडलं. "माझ्या म्यूझियममध्ये. तो ऑलब्राईटमध्ये आला होता. त्यानं मला थांबवलं आणि खासगी टूरबद्दल विचारलं." तिनं तिचे ओठ घट्ट मिटले. "तू सध्या जेवढा माझ्याजवळ आहेस, तसाच तो माझ्याजवळ तेव्हा होता व्हिटो."

'श्वास घे. विचार कर.' त्यानं तिचे हात स्वतःच्या हातात घेतले. ते बर्फासारखे गार होते. "कधी सोफी?"

"काल. माझा व्हायकिंग टूर संपल्यावर." तिनं डोळे मिटले. "मला काहीतरी जाणवत होतं. कसलीतरी भीती जाणवत होती त्याच्याबद्दल, पण मी ती हसण्यावारी नेली. तो अगदी म्हातारा माणूस वाटला." तिनं डोळे उघडले. "व्हिटो, मला भीती वाटतेय. मी आधी उदास होते, पण आता थरारून गेले आहे."

तसाच तोही होता. "माझ्या नजरेसमोरून तू हलू नकोस." तो ठामपणे म्हणाला. "अगदी एक सेकंदसुद्धा."

तिनं थरथरत मान हलवली. "ओके."

"व्हिटो!"

टिनो धावतच त्या हॉलमध्ये येताना म्हणाला, तेव्हा व्हिटोनं वळून पाहिलं. व्हिटोला दिसावं अशा रीतीनं त्यानं काढलेलं ते स्केच हातात धरलं. "व्हिटो, फ्रेझिअर लुई हाच तो म्हातारा माणूस आहे. ग्रेग सॅण्डर्सबरोबर ज्या म्हाताऱ्याला त्या वेट्रेसनं पाहिलं, तसेच त्याचे डोळे आहेत."

व्हिटोनं मान हलवली. त्याच्या फुफ्फुसातली सगळी हवाच काढून घेतल्यासारखं

झालं. "मला ठाऊक आहे." तो बाजूला झाला. सोफी अजूनही त्याच्या मागेच बसलेली होती. "ही सोफी आहे. तो म्हातारा तिच्या म्यूझियममध्ये काल गेला होता."

टिनोनं श्वास सोडला. "शिट व्हिटो!"

"होय." व्हिटो पुटपुटला. त्यानं लिझ्कडे पाहिलं. "वन्स-मोअर?"

लिझनं गंभीरपणे नकारार्थी मान हलवली. "मला नाही वाटत, ते दृश्य मी पुन्हा पाहू शकेन."

"टोनी इंग्लंड कुठे आहे?" व्हिटोनं त्याच्या भावाला विचारलं.

"निक्बरोबर ती खाली चाललाय. ट्रेन स्टेशनवर जाण्यासाठी निक् त्याला टॅक्सी शोधून देणार आहे."

लिझ् निक्च्या डेस्कच्या एका बाजूवर टेकली. "सगळ्यांना एकत्र बोलाव व्हिटो. आपल्याला माहितीची काही देवाणघेवाण करायची आहे, पण आधी सर्वांनी भरपूर श्वास घ्या. सोफी सुरक्षित आहे आणि आता आपल्याला खुन्याचा चेहरा माहीत झालाय. आज सकाळच्यापेक्षा आपल्याला खूपकाही आता मिळालंय."

तिनं सुचवल्याप्रमाणे सर्वांनी एक संपूर्ण मिनिटभर खोल श्वास घेतला आणि एकाग्रता धारण केली. मग पुन्हा एकदा शांततेचा भंग झाला. "एक्स्क्यूज मी! मी लेफ्टनंट लिझ् सॉयरला शोधतोय."

एक जोडपं दारात उभं राहिलं. ती पाच फूट तीन इंच उंचीची आणि काळसर रंगाची होती. तो सहा फूट चार इंच उंचीचा आणि सोनेरी केसांचा होता. तो पुरुषच बोलला होता.

लिझनं हात वर केला. "मी सॉयर आहे."

"मी स्पेशल एजंट डॅनिअल व्हर्टॅनिअन, जॉर्जिया ब्यूरो ऑफ इंव्हेस्टिगेशनमध्ये काम करतो. ही माझी बहीण सुसाना व्हर्टॅनिअन. न्यूयॉर्क सिटी डी. ए.च्या ऑफिसमध्ये आहे. आमचे आई-वडील तुमच्याकडे आहेत असं समजलं. त्यांना कुणी ठार केलं हे आम्हाला ठाऊक आहे, असं आम्हाला वाटतं."

शांतता पसरली. मग लिझनं उसासा सोडला. "हा वन्स-मोअर तुमच्यासाठी आहे."

गुरुवार, १८ जानेवारी, संध्याकाळी ७:०० वा.

त्याच्या हॉटेलमध्ये असलेल्या श्रीमंतांसाठीच्या सी-फूड रेस्टॉरंटमध्ये तो आला तेव्हा व्हॅन झॅण्ड्ट आधीच येऊन बसलेला होता. "फ्रेझिअर, प्लीज तू मला जॉईन हो. तुला थोडीशी वाईन हवीये? किंवा थोडंसं हे लॉब्स्टर न्यू बर्क? हे खरोखरच खूप छान आहे."

"नाही. मी बीझी आहे, व्हीझेड्. मी तुझ्या नव्या राणीसाठी प्रयत्न करतोय आणि मला तिकडे जायचंय."

व्हॅन झॅण्ड्ट विचित्र हसला तेव्हा त्याचे ओठ दुमडले गेले. "इंटरेस्टिंग! मला सांग फ्रेझिअर, तुला स्फूर्ती कुठून मिळते?"

त्याच्या मानेवर जर केस असते तर ते वर वळले असते "का?"

"ठीक आहे, तुझ्या कलेमध्ये किती वास्तवता आहे असा मी विचार करत होतो. तुझी पात्रं जिवंत माणसांवर तर आधारित नसतात ना? म्हणजे, जिवंत मॉडेल्स?"

तो मागे टेकून बसला आणि डोळे बारीक करून व्हॅन झॅण्ड्टकडे पाहू लागला. "नाही. का?"

"मी असा विचार करत होतो की, तू जर जिवंत मॉडेल्स वापरत असशील, तर स्थानिक चेहरे निवडणं निव्वळ मूर्खपणाचं होईल. खरा हुशार माणूस दुसऱ्या ठिकाणचे निवडेल. बँकॉक किंवा ॲमस्टरडम. उदाहरणार्थ, ॲमस्टरडमच्या लाल बत्ती भागातले सांस्कृतिकदृष्ट्या वेगवेगळे, इंटरेस्टिंग उमेदवार. कुणाच्याही लक्षात येतील असे कलावंत मॉडेल्स लोकांमधून शोधू शकेल असं मला वाटतं."

त्यानं श्वास घेतला. "यॅगर, तुला जे काही सांगायचंय, ते चटकन ओकून टाक."

व्हॅन झॅण्ड्टने डोळे मिचकावले. " 'ओकून टाक?' फ्रेझिअर, हे फारच...गावंढळ...झालं...ठीक आहे." त्यानं त्याला एक मोठा लिफाफा टेबलावरून दिला. "कॉपीज." तो म्हणाला. "अर्थातच!"

ते फोटो होते. पहिला होता झॅकरी वेबरचा. "डेरेकनं तुला दिलेत हे. तो वेडा आहे."

"असेल कदाचित. बोल पुढे."

दात-ओठ खात त्यानं पुढचा फोटो बाहेर काढला आणि तो गप्प बसला. क्लेअर रेनॉल्ड्सचा चेहरा त्याच्याकडे बघू लागला. व्हॅन झॅण्ड्टनं ते ओळखलं.

व्हॅन झॅण्डटने त्याच्या वाइनचा एक घोट घेतला. "यात कमालीचं साम्य आहे. तुला नाही तसं वाटत?"

"तुला काय हवंय्?"

व्हॅन झॅण्ड्ट हसला. "बघत राहा."

नंतरचा फोटो पाहिल्यावर त्याच्या हृदयाची धडधड वाढली, पण तो संतापानं ओरडला, "रांडेच्याऽ!"

व्हॅन झॅण्ड्टचं स्मित स्वत:वरच खूश असल्यासारखं होतं. "मला ठाऊकाय, डेरेकला पाहावं असंच मला वाटलं होतं. त्यानं जर पोलिसांकडे जाण्याचा प्रयत्न

केला असता...तुझ्याविरुद्ध...तर माझ्या सिक्युरिटी प्रमुखानं त्याला परावृत्त करण्याचा केवळ प्रयत्न केला असता. तो फोटो पाहिल्यावर मला किती आश्चर्य वाटलं असेल? कल्पना कर!''

त्या फोटोमध्ये तो होता; डेरेकबरोबर. तोच तो म्हातारा माणूस होता, पण तो ताठ उभा होता. फोटोमध्ये तसं दिसत नव्हतं, पण त्याची बंदूक डेरेकच्या पाठीवर दबलेली होती. त्यानं ते फोटो काळजीपूर्वक त्या लिफाफ्यात ठेवून दिले. ''मी पुन्हा विचारतोय. तू मरण्यापूर्वी तुला काय हवंय?''

''मी एकटा आलेलो नाहीये फ्रेझिअर, माझा सिक्युरिटी प्रमुख त्या पलीकडच्या एका टेबलाशी बसलाय. तो कुठल्याही क्षणी पोलिसांना बोलावू शकेल.''

त्यानं निराशपणे श्वास घेतला. ''तुला...काय...हवंय?''

व्हॅन झॅण्ड्टनं ओठ आवळले. ''तू मला आतापर्यंत देत आलायस तेच, पण जास्त प्रमाणात मला हवंय; पण त्याचा पत्ता लागणार नाही असं हवंय्.'' त्यानं डोळे फिरवले. ''ओळखू येणाऱ्या लोकांना ठार करणारा हा कोण वेडा माणूस आहे?'' त्यानं त्याच्या कोटाच्या खिशातून एक छोटा लिफाफा काढला. ''उद्या दुपारनंतर ॲमस्टरडमला जाणाऱ्या विमानाचं तिकीट आणि एक चेक यात आहे. त्या विमानानं तू जा आणि तू तिथे पोहोचल्यावर 'दि इन्क्विझिटर'मधल्या प्रत्येक पात्राचा चेहरा बदलून टाक आणि तसं केलं नाहीस, तर आपला करार रद्द.'' त्यानं आता संतापानं नकारार्थी मान हलवली. ''तू इतका उद्दाम आहेस? तुला कुणीच शोधू शकणार नाही, अशी तुला खात्री वाटते? माझं जे-जे आहे ते-ते तुझ्या मूर्खपणामुळे अडचणीत आलेलं आहे. तर निर्णय घे.'' त्यानं त्याचा वाइन ग्लास रिकामा केला आणि टेबलावर आपटला. ''हेच...मला...हवंय.''

त्याच्या मनात संताप खदखदत होता, तरी त्याला सांगावं लागलं. ''तुला माझे वडील नक्कीच आवडले असते यॅगर.''

व्हॅन झॅण्ड्ट हसला नाही. ''मग आपला करार पक्का?''

''नक्कीच! मी कुठे सही करू?''

गुरुवार, १८ जानेवारी, संध्याकाळी ७:३५ वा.

''प्लीज बस.'' कॉन्फरन्स रूममध्ये मोठ्या टेबलाकडे व्हिटो चिकोटेलीनं हात केला. डॅनिअलनं चटकन माणसं मोजली. सहा जण आधीच टेबलाभोवती बसले होते. चिकोटेलीनं दार बंद केलं आणि सुसानासाठी एक खुर्ची ओढली. ती अजूनही झाडाच्या पानासारखी थरथरत होती.

आपण स्वत:च आई-वडलांना पाहू असं डॅनिअलनं म्हटलं होतं, पण त्याच्याबरोबर राहण्याचा सुसानानंसुद्धा आग्रह धरला होता आणि तीही त्याच्याबरोबर होती. तो मेडिकल एक्झॅमिनर शवागारातून त्यांच्याबरोबरच आला होता आणि तो टेबलाच्या शेवटच्या खुर्चीवर बसला होता. त्याच्या शेजारीच जी उंच, सोनेरी केसांची तरुणी बसली होती. तिची ओळख चिकोटेलीनं त्यांची सल्लागार डॉ. सोफी जोहान्सन अशी करून दिली होती.

"तुम्हाला आणखी वेळ हवाय का?" हा प्रश्न आला चिकोटेलीचा पार्टनर निक् लॉरेन्स याच्याकडून.

"नाही." सुसाना पुटपुटली. "आता हे पुरे झालं."

"तुझ्याकडे आमचं लक्ष आहे एजंट व्हर्टॅनिअन." चिकोटेली म्हणाला. "तुला काय समजलं?"

"बऱ्याच वर्षांत मी माझ्या आई-वडलांना भेटलो नव्हतो. आमचं कुटुंब एकमेकांपासून दुरावलंय...दुरावलं होतं."

"तुझ्या कुटुंबातले किती लोक?" सॉयरनं विचारलं.

"आता, फक्त सुसाना आणि मी. गेल्या आठवड्यापर्यंत आम्हीसुद्धा बराच काळ बोललो नव्हतो. आमच्या गावातल्या शेरीफनं फोन करून सांगितलं, माझे आई-वडील ट्रिपला गेले होते, पण ते परतले नव्हते. माझ्या आईच्या कॅन्सर स्पेशालिस्टनं फोन करून आईवर लक्ष ठेवायला मला सांगितलं होत, कारण ती बऱ्याच वेळा त्याच्याकडे गेलीच नव्हती. माझ्या बहिणीनं किंवा मी आईच्या कॅन्सरबद्दल तेव्हाच पहिल्यांदा ऐकलं होतं."

"कळलं, ते तरी किती उशिरा!" निक् पुटपुटला. तो चांगला पोलीस असावा, असं डॅनिअलला वाटलं.

"हो ना! तर शेरीफनं आणि मी प्रथम घरात तपास केला. माझ्या आई-वडलांनी घर बंद करून त्यांच्या सगळ्या सुटकेसेस नेल्या होत्या. पश्चिमेकडे असलेल्या पर्यटनस्थळांबद्दलची माहितीपत्रकं माझ्या वडलांच्या डेस्कमध्ये मला सापडली. मला वाटलं, माझ्या आईच्या मृत्यूपूर्वीची ती शेवटची ट्रिप असावी." शवागारातल्या लोखंडी टेबलावर असलेल्या त्याच्या आईचा फोटो त्यानं हातानं झाकण्याचा प्रयत्न केला. सुसानानं त्याचा हात दाबला.

"तुला आणखी थोडा वेळ हवाय का?" जेन मॅक्फेननं आपुलकीनं विचारलं.

"नाही. शेरीफ आणि मी तिथून निघण्याच्या तयारीत होतो, तेव्हा माझ्या लक्षात आलं की, माझ्या वडलांचा कम्प्यूटर तोपर्यंत चालूच होता. खरंतर तो त्या क्षणी दूर अंतरावरून म्हणजे रीमोटनी कुणीतरी चालवत होतं."

तो चिकोटेलीला निरखत होता आणि त्याच्या काळ्या डोळ्यांत डॅनिअलबद्दलचा

इंटरेस्ट दिसत होता.

“ते बेपत्ता असल्याचा रिपोर्ट तेव्हाच तू का दिला नाहीस?” सॉयरनं विचारलं.

“मी देणारच होतो, पण शेरीफला वाटलं की, माझ्या आईला एकान्त हवा असेल आणि ते दोघं खरंच ट्रिपवर गेलेयत, असं आम्हाला वाटलं.”

“रिमोट कम्प्यूटर या प्रकारानं तुला काळजी नाही वाटली?” निक् लॉरेन्सनं विचारलं.

“तेव्हा फारशी वाटली नाही. माझे वडील कम्प्यूटर-तज्ज्ञ होते. त्यांना नेटवर्क्स्शी आणि मदरबोर्ड्सशी खेळायला आवडायचं. तर...मी ऑफिसमधून रजा घेतली. मला शोधून काढायचं होतं तिला. माझी आई सुखरूप आहे याबद्दल मला खात्री करून घ्यायची होती.” त्यानं आवंढा गिळला. “मला तिला पुन्हा भेटायचं होतं.”

त्यानं सुरू केलेल्या शोधापासून हॉटेलमधली तिजोरी ते मेलबॉक्स स्टोअर्सपर्यंत सगळं त्यानं सविस्तर सांगितलं, पण त्याच्या आईनं त्याच्यासाठी ठेवलेल्या लिफाफ्याचा साधा उल्लेखही त्यानं केला नाही. तसं करणं जमेल याची त्याला खात्री नव्हती. “ब्लॅकमेलचा रिपोर्ट मला करावाच लागेल, हे मला माहीत होतं. सुसानाचीही संमती होती. म्हणून इथे आलो आम्ही.”

“मग तुझ्या वडलांनी शेवटचं विथड्रॉवल केलं ते केव्हा?” सॉयरनं विचारलं.

“१६ नोव्हेंबरला.”

चिकोटेलीनं त्याची नोंद केली. “तू मेलबॉक्स स्टोअरमध्ये गेलास तेव्हा तू काय केलंस?”

“करायला पाहिजे त्यापेक्षा मी जास्त केलं आणि करायचं ठरवलं होतं त्यापेक्षा कमी केलं. कोण ब्लॅकमेलिंग करतंय हे जर मला ठाऊक असतं, तर मला वाटतं...! तो बॉक्स ज्यानं भाड्यावर घेतला होता त्या काउंटरमागच्या मुलाला मी विचारलं की, त्या बॉक्समध्ये कायकाय आहे ते त्यानं मला सांगावं, पण मी फारच अपेक्षा करत होतो, हे मला जाणवलं.”

चिकोटेलीनं अधीरपणे खूण केली. “ड्रमरोल, एजंट व्हर्टेनिअन?”

“त्या बॉक्सवरचं नाव होतं क्लेअर रेनॉल्ड्स. ती माझ्या आई-वडलांना ब्लॅकमेल करत होती आणि बहुतेक तिनंच त्यांना ठार केलं असावं. तेवढंच मला ठाऊक आहे.”

या वेळी चिकोटेलीचे डोळे जरा जास्तच लुकलुकले. एकदा त्यानं ते मिचकावलेसुद्धा. मग तो मागे टेकून बसला आणि त्यानं त्याच्या पार्टनरकडे बघितलं आणि मग त्याच्या बॉसकडे. टेबलाभोवतीचे सगळे सुन्न झालेले दिसले.

“हे फारच वाईट आहे!” निक् लॉरेन्स पुटपुटला.

क्षणभर चिकोटेली काहीच बोलला नाही, मग त्यानं पुन्हा त्याच्या बॉसकडे पाहिले. सॉयरनं एक खांदा उचलला. "तुझा कॉल आहे व्हिटो." ती म्हणाली. "तुम्ही सगळे शवागारात असताना मी सगळं तपासलं. ते दोघंही कायद्यानुसार बरोबरच आहेत. मी त्यांना आत आणते."

डॅनिअलनं सगळ्यांच्या चेहऱ्यांकडे निरखून पाहिलं. "काय? काय चाललंय इथे?"

चिकोटेली विचार करू लागला. "क्लेअर रेनॉल्ड्स हीच एक समस्या आहे."

सुसाना ताठरली. "का? ती आमच्या आई-वडलांना ब्लॅकमेल करत राहिली आणि आता ते या जगात नाहीत. तिला शोधून आणणं तुम्हाला का जमत नाही आणि तुम्ही तिला इथे का आणत नाही?"

"तिला शोधायचं कसं हा प्रश्न नाहीये. आई-वडलांना ठार केल्याबद्दल तिला अटक कशी करावी, हा प्रश्न आहे." चिकोटेली म्हणाला. "तिचा मृत्यू झालाय. तिचा मृत्यू होऊन एक वर्षापेक्षा जास्त काळ लोटलाय."

सुन्न झालेल्या डॅनिअलनं सुसानाकडे पाहिलं. मग मान हलवली. "हे अशक्यच आहे. गेलं सबंध वर्षभर ती आमच्या वडलांना ब्लॅकमेल करते आहे. मेल बॉक्स स्टोअरमधला तो मुलगा म्हणाला की, तिनं नियमितपणे पैसे भरले होते, तेही वेळेवर, अगदी मागच्या महिन्यातसुद्धा. रोखीनं!"

चिकोटेलीनं उसासा सोडला. "ठीक आहे, पण ज्यानं कुणी पैसे भरले ती क्लेअर रेनॉल्ड्स नव्हती. तुमच्या वडलांना आणखी कुणी ब्लॅकमेल करणारं असू शकेल, असं तुम्हाला वाटत नाही का?"

सुसानानं मान हलवली. "नाही. मला वाटत नाही."

"पण कसं आणि का हे तुम्हाला ठाऊक आहे?" लॉरेन्सनं सौम्यपणे विचारलं.

काही न बोलता डॅनिअलनं मान हलवली; पण ते खरं नव्हतं, हे त्याला माहीत होतं. तोच एक विचार त्याच्या मनात सतत घोळत होता. म्हणून त्यानं तज्ज्ञाचा सल्ला घेतला. शिवाय, चिकोटेली त्याला सगळंच सांगत नव्हता, हे त्याला कळलं होतं आणि ते सांगेपर्यंत आणि सांगितल्यावरही आपल्या वडलांचं सर्वांत लाजिरवाणं कृत्य कोणतं होतं, हे डॅनिअल उघडपणे सांगणार नव्हता.

आणि त्यांच्या नावाखाली त्याचंही.

चिकोटेलीनं त्याच्या फोल्डरमधून एक स्केच काढलं आणि टेबलावरून त्याच्याकडे सरकवलं. "या माणसाला ओळखतोस?"

डॅनिअलनं त्या चित्राकडे एकटक बघितलं. त्या माणसाचा चेहरा दगडी होता. जबडा कडक आणि गालाची हाडं ठळकपणे दिसत होती. त्याचं नाक धारदार

आणि हनुवटी गोलाकार होती; पण त्याचे डोळे पाहून डॅनिअल शहारला. ते थंड होते आणि स्केच काढणाऱ्या चित्रकारानं त्यात पुरेपूर क्रौर्य भरलं होतं. ते कायद्याची अंमलबजावणी इतकी वर्षं करणाऱ्या डॅनिअलच्या चांगलंच ओळखीचं होतं; पण, त्या माणसाचे डोळे त्याला नेहमीच्या पाहण्यातले वाटल्यानं तो जरासा थबकला. त्या मेल बॉक्सनं सगळी जुनी भुतं जागी केली होती, पण ती भुतंच होती. हा माणूस मात्र खरा होता आणि त्यानं त्याच्या आई-वडलांचा खून केला होता आणि त्यांना कुठल्यातरी खड्ड्यात सडत टाकून निघून गेला होता. "नाही!" तो अखेरीस म्हणाला. "मी याला ओळखत नाही. सॉरी. सूझ?"

"नाही." तीही तेच म्हणाली. "मला वाटलं, मी ओळखत असेन, पण मला ओळखू येत नाही."

"त्यांनी ती टेप ऐकायला हवी." निक् म्हणाला. "मग त्यांना कदाचित त्याचा आवाज तरी ओळखू येईल."

"ठीक आहे, पण फक्त पहिला भाग जेन." चिकोटेली म्हणाला.

मॅक्फेननं तिचा लॅपटॉप उघडला. "या भागातला आवाज फार मोठा नाहीये, म्हणून तुम्हाला लक्षपूर्वक ऐकावं लागेल."

"तुला वाटतील तेवढ्या किंकाळ्या फोड."

डॅनिअलचं रक्त गार पडलं. त्याचं हृदय गोठलं आणि त्यानं त्या स्केचकडे पुन्हा टक लावून पाहिलं. त्या माणसाच्या डोळ्यांकडे आणि त्यानं ओळखलं; पण ते अशक्य होतं.

सुसानाचा हात ढिला पडला, पण तिच्या धापा त्याला ऐकू आल्या आणि तिनंही ओळखलं होतं, हे त्याच्या लक्षात आलं.

"तुझा आवाज कुणीच ऐकू शकत नाही. तुला वाचवायला कुणीच येणार नाही. मी त्या सर्वांनाच ठार केलंय."

त्यानं डोळे मिटले. हात हलवत नकार दिला. "शक्य नाही!" तो पुटपुटला. कारण त्याचा मृत्यू झाला होता. त्यांनी त्याला दफन केलं होतं; ईश्वराची इच्छा होती, म्हणून.

"त्या सर्वांना वाटलं की, त्यांनी खूप भोगलं; पण त्यांच्या यातना काहीच नव्हत्या एवढ्या मी तुला देणार आहे."

'पण तो तोच होता! अरे देवा!' त्याच्या घशात आवंढा आला.

"थांबवा ती!" सुसाना ताड्कन म्हणाली. "थांबवा ती टेप!"

जेनिफर मॅक्फेननं ती टेप लगेच थांबवली आणि आपल्याकडेच सगळे पाहतायत असं डॅनिअलला वाटलं. त्या रूममधली हवा एकदम गरम झाली. त्याच्या गळ्यातला टाय जास्तच घट्ट झाला. "आम्ही खोटं नाही बोललो."

डॅनिअल भेसूर आवाजात म्हणाला. "आम्ही दोघंच हयात आहोत आता, पण आम्हाला एक भाऊ होता. तो वारला. चर्चच्या स्मशानात कुटुंबाच्या जागेत आम्ही त्याचं दफन केलं."

"त्याचं नाव सायमन होतं." सुसाना कुजबुजली, प्रचंड भीतीमुळे तिच्या आवाजाला कंप सुटला होता.

"त्याचा मृत्यू होऊन बारा वर्षं झालीयेत, पण तो आवाज त्याचा होता आणि ते डोळे त्याचे आहेत." डॅनिअलनं चिकोटेलीच्या काळ्या डोळ्यांत पाहिलं आणि त्या भयापेक्षाही ते शब्द त्याच्या घशात अडकून बसले आणि त्याचा आवाज बंद झाला. "तुमच्या टेपवरचा तो खरोखरच सायमन असेल, तर तुम्ही एका सैतानाला आव्हान दिलंयत. तो काहीही करू शकतो." तो हळूहळू म्हणाला.

"आम्हाला ठाऊक आहे." चिकोटेली म्हणाला. "आम्हाला ठाऊक आहे."

गुरुवार, १८ जानेवारी, रात्री ८:०५ वा.

व्हिटोनं त्याचे तळहात चेहऱ्यावरून फिरवले. त्याची दाढी खरखरीत झाली होती. डॅनिअल व्हर्टॅनिअननं कार अपघातात त्याच्या भावाचा मृत्यू झाल्याचं आणि नंतर त्याचा दफनविधी पार पाडल्याचं त्यांना सांगितलं. त्याचा भाऊ अतिशय क्रूर स्वभावाचा होता आणि प्राण्यांचा छळ करण्यात त्याला आनंद वाटत होता, पण त्याला अभ्यासातही चांगला रस होता. कला, वाङ्मय आणि इतिहासापासून विज्ञान, गणित आणि कम्प्यूटर्समध्येही त्यानं प्रावीण्य मिळवलं होतं.

सायमन व्हर्टॅनिअन हा एकविसाव्या शतकातल्या रिनॅसान्सचा प्रतिनिधी असल्यासारखा वागत होता, पण एवढं सगळं ज्ञान असूनही स्वतःमधल्या राक्षसावर तो नियंत्रण ठेवू शकला नव्हता.

"आधीच्या प्रश्नांची उत्तरं आपल्याला सापडण्याऐवजी नवीन प्रश्नच आपल्यासमोर उभे आहेत असं मला वाटतंय." व्हिटो पुटपुटला.

"पण आता आपल्याला त्याचं खरं नाव सापडलंय" निक् म्हणाला. "आणि त्याचा चेहराही."

"तो पूर्वी असा दिसत नव्हता." डॅनिअल म्हणाला.

"पण त्याचे डोळे तसेच आहेत." त्याची बहीण म्हणाली. टिनोनं काढलेल्या स्केचकडे ती अजूनही एकटक बघत होती. वेदना, भय आणि दुःख असे संमिश्र भाव तिच्या चेहऱ्यावर होते.

व्हिटोनं ते स्केच त्याच्या फोल्डरमध्ये ठेवलं. "तुमच्या कुटुंबाच्या जमिनीत

पुरलेली ती शवपेटी आम्हाला बाहेर काढावी लागेल.''

डॅनिअलनं मान हलवली. ''मला कल्पना आहे. त्या शवपेटीत काय आहे ते माहीत करून घेण्याची माझ्या एका मनाची तयारी नाही. सायमनचा 'मृत्यू' झाला तेव्हा माझ्या वडलांनी प्रत्येक बाबतीत काळजी घेतली. त्यांनी प्रेताची ओळख पटवली, शवपेटी खरेदी केली, सायमनचं प्रेत सजवलं आणि दफन करण्यासाठी ते घरी आणलं.''

''बंद शवपेटीसह तो अंत्यविधी झाला.'' सुसाना व्हटॅनिअननं आणखी माहिती दिली. ती फारच निस्तेज दिसत होती; पण ती खुर्चीमध्ये ताठ बसली होती. नंतरचा आघात व्यक्तिगत असेल हे जाणून की काय, ती हनुवटी उंचावून पाहत होती आणि ह्या दोघांना असं काय ठाऊक आहे, जे ते त्याला सांगत नव्हते असा व्हिटोला प्रश्न पडला.

''प्रेत जेव्हा छिन्नविछिन्न झालेलं असतं, तेव्हा नेहमी असाच अंत्यविधी करतात.'' कॅथरिन म्हणाली. ''हे प्रेत कार अपघातातलं होतं आणि फारच जळालं होतं. तुम्ही जर ते प्रेत पाहिलं असतं, तर ते तुमच्या भावाचं आहे हे तुम्हाला ओळखूच आलं नसतं.''

डॅनिअलनं चेहरा वर केला; अगदी किंचित. ''थँक्स! तसं पाहिलं, तर आत ठेवलेल्या प्रेताबद्दल मला काळजी नाहीच.''

निक्चे डोळे विस्फारले. ''ती शवपेटी रिकामी आहे म्हणून तू काळजीत पडलायस, कारण तुझा भाऊ खरंच मरण पावलेला नाही, हे तुझ्या वडलांना माहीत होतं.''

डॅनिअलनं भुवया फक्त उंचावल्या. त्याच्या शेजारी बसलेली बहीण अजूनच ताठ बसली. याच आघाताची ती वाट पाहत होती, असं व्हिटोला वाटलं.

''तुमच्या वडलांनी संपूर्ण अंत्यविधी आणि दफनविधीचं नाटक का करावं?'' जेन म्हणाली.

डॅनिअल कडवटपणे हसला. ''सायमनची दुष्कृत्यं झाकून ठेवण्याची माझ्या वडलांना सवयच होती.''

आणखी काही विचारण्यासाठी व्हिटोनं तोंड उघडलं होतं, पण टॉमस स्कारबरोनं घसा खाकरून त्याला इशारा दिला.

''तू म्हणालास की, तुझ्या कुटुंबीयांचे संबंध दुरावले होते.'' टॉमस म्हणाला. ''कशामुळे?''

आधारासाठी, उत्तरासाठी डॅनिअलनं त्याच्या बहिणीकडे पाहिलं. व्हिटोला वाटलं, तिची परवानगीही त्याला हवी असेल.

अगदी कळत-नकळत सुसानानं मान हलवली. ''सांगून टाक त्यांना.'' ती

पुटपुटली. "सांगून टाक त्यांना सगळंच्या सगळं. सायमनच्या सावटाखाली आपण बराच काळ राहिलो आहोत."

गुरुवार, १८ जानेवारी, रात्री ८:१५ वा.

आपल्यासमोरचा प्रश्न मिटला असं व्हॅन झॅण्ड्टला वाटलं. त्यानं त्याच्या भाडोत्री बंदूकधाऱ्याला रेस्टॉरंटपासून मागे-मागे येण्याची सूचना दिली. अर्थात त्याचा काहीच उपयोग नव्हता. व्हीझेड्ला त्याचा खरा पत्ता समजलाच नसता. त्यामुळे या डच माणसाला काळजीचं वेगळंच ओझं खांद्यावर बाळगावं लागलं असतं.

'माझे फोटो काढतोय!' व्हॅन झॅण्ड्टचं धाडस अफाटच होतं. ते सगळ्यांपेक्षा वेगळं असलं, तरी फारच विचित्र होतं, असंही त्याला वाटलं.

व्हॅन झॅण्ड्टच्या सिक्युरिटीवाल्यानं त्याची गाडी एका बोळामध्ये पार्क केली होती. रस्त्यापलीकडच्या चायनीज रेस्टोरांच्या दारावर त्याची नजर खिळलेली होती. त्याच दारातून तो आत शिरला होता आणि त्याच रस्त्यानं तो येईल म्हणून त्याची वाट पाहत होता. त्याऐवजी तो मागच्या बाजूनं येऊन त्यानं ड्रायव्हरच्या शेजारच्या खिडकीवर टकटक केली. एकदम दचकून व्हीझेड्चा तो माणूस त्याच्याकडे पाहण्यासाठी वळला. मग त्याची चिंता दूर झाली. त्यानं खिडकीची काच खाली केली. "तुला काय हवंय दोस्ता?"

त्या माणसाचा स्वर भांडणाचा होता, पण तो फक्त हसला. "तुम्हाला त्रास दिल्याबद्दल क्षमा करा सर, पण आमची संघटना कॅलेंडर्स विकते."

"नाही. मला इंटरेस्ट नाही." तो खिडकीची काच वर करू लागला, पण त्या माणसाला फक्त एक सेकंद उशीर झाला. त्याच्या सुऱ्यानं त्याचं लक्ष्य गाठलं होतं आणि यॅंगरचा तो सिक्युरिटी प्रमुख डुकरासारखा रक्तबंबाळ झाला. त्याचे डोळे विस्फारले, लुकलुकले आणि मग निष्प्राण झाले. मृत्यूचा आणखी एक क्षण त्याला अनुभवायला मिळाला.

"ओके," तो पुटपुटला. "नाहीतरी हे कॅलेंडर मागच्या वर्षाचंच आहे." त्याचा सुरा तिथेच टाकून तो त्या बोळामधून बाहेर पडला आणि त्याच्या वाहनाकडे पळाला. ते वाहन त्या चायनीज रेस्टोरांच्या दारासमोर त्यानं सोयीस्करपणे पार्क केलं होतं. अगदी सहजपणे त्यानं त्याची गाडी वेगानं गर्दीतून बाहेर काढली. बाकीच्या बिचाऱ्या कारवाल्यांना मात्र त्यांच्या कार्स नाइलाजानंच दूर अंतरावर पार्क कराव्या लागल्या. वैयक्तिक आनंद मिळवण्याच्या त्याच्या सध्याच्या पद्धतीचा

जाताजाता झालेला हा आणखी एक फायदा.

त्या बोळात मरून पडलेल्या त्या माणसाच्या खुनाबद्दल नंतर कुणाला काही माहीत आहे का, असं विचारलंच असतं, तर कुणालाही त्याची शंका येणं शक्य नव्हतं. 'माझं वर्णन करण्याचा कुणी प्रयत्न केलाच, तर ते वर्णन कुणालाही लागू पडेल.'

तो काळजी करत होता असं नाही. तो रस्त्यानं जात असताना क्वचितच कुणी त्याच्याकडे बघत असे. खून करण्याच्या पद्धतीत काहीतरी कमतरता राहून गेल्यामुळे लोक तिकडे दुर्लक्ष करू लागले. त्यामुळे त्याला वाटेल तिथे तो फिरू शकत होता.

गुरुवार, १८ जानेवारी, रात्री ८:३० वा.

डॅनिअलनं बोलणं सुरू करण्यापूर्वी बराच वेळ आपल्या हातांकडे पाहिलं. "सायमन हा नेहमीच क्रूरपणे वागणारा हरामखोर माणूस होता. एकदा तो एका मांजराला पाण्यात बुडवत असताना त्याला थांबवण्याचा मी प्रयत्न केला, तर तो संतापला होता. त्याच्या स्वभावातला हा दुष्टपणा त्याला मी दाखवून देऊ लागलो, तर त्यानं मला रक्तबंबाळ होईपर्यंत मारलं होतं. तो तेव्हा फक्त दहा वर्षांचा होता."

कॅथरिन विचार करू लागली. "दहा वर्षांचा सायमन तुला आवरता आला नाही? तुझी तब्येतही काही किरकोळ नाही एजंट व्हटॅनिअन."

"सायमन आणखी धिप्पाड आहे!" सुसान म्हणाली; अगदी हलक्या आवाजात.

डॅनिअलनं तिच्याकडे वळून पाहिलं. त्याच्या डोळ्यांत संताप आणि वेदना अगदी स्पष्ट दिसत होती; पण तरी तो बोलत राहिला. 'काळ जसजसा पुढे जात राहिला, तसतसा सायमन आणखी-आणखी बिघडत गेला. माझे वडील जज्ज झाले. सायमनच्या दुष्कृत्यांमुळे त्यांच्या पोझिशनला धक्का लागण्याची शक्यता होती, म्हणून त्यांनी त्याच्या बाबतीत जास्त सावधपणा बाळगण्याचा प्रयत्न केला. पैसा मिळत असेल, तर कशाकडेही दुर्लक्ष करायला तयार असतात लोक, याचं तुम्हाला आश्चर्य वाटेल. अठरा वर्षांचा झाला तेव्हा सायमन पळून गेला आणि मग आम्ही कार अपघाताबद्दल ऐकलं."

"आणि आम्ही त्याला दफन केलं." सुसान म्हणाली.

"आणि आम्ही त्याला दफन केलं." उसासा सोडत डॅनिअलही परत तेच म्हणाला. "मी अटलॅन्टाला गेलो आणि पोलीस डिपार्टमेंटमध्ये भरती झालो, पण अधूनमधून मी घरी येत होतो. माझ्या आई-वडलांना मी शेवटचा भेटलो ते मी ख्रिसमसमध्ये घरी आलो होतो, तेव्हा." बराच वेळ तो बोलायचा थांबला. मग त्यानं खांदे पाडले. "मी घरात पाऊल टाकलं तेव्हा माझी आई रडत असताना मी

पाहिलं. ती फारशी कधी रडत नसे. सायमनच्या अंत्यविधीच्या वेळीच ती शेवटची रडली, पण तिला काही चित्रं सापडली, सायमननं काढलेली.''

''त्यानं छळ केला होता त्या प्राण्यांची?'' स्कारबरोनं विचारलं.

''काही; पण बरीचशी माणसांची होती. भडक आणि हिंसक प्रवृत्ती पसरवणाऱ्या मासिकांतून त्यानं फोटो कापून काढले होते. त्या फोटोंवरून त्यानं चित्रं काढली होती. सायमन खरं म्हणजे गुणी कलाकार होता, पण त्याच्यामध्ये दुष्टपणा शिगोशीग भरलेला होता. त्याच्या बेडरूमच्या भिंतींवर त्यानं क्रौर्य दाखवणाऱ्या चित्रांची पोस्टर्स लावली होती.''

''उदाहरणार्थ?''

डॅनिअल विचारात पडला. ''माझ्या लक्षात नाही.'' त्यानं सुसानाकडे पाहिलं. '' 'किंकाळी' असं एक पेंटिंग होतं.''

''मंच!'' ती म्हणाली. ''आणि हायरोनिमस् बॉश त्याला आवडत होता. कत्तलीचं दृश्य असलेलं एक गोयाचं पोस्टरसुद्धा त्याच्याकडे होतं. एका आत्महत्येचंही होतं. डोरोथी की कुणाचंतरी.''

डॅनिअल मान हलवत होता. ''आणि एक वॉरहॉल प्रिंट होती. 'ज्यामुळे आपल्याला स्वातंत्र्य मिळतं ती कला.' यातच सायमनच्या स्वभावाचं सार आहे.''

''ज्यात त्याच्या स्वभावाचं सार होतं,'' सुसाना पुटपुटली, ''ते त्यानं त्याच्या बेडखाली ठेवलं होतं.''

डॅनिअलचे डोळे विस्फारले. ''तू पाहिलीस ती चित्रं?''

तिनं मानेनंच 'नाही' म्हटलं. ''मी नाही पाहिली. ती कुठे ठेवली होती ते मला माहीत नाही.''

''काय मिस व्हर्टॅनिअन?'' व्हिटोनं नेमका प्रश्न विचारला. ''बेडखाली काय ठेवलं होतं?''

''खुनांच्या मालिकांची त्यानं काढलेली चित्रं. जॉन वेन गॅसीची विदूषकाची चित्रं आणि इतर काही.''

सायमन व्हर्टॅनिअननं इतर चित्रकारांच्या चित्रांच्या प्रतिकृती तयार केल्या होत्या. ते चित्रकार अशी चित्रं काढण्यात नावाजलेले होते. आता त्यानं स्वतःच तशी चित्रं निर्माण केली आणि त्याच्या बळींचीही. टेबलाभोवती बसलेल्या लोकांच्या मनावरचा ताण वाढत होता आणि तो इतरांनाही जाणवत असल्याचं व्हिटोच्या लक्षात आलं. कुणीतरी त्याबद्दल अविचारानं बोलतं की काय अशी त्याला चिंता वाटली, पण कुणीच बोललं नाही म्हणून व्हिटोला बरं वाटलं. अजून अशा काही गोष्टी होत्या, ज्या त्या दोघा भावंडांनी त्यांना सांगितलेल्या नव्हत्या आणि त्या समजल्याशिवाय संपूर्ण माहिती मिळणार नव्हती.

"तू कुणालाच काही का सांगितलं नाहीस मिस व्हटॅनिअन?" टॉमस स्कारबरोनं सौम्यपणे विचारलं.

पुन्हा तिनं हनुवटी वर उचलली, पण आता तिच्या डोळ्यांत शरम होती. "डॅनिअल निघून गेला होता आणि निर्णय घ्यायला मला कधीकधी वेळ लागत होता. मग सायमन मरण पावला आणि त्याची पेंटिंग्ज गायब झाली. मासिकातल्या फोटोंबद्दल किंवा त्यावरून काढलेल्या चित्रांबद्दल मला काही ठाऊक नव्हतं; आज रात्रीपर्यंत."

"एजंट व्हटॅनिअन, ही चित्रं आणि मासिकातून कापलेले फोटो तुझ्या आईला सापडले होते. मग तू तुझ्या वडलांशी का भांडलास?" व्हिटोनं विचारलं.

डॅनिअलनं त्याच्या बहिणीकडे पाहिलं. "सांग त्याला डॅनिअल!" ती गंभीरपणे म्हणाली.

"त्यात आणखी काही चित्रं होती; फोटो होते. मासिकातले फोटो मुद्दाम पोझेस घेऊन काढलेले होते, पण बाकीचे फोटो खरे वाटत होते. स्त्रियांवर बलात्कार होत असताना...सायमननं त्यावरूनही चित्रं काढली होती."

काही क्षण शांतता पसरली. मग जेननं घसा साफ केला. "सायमननं ही चित्रं सोबत नेली नाहीत याचं मला आश्चर्य वाटतं." जेन म्हणाली. "तुझ्या आईला ती चित्रं कुठे मिळाली?"

"माझ्या वडलांच्या एका कपाटात. घरात त्यांची खूप गुप्त कपाटं होती."

"म्हणजे तुझ्या वडलांना सायमनच्या गुप्त साठ्याची माहिती होती?" जेननं विचारलं.

"होय. माझ्या आईनं त्यांना त्याबद्दल जाब विचारला तेव्हा त्यांनी कबूल केलं की, सायमन पळून गेल्यावर त्याच्या रूममध्ये त्यांना ती सापडली होती. मग, आता मला शंका आली की, हेच तर कारण नव्हतं, सायमनच्या जाण्याचं. अशीही शक्यता होती की, या प्रकाराला ते कंटाळले असावेत. खरं काय ते मला कधीच कळणार नाही. एकदा मी ती चित्रं पाहिली. मी म्हटलं, आपण रिपोर्ट करू त्याबद्दल. त्या फोटोंमधल्या व्यक्तींचा बळी घेतलाय कुणीतरी. माझ्या वडलांना राग आला. 'आता कशाला ते उकरून काढायचंय आपण?' असं ते म्हणाले. 'सायमनला शिक्षा होऊ शकत नाही. तो हे जग सोडून गेला आहे. फक्त आपल्या कुटुंबाची बदनामी मात्र होईल.' "

त्याच्या बहिणीनं त्याच्या हातावर स्वत:चा हात ठेवला. पुढे काय होणार होतं, हे स्वीकारून तिच्या चेहऱ्यावर काळजी पसरली; पण डॅनिअल अजून त्यापासून दूर होता. त्याला काहीतरी आठवलं होतं.

"मी खूप रागावलो होतो. सायमन गेल्यावर माझ्या वडलांनी सगळी घाण

स्वच्छ केलेली मी पाहत असल्यानं माझा पारा चढला होता आणि माझा तोल गेला. माझ्या वडलांची आणि माझी अगदी मारामारीच झाली, म्हणून मी घराबाहेर पडलो आणि फिरून आलो. घरी परतल्यावर मी ठरवलं की, ती चित्रं घेऊन जायचं आणि स्वतःच रिपोर्ट करायचा; पण मला खूपच उशीर झाला होता. घरातल्या फायरप्लेसमध्ये मला राख दिसली.''

निक्‌नं अविश्वासानं मान हलवली. ''तुझे वडील...जज्ज होते. त्यांनी पुरावा नष्ट केला?''

डॅनिअलनं वर पाहिलं. अत्यंत तिरस्कारामुळे त्याचे ओठ मुडपले गेले. ''होय. मी संतापलो होतो आणि मी त्यांना तेव्हा खरंच मारलं आणि मग त्यांनीही मला मारलं. त्या दिवशी आम्ही एकमेकांना बरीच इजा पोहोचवली. पुन्हा कधी घरात पाऊल टाकणार नाही, अशी धमकी देऊन मी घर सोडलं आणि गेल्या रविवारपर्यंत घरी गेलोच नाही.''

''मग त्या चित्रांचं तू काय केलंस?'' लिझनं विचारलं.

त्यानं खांदे उडवले. ''मी काय करू शकणार होतो? बरेच दिवस तो एकच विचार माझ्या मनात घोळत होता. अखेरीस मी काहीच केलं नाही. माझ्याकडे पुरावा नव्हता. ती चित्रं मी ओझरती पाहिली होती. गुन्हा घडला होता की नाही याचीही मला खात्री नव्हती किंवा मुद्दाम पोझेस घेऊन ते फोटो काढले होते की ते खरेच होते, याबद्दल शंकाच होती आणि तो दिवस संपता संपता आम्हा दोघांचं भांडण झालं.''

''पण तुझ्या आईनंसुद्धा ती पाहिली होती.'' जेन काळजीपूर्वक म्हणाली.

''ती माझ्या वडलांच्या विरुद्ध गेली नसती.'' सुसाना म्हणाली, ''ते करणं इतकं सोपं नव्हतं.''

''याच चित्रांचा उपयोग करून क्लेअर रेनॉल्ड्स तुझ्या वडलांना ब्लॅकमेल करत होती, असं तुला वाटलं का?'' व्हिटोनं विचारलं.

''सुरुवातीला मला तसंच वाटलं होतं, पण तिला त्याबद्दल कसं माहीत असणार याची मला कल्पना नव्हती आणि मलाही माहीत नाही असं काही नसेल कशावरून, असंही वाटलं. ती ब्लॅकमेल का करत होती, हे मला कळणं आवश्यक होतं. नाहीतर माझ्या बहिणीचं करिअर धोक्यात येऊ शकलं असतं.''

''माझं करिअर माझ्या मेरिटवर अवलंबून आहे आणि तुझंसुद्धा.''

''मला ठाऊक आहे.'' तो म्हणाला. ''मेलबॉक्स स्टोअरमध्ये मी गेलो तेव्हा माझ्यासाठी एक बॉक्स माझ्या आईनं उघडला असल्याचं मला दिसलं. तिनं हे सगळं तिथं ठेवलं होतं.'' त्यानं त्याच्या लॅपटॉप केसमधून एक मोठा लिफाफा बाहेर काढला.

त्या लिफाफ्यात काय सापडेल हे व्हिटोला ठाऊक होतं. तरीसुद्धा त्यानं ती चित्रं आणि फोटो पाहिल्यावर तो घाबरून मागे सरकला. ती तरुणपणच्या सायमन व्हर्टॅनिअनची निर्मिती होती. "तुझ्या वडलांनी हे नष्ट केलं नव्हतं."

डॅनिअलनं त्याचा जबडा वर उचलला. "नष्ट केलं नाही हे उघडच आहे आणि ते त्यांनी नष्ट का केलं नाही, ते मला माहीत नाही."

व्हिटोनं ते फोटो लिझकडे दिले आणि स्वतःच्या मानेवर बोटं चोळली. "आपण काही ठिपके जोडू या. चालेल? पहिल्या प्रथम क्लेअर रेनॉल्ड्स. तिची तुझ्या आई-वडलांशी ओळख कशी झाली?"

"मला ठाऊक नाही." डॅनिअल म्हणाला. "आम्हा दोघांनाही डटनच्या या व्यक्तीचं नाव ऐकल्याचं आठवत नाही."

"ती डटनची नव्हती." कॅथरिन म्हणाली. "ती अटलॅन्टाची होती."

"आमचे वडील अटलॅन्टाला मधूनमधून जात असत." सुसाना म्हणाली. "ते जज्ज होते."

जेन विचार करू लागली. "पण यात सायमनचा संबंध कुठे येतो हे स्पष्ट होत नाही. तो तिला ओळखत होता का?"

"सायमन एकदाच अटलॅन्टाला गेला होता, तेव्हा त्याला त्याचा पाय बसवायचा होता."

डॅनिअल म्हणाला. "त्याचा एक पाय कापलेला होता आणि त्याचा ऑर्थोपेडिस्ट डॉक्टर अटलॅन्टामध्ये होता."

"होय." जेन म्हणाली. "क्लेअरचाही एक पाय कापलेला होता."

"हे तू आम्हाला यापूर्वी का सांगितलं नाहीस?" लिझनं विचारलं.

डॅनिअलनं ओठ आवळले. "तो जिवंत असल्याच्या एक तास अगोदरपर्यंत मला शंकाही नव्हती."

"सॉरी." लिझ् पुटपुटली. "हा तुला धक्काच होता."

डॅनिअलचे डोळे पुन्हा रागानं चमकले. "तुलाही तसंच वाटतं?" तो तिरकसपणे म्हणाला.

सुसानानं त्याचा हात दाबला. "डॅनिअल, प्लीज. तर ऑर्थोपेडिस्टकडून क्लेअरची सायमनशी ओळख झाली. माझ्या वडलांशी तिची ओळख कशी झाली? आणि या फोटोंचं काय?"

"शिवाय, ती मृत्यू पावली, त्याला एक वर्ष झालं, तरी क्लेअरचं ब्लॅकमेल करणं चालू असण्याचा प्रश्न शिल्लकच राहतो." व्हिटोनं निदर्शनाला आणून दिलं.

निक्नं चेहरा विचित्र केला. "हा छोटासा प्रॉब्लेम आहे. सायमननं तिला ठार केल्यावर स्वतःच तिचा उद्योग चालू ठेवला असणं शक्य आहे. तुम्हा लोकांकडून

कदाचित पैसा हवा असेल.''

''पण मेलबॉक्स स्टोअरमधला पोरगा म्हणाला की, एका बाईनं बिल दिलं होतं'' डॅनिअल म्हणाला. ''आणि स्टोअरच्या सिक्यूरिटी टेप्स आणून तपासू शकत नाही. ते फक्त तीस दिवसच त्या टेप्स ठेवतात.''

''गुन्ह्यातला साथीदार?'' जेननं विचारलं.

टॉमसनं मान हलवली. ''वर्णनाशी हे जुळत नाही. गुन्ह्यातल्या साथीदारावर सायमन विश्वास ठेवेल असं मुळीच शक्य नाही. एखादं प्यादं असेल, पण गुन्ह्यातला साथीदार नाही.''

''तर मग ही दुसरी स्त्री कोण आहे, हे आपण शोधून काढणं आवश्यक आहे.'' लिझ् म्हणाली.

व्हिटोच्या मनात कोड्याचा एक भाग उलगडला. ''क्लेअरची एक गर्लफ्रेंड होती. डॉ. फाईफर आणि लायब्ररीतली बार्बरा म्हणाली की क्लेअर 'गे' होती.''

लिझच्या भुवया उंचावल्या. ''आणि अर्थातच लायब्ररीतल्या त्या स्त्रियांकडे ते नाव नव्हतं.''

व्हिटोला थोडासा उत्साह वाटू लागला. पुन्हा एकदा नवी शक्ती त्याच्यात संचारली.

''नाही, पण वर्तमानपत्रात एक फोटो आला होता. एका स्त्रीचं क्लेअर चुंबन घेताना. तो फोटो जर आपल्याला मिळाला तर...''

''कोणतं वर्तमानपत्र हे तुला माहीत नसेल. नाही?'' जेननं विचारलं.

''नाही, पण एका निषेध-मोर्चाच्या वेळी घेतलेला तो फोटो होता. क्लेअर इथे चार वर्षांपूर्वीच तर आली होती आणि तिच्या मृत्यूला एक वर्ष झालं. या तीन वर्षांच्या काळात किती निषेध मोर्चे निघाले असतील?''

''मग फिलाडेल्फियामधल्या त्याच ऑर्थोपेडिस्टकडे क्लेअर येऊन पोहोचली का?'' सुसानानं विचारलं.

''तशी शक्यता आहे, पण फार कमी.''

''कृत्रिम गुडघ्यामध्ये बसवलेला मायक्रोप्रोसेसर विकसित करण्यासाठी फाईफरनी पेशंट्स निवडले होते.'' व्हिटो म्हणाला. ''कदाचित त्याच निमित्तानं ही दोघं एकत्र आली असतील.''

डॅनिअलनं होकारार्थी मान हलवली. ''अटलॅन्टाच्या डॉक्टरमुळे क्लेअरची सायमनशी ओळख झाली असेल तर त्याचा मृत्यू होणार आहे हेही तिला कळलं असेल. त्याच्या अंत्यसंस्काराच्या वेळी हात-पाय तुटलेले बरेच पेशंट्स आले होते.''

''तिनंच सायमनला ब्लॅकमेल केलं असणार.'' कॅथरिन म्हणाली. ''म्हणूनच

त्यानं तिचा जीव घेतला असेल.''

''आणि क्लेअर जिथे थांबली तिथून त्या दुसऱ्या स्त्रीनं सुरुवात केली असेल.'' निकनं मान हलवली. ''अगदी निर्दयीपणे!''

''असं का झालं?'' टॉमस स्कारबरोनं विचारलं. ''ही जी कुणी ब्लॅकमेल करणारी दुसरी स्त्री असेल, तिनं क्लेअर मरण पावल्यावरही वर्षभर ते चालू ठेवलं. तुमचे वडील इथे वर्षभरात का नाही आले?''

''ते निवडणूक लढवणार होते.'' डॅनिअल उत्तरला. व्हिटोनं या प्रश्नाचं उत्तर काही दिवसांपूर्वीच दिलं होतं, हे त्याला त्यामुळे पटलं. ''त्यांनी अजून तसं जाहीर केलं नव्हतं. त्यांनी निवडणूक लढवावी अशी ज्याची इच्छा होती, तो खरंतर यामुळे नाराज होता. त्यांनी उमेदवारी जाहीर केली की, लगेच ब्लॅकमेलची किंमत वाढेल असा त्यांचा अंदाज होता.''

''बरं, मागच्या रविवारी तुझ्या वडलांचा कम्प्यूटर कोण चालवत होतं?'' जेननं विचारलं. ''सायमन की ही ब्लॅकमेल करणारी दुसरी? हे कळण्यासाठी आपल्याला तुझ्या वडलांचा कम्प्यूटर तपासावा लागेल.''

डॅनिअलनं होकार दिला. ''मला तो पहिल्यांदा मिळवावा लागेल. मी तुम्हाला आणखी काय मदत करू डिटेक्टिव्ह?''

व्हिटोनं सगळ्या गोष्टींचा मनातल्या मनात आढावा घेतला. अजून बऱ्याच गोष्टींचा खुलासा व्हायचा होता. ''ब्लॅकमेल करणाऱ्या व्यक्तीचा शोध घेण्यासाठी तुझे वडील फिलीला आले, पण तुझी आईसुद्धा आली. कशासाठी?''

कॅथरिननं मान हलवली. ''चांगला प्रश्न आहे. तुझी आई खूप आजारी होती. कोणत्याच डॉक्टरांनी तिला प्रवासाची परवानगी दिली नसती.''

''मला कल्पना नाही.'' डॅनिअल म्हणाला. ''मला स्वत:लाच तो प्रश्न पडलाय.''

''ती सायमनला भेटायला आली असेल.'' सुसाना उदासपणे म्हणाली. ''ते सगळं सायमनसाठीच होत होतं.'' तिच्या शब्दांना उपरोधाची धार होती. ''बिच्चारा, बिच्चारा सायमन!''

''सायमनचा पाय कशामुळे गेला?'' कॅथरिननं विचारलं.

डॅनिअलनं मान हलवली. ''एका ॲक्सिडेन्टमध्ये तसं झालं, असं माझ्या आई-वडलांनी सगळ्यांना सांगितलं.''

''पण आम्हाला खरं काय ते ठाऊक होतं.'' सुसाना म्हणाली, ''आम्ही खूप दूर राहत होतो; शहराच्या पलीकडे. तिथे आमच्या घराच्या मागे एक मैल अंतरावर हा म्हातारा छोट्याशा जागेत राहत होता. त्याच्याकडे जुन्या काळातले पिंजरे होते. एके दिवशी अस्वलाचा एक पिंजरा चोरीला गेला. तो सायमननं चोरलाय हे सर्वांना

माहीत होतं, पण तो गोड बोलत होता आणि त्यानं प्रत्येकाला पटवून दिलं की, त्यानं तो चोरला नव्हता आणि कोणी नेला होता, तेही त्याला ठाऊक नव्हतं.''

''तोच त्या पिंजऱ्यात अडकला.'' व्हिटो म्हणाला. ''कुणी शोधलं त्याला?''

डॅनिअलनं नजर चुकवली. ''मी शोधलं. तो एक दिवस बेपत्ता होता आणि आम्ही सगळे त्याला शोधायला निघालो. मला तो रक्तबंबाळ अवस्थेत सापडला. त्याला खूप वेदना होत होत्या. सायमन बोलूच शकत नव्हता. कित्येक तास तो किंकाळ्या फोडत होता, पण त्या ऐकायला आजूबाजूला कुणीच नव्हतं.''

व्हिटोच्या मणक्यातून बर्फासारखी थंडगार लहर वरपासून खालपर्यंत गेल्याचं त्याला जाणवलं. इथेच धागे जुळत होते.

''आणि त्यानं मलाच दोष दिला.'' डॅनिअल बधिरपणे बोलू लागला. ''तो कुठे होता हे मला समजलं आणि मीच त्याला झालेल्या त्रासाला जबाबदार आहे, असा त्याचा समज तो घर सोडून जाईपर्यंत होता. पण सत्य काय होतं, हे त्याला कुणीच पटवून देऊ शकलं नाही. त्याचा पाय जाण्याआधी त्याची वृत्ती नीचपणाची होतीच, पण नंतर...''

सुसानानं डोळे मिटले. ''पण नंतर सायमन राक्षसच झाला. माझ्या आईला त्याच्याबद्दल जास्तच प्रेम वाटायला लागलं. का ते मात्र मला पूर्णपणे कळू शकलं नाही, पण तो अजून जिवंत आहे, असं तिला वाटलं असतं, ती कितीही आजारी असती, तरी त्याच्याकडे घेऊन जाण्यासाठी तिनं विनवण्या केल्या असत्या, याची मला खात्री आहे.''

''याचा अर्थ असा की, सायमन खरंच मेलेला नव्हता, हे तुझ्या आई-वडलांना एक तर आतापर्यंत माहीत होतं किंवा तो मेला असल्याचं त्यांना कळलं आणि मग ते ट्रिपवर गेले.'' त्या दोन बहीण-भावांचे चेहरे व्हिटो निरखू लागला. ''पण सायमन जिवंत असल्याचं किमान तुझ्या वडलांना माहीत होतं, असं तुझं मत आहे. तसं नसतं, तर आम्ही ती शवपेटी बाहेर काढल्यावर तिच्यामध्ये काय सापडेल, याची तू काळजी केली नसतीस.''

''हो.'' डॅनिअलनं ते मान्य केलं. ''आता आम्ही थकलो आहोत. आणखी काही उरलं नसेल तर....''

''मला दोन प्रश्न विचारायचे आहेत.''

टेबलाच्या शेवटी बसलेल्या सोफीकडे व्हिटोनं पुढे वाकून बघितलं. आतापर्यंत ती एकही शब्द बोलली नव्हती. ''काय सोफी?''

''एजंट व्हटॅनिअनला वाटतं की, त्याचे वडील ब्लॅकमेल करणाऱ्या व्यक्तीला शोधण्यासाठी आले. मिस व्हटॅनिअनला वाटतं की, तिची आई सायमनला शोधण्यासाठी आली.''

डॅनिअल सावधपणे तिच्याकडे बघत होता. "होय."

सुसानानं डोळे किलकिले करून तिच्याकडे पाहिलं. जणू सोफी तिथे असल्याचं तिच्या तेव्हाच लक्षात आलं होतं. "या चौकशीशी तुझा काय संबंध आहे डॉ. जोहान्सन?"

"तुझ्या आई-वडलांची प्रेतं मी शोधून काढली आणि त्यांची ओळख पटवण्यात मी पोलिसांना मदत केली."

डॅनिअलचा जबडा उघडाच राहिला. "ठीक आहे. मग काय प्रश्न आहेत तुझे?"

"तुझ्या आईच्या नावावर तुझ्या आई-वडलांनी हॉटेलमध्ये नोंदणी केली होती, असं तुला दिसलं, असं तू म्हणालास."

"क्लेअरच्या शोधात आमचे आई-वडील आहेत हे कुणाला कळू नये, असं त्यांना वाटलं असेल नक्की!" सुसाना कडकपणे म्हणाली.

"काही बाबतीत सोडलं, तर मलाही तसंच वाटतं. तुझी आई एकटीच हॉटेलच्या रूममध्ये बराच वेळ असायची म्हणून हॉटेलच्या स्टाफला ती आठवत होती, असं तू पहिल्यांदा म्हणालास."

"ती आजारी होती." रागावल्यासारखा डॅनिअल म्हणाला. "ती तिथेच राहिली आणि ते शोध घेत राहिले."

"क्लेअर ज्या लायब्ररीत काम करत होती तिथे तुझे आई-वडील दोघंही गेले होते. आई तेव्हा हॉटेलमध्ये थांबली नव्हती आणि तिथेच क्लेअरची चौकशी करताना तुझ्या वडलांनी त्यांचं खरं नाव सांगितलं. फक्त तिथल्या लायब्रेरीयनला किंवा इतर कुणाला त्यांनी काही विचारलं नाही. इंग्लिश बोलता न येणाऱ्या एका म्हाताऱ्याला त्यांनी विचारलं. माझा पहिला प्रश्न असा आहे की, क्लेअर रेनॉल्ड्सची चौकशी करण्यासाठी तुझ्या वडलांनी त्या रशियन म्हाताऱ्यालाच का निवडलं आणि त्यालाच त्यांनी स्वत:चं खरं नाव का सांगितलं?"

व्हिटोला तिचं चुंबन घ्यावंसं वाटलं. त्याऐवजी त्यानं शांतपणे विचारलं, "आणि तुझा दुसरा प्रश्न?"

"त्यांनी ते फोटो फिलाडेल्फियाला का आणले? म्हणजे मला असं म्हणायचंय की, ज्या फोटोंमुळे त्यांना ब्लॅकमेल केलं जात होतं, तेच तिथे का आणायचे आणि पकडले जाण्याची वेळ का येऊ द्यायची? स्वत:च्या घरीच सुरक्षित ठिकाणी ते का ठेवू नयेत? मुळात, त्यांनी ते जपून ठेवलेच कशासाठी?"

सुसाना व्हर्टॅनिअनचा चेहरा काळवंडला. "तुला असं सुचवायचंय का की, माझ्या आई-वडलांनीच क्लेअर रेनॉल्ड्सचा खून केलाय?"

'गेमचा उल्लेख करू नकोस सोफी!' व्हिटो मनात म्हणाला. क्लॉथिल्डचा

उल्लेख करू नकोस.

"मुळीच नाही मिस व्हर्टेनिअन! मला असं सुचवायचंय की, क्लेअर रेनॉल्ड्सला ते शोधतायत हे कुणाला कळू नये म्हणूनच त्यांनी स्वत:ची ओळख लपवली आणि मी असंही सुचवतेय की, ते उघडपणे चौकशी करतायत यावर तुझ्या आईचा विश्वास बसावा म्हणून त्यांनी तसं केलं."

सुसानाला ते समजलं होतं, हे तिच्या डोळ्यांत दिसलं. "ब्लॅकमेलबद्दल आईला काही माहीत नव्हतं." ती निर्विकारपणे म्हणाली. "सायमनचा शोध घेण्यासाठी ते फिरतायत असंच तिला वाटलं."

"पण तुझ्या आईनं त्याला भेटावं असं तुझ्या वडलांना कधीच वाटलं नाही." व्हिटो पुटपुटला.

"कारण या सगळ्या काळात सायमन जिवंत होता हे त्यांना ठाऊक होतं आणि सायमननं आमच्या आईला सांगावं अशी त्यांची इच्छा नव्हती." डॅनिअलनं ते वाक्य गंभीरपणे पूर्ण केलं. "आणि त्या फोटोंचा याच्याशी काहीतरी संबंध आहे."

"पण ती सायनमला भेटलीच," सुसाना कुजबुजली. "कारण त्यानं तिला ठार केलं. माय् गॉड!"

व्हिटोनं लिझ्कडे पाहिलं. त्याच्या उंचावलेल्या भुवयांनी मूकपणे प्रश्न केला. तिनं होकारदर्शक मान हलवली, म्हणून तो खाकरला. "इथे आणखी एक गोष्ट आहे, जी तुला कळायला हवी. तुमचे आई-वडील आम्हाला सापडले तेव्हा त्यांच्याशेजारी आणखी दोन रिकामे खड्डेसुद्धा आम्हाला सापडले. त्या वेळी आम्हाला नक्की माहीत नव्हतं. आता...."

सुसानाचा चेहरा पांढराफटक झाला. "डॅनिअल!"

डॅनिअलनं तिच्या खांद्यांभोवती हात टाकला. "ओके सूझ्! आता आपल्याला समजलं. आपण सावध राहू शकतो." त्यानं नजर वर करून व्हिटोच्या डोळ्यांकडे पाहिलं. "आम्ही ते स्केच पुन्हा पाहू शकतो का प्लीज?"

तो म्हातारा माणूस आणि फ्रेझिअर लुईची स्केचेस व्हिटोनं त्या व्हर्टेनिअन भावंडांसमोर शेजारी-शेजारी ठेवली. "मी तुम्हाला यांच्या कॉपीज मिळवून देतो."

"थँक्स!" डॅनिअल म्हणाला. "आम्हाला आवडेल...." पण सुसानानं मोठा श्वास सोडून त्याचं वाक्य मध्येच तोडलं.

थरथरत्या हातानं तिनं म्हाताऱ्या माणसाचं स्केच उचललं. "मी याला ओळखते." तिनं वर पाहिलं. तिचा चेहरा आता प्रेतासारखा पांढरा पडला. "डॅनिअल, माझ्या अपार्टमेंटसमोरच्या रस्त्यापलीकडे असलेल्या पार्कमध्ये मी माझ्या कुत्र्याला रोज सकाळी आणि रात्री फिरायला नेते. हा माणूस..." तिनं स्केचकडे पाहिलं. "कधी कधी हा तिथल्या बेंचवर बसलेला असतो." तिचा आवाज थरथरला. "आम्ही गप्पा

मारतो. तो माझ्या कुत्र्याला थोपटतो. तू माझ्याजवळ बसलायस तेवढ्याच अंतरावर तो असतो.''

व्हिटोनं सोफीकडे पाहिलं. सगळंकाही लक्षात आल्यानं तिच्या चेहऱ्यावर वेदना स्पष्ट उमटली होती. त्यानं पुन्हा सुसाना व्हर्टेनिअनकडे पाहिलं. ''केव्हापासून? केव्हापासून तू त्याला ओळखतेस?''

तिनं डोळे मिटले. ''किमान एक वर्ष. एक वर्षापासून तो माझ्या पाळतीवर आहे.''

''आम्ही तुला संरक्षण देऊ शकतो.'' लिझ् म्हणाली. ''तो जिवंत असल्याचं तुला कळलंय, हे त्याला माहीत नसावं, अशी आशा आपण करू शकतो. माझ्यासोबत चला. आज रात्री इथेच झोपण्यासाठी मी तुमची व्यवस्था करून देते.''

गुरुवार, १८ जानेवारी, रात्री ९:१५ वा.

''व्हिटो, थांब!''

त्या परिसराच्या समोरच्या दाराबाहेर व्हिटो थांबला. कॅथरिन तिथे थरथरत उभी होती आणि तो बहाणे शोधू लागला. काल रात्रीपासून त्यानं तिला टाळण्याचा प्रयत्न केला होता; पण आता मात्र त्याला थांबणं भागच होतं. ''केव्हापासून तू थांबलीयस इथे?''

''आपल्या मुलाखती संपल्यापासून. थोड्याच वेळात तू येशील, असं मला वाटलं होतं.''

व्हिटोनं मागे वळून सोफीकडे पाहिलं. ती निक् आणि जेनबरोबर लॉबीमध्ये उभी होती.

कॅथरिननं तिकडे पाहिलं. ''तू तिला थोडंसंही दृष्टीआड होऊ देत नाहीस ना!''

''नाही. तिच्या म्यूझियममध्ये येऊन तिला तो स्पर्श करतोय, असंच मला प्रत्येक वेळी वाटतं.''

''व्हिटो, सॉरी. काल रात्री माझं जरासं चुकलंच.''

''नाही, तुझं चुकलं नाही. तू घाबरली होतीस आणि तू बरोबर होतीस.''

''मी बरोबर नव्हते आणि घाबरून गेले म्हणजे ते ओके होतं असं नाही. मी म्हटलं ना सॉरी! तू मला माफ केलंस तर बरं होईल.''

व्हिटोनं दुसरीकडे पाहिलं. ''कॅथरिन, मी मलासुद्धा क्षमा केली नाही.''

''मला ठाऊक आहे आणि ते बदलायला हवं. तू काहीच चूक केलं नाहीस. अँन्ड्रीच्या बाबतीत जे घडलं ते वाईटच झालं, पण तो तुझा दोष नव्हता आणि तू

काहीही केलं असतंस, तरी ते टळलं नसतं.''

त्यानं खाली त्याच्या बुटांकडे बघितलं. ''हे तुला कसं माहीत?''

''बॅलेस्टिक्स रिपोर्टचे निकाल तू पाहिलेस तेव्हा मी तिथेच होते. तुझ्या हातातला बाँब तिला लागल्याचं तुला समजलं तेव्हा मी तुझी नजर बघितली. तिला पहिल्यांदा जेव्हा शवागारात आणलं तेव्हा तू तिच्याकडे जसं बघितलंस ते मी पाहिलं. व्हिटो, तू तिच्यावर प्रेम केलंस आणि ती मरून गेली.'' कॅथरिननं उसासा सोडला. ''पण ते फक्त तू आणि तुझ्या आत्म्याच्या दरम्यान! ते तुझ्याविरुद्ध वापरायचा मला अधिकार नव्हता.''

''तू घाबरली होतीस.'' तो पुन्हा म्हणाला. ''सोफी तुझी लाडकी मुलगी आहे.''

कॅथरिनचे ओठ थरथरले. ''ती पाच वर्षांची मुलगी होती तेव्हापासून मी तिला ओळखते.''

''तू तिला कधी भेटलीस? तिनं कधी न पाहिलेली तिची आई कशी झालीस?''

कॅथरिनचे डोळे भरून आले. ''ती तसं म्हणाली?''

''होय, तीच म्हणाली. तर तू तिची आई कशी झालीस?''

''माझी मुलगी त्रिशा किंडरगार्टनमध्ये असताना ती तिची सर्वांत चांगली मैत्रीण होती. एके दिवशी त्रिशा रडत घरी आली. आई-मुलगी चहापार्टी ठरली होती आणि त्या पार्टीला सोफी येणार नव्हती. तिला आई नसल्यामुळे ती कुणाला आणू शकत नव्हती.''

व्हिटोचं हृदय पिळवटलं. ''तिची आजी किंवा मावशी होती ना!''

''ॲना टूरवर होती. फ्रेयाला तिच्या स्वतःच्याच एका मुलीचं काहीतरी काम त्या रात्री होतं. ते सोडून फ्रेया येणार नव्हती. हॅरी तिला घेऊन येणार होता, पण मग तो आई-मुलगी असा कार्यक्रम राहिला नसता. मग मीच तिची आई होण्याचं ठरवलं. मी तिथे बसले. एका मांडीवर त्रिशा आणि दुसऱ्या मांडीवर सोफीला घेऊन. तेव्हापासून सोफी माझीच मुलगी झाली.''

''तिच्या आजीबद्दल काय?''

''ॲनानं तिचे टूरचे कार्यक्रम पूर्वीच कमी केले होते आणि फिलीमध्ये एक घर विकत घेतलं होतं. त्यामुळे सोफी हॅरीच्या सहवासात राहू शकली, पण पुढे बऱ्याच वर्षांनी ॲनानं तिचं करिअर पूर्णपणे सोडून दिलं, तेव्हा सोफी बराच वेळ माझ्याबरोबरच असायची.''

''ॲनानं तिचे गाण्याचे कार्यक्रम पूर्णपणे का सोडून दिले?''

''ती तिच्या स्वतःच्या मुलीच्या आयुष्यासाठीच फारसं काही करू शकली नव्हती. मला वाटतं की, तिला एकदाचं जाणवलं की, आपल्याला सोफी आणि एलीच्या निमित्तानं आणखी एक संधी मिळालीये.''

“एली?”

कॅथरिनच्या डोळ्यांत एकदम सावधपणा आला. मग तिनं मान हलवली. “एलीबद्दल तीच तुला सांगेल. आयुष्यातल्या प्रत्येक भल्या-बुऱ्या, महत्त्वाच्या प्रसंगांतून तिला जाताना मी पाहिलंय. ती सुरक्षित राहण्यासाठी मी वाट्टेल ते करेन आणि तिला सुखात ठेवण्यासाठीही!”

त्यानं पुन्हा सोफीकडे पाहिलं. “आता ती सुरक्षित आहे. ती सुखातसुद्धा आहे, असं मला वाटतं.”

“तू चांगला माणूस आहेस व्हिटो. तूसुद्धा सगळे चढ-उतार पाहिलेस आयुष्यातले, हे मला ठाऊक आहे. आपण मित्र आहोत. माझं ते मूर्खपणाचं विधान आपल्या मैत्रीला ग्रहण लावणार नाही, असं मला वाटतं.”

“तसं होणार नाही. मी तसं होऊ देणार नाही. तिला काही होण्यापूर्वी ती गोळी मी माझ्या छातीवर झेलेन.”

“तसं म्हणू नकोस.” ती पुटपुटली. “ती गंमत नाहीये.”

“तसं मलाही म्हणायचं नाही. त्या प्रेताच्या बॅगचं काय झालं कॅथरिन?”

“ती स्वत:च त्याबद्दलसुद्धा तुला सांगितल्याशिवाय राहणार नाही.” तिनं टाचा उंच केल्या आणि त्याच्या गालाचं चुंबन घेतलं. “मला क्षमा केल्याबद्दल थँक्स! पुन्हा मूर्खासारखं बोलून मी आपली मैत्री धोक्यात आणणार नाही.”

“जर्मन चॉकलेट केक मिळाला, तर आपला सौदा पक्का!” तो म्हणाला आणि ती हसली.

“हे सगळं संपलं की, मी तुझ्यासाठी दोन केक्स बनवेन. आता मी थकलेय. मी घरी जातेय.”

“मी तुझ्या कारपर्यंत तुझ्यासोबत येतो.” व्हिटो म्हणाला. “तूसुद्धा काळजी घ्यायला हवीस.”

कॅथरिन विचार करू लागली. “तेसुद्धा मी गमतीखातर म्हटलेलं नाही.”

“नाही. चल!”

प्रकरण २०

गुरुवार, १८ जानेवारी, रात्री ९.५५ वा.

'वॉव!'' व्हिटोच्या घरासमोर उभ्या असलेल्या कार्सकडे डोळा मिचकावून सोफी म्हणाली, ''काय चाललंय इथे?''

''कुटुंबातल्या सगळ्यांची एक मिनी-मीटिंग बोलावलीय मी.'' असं व्हिटो म्हणाला आणि ट्रकमधून उतरण्यासाठी त्यानं तिला हात दिला.

''ही मिनी-मीटिंग आहे? कशासाठी?''

''कार्यक्रम-पत्रिकेवर बरेच विषय आहेत.'' त्यानं रस्त्यावर दोन्ही बाजूंना पाहिलं. त्याचे डोळे किलकिले झाले आणि सोफी शहारली. त्या परिसरातून निघाल्यापासून तो असाच दोन्हीकडे बघत होता. त्यानं थोडंसंही दुर्लक्ष होऊ दिलं नव्हतं, पण कॅथरिनशी त्याला बोलताना तिनं पाहिलं होतं. त्यांच्यामध्ये समझोता झाला होता.

पण कॅथरिननं त्याला काहीतरी सांगितलं होतं. जेव्हा जेव्हा तो तिच्याकडे पाहत होता तेव्हा तेव्हा त्याच्या काळ्या डोळ्यात उमटलेले प्रश्न तिला दिसल्याशिवाय राहत नव्हते, पण सोफीलाही तिचे स्वतःचे असे प्रश्न होते आणि त्या दिवशी पहाटे चार वाजता उठल्यापासून तिच्याशी बोलायला त्याला एका मिनिटाचीही उसंत मिळाली नव्हती. आता रात्री त्याच्या घरी जातानाही तो सेलवर लिझ् आणि निकशी बोलतच होता.

ओ-आर-ओचा अध्यक्ष यॅगर व्हॅन झॅण्ड्टचा शोध १-९५ या मार्गानं, टोलबूथ कॅमेरे आणि ऑपरेटर्सच्या मदतीनं घेण्यात राज्याचा वाहतूक विभाग गढून गेला होता. व्हॅन झॅण्ड्ट फिलाडेल्फियामध्ये आला होता. व्हिटोला तसंच सोफीलासुद्धा अगदी बौद्धिक पातळीवरही ते फार इंटरेस्टिंग वाटत होतं. केवळ बौद्धिक पातळीवरच ती विचार करत होती. म्हणून भीतीचा लवलेशही तिच्या मनात नव्हता आणि भीती वाटून काहीच उपयोग नव्हता.

''कोणते विषय आहेत कार्यक्रमपत्रिकेवर?'' तिनं विचारलं आणि तो घराकडे वळला.

"ही समोरची मिनीव्हॅन माझा भाऊ डिनो याची आहे. त्याच्या पाच मुलांना भेटण्यासाठी तो आला आहे. गेल्या रविवारपासून ती मुलं माझ्या घरी राहतायत. ती इथे किती काळ राहणार हा कार्यक्रमपत्रिकेवरचा पहिला विषय."

"पाच मुलं?"

व्हिटो 'हो' म्हणाला. "होय. पाच. इंटरेस्टिंग आहे."

"अच्छा, म्हणून तुला आता माझ्याकडे का झोपायचंय, हे मला खरं खरं समजलं. तुला रात्रीची एक चांगली झोप हवी आहे."

"आपण जशी काही झोपच घेतली नाही याआधी! डिनोची बायको हॉस्पिटलमध्ये आहे, म्हणून ती केव्हा परत घरी येणार हा दुसरा विषय. ती जुनी व्ही डब्ल्यू टिनोची आहे. शेव्ही टेस्ची भाड्यानं आणलेली कार आहे. ब्यूक माझ्या वडलांची आहे आणि ते इथे तुला भेटायला आले आहेत."

सोफीचे डोळे विस्फारले. "तुझे वडील इथे आहेत? मी तुझ्या वडलांना भेटणार आहे? काय अवतार आहे माझा!"

"तू सुंदर आहेस. प्लीज, माझे वडील चांगले गृहस्थ आहेत आणि ते तुला भेटू इच्छितात."

तरी सोफी विचार करू लागली. "बरं... तुझी बाइक कुठाय?"

त्यानं भुवया उंचावल्या. "माझ्या मस्तांगशेजारी गराजमध्ये. तू जर शहाणी मुलगी असशील, तर मी तुझी त्यांच्याशी नंतर भेट करून देईन." तो विचार करू लागला. "सोफी, हा मारेकरी तुझ्या पाळतीवर असेल, तर त्यानं मलाही पाहिलंय. माझी फॅमिली सुरक्षित ठेवण्याची आवश्यकता आहे. कार्यक्रमपत्रिकेवरचा हा शेवटचा विषय आहे."

"माझ्या डोक्यातच आलं नाही ते!" ती पुटपुटली. "तू म्हणतोस ते खरं आहे."

"मी अर्थातच बरोबर आहे. आता मला इथे खूपच थंडी वाजतेय. आपण आत जाऊ."

माणसांनी भरलेल्या घरात सोफी ओढली गेली. लांब काळ्याकुरळ्या केसांची एक स्त्री किचनमध्ये शेगडीपाशी उभी होती. कानांच्या थोडेसे वर करडे केस असलेला एक उंच माणूस खांद्यावर छोट्या मुलाला घेऊन खेळवत होता. टेबलापाशी एक बारा-चौदा वर्षांचा मुलगा पुस्तकं उघडी ठेवून अभ्यास करत होता. मजबूत अंगाचा आणि रुपेरी केसांचा एक जण एका मुलाला मांडीवर घेऊन मोठ्या आवाजात चालू असलेला टीव्ही बघत होता. दुसरं मूल जमिनीवर पालथं पडून टीव्ही स्क्रीनवर नजर खिळवून होतं आणि तिसरं मूल एकटंच रुसून बसलं होतं.

सोफीनं फक्त एकालाच ओळखलं. तो म्हणजे टिनो. तिला तो नेहमीच लांब केस आणि भावूक डोळ्यांचा रेनेसान्स कलावंतासारखा वाटत असे.

व्हिटोनं दार लावून घेतलं आणि सगळ्यांच्या हालचाली थांबल्या. जणूकाही ती प्रकाशझोतात आली होती.

"वा! वाऽ!" किचनच्या दारात ती स्त्री आली. तिच्या हातात एक चमचा आणि चेहऱ्यावर स्मित होतं. "तर ही कुप्रसिद्ध असलेली सोफी. मी व्हिटोची बहीण, टेस्."

सोफीला तिच्याकडे पाहून स्मित करावं लागलं. "माझ्यासाठी पॅकेजेस पाठवणारी. थँक्स!"

"त्या खेळण्याचं महत्त्व काय आहे आणि तुझी रिसेप्शनिस्ट तशी का वागली हे तुला केव्हातरी सांगावं लागेल. आता मात्र तुझं स्वागत आहे." टेस्नं तिला लिव्हिंग रूममध्ये ओढलं. भराभर सर्वांची ओळख करून दिली. डिनो आणि डॉमिनिक होते. पिअर्स हा छोटा मुलगा होता. त्याहून थोडा मोठा कॉनर होता आणि रुसलेला डान्टेही होता.

मग तो मजबूत अंगाचा माणूस सोफ्यावरून उठला आणि ती रूम एकदम छोटी वाटू लागली. "मी मायकेल, व्हिटोचा बाप. टिनोच्या स्केचनं तुला न्याय दिला नाही."

सोफीनं डोळे मिचकावले. "कुठाय स्केच?"

"तुझं चित्र मी काढेपर्यंत तो थांबायलाच तयार नव्हता." टिनो म्हणाला आणि त्यानं तिचा हात हातात घेतला. "कशी आहेस सोफी? तुला फारच मोठा धक्का बसला."

"आता मी अगदी चांगली आहे. थँक्स!" ती परत व्हिटोच्या वडलांकडे वळली. "तुमची मुलं गुणी आणि प्रेमळ आहेत. तुम्हाला अभिमान वाटत असेल."

"मला अभिमान आहेच. व्हिटोबरोबर एक मुलगी पाहून मला आनंदही वाटला. मला काळजीच वाटत होती की...."

"पॉप!" व्हिटोनं मध्येच म्हटलं आणि सोफीनं घसा साफ केला.

"गुणी, प्रेमळ आणि धाडसी पुरुष!" तिनं दुरुस्ती केली आणि तिच्यामागे येऊन टेस्नं आपलं हसू दाबल्याचं तिनं ऐकलं.

मायकेल हसला आणि व्हिटोला सिनेमाच्या नायकाचा चेहरा कुठून मिळाला हे तिला समजलं. "बस इथे आणि मला तुझ्या कुटुंबाबद्दल सांग."

टेस् व्हिटोच्या दंडावर टेकली आणि त्यांच्या वडलांनी सोफीला अशा राजेशाही थाटात सोफ्यावर बसवलं की, जणू ते सिंहासनच होतं. "तुला त्यांनी अगदी कोपऱ्यात फेकलंय. तुम्ही जायला निघेपर्यंत ते तिच्याकडून खडान्‌खडा माहिती मिळवतील. मग मी त्यांच्याकडून तशीच खडान् खडा माहिती गोळा करून घेईन."

व्हिटोला त्याबद्दल काही काळजी नव्हती. "सोफी स्वतःला सांभाळू शकते.

मला तुझ्याशी बोलायचंय टेस्.''

तिच्या डोळ्यातलं हसू ओसरलं. ''मला ठाऊक आहे. तुम्ही ज्या मारेकऱ्याचा पाठलाग करताय तोच काल सोफीला भेटायला आला होता असं टिनोनं मला सांगितलं. ती घाबरून जाणारच ना!'' टिनो, डिनो आणि डॉमिनिकसोबत ती दोघं टेबलाशी बसली. ''तर बोल व्हिटो.''

''तुम्ही सर्वांनी बातमी पाहिलीये. आम्हाला एका शेतात बरीच प्रेतं सापडली. ज्या माणसानं ती तिथं पुरली, तो सोफीवर पाळत ठेवून आहे. मी तिला माझ्या दृष्टिआड होऊ देणार नाही.''

डिनोनं नकारार्थी मान हलवली. त्याचा चेहरा गंभीर झाला. ''आणि माझी मुलं? त्यांनाही काही धोका आहे का?''

''या मारेकऱ्याची आम्हा पोलिसांवर नजर आहे असं काही आताच म्हणता येणार नाही; पण तो स्मार्ट आहे आणि आम्ही त्याच्या मागावर आहोत, हे त्याला ठाऊक आहे, म्हणून मी तुला 'नाही' म्हणू शकत नाही. हे सगळं संपेपर्यंत मी घरापासून दूर असणार आहे.''

डिनो अस्वस्थ झालेला दिसला. ''आमच्या घरातली कार्पेट्स पूर्णपणे बदलल्याशिवाय आम्ही परत जाऊ शकत नाही. दरम्यान, मी एखादं भाड्याचं घर शोधेन, पण त्यासाठी आणखी काही दिवस लागतील. आपल्या सर्वांना पुरेल एवढं मोठं घर आपल्या कुटुंबात दुसऱ्या कुणाचंच नाहीये.''

''मॉम आणि पॉपना त्यांची जागा विकावी लागली, हे मला ठाऊक आहे; पण त्यांनी ती जरा नंतर विकायला हवी होती, असं मला वाटतं.'' टिनो कुरकुरला. ''आपली दहा मुलंसुद्धा तिथे राहू शकली असती.''

पण ज्या घरात ते सगळे मोठे झाले त्या घराला जिना होता आणि त्यांच्या आई-वडलांचा फ्लॅट खालच्या मजल्यावर होता. त्यामुळे मायकलला तिथे राहणं सोपं होतं. त्यामुळे त्यांचं आयुष्य आणखी काही काळ वाढू शकेल अशी आशा होती आणि आपल्याला होणारी सोनेरी केसांची आणि हिरव्या डोळ्यांची मुलंसुद्धा आपल्या वडलांनी बघावीत अशी व्हिटोची इच्छा होती.

''आम्हाला हॉटेलही मिळू शकेल.'' डिनो साशंकपणे म्हणाला.

''नको. मला वाटतं तुम्ही इथेच राहणं चांगलं डिनो. खरंच! आणि मॉली हॉस्पिटलमधून घरी आल्यावर तुम्ही या घराच्या वरच्या अर्ध्या भागात राहू शकाल. मी आणि टिनो खाली राहू.''

''तो म्हणतोय ते योग्य आहे.'' टिनो म्हणाला. ''टेस् आणि डॉम् आणि मी मुलांची काळजी घेऊ आणि लवकरच या केसमध्ये व्हिटो यशस्वी झाला की, आपण नेहमीसारखं मजेत राहू.''

“आणि मॉली शंभर टक्के चांगली होईपर्यंत मी इथेच राहीन.” टेस् म्हणाली. “म्हणून, काळजी करू नकोस.”

“तुझी मानसरोगतज्ज्ञ म्हणून चालू असलेली प्रॅक्टिस,” डिनोनं तिला आठवण दिली. “तुझे पेशंट्स.”

“मी माझ्या पेशंट्सची काळजी घेतलीये. सध्या जास्त पेशंट्सही नाहीयेत. मीच कमी केलेयत.”

कारण ती स्वत:च मूल होण्यासाठी प्रयत्न करत होती. व्हिटोला तिची खंत जाणवली. ‘टेस् खूप चांगली आई होऊ शकते. या जगात जर कुठे न्याय असेल, तर ती तिला हवं तसं कुटुंब निर्माण करू शकेल.’ असं त्याच्या मनात आल्याशिवाय राहिलं नाही.

व्हिटो उभा राहिला. “मी माझी बॅग भरतो. डिनो, तुला हवं तेव्हा तू इथे येऊन राहा.”

टिनो हसत म्हणाला, “आपल्या बंधुराजांनी उदारपणे आणि लगेच आपल्याला इथे आश्रय दिला. कारण त्यांना लवकरच दुसरं घर मिळणार आहे, हे त्यांना ठाऊक आहे.”

“ती सुंदर आहे व्हिटो!” डिनो हसत म्हणाला. त्यानं डॉमला कोपरानं खुणावलं, “तुला नाही वाटत तसं?”

डॉमिनिक लाजला. “गप्प बस.” तो पुटपुटला.

“त्याचं शाळेतल्या एका मुलीवर लक्ष आहे.” डिनो म्हणाला आणि डॉमिनिकनं त्याच्या वडलांकडे डोळे वटारून पाहिलं.

टेस्नं डॉमिनिकचा दंड थोपटला. “शांत राहा डॉम् आणि याची सवय करून घे. तुझ्या आजोबांना हे आताच कळायला नको. नाहीतर तुला खरंच थर्ड डिग्री मिळेल.”

“थर्ड डिग्री कशासाठी?” येता येता मायकेलनं विचारलं. त्यांनी उत्तराची वाट न पाहता ड्रॉवरमध्ये काहीतरी शोधलं आणि तिथल्या वस्तू इकडच्या तिकडे करून टाकल्या.

“काय शोधताय तुम्ही डॅड?” व्हिटोनं विचारलं.

“लांब दांडीचे लाकडी चमचे आणि कॉर्न उचलण्यासाठी असलेले टोकदार चिमटे शोधतोय. ट्रेब्यूशे कसा बनवायचा ते सोफी मुलांना दाखवणार आहे.”

“त्या वस्तू त्यांना एकमेकांकडे फेकायला हव्या असतील. दुसरं काही नाही.” डिनो कुरकुरला, पण तरी तो वडलांना मदत करायला उठला. “ट्रेब्यूशे अं? पण ते तर अगदी थंड असतं.”

टिनोनं भुवया उंचावल्या. “ती बाइक अगदी वेगात चालवते, घरातल्या

वस्तूंपासून हल्ला करण्यासाठीची मध्ययुगीन अस्त्रं ती बनवू शकते आणि ती चांगली... स्वेटर्सही विणते.''

डिनो हसला. ''ती चांगली गृहिणीसुद्धा होईल असं मला वाटतं व्हिटो.''

''आता मी इथून जावं हा मला इशारा आहे, असं दिसतंय. टिनो, मला जरा मदत केलीस तर बरं होईल.'' आजीच्या कॅमेऱ्यासाठी तो त्याला विचारणार होता, पण टेस्समोर त्याला ते विचारायचं नव्हतं. तिला त्या गुप्त कॅमेऱ्याचा तिटकारा होता. कारण काही वर्षांपूर्वी ती तिच्या नकळत त्याला बळी पडली होती.

व्हिटोनं परत आल्यावर त्यानं पाहिलं की, त्याचे वडील सोफ्यावर बसून कशानंतरी लाकडाचा एक ठोकळा तासत होते. सोफी जमिनीवर बसून त्यांच्या शेल्फवर रचून ठेवलेल्या पुस्तकांचा किल्ला बांधण्यात मुलांना मदत करत होती. पिअर्स बघत होता. त्याचा छोटासा चेहरा उत्साहानं फुलला होता. ''आम्ही किल्ला बांधतोय अंकल व्हिटो. त्याच्याभोवती खंदकसुद्धा करणार आहोत.'' तो म्हणाला.

''मी खंदक नाही म्हणाले पिअर्स!'' सोफी बोलली. ''लिव्हिंग रूममध्ये असा पूर आलेला तुझ्या अंकलला आवडणार नाही. म्हणून आपण तसं काही करणार नाही.'' कॉनरनं पुस्तकांचा आणखी एक ढीग आणून सोफीजवळ ठेवला तेव्हा व्हिटोनं त्रासिक चेहरा करून पाहिलं, पण सोफी त्या मुलाकडे पाहून गोड हसली. ''थँक्स कॉनर! आपण या पुस्तकांच्या किल्ल्यावर ट्रेब्यूशे कसा बांधणार आहोत मायकेल?''

आपला अपमान झाल्यासारखं त्याच्या वडलांना वाटलं. ''दर्जेदार काम करायला वेळ लागतोच सोफी!''

''आतापर्यंतचा सर्वांत मोठा ट्रेब्यूश बांधायला पहिल्या एडवर्डला काही महिनेच लागले मायकेल.'' ती गमतीनं म्हणाली. ''ते तीन हजार पौंडाची वजनं फेकू शकत होते. आपण फक्त पॉपकॉर्न फेकणार आहोत, म्हणून ते लवकर द्या.''

''आपण निघायला हवं.'' व्हिटो म्हणाला. ''झोपायची वेळ झालीय मुलांची.'' 'आणि माझीसुद्धा.' त्याला असं म्हणावंसं वाटलं.

''ओ, अंकल व्हिटोऽऽऽ'' पिअर्स कुरकुरला. ''फक्त आणखी थोडा वेळ.''

''हो, अंकल व्हिटोऽऽऽ'' सोफीनं त्याची नक्कल केली, पण तिचं कुरकुरणं पिअर्सपेक्षा चांगलं वाटलं आणि ते दोघं कावेबाज खिंकाळल्यासारखे हसले. ''आम्हाला फक्त बाहेरच्या तटबंदीभोवतीची भिंत पूर्ण करू द्या.'' तिनं त्याच्याकडे गमतीनं पाहिलं. ''तू मदत केलीस, तर हे काम लवकर होईल.''

व्हिटोनं 'नाही' म्हटलं नाही. म्हणून तिला खूप छान वाटलं. तोसुद्धा जमिनीवर मांडी घालून बसला आणि त्यानं इकडेतिकडे पाहिलं. ''डांटे कुठे आहे? त्यानंपण मदत करायला हवी.''

"तो येत नाही." पिअर्स म्हणाला. "तो म्हणाला, त्याला बरं वाटत नाहीये."

"तो आजारी आहे का? त्याला परत डॉक्टरकडे न्यायचंय का? बहुतेक तुला वाटलं त्यापेक्षा त्याला त्या पाऱ्याचा जास्त त्रास झालेला दिसतोय." व्हिटो तिथून उठू लागला, पण त्याच्या वडलांनी नकारार्थी मान हलवली.

"डांटेची तब्येत चांगली आहे. त्याला आताच काही प्रश्न पडलेत."

"डांटेनं गॅसमीटर फोडलं." पिअर्स खरंखरं बोलून गेला.

काही दिवसांपूर्वी मागच्या पोर्चमध्ये त्यानं डांटेला रडताना पाहिलं होतं. तेव्हाचा त्याचा निराश चेहरा व्हिटोला आठवला. "मला तसंच वाटलं. कसं काय झालं ते?"

"शेजारी बर्फाच्या गोळ्यांनी स्नो-बॉल फाइट खेळत असताना मध्ये दगड आले." मायकल म्हणाला. "शेजारच्या एका मुलानं त्याच्या आईला हे सांगितलं आणि डांटेला स्पष्टीकरण द्यावं लागलं. त्यात चूक एक झाली की, तो पहिल्यांदा खोटं बोलला. ते कसं झालं ते माहीत नाही असं तो म्हणाला. त्यात चांगली गोष्ट अशी की, मॉलीची तब्येत आता सुधारतेय आणि डांटेला फिलीमध्येच राहायचं आहे. त्या मुलाचा दंड दुखतोय."

"त्याला दोन दंड आहेत आजोबा" पिअर्स म्हणाला. "आणि तुम्ही 'आर्म'ऐवजी 'हार्म' म्हणालात."

"आणि तेही चांगले मजबूत दंड आहेत!" मायकेलनं मान्य केलं. "आणि तुझं बरोबर आहे. मी 'आर्म'च्याऐवजी 'हार्म' म्हणालो. सॉरी पिअर्स, मी पुन्हा तसं करणार नाही. हे तुझं ट्रेब्यूशे घे सोफी."

ती त्यांच्याकडे उत्सुकतेनं पाहत होती. "तू ते मला भरून देतोस?" तिनं व्हिटोला विचारलं.

त्यानं श्वास सोडला. "खूपकाही भरून देतो!"

गुरुवार, १८ जानेवारी, रात्री ११.३५ वा.

"टेस्नं आपलं जेवण आपल्याबरोबरच दिलं हे चांगलं केलं." स्वतःची प्लेट स्वच्छ करताना सोफी म्हणाली. ती तिच्या बेडवर नग्नावस्थेतच बसली होती आणि व्हिटो उशांना टेकून पडून तिला न्याहाळत होता. त्या वेळी तो तेवढंच करू शकत होता. तिनं तिचा काटा चोखला. त्याला अन्नाचे कण लागले होते. "सध्या थंडीही बरीच पडलीये."

"आपण आल्याबरोबर जेवलो असतो, तर इतकं थंड वाटलं नसतं." व्हिटोनं

तिला चिडवलं. ''पण नाही, तू माझ्या शरीराचा एवढा भुकेला सैतान आहेस की, माझे केस ओढून तू जिन्यावरून मला वर आणलंस.''

ती हसली आणि तिनं त्याला हातातला काटा दाखवला. ''तुला चांगला टोचायला हवा.''

त्यानं कामातुर नजरेनं तिच्याकडे पाहिलं. ''नुसती आश्वासनं आणि आश्वासनं! इकडे ये आणि परतफेड कर.''

सोफीचं हसू मावळलं. तिनं त्यांच्या प्लेट्स काळजीपूर्वक बाजूला ठेवल्या आणि हिशेब द्यायची वेळ आली होती, हे व्हिटोनं ओळखलं. ''परतफेड करण्याबद्दल बोलण्यापूर्वी सगळं स्पष्ट-स्पष्ट सांगून टाक चिकोटेली. मला त्या मुलांबद्दल कळायला हवं. मी खूप वाट पाहिली, असं मला वाटतं.''

''मला मान्य आहे.'' त्यानं उसासा सोडला. ''तिचं नाव ॲण्ड्री होतं.''

सोफीचे गाल काळवंडले. ''आणि तू तिच्यावर नेहमीच प्रेम करशील.''

ते नाकारणं चूकच होतं. ''होय.''

सोफीनं आवंढा गिळला. ''तिला मरण कसं आलं?''

तो घुटमळला, मग बोलून गेला. ''मी तिला ठार केलं.''

पहिल्यांदा तिला धक्का बसला, हे तिच्या डोळ्यांनी सांगितलं. मग तिनं मान हलवली. ''मला सगळं सविस्तर सांग व्हिटो. अगदी सुरुवातीपासून सांग.''

''एका केसच्या निमित्तानं मी तिला भेटलो. अठरा-एकोणीस वर्षाच्या मुलाच्या खुनाच्या केसमध्ये. तो ॲण्ड्रीचा धाकटा भाऊ होता.''

''ओह्!'' तिच्या डोळ्यांत दु:ख उमटलं. ''कुटुंबातल्या एखाद्याला अशा प्रकारे गमवावं लागणं हे केवढं दुर्दैव!''

व्हिटोला एलीचं नाव आठवलं. कॅथरिनच्या तोंडून ते निघून गेलं होतं, पण ती कोण हे समजलं नव्हतं; पण सगळंकाही सांगून टाकण्याची त्याची पाळी होती आणि तो ते टाळणार नव्हता. ''त्या केसवर निक् आणि मी काम करत होतो आणि मी ॲण्ड्रीकडे ओढला गेलो. तीपण माझ्याकडे ओढली गेली होती, पण पहिल्यांदा तिनं नकार दिला होता.''

''का?''

''ती अजूनही दु:खात होती हे एक कारण. विरोधाच्या पार्श्वभूमीवर भावनिक गुंतागुंत झालीये की काय अशी तिला शंका होती; पण आणखीही काही अडचणी होत्या. त्या केसमध्ये ती केवळ सक्रिय सहकारी होती असं नाही, तर तीही पोलीस होती आणि मी तिच्यापेक्षा वरच्या पदावर होतो; पण मी आग्रह धरला आणि पाठपुरावा केला.''

सोफीच्या ओठांची एक बाजू तिरस्कारानं वर गेली. ''मला वाटतं मीसुद्धा तो

अनुभव घेतलाय."

"तुला ते प्रेझेंट पाठवण्यापूर्वी मी बराच वेळ खूप विचार केला असं मला वाटतं. तुझी खरंच इच्छा नाही असं दिसलं असतं, तर मीही आग्रह धरला नसता; पण तू मला खूप आवडलीस, सोफी."

"तू योग्य तेच केलंस. तू ते माझ्यावर सोपवलंस सगळं; पण हे माझ्याबद्दल चाललेलं नाही. तू पुढे बोल."

"अखेरीस मी खूप आग्रह धरल्यामुळे ॲण्ड्रीनं संमती दिली, पण तिच्या बॉसला हे कळेल अशी भीती तिच्या मनात होती. आमचं नातं कुठपर्यंत पोहचतं याचा अंदाज येईपर्यंत आम्ही गप्प राहण्याचा निर्णय घेतला. शिवाय, आम्हाला आमच्या करिअरबद्दलही विचार करणं आवश्यक होतं. निश्चित असं काही ठरेपर्यंत आयुष्याच्या बोटींनी हेलकावे खात राहणं निरर्थक होतं."

"पण तुम्हाला असं वाटलं की, तुम्ही निश्चित ठरवलं."

"हो. काही महिन्यांनी आम्ही ठरवलं की, आपापल्या बॉसेसना हे सांगून टाकायचं. लिझ् माझी बॉस होती आणि यातून सगळ्यात चांगला मार्ग काढण्यात ती आम्हाला मदत करेल असा मला विश्वास होता. ॲण्ड्रीचा बॉस इतक्या मोठ्या मनाचा नव्हता आणि त्याचा ॲण्ड्रीला त्रास होईल असं वाटत होतं. या सगळ्या परिस्थितीत निक् आणि मी तिच्या धाकट्या भावाच्या खुनाच्या केसमध्ये काम करत होतो. असं उघडकीला आलं की, तिच्याच मोठ्या भावानं त्याचा खून केला होता. ॲण्ड्री उद्ध्वस्त झाली होती."

"एक भाऊ दुसऱ्या भावाचा खून का करेल?"

"ड्रग्ज! तिच्या मोठ्या भावाला मेथिलेटेड स्पिरिटचं जबरदस्त व्यसन होतं. धाकटा भाऊ त्याला आडवा आला. ज्या रात्री ती वारली त्या रात्री मी तिच्या घरूनच परतलो होतो आणि मला डिस्पॅचकडून फोन आला. ॲण्ड्रीचा मोठा भाऊ आल्याचं एका शेजाऱ्यानं पाहिलं होतं आणि त्यानं ९/११ला फोन केला." त्यानं उसासा सोडला. "नंतर आम्हाला समजलं की, ॲण्ड्रीनं त्याला पैसे दिले होते."

सोफीच्या चेहऱ्यावर तिरस्कार दिसला. "त्यानं पळून जावं म्हणून ती त्याला मदत करत होती."

"हो. पण निक्ला आणि मला ते ठाऊक नव्हतं. ते शक्य आहे असंही मला कधी वाटलं नसतं. आम्ही तिच्या घरी गेलो. बाहेर जायची सगळी दारं बंद केली. ॲण्ड्री तिथं असणं अपेक्षित नव्हतं. तिनं तिचं अपार्टमेंट माझ्याबरोबरच सोडलं होतं. ती ड्यूटीवर होती."

"पण ती तिथेच होती."

व्हिटोनं डोळे मिटले. तो सगळं स्पष्ट आठवण्याचा प्रयत्न करत होता. "हो.

ती तिथे होती. आम्ही तिथे आल्याचं जाहीर केलं. ते अॅण्ड्रीच्या भावानं ऐकलं. त्यानं शरण यावं असा अॅण्ड्रीनं प्रयत्न केला आणि तो तयार होत नाही असं दिसल्यावर तिनं बंदूक चालवली, असं आम्हाला वाटतं; पण त्यानं तिच्या डोक्यावर खुर्चीनं मारलं. ती खुर्ची आम्ही पाहिली. तिचे केस आणि रक्त खुर्चीला लागलं होतं. नंतर पुन्हा एकदा त्यानं मारलं. तिथल्या रहिवाशांना आम्ही बाहेर काढलं आणि अपार्टमेंटवर हल्ला केला. तिच्या भावानं गोळीबार सुरू केला.''

''त्यानं तिची बंदूक घेतली होती.''

''हं. तोपर्यंत रात्र झाली आणि आम्ही त्याला जिन्यात गाठलं. त्यानं सगळे लाईट्सही फोडून टाकले आणि खरोखरच अंधार पसरला. निक्नं त्याचा फ्लॅशलाईट लावला आणि त्या हरामखोरानं निक्वरच बंदूक चालवली. ती गोळी निक्च्या खांद्याला चाटून गेली आणि निक्नं त्याचा लाईट बंद केला. तो भाऊ गोळीबार करतच राहिला. आमचे डोळे अंधाराला सरावले तेव्हा आम्हाला तो पुसटसा दिसला. मग आम्हीही गोळीबारानं प्रत्युत्तर दिलं. एका मिनिटानं त्यानं गोळीबार थांबवल्यावर आम्ही आमचे लाईट्स त्याच्याकडे वळवले. तो मरून पडला होता आणि तीही.''

तिनं त्याच्या दंडावर थोपटलं. ''ओह् व्हिटो! त्यानं त्याच्या बहिणीचाच ढालीसारखा वापर केला.''

''आम्हाला ठाऊक नव्हतं. ती बिल्डिंगमध्ये होती हेसुद्धा आम्हाला ठाऊक नव्हतं. त्यानं तिला बेशुद्ध केलं होतं आणि तिला जिन्यावरून फरफटत तो खाली आणत होता. तिला ओलीस ठेवण्याचा त्याचा हेतू असावा, असं मला वाटतं. त्याला मी बाहेर येऊ दिलं असतं, तर आम्ही तिला पाहिलं असतं.''

''तू त्याला बाहेर येऊ दिलं असतंस, तर त्यानं बऱ्याच जणांना त्याचं लक्ष्य केलं असतं व्हिटो. त्या बिल्डिंगमधला प्रत्येक रहिवासी आणि रस्त्यानं जाणारा प्रत्येक जण. तू त्याच्यावर नियंत्रण ठेवलंस. यात तुझी काय चूक आहे, हे समजूच शकत नाही.''

''यात मला कुणीच दोषी ठरवलं नाही. यात तपास झाला. शस्त्र चालवल्यावर दर वेळी होते तशी चौकशी झाली. एवढंच की, जरा सखोल चौकशी झाली. कारण माणसं मारली गेली होती. आणि एक पोलीस अधिकारी मारली गेली होती.''

''तू आणि अॅण्ड्रीबद्दल कुणालाच काही समजलं नाही?''

''नाही. आम्ही खरोखरच खूप काळजी घेतली होती. फक्त निक्ला ठाऊक होतं. कारण तिला जिन्यावर कोसळलेली पाहिल्यावर मी काहीतरी म्हणालो. ती रक्तबंबाळ झाली होती. ''टिनोला समजलं, तेही मीच त्याला त्या दुर्घटनेला एक वर्ष झालं तेव्हा सांगितलं म्हणून. मला बऱ्याच जणांनी खोदून-खोदून विचारलं.''

"मी ते समजू शकते."

"लिझला शंका आली. कॅथरिनला माहीत झालं होतं, हे काल रात्रीपर्यंत मला माहीत नव्हतं."

सोफीनं उसासा सोडला. "तिला माझ्याबद्दल काळजी नसती, तर तो विषय तिनं काढलाही नसता. एरवी तिला त्याचं काय महत्त्व? ती खूप व्यवस्थित रहस्यं जपते. गुपित म्हणजे अगदी गुपित!"

व्हिटोनं भुवया उंचावल्या. "अंहं. तेवढी काही नाही. तिनं एलीचा उल्लेख केला."

सोफीनं डोळे फिरवले. "म्हणजे त्या गुपिताला तडा गेला?"

"एली वारली." व्हिटो म्हणाला. "ती तुझी बहीण होती... कोणती?"

"तू कसा अंदाज केलास?"

"कॅथरिन म्हणाली की, ॲनानं अखेरीस तिचा प्रवास बंद केला. कारण तिला सोफी आणि एलीची काळजी घेण्याची आणखी एक संधी मिळाली." त्यानं खांदे उडवले. "शिवाय मी एक डिटेक्टिव्ह आहे."

"पण चांगला ट्रेब्यूश कुठे बांधता येतो तुला? पण मी ते सोडून देते."

त्यानं तिच्या चेहऱ्यावरून बोट फिरवलं. "कोण होती एली सोफी?"

"माझी सावत्र बहीण. मी बारा वर्षांची असताना तिचा जन्म झाला. उन्हाळ्यात मी फ्रान्समध्ये गेले होते आणि परत आले तेव्हा सगळे जण खूप आनंदात दिसले. ग्रॅन प्रवासात असताना लेना आली आणि हॅरीच्या मांडीवर तिनं एक गोड मूल ठेवलं. एली तेव्हा एक आठवड्याचीही नव्हती."

"तुझ्या आईमध्ये मगरीच्या आईचे गुण आहेत."

"मगर तिच्या पिलांची खूप काळजी घेते. ॲना पूर्णपणे निवृत्त झाली तेव्हा हे घडलं. एक ऑर्फियो सोडलं, तर तिनं तिचे सगळे कार्यक्रम रद्द केले. कारण ते फिलीमध्ये होते."

"म्हणजे मला ते ऐकायला मिळालं हे माझं भाग्यच!"

"हो. ते तुझं भाग्यच."

"तर ॲनानं एलीचं पालन-पोषण केलं."

"ॲना आणि मी. खरंतर मीच. ॲनामध्ये मातृत्वाची भावनाच नव्हती. मी शाळेतून घरी परतले की, ती ओरडून म्हणायची, 'या पोरीचं काहीतरी कर.' पण मी ते मनावर घेत नसे. एली माझी होती."

"ती पहिलीच वेळ होती की, तुझं स्वत:चं असं कुणी होतं?"

ती हसली. अगदी उदासपणे. "पुन्हा एकदा. तेही मीच ओळखलं. एलीची प्रकृती बरी नसायची. तिला अन्नाच्या ॲलर्जीचा फार त्रास होता. अगदी बहिरी

ससाण्यासारखं मी तिच्यावर लक्ष ठेवत होते. विशेषत: लेना इथे आली म्हणजे. ती एलीची अजिबात काळजी घेत नसे.''

''लेना परत आली?''

''अधूनमधून येत असे. तिला थोडंसं अपराध्यासारखं वाटलं की, येत असे. एलीला जवळ घेत असे आणि मग एक-दोन दिवस आधीच निघून जात असे. माझ्यासाठी नाही, तर निदान एलीसाठी तरी लेना एका ठिकाणी स्थिर राहील, असं मला सुरुवातीला वाटत होतं; पण तिनं तसं केलं नाही. काळ निघून गेला. एली मोठी झाली.'' सोफीनं ओठ दुमडले. ''ती सुंदर होती. ती बॉटीसेलीच्या देवदूतासारखी होती; कुरळ्या केसांची वलयं आणि मोठे निळे डोळे! माझे केस सरळ होते काठीसारखे. मी उंच आणि धिप्पाड, पण एली खरोखरच मोहक होती. रस्त्यात थबकून लोक तिच्याकडे पाहत राहायचे. आणि तिला भेटवस्तू द्यायचे.''

''भेटवस्तू? कोणत्या?''

''चित्रं, बाहुल्या वगैरे. कधीकधी मिठायासुद्धा. मला भीती वाटायची, कारण तिला ॲलर्जीचा त्रास होता. प्रत्येक पदार्थावरचं लेबल आम्हाला वाचावं लागे.''

गोष्ट कुठे चालली होती, याची व्हिटोला कल्पना आली, असं त्याला वाटलं. ''मग एके दिवशी लेना परतली; आपली भेट होण्यापूर्वी आणि तिनं तिला नको ते खाऊ घातलं.''

''ती माझ्या सिनिअर फ्रॅमची रात्र होती. मला जास्त डेट्स कधीच नव्हत्या. मी नेहमी एलीमध्येच अडकलेली होते. उन्हाळ्यात मी फ्रान्सला जाणंही थांबवलं होतं; पण माझा प्रॉम होता. आणि मिकी डी-एस माझा टेड् होता.''

''तो नक्कीच काही खास होता, हे मी गृहीतच धरलंय.'' व्हिटो शुष्कपणे म्हणाला.

''हायस्कूलच्या काळात मी मिकी डी-ग्रेसमध्ये रमलेली होते. तो माझ्याकडे कधी लक्ष देत नव्हता. त्याला तृषा आवडत होती. कॅथरिनची मुलगी, पण तिनं मला पोशाख वगैरे बदलायला लावला. त्याचा उपयोग झाला आणि माझ्या आयुष्यात पहिल्यांदाच मिकी माझ्या प्रेमात पडला. प्रॉमची रात्र आली आणि आम्ही... जाऊ दे! आम्ही डान्स हॉलमधून बाहेर पडलो. शाळेमधल्या लपण्याच्या सगळ्या जागा मिकीला ठाऊक होत्या. त्याला माझ्यात इंटरेस्ट निर्माण झाल्याचं पाहून मी खूपच रोमांचित झाले होते. मी त्याच्याबरोबर गेले.''

'हे नक्कीच चांगलं नव्हतं.' असं व्हिटोच्या मनात आलं. बहीण गमावल्याच्या अपराधी भावनेवर लैंगिक अनुभव घेतल्याच्या अपराधी भावनेचा थर बसला. ''काय घडलं सोफी?''

''आम्ही... तू ओळखू शकतोस. मग माझ्या खांद्यावर कुणीतरी हात ठेवला

आणि मला वाटलं, 'माझी फक्त हकालपट्टी होणार.' कॉलेजमध्ये जाण्याची माझी स्वप्नं धुळीला मिळणार आणि तेही माझ्या पहिल्याच आणि एकमेव चुकीमुळे, हे मी ओळखलं.''

''तू कुमारिका होतीस?'' त्यानं म्हटलं आणि तिनं होकार दिला.

''मिकीला त्याचंच आकर्षण होतं, असं मला वाटतं. त्यानं इतर अनेक मुली अनुभवल्या होत्या. मी कोरी करकरीत होते. तर ते असो. मी हे कसं समजावून सांगणार याचा विचार करत होते... मग मी टीचरचा चेहरा पाहिला. आणि... मला कळलं. मिकीनं काही चूक केली अशी त्यांना शंकाही आली नव्हती.''

''तर एलीबद्दल. लेना आली होती.''

''लेना आली होती आणि तिनं एलीला आइसक्रीम खायला बाहेर नेलं. टीचरनी मला लगेच आइसक्रीम पार्लरकडे पाठवलं; पण खूप उशीर झाला होता. कॅथरिन तिथे रडत होती. सोफीनं दीर्घ श्वास सोडला. ''मी पोहचले तेव्हा ती बॅगचं झिप लावत होती. मी तेव्हाही माझ्या प्रॉम ड्रेसमध्येच होते. तिनं वर माझ्याकडे बघितलं आणि...'' सोफी शहारली.

''तसंच. नंतरचं मला आठवतंय ते मला इथेच जाग आली हे. अंकल हॅरी तिथे झोपलेला होता.'' तिनं खुर्चीकडे पाहिलं. ''एलीचा मृत्यू झाला. लेनानं तिला जास्तीचे बदाम, काजू घालून सनडे आइसक्रीम खायला दिलं होतं. तिचा घसा सुजला होता आणि तिला श्वास घेता येत नव्हता. लेनानं तिला मारलं.'' तिनं वर पाहिलं. तिच्या डोळ्यात संताप मावत नव्हता. ''त्यामुळेच मला माझ्या आईचा तिरस्कार वाटतो व्हिटो!''

''तिला ॲलर्जी असल्याचं लेनाला ठाऊक होतं?''

सोफीचे डोळे चमकले. ''फार पूर्वी असल्याचं तिला ठाऊक असावं. तिला काय ठाऊक होतं की नाही मला कल्पना नाही, पण खरं म्हणजे एली तिची मुलगी नव्हतीच. ती माझी होती.''

एका रविवारी गुन्ह्याच्या ठिकाणी कॅथरिन बोलली होती ते व्हिटोला आठवलं, ''तो एक अपघात होता.'' ती म्हणाली होती. त्याला ते पटलं होतं. तरी सोफीला ते न सांगण्याचा सुज्ञपणा दाखवण्याचं त्यानं ठरवलं. ''सॉरी डार्लिंग!''

तिनं एक दीर्घ श्वास घेतला आणि सोडला. ''थँक्स! असं सांगितल्यानं बरं वाटतं. ती गेल्यावर मी अतिशय खचून गेले. त्या घरात राहणंही मला नकोसं झालं. प्रत्येक गोष्टीत मला एलीची आठवण येत होती. म्हणून हॅरीनं मला माझ्या वडलांकडे पाठवलं. मी फ्रान्समध्येच राहावं म्हणून अलेक्सनं पटवून दिलं. पॅरिसमधल्या युनिव्हर्सिटीत जाण्याचा मला आग्रह केला. तिथेच मला एरिअन मोरॉक्स भेटले. माझ्या शिक्षणासाठी अलेक्सच्या ओळखी होत्या आणि त्यांच्याकडे

पैसेही होते. माझ्याकडे चांगले ग्रेड्स होते, अस्खलित फ्रेंच होतं आणि दुहेरी नागरिकत्वही होतं. एरिअनची मी चांगली साहाय्यक बनले, ते फ्रान्समधले एक नावाजलेले पुरातत्ववेत्ते होते.''

''मग ब्रूस्टरचा कुठे संबंध आला?''

''मी घरी परतावं अशी ॲनाची इच्छा होती. मग मी शेल्टन कॉलेजच्या पदवी विभागासाठी अर्ज केला. ॲलन ब्रूस्टर तिथे आधीच सुप्रसिद्ध झालेला होता आणि त्याच्या हाताखाली पदवी मिळवणं फार फार प्रतिष्ठेचं होतं.'' तिनं चेहरा विचित्र केला. ''मी विनोद नाही केला. मी 'त्याच्या खाली' नाही म्हणाले. त्याच्या हाताखाली म्हणाले.''

''तू तसं म्हणालीस असं वाटत नाही.'' व्हिटो म्हणाला. ''तर तू ब्रूस्टरबरोबर अभ्यास केलास आणि...?''

''वेड्यासारखी त्याच्या प्रेमात पडले. माझ्या वयाच्या तरुणाशी मी डेटिंग करण्याचा प्रयत्न केला की, दर वेळी मला मिकी डी-ग्रेसची आठवण होते. मग एलीची. म्हणून मी ॲलन भेटेपर्यंत डेटिंग केलंच नाही. तो एकच होता ज्यानं मला मिकीची आठवण कधी होऊच दिली नाही. मला वाटतं त्याचं माझ्यावर प्रेम होतं. आम्ही फ्रान्समध्ये उत्खनन करत होतो तेव्हा ॲलन माझी खूप काळजी घेत होता. थोड्याच दिवसांत त्यांच्या तंबूमध्ये आमचा प्रणय सुरू झाला. त्याचं लग्न झालं होतं, हे मला नंतर समजलं आणि तो त्याच्या सगळ्या मदतनिसांबरोबर झोपला होता हेसुद्धा, आणि... तो त्याबद्दल बोलतही होता. मोकळेपणानं. पण त्यानं मला 'ए' दिला होता.'' तिने कडवडपणे बोलणं संपवलं. ''मी त्याची 'अत्यंत कार्यक्षम मदतनीस' होते.''

ब्रूस्टरनेही तेच शब्द उच्चारल्याचं त्याला आठवलं आणि संधी मिळताच या सापाला ठेचायचं त्यानं ठरवलं. आता ब्रूस्टर बेपत्ता होता. व्हिटोनं जरा जास्त काळजी घ्यायला हवी होती बहुतेक. ''मी म्हटलं त्याप्रमाणे तो गाढवच होता. बरं, पुढे सांग.''

''मी मग पुन्हा एरियनकडे गेले. त्यांनी मला त्यांच्या ग्रॅज्युएट प्रोग्रॅममध्ये जागा दिली. मी ग्रॅज्युएट झाल्यावर ॲनाने मला घरी बोलावलं. इथे फिलीमधल्या एका कॉलेजमध्ये एक पोस्ट मिळाली, पण ॲमण्डा आणि ॲलन मला टाळत तरी होते किंवा कुचेष्टा तरी करत होते. मग मी पुन्हा फ्रान्समध्ये गेले. तिथे ही समस्या नव्हती. मॉन्ट व्हर्ट कॅसलमध्ये उत्खननासाठी मी कित्येक महिने प्रयत्न करत होते, पण ॲनाला स्ट्रोक आल्याचं हॅरीनं मला कळवलं. मी सगळं सोडून अखेरीस घरी परतले.'' तिनं भुवया उंचावल्या. ''टेड्कडे मला काम मिळालं आणि व्हिट्मनकडे मी शिकवायला लागले. आणि मी तुला भेटले.''

"पण तुझे वडील श्रीमंत होते. तुला पैशांची एवढी काय गरज होती?"

"अलेक्सनी माझ्यासाठी संपत्ती ठेवली होती, पण त्यापैकी बराच पैसा मी नर्सिंग होमसाठी खर्च केलाय. बस तेवढंच."

"मला सगळं सांगितल्याबद्दल थँक्स!" त्यानं हात पुढे केला आणि ती त्याला बिलगली.

"माझेसुद्धा तुला थँक्स. आपल्या बाबतीत काहीही घडलं व्हिटो, तरी मी ॲण्ड्रीबद्दल कुणाला काही सांगणार नाही; तुला त्यात काही लाजिरवाणं नसलं तरी. तिनं तिचा निर्णय घेतला. तू तुझं कर्तव्य केलंस."

तो विचार करू लागला. काय घडावंसं वाटतं याबद्दल त्यानं आधीच ठरवलं होतं. तिला पाहिलं तेव्हापासूनच ती त्याला हवी होती आणि त्याला ती कायमची हवी होती, हेही त्यानं ठरवलं होतं. विशेषत: तिनं त्याच्या पुतण्यांना हसायला लावलं होतं. लाकडी चमच्याचं ट्रेब्यूश तयार करून त्यावरून पॉपकॉर्न उडवायला शिकवलं होतं आणि त्याच्या वडिलांनी लाकडी ठोकळ्याचा उपयोग तोल सांभाळण्यासाठी कसा करायचा, हे दाखवलं तेव्हा. तेव्हापासूनच तो तिला न्याहाळत होता.

पण तिचा निश्चय अजून झाला नव्हता. म्हणून तो काळजीत होता; पण ही चिंता करायला पुढे खूप अवकाश होता. त्यानं तिच्या कपाळावर ओठ टेकले आणि दिवा मालवला. "चल, आता झोपू या."

"ओह, अंकल व्हिटोऽऽऽ" ती अंधारात कुरकुरत म्हणाली, "आपण हे करायलाच हवं का?"

तो हसला. "आणखी पाचच मिनिटं." मग त्यानं श्वास रोखून धरला. तिचा हात त्याच्या शरीरावरून फिरू लागला आणि त्याला विळखा घातला तेव्हा "किंवा दहा." पांघरुणाखाली तिचं डोकं अदृष्य झालं आणि त्यानं उत्कंठेनं डोळे मिटले. "किंवा तुला हवा तेवढा वेळ."

शुक्रवार, १९ जानेवारी, सकाळी ७.१५ वा.

"हॅल्लो?" ऑलब्राईटमध्ये शिरताना सोफीनं हाक दिली. "कुणी आहे का घरात?"

"अंधार पडला की, इथे भुताटकी आहे असंच वाटतं." व्हिटो कुजबुजला. "या सगळ्या तलवारी आणि इतकी चिलखतं. हे पाहिलं की फ्रेड, व्हेल्मा आणि स्कूबी–डू कुठल्याही क्षणी समोर उभी राहतील असं मला वाटतं."

तिनं त्याला कोपरानं ढोसलं आणि त्यानं असं म्हटल्याबद्दल तिला बरंही

वाटलं. "गप्प बस!"

डार्ला तिच्या ऑफिसमधून बाहेर आली आणि व्हिटोला पाहिल्यावर तिनं डोळे विस्फारले.

"हा कोण?"

सोफीनं तिचा कोट काढला आणि लाईट्स लावले. "डार्ला, डिटेक्टिव्ह चिकोटेली. व्हिटो, डार्ला ऑलब्राईट; टेड्ची पत्नी. डार्लाला प्लीज सांग की, मी कुठल्याही कायद्याच्या कात्रीत सापडलेली नाही."

व्हिटोनं डार्लाशी हस्तांदोलन केलं. "तुम्हाला भेटून आनंद झाला मिसेस ऑल्ब्राईट." त्यानं जराशी मान झुकवली. "सोफी कुठल्याही त्रासात नाहीये. ती स्वत:च एक त्रास आहे."

डार्ला हसली. "मला ठाऊक नाही का? सोफी, लोक तुला गाडीतून फिरवतायत?"

"माझ्या कारच्या त्रासामुळे." सोफी म्हणाली आणि टेड्ला जसं ते पटलं नव्हतं तसं ते डार्लालाही पटलेलं दिसलं नाही.

"ओहोऽ तुम्हाला भेटून मलाही चांगलं वाटलं डिटेक्टिव्ह. सोफी, तुझ्यासाठी एक पॅकेज आलेलं आहे. मी आले तेव्हा ते इथे समोर होतं." तिनं काउंटरकडे पाहिलं. मग ती ऑफिसमध्ये परतली.

सोफीनं त्या तपकिरी रंगाच्या छोट्या बॉक्सकडे पाहिलं; मग व्हिटोकडे. "या आठवड्यात एक चांगलं आणि एक वाईट पॅकेज मला मिळालंय. मी तो बॉक्स घेऊ की त्या नंबर दोनच्या पडद्यामागे काय आहे ते बघू?"

"मी उघडतो हा बॉक्स." व्हिटो म्हणाला आणि त्यानं हातमोजे घातले. त्यानं तो बॉक्स उघडला आणि डोळे मिचकावले. "हा एक तर गुप्त कोड आहे किंवा रशिअन आहे."

तिनं आतली चिठ्ठी वाचली आणि तिला हसू आलं. "ही सरिलिक लिपी आहे. हे पॅकेज युरी पेट्रोव्हिचकडून आलंय. 'तुझ्या प्रदर्शनासाठी. प्लीज उघड ते." व्हिटोनं ते उघडलं आणि सोफीला गोड धक्काच बसला ते पाहून. "व्हिटो!"

"ही बाहुली आहे." तो म्हणाला.

"ही मैत्रियोष्का आहे. घरट्यातली बाहुली."

"मौल्यवान आहे?"

"किमतीच्या दृष्टीनं नाही." तिनं वरचे कागदाचे थर काढले आणि आणखी एक चिठ्ठी निघाली. ती वाचल्यावर तिचा कंठ दाटून आला. "भावनिक दृष्टीनं मौल्यवान आहे. ही त्याच्या आईची होती. जॉर्जियाहून त्यानं आणलेल्या काही वस्तूंपैकी एक ही आहे. माझ्या शीतयुद्धविषयक प्रदर्शनात ठेवण्यासाठी ही त्यानं मला देऊ केली आहे. तो काल इथे आला होता, माझे आभार मानण्यासाठी. तो

ही बाहुली देईल, असं मला स्वप्नातही वाटलं नव्हतं.''

''तो तुझे आभार कशासाठी मानत होता?''

''लायब्ररीतल्या बार्बरासोबत मी त्याच्याकडे खूप छान व्होडकाची एक बाटली पाठवली. ग्रॅनच्या बारवर ती बऱ्याच दिवसांपासून पडून होती. कधीच उघडलेलीही नव्हती. मला वाटतं, ती तिच्यापेक्षा जास्त त्यालाच आवडेल.''

''तू त्याला खरोखरच प्रभावित केलंयस सोफी अलेक्झँड्रोव्हना!'' व्हिटोनं तिला चिडवलं. मग तिचं हलकंसं चुंबन घेतलं. ''माझ्यावरसुद्धा तू प्रभाव टाकलायस.''

ती बाहुली बॉक्समध्ये ठेवताना ती हसली. ''तुला टूर हवाय?''

''वेळ नाहीये, पण....'' तो हळूच म्हणाला, ''सायमनला तू कुठं पाहिलंस ते मला सांग.''

पहिल्या टेड्च्या मोहिमांचे फोटो ज्या भिंतीवर होते त्या भिंतीकडे सोफीनं त्याला नेलं. ''तो इथे होता.''

व्हिटोनं मान हलवली ''आणि तो नेमकं काय म्हणाला?''

तिनं ते त्याला सांगितलं. सायमन जिथे उभा होता, त्या जागेकडे पाहत तिनं मान हलवली.

''काय?'' त्यानं विचारलं. ''तुला आणखी काही आठवलं?''

''हो, पण सायमनबद्दल नाही.''

''मग काय सोफी?'' त्यानं सौम्यपणे विचारलं. ''बोल माझ्याशी.''

''नेमबाज असलेल्या ॲनी ओकलेबद्दलची एक गोष्ट आहे. युरोपच्या राज्याभिषेक झालेल्यांसाठी ती प्रदर्शनं भरवत होती. एके दिवशी प्रेक्षकांमधल्या एका व्यक्तीला तिनं बोलवलं आणि त्याच्या ओठांमध्ये धरलेल्या सिगारवरची राख तिनं नेम धरून उडवली. ती व्यक्ती पुढे कैसर विल्हेल्म म्हणून नावारूपाला आली. तेवढा भाग ही वस्तुस्थिती आहे. पुढे अशी गोष्ट सांगितली जाते की, आपला नेम चुकायला हवा होता, असं ॲनीला वाटलं. तसं झालं असतं, तर पहिलं महायुद्ध ती टाळू शकली असती.''

''तरी ते टळलं नसतं.'' व्हिटो म्हणाला, ''ते महायुद्ध एका माणसानं सुरू केलं नाही.''

''नाही, ते खरं आहे; पण ॲनीला काय वाटलं असेल, ते मला थोडंफार कळलंय असं वाटतं. मी सायमनला पाहिलं, तेव्हा माझा व्हायकिंग टूर नुकताच संपला होता.'' ती हळूच म्हणाली, ''माझ्या खांद्यावर त्या काळात युद्धात वापरत असत ती लांब दांड्याची कुऱ्हाड होती आणि त्यानं माझ्याकडे पाहिलं तेव्हा त्या दांड्यावरची माझी पकड खरोखरच घट्ट झाली होती. त्यानं माझ्यावर प्रभाव टाकायला सुरुवात केली होती. मी अर्थातच स्वत:वर नियंत्रण ठेवलं. आता मला

असं वाटतं की, मी तसं करायची गरज नव्हती.''

व्हिटोनं तिच्या खांद्यावर हात ठेवून तिला स्वत:कडे वळवलं. ''त्यानं अनेकांना ठार केलंय. तू ते थांबवू शकली नसतीस आणि त्याच्या डोक्यात तू कुऱ्हाड घातलीस अशी तुझी प्रतिमा झालेली मला चाललं नसतं. आपण त्याला पकडू या. मग तू तुरुंगाच्या गजाआड असलेल्या त्याला एकटक पाहू शकतेस. ओके?''

''ओके.'' ती पुटपुटली, पण ज्यानं अनेकांना ठार केलं त्याच्या डोक्यात तिची कुऱ्हाड अशी प्रतिमा तिला खूप आवडली होती.

शुक्रवार, १९ जानेवारी, सकाळी ८.०० वा.

डोनट्‌सचा बॉक्स व्हिटोनं टेबलावर सरकवला. ''आता तुझं समाधान होईल, असं वाटतं.''

जेननं त्या बॉक्समध्ये काय आहे ते पाहिलं. ''तुझ्या शेजारच्या बेकरीतले हे दिसत नाहीत.''

व्हिटोनं डोळे किलकिले केले. ''मला आणखी नाराज करू नकोस जेन.''

त्याच्याकडे पाहून ती हसली. ''तू खरंच डोनट्‌स आणशील अजून, असं मला वाटलं नव्हतं कधी. मी तुझी गंमत करत होते.''

''आणि गमतीचं म्हणशील तर,'' एका खुर्चीवर बसता बसता निक म्हणाला, ''इलेक्ट्रॉनिक्सच्या लोकांना वाटतं की, त्या टेपवरचा तो आवाज–गूढ वाटणारा, प्रतिध्वनीसारखा वाटणारा–करकरणाऱ्या चाकासारखा वाटतोय् का? त्यांना असं वाटतं की, तो इलेव्हेटरच्या शॅफ्टच्या पुलीचा आवाज आहे.''

''म्हणून आपण जिथे चर्च आहे आणि इलेव्हेटरही आहे, अशा बिल्डिंगच्या शोधात आहोत.'' जेननं एक डोनट काढून घेतलं. ''त्यामुळे तिथपर्यंत आपण पोहचू शकू थोडंसं.''

बाकीचे लोक आले आणि टेबलाभोवती ते आपापल्या जागांवर बसले. लिझ्, निक आणि जेन एका बाजूला, तर कॅथरिन आणि स्कारबरो दुसऱ्या बाजूला बसले. व्हिटो व्हाइट बोर्डाकडे गेला आणि पहिल्या रांगेतल्या तिसऱ्या चौरसात त्यांनं 'झॅकरी वेबर' असं लिहिलं आणि मग टेबलाच्या मुख्य खुर्चीवर तो बसला. ''म्हणजे अजून दोन प्रेतांची आपल्याला ओळख पटवायची आहे.''

''त्यांची खूप मदत झाली.'' निक म्हणाला. ''आणि आम्हाला त्यांची आठवण येत राहील.'' तो नाराजीनं म्हणाला. मग एकदम खुशीत येऊन म्हणाला, ''पण ते इथे येणार नसल्यानं, आम्हाला डोनट्‌स जास्त मिळतील.''

"माझ्याच मागे लागलेला हा माणूस!" जेन हसली. बोटं चाटत तिनं एक कागद व्हिटोकडे सरकवला. "यूएसडीएच्या भूगर्भशास्त्रज्ञांच्या मतानुसार आम्हाला थडग्यांमध्ये सापडलेली माती त्या शंभर मैलांच्या त्रिज्येमध्येच साधारणपणे मिळते."

त्या नकाशाकडे पाहत व्हिटोनं मान हलवली. "याला काही अर्थ नाही. अशी जमीन शेकडो एकर आहे."

"हजारो एकर!" जेन म्हणाली. "सॉरी व्हिटो, या क्षणी आम्ही इतकंच चांगलं करू शकतो."

"सिलिकॉन लुब्रिकंटबद्दल काय?" असं व्हिटोनं म्हटल्यावर जेननं खांदे उडवले.

"डॉ. फाइफरकडून तू आणलेल्या मासिकाच्या मागच्या पानावरच्या प्रत्येक मॉम्-न-पॉप् दुकानाला मी त्या फॉर्म्युल्याच्या प्रती पाठवल्या, पण त्यांपैकी कुणाकडूनच अजूनपर्यंत काही कळलेलं नाही. मी आज पुन्हा त्यांच्याकडे चौकशी करते."

"कॅथरिन?"

"सायमन व्हर्टॅनिअनच्या मृत्यूच्या सर्टिफिकेटसाठी डटनच्या एमईला विनंती करणारं पत्र मी पाठवलं आणि सायमनसाठी खणलेल्या खड्ड्यात ज्या कुणाचं दफन झालंय त्याचं प्रेत बाहेर काढण्याची मी तयारी सुरू केलीये."

"ते खोदकाम केव्हा सुरू करणार आहेत?" लिझ्नं विचारलं.

"बहुतेक आज दुपारी केव्हातरी. एजंट व्हर्टॅनियननं काल रात्री इथून गेल्यावर काही ठिकाणी फोन करून काम सोपं केलंय."

व्हिटोनं टेबलाभोवती नजर टाकली. "डॅनियल आणि सुसाना व्हर्टॅनिअन, यांच्याविषयीची तुमची मतं?"

"सायमन अजून जिवंत आहे हे कळल्यावर त्यांना खरोखरच धक्का बसला," टॉमस म्हणाला. "पण त्यांच्या आई-वडलांना आपण कसं शोधून काढलं याबद्दल त्यांनी काहीच विचारलं नाही हे विचित्र वाटलं."

"आपण त्यांना सांगणार नाही असं त्यांना कदाचित वाटलं असेल." जेन म्हणाली.

निकनं मान हलवली. "मी विचारलं असतं. विशेषत: या केसच्या संदर्भात ज्या बातम्या आल्या त्याबद्दल. आपल्याला तिथे बरीच प्रेतं मिळाली हे काही गुपित राहिलेलं नाही आता. ताडपत्रीनं झाकलेला भागही विमानातून आणि उंचीवरून काढलेल्या फोटोंसहित बातम्यांमध्ये आलेला आहे आणि गेल्या काही दिवसांपासून सध्या डॅनिअल फिलीमध्ये आहे. मी जर त्याच्या जागी असतो, तर माझे लोक त्या मोठ्या स्मशानात आहेत का याची माहिती मी घेतली असती. पण या व्हर्टॅनिअन

भावंडांनी काहीच विचारलं नाही.''

''मी विचारलं असतं.'' जेन म्हणाली. ''पण मग, त्यांना माहीत करून घ्यायचं नसेल.''

लिझ्‌नं ओठांचा एक कोपरा वर उचलला. ''आपल्याला एक चांगली बातमी मिळालीये. ग्रेग सँडर्स्‌ची ती गर्लफ्रेंड काल रात्री त्याच्या थडग्यावर फुलं वाहायला आली होती. त्याच्या देणेकऱ्यांपासून ती लपून राहत होती. जुगारामुळे त्याला खूप कर्ज झालं होतं. त्या लोकांनी तिच्या अपार्टमेंटचं खूप नुकसान केलं. जिल्‌ला सुरक्षित ठेवण्यासाठी आपल्या मुलाला असलेलं सगळं कर्ज फेडायचं त्याच्या वडलांनी कबूल केलं.''

''ग्रेग मेल्यावरही ते सगळं निस्तरणार आहेत.'' व्हिटो पुटपुटला. ''स्वत:च्या गुन्ह्यावर पांघरूण घालणारे सायमनचे वडील त्याचे किती गुन्हे झाकणार आहेत कुणास ठाऊक! आणखी काय?''

''क्लेअर रेनॉल्ड्‌सच्या पत्रांचं विश्लेषण.'' जेन म्हणाली. ''ज्या हस्ताक्षरतज्ज्ञाशी मी बोलले तो म्हणाला की, दोन्ही पत्रांवर एकाच व्यक्तीनं सह्या केल्या होत्या याची त्याला बरीचशी खात्री आहे.''

''ओह्!'' व्हिटोला आठवलं. ''आपल्याला ओ-आर-ओमधून हस्ताक्षराचे नमुने मिळाले आहेत – व्हॅन झॅण्ड्‌टच्या आणि त्याच्या सेक्रेटरीच्या. त्यांच्या सह्यासुद्धा तुम्ही तज्ज्ञांकडून तपासून बघू शकता.''

''चालेल. आता टेक्सासच्या डॉ. गॅस्परकडून क्लेअरच्या रेकॉर्डसाठी लिहिलेल्या विनंती पत्राबद्दल. अशी कुणी व्यक्ती नाहीये. तो पत्ताच जनावरांच्या एका डॉक्टराचा होता.''

गोंधळून गेल्याप्रमाणे लिझ्‌नं मान तिरकी केली. ''त्यांना क्लेअरचे रेकॉर्ड्‌स मिळाले का?''

''ठाऊक नाही. मी आज फोन करेन. प्रयोगशाळेनं शाई तपासली. दोन्ही पत्रं एकाच शाईनं लिहिलेली आहेत, पण शहरामध्ये असे लाखो कागद एकाच शाईत लिहिलेले तुम्हाला सापडतील; पण ब्रँडचं नावही तेच आहे, प्रिंटरचं मॉडेलही तेच आहे. यात काहीतरी आहे.''

''प्रिन्ट्‌स?'' व्हिटोनं विचारलं.

जेन तुच्छतेनं हसली. ''राजीनामा पत्रावरचे बोटांचे ठसे असंख्य! तुम्हाला ते बहुतेक ओळखूही येणार नाहीत, पण डॉक्टरच्या पत्रावरचे अगदी मोजके आहेत. कुणी हाताळलं असेल ते?''

''फाइफर आणि त्याची रिसेप्शनिस्ट. आपण त्यांचे प्रिंट्‌स घेऊ आणि मग पत्रावरून ते काढून टाकू.''

"माझ्याकडे ते आले की मी ते लगेच तपासेन." जेन म्हणाली.

"सॅण्डर्सच्या मुलाच्या चेहऱ्यावरचा चटक्याचा डाग पाहण्यासाठी सोफी तुला भेटली का?" निकनं विचारलं.

व्हिटो विचारात पडला. त्याच्याकडून ती चूक घडली होती. "नाही, ती टेप ऐकताना त्या रात्री तिची खूप गडबड उडाली. आज मी तिला विचारेन."

"चटके देण्याबद्दल ज्या विद्यार्थ्यानं तिला विचारलं होतं त्याची आणि तुझी भेट झाली का?" निकनं विचारलं.

"कोणता विद्यार्थी?" लिझ्‌ला ते माहीत करून घ्यायचं होतं.

व्हिटोच्या कपाळावर खोल आठ्या पडल्या. "नाही. काल ओ-आर-ओचा जो गोंधळ उडाला, त्यामुळे ते मला जमलंच नाही. काही दिवसांपूर्वी तिच्या एका विद्यार्थ्यानं तिला चटके देण्याच्या पद्धतीबद्दल विचारलं होतं, असं सोफी म्हणाली, पण ती असं म्हणाली की, त्याला पॅराप्लेजिया झालेला असल्यानं तो व्हीलचेअर वापरतो."

"मला त्या विद्यार्थ्याची माहिती दे." लिझ् म्हणाली. "मी त्याचा शोध घेईन. तू सायमनचा छडा लाव."

"थँक्स लिझ्!" व्हिटो एकाग्रपणे विचार करू लागला. "आपल्याला माहीत असलेल्या ज्या लोकांनी सायमनला प्रत्यक्ष पाहिलंय, त्यानं ठार केलेले लोक सोडून, ते ओ-आर-ओ चे कर्मचारी आहेत. विशेषत: डेरेक हॅरिंग्टन आणि यॅगर व्हॅन झॅण्ड्ट. आणि ते दोघंही बेपत्ता आहेत."

"आणि डॉ. फाइफर." कॅथरिन म्हणाली. "क्लेयर आणि सायमनची भेट ऑर्थोपेडिस्टकडे झाली असेल, तर फाइफरनंही त्याला पाहिलंय."

व्हिटोनं लगेच स्मित केलं. "तू म्हणतेस ते बरोबर आहे. सायमनचे मेडिकल रिपोर्टस् मिळण्यासाठी आपल्याला कोर्ट-ऑर्डर मिळणं गरजेचं आहे. आपण नावं सुचवायची का? सायमन व्हर्टॅनिअन अशी सही त्यानं केली नसावी, असा मला संशय आहे."

"फ्रेझिअर लुई," निक आपल्या बोटांवर मोजू लागला. "बॉश, मंच."

"वॉरहॉल, गोया, गेसी..." जेननं खांदे उडवले. "त्या व्हर्टॅनिअन बहीणभावांनी सांगितल्याप्रमाणे सायमनच्या भिंतीवर असलेली सगळी पेंटिंग्ज आणि तो लहान असताना त्याच्या बेडखाली असलेलीसुद्धा."

ही सगळी नावं निक् त्याच्या नोटपॅडवर लिहून घेत होता. "ब्लॅकमेल करणाऱ्या त्या दुसऱ्या व्यक्तीचासुद्धा आपल्याला शोध घ्यावा लागेल. ती व्यक्ती जर क्लेअरबरोबर सहभागी असेल, तर सायमन कुठे राहत होता, ते क्लेअरला ठाऊक होतं की नाही याची तिलाही माहिती असावी. डॉक्टरकडून निघाल्यावर

क्लेअर सायमनच्या मागे एखादे दिवशी कदाचित गेलीही असेल.''

''म्हणजे मग आपल्याला त्या वर्तमानपत्रातला फोटोही शोधावा लागणार.'' व्हिटो म्हणाला.

दारावर टक्टक् झाली आणि ब्रेन्ट येल्टननं आत डोकावून पाहिलं. ''मी आत येऊ शकतो?''

ब्रेन्ट खाली बसला आणि त्याचा लॅपटॉप त्यानं टेबलावर ठेवला. ''के क्रॉफर्डचा कम्प्यूटर मी अतिशय काळजीपूर्वक तपासला. ती एक मॉडेल होती, पण सायमन तिला जाळ्यात पकडू शकला नाही. त्यानं त्यात सोडलेला व्हायरस मला सापडला. मला वाटला तसाच तो निघाला. कालबाह्य झालेला एक ट्रोजन एका इ-मेलच्या उत्तरामुळे कार्यान्वित झाला. 'बॉश'कडून आलेल्या तिच्या मूळ इ-मेलला उत्तर देताना मी जो 'ड्राईव्ह' वापरत होतो, तो आज सकाळी नाहीसा झाला, म्हणून एक दिवस उशीर झाला.''

''त्यानं आपल्याला देऊ केलेला जॉब आपण स्वीकारल्यावर त्याचा काही प्रतिसाद?'' लिझ्नं विचारलं.

''काही नाही. यूकॅन मॉडेल्स साइटवर दिलेल्या तिच्या रेझ्यूमेबद्दलही काही हालचाल नाही. त्याचा तिच्यामधला इंटरेस्ट संपलाय असं वाटतं. ते तिच्यासाठी चांगलं आहे, पण आपल्यासाठी वाईट आहे.''

''ती जिवंत आहे.'' व्हिटो म्हणाला. ''इतरांसाठी आपण इतकंच म्हणू शकतो.''

''इतरांचं बोलायचं असेल,'' ब्रेन्ट म्हणाला, ''तर मी तुम्हाला काही दाखवू शकतो. एका कम्प्यूटर न्यायशास्त्रज्ञाकडून मला एक फोन आला. तो माणूस त्या दोन एनवायपीडीच्या डिटेक्टिव्हजबरोबर काम करतोय.''

''कार्लोस आणि चार्लस्?'' निक् म्हणाला.

''होय, होय, निक् आणि चिक्.'' व्हिटोनं डोळे गोल फिरवले. ''हे आधीच आमच्या लक्षात आलं. मग तो कम्प्यूटरवाला काय म्हणाला तुला?''

''त्यानं काय म्हटलं यापेक्षा मला काय दिलं हे महत्वाचं आहे.'' ब्रेन्टनं त्याचा लॅपटॉप व्हिटोकडे वळवला. त्यामुळे व्हिटो आणि इतर तिकडे पाहू शकले. ''व्हॅन झॅण्ट्च्या डेस्कमध्ये त्यांना सीडीज्वर कटसीन्स मिळाले.''

भयभीत होऊन त्यांनी पाहिलं. ''ही ब्रिटॅनी बेलॅमी आहे.'' त्या दृश्यातली ती मुलगी त्या इन्क्विझिशनच्या खुर्चीकडे फरपटत नेली जात असताना पाहून व्हिटो म्हणाला. गप्प बसून ते पाहत होते. त्या मुलीच्या किंकाळ्या ते ऐकू लागले. ते दृश्य बंद करण्यासाठी ब्रेन्ट पुढे सरकला. ''पुढे यापेक्षाही भयंकर आहे.'' तो म्हणाला आणि त्यानं ओठ आवळले. ''या दुसऱ्या सीडीवर वॉरन् कीझ आहे. एका

फळीवर त्याला बांधलं जातंय आणि मग....''

''त्याची आतडी काढली जातायत.'' कॅथरिन गंभीरपणे म्हणाली.

ब्रेन्टनं आवंढा गिळला. ''होय. बिल मेलव्हिल तिसऱ्या सीडीवर आहे, पण तो कट्सीन नाही. तो गेम प्ले आहे. इन्क्विझिटर हा खेळाडू आहे आणि तो बिलशी लढतोय आणि तो नाइट आहे. विश्वास बसणार नाही अशी ती लढाई आहे. गेम फिजिक्स हे मी आतापर्यंत पाहिलेल्यांमध्ये सर्वांत अप्रतिम आहे.''

''ज्यानं गेम फिजिक्स केलेयत,'' व्हिटो म्हणाला. ''व्हॅन झॅण्डट्नं ज्याला जास्त पैशांचं आमिष दाखवून दुसऱ्या कंपनीतून बोलावलं त्यानं हे निर्माण करण्यासाठी सायमनबरोबर काम केलं असतं का?''

''ते काही सांगता येत नाही. गेम इंजीनचं वैशिष्ट्य असं की, ते सगळ्या प्रकारच्या हालचालींचं भांडार आहे. पळणं, उड्या मारणं, सुरा खुपसणं हे सगळं फ्रेमवर्कसारखं आधीच तयार केलेलं असतं. तो कलाकार त्याला दिलेल्या भूमिकेच्या पात्राची वैशिष्ट्यं समजून घेतो. उंची, वजन आणि मग ते गेम इंजीन सर्वकाही मेंदूमध्ये साठवतं आणि ते पात्र योग्यप्रकारे निर्माण केलं जातं. कमी वजनाची व्यक्ती चपळाईनं हालचाली करते, तर लठ्ठ व्यक्ती सावकाश हालचाली करते. दुसऱ्या एखाद्या प्रोग्रॅममधला चेहरा या प्रोग्रॅममधल्या व्यक्तीवर चढवला जातो. म्हणजे, सांगाड्यावरून व्यक्ती तयार केली जाते. गेम फिजिक्स तज्ज्ञानं गेम इंजीन एकदा तयार केल्यावर सायमन स्वतंत्रपणे काम करू शकला असेल. कारण त्याच्याकडे कम्प्यूटरचं ज्ञान आहे.''

''हे तर मोठंच आश्चर्य आहे!'' जेन पुटपुटली. मग तिनं डोळे मिचकावले. मग ती थोडीशी गोंधळली. ''सॉरी! या तांत्रिक बाबींमुळे मी जरासं विषयांतर केलं. म्हणजे, बिल्ला कोयत्यानं ठार केलं?''

''होय आणि...होय. पहिलं चित्रण केलं त्यात त्याच्यावर हल्ला केला आणि तो गुडघ्यात वाकला असं दाखवलंय. हे विशेष नाही, पण हा कागद पाहिला तर...'' ब्रेन्टनं एक कागद दाखवला. ''हा कागद म्हणजे चॉकलेट भरलेलं ईस्टरचं अंडं आहे. प्रोग्रॅमरकडून गेमरला मिळालेली 'गिफ्ट.' बिल् मेल्व्हिलच्या डोक्याचा वरचा भाग छाटलाय, हे ईस्टर अंडं दाखवतंय.''

''तो खरंच मारला गेला तसा.'' कॅथरिन पुटपुटली.

''मला तो कागद बघू दे.'' निक म्हणाला आणि तो हातात घेऊन निरखून पाहू लागला. ''हा व्हॅन झॅण्ड्टनं लिहिलेला नव्हता. त्यानं जो कागद लिहून दिलाय त्या अक्षराशी ही अक्षरं जुळत नाहीत.'' त्यानं व्हिटोकडं पाहिलं. ''ही सायमन व्हर्टेनियनच्या मूळ लिखाणाची अस्सल कॉपी आहे.''

व्हिटो गालातल्या गालात हसला. ''जेन, तुझ्या हस्ताक्षरतज्ज्ञाला या लिखाणाशी

त्या पत्रावरच्या सहीची तुलना करायलासुद्धा सांग. हे आकडे विरुद्ध अक्षर असं आहे, तरीपण तो कदाचित ते ताडून बघेल. हे चांगलं केलंस ब्रेन्ट! दुसरं काय?''

''आता चर्च. त्या टेपवर सायमननं चर्चचं वर्णन कसं केलंय, हे तुम्ही पाहिलंय? हं, बिल् मेल्व्हिल त्या फाइट सीननंतर मरतो. नंतर येतो कट्‌सीन. आपण चर्चखालच्या भुयारात जातो. तिथे थडग्यांवर दोन प्रतिमा आहेत. प्रार्थना करताना एका स्त्रीचे हात जोडलेले आहेत आणि त्या पुरुषाच्या हातात तलवार आहे.''

''वॉरन् आणि ब्रिटॅनी.'' व्हिटो म्हणाला. ''मग काय?''

''हं, आपण एका भुयारात आहोत. ते चर्चशी संबंधित आहे. आणि चर्चकडून आपण त्या अंधार कोठडीत जातो.''

व्हिटो सरसावून बसला. ''तो चर्च दाखवतोय, असं तुला वाटतंय का?''

ब्रेन्टनं चेहरा विचित्र केला. ''होय, पण नाही. ते चर्च हेच एका प्रसिद्ध फ्रेंच मठाचं मॉडेल आहे. सायमन नवीन असं काही निर्माण करत नाही; पण तो फक्त कॉपी करतो.''

''मग तो एखाद्या खरोखरच्या चर्चमध्येच त्यांना ठार करतो की त्याचे टेपवरचे संदर्भ फक्त प्रतिकात्मक आहेत?'' व्हिटोनं विचारलं. ''टॉमस्?''

''ते प्रतिकात्मक आहेत, याची मला खात्री आहे.'' टॉमस् म्हणाला. ''इथली बरीचशी चर्चेस त्याला हवी तशी दिसत नाहीत. आणि त्याचा भर अस्सलपणावर आहे. आणि इतकं भव्य वगैरे चर्च लोकांच्या माहितीत असणार. तिथे काही घडलं तर लोक ऐकतील आणि तो म्हणतोय की, तुझी किंकाळी कुणी ऐकू शकणार नाही; पण कदाचित माझं चूकही असेल. आपण जेनच्या यूएसडीए भू-पृष्ठ नकाशावरची चर्चेस पाहून घेणं योग्य होईल.''

''ओ.के.'' व्हिटोनं विचार केला. ''आपल्याला आणखी काही पावलं उचलावी लागतील. सायमनला दफन केलेल्या खड्ड्यात कुणाला पुरलेलं आहे, त्याला बाहेर काढा. तो सायमन नाही याची खात्री करून घेण्यासाठी ते आवश्यक आहे. डॉ. फाइफरकडून सायमनचं रेकॉर्ड मिळवा. ब्लॅकमेल करणारी दुसरी व्यक्ती कोण आहे तिला शोधा. सोफीच्या विद्यार्थ्यांचा शोध घ्या आणि जेनच्या नकाशावरची चर्चेसही बघा. आणि व्हॅन झॅण्ड्टलाही शोधून काढा. काल तो पेनसिल्व्हानियाच्या जकात नाक्यावर होता आणि चार्लस् आणि कार्लोस यांच्या मते, तो त्याच्या मॅनहॅटनच्या ठिकाणी परतलेला नाही. त्यांनी एपीबीला त्याच्या मागावर पाठवलंय. तो देश सोडून जाण्याचा प्रयत्न करण्याची शक्यता असल्यानं सर्वच विमानतळावर नजर ठेवली आहे.'' टेबलाच्या भोवती व्हिटोनं नजर फिरवली. ''आणखी काही?''

''के क्रॉफर्डनं आभार मानलेयत.'' ब्रेन्ट म्हणाला. ''तिला या तपासाबद्दल

जास्त काही ठाऊक नाही, पण तिची या मोठ्या संकटातून सुटका झालीये, एवढं तिला नक्कीच ठाऊक आहे. तिनं तुम्हा सर्वांचे आभार मानलेयत. हे मी तुम्हाला सांगावं, अशी तिची इच्छा आहे.''

''आणि तिनं तुझे आभार मानले की नाही?'' लिझ्नं त्याला चेष्टेच्या सुरात विचारलं

ब्रेन्टनं त्याचं हसू दाबण्याचा प्रयत्न केला, पण त्याला जमलं नाही. ''अजून नाही. तिनं मला रात्री जेवायला बोलावलंय, पण मी तिला म्हणालो की, हे सगळं संपल्यावर मी येईन. हेऽ'' निकनं त्याचं हसू दाबण्याचा प्रयत्न केला, तेव्हा ब्रेन्ट तिकडे दुर्लक्ष करीत म्हणाला, ''सहा फूट उंची असलेल्या, सोनेरी केस असलेल्या मादक तरुणीबरोबर माझ्यासारखा माणूस एरवी कशाला जाणार आहे?''

व्हिटोचं स्मित मावळलं. ''काय?''

ब्रेन्टनं सभोवती बघितलं. प्रत्येक जण विचारात पडला. ''ती उंच आणि सोनेरी केसांची आहे. मी काय म्हणालो?''

''तिचा फोटो आहे तुझ्याकडे?''

''यूकॅन मॉडेल साइटवर असलेलाच आहे.'' ब्रेन्टनं तो बाहेर काढला आणि व्हिटोच्या हृदयाचा ठोका चुकला.

''ओह् माय गॉड!'' तो पुटपुटला.

''काय?'' ब्रेन्टनं विचारलं.

निक्चा चेहरा गंभीर झाला. ''ती सोफी जोहान्सनसारखीच दिसते.''

जेन सचिंत झाली. ''सायमनचा या मॉडेलमधला इंटरेस्ट का संपला हे आता आपल्याला कळलं.''

''कारण तिच्याऐवजी त्यानं सोफीला निवडलंय.'' कॅथरिनचा आवाज थरथरला. ''व्हिटो.''

''मला ठाऊक आहे.'' व्हिटोनं आपल्या मनातली भीती काढून टाकली. ''लिझ्, आपण...''

''मी म्यूझियमकडे एक युनिफॉर्म पाठवते.'' लिझ् म्हणाली. ''सायमन आपल्या ताब्यात येईपर्यंत सोफीला २४/७ संरक्षण मिळेल. तो तिच्या केसालाही धक्का लावू शकणार नाही व्हिटो.''

व्हिटोनं थरथरत मान हलवली. ''थँक्स! चला, निघू या. सुरक्षित राहा आणि आपण त्याला शोधून काढू. प्लीज.''

प्रकरण २१

शुक्रवार, १९ जानेवारी, सकाळी ९.३० वा.

"**सो**फी!"

आपल्या कम्प्यूटरवरून सोफीनं नजर वळवून पाहिलं, तर रागात असलेला तिसरा टेड् तिच्या ऑफिसच्या दारात उभा असलेला तिला दिसला. "टेड्."

"मला 'टेड्' म्हणू नकोस. हे काय चाललंय सध्या?" टेड्नं विचारलं. "पोलीस तुला इथे आणून सोडतात हे ठीक आहे, पण आता ते माझ्या म्यूझियममध्येसुद्धा येतात. काय चाललंय काय?"

सोफीनं उसासा सोडला. "सॉरी टेड्. अर्धा तास अगोदरपर्यंत ते मलाही माहीत नव्हतं. एका केसमध्ये मी पोलिसांना मदत करतेय."

"इतिहासाबद्दलच्या त्यांच्या प्रश्नांना उत्तर देऊन. हं, आठवलं मला."

"हं. मी पोलिसांना मदत करतेय, हे कुणालातरी आवडलं नाही. त्यांना वाटतं मी संकटात आहे. म्हणून त्यांनी कुणालातरी माझ्यावर लक्ष ठेवायला पाठवलं; पण हे तात्पुरतं आहे."

टेडच्या चेहऱ्यावरचा राग जाऊन तिथे काळजी दिसू लागली. "माय गॉड! म्हणून ते तुला इथे गेल्या आठवड्यापासून घेऊन येतात. तुझी कार आणि बाइक तर चांगली आहे."

"हं. माझी बाइक नाही. माझ्या बाइकच्या टाकीत कुणीतरी साखर टाकली. पण ॲमण्डा ब्रुस्टर हुषार असल्यानं तिनं हातमोजे घातले होते. पोलिसांना कुणाच्याच बोटांचे ठसे सापडले नव्हते."

"सोफी, माझं लक्ष दुसरीकडे वळवण्याचा प्रयत्न करू नकोस. ही व्यक्ती कशी दिसते?"

"मला ठाऊक नाही."

"सोफी," टेडच्या भुवया एकदम उंच झाल्या. "तुला जर कुणी धमकी देत असेल, तर सगळ्या म्यूझियमलाच धोका आहे. सांग मला. ती व्यक्ती कशी आहे?"

सोफीनं मान हलवली. "मला ठाऊक असतं, तर सांगितलं असतं; पण खरंच मला माहीत नाही." तो तरुण असेल, म्हातारा असेल. कुठल्याही गर्दीतला कुठलाही चेहरा असू शकेल. त्यानं स्वत:च्या बहिणीवर वर्षभर पाळत ठेवली होती; पण तिला त्याची शंकाही आली नव्हती. सोफीच्या मणक्यांमधून थंडगार लहर खालपर्यंत गेली. ती त्याच्याकडे पाहतही असेल, पण तिला सुगावाही लागला नाही. मी निघून जावंसं तुला वाटत असेल, तर मी तयार आहे." ती पुढे म्हणाली.

टेडनं श्वास सोडला. "नाही, तू जावंस अशी माझी इच्छा नाही. आपले आज चार टूर्स ठरलेले आहेत." त्यानं तिच्याकडे खोट्या आपुलकीनं पाहिलं. "जोनची भूमिका टाळण्याचा हेतुपुरस्सर प्रयत्न तर नाही ना?"

ती हसली. "मला वाटतं मी तसा प्रयत्न करायला हवा, पण तसं नाही."

टेड् शांत झाला. "तू संकटात आहेस, असं तुला वाटलं, तर आरोळी देऊन आम्हाला बोलाव."

तिच्या पाठीतून आणखी एक बर्फासारखी लहर गेली. या वेळी अधिकच थंड आणि तिच्या चेहऱ्यावरचं स्मित पळून गेल्याचं तिलाही जाणवलं. "ओ.के. मी बोलावेन." ती म्हणाली.

टेड्नं त्याच्या घड्याळाकडे पाहिलं. "काहीही झालं, तरी सगळं चालूच राहिलं पाहिजे ना! दहा वाजता तू व्हायकिंग राणी आहेस. लवकर मेक-अप करून घे."

ॲटलान्टा, जॉर्जिया, शुक्रवार, १९ जानेवारी, सकाळी १०:३० वा.

फ्रँक लूमिस त्यांना विमानतळावर भेटला. "तुमच्या आई-वडलांबद्दल ऐकून मला वाईट वाटलं."

"थँक्स फ्रँक!" डॅनियल म्हणाला. सुसाना फारसं बोलली नाही. तिला कधीही रडू येईल असं वाटत होतं. गेलं वर्षभर सायमन तिच्यावर नजर ठेवून होता हे कळल्यावर दोघंही खूप चिडले होते.

"मला तुला सांगायचंय डॅनियल की, आम्ही सायमनचं थडगं खणून काढणार आहोत ही बातमी गावात पसरायला फारसा वेळ लागला नाही. काही वार्ताहरांना तोंड द्यायची तुला तयारी करावी लागेल."

सुसानाला फ्रँकच्या गाडीत बसायला डॅनियलनं मदत केली. "खोदकाम कधी सुरू करणार आहेत ते?"

"बहुतेक दुपारी दोननंतर."

डॅनियल समोरच्या सीटवर फ्रँकच्या शेजारी बसला आणि सुसानाकडे त्यानं

नजर टाकण्यासाठी मागे वळून पाहिलं, तर त्याला ती एका बॉक्सचं झाकण उघडताना दिसली. "काय आहे ते?"

"तुमच्या आई-वडलांना आलेली पत्रं!" फ्रँकनं उत्तर दिलं. "मी आज सकाळी पोस्ट ऑफिसकडून जात असताना ती सगळी पत्रं गोळा केली आणि घेऊन आलो. गाडीच्या डिकीमध्ये असे आणखी तीन बॉक्सेस आहेत. पत्रं गोळा करताना माझ्यासोबत वॅण्डा होता. बरीचशी महत्वाची पत्रं या बॉक्समध्ये आहेत सूझी."

"थँक्स," सुसाना एवढंच बोलू शकली. "घरी आमचं स्वागत केल्याबद्दल."

फिलाडेल्फिया, शुक्रवार, १९ जानेवारी, सकाळी १०.४५ वा.

व्हिटो काउंटरवर वाकला. "मिस सॅव्हर्ड."

"डिटेक्टिव्ह!" फायफरच्या रिसेप्शनिस्टनं निककडे आवर्जून पाहिलं. "आणि हा कोण?"

"डिटेक्टिव्ह लॉरेन्स!" निक बोलला. "आम्ही डॉ. फायफरशी बोलू शकतो का?"

"ते सध्या पेशंटशी बोलतायत, पण तुम्ही आल्याबद्दल मी त्यांना कळवते."

फायफर स्वत:च वेटिंग रूमच्या दाराशी आले. "डिटेक्टिव्हज!" ते त्या दोघांना त्यांच्या ऑफिसमध्ये घेऊन गेले आणि त्यांनी दार बंद केलं. "क्लेअर रेनॉल्ड्सच्या मारेकऱ्याचा शोध लागला तुम्हाला?"

"अजून नाही," व्हिटो म्हणाला. "पण आम्ही शोध घेत असताना तुमचा आणखी एक पेशंट आमच्यासमोर आला." ते सगळे खाली बसले. फायफरने उसासा सोडला.

"माझ्या जिवंत असलेल्या पेशंट्सबद्दल मी बोलू शकत नाही डिटेक्टिव्ह; पण मी तुम्हाला शक्य तेवढी मदत करायला तयार आहे."

"ते आम्हाला ठाऊक होतं." निक् बोलला. "आम्ही कोर्ट ऑर्डर आणलीये. म्हणजे तुम्ही आम्हाला मदत करू शकाल."

फायफरच्या भुवया वर गेल्या. त्यांनी हात पुढे केला. "ठीक आहे. द्या ती इकडे."

ती ऑर्डर त्यांच्या हातात देण्याची व्हिटोची फारशी इच्छा नव्हती. "आम्ही तुमच्या निर्णयावर अवलंबून आहोत."

फायफरनी फक्त मान हलवली. "खेळाचे नियम मला समजतात डिटेक्टिव्ह!"

त्याच्याइतकाच निक्सुद्धा ताठर झाल्याचं व्हिटोच्या लक्षात आलं आणि त्याचंही मत काय होतं, ते त्यानं ओळखलं. तरीसुद्धा त्याला ते रेकॉर्ड्स तर मिळवायचे होतेच, म्हणून त्यानं ती ऑर्डर डेस्कवर ठेवली.

कोर्ट ऑर्डरवरच्या नावांकडे फायफर बराच वेळ बघत राहिले, पण त्यांच्या चेहऱ्यावरचे भाव ओळखणं कठीण होतं. मग त्यांनी मान हलवली. ''मी आलोच इतक्यात.''

ते गेल्यावर निक्नं छातीवर हात ठेवले. ''खेळाचे नियम?''

''माझ्या लक्षात आलंय.'' व्हिटो म्हणाला. ''आपण परत जाऊ तेव्हा त्याचं म्हणणं आपण तपासून घेऊ.''

एका मिनिटानंतर फायफर परतले. ''ही मि. लुईची फाइल. आमच्या अभ्यासासाठी आम्ही प्रत्येक पेशंटचा फोटो घेतो. मी त्याचाही फोटो घेतला.''

व्हिटोनं फाइल घेऊन काही पानं चाळली आणि सायमन व्हटॅनिअनचा एक वेगळाच फोटो त्याला पाहायला मिळाला. फायफरच्या वेटिंगरूममध्ये तो बसलेला असताना त्याच्या नकळत काढलेला तो फोटो होता. त्याचा जबडा नेहमीपेक्षा नरम होता, त्याचं नाक टिनोनं काढलेल्या फ्रेझियर लुईच्या चित्रात काढलेल्या नाकापेक्षा कमी धारदार होतं. त्यानं ती फाइल निककडे दिली.

''तुम्हाला आश्चर्य वाटलं नाही असं दिसतंय डॉक्टर!'' व्हिटोनं स्पष्टच म्हटलं.

''कुणीतरी आपलं कुटुंब ठार करतंय आणि सगळे शेजारी म्हणतात, 'तो इतका चांगला होता. आम्हाला अगदी धक्काच बसला.' असं आपण ऐकतो. पण फ्रेझिअर चांगला नव्हता. त्याच्यामध्ये असलेल्या निर्दयीपणामुळे मी अस्वस्थ होतो. नाग असलेल्या पिंजऱ्यामध्ये मी होतो असंच मला वाटत होतं आणि त्याच्या डोक्यावर केस नव्हते; विग होता.''

व्हिटोनं डोळे मिचकावले. ''खरंच?''

''होय. एका पेशंटला तपासून मी परतलो, तर त्याचा विग सरकलेला दिसला. मी दार बंद केलं, मग ठोठावलं आणि तो आत येण्याची वाट पाहू लागलो. तोपर्यंत त्यानं तो विग नीट बसवला होता.''

''त्याच्या विगच्या खाली असलेल्या केसांचा रंग कोणता होता?'' निकनं विचारलं.

''डोक्यावरचे सगळे केस त्यानं काढले होते. खरंतर, फ्रेझिअर लुईच्या शरीरावरच केस नव्हते.''

''तुम्हाला ते विचित्र नाही वाटलं?'' व्हिटोनं विचारलं.

''विशेष असं नाही. फ्रेझिअर मल्ल होता. कित्येक मल्ल आपल्या शरीराला वॅक्सिंग करून केस काढून टाकतात.''

निकनं फाइल बंद केली. ''थँक्स डॉक्टर फायफर! आम्ही निघतो.''

व्हिटोचा सेल वाजू लागला तेव्हा ते दोघं निक्च्या कारमध्ये होते. फोनवर लिझ् होती.

“इकडेच परत या.” लिझ् उत्साहानं म्हणाली. “लगेच पुन्हा ख्रिस्मस आलाय.”

शुक्रवार, १९ जानेवारी, १.३५ वा.

एका ‘निनावी’ सूचनेमुळे त्यांना व्हॅन् झॅण्ड्ट सापडला होता. लिझ्ला एन्क्वायरी रूममध्ये भेटण्यापूर्वी व्हिटो आणि निक् यांना जेनशी बोलून सगळे पुरावे गोळा करण्यास काही वेळ लागला. ते तिथे पोहचले तेव्हा व्हॅन झॅण्ड्टकडे व्हिटो बघत असतानाच त्यांच्या चेहऱ्यावरचं स्मित जखमी करणारं होतं. व्हॅन् झॅण्ड्ट थ्री-पीस सूटमध्ये होता, पण अतिशय चिडलेला होता. त्याचा वकील सडपातळ होता आणि तेवढाच चिडलेला होता, पण तेवढा तरतरीत नव्हता. “आता आपल्या हाती काहीतरी लागेल.”

लिझ्च्या ओठांचा एक कोपरा वर गेला. “मलासुद्धा तसंच वाटतंय. एका अज्ञात सेलवरून खबऱ्याला ९११मध्ये बोलावलं. त्या सेलवरून बोलणाऱ्या व्यक्तीनं सांगितलं की, व्हॅन झॅण्ड्ट त्याच्या हॉटेलवर सापडू शकेल. त्याचा रूम नंबर त्यानं दिला आणि आम्ही त्याला इथे आणल्यावर त्यांने मला पुन्हा माझ्या खासगी नंबरवर फोन केला.”

“आपण त्याला पकडलं की नाही याची त्यानं पुन्हा फोन करून खात्री करून घेतली.” निक् म्हणाला. “सायमन अजून फिलीमध्येच आहे.”

“हो. टेपवर त्याचा आवाज जसा येतो तसाच तो आवाज वाटला. माझ्या अंगावर एकदम शहारे आले.”

“तू त्याला काय म्हणालीस?”

“तू कोण आहेस असं मी त्याला विचारलं, तर तो नुसताच हसला. त्यांनी त्याला पकडलं तेव्हा त्याची कार हॉटेलच्या पार्किंग लॉटमधून बेपत्ता झाली होती. त्यानं आज सकाळी निघायचं होतं म्हणून पाहिली तेव्हा त्यानं ती जिथे पार्क केली होती तिथे ती नव्हती.” तिनं एक छोटा कागद त्याच्या हातात दिला. “सायमननं मला फोन केला, तेव्हा व्हॅन झॅण्ड्टची कार कुठे शोधायची, हे त्यानं मला सांगितलं. आम्ही ती ट्रंकमध्ये शोधावी आणि ती माहिती व्ही झेडला द्यावी असं त्यानं सुचवलं.” ती थबकत थबकत बोलली. “एखाद्या गुन्हेगाराकडे मी सहसा निरोप पोहचवत नाही, पण अशा परिस्थितीत...”

व्हॅन झॅण्ड्टच्या ट्रंकमध्ये जेनच्या सीएसयू टीमला काय सापडलं होतं ते व्हिटोला आधीच समजलं होतं आणि तो आणि निक सशस्त्र तयारी करून आले होते, असं म्हणायला हवं. व्हिटोनं तो कागद लिझकडून घेतला आणि त्याच्या

चेहऱ्यावरचं गांभीर्य वाढलं. "कुणाशी आपली गाठ पडलीये, हे व्हॅन् झॅण्ड्टला ठाऊक नाही."

"सायमन व्हटॅनिअनलाही नाही." आधी इतक्याच गंभीरपणे लिझ् म्हणाली. "तिकडे जा आणि त्या उद्धट हरामखोराला सांग की, त्या एन्क्वायरी रूममध्ये गेल्यावर व्हॅन् झॅण्ड्टनं नजर वर करून पाहिलं. त्याचे डोळे थंड होते, ओठ बंद होते. तो बसून राहिला, पण काहीच बोलला नाही.

त्याचा वकील उभा राहिला. "मी डग् मस्ग्रोव्ह. माझ्या क्लायंटच्या विरुद्ध तुमच्याकडे काहीच पुरावे नाहीत. त्याला सोडून द्या, नाहीतर फिलाडेल्फिया पीडीविरुद्ध औपचारिक आरोपपत्र दाखल करावं लागेल मला."

"तुम्ही ते करा." व्हिटो म्हणाला. "यॅगर, जर हा तुझा कॉन्ट्रॅक्ट्स ॲटर्नी असेल, तर तुला तुझं फोन बुक बदलावं लागेल आणि नव्या फोनबुकमध्ये फौजदारी ॲटर्नी शोधावा लागेल."

व्हॅन झॅण्ड्टनं फक्त डोळे वटारले.

मस्ग्रोव्ह चिडला. "त्याला अटक करा, नाहीतर सोडून द्या." तो म्हणाला आणि व्हिटोनं खांदे उडवले.

"ओ.के. यॅगर व्हॅन् झॅण्ड्ट, डेरेक हॅरिंग्टनच्या खुनाबद्दल तुला अटक करण्यात आली आहे."

व्हॅन् झॅण्ड्ट ताडकन उभा राहिला. त्याच्या चेहऱ्यावर संताप मावत नव्हता. "काय?" त्यानं त्याच्या वकिलांकडे पाहिलं. "काय भानगड आहे ही?"

"माझं बोलणं संपू दे." व्हिटो म्हणाला. "माझं बोलणं मी संपवलं नाही, तर ते अधिकृत होणार नाही." त्यानं मिरॅन्डा विरुद्ध ॲरिझोना राज्याच्या १९६६च्या केसमध्ये अमेरिकेच्या सुप्रीम कोर्टानं दिलेला निर्णय तोंडपाठ म्हणून दाखवला आणि मगच तो खाली बसला आणि त्यानं पाय ताणले. "माझं बोलणं संपलं. आता तुझी पाळी."

"मी कुणाला मारलं नाही." व्हॅन् झॅण्ड्ट गुरगुरला. "मस्ग्रोव्ह, मला इथून बाहेर काढ."

मस्ग्रोव्ह खाली बसला. "त्यांनी तुला अटक केलीये यॅगर. आपण जामीन मिळवून तुला बाहेर काढू."

यॅगरनं तुच्छतेनं पाहिलं. "मी डेरेकला मारलं नाही. तुमच्याकडे काही पुरावा नाही."

"तुझी कार आमच्याकडे आहे." निक् म्हणाला आणि व्हॅन् झॅण्ड्टनं डोळे मिचकावले.

"ती चोरीला गेली होती," तो ताठरपणे म्हणाला. "म्हणूनच मी आतापर्यंत माझ्या हॉटेलवर होतो."

व्हिटोनं हनुवटी खाजवली. "उह्-हुह्. ती चोरीला गेल्याचा तू रिपोर्ट केलास?"

"नाही."

"तीन महिन्यांपूर्वी घेतलेली पॉर्श. चोरी झाल्यावर मी एका सेकंदात रिपोर्ट केला असता."

"अरे, धनिकांची बाळं आणि त्यांचे खेळ याबद्दल काय म्हटलं जातं तुला ठाऊक आहे?" निक् हेल काढत म्हणाला.

व्हॅन झॅण्ड्टनं टेबलावर मूठ आपटली. "मी डेरेकला मारलं नाही. तो कुठं आहे हेही मला माहीत नाही."

"ओ.के. तुला माहीत नाही. आम्हाला माहीत आहे." व्हिटो म्हणाला. "तुझ्या पॉर्शच्या डिकीमध्ये आहे. म्हणजे होता. आता तो शवागारात आहे."

व्हॅन् झॅण्ड्टचे डोळे लुकलुकले. "तो मेलाय? खरंच मेलाय?"

"१९४३ जर्मन लुगरमधून निघालेली गोळी दोन डोळ्यांच्या मध्ये घुसल्यावर तोच परिणाम होणार." निकचा आवाज कठोर होता. "तीच बंदूक तुझ्या टायर-किटमध्ये लपवलेली आम्हाला मिळाली. त्याच बंदुकीनं झॅकरी वेबरला ठार केलं."

"ओह!" व्हिटोनं आणखी नावं घेतली, "आणि काईल लोम्बार्ड आणि क्लिन्ट शेफर. त्यांना विसरून चालणार नाही."

व्हॅन झॅण्ड्टचा चेहरा पांढराफटक पडत होता, हे पाहून त्यांना बरं वाटलं. "ती बंदूक मुद्दाम कुणीतरी ठेवली होती." तो संतापानं धुसफुसत म्हणाला. "आणि ही नंतरची दोन नावं तर मी ऐकलीपण नाहीत."

"यॅगर, शांत हो!" मस्ग्रोव्ह म्हणाला.

व्हॅन झॅण्ड्टनं त्याच्याकडे तिरस्कारानं पाहिलं. "जा, माझ्यासाठी फौजदारी वकील घेऊन ये. मी डेरेकला किंवा इतर कुणालाच मारलं नाही. डेरेक बेपत्ता आहे, हे मला माहीतसुद्धा नव्हतं."

"तू ज्यूरीला सांग ना की, डेरेकची दारिद्र्यातून सुटका करण्यासाठीच तू त्याला ठार केलंयस!" निर्विकार चेहऱ्यानं निक म्हणाला. "त्यानं आधीच एवढा त्रास सहन केला होता. त्याच्यापुढे पाय जळाल्याचं किंवा आतडी काढून टाकल्याचं दुःख काय असणार?"

व्हॅन् झॅण्ड्ट ताठरला. "काय?"

"आणि त्याचे हात मोडले काय किंवा जीभ कापून टाकली काय!" निक खाली बसला. "आणि पुन्हा, इतकं करूनही कुणी ज्यूरी तुला दयाळू समजतील असं मला वाटत नाही, मि. व्हॅन् झॅण्ड्ट."

ज्याला त्यानं एकदा आपला मित्र मानलं होतं, त्यानंच केलेल्या या छळामुळे व्हॅन् झॅण्ड्टनं गिळलेला आवंढा हे एकच त्या परिणामाचं लक्षण दिसत होतं.

“यापैकी काहीच मी केलेलं नाही.”

“या सगळ्या वेळी ती बंदूक होती.” व्हिटो म्हणाला. त्यानं एक फोटो टेबलावर ठेवून व्हॅन् झॅण्ड्ट कशी कच खात होता, याचा आणखी आनंद घेतला. “ही डेरेक हॅरिंग्टनची कार आहे आणि तुझा सिक्युरिटी चीफ खिडकीत डोकावतोय. आणि त्या काचेत तुझं प्रतिबिंब पडलंय. तू त्याच्या मागे उभा होतास.” व्हिटो त्याच्या खुर्चीत टेकून बसला. “तू डेरेकच्या घरचा पत्ता काल आम्हाला दिलास तेव्हा तो बेपत्ता असल्याचं तुला ठाऊक होतं.”

“मला माहीत नव्हतं.” दात-ओठ आवळून व्हॅन् झॅण्ड्ट थुंकल्यासारखं बोलला.

“झॅकरी वेबरचे फोटो घेऊन डेरेक तुझ्यासमोर आला.” निक बोलू लागला. “हा झॅकरी म्हणजे तुझ्या गेममधला पोरगा. तो जर्मन लुगरच्या शॉटमुळे ठार झाला. डेरेक तुझ्यामागून आला. मग तू त्याला आत घेतलंस, ठार केलंस आणि त्याचं प्रेत तुझ्या डिकीत टाकलंस आणि शेवटच्या ठिकाणी फेकून दिलंस.”

“फोटो केव्हा घेतला ते मला माहीतसुद्धा नाही.” मस्ग्रोव्ह तुच्छतेनं म्हणाला.

“एह्, पण आम्हाल माहीत आहे ना! फोटोग्राफर अगदी चतुर होता.” निक् म्हणाला.

व्हिटोनं आणखी एक फोटो टेबलावर सरकवला. “हॅरिंग्टनच्या कारच्या मागे त्या बँकेच्या सविस्तर जाहिरातीचा मोठा बोर्ड दिसतोय. त्या दिवशीची तारीख, वेळ आणि उष्णतामानही जाहिरातीत दिसतंय.”

व्हॅन् झॅण्ड्टनं आपलं शरीर अगदी सरळ ताणलं, पण त्याचा चेहरा अजूनही रंग उडाल्यासारखाच दिसत होता. “फोटोशॉपचं थोडंफार ज्ञान असलेलं दहा वर्षांचं पोरटंसुद्धा असा फोटो तयार करू शकेल. त्यांना काही अर्थ नाही.”

जेनलासुद्धा तसंच वाटत होतं, पण त्यांनी व्हॅन् झॅण्ड्टला ते सांगितलं नाही.

“समज तसंच असेल, तर तुझ्या सेक्रेटरीनं तुला सोडून दिलं, हे तर खरंच आहे ना?” निक म्हणाला.

व्हिटोनं मान हलवली. “हो, ते खरंच आहे. आज सकाळीच एनवायपीडीनं तिचं म्हणणं नोंदवून घेतलंय. कामात अडथळा आणण्याच्या आरोपासह, तुझं आणि हॅरिंग्टनचं तीन दिवसापूर्वी भांडण झालं आणि तो निघून गेला हे तिनं मान्य केलं. मग तू लगेच तुझ्या सिक्यूरिटीला बोलावलंस.”

“परिस्थितीच तशी होती!” मस्ग्रोव्ह बोलला, पण त्याच्या सुरातून साशंकता व्यक्त होत होती.

व्हिटोनं एक खांदा वर केला. “शक्य आहे, पण त्यात आणखी एक गोष्ट आहे. त्या बंदुकीबरोबर आम्हाला बँक रेकॉर्डसुद्धा सापडलं. त्यानुसार तू झॅकरी

वेबर, ब्रिटॅनी आणि वॉरन् कीझ यांना पैसे दिले होतेस.'' त्या बळींचे फोटो व्हिटोनं टेबलावर ठेवले. ''त्यांना तू ओळखतोस. होय ना?''

''आम्हाला तुझ्या सीडीज मिळाल्या.'' निक म्हणाला. त्याचा आवाज आता सौम्य झाला होता. ''तू भयंकर हरामखोर आहेस व्हॅन् झॅण्ड्ट! असं राक्षसी काम करतोस?''

व्हॅन् झॅण्ड्टनं जबडा वर केला. ''ही आमची यंत्रणा आहे.''

''आम्हाला एका निनावी माणसाकडून माहिती मिळाली... व्ही झेड्.'' निक म्हणाला आणि व्हॅन् झॅण्ड्टचे डोळे चमकले. ''माहिती देणाऱ्या त्या माणसानं एक निरोप द्यायला आम्हाला सांगितलं. काय निरोप होता तो निक ?''

''चेकमेट!'' व्हिटोनं सांगितलं आणि व्हॅन झॅण्ड्टच्या चेहऱ्यावर मजेशीर भाव होता.

''तू आगीशी खेळलायस यॅगर'' निक् म्हणाला, ''आणि आता तूच भाजलायस. आता तू खुनाच्या केसमध्ये अडकलायस.''

व्हॅन झॅण्ड्टनं टेबलाकडे एकटक बघितलं. त्याच्या जबड्यातला एक स्नायू विचित्रपणे तडतडू लागला. त्यानं वर पाहिलं, तेव्हा ते जिंकल्याचं व्हिटोनं ओळखलं. ''तुम्हाला काय पाहिजे?'' व्हॅन झॅण्ड्टनं विचारलं.

''यॅगर,'' मस्ग्रोव्ह बोलणार, तेवढ्यात व्हॅन झॅण्ड्ट त्याच्याकडे गुरगुरत बघू लागला.

''थोबाड बंद ठेव आणि खरा वकील आण माझ्याकडे. आता, डिटेक्टिव्हज्, तुम्हाला काय पाहिजे?''

''फ्रेझिअर लुई.'' व्हिटो म्हणाला. ''तू ज्याला फ्रेझिअर लुई म्हणत होतास तो हवाय आम्हाला.''

डटन, जॉर्जिया, शुक्रवार, १९ जानेवारी, दुपारी २.४५ वा.

तिनं जर त्याचा हात जोरात दाबला नसता, तर सुसाना पूर्णपणे नॉर्मल झाली आहे, असं डॅनियलला वाटलं असतं. तिचा चेहरा निर्विकार होता. ती अगदी एकाग्र झाली होती, असं दिसत होतं. कोर्टात तिनं जसं असायला हवं, असं त्याला वाटत होतं, तशीच ती दिसत होती; पण हे कोर्ट नव्हतं. त्यांच्यामागे कॅमेऱ्यांच्या फ्लॅशेसची जणू एक भिंत होती आणि सायमनच्या थडग्यामध्ये कुणाचं दफन झालं होतं ते बघायला त्या भागातले जवळपास सगळे लोक गोळा झाले होते. तो सायमन नव्हता, हे डॅनिअलला ठाऊक होतं.

"डॅनिअल," सुसाना हळूच म्हणाली, "ती पुराणवस्तूशास्त्रज्ञ जे म्हणाली त्याबद्दल मी विचार करतेय. डॅडना सायमन सापडला होता, हे आईला कळू नये असं त्यांना वाटत होतं, त्याचा मी विचार करतेय."

"मलाही तेच वाटतं. डॅडना सायमन जिवंत हवा होता. त्यानं काय केलं होतं, हे मॉमला कळू नये, असं त्यांचं मत होतं. त्यांनी ते फोटो फिलाडेल्फियाला का नेले असतील, असा प्रश्न मला पडलाय."

सुसाना म्लानपणे हसली. "ते सायमनला ब्लॅकमेल करत होते. त्याचा विचार कर. सायमन जिवंत असल्याचं त्यांना ठाऊक होतं, तर हे सगळं कशासाठी?" क्रेन योग्यप्रकारे हलत होती तिकडे पाहून तिनं मान हलवली. "आणि त्यांनी हे सगळं नाटक केलं, तर सायमन परत येणार नाही अशी खात्री त्यांना का वाटत होती?"

"ते फोटो त्यांनी स्वतःच्या सुरक्षेसाठी ठेवले," कंटाळा आल्यासारखा डॅनियल बोलला. "पण हे सगळंच कशासाठी करायचं सूझी? तुला काही माहीत असेल, तर मला प्लीज सांग. प्लीज!"

सुसाना बराच वेळ गप्प बसल्यानं डॅनियलला वाटलं की, ती काही उत्तर देणार नाही; पण मग तिनं उसासा सोडला. "तू घरी होतास डॅनियल, तेव्हा सगळं वाईटच घडत होतं, पण तू कॉलेजसाठी निघून गेलास त्यानंतर सगळंच जास्त बिघडलं. डॅड आणि सायमन सतत एकमेकांशी भांडत होते. दोघांच्यामध्ये नेहमीच आई पडायची; पण सगळंच विचित्र होतं."

"आणि तू?" डॅनियल सौम्यपणे म्हणाला. "ते दोघं भांडत असताना तू काय करायचीस?"

तिनं मोठा आवंढा गिळला. "शाळा सुटल्यानंतरच्या प्रत्येक कार्यक्रमात मी स्वतःला गुंतवून घेतलं आणि मग घरी आल्यावर मी माझ्या रूममध्ये दडून बसत होते. ते सगळ्यात सोपं होतं. मग एके दिवशी हायस्कूलमधून ग्रॅज्युएट होऊन सायमन परतल्यावर लगेच स्फोट झाला. तो बुधवार होता आणि केसांच्या ट्रीटमेंटसाठी आई गावात गेलेली असताना मी माझ्या रूममध्ये होते, तेव्हा डॅडनी सायमनच्या रूमचं दार धाडकन उघडल्याचा आवाज मी ऐकला. तेव्हा त्या दोघांचं जोरदार भांडण झालं."

तिनं डोळे मिटले. "त्या दोघांचा फोटोवरून आरडा-ओरडा चालू होता. तेव्हा मला वाटलं की, त्याच्या बेडखाली असलेल्या पेंटिंग्जबद्दल ते दोघं बोलत होते; पण आता माझ्या लक्षात आलंय की, तुला सापडलेल्या फोटोंबद्दल ते तेव्हा बोलत असावेत. डॅड जज्‌साठी होणाऱ्या निवडणुकीसाठी पुन्हा प्रयत्न करत होते आणि सायमनच्या भानगडींमुळे त्यांचं करिअर धोक्यात आलं होतं, असं ते म्हणाले; पण

या वेळी तर कहरच झाला होता. थोड्याच काळात त्यानं इतके गुन्हे केले आणि मग सगळं एकदम शांत झालं!''

''आणि मग?''

तिनं डोळे उघडले आणि क्रेनकडे एकटक बघितलं. ''त्यांचा बराच वेळ वाद चालू होता, पण इतक्या आवाजात मला काही ऐकूच आलं नाही. मग सायमन ओरडला, ''तुम्ही मला तुरुंगात पाठवायच्या आधी मीच तुम्हाला नरकात ढकलतो की नाही ते बघा!'' आणि डॅड म्हणाले, ''नरक तर तुझ्यासाठी सगळ्यात चांगला!'' सायमन म्हणाला, ''तुम्ही हे लक्षात घ्यायला हवं, आपण एकाच माळेतले मणी आहोत.'' तिनं पुन्हा आवंढा गिळला. ''मग सायमन म्हणाला, ''आणि एक दिवस येईल की, माझी बंदूक तुमच्या बंदुकीपेक्षा खूपच मोठी असेल!'' ''

बराच वेळ रोखून धरलेला श्वास डॅनिअलनं सोडला. ''अरे देवा!''

तिनं मान हलवली. ''समोरचं दार जोरात बंद झालं आणि... का ते मला सांगता येणार नाही, पण मला लपून बसावंसं वाटलं, म्हणून मी माझ्या कपाटात लपले. एक मिनिटानंतर माझ्या खोलीचं दार उघडलं, पुन्हा बंद झालं. मी काही ऐकलंय का ते बघायला डॅड आले होते, असं मला वाटतं.''

त्यानं मान हलवली, पण त्यामुळे त्याच्या मनातला गोंधळ कमी झाला नाही. ''सूझी, माय गॉड!''

''त्यांना जर मी दिसले असते, तर त्यांनी काय केलं असतं, याची मला कल्पनाच करवत नाही. त्या रात्री सायमन जेवायला घरी आला नाही. आई अस्वस्थ झाली होती. सायमन बहुतेक मित्रांबरोबर कुठेतरी गेला असेल, म्हणून तिनं काळजी करू नये असं डॅड म्हणाले. काही दिवसांनी डॅड म्हणाले की, सायमन मरण पावला असल्याचा त्यांना फोन आला. तिनं त्यांच्याकडे पाहिलं. तिच्या डोळ्यात दुःख होतं. डॅडनीच त्याचा जीव घेतला असं मी इतकी वर्षं समजत होते.''

''तू काहीच का बोलली नाहीस?''

''डॅडनी फोटो जाळले असं तुला वाटलं तेव्हा तू ज्या कारणानं काही बोलला नाहीस, त्याच कारणानं. शब्दानं शब्द वाढला असता. मी तेव्हा फक्त सोळा वर्षांची होते. ते सन्माननीय न्यायाधीश होते. आणि मी म्हटलं तसं, मला कधीकधी शांत झोपही आवश्यक होती.''

डॅनिअलचा संताप अनावर झाला. ''आणि मी तुला तिथं सोडलं! देवा! सूझ, सॉरी. तू संकटात होतीस हे जर मला समजलं असतं... तू घाबरलेली होतीस असं जरी मला समजलं असतं, तरी तुला मी माझ्याकडे आणलं असतं. प्लीज! विश्वास ठेव माझ्यावर.''

तिनं परत क्रेनकडे नजर वळवली. "जे झालं ते झालं. काल रात्री मला जाणवलं की, डॅडना बहुतेक ते फोटो सापडले आणि ते जर इतर कुणी पाहिले असते, तर त्याचं करिअर टिकलं नसतं, हे त्यांनी ओळखलं असावं. 'तू इथून निघून जा आणि पुन्हा तोंड दाखवू नकोस आणि जर तसं केलं नाहीस, तर तुरुंगाची हवा खावी लागेल.' अशी धमकी त्यांनी त्याला बहुधा दिली असेल. सायमन जिवंत आहे, असं जर आईला समजलं असतं, तर ती त्याला शोधल्याशिवाय राहिलर नसती, हे त्यांना ठाऊक होतं. म्हणून...."

"म्हणून त्यांनी हे असं केलं आणि सायमन मेलाय यावर तिनं विश्वास ठेवला!"

"एवढाच अर्थ मला त्यात दिसतो." तिनं ओठ चावला. "रात्रभर मी त्या दोघांचाच विचार करत होते. त्यानं डॅडना छळलं डॅनियल."

"हो ना!" त्या रात्री तोही झोपू शकला नव्हता.

"आई कुठे आहे, हे त्याला ते सांगतील यासाठी सायमननं त्यांचा छळ केला."

"मला तसंच वाटलं." डॅनिअलनं मान्य केलं. "सायमन ते करू शकतो."

"ओह! तो तसं करू शकतो, हे मला ठाऊक आहे."

"सूझ... काय झालं? तुला त्यांनी काय केलं?"

तिनं मान हलवली. "आत्ता नाही. नंतर केव्हातरी. पण आज नाही."

"तुला सांगावंसं वाटेल, तेव्हा मला फोन कर."

तिनं त्याचा हात प्रेमानं दाबला. "फोन करेन."

"सायमन आईपर्यंत पोहचण्याआधीच डॅडनी प्राण सोडला असेल, तर बरं, असं मला वाटतं." तो म्हणाला.

"मलाही तसंच वाटतं." ती निर्विकारपणे म्हणाली. त्यात बराच काही अर्थ होता.

"सायमन त्या थडग्यात नाहीये, हे तुला माहीत आहे." क्रेननं ती शवपेटिका बाहेर काढली तेव्हा डॅनिअल म्हणाला.

"मला माहीत आहे."

फिलाडेल्फिया, शुक्रवार, १९ फेब्रुवारी, दुपारी ४.२० वा.

"सोफी."

ऑफिसर लियॉन्सकडे नजरही न टाकता हॅरी लॉबी ओलांडून घाईतच सोफीकडे आला. तेव्हा ती एकदम घाबरलीच. "हॅरी? ग्रॅनला काय झालं?"

त्यानं तिच्या खांद्यावरच्या कुऱ्हाडीकडे सावधपणे पाहिलं. "काही नाही. ॲना

चांगली आहे. तू ती खाली ठेवशील का? मला तिची भीती वाटते.''

तिला हायसं वाटलं. ती कुऱ्हाड तिनं जमिनीवर टेकवली. ''थोड्याच वेळात माझा टूर सुरू होणार आहे हॅरी.''

''मला काही सांगायचंय तुला प्रत्यक्ष भेटून आणि ते चांगलं नाहीये. फ्रेयानं मला सांगितलं की, तू तिला फोन करून विचारलं होतंस की, ॲनाच्या रेकॉर्ड्सचा संग्रह आपण कुठेतरी सुरक्षित ठेवू शकतो का म्हणून. आपण ठेवला नाही. मी थोडंसं शोधलं पण... अं... तो गायब झालाय.''

तिनं डोळे किलकिले केले. ''कसा काय?'' पण तिच्या ते आधीच लक्षात आलं.

''लेनानं नेला. ॲनाला अटॅक आल्यावर ती आली होती, पण मी तिला परत पाठवलं. त्याऐवजी ती ॲनाच्या घरी गेली आणि रेकॉर्ड्स आणि इतर मौल्यवान वस्तू घेऊन निघून गेली. त्यांच्यापैकी काही मला ई-बेवर आढळल्या. ई-बेवरच्या विक्रेत्याला वाटतं की, त्यानं त्या लेनाकडून कायदेशीरपणे खरेदी केल्यायत. सॉरी.''

सोफीनं सावकाश श्वास सोडला. तिच्या हृदयाची धडधड मेंदूपर्यंत गेली. ''आणखी काही?''

''होय. गहाळ झालेल्या या रेकॉर्ड्सबद्दल मी ॲनाच्या वकिलाशी बोललो. तिनं बराचसा पैसा बाँड्समध्ये गुंतवला होता. त्याबद्दल मला काहीच माहीत नव्हतं. तिला मृत्यू आल्यावर तिच्या वकिलानं आपल्याला सांगितलं असतं. असं असल्यानं...'' त्यानं श्वास घेतला. ''त्या बाँड्सवरचे नंबर्स वकिलानं तपासले. ते बाँड्स विकले गेलेयत. सॉरी, सोफी. त्यापैकी बराचसा पैसा वारसा हक्कानं तुला मिळणार होता. तुला आणि फ्रेयाला. तो गेला.''

सोफीनं सुन्नपणे मान हलवली. ''मला भेटून तू हे सांगितलंस त्याबद्दल धन्यवाद! आता मला काम करू दे.''

हॅरी विचारात पडला. ''पोलिसांना बोलावून आपल्याला आरोप ठेवावे लागतील.''

बरीच ताकद लावून तिनं ती कुऱ्हाड खांद्यावर घेतली. ''तूच ते कर. मी जर आरोप ठेवले, तर मला कदाचित तिला भेटावं लागेल. तिला पुन्हा भेटण्याची माझी बिलकूल इच्छा नाही.''

''सोफी, थांब.'' हॅरीचं लक्ष ऑफिसर लिऑन्सकडे गेलं होतं. ''तुझ्या लॉबीमध्ये योग्य झालं असतं. ''हॅरी, हॉलमध्ये टूरग्रूपचे लोक माझी वाट पाहतायत. मला गेलं पाहिजे. लेनाविरुद्ध तुला काय करायचं ते कर. माझी काही हरकत नाही.''

शुक्रवार, १९ जानेवारी, संध्याकाळी ५.०० वा.

कॉन्फरन्स रूममधल्या टेबलाजवळच्या त्याच्या खुर्चीवर व्हिटो मटकन बसला. त्यानं मानेवरून बोटं दाबली. तो थकला होता आणि निराशही झाला होता. "च्यायला!" यॅगर व्हॅन् झॅण्ड्टची तीन तास चौकशी करत असताना अधूनमधून काही नवीन गोष्टी समजत होत्या, पण अखेरीस त्यांना हवी असलेली माहिती मिळाली नव्हतीच."

लिझ् त्याच्या शेजारी बसली. "सायमन कुठे आहे, हे व्हॅन् झॅण्ड्टला खरंच माहीत नसेल, व्हिटो."

"त्याचा छळ करून काही कळतंय का त्याच्याकडून, असा प्रयत्न करू शकता तुम्ही." जेन पुटपुटली. मग लिझ्नं भुवया उंचावून पाहिलं, तेव्हा तिनं खांदे उडवले. "असा एक विचार मनात आला.'"

"चांगलाच विचार आहे की!" कॅथरिन म्हणाली आणि टेबलाभोवती असलेल्यांच्या चेहऱ्यावरून सगळ्यांनाच तो विचार पटल्यासारखं दिसलं.

मिळालेल्या माहितीची देवाण-घेवाण करण्यासाठी संध्याकाळी जमलेल्या निक आणि जेन, कॅथरिन आणि टॉमस, आणि लिझ् आणि ब्रेन्ट या सगळ्यांच्याच चेहऱ्यावर गांभीर्य पसरलं होतं. त्यांच्यामध्ये आता एक नवा चेहरा ॲडा मॅग्डेलिना लोपेझ हिचा होता. टॉमस् आणि लिझ् यांच्याबरोबर व्हॅन् झॅण्ड्ट चौकशीसत्रात तिनं भाग घेतला होता. मॅगी ही गडद तपकिरी डोळ्यांची नाजूक स्त्री होती. ती आता डोळे किलकिले करून बोलू लागली.

"त्याला ते माहीत असेल किंवा नसेल, पण मी त्याला जास्त काही देऊ शकत नाही. म्हणजे मी त्याला पूर्णपणे माफ करू शकत नाही."

फ्रेझिअर लुई अर्थात सायमन कुठे सापडेल हे व्हॅन् झॅण्ड्टनं सांगितलं असतं, तर त्याच्यावर खुनाचा आरोप ठेवण्याऐवजी सदोष मनुष्यवधाचा आरोप ठेवायला मॅगी तयार झाली होती; पण तो हरामखोर, उद्धट व्हॅन झॅण्ड्ट संपूर्ण माफी मागत होता. "त्याला तू संपूर्ण माफी द्यावीस असं आम्ही म्हणत नाही मॅगी!" व्हिटो म्हणाला. "त्यानं कुणाला ठार केलंही नसेल, पण त्याला आर्थिक फायदा नक्कीच मिळत होता."

"शिवाय," निक म्हणाला, "व्हॅन झॅण्ड्टकडे खरंच काही उपयुक्त माहिती आहे असं सायमनला वाटत असतं, तर त्यानं व्हॅन् झॅण्ड्टला आपल्या स्वाधीन केलं नसतं. तू अगदी योग्य तेचं केलंस मॅगी." हे शेवटचं वाक्य निक मनापासून बोलला नाही असं व्हिटोला वाटलं. निकच्या सीव्हर केसमध्ये तो गुन्हेगार असल्याचा निर्णय तिनं दिला होता. सीव्हर कन्येच्या आई-वडलांनी आता आपल्याला दर वर्षी

ख्रिसमस कार्ड पाठवायला हरकत नाही, असं निकला वाटलं.

"त्यानं आपल्याला सायमनचा सेल फोन नंबर दिलाय." व्हिटो म्हणाला.

"त्याच नंबरवरून तो मला फोन करत होता." लिझ् म्हणाली. "जीपीएस नाही. शोध लागत नाही."

"त्याचा गेम एकदम परिणामकारक होण्यासाठी खऱ्या माणसांना मरावं लागतं हे ऐकल्यावर व्हॅन झॅण्ड्टची प्रतिक्रिया मी पाहिली." टॉमस् विचार करू लागला. "झाड वाचवायचं असेल, तर निर्जीव लाकडालाच सजवावं लागतं." व्हॅन झॅण्ड्टच्या घोगऱ्या आवाजाची नक्कल करत तो बोलला. "कधीकधी तुम्हाला जिवंत लाकूडही कापावं लागतं."

"आपल्याला ऑमलेट हवं असेल, तर अंडी फोडावीच लागतील, असंच धोरण आपल्याला ठेवावं लागेल." निक म्हणाला. "विश्वासघातकी आणि हरामजादा!"

"सोफीनं आम्हाला सांगितलं की, ओ-आर-ओ या त्यांच्या संस्थेच्या लोगोमधलं 'आर' हे मोठं अक्षर डच भाषेत संपत्ती अशा अर्थाचं आहे." व्हिटो म्हणाला. "व्हॅन् झॅण्ड्ट हा या धंद्यात केवळ पैसे मिळवण्यासाठी पडलाय, हे त्यानं कधी लपवून ठेवलेलं नाही, असं मला वाटतं."

टॉमस्नं मान हलवली. "व्हॅन् झॅण्ड्ट हा सायमन व्हर्टेनिअनपेक्षाही जास्त विकृत आणि धोकादायक असू शकतो. सायमन हा किमान कलावंत तरी आहे."

"व्हॅन झॅण्ड्टनं कबूल केलंय की, त्यानं सायमनला अजून पैसे दिलेले नाहीत." व्हिटोनं कॅथरिन, ब्रेन्ट आणि जेनला सांगितलं. "सायमनचं वेतन रॉयल्टीज्वर आधारलेलं होतं. ते अजून तीन महिने तरी दिलं जाणार नाही."

"आणि रॉयल्टीज् म्हणजे अगदीच किरकोळ!" निक म्हणाला. "सायमननं हे पैशांसाठी केलं नाही."

"सायमनची व्हॅन झॅण्ड्टशी कशीकाय ओळख झाली?" जेननं विचारलं.

"व्हॅन झॅण्ड्ट त्याच्या सोहोमधल्या अपार्टमेंटच्या जवळ असलेल्या बारमध्ये होता." व्हिटोनं उत्तर दिलं. त्यानं मान हलवली. "बार असलेल्या रस्त्याच्या दक्षिणेला असलेल्या पार्कमध्ये सुसाना व्हर्टेनिअन तिच्या कुत्र्याला फिरायला घेऊन जाते. तिथेच सायमन केव्हातरी व्हॅन् झॅण्ड्टला भेटला. तेव्हा तो सुसानाच्या पाळतीवर होता, असं आम्हाला वाटतं. ते काही असो, एक वर्षापूर्वी सायमन त्या बारमध्ये व्हॅन झॅण्ड्टला भेटला. त्याला काही ड्रिंक्स पाजले आणि त्यानं नमुन्यादाखल त्याला एक डिस्क दाखवली."

"त्या डिस्कवर क्लॉथिल्डचा गळा आवळल्याचं दृश्य होतं." निक म्हणाला. "पण ते दृश्य आधुनिक काळातल्या पार्श्वभूमीवर होतं. व्हॅन् झॅण्ड्ट त्यामुळे प्रभावित झाला आणि सायमनला म्हणाला की, दुसऱ्या महायुद्धाच्या कथेमध्ये

त्यानं ते रूपांतरित केलं, तर तो ते त्याच्या पुढच्या गेममध्ये घेईल. सायमननं तसं केलं आणि व्हॅन् झॅण्ड्टनं तशा आणखी दृश्यांची मागणी केली. सायमननं तशी दृश्यं लुगर आणि ग्रेनेडचा उपयोग करून तयार केली. बिहाइंड एनेमी लाइन्समध्ये त्या दृश्यांचा उपयोग करण्यासाठी व्हॅन् झॅण्ड्टला उशीर होऊ लागला. कारण त्याला शेवटची कालमर्यादा पाळायची होती.

"डेरेकनं नाराजी व्यक्त केली," टॉमस् विचार करून म्हणाला. "कारण तो दुसरं काही करू शकत नव्हता."

मॅगी लोपेझनं उसासा टाकला. "व्हॅन् झॅण्ड्ट विचित्र माणूस आहे."

"आणि मला वाटतं तो नरकात सडत राहणार!" निक म्हणाला. "पण सगळ्यात महत्वाचं म्हणजे व्हॅन् झॅण्ड्ट म्हणतो की, लुई कुठून आला किंवा तो कुठे राहात होता, किंवा ग्रेनेड लागलेला मुलगा कोण होता हे त्याला ठाऊक नाही."

"हं, मला फ्रेझिअर लुईबद्दल थोडीशी माहिती मिळालीये." कॅथरिन म्हणाली. "खरा फ्रेझिअर लुई."

चकित होऊन व्हिटोनं डोळे मिचकावले. "तो खरंच अस्तित्वात आहे?"

"हो, होय. तो आयोवामधला चाळीस वर्षांचा शेतकरी आहे. गेल्या काही दिवसांपासून सायमन त्याचं मेडिकल इन्शुरन्स वापरतोय. खऱ्या फ्रेझिअरचं मेडिकल इन्शुरन्स आयुष्यभरासाठी दहा लाख डॉलर्सचं आहे. तो जर खरंच कधी आजारी पडला, तर अडचणीत येईल, कारण त्यापैकी बराचसा पैसा खर्च झालाय. डॉ. फायफरची फाइल म्हणते त्याप्रमाणे सायमनला आकर्षक कृत्रिम अवयव वापरणं कसं परवडतं याचंच मला आश्चर्य वाटलं. खोट्या मेडिकल इन्शुरन्सच्या आधारावर त्यानं स्वत:च्या मेडिकल उपराचारांचा खर्च भागवलाय."

"खऱ्या फ्रेझिअर लुईला दोन्ही पाय आहेत का?" निकनं विचारलं.

"होय." कॅथरिन म्हणाली.

निक विचारात पडला. "पाय कापलेला नाहीये, हे फायफरनं पाहिलं नसतं का?"

"काही आवश्यकता नाही." ब्रेन्ट विचार करत म्हणाला. "सायमन कम्प्यूटरच्या बाबतीत तरबेज आहे. लोकांच्या आर्थिक व्यवहारात तो लुडबूड करू शकतो हे आधीच आमच्या लक्षात आलंय. मग मेडिकल रेकॉर्ड्सच्या डेटाबेसमध्येसुद्धा त्यानं ढवळाढवळ केली असली, तर त्यात काय नवल? त्यासाठीच त्यानं लुईची मेडिकल आयडेन्टिटी चोरली असेल, तर काय नवल? कारण तो लुईची मेडिकल हिस्टरी सहजपणे बदलू शकत होता का? सहज हा विचार मनात आला."

"हा चांगला विचार आहे. आणखी असाच विचार करत राहा." व्हिटो म्हणाला. "बघा, काय निष्पन्न होईल ते."

"मला काही सुचवता आलं, याचा मला आनंद वाटतोय, कारण डॅनिअलच्या

वडलांच्या पीसीवर मला काहीच मिळालं नाही. तुम्हाला सायमनपर्यंत थेट पोहचवता येण्यासारखं तरी निदान काही नाही. एक युटिलिटी सॉफ्टवेअर डाऊनलोड केलेली आढळली. ज्यानं कुणी ती डाऊनलोड केलीये, त्या व्यक्तीला वडलांचा कम्प्यूटर दूर अंतरावरून हाताळता येतो, पण त्यात नवीन असं काही नाही. ती अगदी सामान्य युटिलिटी आहे. कुणीही ती डाऊनलोड करू शकला असता.''

''तू निराश झालेला दिसतोयस.'' असं निक म्हटल्यावर ब्रेन्ट हसला.

''हं, जरासा. त्यानं मॉडेल्सच्या कम्प्यूटर्सवर वापरले तसे टायमर्स असलेल्या ट्रोजन बॉट्सवर (प्रोग्रॅम्स) आधारित अशी महत्त्वाची माहिती मिळेल, असं मला वाटलं होतं; पण हे अगदी साधं आकर्षक आहे. आणि त्याचा शोध लागत नाही. मेडिकल डेटाबेसेसच्या बाबतीत कदाचित माझी इच्छा पूर्ण होईल. ते तेवढे सोपे असतील, असं मला वाटत नाही.'' फ्रेम केलेला एक फोटो ब्रेन्टनं व्हिटोला दिला. ''डटनच्या शेरीफनं दिलेल्या कम्प्यूटरवरून हा फोटो मिळाला. डॅनिअल आणि सुसानानी हा फोटो मागितला होता, असं त्यांनी सांगितलं.''

''हा सायमन आहे,'' व्हिटो म्हणाला. ''तरुण असतानाचा. फायफरकडच्या फोटोमध्ये हाच चेहरा आहे. डॉक्टरांकडे तपासणीसाठी जात असताना वेषांतरासाठी विगशिवाय आणखी काही वापरणं सायमनलाही अवघड गेलं असेल, असं मला वाटतं. कोड्याचा हा आणखी एक भाग आहे.''

निक विचार करू लागला. ''रिमोट कंट्रोलनं डाऊनलोड केलेला आहे हा. कधी केलं असेल, ते तू सांगू शकशील?''

''हो. नक्कीच.'' ब्रेन्ट म्हणाला. ''थँक्स गिव्हिंगनंतर काही दिवसांनी.''

''हा डाऊनलोड करण्यासाठी सायमनला घरात राहणं आवश्यक होतं का?'' निकनं विचारलं.

''त्यानं ते स्वतंत्रपणे करण्याची आणखी काही पद्धत आहे की काय याची मला कल्पना नाही.''

गोंधळून गेलेल्या लिझ्नं आणखी विचार केला. ''ब्लॅकमेलरचा शोध घेण्यासाठी मिस्टर आणि मिसेस व्हटॅनिअन इथे येतात, आणि कदाचित, सायमनसुद्धा. एखाद्या क्षणी त्यांना सायमन दिसतो किंवा त्याला ते दिसतात. कारण ते मृतावस्थेत आहेत आणि सायमनच्या खड्ड्यात त्यांना दफन केलेलं आहे. त्यानंतर मग सायमन जॉर्जियाला परत जाऊन त्याच्या वडलांचा पीसी रिमोटवर चालवण्याची व्यवस्था करतो. प्रवासाची माहिती देणाऱ्या जाहिराती ठेवून देतो आणि आई-वडील सुटीवर गेल्याचा आभास निर्माण करतो. त्यांची बिलंसुद्धा तो भरत राहतो. का?''

''आपले आई-वडील वारले असल्याचं कुणाला कळू नये अशी त्याची इच्छा होती.'' जेन म्हणाली. ''आर्थर हे सेवानिवृत्त जज्ज होते. कुणीतरी याचा तपास

केला असता.''

"आणि डॅनियल आणि सुसाना त्यात अडकले असते; आणि अडकलेच!'' निकनं व्हिटोकडे पाहिलं. "त्यांना दूर ठेवावं अशी त्याची इच्छा होती. कारण त्यांच्या बाबतीत अजून त्याची तयारी झाली नव्हती.''

"सावध राहायला हवं, एवढं तरी त्यांना माहीत आहे.'' व्हिटो म्हणाला. "सध्या ते कुठे आहेत?''

"डटनला परत गेलेयत.'' कॅथरिन म्हणाली. "प्रेतं बाहेर काढण्यासाठी गेलेयत.''

"मग तुला काही माहिती मिळाली?'' व्हिटोनं विचारलं.

"एवढीच की, ते प्रेत सायमनचं नाही. पाच फूट दहा इंच उंची असलेल्या माणसाची ती हाडं आहेत.''

"शवविच्छेदन झालं नाही?'' लिझ्नं विचारलं तेव्हा कॅथरिननं डोळे फिरवले.

"मेक्सिकन पद्धतीचं शवविच्छेदन!'' कॅथरिन म्हणाली. "म्हणजे तिज्युआनामध्ये कारला अपघात झाला. व्हटॅनिअनचे वडील तिथे गेले आणि मृत्यूचं सर्टिफिकेट मिळवलं, शवपेटिका खरेदी केली आणि कस्टममधून ती परत आणली. एकतर त्यांनी कुणालातरी लाच दिली किंवा ज्यानं कुणी आत डोकावून पाहिलं त्याला कोळसा झालेलं भयंकर प्रेत दिसलं आणि त्यानं झटकन शवपेटी बंद करून टाकली.''

"म्हणजे सायमन खरोखरीच मेलाय की नाही हे त्यांना अजूनपर्यंत माहीत झालेलं नसणार.'' जेन म्हणाली.

कॅथरिननं खांदे उडवले. "मला कल्पना नाही. डॅनिअल आणि सुसानाला ते कळवावं असं वाटतंय् असं दिसतंय, पण या क्षणी सायमन आपल्याला सापडण्यासाठी याचा काही उपयोग होईल असं मला वाटत नाही.''

"फायफर किंवा त्यांच्या रिसेप्शनिस्टचं नाव कुठे जाहीर झालंय?'' निकनं विचारलं.

जेननं मान हलवली, "अजून नाही.''

"तसं झाल्यावर आम्हाला सांग.'' व्हिटो म्हणाला. "अजून काय? खाणींच्या भागातल्या चर्चेसबद्दल काय जेन? किंवा त्या सिलिकॉन लुब्रिकन्ट उत्पादकाबद्दल काय?''

"लुब्रिकन्ट उत्पादकाला फोन करणारा तंत्रज्ञ मला भेटला आणि चर्चेसचे आराखडे काढणारे दोन तंत्रज्ञही भेटले; पण अजून काही झालं नाही. व्हॅन् झॅण्डट्च्या कारवर दिवसभर मी काम करत होते. सॉरी व्हिटो! आम्ही आमचे सर्व प्रयत्न करतो आहोत.''

"मला ठाऊक आहे," व्हिटोनं उसासा टाकला. त्याच्या डोक्यात सोफीचा विचार आला. "पण आपल्याला जास्त प्रयत्न करायला हवेत."

"व्हॅन् झॅण्ड्ट आता तुरुंगात आहे तर!" निक विचार करू लागला. "सायमननं शहर सोडून जायचं ठरवलं तर? ओ-आर-ओ गुंडाळलं जातंय. सायमनला आता कुठे काम नाही राहिलं."

"तो इथेच राहील असं काहीतरी आपण करायला हवं." व्हिटो म्हणाला. "त्याला सगळ्यांसमोर आणण्यासाठी."

"व्हॅन् झॅण्ड्टला त्यानं कचाट्यात पकडलंय असं त्याला वाटतं." निकनं मॅगी लोपेझकडे पाहिलं. "व्हॅन झॅण्ड्टनं सुटका करून घेण्याचा प्रयत्न केला तर?"

मॅगीनं मान हलवली. "मी त्याला असं सहजपणे जाऊ देणार नाही. आपण त्याच्यावर आरोप ठेवलाय. त्याला ते पटलेलं नाही आणि मी त्याला माफ करणार नाही. त्याला या यंत्रणेतून जावंच लागेल. निक, या इतक्या सगळ्या लोकांपैकी तुझा माझ्यावर विश्वासच नाही. मी त्याला माफ करेन असंच तुला अजूनही वाटतं?"

"त्याला माफ करावं असं मला वाटतच नाही." निक म्हणाला. "उलट त्याला रस्त्यावर आणावं असंच मला वाटतं. म्हणजे आपण त्याचा पाठलाग करू. तू त्याला सोडून द्यायचं कारणच नाही. अगदी बरोबर. त्याच्या बाँडसाठी सुनावणी उद्या सकाळी आहे ना?"

"मग? दोन तासांपूर्वी जहाल इंजेक्शनच्या सुईवर तू त्याला ढकलू पाहत होतास. आता तू म्हणतोस की, मी त्याला रस्त्यावर मोकळं सोडावं. आमीष म्हणून मी त्याला वापरावं असं तुला वाटतं."

"त्यात काही वावगं आहे, असं मला वाटत नाही." निक म्हणाला. "आपण त्याच्यावर बारीक नजर ठेवू. सायमन प्रतिकार करू शकणार नाही. यॅंगरच्या ढुंगणावर बैलाचा डोळा रंगवल्यासारखं होईल ना?"

" 'ओ-आर-ओ'च्या लोगोमधल्या मोठ्या 'आर' या अक्षरासारखं. 'आर' म्हणजे 'रिचेस' – संपत्ती."

"आणि ती 'मेलेलं लाकूड' अशी टिप्पणीही विसरू नकोस." व्हिटो म्हणाला. "व्हॅन् झॅण्ड्टला जी शिक्षा होईल ती योग्यच असेल मॅगी; पण सायमनला तो सापडता कामा नये. कारण व्हॅन् झॅण्ड्टसुद्धा आम्हाला गजाआड असायला हवा. त्याला या खुनांबद्दल समजलं होतं आणि ते सत्र चालूच राहिलं होतं. त्यामुळे तर तोही गुन्हेगारच आहे."

मॅगीनं उसासा सोडला. "आपल्या हातून तो निसटला तर..."

“आपण तसं होऊ देणार नाही.” निकनं विश्वास व्यक्त केला. “त्याला कमीत कमी काळाचा जामीन कसा मिळेल एवढंच आपल्याला पाहावं लागेल.”

“ठीक आहे,” मॅगी म्हणाली. “त्याबद्दल पश्चाताप करण्याची पाळी माझ्यावर आणू नका.”

“आम्ही आणणार नाही.” व्हिटोनं आश्वासन दिलं. त्याचा आत्मविश्वास वाढला. “लिझ्, बेव्ह आणि टिम् आणखी काही दिवसांसाठी मिळू शकतील का? निदान उद्यापुरते तरी? बारीक नजर ठेवणारे डोळे आम्हाला हवेत.”

“मी करेन तशी व्यवस्था.” लिझ् म्हणाली. “पण फक्त एकाच दिवसासाठी. हे जर सगळं लांबत चाललं, तर आपल्याला पुनर्विचार करावा लागेल.”

“चांगली गोष्ट आहे.” व्हिटो उभा राहिला. “उद्या सकाळी लवकर भेटू आणि समन्वय साधू या.”

प्रकरण २२

शुक्रवार, १९ जानेवारी, संध्याकाळी ७.०० वा.

व्हिटोच्या ट्रकमध्ये सोफी समोरच्या सीटवर आरामात बसली होती. मनातला संताप विसरायचा तिनं प्रयत्न केला होता, पण दिवस मावळत आला की, तो पुन्हा उफाळून येत असे. 'लेना आणखी काय काय लंपास करू शकते?'

व्हिटोनं इंजीन सुरू केलं आणि ट्रकमध्ये ऊब येण्यासाठी हीटरही सुरू करून ठेवला. तिनं काहीतरी बोलावं म्हणून तो वाट पाहू लागला, हे तिच्या लक्षात आलं. त्याचा आजचा दिवस फारच खराब गेला होता, हेही तिच्या लक्षात आलं. तिच्या प्रश्नांपेक्षा त्याच्या समोरचे प्रश्न फारच बिकट होते. त्याला एका गुन्हेगाराला पकडायचं होतं.

संगीताच्या काही व्हिनील रेकॉर्ड्स गायब झाल्यामुळे आलेल्या संतापापुढे तोच गुन्हेगार आपल्याही पाळतीवर असल्याची वस्तुस्थिती तिनं नजरेआड केली होती. म्हणजे एका अर्थानं लेनानं काहीतरी चांगली गोष्ट अखेरीस केली होती. त्याच्याकडे पाहण्यासाठी तिनं मान वळवली. "सॉरी, माझ्यामुळे तुझा खोळंबा झाला, पण तुला माझा व्हायकिंग टूर कसा काय वाटला?"

त्यानं तिच्याकडे पाहिलं. तो तापला होता. त्यानं ओठ दुमडले. तिची धडधड वाढली. "मी आतापर्यंत पाहिलेल्या व्हायकिंग स्त्री-योद्ध्यांमध्ये तू सर्वांत मादक योद्धा दिसलीस. तिथेच तुझ्यावर झेप घ्यावी असं मला वाटलं."

त्याच्या अपेक्षेप्रमाणेच तिला हसू आलं. "त्या सगळ्या मुलांसमोर? तुला काही लाज-लज्जा?"

तिच्या ओठांकडे त्याचा हात सरकला. "काय बिघडलं असतं सोफी?"

त्याचा स्वर सौम्य होता. तिच्या डोळ्यांनी दंश केला. "आज हॅरी आला होता." तो कशासाठी आला होता हे तिनं त्याला सांगितलं आणि त्याच्या नजरेत कठोरपणा आलेला तिला दिसला.

"तू पोलिसात तक्रार करायला हवीस."

"तू हॅरीसारखंच बोलतोयस. लेनानं माझ्या बहिणीला मारलं तेव्हा मी तक्रार दिली नाही. जुन्या फोनोग्राफच्या काही रेकॉर्ड्स तिनं चोरल्या म्हणून कशी तक्रार देणार?"

व्हिटोनं मान हलवली. "एलीचा मृत्यू हा अपघात होता. ही चोरी आहे, हा अपघात नाही."

सोफीनं चेहरा वर करून त्याच्याकडे पाहिलं. "आता तू कॅथरिनसारखं बोलतोयस."

"कारण कॅथरिनचं म्हणणं बरोबर होतं. सोफी, लेना चांगली आई नाही, हे मान्य; पण तिला एलीला मारायचं नव्हतं. पण ही चोरी तिनं ठरवून केली. तिनं ती योजनापूर्वक केली आणि स्वत:चा फायदा करून घेतला. तुला तिचा तिरस्कारच करायचा असेल, तर तिनं केलेल्या खऱ्या गुन्ह्यांबद्दल कर. त्या मुलीला काजू-बदामांची ॲलर्जी होती, हे तिला ठाऊक नसल्यामुळे तिनं ते तिला खायला दिले, म्हणून तिचा तिरस्कार करणं निरर्थक आहे."

सोफीनं चमकून त्याच्याकडे पाहिलं. "निरर्थक?"

"आणि पोरकटपणाचं!" तो शांतपणे म्हणाला. "ॲण्ड्रीनं तिचे निर्णय घेतले, असं तू काल रात्री म्हणालीस, ते योग्यच म्हणालीस. लेनानंसुद्धा तिचे निर्णय घेतले. तुला सोडून दिलं आणि आजीच्या रेकॉर्ड्स चोरल्या याबद्दल तू तिला दोष दे सोफी; पण एलीच्या मृत्यूबद्दल नाही. त्याबद्दल तिचा तिरस्कार करणं म्हणजे स्वत:ला निष्कारण मनस्ताप करून घेणंय."

संतापामुळे तिच्या डोळ्यात अश्रू जमा होत असल्याचं तिला जाणवलं. "मला तिचा तिरस्कार ज्या कारणासाठी करायचा आहे त्यासाठी मी करेन व्हिटो. त्यात तू लक्ष घालू नकोस. तू गप्प बस."

तो गप्प बसला आणि त्यानं नजर दुसरीकडे वळवली. "ओ. के." त्यानं गर्दीच्या प्रवाहात त्याचा ट्रक घातला. "तुझ्या दृष्टीनं मला किती महत्त्व आहे, हे मला कळलं आता."

आपली चूक झाली अशी टोचणी तिला लागली. "सॉरी व्हिटो. मी तसं म्हणायला नको होतं. ग्रॅनला आता ते संगीत ऐकवता येणार नाही म्हणून मला वाईट वाटतं. आणि खरोखरच तिला आनंदी पाहावं असं मला वाटतं, पुन्हा एकदा."

"अगं, तुझा चेहरा पाहिला तरी तिला आनंद होतो!" पण त्यानं तिच्याकडे बघितलं नाही. लाल दिवा बघून ट्रक थांबवला आणि त्यामुळे ती घाबरलीच.

"व्हिटो, मी सॉरी म्हटलं ना! तू गप्प बस असं मी म्हणायला नको होतं. माझ्याबद्दल कुणाला काय वाटेल याची चिंता करायची मला सवयच नाही. कुणाच्यातरी मताला मी महत्त्व द्यायलाच हवं."

"ठीक आहे सोफी." पण तसं ते ठीक नव्हतं. तिला ते समजलं; पण ती चूक कशी सुधारावी हे तिच्या लक्षात येत नव्हतं, म्हणून तिनं तो विचार सोडून दिला आणि ती दुसऱ्या दिशेनं विचार करू लागली.

"व्हिटो, तुला तो माणूस सापडला नाही ना? तो सायमन व्हर्टॅनियन?"

त्यानं ओठ आवळले. "नाही, पण गेममधली दोन्ही माणसं आम्हाला मिळाली."

"जिवंत?"

"एक जिवंत आहे."

तिनं श्वास घेतला. "अर्धवट राहिलेली सगळी कामं सायमन पूर्ण करतोय, असं वाटतं. हो किनई?"

त्याच्या गालाचा एक स्नायू तडतडू लागला. "असं दिसतंय खरं."

"मी काळजी घेतेच आहे व्हिटो. माझी काळजी करण्यानं तुझ्या कामावरचं तुझं लक्ष विचलित होऊ देऊ नकोस."

मग त्यानं तिच्याकडे पाहिलं. त्याचे डोळे भावूक झाले आणि तिच्या मनातली भीती त्यामुळे दूर होऊन तिला हायसं वाटलं. "ठीक आहे. कारण मी तुझ्यात गुंतत चाललोय सोफी. मला काय वाटतं, याचा तू विचार करावास, अशी माझी इच्छा असते आणि तुला काय होतंय याची काळजी घेणं, हे माझंच काम आहे असं मला वाटतं."

यावर कसा प्रतिसाद द्यावा हे तिला उमजलं नाही. "हे खूप महत्त्वाचं आहे व्हिटो, विशेषत: माझ्यासाठी."

"मला माहीत आहे. म्हणूनच मी शांत राहायचं ठरवलंय." त्यानं तिच्या मांडीवर थोपटलं. मग तिचा हात हातात घेतला. "काळजी करू नकोस सोफी. मला तुझी काळजी वाटते याचा अर्थ तुझ्यावर ताण वाढावा असं नाही."

ती त्याच्या हाताकडे एकटक बघू लागली. तिच्या गोऱ्या त्वचेवर त्याचा मजबूत हात काळसर दिसत होता. "माझ्या मनाचा कधीकधी गोंधळ होतो आणि काहीतरी फिसकटतं. तसं या बाबतीत खरोखरच होऊ नये असं मला वाटतं. आपलं जे काय आहे त्या बाबतीत."

"काळजी करू नकोस. आता सध्यातरी मागे टेकून बस आणि आराम कर." त्याचे डोळे वक्र झाले. "नदी ओलांडून आपण जंगलात चाललोय. आपण ग्रॅनकडे चाललोय."

तिनं त्याच्याकडे डोळे किलकिले करून पाहिलं. "तू भला मोठा वखवखलेला लांडगा आहेस, असं मला का वाटतं?"

तो हलकंसं हसला. "तुला मी खाऊन टाकेन असं वाटतं की काय तुला सोफी?"

हसतहसतच तिनं त्याचं चुंबन घेतलं. "बरं, बरं गाडी चालव, व्हिटो."

नंतर ते हलक्याफुलक्या विषयावर बोलत राहिले. लेना, सायमन, कुठल्याही नात्यांमधलं गांभीर्य असे विषय सोडून. नर्सिंग होमपाशी पोहचल्यावर तिला ट्रकमधून उतरायला त्यानं मदत केली. मग ट्रकच्या मागच्या भागात ठेवलेली मोठी शॉपिंग बॅग त्यानं बाहेर काढली.

"काय आहे त्यात?"

त्यानं ती बॅग पाठीमागे लपवली. "ग्रँडमासाठी आणलेल्या काही किरकोळ वस्तू आहेत या बॅगमध्ये."

चालताचालता तिचे ओठ चावले गेले. "म्हणजे मीच आता भला मोठा वखवखलेला लांडगा आहे का?"

तो समोर पाहून चालत होता. "माझं छप्पर तू केव्हाही उडवून लावू शकतेस."

तिनं हसू दाबण्याचा प्रयत्न केला, पण तरी हसू फुटलंच. "तू दुष्ट आहेस व्हिटो चिकोटेली, अगदी आतून-बाहेरून दुष्ट!"

ॲनाच्या दारात ती दोघं उभी असताना त्यानं पटकन तिच्या ओठांचं चुंबन घेतलं. "हं, असं लोक म्हणतात खरं."

तिच्या बेडवरून ॲना गरूडाच्या नजरेनं त्यांच्याकडे पाहत होती आणि सोफीला शंका आली की, म्हणूनच व्हिटोनं दारात उभं राहून तिचं चुंबन घेतलं की काय! ॲना चांगली दिसली असं सोफीला वाटलं. तिनं तिच्या दोन्ही गालांचं चुंबन घेतलं. "हाय, ग्रॅन."

"सोफी!" आपला थरथरता हात ॲनानं तिच्या गालापर्यंत नेला. एवढी हालचालही तिनं बऱ्याच काळात केली नव्हती. "तुझ्या तरुण दोस्ताला तू परत आणलेलं दिसतंयस."

व्हिटो तिच्या बेडच्या जवळच बसला. "हॅलो ॲना!" त्यानं तिच्या गालाचं चुंबन घेतलं. "आज तू आणखी चांगली दिसतेयस. तुझे गाल अगदी गुलाबी झालेयत."

ॲना त्याच्याकडे पाहून हसली. "तू खूशमस्कऱ्या आहेस. मला आवडलास तू."

तोही तिच्याकडे पाहून हसला. "मलाही वाटलं तुला आवडेल." त्यानं बॅगमध्ये हात घालून लांब दांडी असलेला गुलाब बाहेर काढला आणि ऐटबाजपणे तिला 'नजर' केला. "तुला फुलंही आवडतील असं मला वाटलं."

ॲनाच्या डोळ्यात चमक आली आणि आपल्या डोळ्यांना दंश होतोय, असं सोफीला वाटलं. "व्हिटो!" ती पुटपुटली.

व्हिटोनं चटकन तिच्याकडे पाहिलं. "तुलाही मी काही फुलं देऊ शकलो असतो; पण नाही. तुझं सारखं चालू होतं, 'थांब, व्हिटो.' आणि 'तू फार दुष्ट

आहेस, व्हिटो' असं.'' त्यानं ती फुलांची दांडी ॲनाच्या हातात देऊन तिचे हात जोडले. ''मी त्याचे काटे काढून टाकले आहेत. वास येतोय तुला त्याचा?''

ॲनानं मान हलवली. ''येतोय ना! गुलाबांचा वास घेऊन बराच काळ उलटलाय.''

आपल्या डोक्यात हे कधी का आलं नाही याबद्दल सोफीला स्वत:चाच राग आला; पण व्हिटोनं आणलेल्या वस्तू संपल्या होत्या, असं तिला दिसलं नाही. लवकरच उमलणाऱ्या गुलाबांचा एक मोठा गुच्छ आणि चिनी मातीची काळी फुलदाणी बॅगमधून बाहेर काढून तिच्या बेडजवळच्या स्टुलावर त्यानं काळजीपूर्वक ठेवली. त्या फुलदाणीवर बाहेरच्या बाजूनं स्फटिकाचे बारीकबारीक तुकडे बसवलेले होते. ते रात्रीच्या आकाशातल्या ताऱ्यांसारखे चमचमत होते. त्यानं फुलदाणीत त्या गुलाबांची सुंदर रचना केली.

''आता तुला आणखी जास्त चांगला वास घेता येईल.'' तो म्हणाला आणि त्या स्टुलावरची प्लास्टिक सुरई सोफीच्या हातात दिली. ''या फुलांसाठी थोडं पाणी आणशील सोफी?''

''हो, आणेन ना!'' पण ती सुरई हातात धरून ती दारातच घुटमळली. व्हिटोचं अजून संपलंच नव्हतं. त्यानं छोटा कसेट-प्लेयर त्या बॅगमधून बाहेर काढला.''

''माझ्या आजोबांकडे रेकॉर्ड्सचा संग्रह होता.'' तो म्हणाला आणि ॲनाचे डोळे विस्फारले.

''तू संगीताच्या रेकार्ड्सही आणल्यास?'' ती कुजबुजली आणि सोफीनं मनातल्या मनात लेनाचा धिक्कार केला. असा कसेट-प्लेअर आणण्याचं आपल्या लक्षात आधी आलंच नव्हतं, याबद्दल मग तिनं स्वत:चाही धिक्कार केला.

''नुसतं कुठलंतरी संगीत नाही.'' व्हिटो हसून म्हणाला. त्यामुळे सोफीचा श्वास जरासा अडखळला.

ॲनानं तोंड उघडलं. मग तिनं ओठ घट्ट दाबले. ''तुझ्याकडे... ऑर्फिओ आहे?'' तिनं विचारलं. नकार ऐकावा लागेल या भीतीनं एखादं मूल श्वास रोधून पाहतं तसं ती पाहू लागली.

''हो!'' त्यानं टेप सुरू केली आणि शे फॅरोच्या सुरुवातीची धून सोफीला लगेच ओळखू आली. या ॲनाच्या एकटीच्या आवाजातल्या गाण्यानं तिला खूप वर्षांपूर्वी कीर्ती मिळवून दिली होती. मग तिच्या मेझो-सोप्रॅनोनं छोट्या स्पीकरमधून भरारी घेतली आणि रोधून ठेवलेला श्वास ॲनानं सोडला, डोळे मिटले आणि ती स्वस्थ बसली. जणूकाही ती याचीच वाट बघत होती. सोफीचा गळा दाटून आला आणि गाण्यातल्या शब्दानुसार ॲनाच्या ओठांची हालचाल होताना पाहून सोफीच्या हृदयात कळ उठली.

तिच्या आजीच्या चेहऱ्यावरून व्हिटोची नजर ढळत नव्हती आणि त्यामुळे

सोफीच्या हृदयातली कळ अधिकच तीव्र झाली. तिला खूश करण्यासाठी त्यानं हे केलं नव्हतं. त्यानं हे केलं होतं, त्या वृद्ध स्त्रीच्या चेहऱ्यावर पुन्हा एकदा हसू परत आणण्यासाठी.

पण ॲना हसत नव्हती. गाणं गाण्यासाठी श्वास घेण्याचा प्रयत्न तिनं केला असता तिच्या गालांवरून अश्रू ओघळू लागले; पण तिची फुफ्फुसं अशक्त झाली असल्यामुळे त्यातून फक्त केविलवाणा कर्कश्श आवाजच आला.

ॲनाचे निष्फळ प्रयत्न पाहू शकत नसल्यामुळे किंवा ते प्रयत्न तिनं सोडून दिल्यामुळे तिला जे दुःख झालं ते पाहून सोफी एक पाऊल मागे सरकली. ती प्लास्टिक सुरई छातीशी धरून सोफी वळली आणि चालायला लागली.

"सोफी," एका नर्सनं तिला थांबवायचा प्रयत्न केला. "काय झालं? ॲनाला काही हवंय का?"

सोफीनं मान हलवली. "नाही, फक्त पाणी हवंय. मी आणतेय ते." त्या हॉलच्या एका टोकाशी असलेल्या छोट्या किचनमध्ये ती गेली आणि थरथरत्या हातांनी नळ सुरू केला. आपल्या भावनांवर ताबा ठेवत तिनं ती सुरई भरली आणि नळ बंद केला.

आणि स्तब्ध उभी राहिली. आता दुसराच आवाज तिच्या कानावर आला, पण तो ॲनाचा मुलायम मेझो नव्हता. तो भरदार बॅरिटोन होता. आणि लोहचुंबकासारखं त्यानं तिला त्याच्याकडे ओढलं.

धडधडत्या हृदयानं ती ॲनाच्या दाराशी परतली, तेव्हा तिथे सहा नर्सेस श्वास रोधून, मंत्रमुग्ध होऊन ऐकत उभ्या होत्या. त्यांच्यामधून वाट काढत सोफी आत आली आणि थबकलीच! आणि एकटक पाहतच राहिली.

त्याच अद्भुत क्षणी ती प्रेमात पडली होती, हे तिच्या नंतर लक्षात आलं.

तिची चूक झाली होती. सगळ्यात चांगला पुरुष फक्त आँट फ्रेयाला मिळाला होता असं नाही. तिच्या आजीच्या शेजारी बसलेला तो ॲना म्हणून शकत नव्हती ते गाणं अत्यंत प्रभावी आणि शुद्ध स्वरात गात होता. त्याच्या चेहऱ्यावर सौम्य भावुकता पसरली होती आणि ॲनाचे डोळे त्याच्या ओठांची हालचाल प्राणपणाने टिपत होते. त्याचा प्रत्येक सूर आनंदित होऊन ती प्राशन करत होती. ते पाहताना तेवढीच वेदना ती अनुभवत होती.

पण सोफीनं ते पाहिलं होतं आणि व्हिटोनं शेवटच्या ओळी म्हटल्या तेव्हा तिचे गाल ओले झाले होते, पण तिचे ओठ हसत होते. तिच्या मागे उभ्या असलेल्या सगळ्या नर्सेसनी एकदमच उसासा टाकल्याचं तिला ऐकू आलं आणि त्या हुंदके देत परतल्या.

व्हिटोनं तिच्याकडे एक नजर टाकली आणि भुवया उंचावल्या. "ती सुरई तू

तुझ्या डोळ्यातल्या पाण्यानं भरली असशील, तर हे गुलाब कोमेजून जातील सोफी!'' त्यानं तिला चिडवलं. त्यानं ॲनाच्या डोक्याजवळ स्वत:चं डोकं वाकवलं. ''आपण तिला रडवलं.''

''सोफी पहिल्यापासून रडकीच आहे. अगदी कार्टून्स पाहिली तरी ती रडायची!'' पण तिच्या त्या शब्दांमध्ये केवळ प्रेमच भरलेलं होतं.

''मी कार्टून्स पाहताना रडत होते, हे तू पाहिल्याचं मला ठाऊक नव्हतं ग्रॅन.''

''मी प्रत्येक वेळी तुला पाहत होते सोफी.'' तिनं अवघडल्यासारखं सोफीच्या हातावर थोपटलं. तुला लहानाची मोठी होत असताना पाहणं हा माझ्यासाठी आनंद होता. तुझा हा तरुण दोस्त मला आवडला. त्याला तू सांभाळायला हवंस.'' तिची एक भुवई वर गेली. ''मी काय म्हणाले ते तुला कळलं ना?''

तिला उत्तर देताना तिनं व्हिटोकडे पाहिलं. ''होय मॅडम, मला नक्कीच कळालंय.''

शुक्रवार, १९ जानेवारी, रात्री ८.०० वा.

काहीतरी वेगळं घडलं होतं, असं व्हिटोला जाणवलं. जवळीक. ती दोघं त्याच्या ट्रककडे जात असताना ती कशी त्याला बिलगून चालत होती आणि त्याच्याकडे सस्मित नजरेनं पाहत होती, हे तर आणखीच विशेष!

''गाणं म्हटल्यानं तुझा राग शांत होतो, हे मला ठाऊक असतं, तर मी रविवारी रात्रीच गायलो असतो. खरंतर, त्यामुळे माझं भाग्य उजळणार असेल, तर तुला मी हवं ते गाईन.'' त्यानं तिच्यासाठी दार उघडलं, पण ती ट्रकमध्ये शिरण्याऐवजी त्याच्या मिठीमध्ये शिरली. तिनं घेतलेलं चुंबन प्रेमानं ओतप्रोत भरलेलं होतं आणि या वेळी थंडगार हवा असलेल्या पार्किंग लॉटमध्ये आपण नसतो, तर चांगलं झालं असतं असं त्याला वाटलं.

''फक्त गाण्यामुळंच नाही. सगळंच. तू तिचा हातात घेतलास आणि ती तुझ्याकडे ज्या तऱ्हेनं पाहत होती. तू खूप चांगला आहेस व्हिटो चिकोटेली.''

''तू म्हणालीस की, मी आतून-बाहेरून दुष्ट आहे.''

तिनं त्याच्या ओठाचा चावा घेतला आणि त्यामुळे त्याच्या नसानसात वासना उफाळून आली. ''तू तसाही आहेस आणि असाही आहेस.'' ती ट्रकमध्ये बसली आणि त्याच्याकडे तिनं पाहिलं. ''मला वाटतं, लोकल ऑपेरा सोसायटीला फोन करावा. कदाचित ते काही जणांना ग्रॅनीकडे पाठवतील. हे संगीताचं माझ्या लक्षात यायला हवं होतं व्हिटो. तिच्या सगळ्या आयुष्यातच संगीत होतं. मला ते समजलं नाही, हे मलाच खरं वाटत नाही.''

"तुझं सगळं लक्ष तिची प्रकृती सुधारण्यावरच होतं." व्हिटो स्टिअरिंग व्हीलच्या मागे बसला आणि त्यानं दार धाडकन लावून घेतलं. "स्वत:ला दोष देऊ नकोस."

त्याचा ट्रक गर्दीतून जाऊ लागला आणि ॲनाच्या घराकडे निघाला. "हं, तुला सांगायचं राहिलं. टिनोनं मला रेकॉर्डिंग करून दिलं."

"पण तू त्याचा विचार केलास आणि फुलांचाही. मी तोही विचार करायला हवा होता."

"आणखी एक मी तुला सांगायला हवं. ते गुलाब नुसते दिसण्यापुरते आहेत. ती फुलदाणी म्हणजे तुझ्या आजीसाठी एक कॅमेरा आहे."

"काय?"

"ते स्फटिकाचे सगळे तुकडे? त्यापैकी एक कॅमेरा आहे. नर्स मार्को ही खरंच हलकट आहे का हे तुला आता कळेल."

सोफीनं त्याच्याकडे पाहिलं. "तू खरंच अजब आहेस!"

"नाही, तसं नाही. तू काल रात्री किल्ला बांधत होतीस तेव्हा माझा मेहुणा अयदान टिनोला काही युक्त्या देत होता, त्यातून टिनोनं ही युक्ती निवडली. टेसशी बोलताना कॅमेऱ्याचा उल्लेख केला नाहीस, तर बरं होईल. लोकांच्या इच्छेविरुद्ध कुणाचे फोटो काढलेले तिला चालत नाही."

"माझं तोंड मी बंद ठेवीन."

"ठीकय. आता आपण तुझ्या घरी जाऊ या. मी तुला माझं गाणं ऐकवेन पुन्हा. मी अजब माणूस आहे, एवढं मात्र लक्षात ठेव."

ती हसली. "नंतर किल्ला बांधण्यात मी मदत करेन असं मी मुलांना म्हटलंय. मग आपण ग्रॅनच्या घरी जाऊ आणि... मजा करू. खूप! खूप!"

व्हिटोनं उदासपणे उसासा टाकला. "मिंक प्राण्यासारखा संभोग करावा जिन्यामध्ये असा विचार मी करत होतो."

ती नतद्रष्टासारखं हसली. "पहिल्यांदा मी किल्ला बांधते. तू हल्ला कर."

त्यांना ट्रकमधून जाताना त्यानं पाहिलं. त्याचं नशीब चांगलं होतं, असं त्याला वाटलं. ट्रकचं दार लावण्याचा आवाज येण्यापूर्वी त्यानं कानाचा स्पीकर काढला हे बरं झालं, नाहीतर त्याच्या कानाचा पडदाच फाटला असता. त्या पोलिसानं ट्रकचं दार एक मिनिट अगोदर लावलं असतं, तर ते जादूई शब्द ऐकायला मिळाले नसते.

पण त्याचा नशिबावर विश्वास नव्हता. फक्त बुद्धिमत्ता, कौशल्य आणि भवितव्य! मूर्ख लोकच नशिबावर विश्वास ठेवतात, असं त्याचं म्हणणं होतं आणि

तो मूर्ख नव्हता. स्वत:च्या बुद्धिमत्तेच्या जोरावरच तो टिकून होता आणि टिकणार होता. व्हॅन झॅण्ड्टचा विचार त्याच्या डोक्यात आला. भारीचा सूट घालून तो तुरुंगात बसून होता, याचं त्याला खूप समाधान वाटत होतं; पण त्यात थोडी खंतही होती. व्हॅन झॅण्ड्टसारखा चतुर उद्योजक तुरुंगात खितपत पडणं हे लाजिरवाणं होतं; पण असे आणखी कितीतरी चतुर लोक जगामध्ये होते.

त्यानं आधीच अशा एकाशी संपर्क साधला होता. व्हॅन् झॅण्ड्ट सर्वांत मनस्वी आणि दुष्ट प्रतिस्पर्धी होता आणि तो अजूनही प्रगतिपथावर होता. आतापर्यंत केलेलं काम सोबत घेऊन सायमन त्याला भेटला होता आणि पंधरा मिनिटांच्या आत त्यांचं एकमत झालं होतं. हा दि इन्क्विझिटर अजून झळकायचा होता आणि डेरेकचा खून आणि व्हॅन झॅण्डट्चा तुरुंगवास यामुळे माजलेल्या खळबळीमुळे त्याचा खप गगनाला भिडला होता. बाकीच्या सगळ्या खुनांचा तर प्रश्नच नव्हता.

आणि अखेरीस, त्याला हवं ते सगळं मिळणार होतं. प्रसिद्धी! स्वत:चं करिअर सुरू करण्यासाठी एक प्लॅटफॉर्म. त्याच्या पेंटिंगची विक्री होण्यासाठी हवी असलेली कुप्रसिद्धी! आता तो फ्रेझिअर लुई नाव लावू शकणार नव्हता, पण हरकत नव्हती. त्याच्या पेंटिंगवर कोणतं नाव असेल, ते महत्त्वाचं नव्हतं. ते पेंटिंग त्याचं होतं हे लोकांना ओळखू येणं हे महत्त्वाचं होतं.

पेंटिंगची आणखी एक मालिका पूर्ण करणं आवश्यक होतं. राणीच्या बाबतीत व्हॅन झॅण्ड्टचं मत बरोबर होतं. सोफी जोहान्सनला पाहिल्याबरोबर तिच्यामध्ये आवश्यक ते सर्व असल्याचं सायमनला पटलं होतं. प्रत्येक दृश्य परिपूर्ण झाल्याशिवाय आपण तो गेम सोडून जाऊ शकणार नाही, हे त्याला चांगलं ठाऊक झालं होतं. सोफी जोहान्सनला मरताना त्याला पाहायचं होतं.

त्या तरुणीनं स्वत: स्मार्ट आणि सावध असल्याचं सिद्ध केलं असलं, तरी प्रत्येक क्षणी ती पोलिसांच्या संरक्षणात होती; पण घोळक्यातून तिला बाजूला कसं करायचं हे त्याला आता कळलं होतं.

शुक्रवार, १९ जानेवारी, रात्री ११.३० वा.

"हे टॉवर छान झालंय." हसत हसत सोफीनं मायकेलकडे पाहिलं. "हे ठोकळेही सुंदर आहेत." ती आणि पिअर्स चार फूट व्यास आणि तीन फूट उंच असलेल्या अर्धवर्तुळाच्या मागे बसले होते. ते गुळगुळीत लाकडी ठोकळ्यांचं तयार केलं होतं. त्या अर्धवर्तुळात छोट्या-छोट्या खिडक्याही केल्या होत्या. हल्लेखोरांपासून संरक्षण करण्यासाठी त्या खिडक्यांतून बाण फेकता येतील, अशी

माहिती सोफीनं त्यांना दिली.

मग त्यांना धनुष्य-बाणांचा नर्फ सेट आणण्यासाठी शहरातल्या क्रीडासाहित्याच्या दुकानात जावं लागणार होतं. आदल्या रात्री वापरलेली व्हिटोच्या कपाटातली पुस्तकं पुन्हा जागेवर ठेवली गेल्यामुळे त्याची लिव्हिंग रूम म्हणजे नॉर्मन कॅसल झाली होती, अशी कुरकुर तो करू शकणार नव्हता.

त्यापैकी एका लाकडी ठोकळ्यावर सोफीनं तिची बोटं घासली, तेव्हा व्हिटोच्या लक्षात आलं की, सोफीला एकही खडबडीत ठोकळा सापडणार नाही. "इतके गुळगुळीत ठोकळे तयार करण्यासाठी खूप खर्च आला असणार."

व्हिटोच्या वडलांनी या बोलण्याकडे लक्ष नसल्याचं भासवलं. "माझ्याकडे काही जुने ठोकळे पडून होते. शाळा सुटल्यावर आज डॉम् आणि टेस्‌नं शोधून काढले." पण ते हसत होते, हे व्हिटोच्यासुद्धा लक्षात आलं होतं.

"आम्ही लहान असताना डॅडनी ते स्वतःच्या हातांनी तयार केले होते." व्हिटो त्याच्या आरामखुर्चीत बसला होता, तिथून म्हणाला. त्या खुर्चीचा आता उघड-बंद पूल झाला होता. बाकीचं फर्निचर एकतर तिथून हलवलं होतं किंवा पालथं केलं होतं आणि त्यामुळे किल्ल्याभोवतीच्या तटबंदीसारखं ते दिसत होतं. "डॅड हे निष्णात सुतार आहेत."

सोफीनं डोळे विस्फारले. "खरंच? हं. म्हणूनच ट्रेब्यूशे इतकं झकास झालंय! वा: फारच छान!"

"मी तयार आहे." ते ट्रेब्यूशेचं मॉडेल जागेवर ठेवत कॉनर म्हणाला. त्यांनी काल रात्री केलेलं लाकडी-चमच्यांचं ट्रेब्यूशे आता तिथे नव्हतं. त्याऐवजी तिथे आता स्केल मॉडेल आलं होतं. त्यावरून आता थँक्स-गिव्हिंग टर्की कोंबडीही बाहेर फेकता आली असती. कॉनरला फ्रोझन चिकन खाऊन पाहण्याची इच्छा होती, पण सोफीनं त्याच्या इच्छेकडे दुर्लक्ष केलं होतं आणि हे बरंच झालं होतं.

आपले वडील दिवसभर या मॉडेलवर काम करत बसले असावेत अशी शंका व्हिटोला आली. त्यांच्याकडे लाकूड तासण्यासाठी नेहमीच चाकू असे. त्याचा उपयोग करत ते नक्षीकाम त्यांनी केलं असावं. पूर्वीच्या काळी त्यांच्या हत्यारांच्या साहाय्यानं तासाभरात असं मॉडेल ते तयार करत असत, पण त्यांना हृदयविकार जडल्यापासून कपाटं बनविण्याचा उद्योग त्यांना बंद करणं भाग पडलं आणि ती हत्यारंही त्यांना विकावी लागली.

"नाही, तू तयार नाहीयेस." सोफीनं कॉनरला सांगितलं. "फेकण्यासाठी तुझ्याकडे अजून काहीच नाहीये."

"ही लढाई तुला आता रस्त्यावर न्यावी लागेल." व्हिटो शुष्कपणे म्हणाला. "आता जवळपास मध्यरात्र झालीये आणि पिअर्स आणि कॉनरला झोपणं गरजेचं

आहे.'' त्यानं खरंतर रात्र झाल्याबरोबर झोपायला हवं होतं.

''अंकल व्हिटो,'' पिअर्स कुरकुरत म्हणाला, ''मला उद्याही काम करायचंय. टेस्, डॉमिनिक?''

''आम्ही आलोय.'' टेस् म्हणाली आणि ती आणि डॉम् किचनमधून शिजवलेले पास्ता भरलेल्या झिपलॉक बॅग्ज् घेऊन बाहेर आले. ''हल्ला होण्यासाठी मी पूर्वी कधीच स्वयंपाक केलेला नाही, पण आज केलाय.''

एक महाभयंकर लष्करी कारवाई सुरू झाली. प्रत्येक मुलानं आळी-पाळीनं ट्रेब्यूशेचा ताबा घेतला आणि सोफी आणि मायकेलनं ती तटबंदी पुन:पुन्हा बांधली.

टेस् व्हिटोच्या मागे लपली. ''कितीतरी वर्षांत डॅडना अशी मजा घेता आली नव्हती.''

''मॉम त्यांना तसं करू देत नाही.'' व्हिटो पुटपुटला. ''त्यांच्या प्रत्येक श्वासावर तिचं लक्ष असतं.''

''ठीकय. मॉम सध्या इथे नाहीये. मी तिला आणि टिनाला रात्रभर उघडं असलेल्या वॉल-मार्टमध्ये किराणा सामानाची लांब-लचक यादी देऊन पाठवलंय. तुम्ही लोक किचनमध्ये पुरेसं सामान कधीच भरून ठेवत नाही. मॉली हॉस्पिटलमधून घरी परत येईल तेव्हा बरेच पदार्थ तयार करून फ्रीझरमध्ये ठेवून देणार आहे.'' तिनं खांदे उडवले. ''मॉमची काहीतरी सोय व्हायला हवी, म्हणजे ती खूश होते. डॅड खूश व्हायला हवेत. मुलं तर आनंदून गेली आहेत. तूसुद्धा खूश दिसतोयस व्हिटो.''

व्हिटोनं मान वर करून तिच्याकडे पाहिलं. ''मी खूश आहेच.''

टेस् त्याच्या खुर्चीच्या हातावर बसली. ''मला समाधान वाटतंय. मला तुझी सोफी आवडली व्हिटो.''

त्याची सोफी सध्या त्या पास्त्याची बॅग लपवण्याच्या प्रयत्नात होती. ''मलासुद्धा.'' एकमेकांच्या कुटुंबासाठी आज रात्री काहीतरी केल्याचं समाधान त्याला आणि सोफीला वाटत होतं. बऱ्याच काळापासून असा नातेसंबंध निर्माण व्हावा, अशी व्हिटोची इच्छा होती. त्याची आज छानदार सुरुवात झाली होती.

''आज चांगली सुरुवात झाली!'' टेस् पुटपुटली. ''चांगल्या आयुष्याची. तुझ्या बाबतीत हे व्हायलाच हवं होतं.'' ट्रेब्यूशेतून फेकलेली एक बॅग त्या खोलीच्या छतावर आदळली, फुटली आणि त्यातला चिकट रस सगळ्या खोलीभर पसरला तेव्हा ती आणि सोफी एकदम कर्कश्श किंचाळल्या.

व्हिटोनं चेहरा कसनुसा केला. ''आता हे डाग छतावरून आणि भिंतींवरून कधीच जाणार नाहीत. हो ना?''

टेस् हसली. ''तुझ्या भविष्यकाळातही ह्या भिंती अशाच होणार आहेत, असं

मला वाटतं व्हिटो.''

हे ऐकून सोफी आणि मायकेल वेड्यासारखे हसायला लागले आणि मग व्हिटोलाही हसावंच लागलं. अखेरीस, आपल्या केसात अडकलेला पास्ता बाहेर काढत सोफी उभी राहिली. ''चला, आता झोपायची वेळ झाली.'' पिअर्स कुरकुरू लागला, तसं ती म्हणाली, ''नाही, सेनापती कुरकुरत नसतात. ते कूच करतात. आता शांतपणे खाली जा. गूसला उठवू नकोस.'' मुलं खाली गेल्यावर सोफीनं व्हिटोकडे पाहिलं. ''बकेट आणि फडकी?''

''मागच्या व्हरांड्यात.'' असं म्हणून तो खुर्चीतून उठला. ''तुम्ही बसा पॉप. तुम्ही थकलेले दिसताय.''

मायकेल बसले. ते खरंच थकलेले दिसत होते, पण त्यांचा चेहरा आनंदी दिसत होता. ''खूप मजा आली! प्रत्येक शुक्रवारी रात्री आपण हे करायला हवं. तू सुरुवात केलीस व्हिटो.''

व्हिटोनं उसासा टाकला. ''पास्ता माझ्या भिंतीवर आणि डो-नट्स माझ्या टीमला. डॉम, टेस हे ठोकळे उचलायला मला मदत करा.'' त्यांनी ते भिंतीशी रचून ठेवले, तेव्हा व्हिटोच्या लक्षात आलं की, सोफी बकेट घेऊन अजून परतलेली नव्हती. त्याची धडधड वाढली. त्यानं तिला उगाच दृष्टिआड होऊ दिलं. फक्त मागच्या व्हरांड्यातच, पण तरी दृष्टीआड. ''मी आता येतो.'' तो चिंतेच्या सुरात म्हणाला.

मग मागच्या व्हरांड्यात पोहचल्यावर त्यानं मोकळा श्वास घेतला. तिथे सोफी डान्टेच्या शेजारी उभी होती. तो फुरंगटून पालथ्या बकेटवर बसला होता.

''तू स्वत:वरच रागावलायस असं दिसतं.'' ती म्हणत होती. ''तुला काहीच मजा मिळाली नाही पाहायला.''

''मी तिथे कुणालाच नको होतो.'' तो धुसफुसत म्हणाला. ''मग मी तुला बकेट का देऊ?

''एक म्हणजे मी मोठी आहे, म्हणून तू माझं ऐकायला हवंस. नंबर दोन – भिंतीवर माझा पास्ता चिकटलेला पाहून तुझा अंकल बहुतेक रागावलेला आहे. नंबर तीन – कारण मी तुला बकेटवरून ढकलून देण्याच्या तयारीत आहे. अर्थात तू उठला नाहीस, तरी मला ते आत न्यायचंय; पण मला तुला ढकलून द्यायची इच्छा नाही.''

डान्टेनं डोळे किलकिले केले. ''तू मला ढकलणार नाहीस.''

''तू बघच.'' ती म्हणाली. ''तू फार हट्टी झालायस डान्टे! इथे रूसून बसलायस.''

डान्टे तटकन उठून उभा राहिला आणि त्यानं बकेटला लाथ मारली. ''हे बकेट

मूर्ख, तो गेम मूर्ख आणि सगळे लोकही मूर्ख. सगळे माझा तिरस्कार करतात. मला कुणीच नको आहे.''

सोफीनं चटकन बकेट उचललं आणि ती निघाली. मग तिनं उसासा सोडला. ''तुझे लोक मूर्ख नाहीत. ते खूप चांगले आहेत, खास आहेत आणि प्रत्येकाला सगळेच हवे आहेत. आणि कुणीच तुझा तिरस्कार करत नाही.''

''मी घाणेरडा असल्यासारखं सगळे माझ्याकडे पाहतात. मी ते मीटर फोडलं म्हणून फक्त.''

ऽऽऽ ''हं, मी तर बाहेरची आहे आणि सगळंकाही पाहते आहे, पण तू मीटर फोडलंस म्हणून कुणी रागावलेलं नाहीये. म्हणजे तुला ते फोडायचं नव्हतं, फक्त तुझ्या आईवर राग काढायचा होता. पण... तुला तुझ्या आईलाही दुखवायचं नव्हतं. हो ना डान्टे?''

डान्टेनं मान हलवली; पण अजून तो रागातच होता. मग त्यानं खांदे पाडले आणि तो स्फुंदत असल्याचं व्हिटोनं पाहिलं. ''नाही, पण माझी मॉम माझा तिरस्कार करणार आहे.'' त्याला एकदम रडू आलं आणि सोफीनं त्याच्या खांद्याभोवती हात टाकले. ''मी तिला जवळपास मारून टाकलं आणि ती माझा तिरस्कार करणार आहे.''

''नाही, ती तसं करणार नाही.'' सोफी पुटपुटली. ''डान्टे, मला काय वाटतं सांगू तुला? मला वाटतं, ते मीटर तू फोडलंस का असं तुला विचारलं, तेव्हा तू खोटं बोललास. जाऊ दे, तू जी चूक केलीस ती तुला करायचीच होती. आता तू ती कबूल कर आणि जी चूक केली नाहीस, ते तू विसरून जा.'' तिचे खांदे ताठरलेले व्हिटोनं पाहिलं आणि तिचं हलकसं हसणं त्याला ऐकू आलं. ''शाब्बास! तुला रात्रभर बाहेरच बसायचंय का डान्टे?''

डान्टेनं स्वत:चा चेहरा पुसला. ''होऽ–''

''ठीक आहे. मग मी तुला काहीतरी पांघरण्याचा सल्ला देते. आता रात्री खूप थंडी पडणार आहे.'' वळून ती निघाली तर व्हिटो तिच्याकडेच पाहत होता असं तिला दिसलं. तिनं बकेट उचललं. ''मी सगळं स्वच्छ करून टाकते.''

''थँक गॉड!''

तिनं भुवया उंचावल्या. ''आणि मी लेनाविरुद्ध तक्रार करणार आहे.''

''थँक गॉड!''

ती त्याच्या मागून जाताना पुटपुटली, ''मग... मिंक्स.''

तो तिच्याकडे वळून हसला. ''थँक गॉड!''

शनिवार, २० जानेवारी, सकाळी ७.४५ वा.

"आज लवकर आलीस इथे."

सोफी त्या गोदामात चक्कर मारून आली. तिचा श्वास घशात अडकला आणि तिचा हात तिनं तोंडावर ठेवला. क्षणभर तिनं चौथ्या थिओकडे पाहिलं आणि तिचं हृदय छातीमध्ये वेगानं धडधडू लागलं.

"आमच्या या छोट्याशा म्यूझियममध्ये तुला एकदमच खूप इंटरेस्ट वाटायला लागलाय सोफी. का बरं?"

सोफीनं तिचा श्वास ताब्यात आणला आणि ती एक पाऊल मागे सरकली. अर्ध्या तासापूर्वी व्हिटो तिच्याबरोबर ऑलब्राईटमध्ये फिरला होता. ऑफिसर लिऑन्स आधीच आतल्या बाजूला येऊन बसला होता. त्याला तिसऱ्या टेड्नं आणि पॅटी अॅन्नं आत घेतलं होतं. ती काचेच्या कपाटांना पॉलिश करत होती. थिओसुद्धा म्यूझियममध्ये होता हे तिला माहीतही नव्हतं. "तुला काय म्हणायचंय?"

"काही दिवसांपूर्वी तुला टूर्सबद्दल तिटकारा वाटत होता आणि तू माझ्या वडलांना वेडपट समजून त्यांच्याशी वागत होतीस. तू इथे लवकर येतेस आणि उशिरापर्यंत थांबतेस. तू खोकी उघडतेस आणि नव-नवे टूर्स आखतेस. त्यामुळे माझे वडील खुशीत आहेत आणि येत असलेला पैसा माझी आई मोजत राहते. काय बदल झालाय ते मला कळायला हवं."

सोफीच्या छातीत तिचं हृदय अजूनही वेगानं धडधडत होतं. सायमन व्हर्टेनिअन अजूनही आजूबाजूला वावरत होता आणि थिओ ऑलब्राईटबद्दल तिला खरंच काही माहीत नव्हतं. एवढंच माहीत होतं की, तो उंच-धिप्पाड होता. सहा-दोनपेक्षाही जास्त. ती आणखी एक पाऊल मागे सरकली. लिऑन्स फक्त एका किंकाळीच्या अंतरावर होता, हे तिला बरंच वाटलं.

"पैसे मिळवायचा निर्णय मी घेतला असेल कदाचित! अर्थात मीही तुला हाच प्रश्न विचारेन. काही दिवसांपूर्वी तू इथे क्वचितच दिसत होतास. आता दर वेळी मी वळून पाहिलं की, तू इथेच दिसतोस. का?"

थिओचा चेहरा काळवंडला. "कारण मी तुझ्या पाळतीवर आहे."

सोफीनं डोळे मिचकावले. "माझ्या पाळतीवर? का?"

"कारण उगाचच विश्वास ठेवायला मी माझ्या वडलांसारखा वेडपट नाहीये." तो वळला आणि निघून गेला. सोफी त्याच्या पाठीकडे आ वासून पाहतच राहिली.

तिनं मान हलवली. थिओची भीती मनात बाळगल्यामुळे ती हास्यास्पद ठरत होती, पण या सगळ्या ऑलब्राईट्सबद्दल तिला खरंच काय ठाऊक होतं? 'सोफी, विचार कर.' सायमन तीस वर्षांचा होता आणि त्याचे वडील जज होते. थिओ

फारतर अठरा वर्षांचा होता आणि त्याचे वडील एका पुराण वस्तुसंशोधकाचे नातू होते. ती खरंच हास्यास्पद ठरत होती. थिओ केवळ एक विचित्र पोरगा होता; पण तरी...

खोकी उघडण्यासाठी थिओनं वापरलेली कुऱ्हाड तिला दिसली आणि ती सहजपणे उचलता येईल अशा ठिकाणी तिनं ठेवली. ऑफिसर लिऑन्स तिच्या संरक्षणासाठी असला, तरी तिनं स्वत: सावध राहणं चूक नव्हतं.

अॅटलानन्टा, जॉर्जिया, शनिवार, २० जानेवारी, सकाळी ८.४५ वा.

"डॅनिअल, बघ. हे मॉमकडून आलंय."

डॅनिअलनं टपाल निवडता निवडता वर पाहिलं, तर सुसाना कागदाच्या एका तुकड्यावर एकटक पाहत होती, असं त्याला दिसलं. त्यानं लगेच ओळखलं की, त्याचे आई-वडील ज्या हॉटेलमध्ये राहिले होते, त्या हॉटेलमधलाच तो कागद होता. "तिनं ते आपल्याला उद्देशून लिहिलंय? आणि स्वत:च्याच पत्त्यावर पाठवलंय? का?"

सुसानानं मान हलवली. "ती असं म्हणते की, तिनं तुलासुद्धा एक पत्र पाठवलं." तिनं तिच्यासमोरचा ढीग विस्कटला, तर तिला तेही सापडलं होतं. तिनं ते त्याला दिलं. तिनं तिचं पत्र नाकाजवळ धरलं तेव्हा डॅनिअलनं त्याचं पत्र उघडलं. "तिच्याच पर्फ्यूमसारखा वास येतोय!"

डॅनिअलनं आवंढा गिळला. "तो पर्फ्यूम मला नेहमीच आवडत होता." त्यानं ते पत्र काळजीपूर्वक वाचलं आणि आईनं बऱ्याच अस्पष्ट गोष्टी स्पष्ट केल्याचं समाधान त्याला झालं असलं, तरी वाईटही वाटलं. "सायमनला शोधण्याच्या बाबतीत डॅड खोटं बोलतायत हे तिनं ओळखलं होतं, पण त्यांच्यासोबत प्रत्येक ठिकाणी जाण्यासाठी तिला शक्तीही राहिली नव्हती."

"दोन्ही पत्रातला मजकूर सारखाच आहे का?" सुसानानं विचारलं.

ती दोन्ही पत्रं त्यांनी शेजारीशेजारी ठेवली. "तसंच वाटतंय. ती कोणताच धोका पत्करायला बहुतेक तयार नव्हती."

"ती दोन दिवस त्या हॉटेलमध्ये बसून होती. डॅनिअल, आणि डॅड परतण्याची वाट पाहत होती."

"ते सायमनला भेटायला गेले होते, असा माझा अंदाज आहे." डॅनिअल पुटपुटला.

"पण मी दोन तासच बाहेर होते." सुसानाच्या आवाजात वेदना होती. "ती तिथे वेदना सहन करत राहिली आणि दोन दिवस ती एकटी राहिली, पण तिनं मला एकदाही फोन केला नाही."

"सायमन तिचा लाडका होता. आपण दोघं लहान होतो तेव्हापासून. ती असा भेदभाव करत असल्याची खंत अजूनही का वाटते आपल्याला, कळत नाही. आमच्यावर तरी प्रेम कर किवा सायमनवर तरी, असं आपल्याला वाटत होतं."

"तो सुधारेल अशी शेवटपर्यंत तिला आशा होती." सुसानानं ते पत्र टेबलावर ठेवलं. "आणि तिचा त्याच्यावर विश्वास होता." तिच्या डोळ्यात अश्रू तरळले. "डॅड बेपत्ता झाले होते, हे तिला ठाऊक होतं आणि तरी ती सायमनला भेटायला गेली."

डॅनिअलनं श्वास सोडला. "आणि त्यानं तिचा जीव घेतला." तुला हे जर समजत असेल, तर बहुतेक या जगात मी नाहीये. तुला जर हे समजत असेल, तर तुझ्या भावाबद्दलचं तुझं मत योग्य होतं याबद्दल तुला समाधान वाटू शकेल. "ती त्याला भेटली होती आणि त्यानं तिचा गळा दाबून तिला कुठेतरी फेकून दिलं." त्यानं सुसानाकडे पाहिलं. त्याच्या बोलण्यातला कडवटपणा त्याला आवरता आला नव्हता. "आणि माझं एक मन म्हणतंय, तिच्या बाबतीत जे झालं ते योग्यच झालं."

सुसाननं खाली पाहिलं. "मलाही तसंच वाटलं. म्हणूनच तिनं ही पत्रं स्वत:लाच पाठवली. सायमनला ती भेटली तो केवळ निरपेक्षपणा असेल, तर तिच्या लाडक्या मुलाच्या चारित्र्याबद्दल तिला वाटणारी भीती तिनं उगाच व्यक्त केली नसती. तिनं ते पत्र आपल्याला पाठवलं असतं, तर ते सत्य आपल्याला समजलं असतं. तिनं ते स्वत:लाच पाठवलं असेल, तर तिनं ते दडवून ठेवलं असतं; एखाद्या चाणाक्ष माणसाच्या लक्षात येण्याआधी."

"आणि ती एवीतेवी मरणारच होती." डॅनिअलनं ते पत्र टेबलावर फेकलं. "तिचं काय नुकसान होणार होतं? फक्त आपल्या सहवासातला वेळ."

"आणि अजून तो सगळीकडे वावरतोच आहे."

डॅनिअल विचारात पडला. तिला सगळं सविस्तर सांगण्याचा त्यानं सकाळपासून प्रयत्न केला होता. 'मनातलं सगळं काढून टाक आणि स्वत:वर संयम ठेव.' "आणखी एक गोष्ट आहे सुझी. याचा विचार करायचा नाही, असं मी ठरवलं होतं, पण चिकोटेलीनं आपल्याला जे सांगितलं ते रात्रभर माझ्या मनात घोळत राहिलं. त्याला क्लेअर रेनॉल्डस सापडली, आपले आई-वडील सापडले आणि दोन रिकाम्या कबरीही; पण याचबरोबर इतर सहा प्रेतंही सापडल्याचं त्यांनी आपल्याला सांगितलं नाही."

सुसानाचे डोळे विस्फारले. "म्हणजे ते स्मशान त्यांना सापडलं असं तू म्हणतोयस का... मीपण बातम्यांमध्ये पाहिलं; पण मी असा एकत्रित विचार नाही केला. करायला हवा होता."

"मीसुद्धा करायला हवा होता. सायमन अजून मेलेला नाही हे मला समजल्यावर

धक्का बसल्यामुळे असं झालं असावं.'' डॅनिअल बोलायचा थांबला. ''नाही, ते खरं नाही. मला त्याचा विचारच करायचा नव्हता; पण ती गोष्ट मला छळत होती. म्हणून मी आज सकाळी व्हिटो चिकोटेलीला फोन करून विचारलं. दहा किंवा त्यापेक्षा जास्त खुनांसाठी तो हवा आहे, हे त्यानं सांगितलं.''

थकून गेल्यासारखी सुसानानं डोळे मिटले. ''आणखी यापेक्षा जास्त काही घडू नये, असं मला वाटतं.''

''मला माहीत आहे. कित्येक वर्षं रात्र-रात्र जागून मी विचार केला; करत असे. फोटोतली ही माणसं खरी आहेत का याबद्दल. त्यांच्या मृत्यूमध्ये सायमनचा हात होता आणि मी त्यांच्यासाठी काहीच करू शकलो नाही. आता प्रेतांची संख्या वाढलीये आणि या वेळी मी काणा-डोळा करू शकत नाही. मी फिलाडेल्फियाला परत जायला हवं; चिकोटेली आणि लॉरेन्सला मदत करण्यासाठी.''

''मीपण येईन तुझ्यासोबत. आपल्या आई-वडलांच्या बाबत आपण एकत्र आलो या वेळी. हे सगळं पार पडेपर्यंत सायमन एकदाचा मरावा आणि त्याच्या प्रेताच्या बाबतीत पुढचं सगळं करण्यासाठी आपण एकत्रच राहू.''

शनिवार, २० जानेवारी, सकाळी ९.१५ वा.

''आपण निघायचं?'' व्हिटोला कॉफीचा कप देत निकनं विचारलं आणि तो स्टिअरिंग व्हीलच्या मागे बसला.

''हो.'' व्हिटोनं कपावरचं प्लास्टिकचं झाकण काढून टाकलं. ''त्या बिल्डिंगच्या भोवती बेव्ह आणि टिम् जाऊन थांबलेयत. व्हॅन् झॅण्ड्टचं पुढचं पाऊल काय असेल, ते त्याच्या फाइलमध्ये पाहून मॅगी लोपेझनं फोनवर इतक्यात सांगितलं. जज्जनं त्याला जामीन दिला, तर तासाभरात तो बाहेर येईल.''

''मला वाटतं याचा उपयोग होईल.'' निक पुटपुटला. ''तो निसटला, तर ते मला चालणार नाही.''

''मलासुद्धा.'' त्याच्या बोलण्यात त्याला वाटलं होतं त्यापेक्षा जास्त आत्मविश्वासाचा अभाव दिसला.

निकनं व्हिटोकडे वळून पाहिलं. ''तू घाबरलायस?''

बराच वेळ व्हिटो काहीच बोलला नाही. मग त्यानं रागातच घसा साफ केला. ''होय. मी खूप घाबरलोय. दर वेळी माझा फोन वाजला की, असं वाटतं त्यानं तिला पकडलं की काय, म्हणूनच फोन वाजला. मी तिची चांगली काळजी घेतली नाही असं वाटतं.''

"ही परिस्थिती अँण्ड्रीपेक्षा वेगळी आहे चिक्. या वेळी या प्रकरणात तू एकटा नाहीयेस."

व्हिटोनं मान हलवली. त्याला पुन्हा धीर आल्यासारखं वाटलं; पण सायमन व्हर्टॅनिअन गजाआड गेल्याशिवाय तो मोकळा श्वास घेऊ शकणार नव्हता, हे त्याला माहीत होतं. तरी त्याचे मित्र त्याची काळजी घेत होते. "थँक्स!" मग त्याचा फोन पुन्हा वाजला आणि तो एकदम उडालाच; पण ती जेन होती. "काय झालंय?"

जेननं जांभई दिली. "रात्रभर मी जागी आहे व्हिटो."

"मीसुद्धा जागा होतो." तो म्हणाला, पण त्याचा चेहरा पडला. "अं... हरकत नाही." जेन गुरगुरली. "मला तुझा तिरस्कार वाटतोय चिकोटेली. मी रात्रभर काम करत होते, तेव्हा तू सेक्समध्ये दंग होतास. नाही, मला वाटतं मला तुझा आधीपासूनच तिरस्कार वाटतो."

"पुढच्या आठवड्यापासून मी तुझ्यासाठी दररोज क्रूलर्स आणत जाईन. माझ्या जवळच्या दुकानातून."

"ती काही फारशी चांगली गोष्ट नाही; पण ठीक आहे. सुरुवात तर होतेय. पन्नास मैलांच्या त्रिज्येमधल्या चर्चेसचा चार्ट आम्ही तयार केला आहे. त्या गेममधल्या चर्चचं साम्य एकाही चर्चशी नाहीये."

"ठीक आहे. ते दुरून घेतलेलं दृश्य होतं. तुझ्या प्रयत्नांबद्दल थँक्स!"

"माझा फोन बंद करू नकोस, चिक्. मला तुझा फोटो मिळालाय."

"कोणता फोटो?"

"न्यूजपेपरमध्ये आलेला क्लेअर रेनॉल्डसचा आणि तिच्या प्रेयसीचा. तीन वर्षांपूर्वी एका मिरवणुकीत काढलेला. ती बाई तीस-एक वर्षांची आहे आणि तिचे केस फिकट रंगाचे आहेत. ती सडपातळ आहे. इतरांपेक्षा वेगळी दिसावी असं तिच्यामध्ये काही नाही. मी तिला पूर्वी कधीच पाहिलेलं नाही."

"जाऊ दे," व्हिटो पुटपुटला. "मला तसं वाटत होतं. तिकडे येऊन तो फोटो पाहावा असं मला वाटतं, पण आम्ही इथेच थांबायला हवं. व्हॅन् झॅण्ड्ट केव्हाही बाहेर येऊ शकतो."

"तुझ्या फोनवर फोटो येतात का?"

"नाही. पण निकच्या फोनवर येतात. तू पाठवतेस का?"

"मी पाठवलाय."

"तुझा फोन दे मला." व्हिटो निकला म्हणाला. मग तो फोटो उमटल्यावर त्यानं स्क्रीनकडे डोळे किलकिले करून पाहिलं. त्याच्या शरीरातला प्रत्येक स्नायू ताठरला. "च्यायला!"

"कुणाचा फोटो आहे तो?" निकनं विचारलं. मग त्यानं फोन हातात घेतला आणि शीळ वाजवली. "काय निस्तेज बाई आहे!"

जेननं उत्साहानं विचारलं, "तू ओळखलंस तिला व्हिटो?"

"ही स्टेसी सॅव्हर्ड् आहे;" व्हिटो म्हणाला. "फायफरची रिसेप्शनिस्ट, ब्लॅकमेल करणारी ही दुसरी व्यक्ती आहे."

"मी तिचा पत्ता मिळवते आणि लगेच एक गाडी पाठवते." जेन म्हणाली.

व्हिटोनं निकचा फोन घेतला आणि अस्पष्ट दिसणाऱ्या त्या फोटोकडे निरखून पाहिलं. "क्लेअर मेल्याचं तिला माहीत होतं आणि ती आमच्या डोळ्यात डोळे घालून पाहात होती; अजिबात उघडझाप न करता."

"आता तू काय करणार आहेस व्हिटो? सॅव्हर्ड्ची चौकशी करणार आहेस की व्हॅन् झॅण्ड्टची वाट पाहणार आहेस?"

"सॅव्हर्ड्ला येऊ तर दे! तिला अटक करण्यासाठी मी वॉरंट मिळवण्याचा प्रयत्न करतो. व्हॅन् झॅण्ड्टच्या बाबतीत अपेक्षेप्रमाणे घडलं नाही, तर ब१२.५५७नावर सोडण्याऐवजी तुरुंगातच ठेवायचा प्रयत्न केला असता, तर ही वेळच आली नसती.

तो एकंदरीतच मजेशीर योगायोग होता. बिहाइंड एनेमी लाइन्समध्ये ठार केलेल्या दुसऱ्या जर्मन माणसाला बायोनेटनंच भोसकायची सायमनची इच्छा होती. बायोनेटचा वापर करणं अधिक जवळून आणि व्यक्तिगत असं असतं, पण त्या वेळी खूप मोठा आवाज व्हायला हवा, असा व्हॅन् झॅण्ड्टचा आग्रह होता.

साठ वर्षांच्या जुन्या ग्रेनेडच्या बाबतीत डिटोनेटर किती संवेदनाक्षम होते, याची सायमनला शंका होती. मूर्ख माणसाला त्यानं खरेदी केलंय हे समजण्यासाठी त्यानं सेट लावला म्हणून काय झालं? म्हणून तो मुरलेला माणूस असल्यानं त्या पटकथेची आखणी त्यानं केली होती. सायमन हसला. काईल लोम्बार्ड अधाशी माणूस असल्यानं त्यानं त्याला खूप मोठा डिस्काऊंट देऊ केला होता.

शनिवार, २० जानेवारी, दुपारी १२.५५ वा.

"ती गेली, म्हणजे तुला काय म्हणायचंय?" व्हिटो भुंकल्यासारखंच त्याच्या सेलवर बोलला.

"म्हणजे ती तिच्या अपार्टमेंटमध्ये नाही." जेन चिडून म्हणाली. "तिची कारसुद्धा गेली. आज सकाळी एक सूटकेस घेऊन जाताना तिला तिच्या एका शेजाऱ्यानं पाहिलं. आम्ही ती बातमी बुलेटिनकडे दिलीये."

"आम्ही लुईची फाइल मागितली तेव्हा आम्ही माहिती दिली होती." व्हिटोनं त्याची कानशिलं दाबली. "विमानतळावर फोन करा आणि बस स्टेशनवरही. आणि फायफरच्या घरी गाडी पाठवू शकतेस का?"

"त्यालासुद्धा अटक करायची का आपण?"

"त्याच्याशी फक्त बोलायचंय आपल्याला. चौकशीसाठी त्याला आपल्याकडे यायला सांग. आम्ही लवकरच परत येतोय."

"व्हॅन् झॅण्ड्ट बाहेर आला नाही अजून?" जेननं विचारलं.

व्हिटोनं कोर्टाच्या बिल्डिंगकडे नजर टाकली. "जामिनासाठी तो पै-पै मोजत असेल."

जेनला थोडंसं हसू आलं. "आम्हाला एक महत्त्वाची माहिती मिळालीये. क्लेअरची पत्रं छापलेलं प्रिंटर मॉडेल स्टेसी सॅव्हर्ईच्या अपार्टमेंटमध्ये आहे.

"चिक्" निक रागात पुटपुटला. "बघ, तो व्हॅन् झॅण्ड्ट."

"आम्हाला जायला हवं जेन. काहीतरी घडणार आहे." व्हिटोनं त्याचा फोन खिशात टाकला. तेव्हा व्हॅन् झॅण्ड्ट कोर्टातून बाहेर पडला. त्याच्या चेहऱ्यावरचे भाव थंड आणि कठोर होते आणि त्याचा वकील त्याच्यापासून वीसेक फूट अंतरावर मागे होता. तो घाईघाईनं लांब-लांब ढांगा टाकत फूटपाथकडे जात होता. टॅक्सीला बोलावण्यासाठी त्यानं हात केला. मध्येच आलेल्या एका म्हाताऱ्या माणसाला त्यानं बाजूला ढकललं.

व्हिटोच्या मानेवरचे केस उभे राहिले. काहीतरी विशेष होतं!

"निक" व्हिटो म्हणाला. "तो म्हातारा माणूस."

"च्यायला!" निक म्हणाला आणि त्याच वेळी त्या दोघांनीही कारमधून उडी घेतली.

"थांबा! पोलीस!" व्हिटो असं ओरडला आणि त्या म्हाताऱ्यानं वर पाहिलं. क्षणार्धात सायमन व्हर्टॅनिअनचे थंड डोळे त्यानं पाहिले.

व्हर्टॅनिअननं पळायला सुरुवात केली. खूपच वेगात. व्हिटो आणि निक त्याचा पाठलाग करू लागले.

मग त्यांच्या समक्ष एकदम खळबळ उडाली. व्हॅन झॅण्ड्टनं त्यांच्याकडे संतापून पाहिलं.

प्रकरण २३

शनिवार, २० जानेवारी, दुपारी १.४० वा.

तो जवळपास पकडलाच गेला होता. सायमन त्याच्या गाडीसमोर बसला होता. अजूनही संतापलेलाच होता. त्याची एक चूक झाली असती, तर तो आताच या अधिकाऱ्यांच्या हातात आला असता.

'आणि त्यांना मला पकडायचं नव्हतं का?'

सायमनला वाटलं होतं त्यापेक्षा तो पोलीस चिकोटेली जास्तच हुशार निघाला होता आणि जास्त निर्दय! 'त्या पोलिसांनी व्हॅन झॅण्ड्टला प्यादं म्हणून वापरलं होतं... मला बाहेर काढण्याचा प्रयत्न करण्यासाठी!' दोघांमधलं अंतर इतकं कमी नसतं, तर सायमनला त्याचा निर्दयी कठोरपणा हा कौतुकास्पद गुण वाटला असता.

ते अंतर खूपच कमी होतं; पण त्या महत्त्वाच्या कटाच्या दृष्टीनं ती फक्त झटापट होती. पोलिसांना फक्त फ्रेझिअर लुईबद्दल ठाऊक होतं. तो खरोखर मेलेला नव्हता हे ज्यांना ठाऊक होतं, ते स्वतःच मेलेले होते.

अपवाद फक्त, ब्लॅकमेल करणाऱ्या त्या व्यक्तीचा, जिच्या पोरकट डावपेचांमुळे त्याचे आईवडील त्याच्या हातात आले होते. ब्लॅकमेल करणारी ती व्यक्ती जी कुणी होती, त्या व्यक्तीला शोधून काढणं आणि तिला अद्दल घडवणं आवश्यक होतं; पण सुसाना आणि डॅनिअल मोठे बाणेदार बहीणभाऊ होते.

त्याच्या या दोघा बहीण-भावांना दोन-दोन पादत्राणांचे जोड होते, एवढं कारणही त्यांचा तिरस्कार करायला त्याला लहानपणी पुरेसं असायचं. आता ते न्यायाचे पुरस्कर्ते झाल्यामुळे त्याचे धोकेबाज शत्रू झाले होते.

'आर्थर आणि कॅरल व्हॅर्टनिअन सुटीवर गेले होते, तेव्हा ते खरोखरच बेपत्ता झाले, असे शब्दांचे खेळ खेळणं आता लवकरच बंद होईल. डॅनिअल आणि सुसाना तो कधीच चालू देणार नाहीत. त्यांचे आईवडील कुठे गेलेयत हे समजेपर्यंत ते खोदकाम करत राहतील. संबंध जोडण्याच्या कामात ते नक्कीच हुषार आहेत आणि ते फारच खोलात शिरले, तर त्यांना एवढंच फारतर समजेल की, सायमनसाठी

खणलेल्या थडग्यात दुसरंच कुणीतरी दफन झालंय.'

सायमनला बरेच दिवसांपासून प्रश्न पडला होता की, त्या जागेत आधी कोण होतं? म्हणजे त्याच्या वडलांना त्याची जागा घेण्यासाठी कोण सापडलं होतं. बारा वर्षांत पहिल्यांदाच तो डटनमध्ये गेला होता तेव्हा त्याला स्वतःच ते तपासून पाहण्याचा मोह झाला होता. आईवडील सुटीवर कुठे गेले होते हे ठरवता यावं म्हणून आणि त्यांचा कम्प्यूटर व्यवस्थित लावता यावा म्हणून तो गेला होता. म्हणजे त्याला रिमोट कंट्रोलनं कम्प्यूटर चालवता आला असता.

त्याचे वडील त्याच्याकडे आले होते, पण त्याला डॅनिअल आणि सुसानाला गाठायचं होतं. ते कुठे सापडतील, हे त्याला ठाऊक होतं. डॅनिअलचं छोटंसं घर अटलान्टामध्ये होतं, तर सुसानाचं अपार्टमेंट सोहोमध्ये होतं. डॅनियल हा 'कायदा' होता, तर धाकटी सुसान 'सुव्यवस्था' होती.

आर्टीला अभिमान वाटायला हवा होता; पण परिस्थिती तशी नव्हती, कारण जजच्या गाऊनखाली आर्थर व्हटॅनिअन त्याच्याइतकाच सडलेला होता. डॅनिअल आणि सुसानाला जावं लागलं असतं; पण तिथे थोड्याफार परतफेडीचा प्रश्न होता. कारण रस्त्यावरच्या एखाद्या सामान्य गुन्हेगारासारखा तो पोलिसांमधून जसा पळाला होता, तेव्हा त्यांनी त्याला ओळखल्याचं त्याच्या लक्षात आलं होतं – फ्रेझिअर लुई म्हणून नाही, पण एक म्हातारा माणूस म्हणून. आणि ज्या एका व्यक्तीनं म्हातारा माणूस म्हणून त्याला पाहिलं होतं, ती व्यक्ती होती, डॉ. सोफी जोहान्सन. त्याचे डोळे किलकिले झाले. तो जिथे जिथे वळला, तिथेतिथे त्या स्त्रीनं अडथळा आणला होता.

सगळंकाही योजल्याप्रमाणे घडत असताना काळ्या बाजारातल्या प्राचीन वस्तूंबद्दल तिनं प्रश्न विचारायला सुरुवात केली होती. सगळं तिथूनच उघडकीला आलं होतं. तिला खूपकाही ठाऊक होतं आणि तिला गप्प केल्याशिवाय त्याला चैन पडणार नव्हतं.

त्यानं त्याचे ओठ आवळले. शिवाय, तिचा चेहरा फारच सुंदर होता. 'काय भाव असतात तिच्या चेहऱ्यावरचे! ती अभिनेत्री व्हायला हवी होती किंवा निदान मॉडेल तरी! लगेच ती तशी होईल.'

'आणि तसं करताना त्या चिकोटेली पोलिसाला जायबंदी केलं तर...' तो हसला. बोनस पॉइंट्स!

'मला कदाचित जास्तीचं आयुष्य मिळेल.' सायमन हसला. त्यानं त्याचा आंतरिक तोल सावरला. तो त्याच्या वाहनातून बाहेर आला आणि नर्सिंग होमकडे चालू लागला.

शनिवार, २० जानेवारी, दुपारी ४.१५ वा.

व्हिटो आणि निक हॉलमध्ये आले तेव्हा लिझ्च्या चेहऱ्यावर वेदना दिसली. "अरे, आलात तुम्ही..."

"फक्त थोडंसं भाजलंय." व्हिटो म्हणाला. "आमचं नशीब चांगलं! व्हॅन् झॅण्डट्चा वकील, दोन पादचारी आणि आम्ही, एवढेच भाजलो. त्या दोन पादचाऱ्यांवर उपचार केल्यावर त्यांना घरी पाठवून दिलं."

"तो वकील?" लिझ्नं विचारलं.

"तो ठीक होईल." निक म्हणाला. जेव्हा त्यानं स्फोट केला, तेव्हा तो व्हॅन् झॅण्ड्टच्या मागे वीस फुटांवर होता.

व्हिटो त्याच्या डेस्कपाशी बसला. "त्या बॉम्बचे काही तुकडे आम्हाला चाटून गेले."

"बेव्ह, टिम् आणखी पाच जणं आणि मी नुसते अंदाच करत बसलो." लिझ् म्हणाली, "पण..."

निकनं नकारार्थी मान हलवली. "तो लोभी माणूस त्याच्या त्या कृत्रिम पायावरही पळू शकतो लिझ्. त्यानं मला चकितच केलं. मग व्हॅन् झॅण्डट्नं तो स्फोट केला. त्यामुळे मी आणखी थोडासा चकित झालो."

"काय झालं काय? तुम्ही तर त्याच्यावर पाळत ठेवणार होता." एडीए मॅगी लोपेझ घाईनंच आत आली आणि त्यांना पाहिल्यावर बोलायचं अचानक थांबली. "देवाची कृपाच म्हणायची!"

"सायमन व्हॅन् झॅण्डट्ची वाट पाहत होता." व्हिटो त्याच्या मानेवरून जोरजोरात बोटं फिरवत होता. "व्हॅन् झॅण्डट्च्या ओव्हरकोटाच्या खिशात त्यानं एक ग्रेनेड टाकला. त्याचे तुकडे सीएसयूच्या लोकांना मिळालेयत. त्या मुलाची आपल्याला अजून ओळख पटलेली नाही. त्या ग्रेनेडच्या तुकड्यांसारखेच हे तुकडे आहेत, हे आम्ही पैजेवर सांगू शकतो."

निक त्याच्या खुर्चीत आरामात डोळे मिटून बसला. "सॉरी, मॅगी."

लोपेझनं त्या दोघांकडे चटकन पाहिलं. "वाईट वाटायचं काही कारण नाही. आपण काही प्लॅन केला असता, तरी व्हॅन् झॅण्ड्टला कदाचित जामीन मिळालाच असता. त्याला रिमांड मिळावा यासाठी आपल्याकडे पुरेसा पुरावा नव्हता. इतर कुठल्या प्रकरणातही नाही. मग आता यापुढे काय?"

निकनं व्हिटोकडे पाहिलं. "प्लॅन बी? स्टेसी सॅव्हर्ड्."

व्हिटो तुच्छतेनं हसला. "छे! ती कुठे आहे तेही आपल्याला ठाऊक नाही."

लिझ् हसली. "हो, आपल्याला ठाऊक आहे. आम्ही तिला इथे आणलं तेव्हा

तू हॉस्पिटलमध्ये होतास.''

व्हिटो त्याच्या खुर्चीत एकदम सावरून बसला. "स्टेसी सॅव्हई् आपल्याकडे आलीये?''

"होय. विमानतळावर ती तिची कार पार्क करत असताना आम्हाला आढळली. जी कुठली फ्लाईट मिळेल ती पकडून ती देशाबाहेर जाणार होती, असं वाटलं. तुला जेव्हा जमेल तेव्हा ती केवळ तुझीच असेल.''

व्हिटो गंभीरपणे हसला. ''आम्हाला आताच जमेल. त्या कुत्तरडीशी बोलण्यासाठी मी अजून वाट पाहू शकत नाही.''

शनिवार, २० जानेवारी, दुपारी ४.५० वा.

व्हॅन झॅण्ड्टला बाहेर काढणं त्याला वाटलं होतं, त्यापेक्षा जास्त कठीण गेलं होतं; पण आता त्याचा शत्रू कोण आहे हे त्याला समजलेलं असल्यामुळे जोहान्सनला ताब्यात घेणं त्याला अधिक सोपं वाटलं. त्यानं प्रत्येक अनुषंगिक गोष्टीचा विचार केला होता. युनिफॉर्म घातलेल्या संरक्षक पोलिसांपासून ते तिला सतत चिकटून असलेल्या डिटेक्टिव्हजपर्यंत! तो सज्ज होता.

सायमनचे ओठ वक्र झाले. 'ग्रँडमाचं आयव्ही बदलायला लवकरच एक नर्स येईल. बेल्स वाजतील, अलार्म्स घणघणतील. गोड चेहऱ्याच्या सोफीला अस्वस्थ करणारा फोन येईल. अस्वस्थ करणारा, विश्वास बसेल असा एक फोन!' जोहान्सनच्या बाबतीत एक गोष्ट त्याला नेहमीच कौतुकास्पद वाटली होती. ती म्हणजे अस्सलपणाबद्दलचा तिचा आग्रह! सोफीच्या दैवात असलेली... एक निश्चित असी संगती होती.

आजी मरायला टेकली होती म्हणून ती घरी आली होती. ती घरी आली म्हणून तो तिला भेटला होता. तो तिला भेटला होता म्हणून तिच्याकडून त्याला मध्ययुगीन जगाचं उच्च श्रेणीचं ज्ञान मिळालं होतं आणि त्या ज्ञानाच्या आधारे त्यानं एक अस्सल, भयानक गेम तयार केला होता; पण त्या गेममुळे आणि त्या गेममध्ये असलेल्या जोहान्सनच्या सहभागामुळे पोलीस तिला पूर्णपणे घेरून होते. योग्य वेळ आली की, तिला संपवायचा निर्धार त्यानं केला होता, पण पोलिसांच्या सततच्या सान्निध्यामुळे त्याला त्याचा बेत वेळेआधीच पार पाडणं भाग होतं आणि त्यामुळे... त्यानं घड्याळात बघितलं. वेळ आली होती. त्यामुळे आजी मरणार होती, खरोखरच.

ते एक भव्य, सुंदर चक्र होतं. ते होतं दैव!

तो अचानक ताठ झाला. त्या ग्रेट हॉलमधून ती लॉबीमध्ये येत होती. तिनं

चिलखताचा सूट घातला होता. त्याला वाटलं, ती तो सूट काढून ठेवेल. ती उंच स्त्री होती. 'नेहमीचे कपडे तिच्या अंगावर चढविण्यासाठी आपल्याला बरीच ताकद लागेल.' त्या चिलखताचा अडथळा अनावश्यक होता, पण तिला जर संपवायचंच असेल, तर तो अडथळाही त्याला काढून टाकावाच लागणार होता. तो खिडकीच्या जरासा जवळ गेला. त्याच्या मनोरंजक अनुभवाच्या आड येणारी, त्याच्या व तिच्या दरम्यान येणारी काच लवकरच निखळणार होती. लवकरच तो तिला स्वत:च्या ताब्यात घेणार होता. त्याच्या अंधारकोठडीत घेऊन जाणार होता. तिथे कॅमेरे आणि लाईट्स असणार होते. 'लाडके! तुला मरताना पाहायला मिळणं अधिक चांगलं!'

शनिवार, २० जानेवारी, संध्याकाळी ५.०० वा.

स्टेसी सॅव्हर्ड् चौकशी टेबलाशी बसली. तिनं तिचे दोन्ही हात छातीवर घट्ट बांधल्यासारखे ठेवले होते. व्हिटो आणि निक् आत आले, तसं तिनं रागानं समोर पाहिलं. मग त्यांच्याकडे निराशेनं थबथबलेल्या नजरेनं पाहिलं. "काय झालंय? तुम्ही मला इथे कशासाठी आणलंत?"

"नाटक थांबव स्टेसी!" असं म्हणत व्हिटो तिच्या शेजारच्या खुर्चीवर बसला. "तू काय केलंयस, हे आम्हाला ठाऊक आहे. तुझा आणि क्लेअरचा लॅपटॉप आमच्या ताब्यात आहे. क्लेअर आणि आर्थर व्हर्टॅनिअनबद्दल आम्हाला समजलंय आणि तुझं गच्च भरलेलं बँक अकाउंटही आम्हाला सापडलंय." त्याच्या चेहऱ्यावरचे भाव गोंधळून टाकणार होते. "मला समजलं नाही ते हे की, तू क्लेअरला असं फसवू कसं शकलीस? तुझं तर तिच्यावर प्रेम होतं."

बराच काळ स्टेसीचा चेहरा निर्विकार होता. मग तिनं खांदे उडवले. "मी क्लेअरवर प्रेम करत नव्हते. तिच्या आईवडलांशिवाय कुणीच तिच्यावर प्रेम केलं नाही आणि तेही ती कशी होती हे त्यांना ठाऊक नव्हतं म्हणून. क्लेअर नीच होती... आणि एक नावाजलेली वेश्या होती. इतकंच!"

निकला थोडंसं हसू आलं. त्यातून तिच्यावर अविश्वास दिसला. "इतकंच? मग काय घडलं स्टेसी? फ्रेझिअर लुईला ती सुरुवातीपासून ब्लॅकमेल करत होती, हे तुला माहीत होतं?"

स्टेसी तुच्छतेनं हसली. "असं काही ती कुणाला सांगेल हे शक्य नव्हतं. व्हर्टॅनिअनकडून जी प्रत्येक गोष्ट तिला कळत होती, ती ती स्वत:कडेच ठेवत असे. ती कुत्री होती, कुत्री!"

व्हिटोनं अविश्वासानं मान हलवली. "बरं, क्लेअर मरण पावली हे तुला केव्हा समजलं?"

तिनं डोळे किलकिले केले. "मला संपूर्ण संरक्षण हवंय."

व्हिटो कठोरपणे हसला. मग एकदम शांत झाला. "नाही."

स्टेसी मागे सरकून बसली. "मग यापेक्षा जास्त काहीच मिळणार नाही तुम्हाला."

अशाच प्रतिक्रियेची अपेक्षा असल्यानं छिन्नविछिन्न झालेल्या व्हॅन् झॅण्ड्टचा एक फोटो निकनं टेबलावरून तिच्याकडे सरकवला आणि तिचा चेहरा पांढराफटक होताना त्या दोघांनी बघितलं.

"कोण... कोण आहे ते?"

"संरक्षण मागणारा शेवटचा मूर्ख!" व्हिटो भेदकपणे म्हणाला.

"आणि फ्रेझिअर लुईला विरोध करणाराही शेवटचा मूर्ख." निक् सौम्यपणाने म्हणाला. "आम्ही तुला जाऊ देऊ शकतो, बरं का; पण तुला कुठे शोधायचं ते फ्रेझिअरला सांगून टाक."

भीतीमुळे तिचे डोळे काळवंडले. "तुम्ही तसं काही करू नका. तो खूनच होईल."

व्हिटोनं उसासा टाकला. "तिनं आपल्याला कोड्यात टाकलंय; पण जर ही गोष्ट पसरली... अर्थात ट्रायलला येईपर्यंत हे शक्यच नाही; पण तो शोधून काढेल. गप्प राहण्यानं खूपच खळबळ माजेल."

"आणि तुझ्या खिशात तो ग्रेनेड टाकून गेला, तरी तुला पत्ता लागणार नाही."

अस्वस्थ झालेल्या स्टेसीनं श्वास आत ओढून घेतला. मग तिनं वर पाहिलं. "गेल्या ऑक्टोबरमध्ये क्लेअरसोबत माझं जेवणं ठरलं होतं, पंधरा महिन्यांपूर्वी. ती बऱ्याच दिवसांत भेटलीच नव्हती. म्हणून मी तिच्या अपार्टमेंटवर गेले. माझ्याकडे चावी होतीच. तिथे मला तिचा लॅपटॉप दिसला आणि पेशंट्ससाठी असलेल्या वेटिंग रूममध्ये ती दोघं बसलेली असताना तिनं 'फ्रेझिअर लुई'चे काढलेले फोटो मला पाहायला मिळाले." तिच्या ओठांचा एक कोपरा वर उचलला गेला. "क्लेअरचं एक वैशिष्ट्य म्हणजे ती टिपणं छान काढायची. पुढे-मागे त्याच विषयावर एखादं पुस्तक लिहायचा तिचा विचार होता. लुई हाच सायमन व्हटॅनिअन असल्याचं तिनं ओळखलं होतं. तेच तिला विचित्र वाटत होतं.

"कारण तो मृत्यू पावलाय असं समजलं होतं." व्हिटो म्हणाला.

"हो ना! तिनं फ्रेझिअर लुईचा शोध घेतला. तो आयोवामध्ये होता असं तिला कळलं."

निकनं डोळे मिचकावून तिच्याकडे पाहिलं. "म्हणजे इन्शुअरन्समधल्या घोटाळ्याबद्दलही तुला माहिती आहे."

स्टेसीचे ओठ घट्ट शिवून टाकल्यासारखे झाले आणि बराच वेळ दाबून

ठेवलेला उसासा सोडत व्हिटोनं व्हॅन् झॅण्ड्टच्या शेजारी असलेला कपाळावर भोक पडलेल्या डेरेक हॅरिंग्टनचा फोटो तिच्यापुढे ठेवला. "तू सायमन व्हटॅनिअनच्या भानगडीत पडू नकोस स्टेसी. तसंच आमच्याही भानगडीत नको. डिटेक्टिव्ह लॉरेन्सच्या प्रश्नांना उत्तर दे."

"हो, हो." तिनं ओठ चावला. "इन्शुरन्स घोटाळ्याबद्दल मला माहीत झालं. क्लेअरच्या कम्प्यूटरवर मला ते इ-मेल दिसले. तिनं सायमनला आणि त्याच्या वडलांना पाठवलेले."

वडलांना पाठवलेल्या इ-मेलमध्ये एकच वाक्य होतं – "तुझ्या मुलानं काय केलंय ते मला ठाऊक आहे."

"तिला काय म्हणायचं होतं, असं तुला वाटलं?" निकनं विचारलं तेव्हा तिनं खांदे उडवले.

"हेच की, इन्शुरन्स कंपनीला तो फसवत होता आणि स्वतःच्या मृत्यूचं नाटक करत होता. सायमनला पाठवलेल्या इ-मेलमध्ये तिनं म्हटलं होतं, "तू कोण आहेस ते मला ठाऊक आहे सायमन." वडलांनी किंमत मोजली. सायमननं तिला त्याची भेट घ्यायला भाग पाडलं आणि वेडपटासारखी क्लेअर त्याला भेटली."

"कुठे?" व्हिटोनं कडकपणे विचारलं. "कुठे भेटली ती त्याला?"

"ती काम करत होती त्याच लायब्ररीच्या बाहेर, असं सायमननं म्हटलं; पण पुढचे काही दिवस ती दिसलीच नाही. कुठेच. मग तिचा मृत्यू झाला असावा, असा मी तर्क केला."

"तू ती पत्रं पाठवलीस," निक् म्हणाला. "त्या लायब्ररीला आणि स्वतःलासुद्धा."

"होय. मी पाठवली ती पत्रं."

'या केसमध्ये आपण आतापर्यंत बरेच समाजद्रोही बघितले. अजून त्यांची संख्या वाढतेच आहे.' असा विचार व्हिटोच्या मनात आला. "आणि जिथे सोडलं तिथून तू सुरुवात केलीस."

"फक्त वडलांच्या बाबतीत. सायमनच्या नाही."

"का बरं?" निकनं विचारलं आणि स्टेसीने त्याच्याकडे अविश्वासाच्या नजरेनं पाहिलं.

"कारण तो एक खुनी आहे. क्लेअर मूर्ख होती. मी नाही."

"हं, आता खरं बोललीस. म्हणजे तुझ्या बुद्धिमत्तेला अन्य कुठल्याही पुराव्याची गरजच नाही." निक् सौम्यपणे म्हणाला, पण त्याच्या चेहऱ्यामधला एक स्नायू तडतडू लागला आणि ही शांतता म्हणजे वरवरचं आवरण होतं, हे जाणवू लागलं.

"कारण तो एक खुनी आहे." व्हिटोनं मान हलवली. "तुझ्या ऑफिसमध्ये

तपासणीसाठी येत असे तेव्हा प्रत्येक वेळी तू त्याला पाहिलं होतंस. तो फ्रेझिअर लुई नाही हे तुला कळलं होतं. त्यानं क्लेअर रेनॉल्ड्सला ठार केलं हे तुला माहीत झालं होतं आणि तरी तू एक चकार शब्द बोलली नाहीस?''

तिनं पुन्हा खांदे उडवले. ''उपयोग काय होता? क्लेअर गेलीच होती. मी काहीही केलं असतं, तरी ती परत येणारच नव्हती. आणि आर्थर व्हटॅनिअन पैसे खर्च करायला तयारच होता.''

येऊ पाहणारं हसू निक् दाबूच शकला नाही. ''अरे देवा! ही केस दिवसेंदिवस अधिकाधिक मजेशीरच होत चाललीये. तर स्टेसी, आर्थर व्हटॅनिअनला तुझी भेट घ्यावी असं का वाटलं?''

स्टेसीने डोळे मिचकावले. ''तो मला भेटायला कधीच आला नाही. तो फक्त पैसे पाठवत राहिला.''

''ओह्, तो तुला भेटायला आला होता. आता तोही या जगात नाही. क्लेअरच्या शेजारच्या थडग्यात त्याला आणि त्याच्या बायकोला पुरलेलं आम्ही पाहिलंय.'' निकनं एक भुवई उंचावली. ''तुला ते फोटो पाहायचेत?''

स्टेसीनं मान हलवली. ''त्याच्या मुलाला मी ओळखते याचा पुरावा हवा होता, पण तरी तो पैसे पाठवत राहिला.''

व्हिटोनं निककडे एक कटाक्ष टाकला. ''तू त्याला कोणता पुरावा दिलास स्टेसी?'' व्हिटोनं विचारलं.

''त्याला मी सायमनचा फोटो पाठवला. फायफरकडे तो आला असताना मी काढलेला.''

''त्याच्या नकळत काढलेला तो फोटो आहे.'' व्हिटोला आठवलं. ''त्यानं त्यासाठी पोझ घेतली नव्हती.''

''अर्थातच नाही! मला त्यानं फोटो काढू दिला नसता, म्हणून मी तो गुपचूप काढला; त्याचं लक्ष नसताना. कधीतरी उपयोगी पडेल असं मला वाटलं.''

''ओ. के.'' शांतपणे निक् म्हणाला. ''आता आम्हाला तुझी मदत लागणार आहे.''

शनिवार, २० जानेवारी, संध्याकाळी ५.०० वा.

''तो रोड टकलू माणूस बघितलास?'' तिसरा टेड् आणि सोफी त्या दिवसाच्या शेवटच्या प्रेक्षकांच्या गटाला निरोप देताना टेड् कुजबुजला. ''तो एक भूतदयावादी संस्था चालवतो.''

सोफीनं हसत, निरोपादाखल हात हलवला. ''हो, माहीत आहे मला. त्यानंच

सांगितलं; तीन वेळा.''

''तो थोडासा बढाईखोरच आहे.'' टेड्नं मान्य केलं. '' 'शिक्षण आणि कलां'च्या प्रसारासाठी स्वत:च्या पैशांचा उपयोग करणाऱ्या धनिकांचा तो प्रतिनिधी आहे. त्याला खूपच आवडलीस तू.''

''मला ठाऊक आहे. मी हे चिलखत घालतानाचा आनंद तेव्हाच एकदा झाला. त्यानं माझ्या पार्श्वभागाला चिमटा घेण्याचा प्रयत्न केला, टेड्.'' ती रागीट मुद्रेने म्हणाली; पण टेड् फक्त हसला.

''तुझ्या हातात तलवार होती सोफी. चांगल्या गोष्टींचा विचार कर. पुढच्या वेळी तुझ्याकडे कदाचित कुऱ्हाड असेल.'' त्यानं त्याच्या टायची गाठ सैल केली. ''मला वाटतं आज रात्री डार्लाला बाहेर घेऊन जावं लागणार आणि मोकळ्या हातानं पैसे खर्च करावे लागणार मला.''

''कुठे जाणार? मोशुलूज की चार्टहाउस?'' तिनं विचारलं आणि जोरात आलेलं हसू टेड्नं एकदम दाबलं.

''मोकळ्या हातानं पैसे खर्च करायची आमची कल्पना म्हणजे चायनीज टेक-आऊट!'' मान हलवत तो निघून गेला.

''ते दोघं कधीच बाहेर जात नाहीत. तेवढा पैसाच नाही त्यांच्याकडे.''

परत एकदा सोफीनं वळून पाहिलं. त्या चिलखतामुळे तिला अवघडल्यासारखं झालं होतं. तिनं डोळे मोठे करून पाहिलं. तिच्या डोळ्यात आश्चर्यापेक्षा राग जास्त होता या वेळी. ''थिओ!''

''रात्रीच्या वेळी यापूर्वी आम्ही कधी बाहेर गेलो होतो ते मला आठवतसुद्धा नाही.'' थिओनं मान तिरकी केली. ''हं, थांब, हो आता आठवलं. डॅडनं तुला नोकरीवर ठेवलं त्याच्या थोडंसं आधी.''

''थिओ, तुला काय म्हणायचंय, ते स्पष्टच म्हण की!''

''हे तू म्हणालीस ते बरं केलंस. तुझा पगार हा माझे आईवडील दोघं मिळून जेवढं कमावतात त्यापेक्षा जास्त असतो.''

स्तंभित होऊन सोफी क्षणभर एकटक पाहतच राहिली. ''काय?''

''तुला नोकरीवर घेताना त्यांना इतका आनंद झाला होता'' थिओ थंडपणे म्हणाला, ''की, माझ्या मॉमनं पगार घेणंच बंद केलं. एका 'खऱ्या इतिहासतज्ज्ञा'मुळे तरी म्यूझियमचं उत्पन्न वाढेल असं त्यांना वाटलं. 'थोड्याशा काळासाठी त्यांनी केलेला हा त्याग.' ''

निघून जाण्यासाठी तो वळला, पण सोफीनं त्याचा हात ओढला. ''थिओ, थांब.''

थिओ थांबला, पण त्यानं तिच्याकडे पाहिलं नाही.

"माझा पगार देणं त्यांना इतकं अवघड जात असेल, याची मला कल्पना नव्हती." आणि पर्यायानं, त्यालाही. थिओच्या भविष्यकाळाचा विचार केला, तर त्याला जास्तच आर्थिक अडचणींना तोंड द्यावं लागणार होतं, हे तिला जाणवलं.

"ठीक आहे. आता आली ना!"

"गेल्या वर्षी तू हायस्कूलमधून पदवी मिळवलीस. कॉलेजचं काय?"

तो ताठरला. "पैसे नाहीत."

तिच्या मनात अपराधीपणाची भावना भरून आली आणि तिनं ती लगेच बाजूलाही सारली. 'तिसऱ्या टेड्नं त्याग केला तो हे म्यूझियम टिकावं यासाठी. आणि शिवाय त्याग हा एक पर्याय असतो.' "थिओ, तू विश्वास ठेव किंवा ठेवू नकोस. मी मॅक्डोनल्ड्सची मॅनेजर झाले, तर मला जेवढा पगार मिळेल त्यापेक्षा कमीच पगार तुझे आईवडील मला देतात. तो सगळा पैसा मी परत करायला तयार आहे, पण मिळवत असलेली पै-न्-पै माझ्या आजीच्या नर्सिंग होमवर मी खर्च करते."

तो वळला आणि तिच्या लक्षात आलं की, तिनं एक छोटासा मुद्दा जिंकला होता. "मॅक्डोनल्ड्सची मॅनेजर? खरंच?"

"खरंच. हे बघ, रागावण्यापेक्षा हा उद्योग वाढवण्याचे काही मार्ग शोधण्याचा प्रयत्न आपण का करू नये? आणखी टूर्स? आणखी प्रदर्शनीय वस्तू?"

त्यानं ओठ आवळले. "मला टूर्सचा तिटकारा आहे. ते इतके... कंटाळवाणे असतात. म्हणजे, मला असं म्हणायचंय, पॅटी ॲन्ला नाटकाचं अंग आहे, पण..."

"मलासुद्धा ते कंटाळवाणं वाटतं; पण ते लोकांपर्यंत पोहोचतं थिओ. त्या दिवशी आपण बोलत होतो तेव्हा प्रतिक्रियात्मक प्रदर्शनीय वस्तूंबद्दल तुला इंटरेस्ट निर्माण झालाय, असं मला वाटलं होतं. अजून तसा इंटरेस्ट आहे तुला?"

त्यानं पुन्हा मान हलवली. "माझा माझ्या हातांवर विश्वास आहे."

"मला ठाऊक आहे. त्या ग्रेट हॉलच्या पॅनेलिंगचं काम तू खूपच चांगलं केलंस." मायकेल आणि त्यांनी तयार केलेल्या लाकडी ठोकळ्यांची आणि ट्रेब्यूशेची सोफीला आठवण झाली. "तुझ्या हातांचा उपयोग कसा करता येईल आणि तुझ्या कुटुंबाला आर्थिक मदत...."

तिच्या ब्रामध्ये तिनं ठेवलेल्या सेलचं कंपन तिला जाणवलं आणि ती उडालीच. तिनं तिच्या ब्रेस्टप्लेटला असलेले पट्टे सैल केले. "हे चिलखत काढायला मला मदत कर थिओ."

तिने त्या कॉलर आयडीकडे एक नजर टाकली आणि तिच्या मनात आधी चालू असलेले विचार विरून गेले. "माझ्या आजीच्या नर्सिंग होममधून आलेला

फोन आहे.'' तिचं हृदय धडधडत असतानाच ती म्हणाली, ''हेलो?''

''मी फ्रॅन बोलतेय.'' फ्रॅन मुख्य नर्स होती आणि तिचा सूर गंभीर होता.

सोफीच्या हृदयाची धडधड थांबली. ''काय झालं?''

''ॲनाची हृदयक्रिया थांबली आणि आम्ही ॲम्ब्युलन्स मागवलीये. सोफी, तू ताबडतोब निघ. परिस्थिती वाईट आहे.''

सोफी एकदम गुडघ्यात वाकलीच. थिओचा मजबूत आधार तिला मिळाला नसता, तर ती कोसळलीच असती. ''मी निघालेय.'' सोफीनं तिचा फोन बंद केला. तिचे हात थरथरत होते. 'विचार कर.'

'सायमन! हे कदाचित खोटंही असेल. सापळा असेल!' थिओची चौकस नजर असल्याचं भान ठेवत तिनं नर्सिंग होमला फोन लावला. तिथल्या मुख्य काउंटरवर. ''हेलो, सोफी जोहान्सन बोलतेय. मला इतक्यात फोन आला. माझी आजी कशी आहे याची मला निश्चित माहिती हवीये.''

''सोफी? मी लिंडा.'' आणखी एक नर्स. 'खोटं बोलण्यासाठी सायमन व्हर्टॅनिअनकडेसुद्धा दोन नर्सेस असतील. काय सांगावं?' ''तुला फ्रॅननं कळवलं नाही? हॉस्पिटलला ये. आत्ताच!''

''थँक्स!'' सोफीनं फोन ठेवला. तिचं धैर्य खचल्यासारखं झालं. ''मला हॉस्पिटलमध्ये जायचंय.''

''मी तुला घेऊन जातो.'' थिओ म्हणाला.

''नको. ओ. के. मी ऑफिसर लिऑन्ससोबत जाईन.'' तिनं आजूबाजूला पाहिलं. तिच्या हृदयाच्या प्रत्येक ठोक्याबरोबर भय वाढत होतं. ''कुठे आहे तो?''

''सोफी, पोलीस का फिरताहेत तुझ्याभोवती?'' थिओनं विचारलं. चिलखत घातलेलं असल्यानं तिला जेवढ्या वेगात चालता येत होतं, तेवढ्या वेगानं ती लॉबीच्या दाराकडे जात असताना थिओ तिच्या मागेमागे चालत होता.

''नंतर सांगेन. लिऑन्स कुठे आहे? जाऊ दे.'' ती दाराजवळ जाऊन बाहेर बघू लागली. बाहेर अगदी अंधारच होता. एकेक मिनिट पुढेपुढे सरकत होतं आणि ॲनाचं आयुष्य त्याच वेगात संपत होतं. एलीच्या वेळी तिला फार उशीर झाला होता. ॲनाला ती एकाकी अवस्थेत मरू देणार नव्हती. तिच्या पायांना बांधलेलं कवच वेल्क्रो तिला ओरबाडून काढायचं होतं. ''हे काढून टाकायला मला मदत कर प्लीज.''

थिओनं खाली वाकून ते दोन्ही कवच काढून टाकले. तिचे पाय पकडून तो म्हणाला, ''उचल वर!''

तोल सांभाळण्यासाठी थंड खिडकी एका हाताने पकडून तिनं एक पाय उचलला आणि त्यानं तिचा बूट काढला. मान तिरकी करून तिनं खिडकीबाहेर

पाहिलं, तेव्हा तिला एक पोलीस दिसला. त्याचा चेहरा अर्धवटच दिसत होता. त्याच्या ओठांपासून काही इंचांच्या अंतरावर जळत्या सिगरेटचं लाल वर्तुळ अंधारात अधांतरी दिसत होतं. तो लिऑन्स नव्हता. तिनं तिच्या घड्याळात पाहिलं. पाच वाजून गेले होते. 'ड्यूटी बदललेली दिसते.' थिओनं दुसरा बूटही काढला आणि ती दाराबाहेर वेगानं पळाली, तसा तोही तिच्यामागे पळाला. हात हलवून दिला थांबण्याची खूण करत. "थँक्स थिओ! मी नंतर फोन करेन."

"सोफी, थांब. तुझ्या पायात शूज घातलेले नाहीत."

"मी तेवढ्यासाठी मागे जाऊ शकत नाही. वेळ नाहीये."

"मी आणतो तुझे शूज." थिओ म्हणाला. "फारतर एक सेकंद लागेल. इथेच थांब."

पण खरंच वेळ नव्हता. नव्या ऑफिसरकडे ती पळत गेली. तिच्या उघड्या तळपायांना थंड फुटपाथचे चटके बसत होते. तिकडेही तिचं लक्ष नव्हतं. त्याच्या क्रूझरपाशी पोहोचल्यावरच तिला ते जाणवलं. हॉस्पिटलमध्ये गेल्यावर तिला सलीपर्स मिळाल्याच असत्या. "ऑफिसर, मला हॉस्पिटलमध्ये जाणं आवश्यक आहे. आत्ता." त्याची क्रूझर जिथे पार्क केली होती तिकडे ती निघाली. पाठीमागून त्याची पावलं तिला ऐकू येत होती.

"डॉ. जोहान्सन, थांब. कोणीतरी एक डिटेक्टिव्ह इथे येईपर्यंत तुझ्यासोबत थांबायच्या मला ऑर्डर्स आहेत."

"थांबायला माझ्याकडे वेळ नाही. मला हॉस्पिटलला जावंच लागेल."

"फाईन!" तो तिच्यापर्यंत पोहचला. त्यानं तिचा दंड पकडला. "वेग कमी कर. नाहीतर बर्फावरून घसरून पडशील. बेशुद्ध पडलीस, तर तुझा काय उपयोग आजीला?"

'घाई कर' असं म्हणण्यासाठी तिनं तोंड उघडलं मात्र आणि ती गप्प झाली. तिनं ॲनाचं नाव घेतलं नव्हतं. हिसका देऊन तिनं दंड सोडवून घेतला. "नाही." त्याचा हात तिच्या गळ्याभोवती आला आणि तिचं तोंड त्यानं कपड्यानं झाकलं तेव्हा तिनं दोन पावलं मागे घेतली होती. एखाद्या जनावरासारखी ती झगडली, पण तो मोठा होता आणि सुसाना व्हटॅनिअनचा आवाज तिनं ऐकला होता; अस्वस्थ करणारा, शांत आवाज. सायमनचा अधिक मोठा होता. "नाही!" पण त्या कपड्यामुळे तिचा शब्द दबलेला आणि तिची दृष्टी धूसर होऊ लागली होती.

'झगडा दे! किंकाळ्या फोड!' पण तिचं शरीर तिच्या आज्ञा आता फार काळ पाळणार नव्हतं. तिची किंकाळी कर्कश्श आणि मोठ्या आवाजात होती, पण ती तिच्या मेंदूतच घुमली. कुणीच ती ऐकू शकलं नाही.

तो तिला फरफटत नेत होता. चेहरा वळवण्यासाठी ती धडपडली. तो तिला

कुठे नेत होता, हे पाहण्याचा तिनं प्रयत्न केला; पण तिला ते शक्य झालं नाही. एक दार उघडत असल्याचं तिनं ऐकलं आणि तिच्या मणक्यातून वेदना सरसरत वर सरकली. तिला जाणवत होतं, पण डोळ्यांच्या पापण्यांच्या व्यतिरिक्त ती काहीच हलवू शकत नव्हती. बाजूच्या दारातून पाठीवर पडल्या-पडल्या ती बाहेर पाहण्याचा प्रयत्न करत होती. त्याच्या मागून येणाऱ्या थिओच्या दोन-दोन आकृतीसुद्धा धूसर दिसत होत्या. थिओ तिचे शूज धरून उभा होता. तिच्या डोळ्यांच्या वेगवान हालचालींनी सायमनला सावध केलं असलं पाहिजे. कारण सायमनच्या मुठीच्या एका फटक्यानं थिओ ऑलब्राईटला रस्त्यावरच आडवं करून टाकलं.

मग ते निघाले. कसल्यातरी मोठ्या आकाराच्या जाडजूड वस्तूवरून व्हॅन पुढे सरकली. तेव्हा मोठा आवाज झाला आणि मग टायर्सच्या कर्कश आवाजात ती वेगानं निघाली. 'व्हिटो, आता या फाटक्या वस्त्रांवर जे काय लिहिलं जाईल त्यामुळे त्या वस्त्रांचा मोह सोडून दे!' असं तिला म्हणावंसं वाटलं. 'सॉरी!' मग पुढे अंधाराशिवाय काहीच नव्हतं.

प्रकरण २४

शनिवार, २० जानेवारी, संध्याकाळी ५.३० वा.

स्टेसी सॅव्हर्ड् त्यांच्याकडे उद्दामपणे पाहत राहिली. "मी त्याच्याशी बोलणार नाही. तुम्ही माझ्यावर जबरदस्ती करू शकत नाही. मी असंच म्हणत राहणार." तिनं ते फोटो त्यांच्याकडे ढकलले. "मी हे असलं काही खपवून घेणार नाही. तुम्हाला वेडच लागलं आहे."

व्हिटोनं त्याला आलेला संताप आणि घृणा गिळून टाकली. "सायमन व्हर्टॅनिअनची तक्रार करून तू झालेले खून टाळू शकली असतीस. त्या मृत्यूंना तू जबाबदार आहेस. म्हणून तू आम्हाला मदत करायला हवीस. सायमनला तू उघडं पाडायला पाहिजेस, अशी आमची इच्छा आहे."

"त्याला टेलिफोन करून" निकनं शांतपणे म्हटलं, "त्याच्याशी तू प्रत्यक्ष बोलण्याची गरज नाही. आणि आम्हाला मदत करायचीच नाही, असं तू ठरवलंस... ठीक आहे. वृत्तपत्रांवर आम्ही नेहमीच नियंत्रण ठेवू शकत नाही."

सॅव्हर्ड्नं तोंड उघडलं. "माझ्याकडे आता काही पर्यायच उरला नाही, असं दिसतं. त्याला मी काय म्हणू?"

निकच्या हसण्यात प्रसन्नता नव्हती. "पर्याय तुझ्याकडे नेहमीच असतात, मिस सॅव्हर्ड्. हा तुझ्यासाठी पहिला चांगला पर्याय ठरू शकेल. सायमनच्या फाइलमध्ये तू अशी नोंद केलीस की, त्यानं आणखी सिलिकॉन लुब्रिकंटसाठी ऑर्डर दिलीये."

"दोन दिवसांपूर्वी. त्या एका विशिष्ट ठिकाणी त्याला ते नियमितपणे मिळत असे, पण तिथला स्टॉक जवळपास संपला होता. म्हणून त्यानं त्यासाठी आमच्याकडे ऑर्डर दिली. कारण आम्ही ते ताबडतोब मिळवू शकतो. मग?"

"मग?" निक म्हणाला. "तू आमच्यासोबत फायफरच्या ऑफिसमध्ये येणार आहेस. तिथून तू ऑफिसच्या फोनवरून त्याच्याशी बोल आणि त्याला सांग की, त्याची ऑर्डर तयार आहे."

"पण आज ऑफिस बंद आहे." ती म्हणाली. तिच्या आवाजात थरथर सुरू झाली.

"डॉ. फायफर उघडेल ते." व्हिटोनं तिला सांगितलं. "आम्हाला मदत करायला तो उत्सुक आहे. लुब्रिकंटसाठी सापळा लावण्याची कल्पना, ही खरंतर त्याचीच!" तिचा चेहरा पडलेला पाहून त्याला बरं वाटलं. "आम्ही तुला चटकन शोधू कसे शकलो स्टेसी? विमानतळांवर आम्ही तुला शोधलं, पण तू रिझर्व्हेशन केलेलं नव्हतंस. चेक-इन काउंटरवसुद्धा तू गेली नव्हतीस. फायफरनं वेगवेगळ्या घटनांचा विचार केला आणि तू यात गुंतलेली असशील अशा निष्कर्षावर तो आला. म्हणून त्यानं आज सकाळी तुझा माग काढला आणि तू विमानतळावर पोहचलीस, तेव्हा त्यानंच आम्हाला कळवलं."

दार उघडलं आणि लिझ्नं आत डोकावून पाहिलं. तिच्या चेहऱ्यावरचे भाव अतर्क्य होते. "डिटेक्टिव्हज्?"

व्हिटो आणि निक् उभे राहिले आणि निकनं शेवटचा आघात केला. "उत्कृष्ट रिसेप्शनिस्ट म्हणून तुझ्या आवाजाची प्रॅक्टिस कर स्टेसी!" तो सौम्यपणे म्हणाला. "कारण व्हर्टॅनिअन गाढव नाहीये. आवाजातल्या निराशेचा सूर एक मैलाच्या अंतरावरूनही त्याला ओळखू येईल." काचेच्या पलीकडे गेल्यावर निक्नं दार लावून घेतलं.

"तुला हे स्पष्ट ऐकू येतं?" व्हिटोनं विचारलं.

निकनं मान हलवली. "काय पर्फेक्ट काम झालंय! तुरुंगात गेल्यावर तिच्या आवाजाला वेगळीच धार येईल."

"व्हिटो!" जेन कर्कशशपणे बोलली.

व्हिटो खिडकीकडून वळला आणि त्याचं रक्त एकदम थंड पडलं. जेनचा चेहरा पांढराफटक पडला होता आणि लिझ्च्या चेहऱ्यावरचे भाव आता गुंतागुंतीचे नव्हते. उलट ती थोडीशी भयभीत दिसत होती.

"सोफीबद्दल," लिझ् म्हणाली. "तिच्या आजीला हॉस्पिटलमध्ये ताबडतोब नेण्यात आलं. तिला हृदयविकाराचा झटका आला होता."

व्हिटोनं शांत राहण्याचा प्रयत्न केला. "मी म्यूझियममध्ये जाऊन तिला हॉस्पिटलमध्ये घेऊन जातो."

लिझ्नं त्याचा दंड पकडला आणि तरी तो जाण्याचा प्रयत्न करू लागला तेव्हा तिनं तो जास्तच घट्ट धरला. "नाही व्हिटो. माझं ऐक. इमर्जन्सी पर्सनेलनी ऑलब्राईट म्यूझियमला फोन केला आणि कळवलं की, ऑलब्राईटचा मुलगा रस्त्यावरच बेशुद्ध पडलेला त्यांना आढळून आलाय. म्यूझियमसमोरच." ती कणखर झाल्याचं स्पष्टच दिसत होतं. आणि ऑफिसर लिऑन्स त्याच्याच क्रूझरच्या

मागच्या सीटवर त्यांना मृतावस्थेत आढळला.

बोलण्यासाठी व्हिटोनं तोंड उघडलं, पण शब्दच उमटले नाहीत.

"आणि सोफी?" निकनं भेदरलेल्या आवाजात विचारलं.

लिझ् भरभर बोलत होती. ती घटना प्रत्यक्ष पाहणाऱ्यांनी सांगितलं की, एक पांढरी व्हॅन रिव्हर्स गियरमध्ये मागे आली. तिच्या धक्क्यामुळे ऑलब्राईटचा मुलगा खाली पडला. त्याच व्हॅनकडे सोफीला फरफटत नेऊन त्यानं आत टाकलं आणि तो व्हॅन घेऊन गेला. सोफी गेली."

व्हिटोला त्याच्या रक्ताची फक्त सळसळ ऐकू आली. त्याच्या हृदयाची धडधड एकदम थांबली आणि ते कुणीतरी छातीच्या बाहेर फेकून देण्याचा प्रयत्न करतंय असं त्याला वाटलं. "त्यानं तिला गाठलंच एकदाचं!" तो पुटपुटला.

"होय." लिझ्सुद्धा पुटपुटली. "सॉरी व्हिटो!"

त्यानं सुन्नपणे पलीकडे पाहिलं. सॅव्हर्ड्वर हात टाकून तिचा गळा घोटण्याचा, तिचा जीव घेण्याचा दुष्ट इरादा त्यांनी डोक्यातून काढून टाकला. "तो खुनी आहे, हे तिला ठाऊक होतं, म्हणून ती काहीच बोलली नाही." तो जोरजोरात श्वास घेऊ लागला. त्याचा प्रत्येक शब्द त्याच्या घशातून ओरबाडून काढल्यासारखा निघत होता. "आता खूप उशीर झालाय. त्याला पडकण्यासाठी आमिष म्हणूनसुद्धा तिचा उपयोग करता येत नाही. त्याला हवं होतं ते त्यानं मिळवलं. सोफीला पंजात पकडलं."

निकनं त्याचा दुसरा दंड पकडला आणि व्हिटो त्याच्याकडे वळून पाहीपर्यंत सहानुभूतीनं दाबला. "व्हिटो, शांत होऊन विचार कर. सायमनला ते लुब्रिकंट अजूनही हवंय. अजूनही त्याचा उपयोग होऊ शकतो. आपण प्रयत्न करायला हवेत."

व्हिटोनं मान हलवली, पण अजून तो सुन्नच होता; पण त्याच्या मनात काही विचार चालू होते. व्हॅन् झॅण्ड्ट मरण्यापूर्वी सायमनचे डोळे त्यानं पाहिले होते. अगदी थंडगार, मतलबी आणि धूर्त! फायफर म्हणाला होता, नागाच्या पिंजऱ्यात चालत गेल्यासारखं! आणि आता सोफी त्या पिंजऱ्यात होती!

शनिवार, २० जानेवारी, संध्याकाळी ६.२० वा.

सायमनचा सेल फोन वाजला. त्या कॉलर आयडीकडे तिटकाऱ्यानं पाहत तो सावधपणे 'हॅलो' म्हणाला.

"मिस्टर लुई, मी स्टेसी सॅव्हर्ड् बोलतेय, डॉ. फायफरच्या ऑफिसमधून."

सायमननं तोंड बंद करून श्वास आत ओढून घेतला. 'ते ऑफिस आठवड्याच्या शेवटच्या दिवसात बंद असतं.' "हो?"

"डॉ. फायफर यांच्याकडे फॅमिली इमर्जन्सी आल्यामुळे त्यांचं ऑफिस जवळपास आठवडाभर बंद राहणार आहे. शेवटच्या दिवसापर्यंतचे तपशील मिळवण्यासाठी ते आणि मी इथे आलो आहोत. तुला हवं असलेलं सिलिकॉन लुब्रिकन्ट आमच्याकडे आलेलं आहे."

सायमनला हसू आवरलं नाही. "सध्या मी जरासा बीझी आहे. मी सोमवारी येईन."

"पण सोमवारी आमचं ऑफिस बंद असेल. पुढे आठवडाभर बंद असेल. तुला जर लुब्रिकन्ट हवं असेल, तर आज रात्रीच यावं लागेल. तुला ते मिळण्यापूर्वीच संपून गेलं, तर माझा नाइलाज होईल."

ती मुलगी चांगली असल्याचं सायमनला मान्य करावंच लागलं, पण तिच्या आवाजात किंचितसा कंप होता. "इतर कुठेही शोधेन मी. नाहीतरी मी लवकरच इथून दुसरीकडे जाणार आहे." ती आणखी काही बोलणार तेवढ्यात त्यानं फोन बंद केला आणि आता मोठ्यानं हसला. 'सॅव्हर्ड् पोलिसांना सहकार्य करते आहे. एखाद्या मूर्खालाही हे कळेल.'

"तुझा बॉयफ्रेंड खरोखरच स्मार्ट आहे!" सायमननं त्याच्या माघारी तारीफ केली. "पण मी त्याच्यापेक्षा जास्त स्मार्ट आहे." काही प्रतिक्रिया कळली नाही. तिला जाग आली नसली, तरी ती लवकरच जागी होईल, हे त्याला ठाऊक होतं; पण तिच्याकडून त्याला या नंतर काही त्रास होणार नव्हता. त्यानं त्याच्या नंबर प्लेट्स बदलण्यासाठी त्याची व्हॅन रस्त्याच्या एका बाजूला घेतली आणि तिची मनगटं आणि पायांचे घोटे बांधून टाकण्यासाठी मेन रोडपासून दूर गेल्यावर आडबाजूला नेली.

स्टेसी सॅव्हर्ड्नं फोन ठेवून दिला तेव्हा तिचे हात थरथरत होते. "मी शक्य तेवढे प्रयत्न केले."

"तुझे शक्य तेवढे प्रयत्न फारसे अशक्य नव्हते." निकनं टोमणा मारला. "त्याला कळालं."

व्हिटोनं त्याच्या चेहऱ्यावरून हात फिरवले तेव्हा युनिफॉर्म घातलेल्या दोन पोलिसांनी स्टेसी सॅव्हर्ड्च्या हातात बेड्या घालून पुन्हा तिला त्या पोलीस स्टेशनवर नेलं. "त्याचा उपयोग होणार नाही, असं मला वाटलं होतंच."

निराश होऊन हात चोळत फायफर उभा राहिला. "सॉरी! काहीतरी उपयोग होईल असं मला वाटत होतं."

"डॉक्टर, तुमची आम्हाला खूप मदत झाली." निक आपुलकीनं म्हणाला.

"आम्ही ते मानलंच पाहिजे.'"

सॅव्हर्ड्ला दारातून बाहेर नेताना तिच्याकडे पाहत फायफरनं मान हलवली. "इतकी वर्षं तिच्याबरोबर काम करूनही मी तिला ओळखू शकलो नाही, यावर माझाच विश्वास बसला नाही. माझा अंदाज चूक ठरेल, अशी मला आशा होती. तुम्ही काल इथे आला होता तेव्हा म्हणून मी काही बोललो नाही. तिच्याविषयी तुम्ही शंका घेतल्यामुळे मला राग आला होता, पण मीच चुकीचा ठरलो."

फायफरनं शंका घ्यायला हवी होती असं व्हिटोला वाटलं, पण तो काहीच बोलला नाही.

"यानंतर काय?" ते कारमध्ये बसल्यावर निकनं विचारलं.

"आता पुन्हा नव्यानं सुरुवात." व्हिटो गंभीरपणे म्हणाला. "आपलं काहीतरी राहून गेलंय्." त्यानं खिडकीबाहेर पाहिलं. "आपल्याला सोफी सापडेपर्यंत तिनं टिकाव मात्र धरला पाहिजे."

शनिवार, २० जानेवारी, रात्री ८.१५ वा.

"आम्ही त्याचं बोलणं टेप केलंय." एक सीडी घेऊन कॉन्फरन्स रूममध्ये येत ब्रेन्ट म्हणाला. त्यानं ती जेनला दिली. "त्या हरामखोरानं त्या म्हाताऱ्या बाईच्या आयव्हीशी काहीतरी खोडसाळपणा केलाय."

फायफरच्या ऑफिसमधून व्हिटो आणि निक निघाले तेव्हा ॲनाच्या बेडशेजारी त्यानंच कॅमेरा ठेवला होता हे त्याला आठवलं होतं. त्याच कॅमेऱ्यानं केलेल्या चित्रीकरणाची सीडी जेननं तिच्या लॅपटॉपमध्ये घातली तेव्हा तो तिच्या खुर्चीमागे उभा होता. निक आणि लिझ् त्याच्या उजव्या बाजूला, तर ब्रेन्ट त्याच्या डाव्या बाजूला उभा राहिला. कॅथरिन जागेवरच बसून राहिली; निस्तेज आणि सुन्न होऊन!

व्हिटो तिच्या नजरेला नजर देऊ शकला नाही. सोफीची काळजी घेईन असं आश्वासन त्यानं तिला दिलं होतं. आणि तेवढी काळजी त्यानं घेतली नव्हती. सायमन पकडला जाईपर्यंत त्यानं तिला कुलूपबंद खोलीमध्येच ठेवायला हवं होतं. त्यानं खूपकाही करायला हवं होतं; पण तसं काही झालं नाही आणि सोफी गेलीच! सायमन व्हर्टॅनिअननं तिच्यावर झडप घातली आणि सायमन व्हर्टॅनिअन काय करू शकतो, हे सर्वांनाच ठाऊक होतं.

असा विचार करत राहणं त्यानं थांबवायला हवं होतं. नाहीतर त्याला कधी वेड लागलं असतं, हेही त्याला कळलं नसतं. 'तर एकाग्र हो चिक्. आणि तू नेमकं काय गमावलंस ते शोध.'

ब्रेन्टनं त्याच्याकडे तिरप्या नजरेनं पाहिलं. ''सायमन या टेपवर पाच तास दिसत राहतो. या कॅमेऱ्यानं सगळ्या हालचाली टिपल्या आहेत. पहिल्या दोन तासांमध्ये काल रात्री तू आणि सोफी आजीबरोबर दिसता. ती दृश्यं, नर्सेस आजीचा रक्तदाब तपासतायत, तिला औषधं, जेवण देतायत ही दृश्यं मी फास्ट फॉर्वर्ड केली. पत्त्यांचा खेळही आलाय यात.''

व्हिटोनं त्याच्याकडे पाहिलं. ''पत्त्यांचा खेळ?''

''आज सकाळी दहा वाजता एक नर्स आत आली. पत्त्यांचा पॅक घेऊन. ती म्हणाली, रोज या वेळी त्या पत्ते खेळत असतात. सोफीची आजी खेळात हरली आणि त्या नर्सला ती हलकट म्हणाली.''

''त्या नर्सचं नाव मार्को होतं का?''

''हो. त्या म्हातारीचे प्राण वाचवणारीही तीच होती.''

''ठीकय, निदान तिच्या आजीचा छळ तरी निदान त्या नर्सेसनी केला नव्हता.'' व्हिटोनं मान हलवली. ''ॲनाला पत्त्यांच्या खेळातही हरायला आवडत नव्हतं.''

''मला सिग्नल मिळालाय.'' जेन म्हणाली. सायमन व्हर्टनिअन ॲनाच्या रूममध्ये येऊन तिच्या शेजारी बसलेला त्यांनी पाहिला. म्हाताऱ्या माणसासारखा पोशाख त्यानं केला होता.

''व्हॅन् झॅण्ड्टला ठार करून तो सरळ तिकडे गेला असणार.'' निक पुटपुटला.

''फारच बीझी दिवस!'' जेन कंटाळून म्हणाली ''जाऊ द्या.''

ब्रेन्टनं जेनवर ओणवं होऊन टेप फास्ट फॉर्वर्ड केली. ''ऑपेरा सोसायटीकडून आलोय, असं त्यानं तिला सांगितलं आणि सोफीनं त्याला पाठवलं असंही सांगितलं. तिला तिच्या नावानं त्यानं हाका मारल्या. आजीला झोप लागेपर्यंत वीस-एक मिनिटं त्यांनी गप्पा मारल्या. आणि इथेच आयव्हीशी त्यानं काहीतरी खोडसाळपणा केला.''

सायमननं खिशातून एक सिरिंज काढली आणि तिच्यामधला द्रव आयव्हीमध्ये टाकला. नर्सनं ते आयव्ही स्टँड तिच्या बेडशेजारीच ठेवलं होतं. त्यानं नंतर ती सिरिंज पुन्हा खिशात ठेवली. आयव्हीमधून तेव्हा औषध थेंब-थेंब गळत होतं. मग त्याने स्वत:च्या घड्याळाकडे नजर टाकली.

''वेळ घालवण्याची एक अतिशय साधी आणि परिणामकारक पद्धत!'' जेन नीरसपणे म्हणाली. ''यामुळे त्याला नर्सिंग होममधून निघून हॉस्पिटलपाशी सोफीची वाट पाहत आराम करायलासुद्धा वेळ मिळाला.''

पुन्हा एकदा सायमननं सगळ्या गोष्टींचा विचार केला होता.

पुन्हा एकदा यामुळे व्हिटोचं रक्त थंड पडलं.

ब्रेन्टनं घसा साफ केला. ''आय व्ही बदलण्यासाठी नर्स आत आली.'' जेननं

फास्ट फॉर्वर्ड केल्यावर पुन्हा ते पाहू लागले. पुन्हा मार्को आली आणि ॲनाचं हृदय, मेंदू आणि फुफ्फुसांची स्थिती तिनं तिच्या चार्टवर नोंदवली. आय व्ही बदलल्यावर स्क्रीन काळा झाला आणि एका क्षणानंतर मार्को परतल्यावर धावपळ सुरू झाली. कार्डियाक मॉनिटर बीप्-बीप् करायला लागला आणि ॲना वेदनेमुळे आचके देऊ लागली. ॲनाच्या तोंडाजवळ मार्कोनं वाकून बघितलं.

"नर्स म्हणाली की, आग होतेय असं ॲनानं सांगितलं." लिझ म्हणाली. "ती नर्स चांगली आहे. कार्डियाक मॉनिटरकडे तिनं एक दृष्टिक्षेप टाकताच तिच्या लक्षात आलं की, पोटॅशियम क्लोराईडचा डोस जास्त झाल्याचा हा परिणाम होता. तिनं आजीला बायकार्बचं इंजेक्शन दिलं आणि हार्ट अटॅक थांबला."

"आणि ॲनाचे प्राण वाचवले." आवंढा गिळत व्हिटो पुटपुटला.

"मार्कोला वाटलं की, आय व्हीच्या बाबतीत तिची चूक झाली." लिझ् म्हणाली. "शिस्तभंगाच्या कारवाईला तोंड द्यायला, अगदी नोकरी गमवायलाही ती तयार होती; पण आपण खोटं बोलू शकत नाही. आपल्यामुळे एखाद्या पेशंटला त्रास झाला, तर आपण ती जबाबदारी स्वीकारली पाहिजे, असं तिचं मत आहे."

व्हिटोनं उसासा सोडला. "तिला कॅमेऱ्याबद्दल माहीत आहे?"

"नाही." लिझ् म्हणाली. "तिला ते सांगितलं, तर तिची अपराधीपणाची जाणीव बोथट होईल."

"आणि सोफीचा तिच्यावर विश्वास नव्हता, हे तिच्या लक्षात आणून दिल्यासारखं होईल." व्हिटोनं तो विषय संपवला. "पण तिला आणि सोफीच्या कुटुंबालासुद्धा कुठल्यातरी मार्गानं ते कळायला हवं. मी लवकरच हॉस्पिटलमध्ये पोहचतो." तो त्याच्या नेहमीच्या खुर्चीवर टेबलापाशी बसला. ही केस सुरू होताना चौकशीच्या नेतृत्वामुळे येणाऱ्या जबाबदारीचं त्यानं स्वागत केलं होतं. आता तीच जबाबदारी त्याच्या गळ्याभोवती शिशासारखी वजनदार असल्याचं त्याला जाणवू लागलं. चौकशी त्याची होती. इथून ती पुढे कुठे जाणार हे त्याच्यावर अवलंबून असणार होतं. याचाच अर्थ असा होता की, सोफीच्या बाबतीत जे घडलं त्यालाही तोच जबाबदार होता.

"मग आपल्याला कुठली माहिती मिळत नाहीये?" व्हिटोनं विचारलं. "आपल्याला तपशील हवाय."

"खाणींच्या जमिनीवर बांधलेल्या, इलेव्हेटर्स असलेल्या एकाकी पडलेल्या इमारती!" जेन म्हणाली.

"पहिल्या रांगेच्या शेवटी असलेल्या म्हाताऱ्या बाईची आणि पुरुषाची ओळख अजून पटलेली नाही." निकनं सांगितलं.

लिझ्नं ओठ बंद करून नाराजी व्यक्त केली. "आणि ते शेत?" ती बोलली

आणि व्हिटोनं डोळे किलकिले केले.

"तेच शेत का असं तुला म्हणायचंय का?" असं त्यानं विचारल्यावर लिझ्नं होकारार्थी मान हलवली.

"आपण या प्रश्नाचा कधीच विचार केला नाही व्हिटो. तेच शेत कशासाठी? त्यानं तेच का निवडलं असावं?"

"त्या जमिनीचा मालक, विन्चेस्टर पोस्टातला माजी कर्मचारी. तो म्हणाला की, ती जमीन त्याच्या आत्याच्या मालकीची होती." व्हाइट बोर्डकडे पाहण्यासाठी व्हिटोनं त्याची खुर्ची फिरवली. "क्लेअर रेनॉल्डस्च्या शेजारी दफन केलेली म्हातारी विन्चेस्टरची आत्या असू शकत नाही."

"कारण विन्चेस्टरची आत्या या वर्षीच्या ऑक्टोबरपर्यंत मरण पावलेली नव्हती." निक पुढे म्हणाला. "ही म्हातारी बाई एका वर्षापूर्वी वारली."

"ती युरोपमधली होती." कॅथरिननं सांगितलं. या रूममध्ये आल्यापासून ती पहिल्यांदाच बोलली." तिच्या दातांच्या ठेवणीचा मी अभ्यास केला होता आणि तिचा रिपोर्ट काल संध्याकाळी उशिरा आला. तिच्या दातांच्या फटींमध्ये जे मिश्रण वापरलं होतं, ते या देशात कधीच वापरलं गेलं नव्हतं; पण पन्नासच्या दशकात जर्मनीमध्ये त्याचा नेहमीच उपयोग होत असे." तिनं मान हलवली. "याची तुम्हाला कशी मदत होईल, हे मला समजत नाही. युद्धानंतर हजारो लोक जगाच्या त्या भागातून बाहेर पडले."

"आपल्याला असं पूर्वी कधी आढळलं नव्हतं." व्हिटो म्हणाला. "आपण पुन्हा एकदा हार्लन विन्चेस्टरला भेटूया. त्याच्या आत्याच्या बाबतीत जे जे मिळेल ते ते आपण बघू. त्या जमिनीचा सायमनशी संबंध आहे का, हे शोधणं गरजेचं आहे. आणि सध्या तरी त्या आत्याचाच संबंध त्या जमिनीशी दिसतोय."

लिझ्नं त्याच्या खांद्यावर हात ठेवला. "मला एक चांगली कल्पना सुचलीये. निक आणि मी विन्चेस्टरला जाऊन भेटतो. तू सोफीच्या फॅमिलीला भेट."

व्हिटोनं मान वर केली. "लिझ्, मीच हे करणं आवश्यक आहे."

लिझ् प्रेमानं हसली, पण ठामपणे म्हणाली, "ही केस मला माझ्या हातात घ्यायची वेळ आणू नकोस व्हिटो."

बोलण्यासाठी व्हिटोनं तोंड उघडलं, पण गप्प बसला. "माझी हकालपट्टीच करायला निघालीस तू!" तो शांतपणे म्हणाला. त्याला सोफी आणि डान्टेची आठवण झाली.

"तू मजेशीर शब्द वापरतोयस, पण ठीक आहे. मला असं वाटतं, मला तसंच म्हणायचंय." लिझ्नं भुवया उंचावल्या. "तू अस्वस्थ झालायस. घरी जा. ताजातवाना हो. माझी ऑर्डर आहे ही!"

व्हिटो उभा राहिला. "ओ. के. पण फक्त आजच्या रात्रीपुरतं. उद्या सकाळी मी इथे परत येणार. तिला शोधण्यासाठी. मी काही केलं नाही, तर मला वेड लागेल लिझ्."

"मला समजतंय. विश्वास ठेव व्हिटो. आम्ही प्रयत्नात बिलकूल कसूर करणार नाही." तिनं जेनकडे पाहिलं. "काल रात्रभर तू इथेच होतीस. तूसुद्धा घरी जा."

"मी तुझ्याशी वाद घालणार नाही." जेन म्हणाली आणि तिनं लॅपटॉप बंद केला. "पण मी घरी तरी जाऊ शकते की नाही कुणास ठाऊक. मला वाटतं मी इथेच कॉटवर थोडा वेळ आराम करावा." जाताना तिनं व्हिटोला कडकडून मिठी मारली. "निराश होऊ नकोस."

"निक, तू माझ्यासोबत येणार आहेस." लिझ् म्हणाली. "मी माझा कोट घेऊन येते."

"मी पॅसेंजर सीटवर बसतो." निक म्हणाला. मग व्हिटोशेजारी उभा राहिला. "झोप घे चिक्." तो पुटपुटला. "विचार करत बसू नकोस. तू फारच विचार करतोस." मग तो आणि लिझ् निघून गेले.

ब्रेन्ट घुटमळला, पण त्यानं व्हिटोला प्लास्टिक केसमध्ये एक सीडी घालून दिली. "तुला एक कॉपी हवी होती ना!" निराश झाल्यामुळे त्याच्या ओठांचा एक कोपरा वर झाला. "तुझ्यासाठी हळहळणारे खूप लोक आहेत चिकोटेली. त्या टेपचा तो भाग मी पाहत असताना त्या आयटी फ्लोअरवर सगळ्यांच्या डोळ्यांत अश्रू गोळा झाले होते."

व्हिटोच्या डोळ्यांची जळजळ होऊ लागली. "थँक्स!" मग ब्रेन्ट निघून गेल्यावर तिथे फक्त तो आणि कॅथरिन होते. तिचं लक्ष आहे की नाही याचा विचार न करता त्यानं तळहातांनीच डोळे कोरडे केले. "कॅथरिन, काय म्हणू ते मला सुचत नाहीयू."

"मलासुद्धा सुचत नाहीये, पण मी फक्त 'सॉरी' म्हणू शकते."

डोळ्यांची उघडझाप करत त्यानं तिच्याकडे पाहिलं. "सॉरी?"

"मला वाटतं त्यापेक्षा जास्त मी आपल्या मैत्रीला इजा पोहचवली या आठवड्यात. कारण मी तुला या आधीही दुखवलं, म्हणून तू असा विचार करत असशील की, मी तुलाच यासाठी दोष देतेय आणि यापेक्षा सत्य दुसरं काहीच नाही."

हातामधली सीडी व्हिटो गोल गोल फिरवत राहिला. "तू मला दोष देणं योग्यच आहे. मीसुद्धा मलाच दोष देतोय."

"आणि मी मला स्वत:ला दोष देतेय, ते तिला इथे आणल्याबद्दल."

"त्यानंच या सर्वांचे बळी घेतले आहेत, हा एवढाच विचार माझ्या मनात येतोय."

"मला पटतंय ते." घोगऱ्या आवाजात ती पुटपुटली.

त्यानं मग तिच्याकडे पाहिलं. तिचे डोळे झपाटल्यासारखे दिसत होते. या आठवड्यात बारा शवविच्छेदनं तिनं केली होती. त्यापैकी प्रत्येकाचा सायमन व्हटॅनिअननंच बळी घेतला होता. "इतर कुणापेक्षा तूच हे चांगलं समजू शकतोस."

तिनं मान हलवली. "मी सोफी जोहान्सनलासुद्धा ओळखते. जिवंत राहण्याचा काही मार्ग असेल, तर ती जिवंत राहील आणि तुला तसा विश्वास ठेवावा लागेल. कारण सध्या तरी आपल्या हातात तेवढंच आहे."

शनिवार, २० जानेवारी, रात्री ९.१५ वा.

सोफीला जाग येऊ लागली. तिनं पापण्या उचलल्या आणि डोकं न हलवता या कोपऱ्यापासून त्या कोपऱ्यापर्यंत नजर फिरवली. आतले आवाज बाहेर जाऊ नयेत आणि आवाजाची गुणवत्ता नियंत्रित ठेवण्यासाठी तिच्या डोक्याच्या वर, छताजवळ, वॅफ्ल बोर्ड होता. तो तिनं ॲनाबरोबर रेकॉर्डिंग स्टुडियोमध्ये लहानपणी जात असताना अनेक ठिकाणी पाहिला होता. भिंतीवर खडक बसवल्याचा आभास निर्माण केला होता. भिंतीमध्ये बसवलेल्या स्टँड्सवरच्या मशाली खऱ्याच वाटत होत्या. त्यांच्या फडफडणाऱ्या ज्वाळांमुळे सावल्यांवर सावल्या पडल्या होत्या.

तिला मृत्यूचा वास आला आणि तिला किंकाळ्या आठवल्या. 'ग्रेग सँडर्सनं इथेच प्राण सोडला होता. तसंच इतर अनेकांनी. आणि आता तूसुद्धा!' तिनं दात चावले. 'पण माझ्यात कणभर शक्ती उरली तरी नाही.' तिला अजून खूपकाही करण्यासाठी जगायचं होतं.

हा विचार चांगला होता, पण सध्या ती खऱ्या बंधनात जखडलेली होती. हात-पाय बांधलेले आणि लाकडी टेबलावर तिला निजवलेलं होतं. तिच्या अंगावर कपडे होते, पण ते तिनं घातलेले नव्हते. एखाद्या समारंभात घालावा तसा पायघोळ पोशाख होता तो. तिला कुणाचीतरी चाहूल लागली आणि तिनं चटकन डोळे मिटले.

"नाटक करण्याची गरज नाही सोफी. तू जागी आहेस, ते मला माहीत आहे." त्याचा आवाज सौम्य, सुसंस्कृत आणि बोलणं हेल काढल्यासारखं होतं. "आता तू डोळे उघड. माझ्याकडे बघ."

तरी तिनं डोळे बंदच ठेवले. जितका जास्त वेळ तिने समोरासमोर भेट टाळली असती, तितका व्हिटोला तिला शोधण्यासाठी जास्त वेळ मिळणार होता. कारण तो तिला शोधणारच होता. त्याबद्दल तिला खात्री होती. कुठे आणि कोणत्या

अवस्थेत, हेच प्रश्न तिच्या मनात होते.

"सोफी," लहान मुलासारख्या आवाजात तो म्हणाला. तिच्या चेहऱ्यावरून त्याचा श्वास फिरताना तिला जाणवला आणि अविचल राहण्याचा तिनं आटोकाट प्रयत्न केला. तो सरळ ताठ उभा राहिला तेव्हा त्याच्या शरीरावरून आलेली झुळुक तिला जाणवली. "तू खूप चांगली आहेस." त्यानं तिच्या दंडाला चिमटा काढला तेव्हाही ती संयमपूर्वक स्तब्ध राहिली. कारण असं तो करणार हे तिला अपेक्षितच होतं. तो हसला. "तुला मी आणखी काही तास वेळ देणार आहे, कारण माझी सर्किट्स रीचार्ज होणं आवश्यक आहे." हे शेवटचे चार शब्द त्यानं स्वत:चीच कुचेष्टा केल्यासारखे उच्चारले होते.

"एकदा मी पूर्णपणे चार्ज झालो की, मी कार्यक्षम होईन आणि पुढचे तीस तास काम करू शकेन. त्या तीस तासात आपल्याला जी मजा अनुभवायला मिळणार आहे, तिची तू कल्पनाच कर सोफी." तो हसतहसत निघून गेला आणि तिच्या शरीरावर जे शहारे आले होते, ते त्याच्या लक्षात आले नव्हते म्हणून तिनं देवाचे आभार मानले.

शनिवार, २० जानेवारी, रात्री ९.३० वा.

"हाय, ॲना." तिच्या बेडच्या शेजारच्या खुर्चीवर तो बसला. ती कार्डियाक इन्टेन्सिव्ह केअर युनिटमध्ये होती. ॲनाला फारसंकाही कळत नव्हतं, पण तिचा चांगला डोळा लुकलुकला. "ओके!" तो म्हणाला. "तू बोलू शकत नाहीस, ते मी समजू शकतो. तू कशी आहेस, तेच पाहायला मी आलो."

तिचा डोळा दाराकडे वळला आणि तिचे ओठ थरथरले, पण शब्द उमटले नाहीत. ती सोफीला शोधत होती. पण तिला सत्य सांगण्याचं धैर्य त्याला झालं नव्हतं. त्यानं सांगितलं, "दिवसभर ती खूप कामात होती. मग झोपून गेली." ते खरं नव्हतं. पांढऱ्या व्हॅनकडे तिला फरफटत नेलं होतं आणि तिच्यातूनच तो तिला घेऊन गेला होता. जणू तिला औषध दिलं होतं, अशी ती गुंगीत होती, असं साक्षीदारांनी सांगितलं होतं. ती तेव्हाही आणि आताही झोपेतच होती, असा व्हिटोचा समज होता. जितके तास ती झोपणार होती, तितके तास त्यांना तिला शोधण्यासाठी लागणार होते.

"तू कोण आहेस?"

कोण आलं होतं, हे पाहण्यासाठी व्हिटो वळला, तर उघड्या दारात ॲनासारखीच, पण ठेंगणी आणि तरुण स्त्री त्याला दिसली. त्यानं अंदाज केला की, ती फ्रेया

असणार. त्यानं ॲनाचा हात थोपटला. ''मला जमेल तेव्हा मी पुन्हा येईन ॲना.''

''मी विचारलं, तू कोण आहेस?'' फ्रेयाचा आवाज कर्कश होता, पण त्यात व्हिटोला भीती जाणवली.

भीती तो समजू शकला. ''मी व्हिटो चिकोटेली. मी मित्र आहे ॲनाचा आणि सोफीचा.''

फ्रेयाच्या मागून एक माणूसही तिथे आला. त्याच्या डोक्याच्या मागच्या बाजूला केसांचं एक बारीकसं वर्तुळ होतं. त्याच्या डोळ्यांत भीती आणि समाधान यांचा झगडा चालू असावा. 'हा अंकल हॅरी असणार.'

त्या माणसानं त्याचा अंदाज खरा ठरवला. ''मी हॅरी स्मिथ, सोफीचा काका. तू तिचा पोलीस आहेस.''

तिचा पोलीस! व्हिटोच्या हृदयाचा आणखी एक तुकडा पडला. ''बोलण्यासाठी आपण एखादी जागा शोधू या.''

''सोफी?'' एका छोट्या फॅमिली वेटिंग रूममध्ये बसल्यावर हॅरीनं विचारलं.

व्हिटोनं त्याच्या हातांकडे पाहिलं. मग म्हणाला, ''तिचा शोध अजून लागत नाहीये.''

हॅरीनं मान हलवली. ''मला कळत नाहीये, आमच्या सोफीला का म्हणून कुणी त्रास द्यावा?''

फ्रेयाचे ओठ आवळले गेल्याचं व्हिटोनं पाहिलं. तिच्यावर असलेल्या तणावामुळे कदाचित असं झालं असावं. त्याला खात्री नव्हती. त्याला एवढंच ठाऊक होतं की, त्याच्यासमोर बसलेला हा माणूस सोफीच्या सर्वांत जवळचा होता; अगदी खऱ्या बापासारखा आणि सत्य काय होतं, हे समजून घेण्याचा त्याला पूर्ण हक्क होता.

''एका केसमध्ये सोफी आम्हाला मदत करत होती. ती बातमी वर्तमानपत्रातून आली.''

हॅरीनं डोळे किलकिले केले. मेटल डिटेक्टरच्या साहाय्यानं त्या म्हाताऱ्यानं थडगी शोधून काढली ती केस?''

''तीच ती केस. ज्या माणसानं त्या सगळ्यांना ठार केलं त्याचा शोध आम्ही गेल्या एक आठवड्यापासून घेत आहोत.'' त्यानं श्वास घेतला. ''त्यानंच सोफीला पळवून नेलं असावं, अशी आम्हाला शंका येण्यासारखी परिस्थिती आहे.''

हॅरीचा चेहरा पांढराफटक पडला. ''माय गॉड! त्यांना तिथे नऊ प्रेतं सापडली.''

आता तिथे आणखी पाच प्रेतं सापडली होती; कदाचित सहा. कारण ॲलन ब्रूस्टरचा अजून शोध लागलेला नव्हता, पण हॅरीला हे माहीत करून देण्याचं काही कारण नव्हतं. ''तिला शोधण्यासाठी शक्य तेवढे सगळे प्रयत्न आम्ही करतो आहोत.''

"माझ्या आईला आलेला हार्ट अटॅक...." फ्रेया सावकाश म्हणाली, "सोफीला पळवून नेल्यावर एका तासाच्या आतच तो आला. ही वेळ काही योगायोगानं साधली गेली नसावी."

व्हिटोनं नर्स मार्कोला त्या टेपबद्दल आणि केलेल्या खोडसाळपणाबद्दल सांगितलं होतं तेव्हा तिच्या चेहऱ्यावरचे भाव त्याला आठवले. त्याच्या अपेक्षेप्रमाणे ती दुखावलीही गेली होती आणि तिला सुटका झाल्यासारखंही वाटलं होतं. फ्रेया स्मिथची प्रतिक्रिया काय असेल असा प्रश्न त्याला पडला. "तसं काही नव्हतं, हे आम्हाला ठाऊक आहे. तुझ्या आईच्या आयव्हीशी त्या खुन्यानं खोडसाळपणा केला. अतिशय तीव्र असं पोटॅशिअम क्लोराईडचं इंजेक्शन त्यानं दिलं." बहुतेक हलक्या दर्जाचं, असं जेनला वाटलं होतं. छतांवरचं आणि रस्त्यांवरचं बर्फ वितळण्यासाठी ते वापरतात. या काळात कुठल्याही लोखंडी सामानाच्या दुकानात ते सहजपणे उपलब्ध असतं.

फ्रेयाचे ओठ संतापानं आवळले गेले. "माझ्या आईचा जीव घ्यायचा त्यांनी प्रयत्न केला; सोफीला पकडण्यासाठी!"

व्हिटो विचार करू लागला. तिच्या म्हणण्याचा नाही, तर ती ते ज्या प्रकारे बोलली त्याचा. हॅरीसुद्धा तसाच विचार करू लागला, असं दिसलं. तोही भयभीत झाला होता.

"फ्रेया, सोफीमुळे हे असं झालं नाही." फ्रेया काहीच बोलली नाही, तेव्हा हॅरी थरथरत उभा राहिला. "फ्रेया? सोफीलाच नेलंय पळवून. ज्या माणसानं नऊ लोकांचे प्राण घेतले त्याच्याच ताब्यात आपली सोफी आहे."

फ्रेया रडायला लागली. "तुझी सोफी!" ती तुच्छतेनं बोलली. "नेहमीच तुझी सोफी." तिनं त्याच्याकडे बघितलं. "तुला दोन मुली आहेत हॅरी. त्यांचं काय?"

"पॉला आणि नीनावर माझं प्रेम आहेच." तो म्हणाला. त्याला बसलेल्या धक्क्याचं रूपांतर रागात होऊ लागलं. "तू असं आडून-आडून का बोलतेस? पण पॉला आणि नीनाला आपण होतो. सोफीला कुणीच नव्हतं."

फ्रेयाचा चेहरा वेडावाकडा झाला. "सोफीला ॲना होती."

हॅरीचा चेहरा आणखी उतरला. मग तो विचार करत राहिला, तसा त्याचा चेहरा लालबुंद होत गेला. "हे सगळं लेनामुळे होत राहिलं. तुला सोफी आवडत नाही. कारण ती लेनाची असल्यामुळे, असं मला वाटत राहिलं; पण ते ॲनामुळे होतं. कारण ॲनानं तिला जवळ केलं."

फ्रेया आता हुंदके देत होती. "तिनं त्या पोरीसाठी सगळं सोडून दिलं. स्वत:चं घर, स्वत:चं करिअर करण्यासाठी, ती कधी घरी राहिली नाही. पण सोफीसाठी... सगळंकाही सोफीसाठी होतं. आणि आता माझी आई इथे पडलीये, मरणाची वाट

पाहत!'' ती हुंदके देता-देता थांबली. ''तेही सोफीमुळेच.''

व्हिटोनं उसासा सोडला. चांगली वाटणारी फ्रेया तितकीशी चांगली नव्हतीच.

''माय गॉड फ्रेया!'' हॅरी शांतपणे म्हणाला. ''कोण आहेस तू?''

तिनं ओंजळीत चेहरा लपवला. ''चालता हो हॅरी! इथून चालता हो.''

थरथरत हॅरी त्या छोट्या रूममधून बाहेर पडला आणि भिंतीला टेकून उभा राहिला. गोंधळून गेलेला व्हिटो हुंदके देणाऱ्या फ्रेयाकडे तुच्छतेनं पाहत राहिला आणि हॅरीजवळ गेला. हॅरीचे डोळे मिटलेले होते. चेहरा उतरलेला होता. ''याआधी मला कधी समजलंच नाही.''

''कुठेतरी चुकलंय तुझं.'' व्हिटो सौम्यपणे म्हणाला.

हॅरीनं आवंढा गिळला, पण डोळे उघडले. ''काय असावं ते?''

''सोफीला 'कुणीच नव्हतं' असं नाही. सोफीला तू होतास. तूच तिचा खरा बाप होतास, असं तिनं मला सांगितलं. ते तिनं तुला कधी सांगितलंय, असं तिला वाटत नाही.''

हॅरीच्या ओठातून शब्द उमटले. ''थँक्स!'' तो घोगऱ्या आवाजात म्हणाला.

व्हिटोनं खांदे सरळ केले. ''तिला तू आणि ॲना दोघंही होता आणि आता तिला मी आहे आणि मी तिला शोधून काढणारच आहे.'' त्याचा गळा दाटून आला, पण तरी तो बोलत राहिला. ''आणि मी तिच्यावर प्रेम करेन हॅरी आणि तिला कधीपासून हवं असलेलं घर तिला देईन. मी वचन देतो तुला.''

हॅरीनं त्याच्या डोळ्यात पाहिलं. व्हिटोनं दिलेलं वचन आणि त्याचा स्वत:चा प्रतिसाद यांचा त्यानं विचार केला. ''मी तिला सांगितलं की, तुझ्यासाठी कुणीतरी आहे. तू फक्त स्वस्थ राहा आणि प्रतीक्षा कर.''

स्वस्थ राहा आणि प्रतीक्षा कर. स्वस्थ राहण्याचा व्हिटोला आता मुळीच अधिकार उरला नव्हता. लिझ्नं त्याला घरी जायला सांगितलं होतं, हे त्याच्या लक्षात होतं; पण तो जाऊ शकला नव्हता. सोफीच्या बाबतीत केवळ स्वस्थ राहणं आणि प्रतीक्षा करणं त्याच्या दृष्टीनं पुरेसं नव्हतं. ''मला काही कळलं, तर मी तुला लगेच कळवेन.'' व्हिटो म्हणाला. ''अर्थात ती मला सापडल्यावर.''

व्हिटो काही अंतर चालला. मग एकदम त्याला ती टेप आठवली. ''ॲनाची नर्स, ल्यूसी मार्को? तिनं चटकन निर्णय घेतल्यामुळे ॲनाचे प्राण वाचले होते.''

हॅरीनं डोळे मिटले. ''आम्ही तिच्यावर ओरडलो.'' तो पुटपुटला. ''ॲनाच्या आयव्हीच्या बाबतीत तिची चूक झाली होती, हे तिनं आम्हाला सांगितलं आणि आम्ही तिच्यावर ओरडलो. तिच्याशी बोलून मी माझी चूक मान्य करतो.''

व्हिटोला दुसऱ्या कुठल्या उत्तराची अपेक्षा नव्हती. ''ठीकय. तुला हेही माहीत असायला हवं की, म्यूझियमच्या मालकाच्या तरुण मुलानं स्वत:चा जीव धोक्यात

घालून सोफीला नेणाऱ्या माणसाला अडवण्याचा प्रयत्न केला होता.''

हॅरीनं पटकन डोळे उघडले. ''म्हणजे चौथा थिओ? त्याचं तिच्याबद्दल चांगलं मत आहे, हे तिला माहीत नव्हतं.''

ऑलब्राईट कुटुंबाला वाटणाऱ्या काळजीचा विचार व्हिटोच्या मनात आला. दोघांबद्दलही त्यांना काळजी होती. सायमननं त्याची व्हॅन वेगानं मागे घेतली ती थिओच्या अंगावर आणि त्याला अनेक गंभीर जखमा झाल्या म्हणून त्याची काळजी आणि सोफीचीही काळजी. ''त्या सगळ्यांना ती आवडते हॅरी. ते घाबरलेले आहेत तिच्या बाबतीत.''

हॅरीनं थरथरत मान हलवली. ''थिओ, तो बरा होईल ना?''

''त्यांना तसं वाटतं. सध्या काहीच सांगता येत नाही.''

त्यानं पुन्हा मान हलवली. ''त्यांना गरज तर नाही... कशाची?''

व्हिटोनं उसासा सोडला. ''इन्शुरन्स. त्यांच्याकडे मुळीच नाही. पैसाच नाही.'' इन्शुरन्स. सायमननं त्याचं चोरलं होतं. अनपेक्षितपणे एखादा आघात व्हावा तसा त्यानं श्वास रोखून धरला. अचानक उद्‌भवलेल्या या केसमुळे एक मूलभूत तत्त्व तो विसरूनच गेला होता. पैशाचा पाठलाग कर.

''काय?'' हॅरीनं भीतीपोटी त्याचा दंड पकडला. ''काय?''

व्हिटोनं त्या वयस्कर माणसाचा खांदा पकडला. ''एक विचार आला होता माझ्या डोक्यात. मला जायला हवं.'' मग तो इलेव्हेटरकडे गेला आणि पळतापळता ए. डी. ए. मॅगी लोपेझला त्यानं फोन लावला.

शनिवार, २० जानेवारी रात्री ९.५० वा.

त्यानं त्याच्या पायाला योग्य वेळी इलेक्ट्रिक करंट सुरू केला. काही काळ तो कामात इतका गुंतला होता की, त्याची बॅटरी जवळपास कामातून गेली होती. ती पूर्णपणे चार्ज व्हायला खूप वेळ लागत असे. त्याच्याकडे इतर पायही होते, पण या पायाइतका कार्यक्षम दुसरा कोणताच नव्हता. त्याची सर्व प्रकारे हालचाल होत असल्यानं त्यावर विसंबून राहता येत होतं. कारण फायफरच्या अभ्यासात तो सहभागी होता आणि त्यानं या पायात मायक्रोप्रोसेसर बसवून घेतला होता आणि त्याला असं वाटत होतं की, सोफी जोहान्सनला ठार करायचं असेल, तर त्याची स्वत:ची शक्ती वाढवणं अत्यावश्यक होतं.

तिचा पूर्ण पोशाख असावा आणि तिच्या खांद्यावर ती कुऱ्हाड असावी अशी त्याची तिच्याबद्दलची कल्पना होती. 'नाजूक फूल नाही ती!' फायफरनं दिलेल्या

पायाचा त्याला पुरेपूर उपयोग करून घ्यायचा होता.

त्याच्या स्टुडिओमधल्या बेडवर बसून तो विचार करताकरता थांबला. त्याला फायफरची आठवण झाली. फायफर आणि ती त्याची नर्स पोलिसांना मदत करत होते. त्याला आलेल्या फोनचं केवळ तेच एक कारण होतं. ये आणि तुझं लुब्रिकंट घेऊन जा. हा: त्या दोघांपेक्षा त्याला चिकोटेली खरोखरच बरा वाटला. त्यानं फायफरच्या नर्सला त्याचा फोटा घेऊ दिला नव्हता, ही फार चांगली गोष्ट केली होती. चिकोटेलीलासुद्धा त्याचा खरा चेहरा दिसला असता. त्यामुळे त्याला पुढच्या वेळी नवीन आयुष्य सुरू करताना बऱ्याच अडचणी आल्या असत्या.

सोफी जोहान्सनचा मृत्यू झाला की, मग फक्त त्याच्या वडलांची मुलंच शिल्लक राहणार होती. तो हसला. त्याला अचानकच त्याच्या कुटुंबातल्या सदस्यांच्या पुनर्मिलनाची ओढ लागली. विशेषत: डॅनिअल. त्याच्या टेबलावर त्याच्या अपूर्ण चौकोनांच्या शेजारी ठेवलेल्या पिंजऱ्याकडे त्यानं पाहिलं. त्यानं अतिशय सुंदरपणे आखलेली स्मशानभूमी अपूर्णच राहिली होती, या विचारानं तो उदास झाला. त्याच्या भावानं बऱ्याच वर्षांपूर्वी सुरू केलेलं काम त्याला पूर्ण करावं लागणार होतं. त्याचा सूड घ्यायचं स्वप्न त्यानं अनेकदा पाहिलं होतं. डॅनिअलला जनावरासारखं पिंजऱ्यात अडकवल्याचं स्वप्न त्याला कदाचित त्या रात्री पडलं असतं.

पण तो इतका बेचैन होता की, त्याला झोप येत नव्हती. त्याचा पाय चार्ज झाला असता, तर तो पळत राहिला असता. हे औदासीन्य इतर कुठल्यातरी मार्गानं झटकून टाकणं त्याला आवश्यक होतं. आणि त्याला योग्य ते कारण सापडलं. जुन्याच पायाच्या मदतीनं जिन्याच्या पायथ्याशी असलेल्या दारापर्यंत तो गेला. ती दारं उघडल्यावर त्याला हसू आलं. गर्भाशयातल्या मुलासारखा ब्रूस्टर पडून होता, हात-पाय बांधलेल्या अवस्थेत; पण तो श्वासोच्छ्वास करत होता.

"अजून तू आशा सोडली नाहीस ब्रूस्टर?"

त्या जखडलेल्या माणसाच्या पापण्या फडफडल्या, पण त्यानं एवढासाही आवाज काढला नाही. अगदी कण्हलासुद्धा नाही तो. अगदी एका पायावरही तो ब्रूस्टरला वादळात घेऊन जाऊ शकला असता, पण ॲलन ब्रूस्टरसाठी त्याच्या आणखी काही योजना होत्या. "तुला माहीत आहे ॲलन, मी तुझे योग्य त्या प्रकारे आभार कधीच मानले नाहीत. तुझ्यामुळे माझा स्टाफ एकत्र आला. मध्ययुगीन युद्धशास्त्रात व्यासंगी असणाऱ्यांचा मी शोध घेतला, तर पहिल्यांदा तुझंच नाव समोर आलं, हा किती चांगला योगायोग होता! आणि अशा उपयोगी पडणाऱ्या व्यापाऱ्यांशी तुझे संबंध, हाही किती चांगला योगायोग!" त्यानं ब्रूस्टरला अशा प्रकारे ओढलं की, तो उठूनच बसला आणि त्याची पाठ भिंतीला टेकली.

"थँक्स!" आणखी एका गोष्टीसाठी. फ्रान्समधून आलेल्या डॉ. जोहान्सनबद्दल

मला सांगितलंस म्हणून. तू काय म्हणालास? एक सर्वांत कार्यक्षम मदतनीस! तुझं मत अगदी बरोबर आहे. तिचं प्रावीण्य मला खूपच उपयुक्त वाटलं. अर्थात, तिच्या वैशिष्ट्यपूर्ण प्रावीण्याबद्दलचा आमचा दृष्टिकोन अगदी वेगळा आहे. तिच्या विद्वत्तेचा पुरेपूर उपयोग करण्यासाठी तू अनैतिक विचारांमध्ये रंगून गेला होतास, यात मला आनंदच आहे!''

ते दृश्य डोळ्यांसमोर आणत तो ब्रूस्टरकडे पाहत राहिला. रुबाबदार राणीची गरज असल्याबद्दलचं व्हॅन् झॅण्ड्टचं मत अगदी बरोबर होतं आणि खूप विचार केल्यावर कोयत्याच्या दृश्याबद्दलही तो व्ही झेड्शी सहमत झाला होता. त्याला काहीतरी नाट्यमय असं पाहिजेच होतं.

कुणाचातरी स्फोट व्हावा, असं व्ही झेड्ला वाटत होतं. सायमन हसला आणि त्यानं व्ही झेड्ची इच्छा पूर्ण केली; अगदी जवळून आणि व्यक्तिगत! या वेळी तो ते दृश्य टेपवर घेणार होता.

शनिवार, २० जानेवारी, रात्री ९.५५ वा.

मॅगी लोपेझ त्या परिसरात आली तेव्हा व्हिटोनं तिला गाठलं. ''मॅगी, आल्याबद्दल थँक्स!'' त्यानं तिचं कोपर धरून तिला घाईनं इलेव्हेटरकडे नेलं. ''आपल्याला घाई करायला हवी. गेल्या पाच तासांपासून सोफी त्याच्या ताब्यात आहे.'' आणि त्या गेल्या पाच तासांमध्ये सायमननं तिला काय काय केलं असेल याचा विचारही त्यानं स्वत:च्या मनात कटाक्षानं येऊ दिला नव्हता.

त्याच्या बरोबर चालताना मॅगीला अक्षरश: पळावं लागलं. ''माझ्या पायाचा घोटा मोडणार आहे. हळू चल.''

त्यानं वेग थोडासा कमी केला, पण एकेक मिनिट वाया चाललं होतं, म्हणून तो चिडतही होता. ''मला तुझी मदत हवीये.''

''माझ्या लक्षात आलंय ते.'' ते इलेव्हेटरपाशी थांबले तेव्हा तिनं श्वास घेतला. ''तुला नक्की काय हवंय व्हिटो?''

इलेव्हेटरची दारं उघडली आणि त्यानं तिला आत घेतलं. ''सायमनच्या आर्थिक उलाढालींची माहिती मला हवीये.''

तिनं होकार दिला. ''ओ.के. मी आता वॉरंट काढते. फायफरकडून त्याचे मेडिकल रिपोर्ट्स मिळवण्यासाठी आपण जी नावं सायमननं धारण केली होती, त्यांचा उल्लेख केला होता, तीच आताही घालू.'' तिनं डोळे किलकिले केले. ''पण हे तू मला फोनवरही सांगू शकला असतास. तुला काय हवंय व्हिटो?''

त्यानं श्वास घेतला. ''वॉरंटची आपण वाट पाहू शकत नाही मॅगी. वेळ नाहीये. सायमननं बरीच खरेदी केलीये. त्याच्याकडे पैसे येण्याचे मार्ग आहेत. ते मार्ग मला शोधून काढायचे आहेत.''

''म्हणजे आपण कोर्टाच्या हुकमान्वये बँक रेकॉर्ड्स आणि रद्द झालेले चेक्स तपासून पाहायचे.'' ती त्याच्याकडे पाहत विचार करू शकली. ''कायदेशीर मार्गानं.''

''माझ्याकडे रद्द केलेल्या चेक्सबद्दल काही माहिती नाही. त्यानं काय खरेदी केली तेही मला माहीत नाही. जाऊ दे.'' व्हिटोनं सुस्कारा सोडला. ''पाच तासांपासून सोफी त्याच्या ताब्यात आहे. ही जर गंभीर परिस्थिती नसेल, तर आणखी कोणती असते मला ठाऊक नाही. ही माहिती कुणाकडून लगेच मिळू शकते त्या लोकांना तू ओळखतेस? प्लीज!''

ती बोलताबोलता अडखळली. ''व्हिटो, मागल्या वेळी मी तुला मदत केली आणि एक माणूस मेला.''

व्हिटोनं शांत राहण्याचा प्रयत्न केला. ''तू म्हणाली होतीस व्हॅन् झॅण्ड्टला कसाही जामीन मिळालाच असता. शिवाय तो मरण्याच्याच लायकीचा होता. सोफी नाही.''

तिनं डोळे मिटले. ''कुणी मरावं, कुणी मरू नये हे तुला ठरविता येणार नाही व्हिटो.''

त्यानं तिचे खांदे धरून तिला गदागदा हलवलं आणि तिनं डोळे उघडले. तिच्या डोळ्यांच्या इशाऱ्याकडे दुर्लक्ष करत त्यानं त्याची पकड घट्ट केली. ''मला जर ती सापडली नाही, तर तो तिचा छळ करून तिला मारून टाकेल. मी तुझ्याकडे भीक मागतो मॅगी! प्लीज, तुला जे करता येईल ते कर. प्लीज!''

''अरे देवा व्हिटो!'' तिच्या डोळ्यात तिचा उडालेला गोंधळ त्याला दिसला तसा त्यानं श्वास रोधून धरला. मग तिनं उसासा सोडला. ''ठीकय. मी काही फोन्स करते.''

त्यानं हळूच श्वास सोडला, मग त्याला पुन्हा श्वास घेता आला. ''थँक्स!''

''आताच माझे आभार मानू नकोस.'' ती स्पष्टच म्हणाली आणि त्याच्या मागे वळून मागच्या ऑफिसमध्ये गेली.

व्हिटोच्या डेस्कपाशी ब्रेन्ट येल्टन त्यांचीच वाट पाहत होता. ''मला येता आलं तेवढं लवकर मी इथे आलो.''

मॅगीनं व्हिटोकडे एक कटाक्ष टाकला. ''तुझा स्वतःचा गुप्तहेर? फारच खात्री आहे तुला स्वतःबद्दल हॉटशॉट!''

व्हिटोला त्यात काही अपराधीपणा वाटला नाही. ''तू निकच्या डेस्कपाशी बस मॅगी.''

मॅगीनं तिच्या पर्समधून तिचा पाम पायलट काढला आणि काहीतरी पुटपुटत बसली.

ब्रेन्टनं समाधानानं मान हलवली. ''कशाचा पत्ता शोधू मी?''

त्याचा उतावीळपणा पाहून व्हिटोला हसूच आलं. ''आत्ताच मला सांगता यायचं नाही. त्यानं काय खरेदी केलं ते आठवण्याचा मी प्रयत्न करतोय.''

''त्या डॉक्टरकडून त्यानं लुब्रिकंट खरेदी केलं.'' असं ब्रेन्ट म्हणाला, पण व्हिटोनं मान हलवून नकार दिला.

''फायफरला तो नेहमी रोख पैसे देत असे. त्याच्या लुब्रिकंटस वगैरेसाठी. आता येताना मी ते पाहून घेतलं. या परिसरातल्या सगळ्या बँकांमध्ये आपण पाहू शकणार नाही का? कदाचित त्याची चेक्सची खातीही असतील.''

ब्रेन्टनं त्याचे गाल फुगवले. ''कुठून सुरुवात करायची हे समजलं, तर काम सोपं होईल. बँकेतली गुप्त माहिती काढणं अवघड काम आहे. त्याला वेळही लागेल. पतसंस्थांमध्ये चौकशी केली, तर त्याचं क्रेडिट कार्ड आहे की काय हे कळणं सोपं होईल.''

मॅगी गुरगुरली. ''मला यातलं काही ऐकायची इच्छा नाहीये.'' ती उठली आणि दुसऱ्या डेस्कपाशी जाऊन बसली. काही ऐकू येणार नाही अशा ठिकाणी; पण तिचा सेल तिच्या हातात होता आणि ती फोन करत होती.

काहीतरी विशेष चालू होतं, हे व्हिटोच्या लक्षात आलं.

ब्रेन्टनं त्याचा लॅपटॉप उघडला. ''ओ-आर-ओनं त्याल पैसे कसे दिले?''

''त्यांनी अजून दिलेच नाहीत. व्हॅन् झॅण्ड्ट म्हणाला की, त्याला तीन महिने काहीच रॉयल्टी मिळणार नाही.'' व्हिटोनं त्याचं डेस्क ड्रॉवर उघडलं आणि फायफरची मेडिकल फाइल बाहेर काढली. ''त्यानं फायफरला दिलेला त्याचा सोशल सिक्युरिटी नंबर इथे आहे. त्याची सगळी टोपणनावं शोधून काढ.''

ब्रेन्टनं वर पाहिलं. त्याच्या चेहऱ्यावर सहानुभूती दिसत होती. ''पुढे सांग व्हिटो.''

व्हिटोचे खांदे पडले. ''सॉरी, तुला माहीत असलेलंच मी तुला सांगतोय.''

''जरा कॉफी मागव.'' ब्रेन्टचे ओठ वक्र झाले. ''मला साखरेचे दोन क्यूब्ज लागतात.''

व्हिटो वळून चालायला लागला आणि त्याची जेनशी टक्कर झाली. ती उडालीच, पण तिनं तोल सावरला. ''तू इथे काय करतोयस?'' तिनं विचारलं. तिचे केस विस्कटलेले होते आणि जणू ती आताच झोपेतून उठली होती, असं वाटत होतं. तिनं डोळे किलकिले केले. ''तुझं काय चाललंय?''

''पैशांचा पाठलाग.'' तो गंभीरपणे म्हणाला, ''खरंतर हे मी आधीच करायला

हवं होतं. तू इथे काय करतेस?''

जेननं मागे वळून पाहिलं आणि तेव्हा कुठे व्हिटोला दोन तरुण व्यक्ती तिच्या मागून आलेल्या दिसल्या. ''ही मार्टा आणि हा स्पँडन. हे सोफीचे ग्रॅड विद्यार्थी आहेत.''

मार्टा ही काळे केस असलेली सडपातळ तरुणी होती. तिचा चेहरा अश्रूंनी भिजल्यासारखा दिसत होता. एका भारतीय तरुणाचा दंड धरून ती उभी होती. त्याचे डोळे भयभीत वाटत होते. ''आम्ही ते बातम्यांमध्ये पाहिलं.'' ती थरथरत म्हणाली. ''ऑलब्राईटच्या बाहेरचा गोळीबार. आणि डॉ. जे... कुणीतरी तिचं अपहरण केलं.''

''ते ऐकल्याबरोबर आम्ही आलो.'' स्पँडन म्हणाला. ''माय गॉड! आमचा विश्वासच बसत नाही.''

''डेस्क सार्जंटनं लिझ्झला बोलावलं आणि तिनं मला बोलावलं.'' जेननं काही खुर्च्यांकडे पाहिलं आणि ते विद्यार्थी बसले. ''हे डिटेक्टिव्ह चिकोटेली. तुम्ही मला सांगितलं ते त्यांना सांगा.''

''वार्ताहरानं सांगितलं की,'' स्पँडन थांबत-थांबत बोलू लागला. ''डॉ. जे एका केसमध्ये पोलिसांना साहाय्य करत होती. तुमची केस डिटेक्टिव्ह. ती केस त्या शेतातल्या सगळ्या थडग्यांशी संबंधित होती आणि ग्रेग सॅण्डर्स हा शेवटचा बळी होता.'' ती म्हणाली. त्यानं आवंढा गिळला. ''ती असंही म्हणाली की, त्याचे हात-पाय कापलेले होते.''

व्हिटोनं उदासपणे जेनकडे पाहिलं आणि तिनं खांदे उडवले. ''ही केस कायमची लपून राहणार नाही, हे आम्हाला ठाऊक होतं चिक्. मधली टिंबं टिंबं जोडायला वृत्तपत्रांना इतका वेळ लागला हे आपल्या दृष्टीनं चांगलंच झालं.'' तिनं स्पँडन्‌ला खूण करून बोलण्यासाठी उत्तेजन दिलं. ''सांग पुढे.''

''दर रविवारी डॉ. जे सोबत आम्ही काम करतो. म्यूझियममध्ये.''

''चोरी केल्याबद्दल मध्ययुगीन शिक्षा म्हणून हातपाय कापले जात, असं आम्ही बोलत होतो.'' मार्टा उफाळून बोलली. ''हात आणि विरुद्ध बाजूचा पाय. मग तिला पळवून नेलं. इथे येऊन तुम्हाला सांगावंसं आम्हाला वाटलं.''

व्हिटोनं बोलण्यासाठी तोंड उघडलं, पण शब्द बाहेर आले नाहीत आणि तो श्वासही घेऊ शकला नाही. ''ओह्, माय् गॉड्,'' तो पुटपुटला. ''चटके देणं, हात-पाय कापून टाकणं किंवा चर्चबद्दल तिला विचारायची आम्हाला कधी संधीच मिळाली नाही. मी जर तिला विचारलं असतं तर....''

''तिकडे जाऊ नकोस व्हिटो,'' जेन पटकन म्हणाली. ''काही उपयोग होणार नाही.''

"चटके?" स्पँडन्नं विचारलं. तो विचारात पडला. "आम्ही चटके देण्याविषयी बोललो नाही."

"त्यांचा एक विद्यार्थी बोलला होता." श्वास घेत व्हिटो म्हणाला. "तुम्ही दोघं नव्हता?"

दोन्ही विद्यार्थ्यांनी नकारार्थी मान हलवली. "आम्ही एकूण चौघं आहोत." मार्टा म्हणाली. "आम्हाला ब्रूस किंवा जॉन भेटला नाही, म्हणून आम्ही दोघंच आलो."

"सोफीनं सांगितलेलं नाव जॉन होतं. जॉन..." व्हिटोनं डोळे मिटले. "ट्रॅपर!"

जेननं उसासा सोडला. "काय ताप आहे डोक्याला!"

"जॉन कुठे राहतो माहीत आहे तुम्हाला?" व्हिटोनं विचारलं, पण त्यांनी मान हलवून 'नाही' म्हटलं. "तो कोणतं वाहन वापरतो?"

"एक पांढरी व्हॅन." स्पँडन लगेच म्हणाला. "मंगळवारी रात्री डॉ. जे ला त्यानंच पोहचवलं."

"कारण त्यांच्या बाइकशी कुणीतरी खोडसाळपणा केला होता. 'श्वास घे. विचार कर.' मग एक कोड उलगडलं. "तो जर विद्यार्थी असेल, तर त्याला ट्यूशन फी द्यावी लागत असेल." तो ब्रेन्टकडे वळला.

ब्रेन्ट टाइप करत होता. "मलाही तसंच वाटतं. त्या विद्यार्थ्याचा नंबर मिळाला तर बरं होईल."

"आम्हाला एकमेकांचे नंबर्स माहीत नसतात," स्पँडन म्हणाला. "पण लायब्ररीमध्ये तो असेल. पुस्तकं नेण्यासाठी त्याला त्याची गरज पडत असेल."

"मी लायब्ररीला फोन लावतो." ब्रेन्ट म्हणाला. "पण लायब्ररी बहुतेक बंद असेल."

मॅगी जिथे बसली होती तिथून उठली. "आपल्या पाहुण्यांना बहुधा भूक लागली असेल."

जेननं भुवया उंचावल्या आणि तिला त्याचा अर्थ समजला. "मी त्यांना कॅफेटेरिआमध्ये घेऊन जाते."

मार्टानं जोरात मान हलवली. "नाही. मला भूकच नाही."

"त्यांना वाटतं आपण आता जायला हवं." स्पँडन पुटपुटला. त्यानं व्हिटोकडे पाहिलं. "आम्ही कॅम्पसमध्ये परत जाऊ. त्या तुम्हाला सापडल्या की, प्लीज आम्हाला कळवा."

ते निघून जाईपर्यंत ब्रेन्ट थांबला. "लायब्ररी बंद आहे. आत जाण्याचा रस्ता मी शोधून काढू का?"

जेननं हात वर केला. "थांब! जॉन ट्रॅपरला शोधण्यासाठी बेव्हरली आणि

टिम्‌ला लिझ्‌नं पाठवलंय. बेव्हनं मला फोन करून सांगितलं की, तो निघून गेलाय आणि त्याच्या मेडिकल फाइलमध्ये म्हटलंय की, तो व्हीलचेअरमध्ये असायचा.''

''पण सायमन मेडिकल फाइल्स बदलू शकतो, हे आपल्याला ठाऊक आहे.'' व्हिटो म्हणाला. ''बेव्ह आणि टिम्‌नं त्याची मेडिकल फाइल पाहिली असेल, तर तो काय वापरतो हेही त्यांनी पाहिलं असेल. त्यानं युनिव्हर्सिटीमध्ये ट्यूशन किंवा इतर कशासाठी पैसे भरले असतील, तर आपण त्याच्या बँकेचा शोध घेऊ शकतो.''

''मी त्यांना फोन लावते.'' असं जेन म्हणाली आणि एका रिकाम्या डेस्कपाशी बसली. त्याच वेळी मॅगी लोपेझ तिथे आली. तिचा चेहरा सौम्य झालेला दिसला.

''आय आर एसमध्ये मला एक नाव सापडलंय. व्हिटो, इथून काय घडतंय याबद्दल तुला स्पष्ट कल्पना असायला हवी. हा अनधिकृत प्रयत्न आहे. इथून आपल्याला जे काय कळेल ते विषवृक्षाचं फळ असेल. कोर्टात ती माहिती टिकाव धरणार नाही. आपल्याला यानंतर जे कळेल त्यावरून तुला सायमन व्हर्टॅनिअन समजला, तर तो तेरा खूनही करू शकेल.''

व्हिटोची आणि तिची नजरानजर झाली. ''चौदावा खून तो करणार नाही, याची तर आपण काळजी घेऊ या.''

प्रकरण २५

शनिवार, २० जानेवारी, रात्री १०.३० वा.

सोफीच्या सगळ्या शरीरभर वेदना होत होत्या. तिचा प्रत्येक स्नायून् स्नायू ताणला गेला होता. इतका की, तणावमुक्त होण्यासाठी ध्यान करण्याचीही शक्ती तिच्यामध्ये उरली नव्हती. तिथे एक स्फोट झाला होता. तो इतका प्रचंड होता की, अजून तो तिच्या कानात घुमत होता. त्या स्फोटामुळे भिंतीमधले काही दगड निसटून खाली पडले होते. तिच्या तोंडातून किंकाळी बाहेर पडण्याआधीच तिनं ती दाबून टाकली, पण तिच्या शरीराची प्रतिक्षिप्त क्रिया ती लपवू शकली नव्हती. सायमन व्हर्टॅनिअन जर आता खाली आला असता, तर ती जागी असल्याचं त्याला समजलं असतं.

तर तिला विरंगुळा हवा होता. मनाला शांत करणाऱ्या संगीताचा विचार तिच्या डोक्यात आला. व्हिटोचं शे फॅरो तिला आठवलं. ते गाणं ॲनासाठी गाताना तो किती छान दिसत होता, हे तिला आठवलं. ॲना! प्लीज अजून आयुष्य जग! ग्रॅन,प्लीज सुखरूप राहा.''

तिनं ॲनासाठी प्रार्थना केली. इतक्यात जो भयानक स्फोट झाला त्यात सायमन मेला असेल, तर बरं होईल अशीही प्रार्थना तिनं केली.

तिच्या डोक्यावरचा छताचा कर्र-कर्र आवाज आला. बराच मोठा आणि बराच वेळ आणि तिच्या हृदयात धडकी भरली. सायमन मेला नव्हता. वरच्या भागात तो येरझारा घालत होता. म्हणून तिनं प्रार्थना केली की, तो सध्या जिथे आहे तिथेच थांबावा. निदान तिच्या डोळ्यातले अश्रू सुकून जाईपर्यंत तरी.

शनिवार, २० जानेवारी, रात्री ११.४५ वा.

व्हिटोच्या डेस्कवर लिझनं एक बॉक्स दाणकन आदळला. ''व्हिटो, मला

वाटतं मी तुला घरी जायला सांगितलं होतं.''

निकच्या डेस्कपाशी बसलेल्या मॅगीकडे तिनं रागानं पाहिलं आणि जेनकडेही. व्हिटोच्या डेस्कजवळ एक खुर्ची आणून ती तिथे बसली होती आणि पाय डेस्कवर टेकवले होते. तिचा लॅपटॉप तिच्या मांडीवर ठेवला होता. ब्रेन्टही असाच बसला होता आणि वायर्स त्या दोघांच्या पायावर उभ्या-आडव्या पडल्या होत्या.

''आणि तुम्ही तिघं'' लिझ्नं आरोप केला. ''माझ्या हुकूमाविरुद्ध वागायला त्याला चिथावताय.''

जेननं खांदे उडवले. ''त्यानं क्रूलर्स आणलेयत.'' तिनं पायाच्या बोटानं त्या बॉक्सला स्पर्श केला. ''घे की!''

आणखी एक बॉक्स घेऊन निक आत आला. ''अरे वाऽ, क्रूलर्स! मी किती उपाशी आहे.''

लिझ्च्या उसाशांमध्ये राग होता आणि ते ज्याचा शोध घेत होते ते त्यांना सापडलं नसतं, तर त्याचा परिणाम नक्कीच चांगला झाला नसता. ''ओके, मग इथे काय चाललंय?''

कम्प्यूटर स्क्रीनवरून नजर उचलून व्हिटोनं वर पाहिलं. ''तो नेटवर्क इंजिनिअर आहे.''

काय ते स्पष्ट कळण्यासाठी लिझ्नं मान हलवली. ''कोण काय आहे?''

''सायमन व्हटॅनिअन नेटवर्क इंजिनिअर आहे.'' प्रिंटरमधून व्हिटोनं एक कागद बाहेर काढला. ''आपल्याला त्याचे टॅक्स रेकॉर्ड्स मिळालेयत.''

लिझ्नं रागात विचारलं, ''कसं काय? का मला माहीत व्हावं असं वाटत नाही?''

जेननं खांदे उडवले. ''एका कम्प्यूटर तज्ज्ञ मित्राशी ब्रेंटच्या गप्पा झाल्या. तो आय-आर-एस.साठी काम करतो असं त्याला समजलं.''

''जो मित्राच्या मित्राचा मित्र निघाला.'' मॅगीकडे पाहत हसून ब्रेन्ट म्हणाला. ''जॉन ट्रॅपर या नावानं सायमननं त्याचं नाव सोफीच्या कॉलेजमध्ये नोंदवलं होतं. त्याचा सोशल सिक्युरिटी नंबर आम्हाला मिळाला. त्यानं कॉलेजची ट्यूशन फी चेकद्वारे भरली आणि गेल्या वर्षात त्याच्या अकाउंटवर बरीच डिपॉझिट्स जमा झाली होती. कम्प्यूटर नेटवर्क तयार करण्याचा त्याचा स्वतःचा उद्योगही होता.''

व्हिटोनं तो कागद लिझ्ला दिला. ''गेल्या वर्षी वीस फर्म्सनी १०९९ फॉर्म्स जॉन ट्रॅपरला दिले.'' त्यानं लिझ्कडे उपरोधिक नजरेनं पाहिलं. ''तो सल्लागारही होता.''

लिझ्च्या डोक्यात विचारचक्र सुरू झाल्याचं व्हिटोच्या ध्यानात आलं. ''आणि फुकटात काम करत नव्हता.'' ती म्हणाली.

''नाही.'' व्हिटो गंभीरपणे हसला. ''थोडंसं सुद्धा नाही.''

"सायमनला एवढा सगळा पैसा कुठून मिळत होता असा प्रश्न व्हिटोला पडला होता." जेन म्हणाली. "फ्रेझिअर लुईचे मेडिकल फायदे चोरून त्याचा मेडिकलचा खर्च भागत होता, पण सायमनला राहायला जागा मिळवायची होती, महागातली महाग कम्प्यूटर यंत्रणा हवी होती आणि काईल लोम्बार्डकडून खरेदी करण्यासाठी रोख पैसेसुद्धा हवे होते. क्लेअरकडे पैसेच नव्हते, त्यामुळे त्यानं तिचे पैसे चोरले नाहीत आणि त्यानं त्याच्या आई-वडलांचेही पैसे चोरले नाहीत. मग तो कशावर जगतोय?"

'पैशांचा पाठलाग कर!' तोंडामध्ये क्रूलर कोंबून निक विचारात पडला. "स्मार्ट!"

"ओके." लिझ्झ म्हणाली. "मी चुकले. नेटवर्क इंजिनिअर नक्की काय करत असतो?"

"हं, तो नेटवर्क्स प्रस्थापित करतो." ब्रेन्ट म्हणाला. "एखाद्या ऑफिसमध्ये कम्प्यूटर्स एकमेकांना जोडतो आणि इतर सिस्टिम्सना जोडतो. हे सगळे कम्प्यूटर्स पीडीच्या नेटवर्कला जोडतो. तुमच्याकडे अॅक्सेस असेल, तर एकमेकांच्या फाइल्स शेअर केलेल्या सर्व्हर्सद्वारे तुम्ही पाहू शकता. तुमच्याकडे अॅक्सेस नसेल, तर तुम्ही डेटाबेसेस शोधू शकता. अॅक्सेस हा इथे मूलमंत्र आहे."

त्या बॉक्समधून लिझ्झनं एक डो-नट काढलं. "बोलत राहा ब्रेन्ट. माझं लक्ष आहे तुझ्या बोलण्याकडे."

"फिली पीडीसारख्या मोठ्या कंपन्यांकडे अंतर्गत आयटी डिपार्टमेंट असतं. ते नेटवर्क प्रस्थापित करतं आणि प्रत्येकाला हवी असलेली माहिती मिळू शकते. इ-मेल अकाउंट्स वगैरे; पण हव्या असलेल्या माहितीसाठी इन्शुरन्स फॉर्म्स एच आरकडून प्रत्येक जण डाऊनलोड करून घेऊ शकतो, पण टपाल कारकुनाचा एएफआयएसशी अॅक्सेस असता कामा नये. जेनला अॅक्सेस आहे. कारण तिला बोटांचे ठसे बघायचे असतात."

"मोठ्या कंपन्यांकडे आयटी डिपार्टमेंटस आहेत." व्हिटो म्हणाला. "दहा कर्मचारी असलेल्या कंपन्यांना नेटवर्कची अजून गरज आहेच, पण ते तयार करण्यासाठी ते सल्लागाराची मदत घेतात."

"आणि सायमन अशा सल्लागारांपैकी एक होता." लिझ्झनं होकार भरला. "माझा असा अंदाज आहे की, सायमनची दुष्कृत्यं त्याच्य कलेपर्यंतच त्यानं मर्यादित ठेवली नव्हती. त्यानं या कंपन्यांच्याकडे चोऱ्या केल्या का?"

ब्रेन्ट हसला. या कंपन्यांमध्ये नाही. त्यांच्या क्लाएंट्सकडे. प्रत्येक नेटवर्कचा एक प्रशासक असतो. ते नेटवर्क जो तयार करतो, त्याला तिथे अॅक्सेस मिळतो. आम्हाला असा संशय आहे की, काही किंवा सगळ्याच कंपन्यांच्या नेटवर्कमध्ये

सामयननं मागंच दार उघडं ठेवलंय आणि स्वत:कडे प्रशासकीय अधिकार ठेवले. त्यांच्या सिस्टिममध्ये तो कधीही प्रवेश मिळवू शकतो आणि कुणाचीही कुठलीही माहिती मिळवू शकतो.''

''उदाहरणार्थ आर्थिक बाबींमध्ये,'' निक म्हणाला. ''वॉरन आणि ब्रिटॅनी, बिल्मेल्व्हिल आणि ग्रेग सँडर्स्सारखी मॉडेल्स. त्यामुळेच तर त्याला समजलं की, त्यांना पैशांची गरज आहे. हरामजादा!''

व्हिटोनं त्याचं प्रिन्ट-आऊट काढलं. ''वीस कंपन्यांनी फ्रेझिअर लुईला काम दिलं. त्यांच्यापैकी सहा इन्व्हेस्टमेंट दलाल आहेत, तीन इस्टेट खरेदी-विक्री करणारे आहेत आणि दोन मेडिकल इन्शुरन्स कंपन्या आहेत.''

''पण इथे आपण अडकलो आहोत.'' मॅगी म्हणाली. ''आपण या कंपन्या तपासून पाहतो आहोत, हे व्हटॅनिअन किंवा एखाद्याच्या प्रेताशी संबंधित आहे का हे पाहण्यासाठी, पण आतापर्यंत एकही तसा सापडला नाही.''

''देवा!'' लिझ्नं तो कागद व्हिटोकडून घेतला. ''सायमननं खरोखरच सगळ्या गोष्टींचा विचार केलाय.'' मग ती हसली; आत्मसंतुष्टपणे, पण अतिशय दिलखुलास! ''आपणसुद्धा एक चांगली गोष्ट केलीये.'' तिनं तो कागद निककडे दिला. ''वरून सहाव्या कंपनीकडे पाहा निक.''

निकचं हसणं मर्मभेदक होतं. ''नालायक! हरामखोर!'' त्यानं व्हिटोच्या पाठीवर थाप मारली आणि ती लिस्ट डेस्कवर ठेवली. ''चिक्, त्या कंपनीनं विन्चेस्टरच्या आत्याचे सगळे आर्थिक व्यवहार हाताळलेयत.'' त्यानं त्याच्या खांद्यावर अंगठ्यानं टोकलं. ''दलालाच्या स्टेटमेंट्सची पाच वर्षं.''

''रॉक सॉलिड इन्व्हेस्टमेंट्स ही दलालांची फर्म आहे आणि त्यांचे बरेचसे क्लाएंट्स सेवानिवृत्त आहेत.'' लिझ्नं आणखी सांगितलं. ''कितीतरी म्हाताऱ्या लोकांचे पैसे तिथे आहेत.''

''क्लेअरच्या शेजारी दफन केलेल्या म्हाताऱ्या बाईनंही बहुतेक तसंच केलं असेल.'' व्हिटोनं श्वास घेतला. त्या दोघी जवळच्या होत्या. त्यांना फार उशीर होऊ नये, एवढीच प्रार्थना त्यानं केली. ''ओके. मग आपण काय करायला हवं?''

''रॉक सॉलिडच्या क्लाएन्ट फाइल्स तपासण्यासाठी आपल्याला वॉरंटची गरज आहे, असं माझं मत आहे.'' मॅगी म्हणाली. ''ड्यूटीवर असलेल्या जजना निद्रानाशाचा विकार जडलाय, असं मला वाटतं. कुणाला घरी जाण्याची इच्छा आहे?''

व्हिटो उभा राहिला, पण लिझ् आणि निक् दोघांनी त्याचे खांदे पकडून त्याला पुन्हा खाली बसवलं. ''जाऊ दे लिझ.'' व्हिटो नाराजीनं म्हणाला. ''यात काही गंमत नाही.''

लिझ् लगेच गंभीर झाली. ''मॅगी, निक्ला घेऊन जा. ब्रेन्ट तूसुद्धा जा. त्यांच्या

नेटवर्कच्या एखाद्या माणसाशी कम्प्यूटरच्या भाषेत बोलण्यासाठी कुणाची गरज पडली, तर सांगता येत नाही. व्हिटो, तू माझ्यासोबत थांब. तुला सोफीला मदत करायची असेल, तर तू थोडी विश्रांती घे. सायमन व्हर्टॅनिअन भेटल्यानंतर तुझ्याकडे शक्ती असायला हवी.''

रविवार, २१ जानेवारी, सकाळी ३.१०

व्हिटोच्या डेस्कवरचा फोन वाजला आणि तो त्यानं चटकन उचलला. ''चिकोटेली!''

''मी टेस् बोलतेय. तुला काही कळलं, तर तू फोन करशील, हे मला ठाऊक आहे; पण आम्ही सगळे इथे आहोत; सगळं कुटुंबच. तुझ्या लिव्हिंग रूममध्ये बसलो आहोत. तुझीच काळजी करतो आहोत. तुला हे कळावं म्हणून फक्त हा फोन.''

तो ती कल्पना करू शकला. त्याचं सगळं कुटुंब त्याला मानसिक आधार द्यायला जमलं होतं आणि त्यालाही त्यांची सहानुभूती मिळवण्यासाठी तिथं जायची इच्छा होतीच. ''माझी काळजी करू नका. सोफीची करा.''

''आम्ही करतोच आहोत. तू काळजी करू नकोस. आपल्याभोवती खूप काळज्याच काळज्या आहेत.'' ती निराशपणे हसत म्हणाली. ''प्रयत्न सोडू नकोस. तिला शोधण्यासाठी सर्वकाही करतोयस हे सोफीला ठाऊक आहे, याची मला खात्री आहे.''

त्याला कुणी समजून घेत असेल, तर ती फक्त टेस्. ''थँक्स! सगळ्यांना थँक्स सांग. जमेल तेव्हा तुला मी फोन करेन.'' त्यानं फोन ठेवला. मग तो मागे टेकून बसला. छातीवर हातांची घट्ट घडी घातली. सायमननं सोफीचं अपहरण करून दहा तास झाले होते. रॉक सॉलिड इन्व्हेस्टमेंटच्या क्लाएंट्सच्या शोधात मॅगी, निक् आणि ब्रेन्ट जाऊन तीन तास झाले होते. ''कुठे असतील ही तिघं?''

जेननं तिच्या लॅपटॉपवरून नजर काढून सहानुभूतीनं वर पाहिलं. ''शांत राहण्याचा प्रयत्न कर व्हिटो. ते अवघड आहे, हे मला ठाऊक आहे.''

मॅगी लोपेझला वॉरंट सहजपणे मिळालं होतं, पण रॉक् सॉलिड इन्व्हेंस्टमेंटच्या क्लाएंट लिस्टसाठी ज्याला ॲक्सेस होता, त्याचा शोध लागणं वाटलं होतं त्यापेक्षा अवघड होतं. फावल्या वेळात नेटवर्क प्रशासक म्हणून काम करणारा दलाल सुटीवर गेला होता आणि त्याच्यापर्यंत पोहचणं शक्य झालं नव्हतं. इतर कुणाला सगळेच पासवर्डस् माहीत होते असं वाटलं नाही आणि गंमत म्हणजे त्यांच्या नेटवर्क सल्लागारालाच गाठण्याची सूचना कुणीतरी केली होती.

व्हिटोनं शांत राहण्याचा प्रयत्न केला, पण ते त्याला शक्य होत नव्हतं. कॅमेऱ्यावरून घेतलेल्या दृश्यांची सीडी जी ब्रेन्टनं तयार केली होती तिच्यावरच त्याची नजर स्थिरावली. सोफी तिच्या वडलांचा सिनेमा पाहत होती, हे त्याला आठवलं. कारण तिला 'त्यांना पाहायचं होतं.' आता व्हिटोला तिला पाहायचं होतं. त्यानं ती सीडी त्याच्या कम्प्यूटरमध्ये घातली. मग ॲनाच्या बेडशेजारी तो स्वत:च बसलेला त्याला दिसला आणि सोफी दारात थांबलेली. तिच्या हातात ती प्लास्टिकची सुरई!

त्यानं आवाज बंद केला आणि पुन्हा सोफी दिसेपर्यंत फास्टफॉर्वर्ड केलं. तिच्या हातात ती सुरई आणि तिच्या चेहऱ्यावर अश्रू. तिच्या चेहऱ्यावरचे भाव मृदू होत असताना आणि तिची नजर बदलताना त्यानं पाहिलं. आणि त्या शुक्रवारी रात्री त्यानं जे पाहिलं नव्हतं ते पाहिलं. कारण तेव्हा त्याची दृष्टी ॲनावर खिळलेली होती. नजरेत ओतप्रोत प्रेम भरलेली सोफी त्याच्याकडे पाहात होती. त्यापैकी कुणीच एक शब्दही तेव्हा बोललं नव्हतं. सगळंच विस्कटतंय की काय अशी भीती तिच्या मनात होती, पण आता तो स्वत:च ते अनुभवत होता. व्हिटोनं ती फाइल बंद केली, मग डोळे मिटले आणि जे त्यानं दोन वर्षांत केलं नव्हतं ते त्यानं केलं. त्यानं प्रार्थना केली.

रविवार, २१ जानेवारी, सकाळी ४.१५ वा.

निक् पळतच आला. त्याच्या हातात कागदांचा गठ्ठा होता. "आम्हाला यादी मिळाली."

तो गठ्ठा हातात घेऊन व्हिटो उभा राहिला, पण तो गठ्ठा म्हणजे पाना पानावर नुसती नावंच होती आणि त्यांना काही अर्थ नव्हता. त्यानं लिझ्कडे पाहिलं. निकचा आवाज ऐकून ती तिच्या ऑफिसमधून धावतच तिथे आली होती.

"याचा आपल्याला काय उपयोग होणार आहे?" निराश होऊन त्यानं विचारलं.

ब्रेन्ट अगदी निकच्या मागेच उभा होता. त्याच्या काखेत त्याचा लॅपटॉप होता. "आपण वर्गवारी करू आणि काही वगळू. कॅथरिननं सांगितलं की, तिला वाटलं की, स्मशानातली ती म्हातारी बाई साठी आणि सत्तरीच्या दरम्यान होती, म्हणून मी पंचावन्न ते ऐंशीच्या दरम्यानच्या स्त्री-क्लाएंट्सचा शोध घेतला, खात्री करून घेण्यासाठी. या यादीवर तीनशेच्या वर नावं आहेत. साठी आणि सत्तरीच्या दरम्यानच्या क्लाएंट्सची नावं पाहिली, तर तीसुद्धा दोनशेच्या वर आहेत."

व्हिटो त्याच्या खुर्चीत बसून राहिला. "दोनशे." एखादं नाव सापडेल, असं त्याला वाटलं होतं; पण इतरांनी आशा सोडली नव्हती. त्यांचा उत्साह वाढला

होता आणि त्यामुळे व्हिटोलाही बरं वाटत होतं.

जेन येरझारा घालू लागली. “ओके, आपण विचार करू या. या लोकांकडून त्यानं काय चोरलं? पैसा?”

“मालमत्ता!” लिझ् म्हणाली. “त्यानं विन्चेस्टरच्या आत्याचं शेत घेतलं. आणखी एखादं शेत त्यानं आणखी कुणाकडून तरी घेतलं, असेल कदाचित. एका खाणीच्या जवळचं शेत. इतकं दूर की, तिथे त्यानं काहीही केलं, तरी कुणाला संशयही येणार नाही.”

“किंवा कुणाला काही ऐकूही येणार नाही.” निकनं पुस्ती जोडली.

व्हिटोनं डोळे मिटले. पुन्हा नैराश्य येऊ पाहत होतं. “अर्थात, आपण असंसुद्धा गृहीत धरलं की, त्यानं इतरांना ज्या ठिकाणी नेलं होतं तिथेच सोफीला नेलं असणार.”

“उगाच त्रास करून घेऊ नकोस.” निक ठामपणे म्हणालं. “दुसरा काही विचार करण्यासारखं कारण घडल्याखेरीज सायमन नेहमी जसा वागत होता त्यापेक्षा वेगळं काही करेल असं समजायचं कारण नाही.”

ठामपणे मान हलवीत व्हिटो उभा राहिला. “ओके, आपण या याद्या वेगवेगळ्या करू आणि खड्ड्यात भरलेल्या मातीसारखी माती असलेली जमीन यूएस्‌डीच्या कुठल्या परिसरात कोणत्या लोकांनी मालमत्ता म्हणून खरेदी केली याचा तपास करू. एक मजल्यापेक्षा जास्त मजले असलेली कोणती घरं आहेत, हे आपण मग शोधून काढू.”

“इलेव्हेटरचा तो दांडा,” निक म्हणाला. “त्या म्हाताऱ्या बाईच्या दातांमध्ये भरलेलं सिमेंटही विसरू नकोस. १९६०च्या आधी युरोपमध्ये राहिलेल्या कुणालाही तपासून बघावं लागेल.”

“काल रात्री डॅनिअलचा मला फोन आला.” लिझ् म्हणाली. “तो आणि त्याची बहीण शहरात परतले आहेत आणि आपल्याला ते मदत करू इच्छितात. ओलीस ठेवलेल्या व्यक्तीच्याबद्दल काही तडजोड करायची वेळ आलीच, तर माहिती मिळवण्यासाठी मी त्यांना फोन करेन.”

व्हिटोनं बळेच श्वास घेतला. “चला तर मग, निघू या. अकरा तासांपासून सोफी त्याच्या ताब्यात आहे.”

रविवार, २१ जानेवारी, सकाळी ४.५० वा.

सायमन कम्प्यूटरपासून दूर झाला आणि त्यानं खांदे ताठ केले. ॲलन ब्रूस्टर

दिसला त्यापेक्षा खूप वजनदार होता. तो वजनदार असला, तरी धान्याच्या कोठाराकडे त्याला शूटिंगसाठी नेण्याचा सायमनचा विचार योग्यच होता. ब्रूस्टरचं डोकं फोडल्यामुळे झालेला राडा किळसवाणा होता. ग्रेनेडच्या स्फोटामुळे कोठाराची भिंत बऱ्याच प्रमाणात कोसळली होती. त्यानं शूटिंग जर आतल्या बाजूला केलं असतं, तर स्टुडिओचं फारच नुकसान झालं असतं.

ब्रूस्टरचं प्रेत बाहेरच पडू द्यावं, अशी त्याची योजना होती; पण कोठारात पुरेसा प्रकाश नसल्यानं आवश्यक तसं परिणामकारक चित्रीकरण होऊ शकलं नसतं, हे नंतर त्याच्या लक्षात आलं. त्या व्हिडिओमध्ये असंख्य बारीक-बारीक ठिपके आले होते आणि कॅमेऱ्याचे लेन्स भिंतीची पडझड झाल्यामुळे जी धूळ उडाली होती, त्या धुळीमध्ये माखले होते. म्हणून त्यानं ब्रूस्टरला परत आत आणलं; त्याचं जे काय उरलं होतं त्याचं जवळून चित्रीकरण करण्यासाठी. अर्थात ब्रूस्टरला पुन्हा आत नेणं त्याला खूपच सोपं झालं. त्यानं अंदाज केला की, ब्रूस्टरच्या डोक्याचंच वजन चांगलं दहा पौंड असलं पाहिजं.

काठीनं मारलेल्या बिल् मेल्व्हिल्च्या प्रेतामध्ये सायमननं त्याचा माऊस क्लिक करून हवे ते बदल करून घेतले होते. त्याने मान्य केलेलं नसलं, तरी व्हॅन् झॅण्ड्टचं शंभर टक्के बरोबर होतं. त्या नाइटचं डोकं फोडल्यामुळे इन्क्विझिटरचा गेम शो पाहणं अगदी रोमहर्षक झालं होतं. अधिकृत वाटत नसेल, पण रोमहर्षक नक्कीच होतं ते!

उत्कंठेनं सायमननं त्याचे तळहात एकमेकांवर घासले. सोफी मात्र अधिकृतपणा आणि रोमहर्षकता दोन्ही निर्माण करू शकली असती, असं त्याला वाटलं. त्यामुळे आता तो थांबू शकत नव्हता. त्यानं त्याच्या घड्याळात पाहिलं. आणखी काही तास गेले की, त्याचा पाय अगदी पूर्णपणे चार्ज होणार होता आणि काम करू लागणार होता. आणि सोफीचेही सगळे अवयव.

रविवार, २१ जानेवारी, सकाळी ५.३० वा.

"च्यायला!" यूएसडीएच्या जमिनीच्या नकाशाकडे व्हिटो निरखून पाहत होता. त्यावर चाळीस ठिकाणी ड्रॉइंग पिन्स टोचलेल्या होत्या. म्हणजे त्या भागात राहणाऱ्या चाळीस म्हाताऱ्या बायकांची रॉक सॉलिड इन्व्हेस्टमेंटमध्ये खाती होती आणि घड्याळाची टिक् टिक् अखंडपणे चालूच होती. जवळपास तेरा तास त्यांच्या हातातून निसटले होते.

"अजून कितीतरी नावं आहेत!" निक म्हणाला. "आणि त्यापैकी एकही जर्मन नाही."

"त्या म्हाताऱ्या बाईचं नाव जर्मन असू शकतं." जेन म्हणाली. "आपल्याला फोन करायला सुरुवात करावी लागेल. तो एकच मार्ग आहे."

"पण आपल्याला अचूक असा नंबर लागला, तर सायमन उत्तर देईल." ब्रेन्टनं नापसंती व्यक्त केली. "आपण आपले पत्ते त्याला दाखवू."

प्रत्येक जण व्हिटोकडे अपेक्षेनं पाहू लागला. क्षणभर त्याचा मेंदू उगाचच विचारात गुंतला. मग त्याला सुचलं. "जवळचा नातेवाईक?" त्यानं विचारलं, "या रॉक सॉलिड्च्या दलालीच्या अर्जांवर जवळच्या नातेवाइकांची नावं आणि नंबर्स आहेत का?"

ब्रेन्टनं उत्साहानं मान हलवली. "ते सगळं डेटाबेसमध्ये आहे."

"मग आता आपण गट पाडू या." हातातल्या यादीकडे पाहून व्हिटोनं डोळे मिचकावले. "निक तुझ्याकडे डिना अँडरसन ते सेलमा क्रेन. जेन, तू मार्गरिट डायमंडपासून प्रिसिला हेन्ले घे." लिझ्, मॅगी आणि ब्रेन्टलाही त्यांची नावं दिली गेली आणि उरलेली त्याने स्वतःकडे ठेवली. आणि पुन्हा एकदा प्रार्थना केली.

रविवार, २१ जानेवारी, सकाळी ७.२० वा.

"सोफी," तो गोड आवाजात म्हणाला. "मी आऽलो."

सोफीनं काहीच प्रतिसाद दिला नाही, तेव्हा तो हसला. "तू खरंच अभिनेत्री आहेस. तुझ्या ते रक्तातच आहे, नाही का? तुझे वडील अभिनेते होते आणि तुझी आजी प्रसिद्ध ऑपेरा गायिका होती. पण मग.. मला ते आधीच ठाऊक होतं. मला वाटलं होतं, तू स्वतःच हे मला सांगशील."

नाही. ते शक्यच नव्हतं. काहीच ताण येऊ न देण्याचा तिनं पुरेपूर प्रयत्न केला. ते शब्द टेड्चे होते.

"तुझी एकदाची भेट झाली, हे चांगलं झालं सोफी."

पण नाही. सायमन कसा दिसतो हे तिला ठाऊक होतं. टेड् थोराड होता. हा तेवढा थोराड होता का? तिला आठवत नव्हतं. ती खूप थकली होती आणि तिच्या मनात भीती वाढू लागली होती.

"मी मेरी अँटॉइनेटचा विचार करतोय. तिच्या डोक्याचाच अर्थात." त्याची बोटं तिच्या गळ्यावरून फिरू लागली आणि तिनं अंग आकसून घेतलं आणि तो हसला. "डोळे उघड सोफी!"

हळूच तिनं डोळे उघडले. तो टेड् नसावा अशी प्रार्थना केली. तिच्या चेहऱ्यापासून एक इंच अंतरावरच तो चेहरा होता; रुंद हाडं असलेला, दगडी जबडा

असलेला. त्याच्या चेहऱ्यावर हसू पसरलं. त्याला टक्कलही होतं आणि भुवयाही नव्हत्या.

"बूऽऽ" तिला घाबरवून टाकण्यासाठी त्यानं हलकेच आवाज केला आणि तिनं पुन्हा अंग आकसून घेतलं; पण तो टेड् नव्हता. तिने देवाचे आभारच मानले.

सुटका झाल्याचं तिला क्षणभरच वाटलं. "तुझा खेळ आता संपलाय सोफी. तुझ्या नशिबात काय आहे, याची तुला अजिबातच उत्सुकता नाही का?"

तिनं हनुवटी उचलून भोवताली पाहिलं. प्रचंड भय तिच्या मनात दाटून राहिलं. तिची आतडी ओढली जाऊ लागली. तिनं ती खुर्ची पाहिली. म्यूझियममध्ये तशीच होती. तिनं एक कपाट आणि एक टेबल पाहिलं. त्यावर छळ करण्याची सगळी साधनं होती. कितीतरी लोकांना मारण्यासाठी या माणसानं ती वापरली होती. तिनं स्वतःच्या पायांपर्यंत नजर टाकली आणि तिला दिसलं की, तिच्या अंगात एक गाऊन होता; पिवळसर, मखमली! त्यावर जांभळ्या रंगाची किनार होती. त्यानं तिला स्पर्श केल्याचा, तिला गाऊन घातल्याचा विचार तिच्या मनात आला. तिनं नाराजी गिळून टाकली.

"तुला हा गाऊन आवडला?" त्यानं विचारलं आणि तिनं पापण्या उघडल्या. त्याच्या चेहऱ्यावर गमतीचे भाव होते. उदासी किंवा भीतीचा लवलेश नव्हता. "हा पिवळसर रंग तुझ्या रक्ताच्या रंगावर अगदी उठून दिसेल!"

"हा खूपच लहान आहे." सोफी थंडपणे म्हणाली. तिचा आवाज कापला नाही याचा तिला समाधान वाटलं.

त्यानं खांदे उडवले. "तो दुसऱ्याच कुणासाठी तरी तयार केला होता. मला ऐन वेळी काही बदल करावे लागले."

"तू कपडे शिवतोस?"

तो दुष्टपणे हसला. "माझ्याकडे खूपकाही गुण आहेत, डॉ. जोहान्सन, त्यापैकी एक म्हणजे सुया आणि इतर तीक्ष्ण साधनं वापरण्यातलं नैपुण्य."

तिनं तिची हनुवटी वर उचलली आणि जबडा आवळून ठेवला. "तू मला काय करणार आहेस?"

"हं, खरंतर हे श्रेय मी तुलाच द्यायला हवं. तुझ्याबद्दल ऐकण्यापूर्वी मी तुझ्यासाठी फार वेगळी योजना आखली होती आणि तुझ्या म्यूझियमच्या बॉसला बोलताना ऐकलं होतं. तुझ्या लक्षात आहे. मेरी अॅन्टॉइनेट."

सोफीनं तिचा आवाज कणखर ठेवण्याचा प्रयत्न केला. "काही शतकं मागे गेलास, हो ना?"

तो हसला. "तुझ्याशी खेळण्यात मजा आहे सोफी. मला गिलोटिन मिळालं नाही, म्हणून त्या बाबतीत तू सुरक्षित आहेस. त्यापेक्षा थोडं जास्त मध्ययुगीन असं आपल्याला व्हावं लागेल."

तिनं तोंडात जिभेनं आवाज केला चक् चक् असा. ''मी कुठली शाब्दिक कोटी नाही केली.''

त्यानं तिच्याकडे क्षणभर टक लावून पाहिलं. मग मान झटकून हसला. तो आवाज घाबरवून टाकणारा, कठोर आणि नीचपणानं केलेला होता.

''तू माझ्या आजीचा जीव घेण्याचा प्रयत्न केलास. हो ना?''

''आता हे बघ सोफी, प्रयत्न असा काही नसतो. फक्त यश किंवा अपयश असतं. मी अर्थातच तुझ्या आजीला ठार केलंय. मी जे ठरवतो, ते नेहमीच पार पाडतो.''

दुःखाची आलेली लाट सोफीनं मोठ्या मुष्किलीनं आवरली. ''तू हरामजादा आहेस.''

''भाषा!'' तो संतापला. ''पण तू तर राणी आहेस.'' तो मागे सरकला तेव्हा दोन खांबांना बांधलेलं पांढरं स्वच्छ करकरीत बेडशीट तिला दिसलं. त्यानं तो कपडा ओढून काढला तेव्हा तिच्या लक्षात आलं की, ते दोन खांब नव्हते, तर मायक्रोफोनचे उंच स्टँड्स होते. अतिशय नाट्यमयरित्या त्यानं तो पडदा पूर्णपणे बाजूला केला. त्याच्यामागे एक उंच ओटा होता आणि त्याच्याभोवती ठेंगणं पांढरं कुंपण होतं. त्या ओट्यावर मध्यभागी एक मोठा लाकडी ठोकळा होता; वरच्या बाजूनं बाकदार असा. रक्तानं माखलेला.

''मग?'' तो म्हणाला. ''तुला काय वाटतं?''

क्षणभर ती फक्त पाहतच राहिली. डोळ्यांसमोर जे दिसत होतं ते वास्तव तिचा मेंदू नाकारत होता. ते शक्य नव्हतं. तो वेडेपणा होता. सत्य नव्हतं; पण तिला बाकीचे आठवले – वॉरन् आणि ब्रिटॅनी आणि बिल् आणि ग्रेग. सायमन व्हटॅनिअननं केलेला छळ त्यांनी सोसला होता. तो आताही तेच करणार होता. ते किळसवाणं भयानक कृत्य! आणि याबद्दल तिला अजिबात शंका नव्हती.

व्हटॅनिअनबद्दल तिला जे माहीत होतं ते सगळं आठवण्याचा तिनं प्रयत्न केला, पण तिला ग्रेग सँडर्स्च्या फक्त किंकाळ्याच ऐकू आल्या. तो लाकडी ठोकळा रक्तानं माखलेला होता. त्यानं ग्रेगचा हात तोडून टाकला होता. तिच्याही घशात किंकाळी आली, पण जीभ चावून तिनं ती माघारी लोटली.

सायमन व्हटॅनिअन राक्षस होता. सत्तेसाठी भुकेलेला विकृत माणूस होता. वर्चस्व गाजवण्याची महत्वाकांक्षा असलेला! ती ते त्याला करू देणार नव्हती. ती त्याचा खेळ खेळू शकणार नव्हती. त्याची भूक भागणार नव्हती. तिच्या शरीरामधलं हाडन् हाड भीतीमुळे खिळखिळं झालं होतं, तरी ती त्याला धैर्यानं तोंड देणार होती.

''मी वाट पाहतोय सोफी. तुझा काय विचार आहे?''

आपल्या शरीरातल्या रक्ताचा थेंबन् थेंब एकवटून अगदी नाट्यपूर्ण शैलीनं आणि मोठ्यानं ती हसली. ''तू माझी नक्कीच थट्टा करतोयस.''

सायमनचे डोळे किलकिले झाले आणि त्याच्या चेहऱ्यावर क्रौर्य पसरलं. ''मी

थट्टा करत नसतो."

आपल्याला कुणी हसतंय हेही त्याला आवडत नव्हतं. तिनं ते केलं. तिचे हात-पाय अजूनही बांधलेले असल्यानं तिथून सुटका होण्यासाठी ती काहीही करण्याच्या तयारीत होती. तिनं तिच्या आवाजात अविश्वसनीय असा गमतीचा सूर मिसळला. "मी त्या लाकडी ठोकळ्यापर्यंत चालत जावं, माझी मान त्या ठोकळ्यावर ठेवावी आणि तू ती कापेपर्यंत मी वाट पाहावी अशी तुझी अपेक्षा आहे का? तसं असेल, तर आम्हाला वाटलं त्यापेक्षा तू जास्त वेडा आहेस."

सायमन बराच वेळ तिच्याकडे पाहत राहिला. मग सौम्यपणे हसला. "माझी फिल्म तयार होईपर्यंत तू माझ्याबद्दल काय विचार करतेस याची मला पर्वा नाही." तो एका उंच आणि रुंद कपाटाकडे गेला आणि ते त्यानं उघडलं.

सोफीचं हृदय धडधडायचं थांबलं, तसं तिनं आपला चेष्टेचा सूर भीतीमध्ये बदलणार नाही, याचा आटोकाट प्रयत्न केला.

खंजीर, कुऱ्हाडी आणि तलवारींनी ते कपाट खचाखच भरलेलं होतं. त्यापैकी बऱ्याच जुनाट आणि बोथटलेल्या होत्या. त्या प्रतिकृती होत्या, हे स्पष्टच दिसत होतं. त्या सगळ्याच प्राणघातक दिसत होत्या. सायमननं मान तिरकी केली आणि त्या शस्त्रसाठ्याकडे पाहत राहिला आणि सोफीनं ओळखलं की, तो तिच्या फायद्यासाठीच स्वत:ची पूर्वतयारी करतोय. तिचा उपयोग होत होता. त्या स्मशानातला तो मेलेला माणूस तिला आठवला. वॉरन् कीझ्! सायमननं त्याची आतडी काढून टाकली होती. सायमननं ग्रेग सँडर्सचा हात तोडून टाकला तेव्हाच्या त्याच्या किंकाळ्या तिला आठवल्या.

वाढत चाललेल्या भीतीमुळे तिचा गळा दाटून आला. तरी तिनं चेहऱ्यावर हसू टिकवण्याचा प्रयास केला.

तिच्या व्हायकिंग टूरच्या वेळी ती जशी कुऱ्हाड खांद्यावर घेत असे तशी त्यानंही बाहेर काढली. तिचा दांडा त्यानं खांद्यावर टेकवून तो तिच्याकडे पाहून हसला. "तुझ्याकडेही अशीच एक आहे."

तिनं तिचा आवाज थंड ठेवला. "मी माझ्या मनाचा कौल ओळखून ती कुऱ्हाड तुझ्यावर चालवायला हवी होती."

"आपल्या मनाचा आदेश पाळणं नेहमीच शहाणपणाचं असतं." त्यानं सहानुभूती दर्शवून ती कुऱ्हाड जागेवर ठेवून दिली. अखेरीस त्यानं एक तलवार निवडली आणि म्यानातून बाहेर काढली. सावकाश. तिचं पातं चकाकत होतं, धारदार आणि नवं. "ही चोखपणे काम करेल." तो म्हणाला.

"ही तर नकली आहे." सोफी तुच्छतेनं म्हणाली. "यापेक्षा चांगली वापरशील, असं मला वाटलं होतं."

त्यानं क्षणभर तिच्याकडे पाहिलं. मग हसला. "ही गंमत आहे." त्यानं ती तलवार तिच्याकडे आणली आणि तिच्या चेहऱ्यासमोर धरली. ती त्यानं अशी वाकवली की, प्रकाशाची तिरीप त्याच्या डोळ्यांवर पडली. "वजन, आकार आणि तोल ओळखण्यासाठी जुन्या तलवारी उपयुक्त असतात. ती चालवताना कोण कशी हालचाल करतो हे कळतं. पण त्या विद्रूप, गंजलेल्या असतात आणि त्या तशा खास धारदारही नसतात."

"आपल्याला त्या खूप धारदार असाव्यात असं वाटतं, नाही का?" ती कोरडेपणानं म्हणाली. तिच्या हृदयाची धडधड त्याला ऐकू न गेली तर बरं, असं तिला वाटलं.

तो हसला. "हो, पण तुझ्या या सुंदर मानेवर मी ती तलवार चालवणार नसेन तर."

तो तिला सारखा डिवचू लागला. मग तो त्या ओट्याकडे गेला. त्याने तो ठोकळा उचलला आणि एका बाजूला त्यानं ठेवून दिला. "तू म्हणतेस ते खरं आहे. गुडघे टेकून बस. त्यामुळे तुझा चेहरा मला व्यवस्थित दिसेल. थँक्स!" चाकं असलेल्या तिपाईवर त्यानं कॅमेरा बसवला.

"तू सांगशील तेव्हा. बरं, तुझ्या इतर बळींना तू जुन्या तलवारी हाताळू दिल्या होत्यास का?"

त्यानं मागं वळून पाहिलं. "होय. मला त्यांच्या हालचाली टिपायच्या होत्या. का?"

"सुमारे आठशे वर्षांपूर्वीची तलवार हाताळताना काय वाटत असेल, याचा मी विचार करत होते."

"इतकी वर्षं ती झोपलेली होती आणि आत्ता तिला जाग आली, केवळ तुझ्यासाठी, असं वाटत असेल."

सोफीनं तिचे स्वत:चे शब्द ओळखले तेव्हा तिनं बोलण्यासाठी तोंड उघडलं, पण ती बोलायला लागली, तर तिचा आवाज स्पष्ट ऐकू आला नाही. "जॉन?"

तो हसला. "ते माझं एक नाव आहे."

"पण ती..." 'ती व्हीलचेअर. ओह् व्हिटो!'

"व्हीलचेअर?" त्यानं जरा मोठाच सुस्कारा सोडला. "तुला माहीत आहे ना, म्हातारी माणसं किंवा अपंग यांची समाजाला भीती वाटत नाही. मी स्वत:ला सहज लपवू शकलो."

"इतकी... इतकी वर्षं?"

"अगदी इतकी वर्षं!" तो गमतीनं म्हणाला. "हे बघ डॉ. जे., मी वेडा नाही आणि मी मूर्खही नाही."

तिनं स्वत:वर ताबा मिळवला. आवाजातला कंप प्रयत्नपूर्वक काढून टाकला. "तू फक्त वाईट आहेस."

''माझ्याशी चांगलं वागायचं म्हणून तू असं म्हणतेस. शिवाय 'वाईट' हा शब्द तसा सापेक्ष आहे.''

''कदाचित एखाद्या समांतर विश्वात ते खरं असेल, पण या विश्वात कुठलंही पटण्यासारखं कारण नसताना कित्येक लोकांचा जीव घेणं हे वाईटच.'' तिनं मान तिरकी केली. ''मग तू तसं का केलंस?''

''काय? कित्येक लोकांचा जीव घेणं?'' त्यानं आणखी एक कॅमेरा जागेवर ठेवला. ''वेगवेगळी कारणं आहेत. काही जण माझ्या मार्गात आडवे आले. एकाचा मी तिरस्कार करत होतो; पण बऱ्याच जणांना फक्त मरताना मला पाहायचं होतं.''

सोफीनं खोल श्वास घेतला. ''मरताना पहायचं होतं? हे तर फारच वाईट. तुला काहीच....''

त्यानं हात वर केला. ''यातून मी सुटणार नाही असं म्हणू नकोस. त्यात काही वेगळेपणा नाही. तुझ्याकडून तरी काही चांगलं ऐकायला मिळेल असं वाटलं होतं.'' त्यानं तिसरा कॅमेरा जागेवर ठेवला आणि हात झटकत मागे सरकला. ''कॅमेऱ्यांची व्यवस्था झाली. आता मला ध्वनीची चाचणी घ्यायची आहे.''

''ध्वनीची चाचणी?''

''होय. ध्वनीची चाचणी. तुझी किंकाळी मला ऐकायची आहे.''

चल, फोड किंकाळी. तिनं मान हलवली. ''असलं काही मी करणार नाही.''

त्यानं बदकासारखा क्लक असा आवाज काढला. ''तुला किंकाळी फोडावीच लागेल. नाहीतर मला कुऱ्हाड वापरावी लागेल.''

''कशीही मी मरणारच आहे, पण मी तुला ते समाधान मिळवू देणार नाही.''

''मला वाटतं वॉरन् ते म्हणाला होता. नाही, बिल् म्हणाला होता. ब्लॅकबेल्ट मिळवणारा मोठा थोराड बिल! त्याला वाटलं, तो फार चिवट आहे. शेवटी तो लहान पोरासारखा रडला आणि त्यानं किंकाळ्या फोडल्या. खूपच!''

तो तिच्या जवळ आला आणि त्यानं तिच्या केसांना स्पर्श केला. तिनं केसांची वेणी घातली होती आणि ती डोक्यावर मुकुटासारखी बांधली होती. आदल्या दिवशी तिनं जोन ऑफ आर्क टूर केला होता तेव्हा. ''तुझे केस फार सुंदर आहेत. त्यांची वेणी घातलीस, हे फार छान केलंस. ते कापायला मला आवडलंच नसतं.'' तो गालातल्या गालात हसला. ''खरं म्हणजे मी हे काही जास्त महत्त्वाचं कापणार असताना, तुझे केस कापणं मला आवडणार नाही, असं म्हणणं म्हणजे वेडपटपणाचंच आहे.'' त्यानं तिच्या गळ्यावरून बोटं फिरवली. ''मला वाटतं हेच कापणार आहे मी.''

तिला वाटणाऱ्या भयामुळे श्वासोच्छ्वास करणं तिला कठीण जाऊ लागलं. त्याला टोमणे मारण्यानं तिला फारसा काही फायदा होणार नव्हता. 'व्हिटो, कुठे आहेस तू?' त्याच्या बोटांपासून दूर होण्यासाठी तिनं तिच्या शरीराला हिसका दिला.

"बिल् कोण होता? ज्याची आतडी तू काढून टाकलीस तो?"

तो एकदम चमकला. "म्हणजे मला वाटतं त्यापेक्षा तुला बरंचकाही ठाऊक आहे. पोलीस बॉयफ्रेंड हे सगळे तपशील तुला देत असेल, असं मला वाटत नाही."

"त्यानं मला द्यायची गरज नाही. मीच तिथे होते ती प्रेतं बाहेर काढली तेव्हा. तू ग्रेग सँडर्स्‌चा हात तोडून टाकलायस."

"आणि त्याचा पायसुद्धा. तो त्याच लायकीचा होता. त्यानं चर्चमध्ये चोरी केली होती."

तिच्या पोटात प्रचंड भय उचंबळून आलं. त्यानं तिचेच शब्द वापरले होते. किती क्रूरपणे खून करावा याचा धडा दिला होता. "तू विकृत आणि हरामजादा आहेस."

त्याच्या डोळ्यात संताप भरून आला. "मी थोडंसं स्वातंत्र्य दिलंय तुला. कारण तू मला चांगली वाटलीस, पण आता वेळ संपलीये. तू माझा अपमान करण्याचा प्रयत्न करणार असलीस, तर ते मी खपवून घेणार नाही. मला संताप आला की, माझा निर्धार जास्त पक्का होतो. त्यानं तिचा दंड पकडला आणि तिला हिसका देऊन टेबलावरून जमिनीवर फेकलं.

दगडासारख्या काँक्रीटवर आदळल्यानं तिच्या कमरेला बराच मार लागला. "ग्रेग सँडर्सला तू असंच केलंस ना." त्यानं त्या माणसाचा हात तोडून टाकला होता आणि त्याचा पायही. कारण त्यानं चर्चमध्ये चोरी केली होती; पण ती असं म्हणाली नव्हती. त्यानं चूक केली होती. संतापामुळे त्याचा निर्धार जास्त पक्का झालेला नव्हता. त्यानं चुका केल्या होत्या. तिनं त्याचा उपयोग करायला हवा होता.

त्यानं तिला जमिनीवरून फरपटत ठेवलं आणि त्याच्या पकडीतून सुटका करून घेण्यासाठी ती धडपडू लागली. मग त्यानं तिचं डोकं जमिनीवर आपटलं. तेव्हा तिच्या डोळ्यांसमोर तारे चमकले. तिच्या डोक्यावर बांधलेल्या वेणीच्या मुकुटाचा त्यानं खुंटीसारखा उपयोग केला. "पुन्हा तसा प्रयत्न करू नकोस."

ती पाठीवर आडवी झाली आणि तिनं त्याच्याकडे पाहून डोळ्यांची उघडझाप केली. तिचा श्वास वेगानं होऊ लागला. तो तिला प्रचंड मोठा दिसला; विशेषत: ती त्याला खालून पाहत असताना. कमरेवर मुठी टेकवून तो उभा होता. त्याचा चेहरा दगडासारखा दिसत होता; पण तोही जोरजोरात श्वास घेत होता. त्याच्या नाकपुड्या फुलारल्या होत्या.

"तू ग्रेगचे हाल-हाल केलेस ना!" ती धापा टाकत म्हणाली. "कापलेल्या पायाचा चर्चशी संबंध नव्हता. फक्त त्याचा हात. तुझ्या रागाचा पारा इतका चढला की, त्यानं तुझ्याकडे चोरीचा प्रयत्न केला. आणि तू तपशीलात गोंधळ केलास."

"मी काहीच गोंधळ केला नाही." त्यानं तिच्या मानेखाली हात घातला, मुठीत तिचा गाऊन पकडला आणि तो इतका पिळला की, त्या मखमलीनंही तिच्या

गळ्याला जखम झाली. एकदम तिचा श्वास थांबल्यासारखा झाला. तिच्या डोळ्यांसमोर आणखी तारे चमकले आणि सुटका करून घेण्यासाठी ती खाली-वर होऊ लागली. एकदम त्यानं तिला सोडली आणि तिनं छातीत हवा भरून घेतली.

"तुझा धिक्कार करावा तेवढा थोडाच!" ती खोकत, तुच्छतेनं म्हणाली. "तू माझा जीव घेऊ शकशील, पण तुझ्या या जीवघेण्या खेळात मी तुला काहीच साहाय्य करणार नाही."

सायमननं दोन्ही हातांनी तिच्या गाऊनच्या आतली तिची ब्रा घट्ट पकडली आणि अगदी सहज तिला उचलून पायांवर उभी केली. मग उंच उचलली. त्याच्या चेहऱ्यासमोर तिचा चेहरा येईल इतकी. "मला जे हवं ते तू मला देशीलच. तुला भिंतीमध्ये चिणून टाकावंसं वाटलं, तरी तू हूं की चूं करणार नाहीस. समजलं तुला मी काय म्हणतो ते?"

सोफी त्याच्या चेहऱ्यावर थुंकली आणि संतापानं त्याचा चेहरा वेडावाकडा झालेला पाहून तिला आनंद झाला. त्यानं एक मूठ काढून घेतली आणि दुसऱ्या हातानं तिला सावरलं आणि तिनं हनुवटी वर केली; एक थप्पड खाण्यासाठी, पण ती बसलीच नाही.

"मी तुझ्या चेहऱ्यावर कसल्याच खुणा उमटू देणार नाही. मला तो सुंदर चेहरा हवाय." शर्टाच्या बाहीनं त्यानं त्याचा गाल पुसला आणि तिला खाली घेऊन तिच्या पायांवर उभी केली.

"काय झालं?" तिनं मुद्दामच टोमणा मारला. "तुझ्या या मूर्खपणाच्या गेममध्ये मला अमर करताना माझ्या चेहऱ्यावर थोड्यासुद्धा जखमा चालणार नाहीत? का तुला नेमकं हवं तसं मॉडेल मिळाल्याशिवाय तुझं कामच होऊ शकणार नाही? फक्त नक्कल करता येण्यानं निराशा येत असेल. स्वतःच्या सामर्थ्यानं स्वतंत्र असं काही निर्माण करता येत नाही." तिनं मोठा आवंढा गिळला आणि हनुवटी पुन्हा उचलली. "सायमन."

त्यानं जबडा आवळला, डोळे किलकिले केले आणि पुन्हा एकदा तिला हिसका दिला. "तुला काय ठाऊक आहे?"

"सगळंच!" ती तुच्छतेनं म्हणाली. "मला सगळंच ठाऊक आहे. आणि पोलिसांनासुद्धा. चल मग, कर मला ठार, पण तुझी यातून खरोखरच सुटका होणार नाही. तू पकडला जाशील आणि तुरुंगात जाशील आणि तिथे दिवसभर विदूषकांचे चेहरे रंगवत बसशील आणि तुझ्या बेडखाली त्यांना लपवायची तुला गरजच पडणार नाही."

त्याच्या जबड्यातला स्नायू तडतडू लागला. "कुठे आहेत ते?"

सोफी त्याच्याकडे पाहून हसली, "कोण?"

त्यानं तिला हलवलं. इतकं जोरात की, तिचे दात एकमेकांवर आदळले.

"डॅनिअल आणि सुसाना कुठे आहेत ते?"

"ते इथेच आहेत. तुला शोधतायत. अगदी व्हिटो चिकोटेलीसुद्धा तुला शोधतोय. तू त्याला सापडल्याशिवाय त्याला चैन पडणार नाही." तिनं डोळे किलकिले केले. "हे कुणालाच कळणार नाही, असं तुला वाटलं का सायमन? का तू कुणालाच सापडणार नाहीस? कुणालाच काही ऐकू जाणार नाही, असं तुला खरंच वाटलं?"

"मी कुणालाच सापडलो नाही." तो म्हणाला. त्यानं तिला पुन्हा उंच उचललं तेव्हा तिनं चेहरा कसनुसा केला. त्यामुळे त्याला हसू आलं. "कुणालाच माझा आवाज ऐकू गेला नाही." तो म्हणाला. "आणि तुझाही आवाज कुणीच ऐकणार नाही."

तिला आलेल्या त्वेषानं तिला धैर्य आलं. "तू चुकतोयस. जितक्या लोकांना तू मारलंस आणि दफन केलंस, त्यांनी त्यानंतरच किंकाळ्या फोडल्या. तुला त्या ऐकू आल्या नाहीत; पण व्हिटो चिकोटेली त्या ऐकत होता आणि त्याला त्या नेहमीच ऐकू येतील."

त्यानं तिला गुडघ्यात वाकायला भाग पाडलं. "मग मी त्यालाही मारून टाकेन; पण पहिल्यांदा तुला!"

रविवार, २१ जानेवारी, सकाळी ७.४५ वा.

विन्चेस्टर शेतामध्ये क्लेअर रेनॉल्डसशेजारी सायमननं सेल्मा क्रेनला दफन करण्याआधी ती एका नीटनेटक्या व्हिक्टोरिअन घरात राहत होती. त्याला जोडून असलेल्या गराजमध्ये हातात शस्त्र घेऊन व्हिटो शिरला आणि खिडकीत पाहिलं. तिथे आत एक पांढरी व्हॅन होती. रस्त्याच्या शेवटी उभ्या असलेल्या एका क्रूझरच्या मागे निक् आणि लिझ् उभे होते. त्यांना व्हिटोनं इशारा केला.

निक् आणि लिझ्च्या मागे स्वॅट टीम उभी होती; व्हिटोनं इशारा केल्याबरोबर हल्ला करण्याच्या तयारीत असलेली. व्हिटो त्यांच्याजवळ गेला. "ती पांढरी व्हॅन आहे, पण आत काही हालचाल दिसत नाही."

स्वॅट टीमचा नेता पुढे आला. "आम्ही आत जावं का?"

"मी त्याला चकित करतो." व्हिटो म्हणाला. "तुम्ही थोडंस थांबा."

तिथे एक कार आली. तिच्यामध्ये जेन मॅक्फेन होती. समोरच्या सीटवर डॅनिअल व्हर्टनिअन होता. त्याची बहीण मागच्या सीटवर. कारची दारं न लावता शांतपणे ते सगळे जवळ आले.

"आत आहे तो?" डॅनिअलनं सहज विचारलं.

“मला वाटतंय तसं.” व्हिटो म्हणाला. “किचनमध्ये जाणारा मागचा दरवाजा आहे. मागच्या बाजूनं सगळ्या खिडक्या बंद करून त्यावरून काळ्या ताडपत्र्या लावलेल्या आहेत.”

“मग हे त्याचंच घर आहे.” सुसाना पुटपुटली. “सायमनला प्रकाश नको असल्यानं त्यानं सगळ्या खिडक्या बंद केल्या त्याच्या खोलीच्या आणि प्रकाश कमी-जास्त करता येईल असे लाईट्स लावलेयत.”

“मॅक्फेननं आम्हाला माहिती दिली.” डॅनिअल म्हणाला. “तुमची सल्लागार त्याच्याकडे आहे असं तिनं आम्हाला सांगितलं. मला आत जाऊ दे.”

“नको.” व्हिटोनं मान हलवली. “मुळीच नको. तिथे मी तुला पूर्वतयारीशिवाय जाऊ देणार नाही. कारण तुझ्यामध्ये अपराधीपणाची भावना आहे. दहा वर्षांपूर्वीच तू त्याला पोलिसात दिलं नाहीस म्हणून.”

डॅनिअलचा जबडा आक्रसला. “मला काय म्हणायचं होतं” तो विचार करून बोलला, “की, मी स्वॅटचं ट्रेनिंग घेतलंय आणि मी प्रशिक्षित मध्यस्थ होऊ शकतो. काय करायचं असतं मला ठाऊक आहे.”

व्हिटो घुटमळला. “तरीपण तू त्याचा भाऊ आहेस.”

डॅनिअलनं नजर रोखून म्हटलं, “आता तू माझ्याशी हलकटपणानं वागतोयस. मी तुला मदत करू इच्छितोय. घे माझी मदत.”

व्हिटोनं लिझ्कडे पाहिलं. “आपला मध्यस्थ कधी येणाराय इथे?”

“जास्तीत जास्त आणखी एखाद्या तासानं.” लिझ्नं त्याला सांगितलं.

नक्की किती वाजले होते आणि नक्की किती वेळ गेला होता, हे ठाऊक असूनही व्हिटोनं स्वत:च्या घड्याळात पाहिलं. सोफी तिथे आत होती, ते जाणवत होतं. सायमन तिला सध्या काय करत होता, याचा विचारही करण्याची त्याची इच्छा नव्हती. “आपण आणखी तासभर वाट पाहू शकत नाही लिझ्?”

“डॅनिअलसुद्धा प्रशिक्षित मध्यस्थ आहे. त्या रात्री मी त्याच्या सीओशी चर्चा केली तेव्हा त्यानं मला सांगितलं. मी सूत्रं हातात घेऊन त्याला फोन करू का?”

तसं करावंसं वाटलं, पण व्हिटोनं मान हलवली आणि डॅनिअल व्हर्टनिअनच्या डोळ्यात बघून तो म्हणाला, “तिथे आत गेल्यावर माझ्या ऑर्डर्स पाळायला हव्यात. प्रश्न विचारायचे नाहीत की घुटमळायचं नाही.”

डॅनिअलनं भुवया उंचावल्या. “सल्लागार म्हणून माझ्याकडे पाहा.”

तो अजूनही हसू शकतो याचा व्हिटोला धक्का बसला. “योग्य तेच कर. तू आणि मी समोर जाऊ. जेन, तू आणि निक मागल्या दारानं जाल. स्वॅट सज्जच असेल.”

“पहिला शॉट ऐकू आला की, मी त्यांना आत पाठवेन.” लिझ् म्हणाली आणि व्हिटोनं ते मान्य केल्यासारखी मान हलवली.

“कशालाही तोंड देण्याची तयारी ठेव. चला, निघू या!”

रविवार, २१ जानेवारी, सकाळी ७.५० वा.

सोफी गुडघे टेकून बसली होती. सायमनची बोटं तिच्या वेणीखाली होती. त्यानं तिचं डोकं पकडलं आणि ती धडपडू लागली, तरी त्यानं तिला सरळ उभी उचलली. “ओरड, हरामखोर!” तो दात-ओठ खात म्हणाला. तिचे केस तो जोरात ओढू लागला. इतके की, तिच्या माथ्याची कातडी तडतडू लागली आणि असह्य झाल्याने ती जीभ चावू लागली.

पण ती ओरडायला तयार नव्हती. त्याला जे हवं ते करायला ती तयार नव्हती. तिचे हात-पाय बांधलेले होते, तरी गुडघे टेकलेले असतानाच ती एका बाजूला बसली. तिच्या पोटरीवर सायमनचा पाय बुटासकट जोरात दाबला गेला. त्यामुळे तिचे पायसुद्धा तसेच दबले. त्यानं तिच्या केसांना धरून वर उचललं आणि त्याच्या मागे ती काही क्षण लोंबकळत राहिली. म्यानातून त्यानं तलवार उपसून काढली, तेव्हा झालेला आवाज तिनं ऐकला आणि मग ते म्यान तिच्या समोरच जमिनीवर पडलं. त्यानं डाव्या हातानं तिचे केस धरले होते. तिला उचललेलं असल्यानं तिच्या मानेला वळवून तिचा चेहरा त्यानं कॅमेऱ्यासमोर घेतला. त्यानं त्याचा उजवा हात वर केला तशी तिनं तिची जीभ पुन्हा एकदा चावली.

‘ओरडू नकोस. काहीही कर. ओरडू नकोस.’

“ओरड, हरामजादी!” तो संतापानं थरथरत होता.

“तुझं वाट्टोळं होईल व्हर्टॅनिअन!” तीही संतापून बोलली. तिच्या पोटरीवर त्यानं पुन्हा बुटाचा पाय मारला. तिच्या मणक्यापासून वेदना खालपासून वर गेल्या. आधीपेक्षाही जोरात तिनं जीभ चावली आणि तिच्या तोंडात रक्त आलं. त्याच्या तोंडावर ते थुंकण्याचा तिनं प्रयत्न केला, पण त्यानं तिच्या मानेत त्याची बोटं खोलवर रुतवली. तिचं डोकं त्याच्या रुंद तळहातानं इतकं जोरात दाबलं गेलं की, तिच्या डोक्यात एकदम झिणझिण्या उठल्या.

त्यानं तिला घट्ट पकडून पुन्हा वर उचललं. मग तिला पायऱ्यांवरून बरेच आवाज ऐकू आले. दाराचा करकर असा आवाज आला. सायमनच्या शरीराला हिसका बसला. त्यानंही ते आवाज ऐकले होते.

“व्हिटो!” सोफी ते तोंडातलं रक्त थुंकली, खोलवर श्वास घेतला आणि ओरडली.

“गप्प बस!” सायमन दात-ओठ खात म्हणाला.

सोफीला गाणंच म्हणावंस वाटलं; पण ती पुन्हा ओरडली. ओरडून व्हिटोचं

नाव घेतलं.

"मूर्ख कुत्री! तू आता मरणार आहेस." सायमननं हात वर केला. आपल्या चांगल्या पायानं स्वत:चं वजन तिच्या पायांवर टाकलं.

चांगला पाय. सोफी अचानक उजवीकडे, मग डावीकडे वळली आणि सगळी शक्ती पणाला लावून तिनं तिचा खांदा सायमनच्या कृत्रिम पायावर ठेवला. क्षणभरच तो डगमगला आणि खाली कोसळला. त्यानं स्वत:चा तोल सावरण्याचा प्रयत्न करता-करता त्याच्या हातातून तलवार निसटली. सोफी एका बाजूला वळली, नाहीतर तो तिच्या अंगावरच पडला असता; पण त्याचा हात अजूनही तिच्या केसांमध्येच असल्यामुळे ती त्याच्यापासून सुटका करून घेऊ शकली नाही. जिन्याच्या सर्वांत वरच्या पायरीजवळचं दार उघडलं आणि पावलांचा मोठा आवाज आला.

"पोलीस! जागेवरून हलू नकोस!"

"व्हिटो! मी इथे खाली आहे." सोफीनं आरोळी ठोकली.

सायमन त्याच्या चांगल्या गुडघ्यावर खुरटत पुढे आला. मग पुन्हा मागे गेला आणि त्यानं तिला स्वत:कडे ओढलं. ढाल म्हणून तिला स्वत:समोर ठेवलं. "मागे हो!" तो म्हणाला. "मागे हो, नाहीतर मी हिला ठार करेन."

पावलांचा आवाज येत राहिला. मग सोफीला व्हिटोचे शूज दिसले, मग त्याचे पाय दिसले, मग त्याचा चेहरा दिसला; आवरलेल्या संतापामुळे काळवंडलेला. "तुला काही झालं नाही ना सोफी?"

"नाही."

"आणखी एक पाऊलही पुढे टाकू नकोस." सायमननं धमकावलं. "नाहीतर शपथ, मी तिची मान मोडून टाकेन."

व्हिटो अजूनही जिन्यावरच होता. त्याची बंदूक सायमनवर रोखलेली होती. "तिला हात लावू नकोस व्हटॅनिअन." व्हिटो म्हणाला. त्याचा आवाज खालच्या पट्टीत होता, पण दहशतीचा होता. "तुझ्या धडावरून तुझं शिर मी उडवल्याशिवाय राहणार नाही."

"आणि तिच्या जिवाला धोका होईल त्याचं काय? मला नाही तसं वाटत. मला वाटतं की, तू त्या जिन्यावरनं जावंस आणि तुझ्या कुत्र्यांना आवरावंस. मग आम्ही निघून जाऊ; मी आणि तुझी ही सुंदर मैना."

सोफी जोरजोरानं श्वास घेत होती. सायमनचा एक हात तिच्या केसात गुंतलेला होता आणि त्याचा दुसरा हात तिच्या गळ्याभोवती होता. सायमनला यापेक्षा वेगळं या वेळी करण्यासारखं काही नव्हतं. यापेक्षा जास्त भीती दाखवण्यासारखं दुसरं काही नव्हतं. व्हिटोला त्याच्या मार्गापासून परावृत्त करण्यासाठी यापेक्षा आणखी काही उपाय त्याच्याकडे नव्हता.

"मारून टाक त्याला व्हिटो!" ती म्हणाली. "आत्ताच त्याला ठार मार, नाहीतर तो आणखी काही लोकांना मारेल. मला ते चालणार नाही."

"तुझ्या या पोरीला मरण्याची इच्छा झालीये चिकोटेली. तू जवळ ये म्हणजे मी तिची इच्छा पूर्ण करेन. मला इथून निघून जाऊ दे. मग ती जगेल."

"नाही, सायमन!" तो मऊ आवाजात, शांत आणि संथपणे बोलू लागला. "तू तसं काही करणार नाहीस. मी तुला तसं करू देणार नाही."

डॅनिअलचा आवाज ऐकून सायमनचं शरीर ताठरल्याचं सोफीला जाणवलं आणि तिनं एका बाजूला हिसका दिला, पण तो तिच्याबरोबरच आला आणि ते दोघंही जमिनीवर कोसळले. त्याच्या शरीराचं वजन तिच्यावर पडलं आणि तिला श्वास घेणं अवघड झालं. कॉंक्रीटच्या जमिनीवर ती त्याच्या वजनामुळे अगदी सपाट झाली होती. तिला स्वत:बरोबर फटफटत नेताना त्याच्या गुडघ्यांना हिसके बसू लागले होते. तिच्या बांधलेल्या हातांनी ती त्याला मारण्याचा प्रयत्न करू लागली, पण तिचे हात फक्त हवेतच फिरू लागले. त्यानं तिच्या केसांना आणखी जास्त पीळ दिला, तसे तिच्या डोळ्यात अश्रू दाटून आले.

तिनं तिचे हात हलवले. कसलातरी आधार मिळवण्यासाठी ती धडपडली. दोघांमधलं अंतर वाढवण्याचा प्रयत्न करू लागली. ते यासाठी की, व्हिटो त्याला गोळी घालू शकला असता. ती पुन्हा खाली पडली, पण या वेळी तिच्या हातांना धातूचा स्पर्श झाला. सायमनची लखलखती तलवार. ती तिच्यावर ओणवी झाली, तलवारीच्या मुठीभोवती स्वत:च्या हाताच्या मुठी वळवल्या, शरीर वाकवलं, त्यामुळे तलवारीचं पातं तिच्या शरीराला स्पर्श करू लागलं.

आणि सर्व शक्ती पणाला लावून तिनं ती तलवार मागच्या बाजूला खुपसली. ती मांसात खोलवर जाऊ लागली, जातच राहिली आणि रुतून बसली. घाबरून जोरजोरात श्वास घेत असताना सायमन त्याच्या मागे पडला आणि स्वत:बरोबर तिला ओढत राहिला. तिनं तलवारीची मूठ सोडून दिली आणि ती गुडघ्यांवर सरकू लागली. पुढे वाकली, तीव्र वेदनेनं पिळवटून निघाली, तरीपण त्याचा हात अजूनही तिच्या माथ्याला घट्ट धरून होता. क्षणभर तिला स्वत:चाच श्वासोच्छ्वास ऐकू येत होता. मग जिन्यावरून येणाऱ्या पावलांचा मोठा आवाज येऊ लागला.

सायमन त्याच्या पाठीवर पडला. त्याची स्वत:ची तलवार त्याच्या आतड्यांमध्ये घुसली. विचित्र कोन साधून तिचं पातं बाहेर डोकावत होतं. त्याचा पांढरा शर्ट पाहता पाहता लालभडक झाला. त्याचं तोंड उघडं पडलं आणि तो श्वासासाठी धडपडू लागला. तरी त्याच्या डोळ्यात तिरस्कार आणि संताप जळजळत होता. त्यानं हात वर करून तिचा गळा पकडण्याचा प्रयत्न केला.

"एक इंचही हालचाल करू नकोस," व्हिटो म्हणाला, "कारण मी तुला

खरंच ठार करणार आहे.''

धापा टाकीत सोफीनं शक्य तेवढे आपले हात-पाय ताणून सरळ केले. तिची नजर अजूनही सायमनवरच होती. ''चल, फोड किंकाळी सायमन!''

''एऽ कुत्रे!'' सायमननं शिवी हासडली. त्यानं डोळे किलकिले केले आणि पुन्हा एकदा त्यानं सोफीकडे झेप घेण्याचा प्रयत्न केला आणि तो शर्टाच्या बाहीतून ब्लेड बाहेर काढत असल्याचं तिला दिसलं. गोळीबाराचा आवाज तिनं ऐकला त्याच वेळी तिच्या पोटातून जबरदस्त कळ आली.

तिच्या केसातला त्याचा हात सैल पडला आणि त्या हातानंच तो तिला त्याच्याकडे खेचू लागला. आणि म्हणून ती सायमनच्या बाजूला गुडघे टेकून बसली. तिची मान अवघडल्यासारखी झाली. ती वर पाहू शकत होती, पण खाली नाही. व्हिटोनं मागे होऊन त्याची बंदूक बाहेर काढताना तिनं पाहिलं.

लष्कर आल्यासारखे आवाज वरच्या मजल्यावर आणि खालच्याही मजल्यावरून येऊ लागले.

''सगळीकडे सुरक्षितता आहे.'' व्हिटो मोठ्या आवाजात म्हणाला, पण त्याचा आवाज कापत होता.

गनपावडरचा तीव्र उग्र वास सोफीला आला, तसाच रक्ताचाही वास आला. त्या वासांनी तिच्या पोटात मळमळल्यासारखं झालं. ''माझ्या केसातला त्याचा हात काढून टाक.'' ती चिडून म्हणाली. सायमनचा वजनदार हात डॅनिअल तिच्या वेणीतून काढताकाढता ती त्याच्या बाजूला कलंडली. त्यानं काळजीपूर्वक तिला पाठीवर निजवलं आणि तिच्या पोटातून येणाऱ्या कळांमुळे तिनं डोळे घट्ट मिटून घेतले.

''शी!'' ती पुटपुटली. ''अरे देवा, फार दुखतंय इथे!''

''चिक्?'' जिन्यावरून निकचा आवाज आला. ''काय झालं?''

व्हिटो तिच्या बाजूला आला. ''आणखी एक ॲम्ब्युलन्स मागव निक! सोफी जखमी झालीय.'' तीच ब्लेड वापरून त्यानं तिच्या गाऊनच्या पट्ट्या कापल्या आणि त्या वाहणाऱ्या रक्तावर दाबल्या.

''फार खोल नाहीये जखम.'' तो म्हणाला. ''फार खोल नाहीये.''

तिनं चेहरा वेडावाकडा केला. ''पण भयानक दुखतंय. तो मेलाय् की नाही, मला सांग.''

''होऽ'' व्हिटो म्हणाला. ''तो मेलाय.''

सायमन पडला होता तिकडे सोफीनं बघितलं. त्या दोघांमध्ये तीन फुटांपेक्षाही कमी अंतर होतं. निर्जीवपणे त्याची नजर छताकडे वळलेली होती. त्याला आणखी दोन जखमा झाल्या होत्या. एक त्याच्या डोक्याला आणि दुसरी त्याच्या छातीमध्ये. त्याच्या आतड्यात ती तलवार अजूनही अडकलेली होती हे पाहून तिला विकृत

समाधान वाटलं.

"आपल्यापैकी कुणी त्याला मारलं हे मला वाटतं कॅथरिन ओळखू शकेल."

"तुला अपराधी वाटण्याची गरज नाही सोफी!" व्हिटो पुटपुटला. "तुला पर्यायच नव्हता."

सोफी तुच्छतेनं म्हणाली. "अपराध? मला वाटलं माझ्याच तलवारीनं त्याला खलास केलं. अर्थात ज्यानं त्याच्या डोक्यावर गोळी झाडली, त्यालाच बहुतेक ग्रँड प्राइझ मिळेल."

"तो मीच असायला पाहिजे." व्हिटो म्हणाला.

"छान!" सोफी म्हणाली. डॅनिअलनं ते ब्लेड घेऊन तिचे हात बांधून टाकणारा तो दोर कापायला सुरुवात केली. तिकडे तिनं बघितलं. "सॉरी!"

"कशासाठी?" डॅनिअलनं विचारलं. "तो मेलाय म्हणून की मला ते ग्रँड प्राइझ मिळणार नाही म्हणून."

डोळे किलकिले करून ती त्याच्याकडे निरखून बघू लागली. "याचं उत्तर काहीही असलं तरी बरोबरच आहे."

डॅनिअल सौम्यपणे हसला. "मला वाटतं, आपण आज एक फार मोठ्ठं काम केलं आहे. मग सोफी, त्या सुऱ्याच्या जखमेशिवाय आणखी कुठे तुला लागलं नाही ना?"

"बहुतेक माझ्या जिभेला." तिनं जीभ बाहेर काढून दाखवली तेव्हा ते दोन्ही पुरुष चमकून मागे सरकले.

डॅनिअलनं हळूच तिची हनुवटी उचलली आणि तिचा चेहरा प्रकाशाकडे वळवला. "माय गॉड! पोरी तू तुझ्या जिभेचे तुकडेच पाडलेस की! तिथेपण आता टाके घालावे लागतील बहुतेक."

"पण मी ओरडले नाही." ती समाधानानं म्हणाली. "तुम्हा सगळ्यांचे आवाज जिन्यावर ऐकेपर्यंत नाही."

"ते फार चांगलं केलंस सोफी!" डॅनिअल गंभीरपणे हसला. त्यानं तिचा एक हात हातात घेतला आणि तिच्या मनगटावर जिथे दोर काचला होता ती जागा सावकाश चोळू लागला.

व्हिटोनं तिचा दुसरा हात हातात घेतला आणि त्याचे हात आता थरथरू लागले. "माय गॉड सोफी!"

"मी ठीक आहे अगदी व्हिटो."

"ती अगदी ठीक आहे." डॅनिअल पुन्हा तेच म्हणाला आणि व्हिटोनं त्याच्याकडे रागानं पाहिलं.

"तुझी अशी कशी रे मध्यस्थाची भूमिका?" तो रागात म्हणाला. "नाही, तू असा

जाऊ शकणार नाहीस. मी तुला जाऊ देणार नाही. ही कुठल्या प्रकारची मध्यस्थी?''

''व्हिटो!'' सोफी पुटपुटली.

''तू त्याला जाऊ दिलंच नसतंस,'' डॅनिअल म्हणाला. ''हे तुलाही ठाऊक आहे. तू असं कर, तसं करू नकोस, असं सांगणं सायमनला आवडलं नव्हतं. त्याला वेड लागेल आणि सोफी त्याचा स्वत:साठी उपयोग करून घेऊ शकेल असं मला वाटत होतं.'' तो तिच्याकडे पाहून हसला. ''चांगलंच केलंस तू मुली!''

''थँक्स!''

''मी हे सुझला सांगितलं पाहिजे.'' डॅनिअल उभा राहिला. ''सॉरी व्हिटो! तुला घाबरवून टाकायचं नव्हतं मला.''

त्याच्या अंगावर शहारे आले. ''ओके. ती सुखरूप आहे. तो मेलाय. मला आनंद आहे.''

डॅनिअल जिना चढून वर गेल्यावर सोफीनं व्हिटोचा हात दाबला.

''माझी ग्रॅन?''

''सुखरूप आहे.''

सोफी आता कुठे मोकळा श्वास घेऊ शकली. अर्थात अजून तिला तीव्र वेदना होतच होत्या. ''थँक्स!''

व्हिटो अस्थिरपणे तिच्याकडे पाहत हसला. ''ते तलवारीचं अदभुतच होतं.''

तिचे ओठ वक्र झाले. ''माझे वडील आणि मी फेन्सिंग करत होतो. म्हणजे गराडा घालत होतो. त्या खेळात अलेक्स चँपियन होताच, पण मीही कमी नव्हते. सायमननं जोन ऑफ आर्क टूर पाहिला असता, तर त्याला ते समजलं असतं.''

ती ज्या कौशल्यानं टूरच्या वेळी तलवार चालवत होती, ते पाहून मुलं किती खूश होत होती, ते व्हिटोला आठवलं. ती तेच पुन्हा करू शकेल, याची त्याला खात्री नव्हती. ''मला वाटतं, आपण आता जोनला निवृत्ती द्यावी. तू आणखी इतर कथांचा विचार कर.'' तो म्हणाला. निकच्या हेल काढून बोलण्याची नक्कल करत.

सोफीनं डोळे मिटले. ''ही कल्पना चांगली आहे, पण दहा-फूट खांब घेऊन मेरी ॲन्टोइनेट टूर मी करू शकेन की नाही कुणास ठाऊक!''

व्हिटोनं तिचे हात स्वत:च्या ओठांपाशी नेले. त्याचं हसणं अजूनही थरथरतंच होतं. ''पण अर्धवस्त्रांकित सेल्टिक वीरांगना राणी तर नेहमीच आहे ना!''

''बॉडिश्या!'' असं ती पुटपुटली, तेव्हा जिन्यांवरून पावलांचा आवाज पुन्हा आला. ॲम्ब्युलन्स घेऊन काही जण आले होते. ''कामाच्या वेळा संपल्यावर होणारा एक्स-दर्जाचा टूर! थिओच्या कॉलेजची ट्यूशन-फी देण्याचं काम आता टेडला करावं लागणार नाही.''

प्रकरण २६

रविवार, २१ जानेवारी, सकाळी ७.५० वा.

"**व्हि**टो, इकडे ये आणि हे बघ.' निकनं व्हिटोला परत घरात बोलावून घेतलं. "वरच्या मजल्यावर."

सेल्मा क्रेनच्या समोरच्या रस्त्यावरून सोफीला घेऊन जाणारी ॲम्ब्युलन्स व्हिटोनं पाहिली, खांदे ताठ केले आणि त्याच्या कामासाठी आत गेला. तो वरच्या मजल्यावर गेला आणि त्याचे डोळे विस्फारले. 'सेल्मा क्रेन घरातून गेली तेव्हा ही जागा अशी नसावी अशी मला शंका आहे."

"हं, नसावी; पण तू जे खरोखरच बघायला हवंस ते इकडे आहे."

सायमन व्हर्टॅनिअननं हे घर पूर्णपणे आपलंसं केलं होतं. वरच्या मजल्यावरच्या सगळ्या आतल्या भिंती गेल्या होत्या. एका राजेशाही बेडव्यतिरिक्त आणि स्टेट-ऑफ-दि आर्ट कम्प्यूटर स्टेशनव्यतिरिक्त तो अगदी दूरवरच्या कोपऱ्यात होता. ती संपूर्ण जागा म्हणजे प्रचंड मोठा स्टुडिओ होता. दूरच्या भिंतीपाशी निक उभा होता. तिथे व्हिटो गेला आणि बाजूबाजूनं चालत मृत्यूचं तांडवनृत्य दाखवणारी पेंटिंग्ज्‌ची मालिका न्याहाळत राहिला.

बराच वेळ व्हिटो त्या चित्रांकडे एकटक पाहत आणि त्यांची निर्मिती करणाऱ्या त्या माणसाबद्दल अचंबा करत राहिला! कारण ती चित्रं म्हणजे केवळ प्रतिकृती नव्हत्या. सायमन व्हर्टॅनिअननं त्याच्या बळींच्या डोळ्यांमध्ये काहीतरी विशेष साकारलं होतं. एक प्रकारचा प्रकाश किंवा प्रकाशाचा अभाव! "मृत्यूचा क्षण!" तो पुटपुटला.

"अमानुष यातनांमुळे मृत्यूकडे जाणाऱ्या प्रवासातल्या एकेका टप्प्यावर तो प्रयोग करत होता." निक्‌ म्हणाला. "क्लेअर मरते, झॅकरी मरतो, जॅरेड मरतो आणि मग बिल्‌, ब्रिटॅनी, वॉरन्‌ आणि ग्रेग यांच्यासाठी मालिका."

"तर आपल्या शेवटच्या बळीचं नाव जॅरेड होतं. ही सुरुवात आहे."

"तो कोण होता हे आपल्याला कधीच कळणार नाही. त्या मुलाच्या नावाखेरीज

सायमनला काहीच माहीत झालं नसेल. त्याच्या सगळ्या 'मॉडेल्स्'चं त्यानं व्यवस्थित रेकॉर्ड ठेवलं. अपवाद फक्त जॅरेडचा.'' निकनं व्हिटोला सायमनच्या कम्प्यूटरकडे बोलावलं. तिथे स्वच्छ डेस्कच्या मध्यभागी एक फोल्डर होतं. व्हिटोनं ते उचलण्यासाठी हात पुढे करण्याआधी निकनं त्यावर हात ठेवला. ''सोफी आता ठीक आहे, हे लक्षात ठेव. ठीक आहे?''

व्हिटोनं मान हलवली. मग त्या फोल्डरमध्ये काय आहे हे पाहिल्यावर त्याचा राग नव्यानं उफाळून आला. ''सोफीच्या व्हायकिंग टूरचे फोटो.'' मंत्रमुग्ध झालेल्या मुलांसमोर उभी असलेली सोफी, तिनं ती कुऱ्हाड खांद्यावर घेतली तेव्हाचे तिच्या चेहऱ्यावरचे गहिरे भाव. त्यानं फोल्डर बंद केलं. ''त्यानं जोन ऑफ आर्क टूर बघितला नाही, हे बरंच झालं. त्यातल्या विस्मयजनक प्रसंगामुळेच तिचे प्राण वाचले.''

''हे बघ!'' काईल लोम्बार्ड, क्लिन्ट शेफर आणि यांना जोडणाऱ्या उभ्या रेषांची ती आकृती होती. आणि या तिघांशी संबंधित असं ॲलन ब्रूस्टरचं नाव होतं.

''म्हणजे ॲलनही यात गुंतलेला होता.'' व्हिटो म्हणाला.

''माझा तोच अंदाज आहे.''

व्हिटोनं डोळे किलकिले केले. ''तुला ब्रूस्टर सापडला?''

''मला तसं वाटतंय. त्या टेपवरचा चिरकणारा आवाज कसला होता, हे मला समजलंय.'' तो त्या भिंतीकडे गेला, तिथून जिन्याकडे जाणारा रस्ता होता आणि एक छोटं दार उघडलं. ''ही लिफ्ट आहे.''

चेहरा विचित्र करून व्हिटोनं आत पाहिलं. आत असलेला माणूस नग्न होता आणि त्याच्या डोक्याचा बराचसा भाग गायब होता. ''त्याचं डोकं फुटलेलं दिसतंय. स्फोटामध्ये.'' त्याचा हात निरखून पाहण्यासाठी तो आतल्या बाजूनं वाकला. ''त्याच्या अंगठीवर ए बी अशी अक्षरं कोरलेली आहेत, म्हणून मला खात्री आहे की हा ब्रूस्टरच होता.''

''इथली लिफ्ट अगदी तळघरापर्यंत जाते आणि पहिल्या मजल्यावरसुद्धा लिफ्टमध्ये काहीही ठेवण्यासाठी मोकळी जागा आहे. त्या मार्गानंच सायमन त्याच्या बळींची प्रेतं आणि वजनदार साधन-सामग्री वरून खाली नेत असणार. कदाचित पेंटिंग्ज करण्यासाठीही तो बळींची प्रेतं खालून वर नेत असला पाहिजे.''

''हे फारच भयंकर वाटतं!''

''होय, वाटतं खरं.'' निक् लिफ्टच्या खालच्या खांबाकडे गेला आणि तिथले दोर त्यानं ओढले. त्यामुळे तिथला प्लॅटफॉर्म आणि ॲलन ब्रूस्टर अर्ध्या अंतरापर्यंत गेले. खालच्या मजल्यापर्यंत आणि त्यांना त्याने पुन्हा वर आणलं. हे होत असताना टेपवर जसा चिरकल्यासारखा आवाज येतो, तसाच ऐकू आला. ''हे त्याचं टाईम मशीन आहे.''

सायमनच्या त्या कोपऱ्यातल्या बेडच्या आसपास जेन काही नमुने गोळा करत होती. तिथून ती आली आणि तिनं विचारलं, "चर्चबद्दल काय?"

"ते तळघरात आहे." व्हिटो म्हणाला. "भुयार दाखवण्यासाठी त्यानं तळघराच्या एका भागात पार्टिशन करून घेतलं. तिथल्या खिडक्यांना चर्चमध्ये असतात तशा रंगी-बेरंगी काचांचे पोस्टर्स लावून घेतले आणि इतरही आभास निर्माण केले."

"म्हणजे इथं चर्च नव्हतं." जेननं उसासा सोडला. "म्हणजे हा वेळेचा अपव्यय झाला."

"जेन, थँक्स!" असं म्हणत व्हिटोनं आवंढा गिळला. "तुम्हा दोघांनाही थँक्स!"

"ती सुखरूप आहे, हे ऐकून बरं वाटलं." तिनं घसा साफ केला. "सायमनच्या लुब्रिकंटपैकी थोडंस शिल्लक राहिलेलं मला सापडलंय. वॉरन्च्या हातांवर जे मला मिळालंय ते मी याच्याशी ताडून पाहणार आहे. दोन्हीही एकच असतील अशी मला खात्री वाटते."

"बरं, त्या पेंटिंग्जचं काय करायचं?" निकनं विचारलं. "म्हणजे मला म्हणायचंय् की, आपण ते पुरावे म्हणून घेऊन जाऊ, पण व्हर्टॅनिअन्सच्या मनात काय आहे?"

"जाळून टाका ती पेंटिंग्ज!" जिन्यावरून सुसाना व्हर्टॅनिअन म्हणाली. "आम्हाला ती नष्ट करून टाकायची आहेत."

"आम्ही आमचे काही अंदाज बांधले आहेत." जिन्यावरून त्याच्या बहिणीकडे जाताना डॅनिअल म्हणाला. मग वर जाताना त्यानं तिला हातानं आधार दिला. "सायमनची पापं झाकण्यासाठी आमच्या वडलांनी काही प्रयत्न केले होते अशी आमच्या आईला शंका होतीच, पण तो जिवंत होता हे तिला कधीही खरं वाटलं नव्हतं. स्टेसी सॅव्हर्ड्नं तो फोटो वडलांना पाठवला तेव्हा आईनं तो पाहिला होता आणि तिला वाटलं की तो ओळखण्यात खूप मोठी चूक होत होती आणि तो मेला होता, हे आम्हाला माहीत असेल, असं त्याला वाटलंही नसेल; पण ती आणि डॅड इथे आले तेव्हा तिनं सगळी संगती लावायला सुरुवात केली. लायब्ररीत भेटलेल्या त्या रशियन माणसाकडून डॅड माहिती घेण्याचा प्रयत्न करत होते. हा शेवटचाच मार्ग होता."

"सोफीनं जो निष्कर्ष काढला तोच तिनंही काढला." सुसाना म्हणाली. "माझ्या वडलांवर पाळत ठेवण्यासाठी तिनं कुणालातरी नेमलं. तिला जाणवलं की, त्यांना सायमन सापडला होता; पण हे तिला सांगायची त्यांची इच्छा नव्हती. तिनं आमच्यासाठी निरोप ठेवला की, सायमनला प्रत्यक्षच भेटण्याचा आणि काही वर्षांपूर्वी काय घडलं होतं याची माहिती घेण्याचा तिचा इरादा होता. तिनं पत्रात लिहिलं की, ती कधीच परतली नाही, तर आमचं म्हणणं बरोबर होतं आणि

सायमन खरोखर दुष्ट होता, हे जे आम्ही तिला पटवून देण्याचा प्रयत्न करत होतो, तेही बरोबर होतं.''

''सॉरी!'' व्हिटो म्हणाला. ''खूप थोडं मिळालं आणि खूप उशिरा मिळालं आणि जिंकलं कुणीच नाही.''

''सायमन आता खरंच मेला आहे. आणखी किती काळ तो लोकांना मारत राहिला असता कुणास ठाऊक!'' डॅनिअलनं पेंटिंग्जकडे पाहिलं. ''म्हणजे, आयुष्यभर तो त्या स्फुल्लिंगाच्या शोधात होता. एकदाचं ते त्याला मिळालं आणि ते तो गमवायला कधी तयार झाला नसता. तो माणसांना मारतच राहिला असता. म्हणून आज, आपण सगळेच जिंकलो!'' त्या तिघांशीही त्यानं हस्तांदोलन केलं. त्याच्या चेहऱ्यावर ओढून-ताणून आणलेलं हसू होतं. मी आता घरी जातो आणि कामाला लागतो. कधी अटलांटामध्ये आलात, तर मला फोन करा.''

सुसानानंही त्याच्याशी हस्तांदोलन केलं, पण ती हसली नाही. ''थँक्स! हे सगळं संपवण्यासाठी आम्ही जवळपास आयुष्यभर वाट पाहिली.''

जेन आधी घुटमळली, पण मग तिनं खांदे उडवले. ''आम्हाला अस्वलाचा पिंजरा सापडला डॅनिअल. तुझं ड्रॉईंगसुद्धा आम्हाला मिळालं. बराच काळ ते आमच्या लक्षात राहील.''

डॅनिअलनं अविश्वासानं मान हलवली. ''तोच तर माझा उद्देश होता. मला त्याबद्दल आश्चर्य वाटत नाही.'' त्यानं त्याच्या बहिणीचा दंड पकडला आणि जिना उतरू लागला.

''थांबा!'' व्हिटो म्हणाला. ''मला एक विचारायचंय. सायमनला तुम्ही कुठे दफन करणार?''

''आम्ही करणार नाही.'' डॅनियल म्हणाला. ''आम्ही आधीच ठरवलंय की, त्याला दफन करण्यानं त्याची कुप्रसिद्धीच वाढेल. या सिरियल किलरच्या चाहत्यांची झुंबड डटनला यावी असं आम्हाला वाटत नाही.''

सुसानानंही तेच सुचवलं. ''म्हणून आम्ही अटलांटामधल्या मेडिकल सेंटरला त्याचं प्रेत दान करणार आहोत. त्यापासून कदाचित कुणी काही चांगलं शिकेल.''

''म्हणजे त्याच्या मेंदूच्या विकृत गुन्हेगारी मनोवृत्तीबद्दल?'' जेननं विचारलं.

डॅनिअलनं खांदे उडवले. ''बहुतेक. दुसरं काही झालं नाही, तरी मेडिकलचा एखादा विद्यार्थी लोकांचे प्राण कसे वाचवावेत एवढं तरी शिकेल. एखाद्या गस्त घालणाऱ्या कारनं आम्ही परत जाणार आहोत, म्हणून आम्हाला पोचवण्याची काळजी करायला नको सार्जन्ट मॅक्फेन.''

दोघंही व्हटॅनिअन निघून गेले. सर्वांत वरच्या पायरीवर उभे असलेल्या व्हिटो, निक् आणि जेन यांना समोरच्या दारातून बहीण आणि भाऊ सायमनचं प्रेत

ठेवलेल्या ट्रॉलीपाशी थांबलेले दिसत होते. सुसानानं खांदे टाकले आणि डॅनिअलनं तिच्याभोवती हात टाकला.

"या वेळी तो खरंच मेलाय" व्हिटो शांतपणाने म्हणाला. "आणि त्याचा मला आनंद आहे."

"ओह्! त्याबद्दल." निक्नं खिशात हात घालून तीन व्हिडिओ कसेट्स बाहेर काढल्या. "सायमनकडे सतत कॅमेरे तयार असत. तू आणि डॅनिअलनं योग्य तेच केलं, पण..." त्यानं त्या कसेट्स व्हिटोच्या हातात दिल्या. "या तुला कुठेतरी सुरक्षित ठेवायच्या असतील."

व्हिटो जिना उतरू लागला. "थँक्स! आता मी शॉवर घेणार, ऑफिसमध्ये जाऊन सायमनच्या केसचं पेपरवर्क करणार आणि मग सहा डझन गुलाब खरेदी करणार."

जेनचा चेहरा पडला. "सहा डझन? कुणासाठी?"

"सोफी, ॲना, मॉली, टेस् आणि माझ्या आईसाठी. कारण ती किती वाईट आहे असं मला वाटतं असलं, तरी सोफीची आई तिच्यापेक्षा लाखपटींनी वाईट आहे."

"मग हे पाच डझनच झाले व्हिटो." जेन म्हणाली.

"शेवटचा एक डझन एका थडग्यासाठी." उद्या तो जर्सीला जाणार होता. एक आठवडा उशिरा जाणार होता. पण या आठवड्यात तो फार फार बीझी होता, हे ॲन्ड्रीने समजून घेतलं असतं.

"व्हिटो!" निक्नं उसासा टाकला.

"हा फक्त मनातला विचार आहे निक्!" व्हिटो म्हणाला. "आणि 'तो' संपलापण. त्यानंतर मी पुन्हा नेहमीसारखा बनलो आहे."

रविवार, २१ जानेवारी, दुपारी १.३० वा.

"हॅरी, जागा हो." सोफीनं त्याच्या खांद्याला धरून हलवलं. कार्डियॅक् केअर युनिटच्या बाहेरच्या छोट्या फॅमिली रूमच्या सोफ्यावर बसल्याबसल्या त्याला झोप लागली होती.

झट्कन त्याचे डोळे उघडले. "ॲना?"

"तिला झोप लागलीये. आता तू घरी जा थोड्या वेळासाठी हॅरी. तू थकलेला दिसतोयस."

त्यानं त्याच्या शेजारी सोफ्याच्या हातावर तिला बसवून घेतलं. "तूसुद्धा थकलीयेस."

"फक्त थोडेच टाके पडलेयत." खरंतर चौदापेक्षा जास्त टाके पडले होते आणि तिची एक बाजू आणि जीभ खूपच ठणकत होती, पण जिवंत राहिल्याचा तिला इतका आनंद होता की, तिचं बोलणं ही एक साधी थाप असल्याचं स्पष्ट कळत होतं.

सोफीच्या चेहऱ्यावर एका ठिकाणी खरचटलं होतं. त्यावर हॅरीनं त्याचा अंगठा घासला. "त्यानं तुला मारलं?"

"नाही, त्यानं नाही. मी तलवार उचलता-उचलता ती मला लागली. तू ते बघायला हवं होतंस हॅरी!" तिनं सहजपणे सांगितलं. "एरॉल फ्लिननं केलं होतं त्या सिनेमात, तसं ते दृश्य होतं. आन गार्ड!" तिनं तलवारफेक केल्याचा अभिनय केला.

हॅरीच्या अंगावर शहारे आले. "मी कल्पना करतोय तेवढंच पुरेसं आहे. ते पाहायची माझी मुळीच इच्छा नाही."

"फारच वाईट! त्याची एक टेप आहे असं मी ऐकलंय. तुला पुन्हा निद्रानाश जडेल तेव्हा पुढल्या वेळी आपण दोघं मिळून ती टेप बघू." त्याच्याकडे पाहून ती हसली आणि मग त्यालाही हसावं लागलं.

"सोफी, तू सुधारणं शक्य नाही."

ती शांत झाली. "घरी जा हॅरी. इथे लपून राहणं सोडून दे."

त्यानं उसासा सोडला. "तुला समजणार नाही."

तिनंच आग्रह धरल्यामुळे तो आणि फ्रेया यांच्यामध्ये काय घडलं ते त्याला सांगावंच लागलं होतं. सोफीनं त्याच्या माथ्याचं चुंबन घेतलं. "तुझं माझ्यावर प्रेम आहे, हे मला कळतं आणि एवढी एक गोष्ट सोडली, तर तुझ्या बायकोवरही तुझं प्रेम आहे हेही मला कळतं. फ्रेयानं माझ्यावर प्रेम करण्याची मला गरज नाही हॅरी. तिनं माझ्यावर प्रेम केलं, तर चांगलंच, पण माझ्यामुळे तुम्हा दोघांमध्ये वितुष्ट येणार असेल, तर मी मरण पत्करेन." तिचा चेहरा विचित्र झाला. "शब्दांची निवड चुकली. तर घरी जा. तुझ्या कुटुंबासोबत राहा. तुझ्या आरामखुर्चीत झोप आणि मला तुझी गरज पडलीच, तर तुला कुठे शोधायचं हे मला ठाऊक आहे."

त्यानं ओठ घट्ट मिटले. "हे खरं नाही सोफी. तू तिला काहीच केलं नाहीस."

"नाही, मी काही केलेलं नाही; पण मी त्याच्याकडे या दृष्टीनं पाहते. मला एक डॅड आहे आणि एक मॉम आहे – तू आणि कॅथरिन."

"ते खरं कुटुंब नाही सोफी."

ती हलकेच हसली. "हॅरी, माझा 'खरा' बाप हा माझ्या आजीचा प्रियकर होता. आणि माझी 'खरी' आई ही चोर आहे. आठवड्यातल्या कुठल्याही दिवशी तू आणि कॅथरिन मला माझे आई-बाप म्हणून चालतील. शिवाय, मला माझं कुटुंबही मिळेलच की!"

त्यानं त्याचा हात तिच्याभोवती टाकला. प्रेमानं तिला जवळ ओढलं. "मला तुझा डिटेक्टिव्ह आवडला."

"मलासुद्धा तो आवडतो."

"बहुतेक लवकरच तुला तुझं नवं कुटुंब मिळेल!" पुन्हा चेष्टेच्या सुरात तो म्हणाला.

"बहुतेक. आणि तुलाच ते सर्वांत आधी समजेल, असं मी खात्रीपूर्वक सांगते." ती त्याच्या बाजूला झुकली. "मी जर तुझ्या जागी असते, तर मी तो डिनर सूट झटकून स्वच्छ केला असता. लवकरच तू एका मुलीला चर्चमध्ये लग्नासाठी नेणार आहेस."

हॅरीनं आवंढा गिळला. "तो अलेक्स असेल, असं मी नेहमीच गृहीत धरलं होतं. मला वाटतं तो आता...."

"श्श्श्." त्या दिवशी पहिल्यांदाच तिच्या डोळ्यात अश्रू तरळले. "हॅरी, अलेक्स जरी सध्या जिवंत असता, तरी मी तुलाच बोलावलं असतं. हे त्यालाही ठाऊक होतं. मला वाटलं, तुलाही ते ठाऊक असेल." तिनं त्याला जागेवरून उठवलं आणि दाराबाहेर ढकललं. "आता जा. मी आणखी काही वेळ ॲनापाशी थांबेन. मग मीसुद्धा घरी जाईन."

"व्हिटोसोबत?" त्यानं हळूच म्हटलं.

"तू घरी जाऊन तुझा बेट्टी डेव्हिसचा सिनेमा बघत बस."

तिनं त्याला हॉलमधून निरोप दिला आणि मग ती हसली. हॅरीचं इलेव्हेटर बंद झालं आणि दुसरं उघडलं आणि व्हिटो बाहेर आला. त्याच्या दोन्ही हातात एकेक डझन पांढरे गुलाब होते. "हाय!"

त्यानं तिच्याकडे पाहून असं स्मित केलं की, तो मासिकाच्या कव्हरवरचा लोभस तरुण वाटण्यापेक्षा तिला जास्त देखणा सिनेमा-स्टारच वाटला आणि तिच्या हृदयाची धडधड वाढली. "अरे वाऽ तू आलीस इथे!" तो म्हणाला.

"ट्रीटमेंट मिळाली आणि सुटका झाली." असं ती म्हणाली आणि चुंबन घेण्यासाठी तिनं चेहरा वर केला आणि उसासा सोडला. "कार्डियॅक आयसीयूमध्ये ॲनाला ते गुलाब ते ठेवू देतील असं वाटत नाही मला. सॉरी!"

"मग हे सगळे गुलाब तुझ्यासाठीच." वेटिंग रूममधल्या टेबलावर त्यानं ते ठेवले. मग तिचा चेहरा शोधण्यासाठी त्यानं तिच्या केसात हात घातले. "तू कशी आहेस?"

"ठीकय." तिनं डोळे मिटले. "आता कुठला शारीरिक त्रास नाहीये, पण तू तिथे आला नसतास, तर काय झालं असतं या विचारानं मी काही काळ अस्वस्थ झाले होते."

त्यानं तिच्या कपाळावर ओठ टेकले आणि जवळ ओढलं. ''मला माहीत आहे.''

त्याच्या छातीवर तिनं तिचा गाल टेकवला आणि मनाला शांत करणारी त्याच्या हृदयाची धडधड ऐकली. तिला नेमकं हेच हवं होतं. ''मी तुला कशी सापडले, ते तू मला अजून सांगितलं नाहीस.''

''हंऽ क्लेअर रेनॉल्ड्सच्या शेजारी एका म्हाताऱ्या बाईला दफन केलेलं होतं. त्या शेताची एके काळी मालकीण असलेल्या त्या बाईनं त्याच इन्व्हेस्टमेंट ब्रोकर्सचा उपयोग केलेला होता. तिचं नाव आम्हाला माहीत नव्हतं, म्हणून त्या खाणींच्या जवळ राहणाऱ्या सगळ्या क्लाएंट्सचा आम्ही शोध घेतला.''

त्याच्याकडे नीट पाहता यावं म्हणून ती मागे सरकली. ''खाणी?''

''खड्ड्यात भरलेली माती जवळच्या खाणीतून आणलेली होती, पण आमच्याकडे खूप नावं होती आणि नुकतीच सुरुवात झाली होती. त्या अज्ञात बाईनं दातांची कवळी बसवली होती, हे कॅथरिनला समजलं होतं आणि त्यामुळे ती १९६०च्या पूर्वीच्या जर्मनीमधली असावी असा आम्ही तर्क केला; पण आमच्याकडे युरोपमधलं एकही नाव नव्हतं. थेट क्लाएंट्सशी बोलण्याचा धोका आम्हाला पत्करायचा नव्हता. कारण सायमन स्वतःच तो फोन घेईल अशी आम्हाला भीती होती. म्हणून प्रत्येक व्यक्तीच्या अर्जावर नोंदवलेल्या संपर्कातल्या व्यक्तीला फोन करायला आम्ही सुरुवात केली, तेव्हा आम्हाला एक बाई सापडली. तिचे वडील पश्चिम जर्मनीमध्ये १९५०च्या दशकात एक राजकारणी होते, असं समजलं. तिचं नाव होतं सेल्मा क्रेन.''

''म्हणजे सायमनचं घर हे मुळात सेल्मा क्रेनच्या मालकीचं होतं आणि सेल्मा क्रेन आता हयात नाही.''

''सायमनला अगदी हवी तशी जागा मिळाली आणि त्यासाठी त्यानं खून केला. त्यानं तिला क्लेअरशेजारीच दफन केलं. मग तो सेल्माची बिलं भरत राहिला. तिच्या नावानं ख्रिस्मसची ग्रीटिंग कार्डस् दोन वर्षं पाठवत राहिला.''

''त्यानं मला सांगितलं. त्यानं इतक्या लोकांना मारलं ते त्यांना मरताना पाहण्यासाठीच.''

''आणि मग तो कॅनव्हासवर त्यांची पेंटिंग्ज् करत असे. त्याला जिवंतपणीच कीर्ती मिळवायची होती.'' त्यानं तिचा चेहरा वर केला आणि तिनं त्याच्या डोळ्यात सावल्या पाहिल्या. ''मी ती टेप पाहिली. तू खरंच अभिनेत्री व्हायला हवंस. त्याला तू ज्या प्रकारे घोळवलंस!''

तिच्या अंगावर शहारे आले. ''मी खूप घाबरले होते, पण त्याला ते मी दिसू दिलं नाही.''

''तू म्हणालीस की, त्यानं ज्या लोकांना मारलं ते सतत किंकाळ्या फोडत

होते आणि ते मी ऐकलं.'' तो हे थोडंसं आश्चर्यानं म्हणाला आणि सोफीला जाणवलं की तिनं त्याला खूपच खूश केलं होतं.

''आणि तू नेहमीच खूश करशील.'' ती त्याच्याकडे वळली आणि त्याच्या ओठांचं तिनं चुंबन घेतलं. ''माझा गोरा सरदार!''

त्यानं चेहरा विचित्र केला. ''मला सरदार व्हायचं नाही. मी तुझा नुसताच पोलीस राहायला काय हरकत आहे?''

''मी तुझी झाले, तर मला काय मिळणार आहे?''

तो तिच्या डोळ्यात पाहू लागला आणि सोफीचं हृदय सावकाश आणि आनंददायक हेलकावे खाऊ लागलं. ''काही महिन्यांनी मला विचारलंस, तर मी म्हणेन, ''माझी पत्नी.'' त्यानं भुवया उंचावल्या. ''सध्या मात्र माझी बॉडिशिआच छान आहे.''

ती त्याच्याकडे पाहून समाधानानं हसली. ''तू फार वाईट्ट आहेस व्हिटो चिकोटेली आणि मलाही तसंच वाईट्ट करतोयस!''

त्यानं तिच्या खांद्यावर हात ठेवून तिच्या आजीच्या रूमकडे नेलं. ''माझी स्तुती करायची म्हणून तू उगाच तसं म्हणतेस.''

ते सीसीयूमध्ये जात असताना तिनं त्याच्याकडे डोळे मोठे करून पाहिलं. ''सायमन तसं म्हणताना तू टेपवर पाहिलंस, हो ना? तू लबाड आहेस.''

तो गालात हसला. ''सॉरी, मी स्वत:ला आवरु शकलो नाही.''

रविवार, २१ जानेवारी, दुपारी ४.३० वा.

डॅनिअलनं त्याची भाड्यानं आणलेली कार ट्रेन स्टेशनसमोर थांबवली. ''मला वाटतं तू जाऊ नयेस सुझ्.''

तिच्या डोळ्यात अपार दु:ख होतं. ''मला नोकरी आहे डॅनिअल आणि माझं घर आहे.''

दोन्हीही तिनं कसं व्यवस्थित चालवलं होतं ते कौतुकास्पद होतं. नोकरी, मग घर. त्यानंसुद्धा त्याच्या मनात असाच प्राधान्यक्रम ठरवला होता. ''मला असं वाटतं की, तू मला इतक्यातच पुन्हा सापडली होतीस.''

''आपण पुढच्या आठवड्यात भेटू. आपल्या आई-वडलांच्या अंत्यसंस्काराच्या वेळी डटनमध्ये.''

''आणि त्यानंतर? पुन्हा येशील?''

तिनं मोठा आवंढा गिळला. ''घरी परत? नाही. मॉम आणि डॅड यांचा दफनविधी झाल्यावर मला पुन्हा कधी घरी जावंसं वाटणार नाही.''

तिच्याकडे पाहताना त्याला वेदना झाल्या. "सुझ, सायमननं तुला काय केलं?"

तिनं नजर फिरवली. "आणखी कधीतरी डॅनिअल. इतकं सगळं झाल्यानंतर... मला शक्य नाही सांगणं." ती कारमधून खाली उतरली आणि स्टेशनकडे पळत निघाली, पण तो निघून गेला नाही. तो थांबला आणि ती स्टेशनच्या दाराशी पोहोचली तेव्हा थबकली, वळली आणि तो तिच्याकडेच पाहत होता, हे तिनं पाहिलं. ती थकल्यासारखी दिसली, पण आतून ती त्याच्यासारखीच भक्कम असल्याचं त्यानं ओळखलं. कदाचित जास्तच भक्कम!

अखेरीस तिनं हात हलवला; फक्त एकदाच आणि ती निघून गेली. त्याच्या सगळ्या आठवणींसह त्याला एकट्याला सोडून आणि त्याची सगळी दुःखंही त्याच्यासोबत होती.

मग त्याच्या कारमध्ये निवान्त बसून त्यानं मागच्या सीटवर ठेवलेली त्याच्या लॅपटॉपची केस हात लांबवून घेतली. आतून एक जाडसर मॅनिला लिफाफा बाहेर काढला. त्या लिफाफ्यातले फोटो त्यानं क्रमशः लावून एकेक करून सगळ्या फोटोंमध्ये साठवले. चिकोटेलीला त्यानं एकेक कॉपी दिली होती आणि खूप फोटो स्वतःकडे ठेवले होते. त्या प्रत्येक फोटोकडे, प्रत्येक स्त्रीकडे तो लक्षपूर्वक पाहू लागला. ते फोटो खरेच होते, जसं पूर्वीही त्याचं तेच मत होतं.

दहा वर्षांपूर्वी त्यानं जे करायला हवं होतं, ते करण्याची मूक प्रतिज्ञा त्या प्रत्येक स्त्रीच्या फोटोकडे पाहून त्यानं केली. असं असो की तसं, कितीही वर्षं लागली, तरी हे फोटो त्या बळींशी तो जुळवून पाहणार होता. सायमननं त्यांच्यावर अत्याचार केले असतील, तर तो त्यांच्या कुटुंबीयांना किमान कळवणार तरी होता की, त्यांना आता न्याय मिळाला होता.

'दुसरंच कुणी जबाबदार असेल... तर मी त्यांना शोधून काढेन आणि मी त्यांना भरपाई द्यायला लावेन.'

आणि मग कदाचित त्याला एकदाची मनःशांती लाभली असती.

उपसंहार

शनिवार, ८ नोव्हेंबर, संध्याकाळी ७.०० वा.

"मी आपल्या सर्वांशी बोलते आहे." सोफीनं मायक्रोफोनवर टकटक केली. "माझ्याकडे लक्ष द्याल का प्लीज?"

लोकांचं आपापसातलं संभाषण हळूहळू थांबलं आणि त्या रूममधल्या गर्दीतला प्रत्येक जण सोफी उभी होती त्या व्यासपीठाकडे तोंड करून बसला. चमचमणारा हिरवागार इव्हनिंग गाऊन घातल्यामुळे ती अतिशय मोहक दिसत होती. व्हिटोचे डोळे अर्थातच सर्व वेळ तिच्यावरच खिळलेले होते.

त्या संध्याकाळी बराच वेळ तो तिच्याच बाजूला होता. इतर कुठल्या कारणासाठी नाही, पण हडकुळ्या आणि म्हाताऱ्या भूतदयावादी लोकांचा त्रास चुकवण्यासाठी. त्यांनी केलेल्या साहाय्यामुळेच हा उपक्रम होत असला, तरी त्यांच्या हे लक्षात आलं नव्हतं की, सोफीच्या नितंबाला चिमटे घेण्याचा अधिकार त्यांना नव्हता.

सोफीच्या नितंबाला चिमटे घेण्याचं काम व्हिटोचं होतं. त्याचं सगळं कम्प्यूटर हार्डवेअर त्याच्या डाव्या बाजूला होतं आणि त्यावरून ते सिद्ध होत होतं. सोफीची आणि त्याची नजरभेट झाली आणि श्रोत्यांना उद्देशून बोलण्यापूर्वी तिनं त्याला डोळा मारला. "थँक्स! माझं नाव सोफी चिकोटेली आहे आणि मी ऑलब्राईट हिस्टॉरिकल म्यूझियमच्या नव्या विभागाचं उद्‌घाटन होणाऱ्या या कार्यक्रमात आज आपलं सर्वांचं स्वागत करू इच्छिते!"

"आज ती फारच आकर्षक दिसतेय!" हॅरी पुटपुटला आणि व्हिटोनं मान हलवून ते मान्य केलं. त्याला हे ठाऊक होतं की, सोफीच्या कमनीय देहाला बिलगलेल्या इव्हनिंग गाऊनबद्दल हॅरी बोलत नव्हता. ते आकर्षण तिच्या डोळ्यात होतं आणि तिच्या चेहऱ्यावरचा उत्साह संसर्गजन्य होता.

"हे सगळं घडवून आणण्यासाठी तिनं खूप परिश्रम घेतलेयत." व्हिटोनं पुटपुटतच प्रतिसाद दिला. खरं म्हणजे हे पूर्ण सत्य नव्हतं. एक प्रतिक्रियात्मक प्रदर्शनाचं हे संकुल निर्माण करण्यासाठी तिनं अविश्रांत मेहनत घेतली होती आणि

त्याची दखल वर्तमानपत्रांनी आणि राष्ट्रीय दर्जाच्या नियतकालिकांनीही घेतली होती.

"हा प्रयत्न यशस्वी होण्यात पुष्कळांचा हातभार लागलेला आहे." सोफी म्हणत होती. "त्या सगळ्यांची नावं घ्यायची, तर आपल्याला रात्रभर इथेच थांबावं लागेल म्हणून मी तसं करणार नाही; पण आता तुम्ही ज्याचा आस्वाद घेणार आहात त्यासाठी ज्यांनी अपरिमित श्रम केले आहेत त्यांची फक्त नोंद घेते आणि त्यांचे मनापासून आभार मानते.

"आपल्यापैकी बऱ्याच जणांना ठाऊक आहे की, हे ऑलब्राईट म्यूझियम ही एका कुटुंबाची संस्था आहे. आपल्या आजोबांचा वारसा पुढे चालवण्यासाठी पाच वर्षांपूर्वी टेड् ऑलब्राईटनं हे म्यूझियम सुरू केलं." ती गोड हसत म्हणाली. "टेड् आणि डार्ला यांनी ह्या म्यूझियमचा दैनंदिन खर्च कमीतकमी ठेवण्यासाठी खूप वैयक्तिक त्याग केला आहे. त्यामुळे आमचे दरवाजे सर्वांसाठी खुले आहेत. हा हेतू समोर ठेवून प्रदर्शनातल्या वस्तू तयार करण्यासाठी कुटुंबीयांचंच सहकार्य घेतलं आहे. टेडचा मुलगा थिओ आणि माझे सासरे मायकेल चिकोटेली यांनी सर्व डिझाईन्स तयार करून प्रतिकृतींची निर्मिती केली आहे. त्या तुम्हाला आत पाहायला मिळतील. टेड्ची मुलगी पॅटी ॲन् ही तुमची गाईड असेल. तिला तुम्ही लिट्ल थिएटर प्रॉडक्शनच्या 'वेस्ट साईड स्टोरी'मध्ये मारिआ म्हणून पाहिलं आहे." पॅटी ॲन् हसली आणि टेड् आणि डार्लाच्या चेहऱ्यांवर समाधान दिसलं. ब्रॉडवे अजून खूपखूप दूर होतं, पण पॅटी ॲनला अखेरीस तिचं क्षेत्र सापडलं होतं आणि तिचं नाव प्रकाशात आलं होतं.

"आमच्याकडे तीन स्वतंत्र विभाग आहेत. 'द डिग्'मध्ये प्रचंड संशोधन करून उत्खननात सापडलेल्या वस्तूंच्या प्रतिकृती आहेत. 'द ट्वेन्टीज'मध्ये तुम्ही विसाव्या शतकातल्या विज्ञान, संस्कृती आणि राजकारणाच्या क्षेत्रात विहार करू शकाल आणि त्यांचा प्रत्यक्ष अनुभव घेतलेल्या व्यक्तींकडून त्या कहाण्या ऐकू शकाल आणि अखेरीस 'स्वातंत्र्य' या आमच्या विभागातील प्रदर्शनीय वस्तू तुम्ही बघू शकाल. त्या सतत बदलत्या असतील. स्वातंत्र्य मिळवण्यासाठी ज्यांनी बलिदान केलं किंवा अनंत यातना सहन केल्या त्यांच्यावर प्रकाशझोत टाकलेला असेल. यात पहिल्या प्रथम असेल शीतयुद्ध!"

तिनं यूरी पेट्रोव्हिच चेटॉव्हकडे दृष्टिक्षेप केला. "तू तयार आहेस?" तिनं त्याच्या हातात काळजीपूर्वक कात्री दिली. मग टेड् आणि डार्लाकडे त्यांच्या स्वतःच्या कात्र्या दिल्या.

"हे सगळं ती एकटीच कसं काय सांभाळते, मला कळत नाही." हॅरी जराशा मोठ्याच आवाजात कुजबुजला.

पुढे काय होणार याची कल्पना आल्यानं व्हिटोचा गळा दाटून आला. पण गेले

अकरा महिने रिकाम्याच राहिलेल्या गोदामाच्या दाराला लावलेल्या मोठ्या लाल रिबनपाशी ठरलेल्या ठिकाणी यूरी आणि ऑलब्राईट दांपत्य उभं राहिलं तेव्हा सोफीनं स्मित केलं.

"खूप छान!" सोफी मायक्रोफोनकडे वळली. "ॲना शूबर्ट जोहान्सन स्मारक विभाग अर्पण करताना मला खूप आनंद होतोय." कॅमेऱ्याचे फ्लॅशलाईट्स चमकत असताना ती मागे सरकली आणि या तिघांना रिबन कापण्यासाठी तिनं जागा करून दिली. ॲनाच्या नर्सिंग होमचा खर्च भागविण्यासाठी तिनं ही नोकरी पत्करली होती. सायमन व्हर्टॅनिअननं केलेल्या हल्ल्यात ॲनाचं हृदय पूर्णपणे निकामी झालं आणि त्यानंतर महिनाभरातच तिचा झोपेत शांतपणे मृत्यू झाला. त्या दुःखात असूनही सोफी हे काम करतच राहिली होती.

ॲनाचा मृत्यू हा मनुष्यवध असल्याचं कॅथरिननं जाहीर केलं होतं आणि त्यामुळेच सायमनच्या एकूण बळींची संख्या एकोणीसवर जाऊन पोहोचली होती.

सायमन व्हर्टॅनिअनला मिळालेली शिक्षा व्हिटोच्या मते पुरेशी नव्हती.

पण आजची ही रात्र दुःख करण्यासाठी नव्हती. सोफी व्यासपीठावरून खाली उतरून व्हिटोचं लक्ष वेधण्याचा प्रयत्न करत गर्दीमध्ये फिरू लागली. तिनं हॅरीच्या भिजल्या डोळ्यांकडे पाहिलं आणि व्हिटोकडे हसून पाहत तिनं त्याला हलकीशी खूण केली आणि मग इन्क्वायररच्या वार्ताहराशी बोलण्यासाठी वळली.

"हॅरी, नितंबाला चिमटे घेऊ पाहणाऱ्यांनी स्वतःचे हात स्वतःजवळच ठेवलेयत की नाही हे मी पाहाणं गरजेचं आहे म्हणून मी तिथे जातोय. सोफीला एखादं ड्रिंक आणून देशील? मला वाटतं, व्यासपीठावरच्या लाईट्समुळे तिथे उष्णता जास्त होती."

हॅरीनं मान हलवली आणि तो ताडकन उभा राहिला. "तिला काय चालतं? वाईन? की शॅम्पेन?"

"पाणी," व्हिटो म्हणाला. "फक्त पाणी."

हॅरीनं डोळे किलकिले केले. "फक्त पाणी? का बरं?"

"तिला अल्कोहोल घेता येणार नाही." व्हिटो म्हणाला आणि त्याला हसू फुटलंच. "येणाऱ्या बाळासाठी ते वाईट असतं."

हॅरी मायकेलकडे वळला. त्यांच्या डोळ्यातून अजूनही अश्रू ओघळत होते. "तुम्हाला ठाऊक आहे?"

"आज सकाळीच समजलं. तिनं लॉक्स आणि सॅमन खाऊन पाहिलं, पण तिनं ते खायला नको होतं."

व्हिटो हसला. "डॅड तर पाळण्याची तयारीसुद्धा करायला लागलेत."

"तो पाळणा इथला थिओ तयार करेल." मायकेल त्या मुलाकडे समाधानानं

पाहू लागले. व्हिटोच्या एकाही भावानं वडलांचं कौशल्य आत्मसात केलं नव्हतं. सुतारकामातली गुणवत्ता त्यापैकी एकाकडेही नव्हती. चौथा थिओ हा एकटाच सर्वांसाठी पुरेसा होता.

"काही अवघड काम नाही." थिओ पुटपुटला.

"काही अवघड काम नाही!" मायकेल हसत म्हणाले. "त्यानं इतक्यातच टेस्साठी एक पाळणा तयार केलाय."

गेली दोन वर्षं प्रयत्न केल्यानंतर तिला आता जुळी होणार होती आणि व्हिटोला खूप आनंद झाला होता. चिकोटेली नातवंडांची दुसरी लाट येऊ घातली होती. कुटुंबाचा विस्तार होणार होता.

व्हिटोच्या दृष्टीनं तो सर्वांत श्रीमंत माणूस होणार होता!